लुईस यांचे हे पुस्तक अद्‌भुत आणि कल्पनातीत आहे. वाचनाच्या तंद्रीत हे पुस्तक मी क्षणमात्रही खाली ठेवू शकलो नाही. स्वप्नपूर्तीसाठी झपाटलेल्या एका धैर्यशील व्यक्तीवर हे पुस्तक आधारलेले आहे. त्याच्या ध्येयपूर्तीच्या मार्गात मोठमोठी व्यवधाने, अडथळे येतात. अशा ध्येयापर्यंत पोहोचण्यासाठी सर्वसामान्यांना दोन आयुष्यं पुरली नसती. या पुस्तकाची जितकी प्रशंसा करावी, तितकी कमीच आहे.

– संपादकीय प्रतिक्रिया

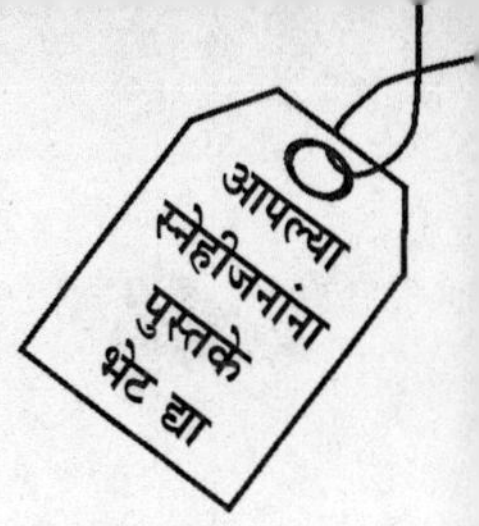

असाध्य ते साध्य

एक निर्भय साहसी आणि दिव्य वसुंधरा

लेखक
लुईस गॉर्डन पग

अनुवाद
मोहन गोखले

मेहता पब्लिशिंग हाऊस

All rights reserved along with e-books & layout. No part of this publication may be reproduced, stored in a retrieval system or transmitted, in any form or by any means, without the prior written consent of the Publisher and the licence holder.
Please contact us at **Mehta Publishing House,** Pune 411030.
© +91 020-24476924 / 24460313 / Mob. No. 9545000513
Email : production@mehtapublishinghouse.com
Website : www.mehtapublishinghouse.com

- *या पुस्तकातील लेखकाची मते, घटना, वर्णने ही त्या लेखकाची असून त्याच्याशी प्रकाशक सहमत असतीलच असे नाही.*

ACHIEVING THE IMPOSSIBLE by LEWIS GORDON PUGH
Copyright © 2010 by Lewis Gordon Pugh
Translated into Marathi Language by Mohan Gokhale

असाध्य ते साध्य / अनुवादित सत्यकथा

अनुवाद : मोहन गोखले
Email : author@mehtapublishinghouse.com

मराठी अनुवादाचे व प्रकाशनाचे हक्क मेहता पब्लिशिंग हाऊस, पुणे.

प्रकाशक : सुनील अनिल मेहता, मेहता पब्लिशिंग हाऊस,
१९४१, सदाशिव पेठ, माडीवाले कॉलनी, पुणे – ४११०३०.

अक्षरजुळणी : अनघा पाटणकर

मुद्रक : ट्रिनिटी ॲकॅडमी फॉर कॉर्पोरेट ट्रेनिंग लिमिटेड

मुखपृष्ठ : फाल्गुन ग्राफिक्स

प्रथमावृत्ती : जून, २०१५

किंमत : ₹ ३९५

P Book ISBN 9788184987942

---

* पायरेटेड पुस्तकांची खरेदी-विक्री हा कायद्याने गुन्हा आहे आणि अशा गुन्ह्याविरोधात कायदेशीर कारवाई होऊ शकते.

ज्यांनी मला साहसाची प्रेरणा दिली,
त्या माझ्या प्रिय आईवडिलांना

ब्रिटिश स्पेशल एअर सर्व्हिसेसमधील माझ्या सहकाऱ्यांची नावे व त्या संदर्भात आलेल्या स्थळ-काळांचे उल्लेख सुरक्षिततेच्या कारणास्तव कायद्यानुसार बदलण्यात आले आहेत.

पुस्तकाविषयी थोडेसे

लुईस गॉर्डन पग : हवामान बदलासंबंधी जनजागृती करण्यासाठी, सर्वसाधारण माणूस जिथे जाण्याचाही विचार करणार नाही अशा ठिकाणी, उणे १.७° से. तापमानाच्या पाण्यात, उत्तर ध्रुवावरील समुद्रात एक कि.मी. पोहण्याचा विक्रम करणारा; तसेच थंड आणि अतिथंड पाण्यात आणि पाचही महासागरांत पोहण्याचे वेगवेगळे विक्रम करणारा पहिला साहसवीर. स्वत:च्या इच्छेप्रमाणे शरीराचे तापमान वाढवू शकणारा 'ध्रुवीय मानवी अस्वल.' अत्यंत धोकादायक ठिकाणी आणि टोकाच्या तीव्र हवामानात ध्रुवीय प्रदेशांमध्ये पोहण्याचे विक्रम स्वत:च्या नावावर जमा करून सहनशक्तीच्या मर्यादा व्यापक बनवणारा आणि त्यांची नव्याने ओळख करून देणारा विक्रमवीर.

'स्पेशल एअर सर्व्हिस' या जगातील अत्यंत प्रतिष्ठित आणि अत्यंत कठीण अशा ब्रिटनच्या सैनिकी युनिटमधील माजी सैनिक.

या पुस्तकातून लुईस त्याच्या आयुष्याची रोमहर्षक कहाणी सांगतो आहे. इंग्लंडमधील दहाव्या वर्षांपर्यंतचे बालपण, सर्जन रिअर ॲडमिरल असलेल्या वडिलांचा प्रभाव, दक्षिण आफ्रिकेत स्थलांतर, स्पेशल सर्व्हिसमधील जीवघेणी निवड प्रक्रिया येथपासून ते आजपर्यंत म्हणजे पर्यावरण रक्षणाचा, हवामानबदलासंबंधीचा प्रवक्ता, असा हा साहसी आणि प्रेरणादायी प्रवास. सर्वसाधारणत: अशक्य वाटावी अशी साहसे, स्वत:च्या शारीरिक क्षमतेवरचा प्रचंड विश्वास. आपली स्वप्नपूर्ती आणि अनुभव यांबाबत तो सांगतो आहे. प्रेरणादायी, साहसी, रोमांचकारी आणि खिळवून ठेवणारी अशी ही कहाणी.

अनुक्रमणिका

ती उडी

गोठलेल्या शरीराला बुडायला ४.२ कि.मी.चे अंतर म्हणजे खूपच झाले. बर्फाने गोठलेल्या काठावर समुद्राच्या थंड पाण्यात उडी मारण्याच्या निर्धाराने मी उभा होतो आणि कितीही ठरवले, तरी वरील विचार माझ्या मनात वारंवार येत होता. खरे तर समुद्र, त्याची खोली इत्यादीच्या भीतीने मी कधीच विचलित झालो नाही; पण हे प्रकरण जरा वेगळे होते.

पाणी अगदी शाईसारखे काळेशार होते. इतके गडद होते की, माझे गॉगल्स थंड पाण्यामुळे जरी धुरकटले नसले, तरीसुद्धा पाण्यात माझाच हात मला दिसण्याची पण शक्यता नव्हती. माझ्या सभोवतालच्या बर्फाच्या कड्यांमधून मोठमोठे बर्फाचे तुकडे आवाज करत निखळून पडत होते. ते सर्व रौद्रभीषण सुंदर दृश्य होते. पण तितकेच भीतिदायकही होते. पायाखालच्या बर्फाला कधी तडा जाईल आणि कधी बेसावधपणे समुद्रात गच्छंती होईल, याचा नेम नव्हता. अशी एखादी बेसावध उडी म्हणजे मरणाला ज़णू आमंत्रणच ठरले असते.

खूप थंडी होती. अगदी कल्पना न करता येण्याइतकी थंडी होती. माझ्या अंगावरचे लाल जॅकेट सोडले तर मी फक्त स्पिडोजची पोहण्याची चड्डी घातली होती आणि डोक्यावर पोहण्याची टोपी आणि डोळ्यांवर गॉगल एवढेच होते. वेटसूट वगैरे काही नव्हते. पाण्याचे तापमान उणे १.७°से. होते. इतक्या कमी तापमानामुळे माझ्या शरीरातील उष्णता काही सेकंदातच पाण्यात शोषून घेतली गेली असती.

पृथ्वीवरच्या सर्वांत थंड पाण्याच्या या समुद्रात एक कि.मी. अंतर पोहून जायला साधारणत: २० मिनिटांचा अवधी लागणार होता आणि शरीराने साथ दिली नसती, तर मृत्यू अटळ होता. हे साहस करताना माझे शरीर आणि त्याची क्षमता पणाला लावणे एवढाच प्रश्न नव्हता; तर या साहसाच्या यशासाठी

माझ्या मनोधैर्याचापण कस लागणार होता. मन एकाग्र करून त्याला मी पुन:पुन्हा सूचना करत होतो की, मला हे दिव्य पार पाडायचे होते, मला त्यात यश मिळवायचे होते. त्या घडीला हे साहस आणि त्यातील यश हेच माझ्या दृष्टीने माझ्या आयुष्याचे एकमेव ध्येय होते. त्या साहसासाठी शरीराने आणि मनाने मी गेली कित्येक वर्षे तयारी केली होती. अगदी लहानपणापासून मला या पृथ्वीच्या उत्तर-दक्षिण ध्रुवांबद्दल आकर्षण वाटत आले होते. मी अगदी लहानपणीच मनाशी खूणगाठ बांधली होती की, या दोन्ही ध्रुवांच्या प्रदेशात, तोपर्यंत कोणीही, कधीही न केलेली साहसे मला करायची होती. माझ्या तयारीत मुख्यत्वेकरून शरीराचे अंत:स्थ (कोअर) तापमान वाढवण्याचे गमक आत्मसात करणे, हा कळीचा भाग होता आणि त्यासाठी मला माझ्या ब्रिटिश एअर सर्व्हिसेसच्या काळातील प्रशिक्षणाचा खूपच फायदा झाला.

कळत नकळत मी ब्रिटिश एअर सर्व्हिसेच्या काळात पॅराशूटच्या साहाय्याने मारलेल्या उड्यांची आणि माझ्या आत्ताच्या साहसाची मनोमन तुलना करू लागलो. मी डोळे मिटले आणि कल्पना करू लागलो की, आम्ही तीस-एक जण महाकाय हर्क्युलस विमानातून ३,५०० ते ४,००० फुटांवरून उडत आहोत. आम्ही सगळे रांगेने बाहेरच्या गडद अंधारात उडी घेण्यासाठी नंबर येण्याची वाट पाहात उभे आहोत. क्षणभर मला माझ्या त्या सहकाऱ्याची आठवण आली. त्या दिवशी उडी मारताना त्याचा पाय घसरला होता आणि काही कळायच्या आत तो निम्मा आत आणि निम्मा बाहेर असा अधांतरी लटकत होता. त्याचा तो भयभीत चेहरा आणि त्याने मदतीसाठी मारलेल्या किंकाळ्या पुढे कित्येक दिवस मी विसरू शकलो नव्हतो. तेव्हा आम्हाला वारंवार सूचना दिल्या गेल्या होत्या की, उडी मारताना खाली बघू नका, विमानापासून जास्तीत जास्त दूर उडी मारण्याचा प्रयत्न करा. जमिनीवर पाय टेकताना गुडघे एकमेकांजवळ घ्या इत्यादी.

आता आजूबाजूच्या निखळून पडणाऱ्या बर्फाच्या तुकड्यांचा आवाज मला विमानाच्या इंजिनाच्या लयबद्ध आवाजासारखा वाटायला लागला. माझ्या हृदयाचे ठोके मोजण्यासाठी, शरीराच्या तापमानातील बदल नोंदवण्यासाठी शरीराला अनेक तारा, सेन्सर्स, चिकटपट्ट्यांनी लावले होते. त्यावरून बोटे फिरवत जणू पॅराशूटच्या दोऱ्याच मी पुन:पुन्हा तपासत होतो असे वाटले. कारण त्या विविध तारापण पॅराशूटच्या दोऱ्यांचेच, जीव वाचवण्याचे, काम करणार होत्या. माझ्या हृदयाचे ठोके जरा जलद झाले. अजूनसुद्धा मी मनाने हर्क्युलस विमानामध्येच होतो. त्या पेट्रोलच्या आणि घामाच्या उग्र वासाचा भास मला होत होता. एवढेच कशाला; मला 'उडी मारण्याचे ठिकाण पाच मिनिटांवर' फक्त पाच मिनिटांवर. सूचना वारंवार ऐकल्याचा भास होत होता. पण खरे तर गुडघाभर खोल

गोठवणाऱ्या पाण्यात उभा असताना सूचना होत्या 'उडी मारायला आता फक्त १० सेकंद', 'फक्त दहा सेकंद!'

हर्क्युलस विमानाचे दार उघडले, माझ्यापुढे सहकारी रांगेने उभे होते. त्यांच्या डोक्यावरून मागचे चांदण्यांनी भरलेले आकाश स्पष्ट दिसत होते, माझ्या तोंडाला कोरड पडली होती.

मनाच्या त्या स्थितप्रज्ञ अवस्थेत एका गोष्टीची एकाएकी जाणीव झाली की, मी अनवाणी पायाने आणि अगदी कमी कपड्यांत बर्फावर उभा होतो, आजूबाजूचे तापमान ०°से. होते आणि तरीही माझ्या शरीराचे तापमान वाढू लागले होते. माझ्या मेंदूकडून मिळालेल्या सूचनांनुसार माझ्या शरीराचे अंत:स्थ तपमान हळूहळू वाढू लागले होते आणि या बदलाशिवाय उणे १.७°से. तापमान असलेल्या पाण्यात एक कि.मी. पोहून जाणे ही अशक्यप्राय गोष्ट होती.

प्रोफेसर 'टिम नोक्स' हे एक नावाजलेले शास्त्रज्ञ आहेत. विविध खेळांना लागणाऱ्या शारीरिक क्षमता आणि त्यांच्या मर्यादा इत्यादींसारख्या विषयांचा त्यांचा दांडगा अभ्यास आहे आणि त्यांना खूप अनुभव आहे. ते माझ्यापासून पाच मीटर अंतरावर, एका रबरी बोटीत बसून, माझ्या एक कि.मी. पोहण्याच्या दरम्यान होणाऱ्या विविध अंतर्बाह्य शारीरिक बदलांवर, घडामोडींवर लक्ष ठेवणार होते. त्यांची निरीक्षणे नोंदवणार होते. अशा या जगातील अत्यंत प्रतिकूल हवामान असलेल्या ठिकाणी तेच माझे एकमेव तारणहार होते. पण आता अशा या परिस्थितीत प्रो. टीम नोक्स काय किंवा माझ्याबरोबर इथवर आलेल्या माझ्या सहकाऱ्यांचा काय, माझ्या मनात विचारच नव्हता. किंबहुना; माझ्या डाव्या बाजूला असलेल्या 'एके४७' घेतलेल्या रशियन गार्डचीही मला जाणीव नव्हती. खरे तर तो गार्ड आणि त्याचे दोन सहकारी ध्रुवीय अस्वलांपासून माझे संरक्षण करण्यासाठी होते. पण त्या दिवशी सकाळीच मी त्यांना स्पष्ट सांगितले होते की, त्यांनी अस्वलांना मारायचे नाही, तर फक्त पळवून लावायचे. कारण खरे तर त्यांच्या प्रदेशात मीच आगंतुक पाहुणा होतो.

माझे स्कि-जॅकेट मी काढले आणि पाण्याच्या दिशेने पुढे गेलो. थंड हवेचा झोत चेहऱ्यावर चांगलाच जाणवला. आता भीतीला थाराच नव्हता, आता फक्त ठरल्याप्रमाणे पाण्यात उडी मारायची होती. विमानाच्या दरवाजाजवळचा लाल दिवा लागला. ''रेड ऑन!'' काही सेकंदांतच त्याचा रंग बदलला. ''ग्रीन ऑन....गो, गो...गो''. रांगेतल्या पुढच्या सहकाऱ्यांनी विमानातून उड्या मारल्या आणि आता माझी पाळी आली होती. आता मला मागे बघताच येणार नव्हते, थोडे पुढे जाऊन मी पाण्यात बुडालेल्या खडकाच्या कंगोऱ्यावर उभा राहिलो... अगदी एकच क्षण आणि स्वत:ला पाण्यात झोकून दिले!

क्षणार्धात मी काळ्या अंधारात खोल-खोल खाली चाललो होतो. ती उडी विमानातून रात्रीच्या गडद अंधारात मारल्यासारखीच वाटत होती. पण प्रत्यक्षात उत्तर ध्रुवावरच्या उणे १.७°से. तापमानाच्या आणि काळ्या रंगाच्या पाण्यात मारलेली उडी होती ती!

माझे आईवडील

१५ जुलै १९९३ रोजी माझे वडील वारले. ते वारले तेव्हा ते ७२ वर्षांचे होते; तर मी होतो २३ वर्षांचा. त्या दिवशी मध्यरात्रीच्या सुमारास फोन वाजला. तो फोन केपटाऊनच्या 'बूथ मेमोरिअल हॉस्पिटल'मधून आला होता. आई अंथरुणावर पडली होती, पण तिला अजून झोप लागली नव्हती. रात्री-अपरात्री केवळ त्रास देण्याच्या उद्देशाने येणाऱ्या फोनची तिला कल्पना असल्यामुळे तिने या फोनकडे दुर्लक्ष केले होते.

"आपण लुईस बोलताय का?" पलीकडून हॉस्पिटलमधील नर्स विचारत होती. आतापर्यंत हॉस्पिटलच्या कर्मचाऱ्यांना आमच्या घरच्यांची नावे माहीत झाली होती, कारण वडील त्या वेळी जवळ-जवळ सहा वर्षे हॉस्पिटलमध्ये होते.

"होय, बोल", मी सांगितले.

"तुमच्या वडिलांची स्थिती खूपच नाजूक झाली आहे, तुम्ही लवकर आलात तर बरं होईल." पलीकडून नर्स सांगत होती.

सुदैवाने, नर्स तिकडे फोन ठेवत असतानाच आईने फोन उचलला होता.

"काही नाही, मित्राचा फोन होता." एवढे बोलून मी घराबाहेर पडलो. आठ वर्षांपूर्वी आम्ही ग्रॅहम्सटाऊन सोडून केपटाऊनमध्ये वास्तव्यास आलो होतो, तेव्हापासून मी आईला वडिलांची शुश्रूषा करताना पाहात होतो. ते जेव्हा हॉस्पिटलमध्ये असायचे, तेव्हा तिच्या रोजच्या फेऱ्या तर असायच्याच; पण त्यांचा अल्झायमरचा आजार बळावत गेला आणि त्यांच्याकडून मिळणारा प्रतिसाद कमी-कमी होत गेला तरीही तिच्या शुश्रूषेत काही खंड पडला नव्हता.

आई माझ्या वडिलांच्या जीवनातल्या एका फार मोठ्या काळाची साक्षीदार होती. रॉयल नेव्हीमध्ये 'सर्जन रिअर ॲडमिरल'च्या हुद्द्यापर्यंत पोचलेला, त्यांच्या

कारकिर्दीचा चढता आलेख तिने पाहिला होता आणि आता ती एक संपूर्ण वेगळा, एक दुबळा, अल्झायमरने असाहाय्य झालेला माणूस बघत होती. शेवटी-शेवटी वडिलांचे खाणे अगदीच कमी झाले होते, त्यांचे दातपण पडले होते. त्यांचे ते कृश झालेले, रोडावलेले शरीर मला दुसऱ्या महायुद्धातील फोटोत पाहिलेल्या, नाझी छळछावण्यांतील ज्यू कैद्याची आठवण करून देत होते. त्यातून त्यांचे मनगटाचे हाड मोडले, ते शेवटपर्यंत ठीक झाले नाही. हा धक्का विशेषत: एका अस्थिरोग तज्ज्ञासाठी जास्तच दु:खदायक होता. तरीपण त्यांच्या त्या कठीण काळातील काही आठवणी माझ्या मनात घर करून राहिल्या आहेत.

मी त्यांच्या हॉस्पिटलच्या खोलीत प्रवेश केल्यावर त्यांचा तो फुललेला चेहरा, त्यांना आवडणाऱ्या स्वादाचे आइसक्रीम आणल्याबद्दल व्यक्त केलेला तो आनंद, "कसा आहेस बाळ?" म्हणून केलेली विचारपूस, बोलताना घट्ट धरून ठेवलेला माझा हात, अगदी शेवटी-शेवटी जेव्हा त्यांना चालणेपण कठीण व्हायला लागले, तेव्हा मी त्यांना तयार करून जवळच्याच मोल्टेन तळ्यापर्यंत मारलेला फेरफटका... अशा कितीतरी आठवणी दाटून येत होत्या.

मला ते माझे पूर्वीचे वडील आठवायचे. शांत, धीरगंभीर, माझ्या सर्वांगीण प्रगतीत रस घेणारे आणि माझ्या प्रत्येक गोष्टीत मला प्रोत्साहित करणारे.

जसजसा अल्झायमरचा विळखा त्यांच्याभोवती आवळत गेला, तसतसे अधूनमधून त्यांना भास व्हायला लागले. वास्तवाशी त्यांची फारकत होऊ लागली. त्यांची स्मरणशक्ती क्षीण झाली, ते अगदी साध्या-साध्या गोष्टी विसरायला लागले. माझ्या आईला ते अगदी गंभीर होऊन सांगायचे की, त्यांच्या बाजूच्या बेडवरच्या पेशंटला अल्झायमर झाला होता, पण त्यांना स्वत:लापण अल्झायमर झाला होता हे ते कबूलच करत नव्हते. वडिलांनी असाही काही समज करून घेतला होता की, त्यांच्या सगळ्या तब्येतीच्या तक्रारी या त्यांना दिलेल्या औषधामुळेच होत्या. म्हणून ते औषधे घेण्याचे टाळण्यासाठी नवनवीन कारणे शोधायला लागले, पळवाटा शोधायला लागले. डॉक्टर आणि नर्स त्यांच्या खोलीत असेपर्यंत औषधाच्या गोळ्या जिभेखाली ते लपवून ठेवायचे. दुसऱ्या दिवशी सकाळी अशा अनेक गोळ्या मला त्यांच्या पलंगाखाली सापडायच्या. आयुष्यात एवढे यश मिळवलेल्या, वागणुकीत अत्यंत काटेकोर असलेल्या माणसाची शेवटी अशी अवस्था व्हावी, ही माझ्या दृष्टीने अत्यंत दु:खाची आणि दुर्दैवाची गोष्ट होती.

जुलैच्या त्या रात्री मी एकटाच हॉस्पिटलमध्ये गेलो. मला एकदम मोठेपणाची किंवा जबाबदारीची जाणीव झाल्यामुळे असेल कदाचित; पण आईला तो धक्का सहन होणार नाही, असे मला वाटले, म्हणून वडिलांच्या त्या शेवटच्या क्षणी मला आई हॉस्पिटलमध्ये यायला नको होती. मी जरा वेगानेच ड्रायव्हिंग करत कॅप-बे

भागात असलेल्या आमच्या घरून हॉस्पिटलमध्ये गेलो. हॉस्पिटल केपटाऊन शहराच्या मध्यवर्ती ठिकाणी होते. मी हॉस्पिटलमध्ये पोचण्याच्या काही मिनिटे आधीच वडील गेले होते. त्यांचे शरीर पांढऱ्या चादरीने झाकले होते. जरी त्यांचा मृत्यू अनपेक्षित नव्हता, तरी मी थिजल्यासारखा तिथे उभा राहिलो. त्यांच्या पायाशी उभे राहून प्रार्थना केली आणि त्या क्षणी मला अगदी पोरके झाल्यासारखे वाटले. माझे वडील माझ्यासाठी हिरो होते, आदर्श होते. आज त्यांनाच मी पारखा झालो होतो.

त्यांचा मृत्यू अल्झायमरने झाल्याचे कळत असूनही मृत्यूच्या अटळपणाची नव्याने जाणीव झाली आणि अगदी हतबल झाल्यासारखे वाटले. असे म्हणतात की, काळ हेच सगळ्यावरचे उत्तम औषध आहे. पण ते खरे आहेही आणि नाहीही! अजूनसुद्धा कधीतरी कोठेतरी वडिलांचा संदर्भ येतो आणि क्षणात डोळ्यांत पाणी येते. माझ्या आयुष्याला सर्वार्थाने व्यापून टाकणारे असे त्यांचे व्यक्तिमत्त्व होते.

मी हॉस्पिटलमधून घरी आलो, तेव्हा आई आमच्या घराच्या पुढील दाराशीच खुर्ची टाकून बसली होती. मी दार बंद करून जात असताना तिने आवाज ऐकला होता आणि ती समजून होती की, अशा वेळेला मी हॉस्पिटलमध्येच गेलो असणार. आईला ही दु:खद बातमी कशी सांगावी, या विचाराने मी गोंधळून गेलो होतो आणि त्या गोंधळलेल्या अवस्थेतच तोंडातून कोरडेपणाने शब्द निघून गेले, “बाबा गेले.”

मला खातरी आहे की, त्या क्षणी आईला माझे शब्द ऐकून बाबांच्या अशा प्रसंगी अगदी तटस्थपणे आणि तुटक बोलण्याचीच आठवण झाली असणार, नंतर मात्र मी स्वत:ला आवरू शकलो नाही आणि माझा बांध फुटला. आज त्यांना जाऊन १७ वर्षे झाली. जेव्हा विचार करतो, तेव्हा अजूनही त्यांचे व्यक्तिमत्त्व पूर्णपणे गवसल्यासारखे वाटत नाही. कदाचित हा माझ्या त्या वेळच्या अपरिपक्व वयाचा परिणाम असेल, कारण त्यांना अल्झायमरची सुरुवात झाली, तेव्हा मी फक्त १४ वर्षांचा होतो.

मी जेव्हा अगदी लहान होतो, तेव्हा आई मला नेपोलियन, नेल्सन, अलेक्झांडर द ग्रेट, लिव्हिंग्स्टन, कॅप्टन स्कॉट, कॅप्टन कुक, कोलंबस यांसारख्या सेनानी आणि साहसवीर यांच्या गोष्टी सांगायची. त्या गोष्टी ऐकताना माझे भान अगदी हरपून जायचे. विशेषत: कॅप्टन कुकच्या त्या दक्षिण ध्रुवाच्या दुर्दैवी मोहिमेच्या गोष्टीने नंतर कितीतरी दिवस माझ्या मनाचा अगदी ठाव घेतला होता. कॅप्टन कुक आणि त्याच्या चार सहकाऱ्यांनी दक्षिण ध्रुवाच्या मोहिमेवर असताना पाण्यात तरंगणारे मोठमोठे बर्फाचे तुकडे पाहिले होते. त्याचे वर्णन त्यांनी ‘पाण्यात तरंगणारे मोठमोठे साखरेचे गोळे’ असे केलेले अजून आठवते.

माझ्या जडणघडणीत म्हटले तर माझ्या वडिलांचा भाग अगदी अप्रत्यक्ष असा; पण तरीही कायमची छाप सोडणारा असाच होता. वडिलांनी अगदी ठामपणे मनावर बिंबवले होते की, स्वप्न बघणे म्हणजे काहीतरी पुसट ध्येय ठरवणे किंवा बालपणातील पोकळ बडबड असता कामा नये. जर तुम्ही एकदा मनाने ठरवलेत, तर या जगात अशक्य असे जवळ-जवळ काही नाही. जे तुम्हाला अशक्य वाटते, ते फार तर तुमच्या आवाक्याबाहेरचे आहे, असे समजा.

माझ्या वडिलांनी घरात ज्या निरनिराळ्या वस्तू जमा केल्या होत्या, त्या मला पुन:पुन्हा त्यांचीच आठवण करून देत होत्या. माझ्या खोलीच्या बाहेरच्या भिंतीवर सर पीटर स्कॉट यांनी काढलेले सुंदर चित्र टांगलेले होते. ते चित्र उडणाऱ्या हंस पक्ष्यांचे होते. अत्यंत राजस आणि एका लयीत उडणारे पक्षी. दुसऱ्या भिंतीवर जगाचा एक पुरातन नकाशा होता. इतका जुना, की त्या नकाशात दक्षिण ध्रुवाचा उल्लेख नव्हता, कारण त्या वेळी त्याच्या अस्तित्वाची माहितीच नव्हती. बाहेरच्या खोलीत आजोबांच्या वेळचे मोठे लंबकाचे घड्याळ होते. घड्याळाच्या काचेवर ट्रॅफल्गारच्या लढाईचे चित्र कोरलेले होते. त्या घड्याळावर लॉर्ड नेल्सनचा अर्धपुतळा होता. त्या अर्धपुतळ्याच्या बाजूला कॅप्टन कुकचे चित्र टांगलेले होते. आमच्याकडे केंब्रिजच्या जीझस कॉलेजच्या इमारतीचे एक सुंदर चित्र होते. ते कॉलेज म्हणजे विद्वत्तेचा वारसा सांगणाऱ्या इतिहासाचे मूर्तिमंत प्रतीक होते. माझे वडील त्याच कॉलेजमध्ये शिकले होते आणि त्याच कॉलेजमध्ये शिकण्याचे माझेपण स्वप्न होते.

आमच्या बाहेरच्या हॉलमध्ये सुंदर शिसवी लाकडाचे एका कपाट होते. वडील सांगायचे, ते कपाट एका खाटकाचे होते आणि त्यात ऐके काळी कापलेले बोकड टांगले जायचे. वडिलांनी नंतर त्यामध्ये फळ्या बसवून घेतल्या होत्या. माझ्या आजोबांनी त्यांच्या 'बोर्न माऊथ' येथील घराच्या मागच्या मोकळ्या जागेत दुसऱ्या महायुद्धाच्या काळात हवाई हल्ल्यापासून संरक्षण करण्यासाठी खंदक-आडोसे तयार केले होते आणि त्यासाठी वापरलेल्या लाकडांपासून त्या फळ्या बनवल्या होत्या. दुसऱ्या महायुद्धाच्या काळात वडिलांच्या आणि त्यांच्या आधीच्या पिढीला काय भोगावे लागले, कशा आणि कोणत्या दिव्यांतून जावे लागले, याची आठवण कायम जागृत ठेवण्याचे काम त्या लाकडी फळ्या करत होत्या. मी आणि माझी बहीण कॅरोलीन हिने ते कठीण दिवस कधी विसरू नयेत, यावर त्यांचा कटाक्ष असे. त्यांचे बरेच वर्गमित्र दुसऱ्या महायुद्धात कामी आले होते. काही गोष्टींबद्दल त्यांची फार ठाम मते होती.

आमच्या घरात 'द टाइम्स वर्ल्ड ॲटलास' होता. त्या पुस्तकामुळे माझ्या छोट्या दुनियेच्या बाहेर केवढे मोठे जग पसरले आहे, याची मला जाणीव झाली. लहानपणी ॲटलासचे कोणतेही पान उघडून त्यातल्या त्या नद्या, डोंगर, समुद्र,

देश, गावे इत्यादी बघत बसायचो. ते प्रदेश कसे असतील, तिथले लोक कसे असतील, इत्यादी कल्पनाविश्वात दंग व्हायचो. जगाच्या साहसी मोहिमा आखायचो. या समुद्रात कोणी पोहले असेल का? एखाद्या टोकापासून दुसऱ्या टोकापर्यंत कोणी प्रवास केला असेल का? मला तसे करता येईल का? असे अनेक प्रश्न मला पडायचे.

माझे वडील त्यांच्या अल्बममधून एखाद्या सैन्यातील सेनानीचे किंवा साहसवीरांचे चित्र निवडायचे आणि त्यांच्या शौर्याच्या, धाडसी कृत्यांच्या गोष्टी सांगायचे. इतिहास हा त्यांचा फार आवडता विषय होता आणि मलाही त्यांनी त्या विषयाची गोडी लावली. अल्झायमरने आता त्यांचा ताबा घेतला होता. हळूहळू पायातील संवेदना कमी-कमी व्हायला लागली होती. त्यांच्या पायांच्या हालचालीत, चालण्यात आता वेगळेपणा जाणवायला लागला होता. एकदा ते कार चालवत आमच्या ग्रॅहम्सटाऊनमधल्या ऱ्होडस युनिव्हर्सिटीच्या लायब्ररीत गेले. तिथे बराच वेळ वाचत बसले आणि नंतर चालत घरी आले. आम्ही जेव्हा त्यांना कारविषयी विचारले, तेव्हा "मला माहीत नाही," असे उत्तर देऊन ते मोकळे झाले. नंतर आई त्यांना पुन्हा लायब्ररीत घेऊन गेली आणि ते दोघे जण कारने घरी आले. हे सर्व आईसाठी आणि आम्हा भावंडांसाठी दिवसेंदिवस कठीण व्हायला लागले होते; कारण त्यांना नक्की काय झाले होते, याची तोपर्यंत आम्हाला जाणीवच नव्हती. या घटना अल्झायमरच्या सुरुवातीच्या काळातल्या आहेत. नंतर जसजसा त्यांचा आजार बळावत गेला, तसतसे त्यांच्या वागणुकीतील बदल तर फारच चिंताजनक होत गेले.

एके दिवशी मी शाळेतून घरी आलो आणि जे दृश्य पाहिले, त्यावर माझा विश्वासच बसेना. वडील वेळोवेळी काढलेले आणि अल्बममध्ये लावलेले फोटो शांतपणे फाडत बसले होते. खरे तर, १७व्या शतकापर्यंत मागे जाऊन वडिलांनी, नात्यागोत्यांचा शोध घेऊन आमच्या घराण्याचा इतिहास लिहिला होता आणि तशाच प्रकारचा आईवडील नात्यांचा शोध घेऊन पुस्तक लिहिण्याचा त्यांचा विचार होता. असे सर्व उद्योग करणारा हाच तो माणूस का, असा मला प्रश्न पडला. त्यांच्या प्रत्येक कृतीतून घराला, नात्यांना त्यांच्या लेखी किती महत्त्व होते, हेच प्रतीत होत असे. आजाराच्या सुरुवातीच्या काळात जेव्हा हरवलेपण, विस्मरण वगैरे गोष्टी प्रकर्षाने जाणवू लागल्या; तेव्हा बरेच वेळा त्यांना एखादी गोष्ट न आठवल्यामुळे वाक्य अर्धवटच राहायचे. "अगं माझं ते हे कुठं आहे?" म्हणून वाक्य अर्धेच राहायचे. आणि जरा वेळाने त्यांना तो शब्द आठवायचा आणि म्हणायचे, "माझ्या चपला कुठे आहेत गं?" त्यांचे बघून मीपण अनुकरण करायला लागलो. तेव्हा मला माझ्या वागण्याचा अर्थ लागत नव्हता, पण आईने बरोबर ओळखले होते.

नंतर बऱ्याच वर्षांनी मी सीन पेन आणि डकोटा फॅनिंग यांचा 'आय ॲम सॅम' नावाचा एक हृदयस्पर्शी सिनेमा पाहिला. तो सिनेमा एका मुलीच्या आणि तिच्या काहीशा मतिमंद असलेल्या वडिलांच्याबरोबर असलेल्या भावसंबंधाबद्दल आहे. ती मुलगी हुशार असते. जशी तिची शिक्षणात प्रगती होते, तसे तिच्यातील आणि वडिलांमधील अंतर वाढू लागते. ते अंतर कमी करण्यासाठी ती मुद्दामच नंतर वेड्यासारखी वागायला लागते. तेव्हा मला तिच्या वागण्यात आणि वडिलांच्या आजारपणाच्या सुरुवातीच्या काळात त्यांच्या बरोबरच्या माझ्या वागण्यात कोठे तरी साधर्म्य असल्याचा साक्षात्कार झाला.

त्यांच्या अशा अनेक आठवणी माझ्याकडे आहेत आम्ही इंग्लंडहून दक्षिण आफ्रिकेला 'ग्रॅहम्सटाऊन'मध्ये राहायला आल्यावर त्यांनी आमच्या घराच्या बागेत पोहण्यासाठी तलाव बांधला होता. त्यांची सवय म्हणजे ते पाण्यात पाय मारत शांतपणे पाठीवर पडून राहायचे. तलावातले पाणी कितीही थंड असले, तरी त्यांना त्याची कधी फिकीर नसे आणि पोहणे झाल्यावर ते तडक अभ्यासिकेत जाऊन त्यांच्या पुस्तक लिखाणाच्या कार्यक्रमाला लागायचे. मला वाटते, पोहण्याचा नियमित व्यायाम हे त्यांच्या तंदुरुस्त शरीराचे आणि हुशारीचे रहस्य होते. ते आजारी पडण्यापर्यंतचे त्यांचे जीवन हा याचा जिवंत पुरावा होता.

त्यांना पाण्याबद्दल निश्चितच प्रेम होते, पण त्याचबरोबर जर योग्य ती काळजी घेतली नाही, तर पाण्यापासून होणाऱ्या संभाव्य धोक्याचीसुद्धा त्यांना पुरेपूर कल्पना होती. कारण वडिलांनी त्यांचे गॉडफादर डॉ. हर्बर्ट कफ आणि त्यांच्या दोन मुलींचा बुडून झालेला मृत्यू अगदी जवळून पाहिला होता. डॉ. कफ माझ्या आजोबांच्याबरोबर काम करायचे, त्या दोघांनी मिळून एक पुस्तकही लिहिले होते. एक दिवस डॉ. कफ यांच्या मुली इस्ट अँग्लियाजवळ समुद्रात पोहायला उतरल्या आणि अंतर्गत प्रवाहामुळे त्या खोलवर समुद्रात ओढल्या गेल्या. डॉ. कफ त्यांना वाचवायला धावले, पण तिघेही जण बुडाले. त्या घटनेचा माझ्या वडिलांवर खूप परिणाम झाला.

त्यांना स्वतःलासुद्धा अशा प्रकारचा अनुभव एकदा आला होता. तेव्हा ते रॉयल नेव्हीमध्ये होते आणि ऑस्ट्रेलियाला असताना तिथे समुद्रात पोहायला उतरले होते. त्यांच्याबरोबर त्यांचे काही सहकारीपण होते. ते सुद्धा असेच समुद्रात ओढले गेले होते. त्या वेळेला त्या सर्वांना किनाऱ्यावरील लाईफ गार्ड्सनी वाचवले होते. मलासुद्धा पाण्याबद्दल प्रेम आहे, पण साहस करताना योग्य ती खबरदारी मी नेहमीच घेतली आहे. कोठेही फाजील आत्मविश्वासाला थारा दिला नाही.

मला वाटते, ही पाण्याविषयीची ओढ माझ्या रक्तातच आहे. माझे आजोबा

टॉम पग हे लंडनजवळील 'कारशेल्टन' येथे असलेल्या क्वीन मेरी या मुलांच्या हॉस्पिटलचे पहिले मेडिकल सुपरिटेंडंट होते. ते ट्रीटमेंटचा एक भाग म्हणून आणि व्यायामाचा प्रकार म्हणून हॉस्पिटलमधील बऱ्या होत आलेल्या मुलांना हॉस्पिटलच्या स्विमिंग पूलमध्ये उतरवायचे. माझ्या जन्माच्या खूप वर्षे आधी आजोबांचा मृत्यू झाला होता, पण वडील त्यांच्या बऱ्याच गोष्टी मला सांगायचे. त्यांनी त्यांच्या कामामुळे समाजात चांगले नाव कमावले होते आणि सहकाऱ्यांमध्येही त्यांना आदराचे स्थान होते.

माझ्या वडिलांचे बालपण अगदी सुखवस्तू परिस्थितीत हॉस्पिटलच्या आवारातच असलेल्या बंगलेवजा जागेत गेले. ससेक्स परगण्यातल्या प्रतिष्ठित पब्लिक स्कूल 'लॅसिंग कॉलेज'मध्ये त्यांचे प्राथमिक शिक्षण झाले आणि १९३९ साली त्यांनी केंब्रिजमध्ये अ‍ॅडमिशन घेतली. तेव्हा इंग्लंड एका अत्यंत कठीण काळातून जात होते. १९३९ साली दुसऱ्या महायुद्धाला सुरुवात झाली होती. मिलिटरीला डॉक्टर्स आणि इंजिनिअर्स यांची गरज होती. त्यामुळे अशा कठीण काळात कॉलेजजीवनाला सुरुवात करण्याची परवानगी मिळणे, हीसुद्धा एक विशेष गोष्ट होती. त्या वेळच्या परिस्थितीमुळे पदवी शिक्षणाचा कालावधी कमी– म्हणजे दोन वर्षांचा केला होता. त्याचबरोबर एका जरी विषयात नापास झाले, तरी विद्यार्थ्याला आघाडीवर लढण्यासाठी पाठवले जाईल, असेही सांगण्यात आले होते. स्त्री आणि बालरोग या विषयात त्यांना मिळालेल्या पदव्या अजूनही माझ्याकडे आहेत. तो काळ सर्वांसाठी नैराश्याचा आणि उदासीनतेचा होता.

त्या काळात जर्मन विमानांनी 'केंब्रिज' आणि 'ईस्ट अँग्लिआ'च्या जवळ असलेल्या हवाई तळांना कित्येकदा लक्ष्य केले होते. केंब्रिजपासून जवळच एका मैलावर, मोठी स्मशानभूमी आहे. तिथे दुसऱ्या महायुद्धात मरण पावलेले कित्येक अमेरिकन वायुसैनिक चिरनिद्रा घेत आहेत.

वडिलांनी डॉक्टर झाल्यावर लंडनच्या मिडलसेन्स हॉस्पिटलमध्ये कामाला सुरुवात केली. त्या वेळी लंडनवर अविरत बॉम्बवर्षाव चालू असायचा. नंतर एक वर्ष त्यांनी डब्लिनमध्ये इंटर्नशिप केली. तेव्हा आयर्लन्ड युद्धात गोवले गेले नव्हते आणि डब्लिन गावाबद्दल विशेष लक्षात राहाण्यासारखी गोष्ट म्हणजे रात्रीसुद्धा रस्त्यावरचे दिवे लावलेले असत, कारण बाकी जवळ-जवळ सर्व युरोपभर रात्री ब्लॅकआउटच असे. वडील त्यांची इंटर्नशिप संपल्यावर इंग्लंडला परतले आणि रॉयल नेव्हीमध्ये दाखल झाले. नंतर काही महिन्यांनी युद्ध संपले आणि वडिलांनी अस्थीरोग तज्ज्ञ होण्याचे प्रयत्न सुरू केले. वडिलांची रॉयल नेव्हीमधील कारकिर्द अत्यंत यशस्वी ठरली आणि ते 'सर्जन रिअर अ‍ॅडमिरल'च्या हुद्द्यावरून निवृत्त झाले.

त्या वेळच्या त्यांनी सांगितलेल्या काही गोष्टी माझ्या अजूनही स्मरणात आहेत. त्यातील एक म्हणजे १९५२ साली ऑस्ट्रेलियाच्या वायव्येला असलेल्या 'माँटबेलो' बेटाजवळ इंग्लंडने जी पहिली अणुचाचणी केली त्या वेळी लष्करी अधिकाऱ्यांच्या टीममध्ये माझे वडीलही होते. त्या क्षणाचा साक्षीदार असलेला एक फोटोपण घरामध्ये होता. यावरून तुम्हाला कल्पना येईल की, माझ्या त्या संस्कारक्षम वयात अशा साहसी गोष्टींचा माझ्या मनावर काय परिणाम झाला असेल!

युद्धकाळात गरज म्हणून खूप युद्धनौका बांधण्यात आल्या आणि युद्ध संपल्यावर इतक्या युद्धनौकांचे काय करायचे, असा प्रश्न निर्माण झाला. अशाच एका युद्धनौकेवर एक अणूबॉम्ब ठेवून ती युद्धनौका खोल समुद्रात नेऊन उभी करून ठेवण्यात आली. त्या रात्री युद्धनौकेवर जोरदार पार्टी झाली. खाणेपिणे आटोपल्यावर बशा वगैरे इतर साहित्य तसेच टाकून दिले गेले, कारण दुसऱ्या दिवशी जे काही घडणार होते, त्यामुळे फार आवराआवर करण्यात अर्थ नव्हता. दुसऱ्या दिवशी भल्या पहाटे त्यांनी युद्धनौका सोडली, छोट्या बोटीतून जवळच्याच एका बेटावर ते पोहोचले, आणि तिथून त्यांनी इंग्लंडच्या पहिल्या अणुबॉम्बचा स्फोट घडवून आणला. वडिलांना तेव्हा प्रामुख्याने काय जाणवले असेल, तर त्या स्फोटाची तीव्रता, थोड्या-थोड्या अंतराने आलेले कानठळ्या बसवणारे दोन आवाज, त्यानंतर निर्माण झालेले छत्रीच्या आकाराचे धुळीचे ढग... त्या वेळी वडिलांनी सुरक्षिततेच्या दृष्टीने लागणारे कपडे, डोळ्यांवर गॉगल्स आणि विशेष प्रकारचे हातमोजे घातलेले होते. जसा स्फोट झाला तसे नैसर्गिक क्रियेनुसार संरक्षणासाठी त्यांचे हात आपोआपच डोळ्यांवर आले आणि त्या क्षणी त्यांना आपल्या हाताचा एक्स-रे बघत असल्याप्रमाणे आपले हात दिसले. त्या वेळी वडिलांची टीम स्फोटाच्या ठिकाणापासून जवळ-जवळ १० कि.मी. लांब असलेल्या बेटावर होती आणि इतक्या लांब अंतरावर असतानासुद्धा दिसलेल्या वरील दृश्यांतून अणुस्फोटाची संहारक क्षमताच जणू अधोरेखित होत होती. या स्फोटानंतर तिथल्या माशांवर, समुद्रातील इतर जीवसृष्टीवर होणाऱ्या किरणोत्सर्गाचे परिणाम इत्यादीचा अभ्यास करून निष्कर्ष काढण्याची जबाबदारी माझ्या वडिलांवर होती.

इंग्लंडच्या त्या एका ऐतिहासिक क्षणाचा साक्षीदार होण्याचे भाग्य लाभल्याबद्दल वडिलांना झालेला आनंद, वाटणारा अभिमान इत्यादी गोष्टी अजूनही माझ्या आठवणींचा भाग बनून राहिल्या आहेत. इंग्लंडच्या तत्कालीन राजकीय नेतृत्वाची अशी धारणा होती की, अणुबॉम्ब तयार करणे आणि इंग्लंडकडे अणुबॉम्बची क्षमता असणे ही सुरक्षिततेच्या दृष्टीने अत्यंत गरजेची गोष्ट होती. इंग्लंडकडे अणुबॉम्ब आहे, म्हणून सुरक्षिततेच्या दृष्टीने रशियाला पण अणूबॉम्ब बनवावा असे वाटणार. मग चीनलाही वाटणार की, आपणपण का बनवू नये. तसेच इतरही छोट्या-मोठ्या

लष्करी सत्तांनाही अणुबॉम्ब बनवावा असे वाटणार परंतू एखाद्या अतिरेकी संघटनेच्या हातात अणुबॉम्ब बनवण्याची प्रक्रिया पडली तर? त्यामुळे सुरक्षिततेच्या नावाखाली जग अधिकच असुरक्षित नाही का होणार? अर्थात ही सर्व पश्चातबुद्धी होती. पण शेवटी हे सर्व कोठे थांबणार होते हाही एक प्रश्नच होता. माझे वडील आणि त्यांची पिढी दुसऱ्या महायुद्धाच्या काळातून गेली होती, तेव्हाच्या काही राजकीय नेत्यांनी तर दोन महायुद्धे अनुभवली होती. त्यामुळे त्यांचा घटनांकडे बघण्याचा दृष्टिकोन अगदी भिन्न होता. अर्थात त्या अणुचाचणीनंतर आणि झालेल्या सागरी जीवनाच्या हानीनंतर माझ्या वडिलांच्या विचारसरणीत आमूलाग्र बदल झाल्याचे माझ्या लक्षात आले होते.

माझ्या आईवडिलांची भेट प्रथम रॉयल नेव्हीमध्येच झाली. माझ्या आईचा, 'मर्गी जोन्स'चा जन्म कार्डिफमध्ये दुसरे महायुद्ध सुरू व्हायच्या आधी तीन वर्षे झाला. युद्धकाळात आई वयाने जरी खूपच लहान होती, तरी तिच्या एकंदरीत सवयी, वागणुकीवरून असे नक्की म्हणता आले असते की, युद्धकाळातील घटनांचा, भोगलेल्या कष्टांचा, एकंदरीत टंचाईचा, महागाईचा इत्यादीचा तिच्या नंतरच्या वागणुकीवर खूप खोलवर परिणाम झाला होता. तिला आम्ही पानात अन्न टाकलेले अजिबात आवडत नसे. ती आम्हाला नेहमी एक गोष्ट सांगायची. महायुद्ध संपल्यानंतर थोड्याच दिवसांत ती 'अ‍ॅबर फॅन' येथे तिच्या आजीकडे गेली होती. आजीने दोन अंडी टेबलावर ठेवली होती आणि ती जेवण बनवण्याच्या तयारीला लागली. तोच एक अंडे टेबलावरून घरंगळून खाली पडले आणि फुटले. या आता क्षुल्लक वाटणाऱ्या घटनेचे आजीला इतके काही दु:ख झाले की, तिची समजूत काढणे कठीण झाले. (युद्धकाळात अंडी रेशनवर मिळत असत. आठवड्याला एक अंडे मिळत असे.) आजीच्या मन:स्थितीचे आईने जे वर्णन करून सांगितले, ते मी आजही विसरू शकत नाही.

माझ्या आईने नंतर नर्सिंगचा कोर्स पूर्ण केला आणि कार्डिफमध्ये एका हॉस्पिटलमध्ये नर्स म्हणून ती काम करायला लागली. एके दिवशी आईच्या वाचनात 'नर्सिंग टाइम्स'मधली एक जाहिरात आली. 'जर तुम्ही नर्स असाल, तर रॉयल नेव्हीला तुमची गरज आहे.' या नोकरीत पगारपण जास्त होता. अर्थात नोकरीच्या मुलाखतीच्या वेळी मात्र तिने प्रवासाची आवड वगैरे कारणे सांगितली.

एक चीफ पेटी ऑफिसर अपघातात गंभीर जखमी होऊन हॉस्पिटलमध्ये अ‍ॅडमिट होता. त्याच्या औषधोपचार आणि शुश्रूषेच्या दरम्यान आई आणि वडील प्रथम भेटले. त्या चीफ पेटी ऑफिसरच्या बायकोचे दुसऱ्या एका माणसाशी अनैतिक संबंध होते आणि त्या रविवारी दोघांनी क्लबमध्ये भेटायचे ठरवले होते.

त्याचा सुगावा त्याला लागला होता. चीफ पेटी ऑफिसर एका तिरीमिरीतच क्लबमध्ये पोचला आणि बायकोला कारमध्ये बसवून तो त्या प्रक्षुब्ध अवस्थेत वेगाने मोटार चालवत नेव्ही तळाकडे परतत असताना त्याला अपघात झाला होता. अपघातात त्याची बायको आणि दुसऱ्या कारमधले इतर दोघे जण जागीच ठार झाले होते आणि चीफ पेटी ऑफिसरच्या जखमांची तपासणी करण्यासाठी वडिलांना बोलावण्यात आले आणि आई नर्स असल्यामुळे प्राथमिक उपचार करण्यासाठी आधीच तिथे हजर होती. वडिलांनी आल्यावर प्रथम तिथे जमलेल्या सर्वांना खोलीबाहेर जाण्यास सांगितले. तिथे असलेली नर्स जोन्स रुग्णाच्या जखमांचा अंदाज घेत होती. नर्स जोन्सला या अपघातामागच्या कारणांची माहिती होती. त्यामुळे हा अपघात कसा झाला असेल, याची तिला कल्पना होती.

"त्या कारमधील बाई तुमची पत्नी होती का?" वडिलांनी त्या ऑफिसरला प्रश्न विचारला.

"होय" त्याने उत्तर दिले.

"अपघातात ती मेली," वडिलांनी सांगितले.

त्या तशा परिस्थितीत रुग्णाशी माझ्या वडिलांच्या अशा थेट बोलण्याचे नर्स जोन्सला खूप विचित्र वाटले. नंतर कित्येक वर्षे आई आणि वडील या पहिल्या भेटीचा प्रसंग आठवायचे आणि आई त्यांच्या अशा तडकाफडकी वागण्या बोलण्यावर नेहमी टीका करायची. वडील म्हणायचे वाईट किंवा दुःखद गोष्ट सांगण्याचा हाच एक मार्ग आहे आणि हे सांगताना दोन डोळ्यांमधल्या जागी बंदुकीची नळी ठेवल्याप्रमाणे बोटांनी कृती करायचे. तो आयसीयूमधला छोटासाच प्रसंग होता आणि वडील माझ्या आईच्या प्रेमात पडले होते.

काही दिवसांनी परत हॉस्पिटलच्या मेसमध्ये जेवणाच्या टेबलावर आईवडिलांची अचानक भेट झाली. आईच्या दृष्टीने मात्र तो प्रसंग अडचणीत आणणारा ठरला. आई स्वभावाने अत्यंत मितभाषी आणि लाजाळू होती आणि ती अजून स्टाफच्या पार्ट्यांना रूळली नव्हती. तिच्या भिडस्त, संकोची स्वभावामुळे तिने वेटरला शेवटपर्यंत ती वाइन पीत नाही, हे काही सांगितले नाही आणि पार्टी संपता-संपता वेगवेगळ्या डिशेसबरोबर आलेले तिचे बरेच वाइन ग्लासेस तसेच भरलेलेच राहिले. पार्टी संपल्यावर वडील आई बसली होती तिथे आले आणि त्यांनी विचारले की, "नर्स जोन्स एवढ्या वाइनचे तुम्ही काय करणार आहात?" वडील तेव्हा सर्जन कमांडरच्या वरिष्ठ पदावर होते आणि माझ्या गरीब बिचाऱ्या आईला तेव्हा काय उत्तर द्यावे, ते सुचले नव्हते.

पण नंतर लवकरच त्यांच्या भेटीगाठी वाढायला लागल्या. पुढे जेव्हा त्यांना कळले की, दोघांची घराणी वेल्श परगण्यातून आली होती, तेव्हा तर बोलायला

खूपच विषय मिळाले. नंतर हॉस्पिटलच्या मेसमध्ये वडिलांच्या आग्रहावरून असे एकत्र जेवणाचे प्रसंग वारंवार घडू लागले, तेव्हा जणू त्यांच्या एकमेकांवरच्या प्रेमावर शिक्कामोर्तब झाले.

त्यानंतर जवळ-जवळ तीन आठवड्यांनी जेव्हा वडिलांनी आईला लग्नाबद्दल विचारले, तेव्हा तिला त्याचे फार आश्चर्य वाटले नाही. त्यांच्या पहिल्या भेटीतच आईला वडिलांच्या कडक स्वभावाची कल्पना आली होती. आई तेव्हा ३१ वर्षांची म्हणजे अगदी तरुण नव्हती आणि तोपर्यंत तिने जीवनाचा जोडीदार शोधण्याच्या दृष्टिकोनातून कोणाची पारखपण केली नव्हती. आईचा स्वभाव जरा अलिप्त होता, पण आईवडील एकमेकांना भेटले आणि तीन आठवड्यांतच दोघांनाही जीवनाचा योग्य जोडीदार मिळाल्याची खातरी पटली. नंतर एका वर्षातच दोघांनी लग्न केले आणि १९६८मध्ये माझी बहीण कॅरोलीन हिचा जन्म झाला आणि त्यानंतर एका वर्षातच अस्मादिकांचा. माझ्या वडिलांचे आधी एक लग्न झाले होते आणि त्यांना पहिल्या लग्नापासून चार मुले झाली, पण नंतर त्या लग्नाचे पर्यवसान घटस्फोटात झाले. माझा आणि कॅरोलीनचा तसा त्या मुलांशी कधीच काही संबंध आला नाही.

आईला बाबांची बायको म्हणण्यापेक्षा मैत्रीण किंवा प्रेयसी म्हणणे जास्त संयुक्तिक ठरेल. माझ्यासाठी आणि कॅरोलीनसाठी ती एक प्रेमळ आणि लाड करणारी आई होती. जेव्हा आम्ही दक्षिण आफ्रिकेला आमचे बिऱ्हाड हालवले आणि वडील त्यांची पुस्तके लिहिण्यात गुंतून गेले, तेव्हा आईचा त्यांना फक्त पाठिंबाच नव्हता; तर तिनेपण त्यांच्या कामात सक्रिय हातभार लावला. हस्तलिखिताचे टायपिंग करणे, काही स्थळांचे फोटो काढणे इत्यादी जबाबदाऱ्या आईने उचलल्या. त्या वेळी ते दोघे दोन पुस्तकांवर काम करत होते. एक होते अँग्लो-बोअर युद्धासंबंधी, तर दुसरे होते आईच्या घराण्याच्या इतिहाससंबंधी. तेव्हा मी लहान होतो पण मला चांगले आठवते आहे की, आई आणि वडील यांनी सात वर्षे संशोधन करून आणि खपून स्टॅफोर्डशायरमधील गेल्या शतकातील थोर आणि उत्तुंग व्यक्तिमत्त्वांवर प्रामाण्य ठरणारे पुस्तक लिहिले होते. बरोबर काम करत असताना दोघेही अगदी मनापासून आनंदी असायचे. त्यांचे चांगले जमायचे. मला वाटते की, एका हाताच्या बोटावर मोजता येण्याइतक्या वेळापण त्यांच्यात कधी वितंडवाद किंवा भांडणे झाल्याचे मला किंवा कॅरोलीनला आठवत नाही आणि कधी वाद झालाच, तर लगेच समेट होत असे.

माझ्या वडिलांच्या 'सर्जन रिअर ॲडमिरल पग' म्हणून असलेल्या आठवणींचा माझ्या मनात एक वेगळा कप्पा आहे. 'सर्जन रिअर ॲडमिरल पग' म्हणून माझ्या

डोळ्यांसमोरची त्यांची मूर्ती नेव्हीच्या युनिफॉर्ममधील आहे. त्यांच्याकडे एक सुंदर तलवार होती. त्यांच्या बुटांना पॉलीश करण्याची कामगीरी माझ्याकडे असायची. त्यांच्या छातीवर लटकणारी ती पदके बघताना माझी छाती गर्वाने फुलून यायची आणि त्यांचे तेच रूप आजही माझ्या मनात कायम आहे. ते इंग्लंडच्या राणीचे मानद सर्जन होते आणि प्रत्येक लहान-सहान गोष्टींबद्दल अत्यंत काटेकोर होते.

घरातल्या वॉलपेपरवर त्यांनी त्यांच्या आई वडील वंशावळीचा शोध घेऊन जवळ-जवळ १५ फूट लांब एक नकाशा काढला होता आणि दूरदूरच्या चुलत, मामे नातेवाइकांचा शोध घेऊन त्यातल्या रिकाम्या जागा भरणे हा त्यांच्या अत्यानंदाचा एक भाग होता. जेव्हा आम्ही इंग्लंडला होतो, तेव्हा आम्ही नॉर्थहॅम्पटन परगण्यातील 'पॉलेर पुरी' गावाला सहलीला गेलो होतो. ते माझ्या वडिलांचे गाव आणि दुसरे म्हणजे वडिलांच्या पूर्वजांपैकी असलेले अठराव्या शतकातील प्रसिद्ध मिशनरी, विल्यम कॅरी यांचे ते जन्मगाव. विल्यम कॅरी यांनी भारतात मिशनरी कार्य केले होते आणि मुख्य म्हणजे बायबलचे बंगाली आणि संस्कृत यांमध्ये भाषांतर केले होते. आज उत्तर अमेरिकेत जवळ-जवळ चार कॉलेजेसना त्यांचे नाव दिले गेले आहे. अशा या माझ्या वडिलांना अल्झायमरच्या सुरुवातीच्या काळात घरात फोटो फाडत असताना बघणे माझ्यासाठी किती क्लेशदायक होते, याची तुम्हाला कल्पना येऊ शकेल.

वडिलांच्या मृत्यूनंतर त्यांच्या बालपणाबद्दल, सुरुवातीच्या काळाबद्दल जास्तीत जास्त जाणून घ्यायची उत्सुकता माझ्या मनात निर्माण झाली आणि एकदा इंग्लंडला सुट्टीसाठी गेलो असताना त्यांचे काही नातेवाईक, त्यांच्याबरोबर रॉयल नेव्हीत काम केलेले त्यांचे सहकारी यांच्या मी भेटी घेतल्या. माझ्या आत्याला भेटलो. तिच्याकडून जास्तीत जास्त माहिती गोळा केली. नंतर मी सर्जन व्हाइस ॲडमिरल टोनी रॅव्हेल यांना भेटलो. त्यांनी मला वडिलांनी एप्रिल १९६७मध्ये आयोजित केलेल्या 'ब्रिटिश ऑर्थोपेडिक असोसिएशन'च्या एका परिषदेसंबंधीची घटना सांगितली. वडील तेव्हा रॉयल नेव्हीच्या 'हँसलार' येथील हॉस्पिटलमध्ये कार्यरत होते आणि अशी परिषद ठरवणे आणि यशस्वीपणे पार पाडणे ही एक फार मोठी जबाबदारीची आणि कठीण गोष्ट होती.

टोनी रॅव्हेल म्हणाले, "लुईस, मी तुला सांगणार आहे, ती घटना एरवी तुला कधीच कळली नसती, कारण ते एक रॉयल नेव्हीचं फार मोठं गुपित आहे. पण आता तुझ्या वडिलांच्या मृत्यूनंतर मी तुला ते सांगू शकतो. 'तुझ्या वडिलांना ती परिषद अत्यंत यशस्वी करून दाखवायचीच होती. त्यांनी खूप तयारीपण केली होती. नेव्हीच्या 'रॉयल मरीनलॅन्ड'च्या कार्यक्रमाने परिषदेचं उद्घाटन करण्याचं ठरलं होतं.

त्याच वर्षी तुझ्या वडिलांचं 'नेल्सन ॲण्ड हिज सर्जन' हे पुस्तक प्रसिद्ध होणार होते. त्यामुळे लॉर्ड नेल्सन यांच्या जहाजावर ज्या-ज्या सर्जन्सनी काम केलं होतं, त्यांच्या विविध वस्तूंचं आणि आठवणींचं एक प्रदर्शनही भरवण्याचं ठरवण्यात आलं होतं. प्रदर्शनात इतर विविध वस्तूही मांडण्याचं ठरवण्यात आलं होतं. उदाहरणार्थ, लॉर्ड नेल्सन यांचा बंदुकीच्या गोळीने भोक पडलेला युनिफॉर्म, विविध मुखवटे, त्यांच्यावर ज्यांनी उपचार केले त्यांची निरनिराळी उपकरणं, चाकू, करवती, रक्तस्राव थांबवण्याची उपकरणं इत्यादी. पण तुझ्या वडिलांच्या मनाने बंदुकीच्या ज्या गोळीने ट्रॅफल्गारच्या युद्धामध्ये लॉर्ड नेल्सन यांचा वेध घेतला ती गोळी प्रदर्शनात ठेवण्याचं घेतलं होतं आणि ती गोळी विंडसर महालात होती. त्या वेळी नेव्हीचे प्रमुख ॲडमिरल लॉर्ड माऊंट बॅटन होते. ॲडमिरल लॉर्ड माउंट बॅटन हे इंग्लंडच्या राणीचे काका. तुझ्या वडिलांनी त्यांना विनंती केली. त्यांनी बंदुकीची ती गोळी प्रदर्शनात ठेवण्यासाठी देण्याचं मान्य केलं आणि असं ठरलं की, नेव्हीचे दोन सैनिक विंडसर महालात जातील. ती गोळी ताब्यात घेतील आणि काळजीपूर्वक हॉस्पिटलमध्ये आणतील. तो दिवस मला अजूनही आठवतो. वसंत ऋतूमधल्या त्या दिवशी जरा जास्तच उकडत होतं. बंदुकीची ती गोळी घेऊन 'गॉसपोर्ट'ला परतताना ते दोघे सैनिक एका पबमध्ये ड्रिंक घेण्यासाठी थांबले. त्यांच्याजवळची ती मौल्यवान वस्तू पबमध्ये आणण्यापेक्षा त्यांनी सुरक्षिततेचा विचार करून ती 'गोळी' कारच्या ग्लोव्ह बॉक्समध्येच ठेवली. एकदा प्यायला लागल्यावर त्या दोघांना काळवेळेचं भान राहिलं नाही आणि त्यांचा बराच वेळ पबमध्ये गेला. नंतर बऱ्याच वेळाने बाहेर येऊन बघतात, तो त्यांची कार जागेवर नव्हती. त्या क्षणी त्यांची धुंदी खाडकन उतरली आणि तिची जागा आता चिंतेने घेतली. त्यांना चिंता अर्थातच मोटारीची नव्हती, तर त्यात असलेल्या ऐतिहासिक मौल्यवान गोळीची होती. त्यांनी ताबडतोब झाल्या घटनेची तुझ्या वडिलांना माहिती दिली. तुझ्या वडिलांनी त्वरित हालचाल केली. प्रथम पोलिसांना विश्वासात घेतलं. रस्त्यांची नाकेबंदी केली. हेलिकॉप्टरमधून शोधमोहीम सुरू केली आणि त्या मोटारीचा ठावठिकाणा लागला. आणि सर्वांत महत्त्वाची आणि समाधानाची गोष्ट म्हणजे ती बंदुकीची गोळी ग्लोव्ह बॉक्समध्ये सुरक्षित, जशीच्या तशी होती. त्या दिवशी खरोखरच तुझ्या वडिलांमुळे काही लोकांची अब्रू आणि नेव्हीचा नावलौकिक सुरक्षित राहिला. आज ती बंदुकीची गोळी ग्रीनविचमधल्या आरमारी संग्रहालयात आहे.

अनेक जण वडिलांविषयी खूप चांगले बोलले आणि माझ्या वडिलांबद्दलचा माझा आदर दुणावत गेला. आज त्यांच्या या सर्व आठवणी माझ्या जीवनाच्या, भावविश्वाचा अविभाज्य भाग होऊन राहिल्या आहेत.

वडिलांच्या नेव्हीमधील नोकरीमुळे माझे बालपण नेव्हीच्या निरनिराळ्या तळांवरच गेले. प्रथम आम्ही 'प्लायमाऊथ'मधील स्टोनहाऊन येथील रॉयल नेव्ही हॉस्पिटलमध्ये होतो. नंतर माल्टा येथील 'माटफा' येथील रॉयल नेव्ही हॉस्पिटल येथे होतो. तिथे त्यांना 'सर्जन रिअर ॲडमिरल' म्हणून बढती मिळाली. नंतर आम्ही इंग्लंडला 'गॉसपोर्ट'मधील 'हिसलार' येथील रॉयल नेव्हीच्या हॉस्पिटलमध्ये परत आलो.

वडील सेवानिवृत्त झाल्यावर आम्ही डेव्हॉन येथील 'टाव्हीस्टॉक' जवळ राहायला आलो, कारण वडिलांनी 'डार्टमूर' तुरुंगाचे चीफ मेडिकल ऑफिसर म्हणून कामाला सुरुवात केली होती. त्या वर्षी, डिसेंबर १९७९मध्ये डिसेंबरच्या दुसऱ्या आठवड्यापासून ते 'बॉक्सिग डे'पर्यंत (ख्रिसमस सुट्टीनंतरचा पहिला सोमवारपर्यंत) अविरत पाऊस कोसळत होता. त्या वेळी आम्ही राहत होतो, ते घर जरा उंचावर होते. घरापुढे बाग होती आणि खूप खाली बऱ्याच अंतरावरून 'टॅव्ही' नदीचा प्रवाह होता. नदी घरापासून खरं तर इतकी दूर होती की पुराचा विचारपण कधी मनाला शिवला नव्हता. पण त्या बॉक्सिंग डेच्या दिवशी नदीच्या पातळीत अचानकच वाढ झाली आणि एकदम पूर परिस्थिती निर्माण झाली. आईने वडिलांना फोन केला आणि परिस्थितीची कल्पना दिली. तरीही वडिलांचा विश्वास बसत नव्हता आणि घरापर्यंत पाणी येईल, याची त्यांना शक्यताच वाटत नव्हती. पण तेव्हा आम्हाला एक गोष्ट माहीत नव्हती की, नदीच्या खालच्या बाजूला 'बॉथेज' गावाजवळ नदीवरचा छोटा पूल नदीत कोसळला होता आणि त्यामुळे पाण्याचा प्रवाह अडला होता. त्यामुळे सकाळपासूनच पाण्याची पातळी हळूहळू वाढायला सुरुवात झाली होती.

माझे वडील त्या दिवशी जरा लवकरच घरी आले आणि ही परिस्थिती बघूनही त्यांना परिस्थितीचे गांभीर्य न वाटल्यामुळे ते तसे शांतच होते. त्यांच्या म्हणण्याप्रमाणे अशा परिस्थितीत एकच योग्य मार्ग होता, तो म्हणजे फार चिंता न करणे. जेवणे वगैरे शांतपणे उरकून घेणे. आमचे घर अंतर्गत दोन पातळ्यांवर होते. खालच्या भागात बसण्याची खोली, दोन बेडरूम्स, बाथरूम इत्यादी होते. घरात पाणी येण्याइतपत पूर येईल, यावर खरे तर आमचाही विश्वास बसत नव्हता. तरीपण आईला मात्र आता काळजी वाटायला लागली होती. रात्रीचे जेवण झाल्यावर आई सहज तिच्या बेडरूममध्ये गेली, तर तिथले दृश्य पाहून तिला धक्काच बसला. बागेत थेट उघडणारे जे दोन मोठे दरवाजे होते, त्या दरवाजांखालून बेडरूममध्ये पाणी येत होते. बागेतले बिडाचे फर्निचर अस्ताव्यस्त झाले होते आणि हळूहळू पाण्याची पातळी आमच्या कारच्या टपापर्यंत वाढायला लागली होती. आम्ही सगळे घरातल्या वरच्या भागात होतो आणि सुरक्षित होतो. वडिलांनी ठरवले की, कार हालवून सुरक्षित जागी पार्क करणे आता जरुरीचे झाले होते. वडील गुडघाभर

पाण्यातून बागेतून चालत कारपर्यंत गेले. मी मात्र कमालीचा घाबरलो होतो. पाण्याची पातळी सारखी वाढत होती, तरी वडिलांनी त्या जागेतून गाडी हालवली आणि सुरक्षित स्थळी नेऊन ठेवली.

वडील कार सुरक्षित जागी ठेवून आले आणि त्यांनी सांगितले की, आपल्याला अगदी गरजेचे सामान घेऊन घर सोडायचे आहे. त्यांनी पासपोर्ट, जन्माचा दाखला, लग्नाचे सर्टिफिकेट, विमा पॉलिसीज यांसारखी महत्त्वाची कागदपत्रे गोळा केली. आईने सर्वांसाठी स्वच्छ कपड्यांचे दोन-दोन सेट बांधून घेतले. बहिणीने ख्रिसमसमध्ये तिला मिळालेली चॉकलेट्स घेतली आणि मांजरीचे चित्र असलेली माझी आवडती सतरंजी मी घेतली. घर सोडण्यासाठी आम्ही सगळे जण स्वयंपाकघरात जमलो आणि वडिलांनी देवाची प्रार्थना केली. "देवा, आम्हाला आणि आमच्या घराला वाचव." एवढीच करुणा त्यांनी भाकली. प्रार्थनेनंतर परत एकदा पाण्याच्या पातळीचा अंदाज घेण्यासाठी आम्ही नजर टाकली, तर जणूकाही देवाने आमची प्रार्थना ताबडतोब ऐकली होती. पाण्याची पातळी उतरायला लागली होती. ज्या वेगाने पाण्याची पातळी कमी होत होती ते आश्चर्यकारकच होते. एका क्षणापूर्वी आमच्यासभोवती पाणीच पाणी होते आणि दुसऱ्या क्षणी पाणी जणूकाही नदीत ओढले जात होते. बघता-बघता घरातले पाणी निघून गेले आणि थोड्याच वेळात घराभोवतालची बाग परत दिसायला लागली. "देवाच्या अस्तित्वाविषयी कधी संशय घेऊ नका," माझे वडील म्हणाले. नंतर आम्हाला कळले की, नदीतला पडलेला पूल काढला गेला होता आणि पाण्याचा मार्ग मोकळा झाला होता.

या पुरामुळे घराची पूर्ण नासधूस झाली होती. घरात सगळीकडे चिखल झाला होता. घर पूर्वपदावर यायला कित्येक आठवडे लागले. कामगार आले, त्यांनी सगळ्या घराचे कारपेट आणि लाकडी फ्लोअरिंग उचकटून काढले. या सगळ्या प्रकाराला याहून अयोग्य वेळ मिळालीच नसती, कारण आम्ही इंग्लंड सोडून दक्षिण आफ्रिकेला स्थलांतरित व्हायचे ठरवले होते आणि नेमके घर विकायला काढले होते. आम्हाला घर विकण्याचा बेत जवळ-जवळ तीन महिन्यांनी पुढे ढकलावा लागला, कारण घरातील दुरुस्तीची कामे संपायलाच तीन-चार महिन्यांचा कालावधी गेला. या सगळ्या घटनेमुळे वडिलांना घर विकले जाईल का नाही, याची शंका होती. खरे तर या पुराच्या घटनेची संभाव्य खरेदीदाराला सूचना किंवा माहिती देण्याची कायदेशीर जबाबदारी वगैरे नव्हती. टॅव्ही नदी इतक्या खालून आणि अंतरावरून वाहत होती की पूर परिस्थितीत येथपर्यंत पाणी येऊ शकेल असे कोणाच्या स्वप्नातपण आले नसते. खूप लोक खरेदी करण्याच्या उद्देशाने घर पाहून गेले आणि जेव्हा एका खरेदीदाराबरोबर घराचा व्यवहार होण्याची वेळ आली, तेव्हा वडिलांनी त्याला बॉक्सिंग डेच्या होऊन गेलेल्या पुराची, त्याच्या कारणाची वगैरे

सविस्तर माहिती दिली. त्यानंतर त्या जोडप्याने आपापसात विचारविनिमय केला आणि घडलेली घटना हा एका अपघातच होता, असा निष्कर्ष काढून घर घेण्याचे ठरवले.

माझे वडील असे होते. खरे तर टॅक्स रिटर्न भरण्याच्या वेळची त्यांची काटेकोर वृत्ती, नेमकी माहिती देण्याची धडपड बघण्यासारखी असायची. घराची, वंशाची पूर्वपीठिका शोधणे असो किंवा पुस्तक लिहिणे असो; त्यांच्या याच स्वभावाचा प्रत्यय पुन:पुन्हा यायचा. आम्ही 'ग्रॅहम्सटाऊन'मध्ये राहात असतानाची गोष्ट. एक पुस्तक खरेदी करून ते पुस्तकाच्या दुकानापासून बऱ्यापैकी अंतर चालून घरी आले आणि नंतर त्यांच्या लक्षात आले की, पुस्तकाचे पैसे द्यायला ते साफ विसरून गेले होते. अशा परिस्थितीत पुस्तकाच्या दुकानदाराला फोन करून असे घडले आहे आणि उद्या येऊन पैसे देतो असे ते सांगू शकले असते किंवा मला पैसे देण्यासाठी दुकानात पिटाळू शकले असते. पण हे त्यांच्या स्वभावात बसणारे नव्हते. ते परत इतक्या लांब चालत दुकानात गेले, झाल्या प्रकाराबद्दल दुकानदाराची माफी मागितली आणि पैसे चुकते केले. आता मला वाटते ती विसरण्याची घटना त्यांच्या अल्झायमरमुळे पुढे होणाऱ्या-येणाऱ्या विसराळूपणाची सुरुवात तर नव्हती? चाहूल तर नव्हती?

इंग्लंड सोडून दक्षिण आफ्रिकेला स्थलांतर करण्याचा निर्णय वडिलांचा. त्यांच्या आईचे घराणे दक्षिण आफ्रिकेतील 'इस्टकेप' भागातून आलेले आणि त्यांचे पण रॉयल नेव्हीमध्ये असताना नोकरीनिमित्ताने केपटाऊनमध्ये वास्तव्य होते. त्यांच्या मते, निवृत जीवन व्यतीत करायला आणि आवडीप्रमाणे पुस्तक लेखन करायला दक्षिण आफ्रिकेसारखे ठिकाण नव्हते. आयुष्याची संध्याकाळ आनंदाने व्यतीत करण्यासाठी हेच ठिकाण त्यांना योग्य वाटत होते आणि एकदा वडिलांनी निर्णय घेतल्यावर आईने पण तितक्याच उत्सुकतेने दक्षिण आफ्रिकेला स्थलांतर करायला पसंती दर्शवली. वडिलांच्या प्रस्तावावर "का नाही?" एवढेच तिचे उत्तर होते.

त्या वयात विस्थापित होण्याच्या भीतीपेक्षा आईला त्यातले साहस भावले. जर दक्षिण आफ्रिकेत नव्याने घर वसवण्याचे वडिलांचे स्वप्न होते तर त्या स्वप्नाच्या पूर्ततेसाठी ती पण तितक्याच हिरिरीने सरसावली. इंग्लंड सोडण्यामागे अजून एक कारण होते ते १९८० साल होय. इंग्लंडला आर्थिक प्रश्न भेडसावत होते. पंतप्रधान जेम्स कॅलाहान यांच्या राजवटीत संप आणि औद्योगिक अशांततेमुळे एकूणच परिस्थिती बिघडली होती. माझ्या वडिलांना दक्षिण आफ्रिकेचे भौगोलिक सौंदर्य आणि समशीतोष्ण हवामान भुरळ घालत होते.

त्या वर्षी इस्टरच्या सणानंतर आम्ही घर विकले आणि कॅनरी बेटे, ॲसेशन,

सेंट हेलेना बेटे करत-करत केपटाऊनला जाणाऱ्या 'रॉयल मेलशिप'च्या सेंट हेलेना बोटीवर चढलो. आमचे सर्व सामान कंटेनर शिपने जवळ-जवळ एक महिन्याने केपटाऊनला पोहोचणार होते. त्यामुळे आम्हीपण असा वेळकाढू आणि रमतगमत बोटीने प्रवास करण्याचा मार्ग स्वीकारला होता. यामुळे प्रवासाची गंमतपण वाढणार होती आणि घरगुती सामान पोहोचण्याच्या वेळेलाच आम्हीही केपटाऊनला पोहोचणार होतो. मला तो दिवस अजून आठवतो, पावसाची रिपरिप चालू होती, खूप थंडी होती. ब्रिस्टॉलपर्यंतचा आमचा प्रवास ॲव्हॉन नदीतून झाला आणि ब्रिस्टॉलनंतर आमच्या बोटीने वेल्श परगण्यातल्या सर्वांत मोठ्या नदीतून म्हणजे सीव्हर्न नदीतून प्रवास सुरू केला. तेव्हा मी फक्त दहा वर्षांचा होतो आणि या दक्षिण आफ्रिकेच्या प्रवासाकडे एक साहसी मोहीम म्हणून मी बघत होतो. प्रवासाच्या काळात आमची बोट छोट्या-छोट्या बेटांवर थांबणार होती. त्यामुळे प्रवासाची रंगत अजून वाढणार होती. भीतीपेक्षाही कुतूहल, आनंद, उत्साह इत्यादी संमिश्र भावनांनी मनात दाटी केली होती.

आमच्या प्रवासाच्या दरम्यान आम्ही एक आठवडा दक्षिण अटलांटिकमधील 'सेंट हेलेना' बेटावर घालवला. हे जगापासून अत्यंत दूर आणि एका बाजूला असलेले एक बेट आहे. त्याची लोकसंख्या जेमतेम पाच हजार आहे. त्या बेटाला किनाऱ्या-किनाऱ्याने चालत संपूर्ण प्रदक्षिणा घालायला काही दिवसच पुरतात. वडिलांच्या दृष्टीने ही एक पर्वणी होती, कारण तेथे आठवड्याचा मुक्काम होता. खूप चालणे हा वडिलांच्या अत्यानंदाचा भाग होता. आम्ही जेव्हा कॉर्नवेलमध्ये राहात होतो, तेव्हा मी वडिलांबरोबर 'किटहील'वर चालत जात असे. अर्थात त्या टेकडीची उंची एक हजार फुटाच्या आसपासच होती. पण माझ्या त्या कोवळ्या वयात मला ती फार बिकट वाट वाटत होती. वडिलांची प्रकृती जेव्हा बरी नसायची, तेव्हापण वडील मला घेऊन केपटाऊनमधल्या 'लॉयन्स हेड'पर्यंत तरी फेरफटका मारायचेच. जेव्हा-जेव्हा आम्ही पायी फिरायला जायचो, तेव्हा-तेव्हा निसर्गामधील पक्षी, प्राणी, पक्ष्यांची घरटी, अंडी, रानटी फुले यांसारख्या गोष्टींचे वडील बारकाईने निरीक्षण करत. निरभ्र आकाशातला तो सुंदर सूर्यास्तपण वडील इतक्या तन्मयतेने बघत की, या साध्या दैनंदिन घटनेमुळे होणारा आनंद त्यांच्या चेहऱ्यावर स्पष्ट दिसत असे. मला वाटते, माझ्या निसर्गप्रेमाचे मूळ वडिलांबरोबर व्यतीत केलेल्या त्या क्षणांमध्येच आहे. सेंट हेलेना बेटाला चालत घातलेल्या प्रदक्षिणेमुळे आम्हाला त्या बेटाच्या गौरवशाली इतिहासाची माहिती झाली. इंग्रजांच्या देखरेखीखाली नेपोलियन बोनापार्टला सेंट हेलेना बेटावर बंदिवासात ठेवण्यात आले होते आणि त्याच्या आयुष्याची शेवटची सहा वर्षे त्याने येथेच तुरुंगावासात व्यतीत केलेली होती. मृत्यूनंतर नेपोलियन बोनापार्टचे जरी या बेटावर दफन

करण्यात आले होते तरी नंतर त्याचे अवशेष परत बाहेर काढून फ्रान्सला नेण्यात आले होते.

माझ्या आईवडिलांसाठी मात्र हे दक्षिण आफ्रिकेचे स्थलांतर थोडे द्विधा मन:स्थिती निर्माण करणारे होते. कारण माझ्या वडिलांच्या मातुल घराण्यातील वंशजांनी जो देश इंग्लंडला जाण्यासाठी १८२० साली सोडला होता, त्याच देशाला ते परतत होते. वडिलांच्या स्थलांतराच्या रूपाने १६० वर्षांनंतर इतिहासाची पुनरावृत्ती होत होती. वडिलांचे पूर्वज दक्षिण आफ्रिकेतील इस्ट केप भागात राहात होते आणि तिथेच आम्हीपण चाललो होतो. या महिन्याभराच्या प्रवासात पूर्वीचे इंग्लंडशी असलेले ऋणानुबंध हळूहळू तुटत जात होते याची जाणीव तीव्रतेने झाली. आईवडिलांसाठी तर ही भावना अधिकच तीव्र असणार, कारण त्यांचे नातेसंबंध, इतक्या वर्षांचा मित्रपरिवार इत्यादी सर्व गोष्टी आता मागे पडल्या होत्या आणि सुरुवातीच्या उत्साहाची जागा आता काळजीने घेतली होती. आईवडिलांना राजकारण या विषयात कधीच रस नव्हता. त्यांनी राजकारणाचा कधी विचारही केला नव्हता. त्यामुळे ज्या देशात वर्णद्वेषावर आधारलेली राजवट आहे, त्या देशात आपला कसा निभाव लागेल, इत्यादी विचारपण त्यांच्या मनाला कधी शिवले नाहीत. झिंबाब्वेला नुकतेच स्वातंत्र्य मिळाले होते आणि तेच मुक्तीचे वारे दक्षिण आफ्रिकेतेही थोड्या काळात येतील आणि देशाची सुरक्षितता धोक्यात येईल, हे सांगायला कोण्या भविष्यवेत्त्याची गरज नव्हती. एकोणिसाव्या शतकात पुढे काय वाढून ठेवले आहे याची फिकीर न करता नशीब आजमावण्यासाठी दक्षिण आफ्रिकेला गेलेल्या इंग्रज वसाहतवाद्यांविषयी माझ्या मनात नेहमीच एक आदराची भावना राहिली आहे. माझ्या आईवडिलांच्या दक्षिण आफ्रिकेला स्थलांतर करण्याच्या निर्णयामागे पण मला आज तीच वृत्ती, तोच धीरोदात्तपणा दिसतो; कारण त्यांनाही दक्षिण आफ्रिका त्यांचे कसे स्वागत करणार होती आणि दक्षिण आफ्रिकेत काय राजकीय उलथापालथ घडणार होती, ते तेव्हा माहीत नव्हते.

माझ्यासाठी हा जवळ-जवळ एक महिन्याचा, इंग्लंडहून दक्षिण आफ्रिकेला समुद्रातून बोटीने केलेला प्रवास स्वप्नवत होता. कारण तो समुद्र, तो पाण्याचा आवाज प्रत्येक क्षणाला माझी सोबत करत होता. परंतु त्याहीपेक्षा ज्या रात्री आम्ही बोटीतून केपटाऊन बंदरात उतरलो, ती रात्र तर केवळ अविस्मरणीय होती! काही प्रतिमा, काही आठवणी तुमच्या मनावर इतक्या स्पष्ट कोरल्या जातात की, त्या तुमची आयुष्यभर सोबत करतात. त्या रात्री आमची बोट केपटाऊन बंदराला लागली आणि प्रकर्षाने जाणवली ती 'टेबल बे' बंदरातली नीरव शांतता आणि केपटाऊन शहरातच असणाऱ्या त्या 'टेबलमाऊन्टनची' भव्यता. रात्रीच्या चंद्रप्रकाशात 'टेबलमाऊन्टन'ची धूसर आकार रेषेतून प्रतीत होणारी भव्यता आणि सौंदर्य या

दोन्ही गोष्टी जास्तच खुलून दिसत होत्या. जणू मी एक स्वप्न पाहात होतो. माझ्यासारख्या इंग्लंडमधील नैऋत्य भागातून आलेल्या मुलाला अशी भावना प्रथमच अनुभवायला मिळत होती. आफ्रिकेच्या या प्रथम दर्शनाने माझ्या सर्व संवेदना व्यापून टाकल्या होत्या. मी वाचले होते की न्यूयॉर्क बंदरात, अमेरिकेत प्रवेश करणाऱ्यांच्या स्वागतासाठी, स्वातंत्र्यदेवीचा पुतळा उभा आहे. आमची सेंट हेलेना बोट रॉबीन बेट सोडून केपटाऊन बंदरात शिरली, तेव्हा टेबल माउन्टनच्या दर्शनाने मला अगदी तसेच वाटले. माझे आफ्रिकेचे हे पहिले दर्शन होते. आफ्रिका जर खरोखर अशी असेल, तर मला अगदी सर्वांगाने तिला भिडायचे होते.

तारतम्य

विद्यार्थ्यांच्या व्यक्तिमत्त्वाच्या जडणघडणीत शिक्षकांच्या वाट्याचा किंवा प्रभावाचा कितपत भाग असतो, हे मला वाटते, फार काही नव्याने सांगण्याची गरज नाही. विशेषत: शाळेचे मुख्याध्यापक, हॉस्टेलचे प्रमुख यांची व्यक्तिमत्त्वे, विचारसरणी या गोष्टी शाळेच्या संस्कृतीत काळाबरोबर झिरपत जातात आणि शाळेची ती एक कायमची ओळख होऊन बसते. टोनी वर्थहॅम, मेजर टोनी क्रॅंकशॉ आणि जॉन इन्स या अशा तीन माणसांनी माझ्यावर टाकलेल्या प्रभावाचा, केलेल्या संस्कारांचा मला कृतज्ञतेने उल्लेख करावा लागेल. प्रत्येकाने आपल्या पद्धतीने मला खूप शिकवले. तरुणांशी वागताना कसे वागावे, कसे वागू नये, याचे तारतम्य बाळगण्याचे भान दिले.

डेव्हॉनमधील 'टाव्ही स्टॉक' गावातील माउन्टहाउस स्कूलचे टोनी वर्थहॅम हे मुख्याध्यापक आणि मालक दोन्ही होते. आमची फक्त मुलांसाठी असलेली माध्यमिक शाळा होती. शाळेत वसतिगृहाचीपण सोय होती. वसतिगृहात राहणे अनिवार्य नव्हते, तरी बरीच मुले वसतिगृहात राहणे पसंत करत. आमची शाळा जेव्हा अगदी लहान होती आणि तितकीशी प्रसिद्ध नव्हती, तेव्हा टोनी वर्थहॅम यांनी शाळेची धुरा हाती घेतली आणि थोड्याच वर्षांत आमची शाळा पश्चिम इंग्लंडमधील एक उत्तम माध्यमिक शाळा म्हणून ओळखली जाऊ लागली. एवढेच नाही, तर शाळेने इंग्लंडमधील एक अत्युत्तम शाळा म्हणूनही नावलौकिक मिळवला. त्यांच्या या यशाचे गमक त्यांच्या विचारसरणीत होते. मुलांच्या विचारस्वातंत्र्यावर त्यांचा पूर्ण विश्वास होता. ते मुलांच्या विचारांना तितक्याच गांभीर्याने घेत आणि विचारातल्या मतभेदांचे स्वागतच करत. विचार किंवा मतभेद दाबून टाकणे त्यांना सर्वस्वी अमान्य होते.

शाळेत शिक्षक समोर आल्यावर विद्यार्थ्याने 'गुड मॉर्निंग सर' म्हणून त्यांना

अभिवादन करणे अगदी स्वाभाविक असते. पण टोनी वर्थहॅम यांचे वैशिष्ट्य होते की, ते तुम्हाला तुमच्या नावाने संबोधून तुमच्या शुभेच्छांचा स्वीकार करत. वसतिगृहात प्रत्येक खोलीत आठ ते दहा मुलांची सोय केलेली असे.

प्रत्येक खोलीला ब्लेक, नेल्सन, ड्रेक, रॅले इत्यादी आरमारांच्या सेनानींची नावे दिलेली होती. शाळेच्या अभ्यासक्रमात अभ्यासावर भर तर दिलेलाच होता; पण फक्त अभ्यासालाच नव्हे, तर विविध प्रकारच्या खेळांनापण प्राधान्य दिले होते. मुख्याध्यापकांनी प्रत्येक शिक्षकाची निवड करताना खूपच खबरदारी घेतली होती, हे जाणवत असे. शाळेच्या आवारात 'वर्थहॅम' यांनी एक तळे तयार केले होते. त्यात त्यांनी आम्हाला शिडाची बोट आणि कयाक (एक किंवा दोन माणसांनी वल्हवत नेण्याची अगदी अरुंद चिंचोळी बोट) चालवण्याचे शिक्षण दिले. कधी ते आम्हाला जवळच्या डार्टमूर नॅशनल पार्कमध्ये घेऊन जात आणि मोकाट सोडत.

आमच्या शाळेपासून डार्टमूरचा तुरुंग फार लांब नव्हता. त्यामुळे शाळेत येता-जाताना कधीकधी एखादा शिक्षा झालेला कैदी तुरुंगातून पळून जातानाच्या घटना बघायला मिळत. एके दिवशी संध्याकाळी आमचे भूगोलाचे शिक्षक कॅप्टन ग्लॉसीप यांना शाळेतून परतल्यावर, शिक्षा झालेला एक कैदी पळून जाण्याच्या प्रयत्नात त्यांच्या घरात कपाटात लपलेला आढळला होता. असेच एकदा आमच्या 'वर्थहॅम' सरांच्या घरात फाटके कपडे घातलेला भिकाऱ्यासारखा दिसणारा माणूस आला आणि त्याने प्यायला पाणी मागितले. सरांनी त्याला आत बोलावले आणि चहा देऊ केला. त्या दोघांनी चहा घेतला आणि थोड्या वेळाने तो त्याच्या मार्गाने निघून गेला. संध्याकाळच्या बातम्यांवरून सरांना कळले की, दुपारी त्यांनी ज्याचा पाहुणचार केला होता, तो तुरुंगातून निसटलेला एक कैदी होता.

दक्षिण आफ्रिकेला स्थलांतरित होण्याचा निर्णय झाल्यावर माउन्टहाउस शाळेला मी राम-राम ठोकला, तेव्हा मी १० वर्षांचा होतो. तरीही नंतर कित्येक वर्षे मी वर्थहॅम सरांच्या संपर्कात होतो. पुढे मी जेव्हा केंब्रिजच्या जीझस कॉलेजमध्ये पदव्युत्तर शिक्षणासाठी प्रवेश मिळाल्याचे त्यांना सांगितले, तेव्हा त्यांना खूप आनंद झाला. ते स्वत: जीझस कॉलेजचेच विद्यार्थी होते आणि जीझस कॉलेजसारख्या प्रतिष्ठित कॉलेजात प्रवेश मिळवणे, म्हणजे काय चीज आहे, याची त्यांना कल्पना होती. पुढे ते जेव्हा मला भेटायला दक्षिण आफ्रिकेला आले, तेव्हा तर मी अक्षरश: भारावून गेलो. तेव्हा सर ऐंशीच्या घरात होते. त्यांच्या वास्तव्यात मी त्यांना अटलांटिक समुद्रात पोहायला घेऊन गेलो. तो दिवस माझ्या दृष्टीने अविस्मरणीय असा होता. त्यांना झालेला आनंद त्यांच्या चेहऱ्यावर स्पष्ट दिसत होता. ते २००४ साली गेले, तेव्हा ८४ वर्षांचे होते.

'द टाइम्स' पेपरमध्ये त्यांच्यावर मृत्युलेख छापून आला होता. त्या लेखात

माउन्टहाउस शाळेची जडणघडण आणि मिळालेल्या नावलौकिकाबाबत सरांनी केलेल्या कामाचा मोठ्या गौरवाने उल्लेख केला होता. 'त्या शाळेतल्या मुलांना अभ्यास असो, मैदानी खेळ असो; किंवा कर्तव्य असो या सर्वांची शिकवण तारतम्य बाळगून त्यांचा सर्वांगीण विकास डोळ्यांसमोर ठेवून दिली गेली,' असे त्या लेखात लेखकाने म्हटले होते. सरांच्या शिकवण्याचे सार एका शब्दात सांगायचे झाले, तर 'तारतम्य' ('a sense of proportion') असेच सांगता येईल. 'द टाइम्स' मधल्या या लेखात पुढे असे लिहिले होते की, 'सरांचे व्यक्तिमत्त्व अत्यंत सौम्य आणि मृदू होते. विशेष म्हणजे नवख्या मुलालापण पहिल्या भेटीतच त्यांचा आधार वाटेल, असे होते.' माउन्टहाउस शाळेच्या वसतिगृहात राहण्यासाठी पहिल्या शैक्षणिक सत्रात मी जेव्हा घर सोडले, तेव्हा माझ्या वडिलांच्या डोळ्यांत पाणी आले. त्या एकाच वेळी मी वडिलांना रडताना पाहिले. सुरुवातीला मला घराची आठवण यायची, पण थोड्याच दिवसांत मी वसतिगृहात रुळलो. घरच्या वातावरणापेक्षा वसतिगृहातील वातावरण खूपच वेगळे होते, पण मुले एकमेकांना मदत करायची आणि तशा प्रकारे राहण्यातपण एक प्रकारची मजा होती. वर्थहॅम सरांचे सर्वांवर लक्ष असायचे. त्यामुळे कधी एकाकी वाटायचे नाही.

साधारणतः प्रत्येक आईवडिलांची त्यांच्या मुलांना शिक्षण असो किंवा राहणीमान असो; ते उत्तम प्रतीचे पुरवण्याची इच्छा असते. 'इस्ट केप'मधील ग्रॅहम्सटाऊनला घर करण्याच्या अनेक कारणांपैकी महत्त्वाचे कारण म्हणजे माझ्या आजीचे (वडिलांच्या आईचे) बालपण, शिक्षण त्या गावात झाले होते आणि दुसरे म्हणजे तिथे आमचे बरेच चुलत नातेवाईक होते. आणखी एक कारण म्हणजे 'ग्रॅहम्सटाऊन'मध्ये उच्च माध्यमिक शिक्षणाचीपण चांगली सोय होती. शैक्षणिक संस्थांसाठी ते गाव नावाजलेले होते. त्या गावात युनिव्हर्सिटी होती. सेंट ॲन्ड्र्यू कॉलेज होते आणि त्याच संस्थेची मुलींची डायोसियन शाळा होती. फी आकारून उत्तम शिक्षण देणाऱ्या दक्षिण आफ्रिकेतील खाजगी शैक्षणिक संस्था-कॉलेजेस यांमध्ये सेंट ॲन्ड्र्यू कॉलेजचा क्रमांक फार वरचा होता. एवढेच नाही; तर त्या कॉलेजच्या नावाला, किर्तीला १३० वर्षांची परंपरा होती. वडिलांच्या दृष्टीने ज्या शाळेत त्यांची आई आणि आजी शिकली, त्या डायोसियन स्कूलमध्ये कॅरोलीनला आणि सेंट ॲन्ड्र्यू कॉलेजमध्ये मला पाठवणे ही एक अभिमानाची गोष्ट होती. आमच्या शाळा, कॉलेजच्या फिया भरमसाट होत्या, पण वडिलांचे ठाम मत होते की, उत्तम शिक्षणासाठी कितीही फी द्यायला लागली, तरी ती कमीच असते. मी सेंट ॲन्ड्र्यू शाळेमध्ये माझ्या प्राथमिक शिक्षणाला सुरुवात केली. दोन वर्षांनंतर प्राथमिक शिक्षण पूर्ण करून उच्च

माध्यमिक शिक्षणासाठी सेंट अॅन्ड्र्यू कॉलेजमध्ये अॅडमिशन घेतली आणि त्या कॉलेजमध्ये माझ्या उच्च माध्यमिक शिक्षणाची तीन वर्षे 'पार पाडली'. 'पार पाडली.' हा शब्दप्रयोग मी मुद्दाम वापरतो आहे.

सेंट अॅन्ड्र्यू कॉलेजमध्ये वसतिगृहात राहून किंवा वसतिगृहात न राहतापण शिक्षण घेण्याची सोय होती. माझे घर कॉलेजच्या जवळच असल्यामुळे मी वसतिगृहात न राहण्याचे ठरवले. अर्थात त्यामुळे तसा फार फरक पडणार नव्हता कारण आमचे कॉलेज सकाळी आठ वाजता सुरू व्हायचे आणि रात्री आठ वाजेपर्यंत काही ना काही चालू असायचे. दिलेले होमवर्क मी शाळेतच करायचो. संध्याकाळी आई मला घरी नेण्यासाठी यायची. घरी पोचल्यावर इतर काही करण्यासाठी वेळच उरलेला नसायचा, त्यामुळे जेवण आणि नंतर झोप.

सर्वसाधारण खाजगी शाळांमध्ये जशी प्रथा असते, त्याप्रमाणे आमच्याही शाळेत वसतिगृहांमध्ये विद्यार्थ्यांची वेगवेगळ्या गटांत विभागणी केलेली होती. प्रत्येक गटाचा प्रमुख म्हणून एक शिक्षक 'हाउस मास्टर' म्हणून काम बघत. मी वरिष्ठ किंवा 'अप्पर हाउस' या गटात होतो आणि आमचे 'हाउस मास्टर' होते. मेजर क्रँकशॉ. चार्ल्स डिकन्सने त्याच्या कादंबरीतील एखाद्या उर्मट आणि हुकूमशहा हाउस मास्टरच्या व्यक्तिरेखेला 'क्रँकशॉ' हे नाव सहज दिले असते आणि ते चपखलपण बसले असते. सेंट अॅन्ड्र्यू कॉलेजची वेबसाइट पाहिली, तर त्यात 'अप्पर हाउस'चा इतिहास थोडक्यात वाचायला मिळेल व मेजर क्रँकशॉ (१९८०) एक खऱ्या-खोट्याचा, सत्य-असत्याचा अत्यंत सुस्पष्ट कल्पना असलेला शिस्तप्रिय माणूस. अशी नोंद आढळेल. असो! पण माझ्या आठवणी, माझे अनुभव काही वेगळेच आहेत.

प्रथमतः एक गोष्ट लक्षात घ्यायला हवी की, माझे आईवडील जरी जन्माने 'वेल्श' होते, तरी शाळेतील दक्षिण आफ्रिकन विद्यार्थ्यांच्या दृष्टीने मी एक इंग्लंडहून आलेला मुलगा होतो. शाळेतील दक्षिण आफ्रिकन विद्यार्थी मुख्यत्वेकरून जरी इंग्रजी बोलणारे होते; तरी त्यांच्या मनात, वागणुकीत इंग्लंडविषयी एक सूक्ष्म पण स्पष्ट अशी अढी होती, द्वेष होता. पॉमेरियन कुत्र्याकडे बघण्याचा जसा एक सर्वसाधारण दृष्टिकोन असतो, तसा त्यांचा माझ्याकडे बघण्याचा होता. वयाच्या १२व्या वर्षी माझी शरीरयष्टी तशी नाजूकच होती आणि अत्यंत सुरक्षित अशा वातावरणात माझे बालपण गेले होते. अमेरिकन फुटबॉल (रग्बी) हा खेळ मला नीट खेळता येत नव्हता आणि मला त्यात रसही नव्हता. तो खेळ माझ्या प्रकृतीलाच मानवणारा नव्हता. त्या सगळ्याचा एकत्रित विचार केला, तर मेजर क्रँकशॉ यांचे 'अप्पर हाउस' ही जागा किंवा हे ठिकाण माझ्यासाठी नव्हते. मी त्या चौकटीत कोठेच बसत नव्हतो. सर्वसाधारणपणे आतापर्यंत आयुष्यात मी नशीबवान

ठरलो आहे, पण त्या वेळी मात्र काहीतरी गोंधळ झाला होता. माझ्या नशिबाचे फासे काही वेगळेच पडले होते.

या कर्मकहाणीची सुरुवात एका छोट्याशा पुस्तकापासून सुरू होते. शाळेत प्रवेश घेणाऱ्या प्रत्येक नव्या विद्यार्थ्याला शाळेसंबंधी, शाळेचे वेगवेगळे भाग, उपक्रम, त्या संबंधित व्यक्ती इत्यादींची माहिती असलेले एक पुस्तक देण्यात येई. त्या पुस्तकात शाळेच्या सिनियर रग्बी टीमच्या सर्वच्या सर्व १५ खेळाडूंची नावे, सर्व वर्गातील मॉनिटर्सची नावे, शाळेच्या क्रिकेटटीम आणि ॲथलेटिक्सच्या टीममधील खेळाडूंची नावे इत्यादी माहिती खच्चून भरलेली असे. एवढेच नाही, तर नवीन विद्यार्थ्याला त्या पुस्तकातील सर्व माहिती तोंडपाठ करण्याची सक्ती केली जायची आणि विद्यार्थ्याला परीक्षेच्या– ज्याला 'न्यू बॉईज टेस्ट' म्हणत त्या दिव्यातून पार पडावे लागे. या परीक्षेत सर्वच्या सर्व प्रश्नांची बरोबर उत्तरे देता येणे ही जवळ-जवळ अशक्य कोटीतीलच गोष्ट होती. अगदी हुशारातल्या हुशार मुलालापण सर्व उत्तरे बरोबर देता येतीलच, याची खातरी नसे. वर्गाच्या मॉनिटरने घेतलेल्या या परीक्षेत नापास झाल्यावर मग मेजर क्रँकशॉ यांच्यापुढे हजर होण्याचे समन्स त्या विद्यार्थ्यावर बजावण्यात येई.

ही परीक्षा ठरल्याप्रमाणे रविवारच्या शाळेतल्या चर्चमधील प्रार्थनेनंतर घेण्यात यायची आणि नापास झालेल्यांना सोमवारी सकाळी मेजर क्रँकशॉ यांच्यासमोर हजर व्हायला सांगण्यात येई. या सत्त्वपरीक्षेचा सर्वांत कठीण काळ कोणता असेल तर उद्या सकाळी मेजर क्रँकशॉ यांना भेटायचे आहे, ही भीती पोटात ठेवून काढलेल्या त्या रविवारच्या अनेक रात्री. सगळ्यांना दुसऱ्या दिवशीच्या शिक्षेची चांगलीच कल्पना होती. मेजर क्रँकशॉ यांच्या ऑफिसबाहेर अशा समन्स मिळालेल्यांची रांग लागलेली असायची आणि एका वेळेला एकालाच प्रवेश मिळायचा.

"हं! तू काय केलंस?" मेजर क्रँकशॉचा ठरावीक प्रश्न असे.

"सर, मी न्यू बॉईज टेस्टमध्ये नापास झालो", विद्यार्थी.

'ठीक. 'त्यासाठी माझ्याकडे उत्तम उपाय आहे', असे म्हणून मेजर क्रँकशॉ कपाटामागे ठेवलेली छडी काढायचे आणि पाठीवर किंवा मांड्यांमध्ये सणसणीत दोन वळ उठवायचे. जेव्हा ते जास्त रागावलेले असत, तेव्हा ते पायावर जरा खाली जेथे जास्त दुखते, तिथे मारत. खरे तर हा सगळा प्रकारच एक प्रकारे हाउस मास्टर आणि विद्यार्थी या दोघांसाठीही रानटी आणि लज्जास्पद होता. पण माझ्या अल्पसमजुतीप्रमाणे त्यांना मात्र या सगळ्याचे काही विशेष वाटत नसावे. माझ्या पहिल्या वर्षात हा अनुभव मला एक दोनदाच नाही, तर अनेक वेळा आला. त्या छोट्याशा पुस्तकात नावे आणि माहिती खूपच होती. अगदी तुम्ही ठरवून जरी घोकंपट्टी करून सर्वच्या सर्व उत्तरे बरोबर दिलीत, तरी वर्गाचा मॉनिटर काही ना

काही तरी खुसपट काढून मेजर क्रँकशॉकडे पाठवायचाच.

पहिल्या वर्षातले काही विद्यार्थी, इतरांपेक्षा या प्रकाराला बऱ्याच धीराने सामोरे जायचे. माझा एक वर्ग मित्र ॲड्रियन फोर्ड हा त्यांपैकी एक होता. त्याला असल्या या छड्याबिड्या खाण्याच्या शिक्षेचे काहीच वाटत नसे. त्याची अशा शिक्षेकडे बघण्याची वृत्ती अगदी निर्लेप होती. तो शरीरावरचा वळ मनावर उठू देत नसे. मेजर क्रँकशॉ यांच्या खोलीत त्यांच्यासमोर हा अगदी गंभीर चेहऱ्याने उभा राहायचा. पण खोलीच्या बाहेर पडताक्षणी सोड्याची बाटली फुटावी, तसे फस्सकन हसायचा. परंतु इतर विद्यार्थी मात्र शिष्टपणाचा आव आणून 'थँक यू सर' वगैरे पुटपुटायचे. पण जी गोष्ट मला मुळातच चूक वाटत होती, त्या गोष्टीला मी 'थँक्स' वगैरे म्हणणे कधीच शक्य नव्हते आणि कधी म्हणालोपण नाही.

आमच्या वर्गात कॅमरॉन होवे नावाचा एक हुशार आणि अभ्यासू मुलगा होता. त्याने एखादी गोष्ट मनावर घेतली, तर तो तिचा अगदी पाठपुरावा करत असे आणि मग त्याची कधी चूक होत नसे. या न्यू बॉइज टेस्टच्या बाबतीतही त्याने हेच केले. हां हां म्हणता त्याने त्याच्या स्मरणशक्तीच्या जोरावर ते छोटे पुस्तक अगदी तोंडपाठ केले आणि प्रत्येक रविवारी तो त्या परीक्षेत यशस्वी ठरला. पण असा हा अपवाद करू दिला जाणे योग्य दिसणार नाही, असे वाटल्यामुळे की काय कोण जाणे, त्याला त्या पुस्तकात नसलेल्या गोष्टींवर प्रश्न विचारण्यात आले आणि अर्थातच तो उत्तर देऊ शकला नाही, आणि कॅमरॉनवरपण मेजर क्रँकशॉ यांच्या खोलीबाहेर आमच्याबरोबर रांगेत उभे राहाण्याची वेळ आली. माझ्या मते, कॅमरॉनला झालेली शिक्षा हा त्याच्यावर शाळेसारख्या संस्थेकडून झालेला सरळसरळ अन्याय होता.

आमच्या अप्पर हाउसमध्ये एक प्रकारचे टगेगिरीचेच वातावरण होते. रॅगिंगचीही प्रथा होती. वरच्या वर्गातील सिनिअर मुले प्रथम वर्षात दाखल झालेल्या ज्युनिअर मुलांकडून त्यांची खोली लावून घेणे, केर काढून घेणे, रग्बीचे बूट पॉलिश करून घेणे, नेहमीचा बुटांचा जोड पॉलिश करून घेणे इत्यादी अंगमेहनतीची कामे करून घेत. त्याच्या मोबदल्यात सिनिअर मुलांकडून ज्युनिअर मुलांना शाळेत काय प्रथा आहेत, कायदेकानून आहेत, त्यांचा त्रास कसा कमी करायचा किंवा त्यापासून कशी सुटका करून घ्यायची, याचे शिक्षण किंवा कानमंत्र मिळायचे. एखाद्या सिनिअरला त्याच्या ज्युनिअरचे काम जर पसंत पडले नाही, तर त्याचे नाव हाउस मास्टरला सांगितले जाई किंवा तो स्वतःच त्याला शिक्षा करत असे. मी मात्र माझ्या सिनअरच्याबाबतीत तसा नशिबवान ठरलो. माझा सिनिअर क्रेग रिप्पॉन हा चांगला मुलगा होता. त्याने मला आणि माझ्यासारखा दुसरा ज्युनिअर, रिचर्ड स्मार्ट याला चांगली वागणूक दिली. शक्य होते, तिथे तो आमच्या बाजूने उभा राहिला. एखादे

वेळी आमच्या हातून तो गुन्हा आहे, याची जाणीवही नसताना एखादी गोष्ट घडली, म्हणजे उदाहरणार्थ हिरवळीवरून चालणे इत्यादी तरी तो आम्हाला शांतपणे आमच्या हातून काय चूक झाली आहे, हे सांगायचा आणि प्रकरण तिथेच मिटवायचा. नाही तर इतर सिनिअरांकडून त्यांच्या ज्युनिअर्सना सररास मारहाण पण व्हायची.

अप्पर हाउसमध्ये चालणाऱ्या अशा अनेक प्रकारांमध्ये एक प्रकार म्हणा किंवा रूढ झालेली पद्धत तर फारच हास्यास्पद होती. या छळवणुकीच्या नाटकाचा अंक जवळ-जवळ रोज संध्याकाळी जेवणानंतर नियमितपणे पार पाडला जायचा. रात्रीच्या जेवणानंतर सबंध दिवसभरात झालेला खोल्यांमधला केरकचरा, तसेच मधल्या सामाईक व्हरांड्यातला केरकचरा इत्यादी साफसफाई करणे हे काम आम्हा ज्युनिअर्सचे असे. एकदा हे काम आटोपले, की आम्ही आमचे होमवर्क करायला अभ्यासिकेत जाण्याआधी 'चेंजिंग रूम्स'मध्ये जमायचो. दुसऱ्या व तिसऱ्या वर्गाची मुले चेंजिंग रुम्स ते अभ्यासिकेच्या दरम्यानच्या व्हरांड्यात दुतर्फा उभी राहत आणि त्यांनी 'गो' म्हणताच आम्ही धावत सुटायचे आणि त्या मधल्या अवधीत त्यांनी आम्हाला लाथाबुक्क्यांनी यथेच्छ मारायचे, असा एकंदरीत प्रकार असे. हे सर्वच हास्यास्पद होते, पण हा प्रकार रूढ झाला होता खरा.

स्पेन आणि फ्रान्स यांच्या पश्चिम सीमारेषेजवळ स्पेनमध्ये 'पॅम्पलोना' गावात 'रनिंग ऑफ द बुल्स' हा खेळ किंवा रूढी दर वर्षी जुलैमध्ये पार पाडली जाते. त्या खेळात गावातले तरुण गावातल्या अरुंद रस्त्यांमधून बैलांना डिवचत त्यांच्या पुढे धावतात. मला काही त्या खेळाचा अनुभव नाही, पण सेंट ॲन्ड्र्यू शाळेच्या दिवसांत मला त्या खेळाची थोडीफार कल्पना आली.

खरे तर सिनियर मुलांसाठी हा खेळ एक गमतीचा, करमणुकीचा प्रकार असायचा; पण आमच्यासाठी मात्र ती नक्कीच गंमत नसायची. या छोट्याशा धावण्याच्या गोंधळात स्वतःला कमीत कमी मार कसा बसेल आणि त्यासाठी स्वतःला त्या गर्दीत कसे व कोठे ठेवायचे, याच्यासाठी मग डावपेच आखणे सुरू व्हायचे. जर तुम्ही पळणाऱ्यांच्यामध्ये सर्वांत पुढे राहिलात, तर आपोआपच तुम्ही सर्वांचे लक्ष्य व्हायचात, अगदी शेवटी राहिलात, तरी सिनिअरांसाठी तुम्ही आणखीच सोपे लक्ष्य ठरायचात. माझा मित्र ॲड्रियन फोर्ड याच्या पायात थोडा दोष असल्यामुळे तो किंचित लंगडत चालायचा. त्यामुळे बहुतेक वेळा पळताना तो मागे पडायचा आणि बिचारा बऱ्याच माराचा धनी व्हायचा. त्यामुळे पळताना मी त्याच्या जवळ राहण्याचे टाळायचो. त्या उलट दुसरा मित्र डेव्हिड स्पेन्सर हा चांगला धावपटू होता आणि पळताना नेहमी पुढे असायचा आणि त्याच्या वेगामुळे बऱ्याच प्रमाणात मार चुकवण्यात तो यशस्वी व्हायचा. डेव्हिडच्या वडिलांनी १९६०च्या रोम ऑलिम्पिकमध्ये

४०० मीटर धावण्याच्या शर्यतीत रौप्यपदक पटकावले होते. मार चुकवण्यासाठी माझा प्रयत्न साधारणत: डेव्हिडच्या मागे-मागे राहण्याचा असायचा, पण मी त्याच्या इतका वेगाने धावू शकत नसल्यामुळे मला बऱ्यापैकी मार खायला लागायचा. चेंजिंग रूमहून अभ्यासिकेत जाणारा रस्ता मेजर क्रॅकशॉ यांच्या घरावरून जात होता आणि या अशा विचित्र खेळामुळे तो रस्ता आम्ही नेहमी किंचाळत आणि आरडाओरडा करत पार करत असू.

बरेचवेळा माझ्या हातापायावरच्या खरचटल्याच्या खुणा आईवडिलांच्या नजरेला पडायच्या आणि साहजिकच ते चिंताग्रस्त व्हायचे. मी मात्र त्यांना फार काळजी वाटू नये, म्हणून त्याला फारसे महत्त्व द्यायचो नाही आणि जणूकाही विशेष नाही, असे भासवायचो. मात्र एके दिवशी सकाळी वडिलांनी माझ्या हातावरच्या खरचटल्याच्या, माराच्या खुणा पाहिल्या आणि त्यांचा पारा चढला. ते सरळ आमच्या शाळेचे मुख्याध्यापक श्री. ऑर्थर कॉटन यांच्याकडे गेले आणि त्यांनी स्पष्ट विचारले की, हा नक्की काय प्रकार होता? वडिलांच्या या तक्रारीमुळे शाळेत मला त्रास सहन करावा लागणार, याची पूर्ण जाणीव होती, म्हणून मला जेव्हा ऑर्थर कॉटन यांनी विचारले, तेव्हा मी कोणाची नावे सांगितली नाहीत. पण शाळेतील सर्वच शिक्षकांना टगेगिरी करणाऱ्या मुलांची अर्थातच माहिती असल्यामुळे त्यांच्यातल्या तीन-चार नेतेगिरी करणाऱ्यांना मुख्याध्यापकांपुढे उभे करण्यात आले आणि त्यांना छडीचा मार खावा लागला. माझ्या वडिलांचा माझा त्रास कमी करण्याचा हा प्रयत्न मात्र माझ्या चांगलाच अंगाशी आला आणि शाळेतल्या टग्यांकडून मला होणारा त्रास आणखीच वाढला.

सेंट ॲन्ड्र्यू शाळेतले ते पहिले वर्ष फारच भयानक गेले. फक्त माझाच नाही, तर अप्पर हाउसमधल्या खूपशा मुलांचा हाच अनुभव होता. यातून एक जर कोणती चांगली गोष्ट झाली असेल, तर अशा टग्या आणि दादागिरी करणाऱ्या प्रवृत्तींबद्दल माझ्या मनात कमालीचा द्वेष निर्माण झाला. नंतर बऱ्याच वर्षांनी इंग्लंडमध्ये मी जेव्हा 'एसएएस' प्रशिक्षण घेऊ लागलो, तेव्हा तिथे एक मुख्य प्रशिक्षक होते. त्यांच्याविषयी सर्वांनाच खूप आदर होता. त्यांना पण अशा प्रवृत्तींबद्दल कमालीचा तिरस्कार वाटत होता. माझ्या तेथील प्रशिक्षणाच्या दरम्यान त्यांना आमच्या तुकडीतील दोन जवानांमध्ये अशी प्रवृत्ती असल्याचे जाणवले होते. त्या दोन जवानांवर २४ तास पाळत ठेवून त्यांना सुधारण्याची संधी त्यांनी दिली होती; पण त्यांच्यात काही सुधारणा होत नाही, असे जेव्हा दिसले, तेव्हा पूर्ण युनिटला धोका निर्माण होण्याआधीच त्या दोघांना त्यांनी डच्चू दिला होता.

सेंट ॲन्ड्र्यू शाळेच्या अप्पर हाउसमधील मुलांच्या अशा क्रूर वागणुकीची एक पद्धतच पडून गेली होती. शाळेच्या पहिल्या वर्षात सर्व छळवणुकीचा रोख

तुमच्यावरच असे, पण एकदा का तुम्ही दुसऱ्या वर्षात गेलात की, तुमच्यावरचे सिनिअरचे लक्ष कमी होत असे आणि प्रथम वर्षातील मुलांचा छळ करण्याची, त्यांच्याशी कसेही वागण्याची एक प्रकारे तुम्हाला अलिखित परवानगीच मिळे. मला मात्र या असल्या गोष्टीत अजिबात रस नव्हता. मी सिनिअर झाल्यावर त्या चेंजिंग रूम ते अभ्यासिका या दरम्यानच्या पळापळीच्या वेळी मी मुद्दाम तिथे उपस्थित न राहण्याची खबरदारी घेत असे. या सगळ्या पद्धतीचाच मला तिटकारा होता. जेव्हा-जेव्हा मी विचार करायचो, तेव्हा मला प्रश्न पडायचा की मेजर क्रँकशॉ या सगळ्या प्रकारचे आणि त्यांच्या या सामान्य अपराधासाठी आणि कधीकधी निरपराध्यांनापण छड्या मारण्याच्या शिक्षेचे खरोखरच कसे काय समर्थन करू शकतात? कदाचित त्यांचा असा समज असेल की, त्यांच्या या अशा वागणुकीमुळे आम्ही कणखर आणि टणक होऊ आणि शाळेनंतरच्या आयुष्यातल्या पुढल्या वाटचालीत येणाऱ्या प्रसंगांना तोंड द्यायला अधिक लायक होऊ किंवा अधिक सक्षम होऊ. या सर्वांमुळे अप्पर हाउसला एक ख्याती, एक वलय प्राप्त झाले होते. शाळेतल्या सर्व खेळांच्या स्पर्धांमध्ये बक्षिसे अप्पर हाउसलाच मिळत. रग्बीच्या खेळामध्ये अप्पर हाउसने चांगले नाव कमावले होते. अर्थात ते वेगळे सांगण्याची गरजच नाही की शाळेच्या रग्बी टीमचा शनिवारी जेव्हा सामना असे तेव्हा सर्वांना उपस्थित राहण्याची सक्ती असे. पण असा पाठिंबा मिळण्याचे भाग्य मात्र शाळेच्या हॉकी टीमच्या नशिबी नव्हते. उलट त्यांची 'मॉफ स्टॉक' म्हणून संभावना केली जायची. 'मॉफ म्हणजे समलिंगी आणि स्टॉक म्हणजे हॉकीची स्टिक'. शाळेतल्या माझ्या दुसऱ्या-तिसऱ्या वर्षांत रॅगिंगचे प्रकार कमी-कमी अनुभवायला यायला लागले आणि माझे शाळेतले दिवस जास्त सुसह्य झाले. माझ्या वडिलांना नेव्हीतून मिळणाऱ्या निवृत्तीवेतनाचा बऱ्यापैकी भाग माझी शाळेची फी भरण्यासाठी खर्च व्हायचा, याची मला पूर्ण जाणीव होती आणि मला तो एक प्रकारे पैशाचा अपव्यय वाटत होता. नंतरच्या काळात सेंट ॲन्ड्र्यू शाळेतून शिकून बाहेर पडलेल्या खूप जणांच्या गाठीभेटी झाल्या व प्रत्येकाला तिथल्या आलेल्या कडू-गोड अनुभवांबद्दल विचारले. बऱ्याच जणांच्या शाळेबद्दलच्या आठवणी रम्य होत्या, पण एकतर ते शाळेच्या वेगळ्या कालखंडातले विद्यार्थी होते किंवा त्यांच्या वाट्याला वेगळे वसतिगृह आलेले होते. उदाहरणच द्यायचे झाले, तर माझ्या अनेक साहसी मोहिमांमधील माझा सहकारी 'नीक मार्शल' याचेपण शिक्षण सेंट ॲन्ड्र्यू शाळेतच झाले होते, पण त्याला रॅगिंगचा त्रास अजिबात झाला नव्हता. कारण तो अप्पर हाउसमध्ये नव्हता आणि मुख्य म्हणजे मी शाळा सोडल्यानंतर जवळ-जवळ १४ वर्षांनी तो त्या शाळेत शिक्षण घेत होता. माझ्या मालदीवच्या मोहिमेवरचा माझा फोटोग्राफर मित्र 'मायकेल वॉकर' हा माझ्याबरोबरच त्या शाळेत होता आणि

त्याच्यापण रॅगिंगच्या कटू आठवणी होत्या.

आता तुम्हाला शाळेच्या त्या प्रसिद्ध पुस्तकात स्प्रिंग बोक रग्बी प्रशिक्षक 'नीक मीलेट, स्प्रिंग बोक खेळाडू; रायन कानकोव्हस्की, दक्षिण आफ्रिकेच्या क्रिकेट टीमचा कप्तान पीटर व्हॅन डर मेरवे यांच्या नामावलीत माझेही नाव एक प्रसिद्ध साहसवीर जलतरणपटू माजी विद्यार्थी म्हणून वाचायला मिळेल. एक 'प्रतिष्ठित साहसवीर माजी विद्यार्थी, म्हणून शाळेकडून आपली ओळख सांगितली जाणे, हे खरे तर अभिमानास्पद आहे आणि तसे वाटायलापण पाहिजे. पण मला मात्र त्याचा निर्भेळ आनंद घेता येत नाही. अगदी अलीकडे शाळेला १५० वर्षे पूर्ण झाल्याबद्दल एक स्मरणिका काढण्यात आली होती. त्यात माझा तो दक्षिण ध्रुवावरच्या समुद्रात उडी मारतानाचा जगभर प्रसिद्ध झालेला फोटा छापला होता. तो बघताना पण माझ्या शाळेसंबंधीच्या भावनांमधली, ती सूक्ष्म का होईना, कटुता अजूनपण कमी झाली नसल्याचे माझे मलाच जाणवले. त्या फोटोखाली आमच्या शाळेचे बोधवाक्य छापलेले होते. 'संकटांनी आम्ही खचत नाही.' आणि पुढे लिहिले होते, 'मी शाळेचे बोधवाक्य शब्दशः जगलो आहे.' या सगळ्याने माझी छाती अभिमानाने खरे तर फुलून यायला हवी होती, पण तसे काही झाले नाही हे खरे! जेव्हा एखाद्या जागेबद्दलच्या तुमच्या आठवणी तितक्याशा चांगल्या नसतात, पण त्या ठिकाणी मात्र तुमची प्रेमाने आठवण काढली जाते, तेव्हा परिस्थिती खरोखरच अवघड होऊन बसते. माझ्या आधीच्या 'माउन्टहाउस' शाळेत सर्रास शारीरिक शिक्षा करण्याची पद्धत नव्हती. शाळेतील विद्यार्थ्यांची वर्तणूक तिथे शिस्तबद्ध आणि आदर्श अशी होती. पण त्या उलट अप्पर हाउसमध्ये शिक्षकांच्या हातात कायम छडी असायची आणि छोट्या-छोट्या कारणांसाठी तिचा मुक्त वापर व्हायचा, तरीपण बेशिस्तपणा आणि टगेगिरी हा विद्यार्थ्यांचा स्थायिभाव झाला होता, हे कसे? हा प्रश्न मला मेजर क्रॅंकशॉ यांना ते जेव्हा कधी भेटतील तेव्हा विचारायला नक्कीच आवडेल.

सन १९८५ साली वडिलांच्या औषधोपचाराच्या सुविधेच्या दृष्टीने विचार करून आम्ही 'ग्रॅहम्सटाऊन' सोडले. वडिलांच्या विसराळूपणात क्रमाक्रमाने होणारी वाढ, त्यांच्या मन:स्थितीत वारंवार होणारे बदल यांच्या कारणांचा उलगडा होण्यात काही वर्षे गेली आणि जेव्हा अल्झायमरचे निदान झाले, तेव्हा मग आम्हाला त्यांना उत्तम उपचार मिळण्याच्या दृष्टीने योग्य असे केपटाऊनमधील एक हॉस्पिटल सुचवण्यात आले. भविष्यात पुढे काय वाढून ठेवले होते याची आम्हाला कोणालाच कल्पना नव्हती, पण त्या रात्री आमची 'रॉयल मेल सर्व्हिस'ची सेंट हेलेना बोट जेव्हा बंदराला लागली, तेव्हा का कोण जाणे, मला सारखे वाटत होते की राहण्याच्या

दृष्टीने हे ठिकाण सुंदर असणार. कॅरोलीनची डायनोसियन स्कूलमधील शेवटची एकच टर्म राहिली होती म्हणून ती तिथेच वसतिगृहात राहिली. येथील माझ्या नव्या शाळेचे नाव होते 'कॅम्पस बे हायस्कूल' आणि ते आमच्या नव्या घराच्या अगदी जवळ होते.

आमचे टोनी वर्थहॅम सर नेहमी म्हणायचे की, एखाद्या शाळेची परीक्षा किंवा खरी ओळख मी त्या शाळेच्या स्वच्छतागृहाच्या अवस्थेवरून एका क्षणात करेन. ''कॅम्पस बे हायस्कूल'बद्दलचे माझे चांगले मत सुरुवातीच्या काही घटनांमुळे जवळ-जवळ लगेचच बनून गेले. शाळेच्या पहिल्या दिवशी मी सेंट अॅन्ड्र्यू शाळेतील प्रथेप्रमाणे युनिफॉर्मच्या शर्टाची वरपर्यंतची बटणे लावून, टाय अगदी प्रमाणबद्धपणे लावून, जॅकेटची खालपर्यंतची बटणे लावून अगदी टिपटॉप युनिफॉर्ममध्ये दाखल झालो. मी शाळेत नव्याने दाखल झालो होतो, ही गोष्ट खरी असली, तरी मी तिसऱ्या वर्षाचा विद्यार्थी होतो आणि मला इतरांचे लक्ष वेधून घेण्यासाठी इतक्या औपचारिकपणे युनिफॉर्म घालण्याची गरज नव्हती. थोड्याच दिवसांत बेथ नावाच्या मुलीने स्वत:ची ओळख करून देत मला स्पष्टच सांगितले की, तो टाय जरा सैल कर. ब्लेझरची एक-दोन बटणे काढ आणि अरे माणसा, जरा मोकळाढाकळा हो. शाळेत नव्याने दाखल झालेल्या आणि अवघडलेल्या परिस्थितीतील मुलाला मदत करण्याचा आणि त्याचे सुरुवातीचे दिवस सुखावह करण्याचा यापेक्षा दुसरा चांगला मार्ग मला तरी सुचत नाही. हा फक्त बेथच्या मैत्रीचा परिणाम नव्हता, तर एकंदरीतच शाळेचे वातावरण खूपच मोकळे आणि आश्वासक होते. कॅम्पस बे शाळेचे एकंदरीत वातावरण आणि तिथली संस्कृती मला एकदम भावली, मी तिच्या प्रेमातच पडलो आणि हीच शाळा माझ्यासाठी योग्य होती, याची मला खातरीच पटली.

मला वाटते, शाळेची खरी ओळख, शाळेचा स्वभाव, वर्गांना जोडणाऱ्या सामाईक व्हरांड्यावरून कळतो. येथे मुलामुलींच्या वागण्या-बोलण्यात एक प्रकारचा मोकळेपणा होता. शाळेचे बोधवाक्य होते 'उत्तुंगतेचा ध्यास घ्या' आणि खरोखरच कॅम्पस बे शाळेमध्ये प्रत्येक विद्यार्थ्याला त्याच्या किंवा तिच्या आवडत्या क्षेत्रात, विषयात उत्तुंगतेचा ध्यास घेण्यासाठी प्रोत्साहित केले जायचे. येथेही शाळेची रग्बीची टीम होती, पण तुम्हाला जर त्यात भाग घ्यायचा नसेल किंवा तुम्हाला नीट खेळता येत नसेल, तरी तुम्हाला कमी लेखले जायचे नाही किंवा तुमच्यावर वैयक्तिक खेळांच्या स्पर्धांमध्ये भाग घेण्याची सक्ती केली जायची नाही. एवढेच नव्हे, तर तुम्हाला जर बुद्धिबळात रस असेल किंवा सर्फिंग करायला आवडत असेल, तुम्हाला अभिनयाची आवड असेल किंवा लांब अंतरांच्या शर्यतीत पळण्याची आवड असेल तरी तुमचे रग्बी खेळणाऱ्या खेळाडूइतकेच कौतुक व्हायचे, तितकेच

प्रोत्साहन तुम्हाला मिळायचे. माझ्या वर्गातील जस्टिन स्ट्राँगने १९९१ साली जगातील सर्फिंग चॅम्पियनशिप मिळवली. तुम्ही स्पर्धेमध्ये पहिले, पाचवे किंवा शेवटचे आलात, याला तिळमात्र महत्त्व नव्हते; तर तुम्ही स्पर्धेमध्ये भाग घेतलात आणि मनापासून प्रयत्न केलात, याचेच कौतुक होत असे.

या सगळ्याचे श्रेय खरे तर त्या सदा हसतमुख, रूपेरी केसाच्या माणसाकडे नि:संशयपणे जाते. आमच्या शाळेत हेडमास्तर म्हणून येण्याआधी ते केपटाऊनमधल्या प्रसिद्ध 'एसएसीएस' शाळेत शिक्षक होते. त्या सद्‌गृहस्थाचे नाव होते जॉन इंक ते कोणत्याही विद्यार्थी किंवा विद्यार्थिनीला फक्त त्याच्या किंवा तिच्या नावानिशीच ओळखत नव्हते, तर त्याच्या किंवा तिच्या पालकांशीही त्यांचा संवाद असे. म्हणूनच सरांच्या नावाचा उल्लेख आल्यावर त्यांना ओळखणाऱ्यांच्या चेहऱ्यावर हास्य फुलल्याशिवाय राहत नसे.

कॅम्पस बे हायस्कूलची जागा किंवा ठिकाण अशा काही मोक्याच्या जागी आहे की, तिथून संपूर्ण केपटाऊन शहर तर नजरेत येतेच; पण जगातील सर्वांत नयनरम्य असा देखावा या शाळेतून दिसतो, असे माझे ठाम मत आहे. शाळेची इमारत छोट्याशा टेकडीवर आहे. तिथून खाली नजर टाकली, तर खडकाळ पसरलेले 'मेडनस कोव' दिसते. थोडे डाव्या बाजूला कॅम्पस बे बीचचा पांढऱ्या वाळूचा समुद्रकिनारा नजरेस पडतो, पण खरे तर डोळ्यांत मावत नाही तो समोर पसरलेला अथांग अटलांटिक महासागर. शाळेच्या कोणत्याही भागातून पाहिले, तरी नजरेस पडतो तो अथांग पसरलेला असा अटलांटिक महासागर. मी सांगतो आहे, त्यात अजिबात अतिशयोक्ती नाही, कारण वर्गातला माझा बराचसा वेळ त्या महासागराकडे पाहण्यात, काल्पनिक मोहिमा आखण्यात आणि निरनिराळी स्वप्ने पाहण्यात जायचा. पहिल्याच दिवशी, आम्हाला 'आफ्रिकान' भाषा शिकवणाऱ्या 'ख्रिस व्हॅन जार्सवेल्ड' सरांच्या तासाला वार्गातले बेंच इंग्रजी यू अक्षराप्रमाणे मांडले गेले आणि अर्थातच समुद्राचा अथांग विस्तार सतत डोळ्यांसमोर राहिल अशी जागा मी पटकावणे क्रमप्राप्तच होते. (आफ्रिकान ही दक्षिण आफ्रिकेची राष्ट्रभाषा आहे. ही भाषा बरीचशी डच भाषेशी मिळतीजुळती आहे.) माझ्या बाजूला माझा मित्र लेनजॉन व्हॅनडर वेल बसायचा. आम्हाला एकत्र आणणारा समान दुवा म्हणजे दोघांनाही असलेले समुद्राबद्दलचे आकर्षण आणि अतोनात प्रेम. दुसरी गोष्ट म्हणजे लेन जॉनला आफ्रिकान भाषेची माझ्यापेक्षा जास्त चांगली समज होती. तो माझा मित्र आणि आफ्रिकान भाषेचा वैयक्तिक शिक्षकपण होता. वर्गात बसल्या-बसल्या आमच्या बाकावरून समुद्रावरील वाऱ्यांचा, त्यांच्या वेगांचा, त्यांच्या दिशांचा अंदाज आम्ही करत असू. जर वारा जोरात म्हणजे साधारणत: ३५ नॉट वेगाने आणि आग्नेय दिशेने वाहत असेल, तर समुद्राचा सपाट असा बिलोरी आरसा

व्हायचा व त्या चमचमणाऱ्या पाण्यावर आम्ही कल्पनेतून बऱ्याच आकृत्या बघायचो. अगदी क्षितिजापर्यंत पसरलेल्या पाण्यावरच्या त्या नाचऱ्या आकृत्या आणि अधूनमधून उडणारे तुषार इत्यादी अगदी स्पष्ट दिसायचे. त्या आग्नेय वाऱ्याचा परिणाम फक्त पाण्याच्या पृष्ठभागावरच जाणवायचा. पाण्याचा पृष्ठभागच फक्त नाचरा व्हायचा, त्यावर अस्पष्ट लाटा उठायच्या. या आग्नेय वाऱ्यामुळे उन्हाळ्यात पाण्याचे तापमान आल्हाददायक अशा १६°से.वरून घसरून बोचरे थंड असे जवळ-जवळ १०°से. पर्यंत उतरायचे. त्या उलट थंडीत नैर्ऋत्य वारे वाहायचे आणि उबदार पाण्याचे प्रवाह यायला सुरुवात व्हायची, त्यामुळे समुद्राचे पाणी उन्हाळ्यापेक्षा थंडीत अधिक उबदार व्हायचे. जेव्हा नैर्ऋत्य वारे त्यांच्या पूर्ण जोशात वाहायचे, तेव्हा समुद्र खवळलेला असायचा. मोठ्या-मोठ्या लाटा किनाऱ्यावर येऊन थडकायच्या. मी आणि लेन जॉनने त्या काळात खूप स्वप्ने पाहिली. खूप काल्पनिक धाडसी मोहिमा आखल्या आणि कधी ना कधी त्या वास्तवात आणण्याच्या आणाभाका घेतल्या. पुढे लेन जॉन हॉलंडला त्याच्या देशात परतला. नंतर त्याने शिडाच्या बोटीतून अटलांटिक समुद्र पार करण्याच्या शर्यतीत भाग घेतला होता.

आमचे कॅम्पसबे मधले घर मधल्या रस्त्याने, शाळेपासून पाचच मिनिटांच्या अंतरावर होते. हा मधला रस्ता किंवा शॉर्टकट छानशा घनदाट झाडी असलेल्या भागातून, नदीच्या कोरड्या पडलेल्या पात्रातून आणि शेवटी आमच्या शाळेच्या एका मैदानातून शाळेपर्यंत जात होता. आमचे घरपण जरा उंचावरच, म्हणजे जवळ-जवळ शाळेच्याच पातळीवर होते. रात्री गादीवर पडल्यावर, रात्रीच्या नीरव शांततेत, खालच्या अंगाला खडकावर येऊन आदळणाऱ्या लाटांचा आवाज सतत ऐकू येत असे. एखाद्या वादळी रात्री घोंघावणाऱ्या वाऱ्यामुळे घराचे छप्पर, खिडक्यांची तावदाने इत्यादी उडून जातील की काय; अशी भीती वाटायची. शाळा संपल्यावर माझा बहुतेक वेळ समुद्रात किंवा समुद्राच्या काठी चौपाटीवर जात असे. समुद्रात पोहणे, पांढऱ्या वाळूत पळणे, पाण्यावर सर्फिंग करताना तोल सांभाळण्याचा सराव करणे इत्यादी माझे उद्योग सतत चालू असत. त्या दूरवरच्या क्षितिजापलीकडे काय आहे, ते बघण्याची अनिवार ओढ मला लागली होती. पोर्तुगीज दर्यासारंगांनी जवळ-जवळ ५०० वर्षांपूर्वी, शिडाच्या बोटींतून केप ऑफ गुड होपला वळसा घालून जगाच्या पूर्व दिशेला जाणाऱ्या समुद्री मार्गाचा शोध घेण्यासाठी खरोखरच कसे काय धाडस केले असेल? अगदी वादळी दिवशीसुद्धा आपल्या छोट्या-छोट्या शिडाच्या लाकडी बोटी समुद्रात बेदरकारपणे ढकलणाऱ्या त्या जिगरबाज माणसांचे मला नेहमीच नवल वाटत आले आहे. बार्थेलम्यु डायसने केपला वळसा घालणारा 'पहिला माणूस' म्हणून मान पटकावल्यावर त्या जागेचे 'वादळी केप' असे नव्याने नामकरण झाल्याचे मला फारसे आश्चर्य वाटले नाही. पोर्तुगालच्या

प्रिन्स हेन्रीने त्याचे नाव नंतर 'केप ऑफ गुड होप' असे केले. नंतर 'वास्को द गामा'ने केपला वळसा घालून पुढे पूर्वेला जाणारा समुद्री मार्ग पहिल्यांदा शोधण्याचा मान पटकावला.

मला ध्यास लागला होता दक्षिण ध्रुवावर जाण्याचा. मी जिथे होतो, तिथून खाली दक्षिणेला जवळ-जवळ ५,००० कि.मी. अंतरावर दक्षिण ध्रुव होता. का कोणास ठाऊक! मला नीट सांगता येणार नाही, पण मला मनोमन वाटत होते की, एक दिवस मी दक्षिण ध्रुवावर नक्की जाणार आहे. मी स्वप्नरंजनात दंग होत असे. ते प्रचंड बर्फाचे कडे, पाण्यात तरंगणारे मोठमोठे बर्फाचे खंड, ते पेंग्विन, त्या समुद्रात नक्षीकाम करत घुसलेल्या निळ्याशार हिमनद्या, क्रिस मासे खाणारे ते प्रचंड देवमासे इत्यादी असो! इसवी सनच्या सोळाव्या शतकात समुद्रातून पृथ्वी प्रदक्षिणा करण्याचे साहस करणारे सर फ्रान्सिस ड्रेक (१५४०-९६) हे इंग्लंडच्या डेव्हॉन परगण्यातल्या टॅव्हिस्टॉकचे. आज नौकानयनाच्या दर्यावर्दींच्या इतिहासात ते नाव सुवर्णाक्षरांनी लिहिले गेले आहे. तसेच इंग्लंडच्या त्याच भागातून आलेले दुसरे मोठे दर्यासारंग म्हणजे कॅप्टन रॉबर्ट स्कॉट. त्यांनी १९१२मध्ये दक्षिण ध्रुवावरच्या अपयशी आणि दुर्दैवी मोहिमेचे नेतृत्व केले होते. मीसुद्धा इंग्लंडच्या त्याच भागातून आलो होतो, ही कल्पना मनाला कोठे तरी सुखावत होती. लहानपणी कॅप्टन स्कॉट यांची गोष्ट माझी खूप आवडती होती. ती गोष्ट परत परत सांगण्यासाठी आईकडे केलेला हट्ट मला अजून आठवतो. त्या गोष्टीत त्या शेवट-शेवटच्या ओळी ऐकतानाची झालेली छातीतील धडधड, माझे विस्फारलेले डोळे इत्यादी मला अजून स्पष्टपणे आठवते. त्या ओळी काहीशा अशा होत्या 'गोठलेल्या, जखमा झालेल्या बोटांमध्ये पेन्सिलपण धरणे अशक्य झाले होते तरीपण, तशाही अवस्थेत कॅप्टन स्कॉट यांनी धडपडत त्यांच्या डायरीमध्ये शेवटच्या नोंदी केल्या.' त्यातील एक तर फारच हृदयस्पर्शी होती. कॅप्टन स्कॉट लिहितात, 'आम्ही जगलो असतो, तर माझ्याकडे माझ्या सहकाऱ्यांच्या पराकाष्ठेच्या सहनशक्तीची, अतुल धैर्याची, त्यांच्या जिगरीची साक्ष देणारी गोष्ट सांगण्यासारखी होती. मला खातरी आहे की, ती गोष्ट ऐकून प्रत्येक इंग्रज माणसाचे हृदय अभिमानाने भरून आले असते. तरीपण माझ्या डायरीतल्या नोंदी आणि आमची मृत शरीरेपण तुम्हाला खूप काही सांगून जातील.' एकदा मी आफ्रिकेच्या अगदी दक्षिण टोकाला गेलो होतो, तेव्हापण माझ्या मनात हाच विचार होता, 'आता माझ्या आणि दक्षिण ध्रुवामध्ये हा एवढा समुद्रच फक्त आहे.' मला खातरी होती की, माझ्या कुंडलीत दक्षिण ध्रुवावर जाण्याचा योग नक्की आहे. आणि कॅप्टन स्कॉटनी तिथे जे-जे पाहिले, ते-ते सर्व मीपण पाहणार होतो.

ते माझे स्वप्न होते, हे जरी खरे असले, तरी त्या स्वप्नरंजनाला वास्तवाचा

काही आधार होता का? एखादा स्वप्नाळू मुलगा त्याच्या बालपणात असे काय करून दाखवू शकेल की, ज्यामुळे हा मुलगा पुढे दक्षिण ध्रुवावर जाईल, निरनिराळे विक्रम करेल यांची पूर्वकल्पना येऊ शकेल? हे सगळेच इतके धूसर, अनिश्चित आणि हवेत होते की, माझ्या स्वप्नांबद्दल मी कोणाला काही बोललोपण नाही. ते कोठेतरी माझ्या अंतर्मनात खोल कप्प्यात दडून राहिले. बाकी कोणाला माहीत नसलेली, पण माझ्या मात्र मर्मबंधातली ठेव! मला स्वतःला खातरी होती की, मी काहीतरी वेगळे करणार होतो, पण इतरांना मात्र माझ्या आयुष्यातल्या नंतरच्या स्थित्यंतराची कल्पना येण्याचे कारणच नव्हते. माझ्या ध्येयांच्या पूर्तीसाठी जोपर्यंत मी माझ्या प्रयत्नात शिस्त, एकाग्रता आणि अभ्यासूवृत्ती आणली नसती; तोपर्यंत माझी ओळख ही एका सर्वसामान्यापेक्षा थोडा बरा विद्यार्थी अशीच राहणार होती.

कॅम्पस बे हायस्कूल ही एक जादूई जागा होती. शारीरिक शिक्षणासाठी सर आम्हाला बीचवर घेऊन जायचे, वाळूत खुणा करून पीच तयार केले जायचे आणि टीम्स पाडून आम्ही रग्बी खेळायचो. खेळणे झाल्यावर आम्ही अटलांटिक समुद्रात पोहायला उतरायचो. माझ्यासारख्या ग्रॅहम्सटाऊनमधल्या 'फक्त मुलांच्या' शाळेतून आलेल्यासाठी तर नवीन शाळेतल्या मुलींचे अस्तित्व ही एक वेगळी गोष्ट होती. मी आमच्या शाळेच्या अँटोनीट मालहर्ब नावाच्या मुलीच्या प्रेमात (एकतर्फी?) पडलो. ती आमच्या शाळेतली सर्वांत सुंदर मुलगी होती. इतिहासाच्या तासाला ती माझ्या पुढच्या बेंचवर बसायची. मी तिचे पोनीटेलमध्ये बांधलेले केस हळूच ओढायचो आणि तिने वळून बघण्याआधीच, आपण त्या गावचे नाही असा साळसूदपणाचा आव आणत इकडेतिकडे बघायचो. अर्थात पुढे आमच्या मैत्रीचे रूपांतर प्रेमात झाले नाही, पण आम्ही एकमेकांचे चांगले मित्र झालो. अँटोनीट दिसायला सुंदर होतीच, पण तिच्याकडे नजरेत भरणारे व्यक्तिमत्त्वही होते. त्यामुळे वरच्या वर्गातल्या मुलांचापण तिच्यावर डोळा असायचा. माझ्या दक्षिण ध्रुवावर जाण्याच्या स्वप्नाप्रमाणेच माझ्या या एकतर्फी प्रेमाची गोष्टपण माझ्या हृदयात इतरांपासून मी लपवून ठेवली.

कॅम्पस बे स्कूलचे वातावरण खूपच मोकळे आणि सुंदर तर होतेच, पण त्याचबरोबर शैक्षणिक गुणवत्तेतही शाळा नेहमी आघाडीवर असायची. माझ्या वर्गातल्या दोन मुलांनी पुढे केंब्रिज विद्यापीठात प्रवेश मिळवला, पाच-एक जण पुढे डॉक्टर झाले आणि कित्येकांनी पुढे निर्विवादपणे उत्तम असलेल्या 'केपटाऊन विद्यापीठात' प्रवेश मिळवले. पण त्या सर्वांपेक्षा वेगळ्या कारणासाठीच मला आज शाळेची आठवण प्रकर्षाने होते. शाळेचे वेगळेपण होते, ते तिच्या अंतर्बाह्य सुसंस्कृतपणात, विद्यार्थ्यांना दिलेल्या आदराच्या वागणुकीत आणि टोनी वर्थहॅम सरांच्या शिक्षण, संस्कार आणि कर्तव्य या गोष्टींत सांगड घालून तारतम्य बाळगण्याच्या

शिकवणुकीत.

माझ्या शेवटच्या वर्षात आमचा वर्ग आमच्या ख्रिसवॅन जार्स वेल्ड सरांच्या आद्याक्षरांवरून ओळखला जायचा. 'आफ्रिकान' भाषेचा काही आगापिछा नसल्यामुळे मला तो विषय सर्वांत कठीण वाटत होता. पण मला मॅट्रिकची परीक्षा पास होऊन युनिव्हर्सिटीत प्रवेश मिळवण्यासाठी त्या विषयात उत्तीर्ण होणे आवश्यक होते. त्या विषयात मी पास होईन की नाही, याची खातरी नसल्यामुळे माझी आई 'जॉन इंक' सरांना आणि 'ख्रिस' सरांना जाऊन भेटली. ख्रिस सरांनी तिला धीर देताना सांगितले की, 'आफ्रिकान' भाषा न येणारे लुईसपेक्षा ढ विद्यार्थी माझ्या वर्गात होते, पण ते सुद्धा परीक्षेच्या दिव्यातून सहीसलामत सुटलेच ना! तुम्ही फार काळजी करू नका.'

ख्रिस सरांना एड्स झाला होता. खरे म्हणजे दक्षिण आफ्रिकेत एड्सचे निदान झालेल्या पहिल्या काही रुग्णांपैकी ते एक होते. त्यांना उपचारासाठी वेगवेगळ्या वेळी हॉस्पिटलमध्ये जावे लागे. जॉन इंक सरांनी माझ्या वडिलांना पत्र लिहून ख्रिस सरांच्या आजाराविषयी सांगितले होते. आज एड्सविषयी जितकी जागरुकता आणि माहिती सर्वांना आहे, तेवढी त्या वेळी सर्वसामान्यांना अजून झाली नव्हती. त्यामुळे बऱ्याच पालकांना त्यांच्या मुलाला त्यांच्यामुळे संसर्ग होईल की काय, अशी भीती वाटायची. ख्रिस सरांचा आजार अधिकच बळावला. त्यांची देहयष्टीपण रोडावली आणि ते अधिकच खंगल्यासारखे दिसू लागले. त्यांना तशा अवस्थेत बघणे ही माझ्यासाठी फार दुःखद गोष्ट होती. त्यांच्या तब्येतीमुळे त्यांचे शाळेत येणे हळूहळू कमी झाले. मध्येमध्ये बरेच दिवस ते यायचे नाहीत, परत मधूनच जरा तब्येतीत सुधारणा झाल्यावर थोडे दिवस ते यायचे. परत येईनासे व्हायचे आणि एक दिवस ते गेल्याची दुःखद बातमी आम्हाला कळली. त्यांच्या जागी दुसरे शिक्षक आले, पण ख्रिस सरांना विसरणे अशक्य होते. ख्रिस सरांची भविष्यवाणी मात्र खरी झाली. मी 'आफ्रिकान' विषयात पास झालो.

कॅम्पस बे स्कूल सोडल्यावर बऱ्याच वर्षांनी मी जेव्हा केपटाऊनला परतलो, तेव्हा जॉन इंक सरांना बरेच वेळा भेटलो आणि शाळेतल्या त्या जुन्या आठवणींची उजळणी केली. मधल्या काळात दोघांच्या आयुष्यात काय-काय घडले, आयुष्यांनी कशी वळणे घेतली, याबद्दल एकमेकांपाशी मने मोकळी केली. सरांनी मुख्याध्यापक म्हणून निवृत्त झाल्यावर काय-काय केले, ते मला सांगितले; तर मी केपटाऊन विद्यापीठातून कायद्याची पदवी घेतल्यावर आयुष्यात मिळालेल्या काही संधींचे कसे सोने केले; हे मी त्यांना सांगितले, तेव्हा त्यांना खूप आनंद झालेला दिसला. मी जेव्हा त्यांना तोपर्यंत केलेल्या धाडसी कृत्यांची, आखलेल्या मोहिमांची माहिती सांगितली; तेव्हा त्यांना डोळ्यासमोरचा जुना, काटकुळा, नाजूक प्रकृतीचा लुईस आठवला. त्यांनी माझी खूप थट्टामस्करी केली. पण नंतर गंभीर होत सर म्हणाले,

‘‘नाही लुईस! तू काही वेगळाच होतास, तुझ्यात ती रग, धमक होती आणि त्याची मला पुरेपूर जाणीव होती.’’

आज मागे वळून बघताना मला वाटते, फक्त तेवढेच नाही, तर मला आणखी खूप काही करायचे होते. प्रत्येक नवीन वर्षात गेलेल्या वर्षापेक्षा काहीतरी जास्त करून दाखवायचे होते, मिळवायचे होते आणि मुख्य म्हणजे विद्यापीठात प्रवेश मिळवून उच्च शिक्षण नक्की घ्यायचे होते आणि आयुष्यात काहीतरी मिळवायचे होते. मला वाटते ध्येय गाठायला निश्चय, निर्धार याहीपेक्षा आणखी काहीतरी लागते आणि ते माझ्याकडे होते, हे नक्की! माझ्या दक्षिण ध्रुवावरच्या एका मोहिमेच्या जाहिरातवजा वार्तापत्रात त्या मोहिमेच्या पुरस्कर्त्यांने चांगल्या प्रकारे ते दाखवले होते. त्या चित्रातील दक्षिण ध्रुवावरून पेंग्विन पक्ष्यांच्या विरुद्ध दिशेने मी चालतो आहे, असे दाखवले होते. प्रवाहाविरुद्ध पोहायचे, हे मला काही नवीन नव्हते आणि अवघडही वाटत नव्हते, आणि मुख्य म्हणजे हे मी मुद्दाम करायचे, म्हणूनपण करत नसे. तर ती माझी एक उपजत प्रवृत्ती होती, एक स्वाभाविक अशी काही तरी वेगळे करण्याची मनोवृत्ती होती.

स्वप्नांची सुरुवात

आमच्या ग्रॅहम्सटाऊनच्या घराच्या बाजूच्या मोकळ्या जागेत वडिलांनी एक स्विमिंगपूल तयार केला होता. त्यात पोहण्याचे प्राथमिक धडे गिरवता-गिरवता माझ्या मनात पाण्याबद्दल ओढ निर्माण झाली. जरी माझ्या वेगवेगळ्या धाडसांच्या पूर्वतयारीच्या दृष्टीने लांब अंतरे पोहून जाण्याचा सराव मी पुढे केला, तरी मला ना त्यात खरा रस होता, ना मला तशा पोहण्याबद्दल विशेष प्रेम वाटत होतं! आमच्या ग्रॅहम्सटाऊनच्या स्विमिंगपूलमध्ये तास - न् - तास माझी प्रॅक्टिस चालायची, ती श्वास रोखून जास्तीत-जास्त वेळ पाण्याच्याखाली राहण्याची आणि पाण्याच्या पृष्ठभागावर न येता पाण्याखालून पोहण्याची. जितका मी पाण्यात जास्त सराव करत गेलो, तितकं मला ते सोपे वाटायला लागले. मी पाण्यात खाली कोलांट्या मारायला शिकलो. खाली डोके वर पाय करून तळाशी उभे राहायला शिकलो. कितीही वेळ पोहलो, तरी माझे समाधान होत नसे किंवा पाण्याबाहेर यावे, असे वाटत नसे. पाण्याच्या खाली श्वास रोखून राहणे किंवा पोहणे हे मला बागेत फिरण्याइतके सोपे वाटत असे. थंडीच्या दिवसांत पाण्याचे तापमान एकदम खाली जायचे. जवळ-जवळ गोठणबिंदूच्या जवळ असायचे. सर्वसाधारण माणूस इतक्या थंड पाण्यात पोहण्याचा विचारपण करणार नाही. पण वडील मात्र स्विमिंगपूलमध्ये त्यांचा ठरावीक चकरा मारण्याचा व्यायाम चुकवत नसत व मी त्यांच्या बाजूला एका फळकुटावर आडवा पडून त्या थंडगार, गोठवणाऱ्या पाण्यात हात-पाय मारत पोहण्याचे धडे गिरवत असे. थंड पडलेले हात-पाय, बधीर झालेली गात्रे हीच दुःखाची किंवा वेदनेची परिसीमा आहे, असे तेव्हा वाटे.

मी जेव्हा कॅम्पस बेमध्ये दाखल झालो तेव्हा कोणत्यातरी गटाचा किंवा कंपूचा सदस्य बनणे वगैरे गोष्टी प्रथम माझ्या लक्षातच आल्या नव्हत्या. तसे माझे खूप चांगले मित्र होते, पण गट किंवा कंपू बनवणे किंवा ओढून-ताणून बिनधास्त किंवा

'कूल' वगैरे दिसणे इत्यादी गोष्टींमध्ये मला रस नव्हता. तसा मी काहीसा एकलकोंडा आणि मनात आले ते करून टाकले, अशा स्वभावाचा होते. तिथे मी 'क्लिफ्टन लाइफ सेव्हिंग क्लब'चा सदस्य झालो. क्लिफ्टन बीच कॅम्पस बेपासून जवळच होता. मला त्या क्लबमध्ये जायला आवडायचे. तिथे गेले, की समुद्रात पोहणे, स्किईंगची प्रॅक्टिस करणे, किनाऱ्यावर धावण्याचा व्यायाम करणे आणि जीवरक्षक म्हणून काम करणे इत्यादी गोष्टींमध्ये वेळ कसा जायचा, ते कळायचे नाही. थोड्याच दिवसांत मी 'जीवरक्षकाची' परीक्षा पास झालो आणि पाण्यावरच्या सर्फिंगमध्येपण प्रावीण्य मिळवले. थोडक्यात खोल समुद्रात पोहून जाऊन लोकांचे जीव वाचवण्याच्या कामासाठी लागणारी पात्रता मी सिद्ध केली.

केपटाऊनला खूप मोठा समुद्रकिनारा असल्यामुळे किनाऱ्यावर जीवरक्षक म्हणून काम करणाऱ्यांचे खूप वेगवेगळे क्लब होते. जीवरक्षकांचे काम समुद्रात थोड्याफार खोल अंतरावर बुडणाऱ्यांचे किंवा संकटात सापडलेल्यांचे प्राण वाचवण्यापुरते सीमित असते. पण खूप खोलवर आणि समुद्रात खूप आत जेव्हा अपघात होतात, तेव्हा हेलिकॉप्टरची मदत घ्यावी लागते. बोटींची टक्कर झाली किंवा बोट बुडण्यासारखी घटना घडली, तर त्यासाठी अशा प्रकारच्या संकटांशी सामना करण्यासाठी वेगळे प्रशिक्षण घ्यावे लागते व त्यात प्रावीण्य मिळवावे लागते. अशा प्रकारच्या प्रशिक्षित जीवरक्षकांचा एक वेगळ्याच प्रकारचा रुबाब असायचा. त्यांना एक वेगळाच भाव मिळायचा. अशा प्रकारच्या शिक्षणासाठी वेगवेगळ्या क्लब्जना त्यांना योग्य वाटणाऱ्या त्यांच्या सदस्याचे नाव सुचवावे लागे. परंतु या प्रशिक्षणाला पात्र ठरण्यासाठी २१ वर्षांची वयोमर्यादा होती आणि तेव्हा माझे वय फक्त १७ वर्षांचे होते. पण मी ते प्रशिक्षण घेण्यासाठी एवढा उतावीळ झालो होतो की, मी माझ्या वयाच्या संदर्भात खोटा दाखला दिला. कॅम्पस बेच्या माझ्या शेवटच्या वर्षातच हे प्रशिक्षण पार पडले. त्याच वेळेला शाळेचीपण तितकीच महत्त्वाची परीक्षा होती आणि मुख्य म्हणजे माझी गरीब बिचारी आई, माझ्या आफ्रिकान विषयाच्या असमाधानकारक प्रगतीमुळे फार चिंतेत पडली होती. खरे तर आईची परिस्थिती तेव्हा बिकटच होती, कारण तिचा नवरा अल्झायमरने हॉस्पिटलमध्ये होता, तिची मुलगी युनिव्हर्सिटीच्या पहिल्या वर्षाच्या परीक्षेच्या तयारीत दंग होती, आणि तिचा मुलगा परीक्षा तोंडावर आली असताना अभ्यास करायचे सोडून हेलिकॉप्टरमधून उड्या मारण्यात रस घेत होता आणि आईला या अशा महत्त्वाच्या प्रशिक्षणासाठी निवड कशी झालीच पाहिजे, हे पटवून देत होता.

शेवटी मी त्या टीममध्ये प्रवेश मिळवला. तो अपघाताचा प्रसंग आठवला, तरी अजून माझ्या अंगावर काटा येतो. त्या अपघातात स्प्रिंग बॉकचा खूप मोठा खेळाडू रॉब लोव सापडला होता. आम्हाला त्या अपघातग्रस्तांना वाचवण्यासाठी

तातडीने बोलावण्यात आले होते. स्पीड बोटींच्या शर्यतीत रॉब त्याच्या बोटीबाहेर फेकला गेला होता आणि मागून येणाऱ्या दुसऱ्या स्पीड बोटीने त्याला उडवले होते. त्या अपघातात रॉबचा हात तुटून जवळ-जवळ वेगळा झाला होता. आम्ही घटनास्थळी म्हणजे 'लॉगबान'ला हेलिकॉप्टरमधून पोचलो. तेव्हा त्याचा चेहरा पांढरा फटफटीत पडला होता, त्याचे खूप रक्त गेले होते. त्याच्या बाजूलाच त्याच्या काखेत हात घालून डॉक्टर बसले होते. काखेत हात घालून तुटलेल्या मोठ्या रक्तवाहिनीतून वाहाणारे रक्त थांबवण्याचा डॉक्टर प्रयत्न करत होते. रॉबसारख्या धिप्पाड शरीरयष्टीच्या माणसाला स्ट्रेचरवर ठेवून, बांधून, 'बेल जेट रेंजर'सारख्या छोट्या हेलिकॉप्टरमध्ये वर ओढून घेणे हे फारच अवघड काम होते. मुख्य काळजी होती की, केपटाऊनपर्यंतचा प्रवास त्याला झेपेल की नाही हा! हा केपटाऊनचा प्रवास डॉक्टरांच्या देखरेखीखाली होणे आवश्यक असल्यामुळे हेलिकॉप्टरमधली माझी जागा डॉक्टरांनी घेतली आणि मी रॉबची बायको ॲझेलहिच्या सोबत परतलो. नशिबाने सर्व व्यवस्थित पार पडले. रॉबच्या हातावर यशस्वी शस्त्रक्रिया करून तो परत जोडला गेला आणि नंतर त्याच्या प्रकृतीत सुधारणापण खूप लवकर झाली.

असाच अजून एक प्रसंग मला आठवतो, तेव्हा आम्हाला केपटाऊनच्या उत्तरेला असलेल्या 'मेल्कबॉझ' किनाऱ्यावर पाठवण्यात आले होते. एक पाणबुड्या अचानक बेपत्ता झाला होता व बहुतेक शार्क माशाने त्याला ओढून नेले असल्याची भीती व्यक्त केली जात होती. आम्ही जेव्हा त्या किनाऱ्यावर उतरलो, तेव्हा त्याची मैत्रीण तिथे भेटली. तिने आम्हाला तिच्या मित्राला शेवटचे कोठे पाहिले, ती जागा दाखवली. खूप अंतरापर्यंत आणि बराच वेळ हवाई निरीक्षण केल्यावर आम्हाला लाल रंगाचा स्थिती निर्देशक तरंगता एक गोळा दिसला. अशा प्रकारच्या खुणा बऱ्याच वेळेला निरनिराळ्या कारणांसाठी समुद्रात वापरल्या जातात. आम्ही अंदाज केला की, या खुणेचा काहीतरी उद्देश असावा. मी आपणहून समुद्रात उडी मारायची तयारी दर्शवली. खरे तर त्या दोरावरून श्वास रोखून समुद्रात उतरताना मी खूप घाबरलो होतो. जेव्हा तुमचा ठाम समज असतो, की या भागात शार्क असण्याची शक्यता अधिक आहे आणि आधी एका माणसावर याच भागात हल्ला झाला आहे तेव्हा तो शार्क अजूनसुद्धा त्या भागाच्या जवळपास असेल, ही भावना अधिकच बळावते व ही गोष्ट तुम्हाला सहज विसरता येत नाही. मी दोराचा आधार घेऊन पाण्यात जितक्या वेगात मारता येतील, तितक्या वेगात दोन-चार डुबक्या मारल्या आणि हेलिकॉप्टरला इशारा करून मला लवकरात लवकर वर ओढून घ्यायला सांगितले. दुर्दैवाने तो पाणबुड्या कधीच सापडला नाही!

मला वाटणारे समुद्राबद्दलचे प्रेम, पोहण्यातला वाटणारा आनंद हीच खरं तर जीवरक्षकाचा व्यवसाय स्वीकारण्यामागची माझी मुख्य कारणे होती. प्रत्येक दिवशी

समुद्र वेगळा भासतो, त्याचे रूप वेगळे असते. कधी तो अगदी शांत आणि धीरगंभीर असतो, तर कधी तो अत्यंत खवळलेला आणि रौद्ररूप धारण केलेला असतो. वाऱ्याच्या वाहण्याच्या वेगाने आणि वाहण्याच्या दिशेमुळेपण पाण्याच्या तापमानात फरक पडतो, जाणवतो. मी तेव्हा अगदी शास्त्रशुद्ध व पट्टीचा पोहणारा नसेन, पण सर्वसाधारण पोहणाऱ्यांपेक्षा मी पोहण्याच्या कलेत नक्कीच जास्त कौशल्य मिळवले होते. खालचा वाळूने भरलेला तळ, निरनिराळ्या प्रकारचे मासे किंवा निरनिराळ्या प्रकारच्या पाणवनस्पती बघत-बघत पाण्याच्या पृष्ठभागावर शांतपणे तरंगत राहणे यापेक्षा मोठा आनंद माझ्यासाठी दुसऱ्या कशातच नव्हता. कधीकधी पाण्याखालचे दृश्य इतके अद्‌भुत असायचे की, मी पोहणे थांबवून पाण्याच्या पृष्ठभागावर खाली तोंड करून ते बघत बसायचो, डोळ्यांत साठवून ठेवायचो. पोहण्याच्या शर्यतीमध्ये वगैरे मला कधीच रस वाटला नाही. कारण तिथे तुमची लढाई निसर्गाशी असते, तोंडावर येऊन जोरदार आदळणारे आग्नेय वारेच एखाद्या पट्टीच्या पोहणाऱ्याची पुरती दमछाक करायला समर्थ असतात. समुद्राने धारण केलेले रूप कोणतेही असो; पोहताना ते पाणी लयबद्ध पद्धतीने कापणे, कानावर येऊन आदळणाऱ्या लाटांचा तो आवाज, पाण्यात लयबद्ध हालचाल करणारे माझे हात, या सगळ्या-सगळ्यांवर मी अगदी मनापासून प्रेम केले आणि अजूनपण करतो.

वयाच्या १७ वर्षी मी माझ्या पोहण्याच्या छंदाला किंवा कारकिर्दीला सुरुवात केली, असे म्हणायला हरकत नाही. तेव्हा मी एक उंच, हडकुळा, प्रकृतीने किरकोळ असा तरुण होतो. पोहण्याच्या बाबतीत पहिलेच धाडस जे मी करायचे ठरवले होते, त्यावरून असे म्हणता येईल की, मी चालायला शिकायच्या आधीच धावायला शिकलो.

पहिल्या प्रयत्नातच मी 'रॉबीन आयलन्ड' ते 'केपटाऊन' अंतर पोहायचे ठरवले. रॉबीन आयलन्डवरच दक्षिण आफ्रिकेचे पूर्व राष्ट्राध्यक्ष नेल्सन मंडेला यांना तुरुंगात ठेवले होते. रॉबीन आयलन्ड ते केपटाऊन अंतर सात कि.मी. आहे आणि सर्वसाधारणपणे पाण्याचे तापमान खूप कमी असल्यामुळे एवढे अंतर पोहणे तसे सोपे नव्हते आणि त्यातून वाऱ्याची मदत नसेल, वाऱ्याची दिशा विरुद्ध असेल; तर अननुभवी, नवख्या पोहणाऱ्यासाठी तर ते केवळ अशक्य कोटीतील होते. माझ्यासारख्या नवख्या तरुणाने या साहसासाठी आपल्या नशिबाचा फासा टाकण्याआधी एकूण ५२ जणांनी रॉबीन आयलन्ड ते केपटाऊन अंतर पोहून जाण्यात यश मिळवले होते. बहुतेकांना माझा हा प्रयत्न म्हणजे लहान तोंडी मोठा घास वाटत होता आणि मलाही त्या साहसामधल्या सर्व गोष्टींची, संभाव्य धोक्यांची खरी

कल्पना सुरुवातीला आली असती, तर माझेही त्यांच्यासारखेच मत झाले असते.

या मोहिमेच्या पूर्वतयारीचा, प्रशिक्षणाचा भाग म्हणून माझे शिक्षक पॉल बॅरेट स्मिथ यांच्या देखरेखीखाली कॅम्पस बे हायस्कूलच्या स्विमिंग पूलमध्ये माझे प्रशिक्षण सुरू झाले. खरे तर शास्त्रशुद्ध धडे घेण्याची ती माझी पहिलीच वेळ होती.

स्विमिंग पूलमध्ये जलद पोहणारे उजवीकडे आणि हळू पोहणारे डावीकडे अशी पॉल सरांनी आमची विभागणी केली. त्यामुळे अतिजलद पोहणारा स्टिव्हन कुगमन सगळ्यात उजवीकडे, तर मी सगळ्यात डावीकडे असे चित्र होते. आमच्याबरोबर वॉटर पोलो खेळणाऱ्या बॅरी डायमंडने ही योजना ऐकली आणि म्हणाला, "लुईस, तुझे काही खरे नाही रे बाबा!" बॅरी स्वतःच्या मतांवर नेहमीच ठाम असे. मी त्याच्या बोलण्याकडे दुर्लक्ष केले, कारण मला माहीत होते की, जेव्हा गोष्टी खरोखरच अवघड होतील, तेव्हा त्याचा हा माझ्यावरचा अविश्वासच माझी ताकद ठरणार होता. पॉलच्या बाबतीतपण जरी त्याचा मला पूर्ण पाठिंबा होता तरीपण त्याच्या मनात कोठेतरी माझ्या क्षमतेविषयी किंवा यशाबद्दल साशंकता असावी, असे मला वाटले. अर्थात त्याच्या संशयालापण तसेच कारण होते आणि ते म्हणजे माझी किरकोळ शरीरयष्टी. कारण थंड पाण्यात आणि त्यातून लांब अंतर पोहण्याच्या प्रकारात अशी शरीरयष्टी उपयोगी नाही, हे काही काळानंतर मलापण उमगले होते, पटले होते. माझ्या या पहिल्या लांब अंतराच्या पोहण्याच्या मोहिमेसाठी १ मे १९८७ हा दिवस ठरला. त्या दिवशी मी माझ्या आईवडिलांच्या सोबत 'ओशियाना पॉवर बोट क्लब' येथे गेलो आणि 'केप लाँग डिस्टन्स स्विमिंग असोसिएशन'च्या पदाधिकाऱ्यांना प्रथम भेटलो. सागरी साहसी मोहिमांवर किंवा उपक्रमांवर शिक्कामोर्तब होण्यासाठी, मान्यता मिळवण्यासाठी ते सीएलडीएसएच्या देखरेखीखाली होणे आवश्यक असते.

बरोबरच्या मदत बोटीचे नेतृत्व टोनी स्कॅलब्रिनो करणार होते. त्यांची मुलगी, मॅकलीन, सीएलडीएसएचे संस्थापक अध्यक्ष, पीटर बेल्स इत्यादी बोटीत होते. तसेच माझ्या या उपक्रमाबाबत उत्सुकता असणारे आणि प्रोत्साहन देण्यासाठी इतरही बरेच लोक होते. माझ्या आईवडिलांना त्या बोटीत जागा मिळाली असती, तर मला अधिक आनंद झाला असता, पण बोट तशी लहान होती त्यामुळे त्यांना बोटीत जागा मिळू शकली नाही.

माझ्या सुदैवाने त्या दिवशी वारा पडला होता आणि समुद्र शांत होता. इतका शांत होता की, पाण्यात तुम्ही तुमचे प्रतिबिंब बघू शकत होता. एका नवख्या नवशिक्या, अननुभवी टीनएजरच्या रॉबीन आयलन्ड ते ब्लॉबर्ग बीचपर्यंत पोहण्याच्या प्रथम प्रयत्नासाठी तो एक अतियोग्य दिवस होता. त्या बोटीतल्या महाभागांच्या मनातही माझ्या एकूण तयारीच्या दृष्टीने आणि शरीरयष्टीवरून मला या उपक्रमात

यश मिळेल का, याबद्दल जरा साशंकताच होती. त्यांचे जवळ-जवळ एकमत होते की, माझ्या या अशा अवतारावरून माझ्यासाठी हे थंड पाण्यातले तीन तास पोहणे अवघडच नव्हे; तर जवळ-जवळ अशक्यच होते. माझ्या अशा सडपातळ शरीरयष्टीमुळे त्यांनी माझे नाव 'The Biafran' 'द बायफ्रॅन' असे ठेवले होते.

दक्षिण आफ्रिकेत १९८७ साली वर्णद्वेषी राजवट होती. तेव्हा रॉबीन आयलन्ड येथे दोन वेगवेगळे तुरुंग होते. एक होता राजकीय कैद्यांसाठी आणि दुसरा होता गुन्हेगारांसाठी. समुद्रात पोहायला उतरण्याआधी तुरुंगाचे अधिकारी आले. त्यांनी आमच्या कागदपत्रांची तपासणी केली आणि त्यांचे समाधान झाल्यावर मी जिथून पोहायला सुरुवात करणार होतो, त्या धक्क्यापर्यंत जाण्याची परवानगी दिली. तो धक्क्याकडे जाणारा मार्ग समुद्री पक्ष्यांच्या विष्ठांनी भरला होता. धक्क्याजवळ समुद्र किनाऱ्यावर सैनिकी पहाऱ्यात बरेच काळे कैदी काही काम करत होते. जसा मी पाण्यात शिरलो, तसे त्यांनी हसून आणि हात हलवून शुभेच्छा दिल्या. मीपण हात हालवून आणि हसून त्यांना प्रतिसाद दिला. कोणत्याही पोहण्याच्या साहसाला सुरुवात करण्याआधी केलेल्या तयारीच्या पूर्णतेविषयी संशयाची भुते नेहमी मनात उभी राहतात आणि अजून थोडी तयारी करायला हवी होती, असे सारखे वाटत राहाते. पण तेव्हा मी माझ्यासाठी परतीचा मार्ग बंद केला होता. पूर्ण ताकदीनिशी मला ते दिव्य पार पाडायचे होते. पहिला एक तास मला सोबत करण्यासाठी धीर देण्यासाठी पीटर बेल्स माझ्याबरोबर बाजू-बाजूने पोहत होता. पण निम्मे अंतर पार होता-होता मी ढेपाळायला लागलो होतो.

त्या ढेपाळण्याचे कारण सात कि.मी. अंतराचे ठेवलेले उद्दिष्ट किंवा झालेली दमछाक हे नव्हते, तर अतिथंड पाणी हे होते. तो अतिथंडपणा माझ्या रंध्रातून शरीराच्या अगदी आतपर्यंत पोचला होता. पोहता-पोहता जेव्हा उजव्या बाजूकडे लक्ष जायचे, तेव्हा दूरवर केपटाऊन शहराच्या मध्यभागी असलेला तो दिमाखदार 'टेबल माउन्टन' सारखा नजरेला पडायचा. समुद्रातून दिसणाऱ्या त्या भव्य आणि सुंदर दृश्यामुळे थोडा वेळ का होईना; पण पाण्याच्या थंडपणाचे, शारीरिक कष्टाचे, गोठलेल्या गात्रांचे इत्यादी विचार थोडे मागे पडत आणि नवा हुरूप येई. तसे पाहिले, तर नेहमीच्या केपच्या पाण्याच्या तापमानाचा विचार करता त्या दिवशीचे पाणी काही विशेष थंड नव्हते, पण मीच कोठेतरी तयारीत कमी पडलो होतो. तो शेवटचा तास तर अगदी शारीरिक, मानसिक क्षमतेचा अंत बघणारा होता. 'ब्लोबर्ग बीच'वरच्या सिमेंटच्या ठोकळ्यापर्यंत पोचणे हे माझे लक्ष्य होते. मी अगदी जिवाच्या कराराने हात मारत होतो, पण ते किनाऱ्यावरचे ठोकळे काही टप्प्यांत येत नव्हते. थंडीमुळे शरीरातील उष्णता आणि पर्यायाने ताकद कमी होते. शेवटी-शेवटी मी 'ब्रेस्ट स्ट्रोक' पद्धतीने हात मारत पोहत होतो, पण त्यामुळे माझा वेग

आणखीनच मंदावत होता. पण मी त्याचा फार विचार न करता शांतपणे पोहत होतो. शेवटी-शेवटी मदत बोट माझ्या मागच्या बाजूला आली आणि बोटीतल्यांनी मला प्रोत्साहित करायला सुरुवात केली. आता त्यांनापण माझ्या यशाबद्दल खातरी वाटायला लागली होती. अशा वेळी ठरलेल्या रीतीप्रमाणे 'एडी कसार'माझ्याबरोबर शेवटचे काही अंतर पोहला आणि माझ्याबरोबरच किनाऱ्याला लागला.

माझे पाय किनाऱ्याला लागल्या-लागल्या मी पाण्यात मूठ आपटून आणि जोरात ओरडून माझ्या आनंदाला वाट करून दिली. त्या वेळी मला झालेला तो आनंद मी विसरणे केवळ अशक्य आहे. जे माझ्या यशाबद्दल साशंक होते, त्यांना आता काय म्हणायचे होते? नंतर मी यापेक्षाही अवघड आणि धाडसी मोहीमा, उपक्रम यशस्वीपणे पार पाडले, पण या माझ्या पहिल्या मोहिमेच्या यशाची सर कशालाच आली नाही, त्या वेळी मला झालेला आनंद कशातच मला लाभला नाही.

दुसऱ्या दिवशी माझ्या या पोहण्याच्या उपक्रमाची शाळेत घोषणा झाली आणि त्या दिवशी मी शाळेत हिरो होतो. प्रत्येक जण जणू एकच प्रश्न विचारत होता. "लुईस, तू हे कसं काय केलंस बुवा?" नंतरच्या रविवारी सीएलडीएसएची वार्षिक डिनर पार्टी झाली व रॉबीन आयलन्ड ते ब्लोबर्ग बीच अंतर पोहणाऱ्यांना कांस्य पदक देण्याची प्रथा होती. त्या प्रथेप्रमाणे मला एक कांस्य पदक देण्यात आले. त्या पदकावर 'टेबल माउन्टन'च्या पार्श्वभूमीवर एका जलतरणपटूचे चित्र होते. त्या रात्री मी ते पदक माझ्या झोपण्याच्या पलंगाच्या उशाशी जे टेबल होते, त्यावर ठेवले. सकाळी उठल्या-उठल्या ते दृष्टीला पडणे इतके रोमांचकारी होते की, त्याचे वर्णन करणे केवळ अशक्य! माझ्या विक्रमाचा शेवटचा टप्पा बघायला आईवडील उपस्थित नव्हते, कारण नेमकी चुकामूक झाली होती. कारण ते थांबले होते ब्लोबर्ग बीचच्या वरच्या अंगाला, तर विक्रमाची सांगता होणार होती बीचच्या खालच्या अंगाला. अर्थात, थोड्याच वेळात आमची भेट झाली. वडिलांना अर्थातच खूप आनंद झाला होता, पण एकंदरीतच कोणत्याही भावनेचे फारसे प्रदर्शन करणे त्यांच्या स्वभावात बसत नव्हते. काही दिवसांनी मी वडिलांना माझ्या पोहण्याच्या विक्रमाबद्दल आणि त्याबद्दल त्यांना वाटत असलेल्या अभिमानाबद्दल त्यांच्या मित्रांशी बोलताना ऐकले. मी त्या दिवशी एकूण तीन तास पाण्यात होतो आणि ते तीन तास माझ्या आयुष्यातील सर्वांत महत्त्वाचे तीन तास होते. त्या तीन तासांनी माझ्या शारीरिक, मानसिक सहनशक्तीचा अंत पाहिला होता. शारीरिकदृष्ट्या तर पार उद्ध्वस्त केले होते, पण तो प्रत्येक क्षण मी जगलो होतो. त्या प्रत्येक क्षणामुळे मला यशाची धुंदी अनुभवायला मिळाली.

नंतर पाच वर्षांतच वर्णद्वेषी राजवट संपुष्टात आली आणि रॉबीन आयलन्डचे

रूपांतर एका मोठ्या तुरुंगातून लोकप्रिय पर्यटनस्थळात करण्यात आले. नेल्सन मंडेलांना ज्या तुरुंगात १८ वर्षे बंदिवासात ठेवले होते, ती जागा लोकांना बघायची होती. मी जेव्हा रॉबीन आयलन्डला नंतर भेट दिली, तेव्हा त्या वेळी गाइडचे काम करणाऱ्या पूर्वायुष्यातील कैद्याने आम्हाला सर्वत्र फिरून दाखवले. मी त्या गाइडला सहज विचारले की, तुरुंगवासात असताना त्यातला कोणता काळ तुम्हाला सर्वांत क्लेशदायक किंवा दुःखद वाटला? त्याने सांगितले की, जेव्हा इथल्या सुरक्षा रक्षकांची बायका-मुले येथे यायची आणि त्यांची छोटी-छोटी मुले येथे बागेत हसायची, खेळायची, बागडायची; तेव्हा माझ्या लहान मुलांच्या आठवणीने मी खूप बेचैन व्हायचो. त्यांची खूप आठवण यायची. तो पुढे म्हणाला, "त्यांच्या मुला-बाळांना वर्षातून एकदाच येथे यायची परवानगी होती." मला ते उत्तर ऐकून एकदम चपापल्यासारखे झाले, मला तो १ मे १९८७चा दिवस आठवला, मी पाण्यात पोहायला उतरत असताना त्यांच्याकडे बघून आनंदाने हालवलेले हात आठवले. मला खरोखरच त्या कैद्यांच्या मानसिक घालमेलीची कल्पनाच नव्हती. त्यांना तेव्हा एक गोरा मुलगा केपटाऊनकडे– म्हणजे पर्यायाने स्वातंत्र्याकडे पोहत जाणार होता, हे बघून काय वाटले असेल? आता मला माझ्या त्या रॉबीन आयलन्ड ते ब्लोबर्ग बीच पोहण्याच्या विक्रमाला, यशाला गालबोट लागल्यासारखे वाटते. माझ्या तारुण्यात अजाणतेपणी पोहण्याच्या कारकिर्दीला अशा ठिकाणापासून मी सुरुवात केली होती, ज्याचे नाव वर्णद्वेषी व्यवस्थेशी कायमचे जोडले गेले आहे. पण हेही तितकेच खरे आहे की, २० वर्षांपूर्वी दक्षिण आफ्रिका हा एक वेगळाच देश होता.

आफ्रिकेचा ऋणानुबंध

केपटाऊनच्या रॉयल नेव्ही तळाच्या जवळच असलेल्या 'सिमॉन्सटाऊन'च्या 'कॉमनवेल्थ वॉर ग्रेव्हस' दफनभूमीत आम्ही वडिलांचे दफन केले. ती दफनभूमी समुद्राजवळच होती. त्या जागेचा रॉयल नेव्हीच्या सैनिकांसाठी दफनभूमी म्हणून जवळ-जवळ १८०० सालापासून वापर केला जात होता. वडिलांच्या दफनासाठी दोन नॉन कमिशन्ड ऑफिसर्सच्या थडग्यामधली जागा निवडण्यात आली होती. मला ते जास्त सयुक्तिक वाटले. मृत्यूनंतर ॲडमिरल आणि दोन कनिष्ठ दर्जाचे अधिकारी यांच्यात तसा काय फरक उरतो? या जगात येताना आपण काही घेऊन येत नाही, मग जाताना या नावामागच्या पदव्या आणि बिरुदे यांनी तरी का फार फरक पडावा? माझ्या दृष्टीने वडिलांचे दक्षिण आफ्रिकेमध्ये दफन होणे ती एक महत्त्वाची घटना होती, कारण त्यामुळे ज्या देशाला मी माझे दुसरे घर मानले, त्या दक्षिण आफ्रिकेशी माझे ऋणानुबंध अधिकच दृढ झाले. ज्या जागेवर तुमच्या प्रिय व्यक्तीचे दफन झाले असेल; त्या जागेशी, देशाशी तुमचे संबंध तुम्हाला इतक्या सहजपणे तोडता येत नाहीत.

केपटाऊन बंदरात १९८० साली जेव्हा मी उतरलो, तेव्हा औत्सुक्याने, कुतूहलाने भारलेला असा फक्त १० वर्षांचा मुलगा होतो. मला दक्षिण आफ्रिकेबद्दल फारच कमी माहिती होती आणि तिथल्या वर्णद्वेषी राजवटीची आणि कायद्यांची तर अजिबातच कल्पना नव्हती. वर्णद्वेषी राजवटीच्या विरोधात केलेल्या निदर्शनांची दृश्ये लंडनला टी.व्ही.वर थोडीफार पाहण्यात आली होती, नाही असे नाही. त्यामुळे 'दक्षिण आफ्रिकेत काळे आणि गोरे लोक आहेत,' यापेक्षा थोडी जास्त माहिती मी केपटाऊन बंदरात उतरलो, तेव्हा मला जरूर होती. आमच्या घरात राजकारण हा विषय चर्चिला जायचा नाही. एक तर वडिलांना राजकारणाचीच नावड होती आणि दुसरे म्हणजे रॉयल नेव्हीतल्या शिक्षणामुळे आणि नोकरीमुळे

ते राजकारणावर कधीही बोलायचे नाहीत. वडील १९७० साली दक्षिण आफ्रिकेला जेव्हा आधी एकदा आले होते, तेव्हा त्यांना आलेल्या क्लेशदायक अनुभवाबद्दल ते नेहमी बोलायचे. ते ज्या हॉटेलमध्ये उतरले होते, त्याच हॉटेलमध्ये त्यांच्या ड्रायव्हरला तो 'काळा' असल्यामुळे खोली द्यायला हॉटेलने नकार दिला होता. त्या अनुभवातून अन्यायी व्यवस्था प्रतिबिंबित होण्यापेक्षा त्यांना आलेल्या वैयक्तिक वाईट अनुभवाचा मोठा भाग होता. 'रॉयल मेल सर्व्हिस'च्या सेंट हेलेना बोटीतून केपटाऊन बंदरात उतरण्याच्या आदल्या रात्री आमच्या बोटीने रॉबीन आयलन्डपासून काही मैलावर नांगर टाकला. त्या वेळी रॉबीन आयलन्डवरील तुरुंगात नेल्सन मंडेला यांना ठेवण्यात आले होते. त्या वेळी त्या वयात मला या सगळ्याची काहीच कल्पना नव्हती. 'ग्रॅहम्सटाऊन'मध्ये सेंट अॅन्ड्र्यू कॉलेजमध्ये असताना 'कॅमेरून होवे आणि आन्द्रे स्मॉल बर्गर नावाचे माझे दोन मित्र होते. दोघांचे वडील न्यायाधीश होते. जेव्हा केव्हा राजकीय खटले चालायचे, तेव्हा त्या दोघांच्यामागे अगदी उघडपणे जाणवणार नाही, अशा रीतीने त्यांच्या संरक्षणासाठी पोलीस कार्स असायच्या. तसे पाहिले, तर इंग्लंडच्या पश्चिम भागात पण थोडी राजकीय अशांतता होती. पण तिथल्या राजकारणाचा किंवा व्यवस्थेचा आमच्या छोट्या जीवनांवर काही परिणाम जाणवत नसे. कॅमेरून आणि आन्द्रे दोघेही कारने शाळेत येत असत. मी साधारणत: चालत किंवा सायकलने शाळेत जात असे. आमच्या घरापासून शाळा चालत एक तासाच्या अंतरावर होती. ''चालण्यासारखा उत्तम व्यायाम नाही'', असे माझे वडील नेहमी म्हणायचे आणि ते खरेही आहे.

सेंट अॅन्ड्र्यू ही शाळा विनाअनुदानित आणि फी घेऊन सर्ववर्णियांना शिक्षण देणारी संस्था होती. त्यामुळे शाळेत काळे विद्यार्थीपण काही प्रमाणात होते. ती बहुतेक राजकीय पुढाऱ्यांची मुले होती. त्या उलट कॅम्पस बे हायस्कूल ही अनुदानित सरकारी शाळा असल्यामुळे तिथे वर्णद्वेष जोपासला जात होता आणि ती फक्त गोऱ्यांसाठीचीच शाळा होती.

माझे वय आणि विचारांची प्रगल्भता जसजशी वाढत गेली, तसे मला व्यवस्थेमधले वर्णद्वेषाचे निरनिराळे कंगोरे लक्षात येऊ लागले. कॅम्प्स बे बीचवर जिथे मी दररोज पोहायला जात होतो, तिथेपण लॉनवर 'फक्त गोऱ्यांसाठी' असा फलक होता. किनाऱ्याचा तो भाग आणि तिथल्या सोयी-सुविधा फक्त गोऱ्यांसाठी राखीव होत्या. अशाच प्रकारचे फलक सार्वजनिक स्वच्छतागृहे, बागांमधले बाक, स्विमिंगपूल इत्यादी प्रकारच्या अनेक सार्वजनिक सुविधांच्या जागी बघायला मिळायचे. आणखी एका प्रकारचे फलक बघायला मिळायचे, त्यावर लिहिलेले असायचे 'फक्त युरोपियनांसाठी.' त्याचे मला जास्त आश्चर्य वाटायचे, कारण आम्ही आफ्रिकेत होतो ना? कॅम्पस बे बीचच्या वरच्या अंगाला ज्या टेकाडांवर आमची शाळा होती,

त्यांच्या पायथ्याशी 'मेडन्स कोव्ह' नावाची खडकाळ, दुर्लक्षित आणि निर्मनुष्य अशी जागा होती. ती जागा काळ्या लोकांसाठी होती. बऱ्याच वेळेला त्या जागेचा उपयोग बेकायदेशीर कामांसाठी वगैरे केला जायचा थोडक्यात ती जागा पोहायला जायला सुरक्षित नव्हती.

अशा या विचित्र वर्ग आणि वर्णव्यवस्था असलेल्या समाजात सर्वसामान्य जीवन जगता येणे कसे शक्य होते? पण काहीही असो, आम्ही जगलो खरे! या गोष्टी सर्वांना समजत-उमजत होत्या, पण या व्यवस्थेत कधी काळी काही बदल होईल, असेही कोणाला वाटत नव्हते. केपटाऊनमधल्या कॅम्पस बे बीचच्या पांढऱ्या शुभ्र वाळूत बसून काळ्यांवर होणारे अत्याचार, त्यांना मिळणारी वागणूक, एकंदरीतच वर्णव्यवस्था, मेडन्स कोव्हापर्यंतच त्यांना दिलेला प्रवेश इत्यादींवर आम्ही चर्चा करायचो. तेव्हा दुसरेही असे मत मांडायचो की, आता 'त्यांना' (काळ्यांना) याची सवय झाली आहे. 'त्यांना' आता त्या व्यवस्थेचे काही विशेष वाटत नाही आणि मुळातच ते पोहण्याच्या वगैरेच्या बाबतीत फारसे उत्सुक नसतातच. सत्याचा विपर्यास करण्याचे मार्ग शोधले जायचे. काहीबाही कारणे दिली जायची. माझ्या कारकिर्दीत खूप ठिकाणी मी मुलांना पोहायला शिकवले आहे आणि सोवेटोमध्ये काळ्या मुलांनी पोहण्यात जी तडफ, जो उत्साह दाखवला; तसा इतर कोठेही मला अनुभवायला मिळाला नाही.

कॅम्पस बेच्या माझ्या शेवटच्या वर्षानंतर माझ्यापुढे दोन पर्याय होते. एक म्हणजे पुढील शिक्षणासाठी युनिव्हर्सिटीत प्रवेश घेणे, नाही तर दुसरे म्हणजे अनिवार्य अशा 'राष्ट्रीय सुरक्षा सेवेत' भरती होणे. शैक्षणिक कारकिर्दीमध्ये जर एक-दोन वर्षांची गॅप घ्यायची असेल किंवा खंड पाडायचा असेल, तर युनिव्हर्सिटीच्या नियमांमध्ये तशीपण सोय होती. माझ्या वडिलांचे नेहमी एक सांगणे असायचे की, 'जर एखादी अप्रिय अवघड गोष्ट करणे भाग असेल, तर ती प्रथम उरकून टाका.' मी त्यांच्या सांगण्याप्रमाणे करायचे ठरवले. म्हणून मी अनिवार्य अशी 'राष्ट्रीय सुरक्षा सेवेची' टर्म प्रथम उरकून टाकण्याचे ठरवले. ते १९८८ साल होते. पुढच्या दोन वर्षांतच दक्षिण आफ्रिकेतील वर्णविद्वेषी राजवट नाट्यमयरितीने मोडीत निघणार होती आणि गोऱ्यांसाठी अनिवार्यपणे व्यतीत करावा लागणारा दोन वर्षांचा राष्ट्रीय सुरक्षा सेवेतला काळपण संपुष्टात येणार होता. माझ्या समुद्रप्रेमाचीच पुढची पायरी म्हणजे मला दक्षिण आफ्रिकन नेव्हीमध्ये भरती व्हायचे होते आणि मी तेच केले.

माझ्या नेव्हीमधल्या पहिल्या वर्षात मी दक्षिण आफ्रिकन जहाज 'प्रोटीआ' या 'हायड्रोग्राफिक' बोटीवर काम केले. आमचे काम समुद्रतळाचा वेध घेणे, तपासणी करणे, समुद्रतळाचे फोटो काढणे, नकाशे तयार करणे अशा प्रकारचे होते.

आमच्या बोटीचे कार्यक्षेत्र दक्षिण आफ्रिकेची नैर्ऋत्य किनारपट्टी हे होते. तो भाग लवकरच 'नामिबिया' या नावाने उदयाला येणार होता. आमचे दुसरे कार्यक्षेत्र होते, ते सुंदर अशा स्केलटन किनाऱ्यापासून काही किलोमीटर आत समुद्रात. त्या ठिकाणी आम्हाला रशियन टेहळणी विमानांवर लक्ष ठेवायचे काम होते. त्या वेळी आफ्रिकेतील मुक्तिलढ्याला रशियाचा पाठिंबा होता. रशिया त्यासाठी मदतपण करत होता. रशिया अंगोलन सैन्यालापण दक्षिण आफ्रिकेविरुद्धच्या लढ्यात मदत करत होता. या रशियन टेहळणी विमानांवर लक्ष ठेवण्याचे काम फार जिकिरीचे होते. बोटीच्या टेहळणी पुलावरून आकाशाकडे तासन्‌तास नजर लावून बसावे लागे. जो कोणी रशियन विमान आधी बघेल आणि कळवेल, त्याला एक आठवडा भरपगारी सुट्टीचे आमिषपण सरकारतर्फे दाखवण्यात आले होते. मी त्यासाठी आकाशाकडे बघण्यात तासन्‌तास घालवले. त्यापेक्षा किनाऱ्यावरच्या प्रमाणबद्ध आणि रेखीव आकार धारण केलेल्या छोट्या-छोट्या वाळूच्या टेकड्या बघणे मला अधिक आवडले असते.

दक्षिण आफ्रिकन जहाज 'प्रोटीआ'वर काम करत असताना तिथल्या जीवनात वर्णद्वेषावर आधारित व्यवस्थेची आणखी काही वास्तविकता माझ्या अनुभवास आली. बोटीवरचा अधिकारी वर्ग सर्व गोऱ्यांचा होता व अधिक तर काम करणारे खलाशी काळे होते. मी खरे तर ठरावीक मुदतीसाठी लष्करी सेवेत, आलेल्या नेव्हीतील जीवनाचा प्रथमच अनुभव घेणारा आणि कोणत्याच श्रेणीत नसणाऱ्या अशा अगदी कनिष्ठ पदावर होतो. त्यामुळे मला बोटीच्या अंतर्भागात म्हणजे इंजिन रूम, बॉयलर रूम इत्यादी ठिकाणी काम करावे लागे आणि त्या ठिकाणी मी एकटाच गोरा व बाकी सर्व काळे अशी परिस्थिती होती. माझा एक वरिष्ठ काळा होता आणि तो 'सीमॅन आफ्रिका' या युनियनचा पुढारीपण होता. तो त्या राजकारणाची सर्व खुन्नस माझ्यावर काढायचा, घाणेरड्यातले घाणेरडे काम तो मला द्यायचा. बोटीवरील स्वच्छतागृहे साफ करणे हे माझे काम होते. तसेच समुद्र सिकनेसमुळे झालेल्या ओकाऱ्या वगैरेंची घाण साफ करणेपण माझे काम होते. सीमॅन आफ्रिका युनियन जणू मला खिजवत होती, जणू मला प्रतिक्रियेला प्रवृत्त करत होती, असे मला वाटायचे. परिस्थितीने काळ्या-गोऱ्याची जागा बदलली होती आणि त्याचा पुरेपूर फायदा माझा वरिष्ठ घेत होता. काम खूपच कष्टाचे होते, पण मी त्याचा फार विचार केला नाही. मला ज्या प्रकारची वागणूक एसएएस 'प्रोटीआ' बोटीवर मिळत होती, तेवढी किंवा त्याहीपेक्षा वाईट वागणूक आज कित्येक वर्षे काळ्या लोकांना दक्षिण आफ्रिकेत मिळत नव्हती का? म्हणूनच परत मला जेव्हा स्वच्छतागृह साफ करण्याचे काम देण्यात आले तेव्हा मी फारसा विचार न करता ते स्वीकारले. आयुष्यभर दुय्यम दर्जाचे नागरिक म्हणून राहण्यापेक्षा एक आठवडा, एक महिना

अगदी दोन महिनेपण दुय्यम दर्जाच्या नागरिकत्वाचा अनुभव घ्यायला काय हरकत होती? जे वाट्याला येईल, ते मुकाट्याने स्वीकारले. तक्रार केली नाही. मुख्य म्हणजे राग आल्याचे, चीड आल्याचे दर्शवलेपण नाही. क्वचित कधीतरी एखाद्या गोऱ्या अधिकाऱ्याच्या लक्षात हा प्रकार यायचा आणि तेवढ्यापुरता माझा छळ थांबायचा, पण ते तेवढ्यापुरतेच व्हायचे, आणि परत येरे माझ्या मागल्या. सर्वसाधारण असे म्हटले जाते की, कठीण काळात माणूस अंतर्मुख बनतो, त्याला स्वत्वाची जाणीव होते. पण मला जी वागणूक मिळत होती, त्यामुळे मला काळ्या लोकांना दक्षिण आफ्रिकेत वर्षानुवर्षे भोगाव्या लागणाऱ्या हालअपेष्टांमुळे काय सहन करायला लागले असेल, याची तीव्रतेने जाणीव झाली. म्हणून या थोड्या हालअपेष्टा सहन न करू शकण्याइतका असंवेदनशील मी कधीच नव्हतो.

'प्रोटीआ'वर जवळ-जवळ सहा महिने काम केल्यावर माझे ग्रह बदलले आणि दक्षिण आफ्रिकेच्या आरमारी संग्रहालयात टुरिस्ट गाइड म्हणून माझी बदली झाली. ही नवीन नेमणूक फार कसोटी बघणारी किंवा कठीण वगैरे नव्हती, तर अगदी सोपी सरळ होती. त्यामुळे बराच मोकळा वेळ मिळणार होता आणि मुख्य म्हणजे केपटाऊनमधील आमच्या घरापासून संग्रहालय केवळ २० मिनिटांच्या अंतरावर होते. कमांडर विल्यम बिसेट हे संग्रहालयाचे प्रमुख होते. माणूस मोठा उमदा व दिलदार होता. ते मला नेहमी सांगायचे, "लुईस, तुझी ही राष्ट्रीय सेवा पूर्ण झाल्यावर युनिव्हर्सिटीत नक्की प्रवेश घे."

माझ्या पोहण्याच्या वेडाची, त्यातून लांब अंतरे पोहून जाण्यात वेगवेगळे विक्रम करण्याच्या माझ्या ध्येयांची नेव्हीतील माझ्या वरिष्ठांना कल्पना होती. म्हणून त्यांनी मला प्रशिक्षणासाठी, सरावासाठी मोकळा वेळ उपलब्ध करून दिला, आवश्यक त्या सुविधा दिल्या व त्या बदल्यात माझ्यावर सर्व्हिसमनना जीवसंरक्षकाचे शिक्षण देण्याची जबाबदारी टाकली. त्या हेलिकॉप्टर सुरक्षा पथकात काम करताना थोडेतरी प्रथमोपचाराचे, तसेच प्राथमिक औषधांचे ज्ञान हवे, याची मला तीव्रतेने जाणीव झाली होती. त्यासाठी मी केपटाऊनच्या उत्तरेकडील उपनगरात असलेल्या 'टायगरबर्ग हॉस्पिटल'च्या ॲक्सिडेंट ॲड इमर्जन्सी डिपार्टमेंटमध्ये दर शुक्रवार-शनिवार शिकायला जाऊ लागलो. तिथले वातावरण हे नेहमी गोंधळाचे, बेशिस्तीचे असायचे. शेकडो माणसे तिथे उपचारासाठी आणलेली असायची. साधारणपणे मोटार अपघातात, चाकू किंवा बंदुक यांच्या हल्ल्यात किंवा रस्त्यावरच्या मारामारीत जखमी झालेले लोक तिथे उपचारासाठी यायचे. अर्थातच पुरवठ्यापेक्षा मागणी नेहमी जास्तच असायची. तिथे मिळालेला अनुभव हा फारच भयानक आणि डोळे उघडणारा होता. पहिल्याच दिवशी एक प्रयोग म्हणून डॉक्टरांनी एक स्पंजचा तुकडा घेतला, कातरीने मधोमध कापला आणि सुई-दोऱ्याने परत ते दोन तुकडे

एकत्र शिवून टाकले. ते मला म्हणाले, "रुग्णाच्या जखमा या अशा शिवून टाकायच्या कळले?" पहिल्याच दिवशी उपचारासाठी आलेल्या रुग्णांची भलीमोठी रांग होती. काचा, चाकू इत्यादींमुळे झालेल्या खोल जखमा स्वच्छ करून टाके घालण्याची गरज असणारे असे बरेच रुग्ण होते. डॉक्टरांनी स्पंजवर करून दाखवलेल्या प्रयोगानंतर प्रेरणा घेऊन मागेपुढे न बघता मी सरळ कामालाच लागलो. कधीकधी मला सलाइन लावण्याचे कामपण देण्यात आले. पण माझा बहुतेक वेळ जखमा धुण्यात आणि त्यांना टाके घालण्यातच जात असे. तिथे येणारे बहुतेक रुग्ण हे शहराच्या गरीब वस्त्यांमधून आलेले असत. तेव्हा माझे वय जवळ-जवळ २० वर्षांचे होते आणि दक्षिण आफ्रिकेला येऊन मला १० वर्षे झाली होती. पण मला त्या वस्त्यांमध्ये जाण्याचा कधी प्रसंग आला नव्हता. 'टायगरबर्ग हॉस्पिटल'मधला माझा अनुभव हा माझ्या शिक्षणातला एक फार महत्त्वाचा टप्पा होता.

ज्या वेगाने घटना घडल्या आणि परिवर्तन घडून आले, त्यामुळे सगळेच चक्रावून गेले. कित्येक वर्षे दक्षिण आफ्रिका हा देश जगाच्या दृष्टीने त्यामधील वर्णद्वेषी व्यवस्थेमुळे वाळीत टाकला गेलेला होता. देशाबाहेरील सर्वांना आणि देशातल्याही बऱ्याच जणांना देशातील ही वर्णद्वेषी राजवट संपावी, असेच वाटत होते. परंतु शेवटी जेव्हा ही व्यवस्था संपुष्टात आली, तेव्हा बहुतेकांच्या प्रतिक्रिया मात्र 'बापरे, अजून विश्वास बसत नाही असं काही घडलं यावर!' अशीच होती. या बदलाच्या मुहूर्ताचा दिवस होता २ फेब्रुवारी १९९०. त्या दिवशी दक्षिण आफ्रिकन संसदेचा पहिला दिवस होता आणि राष्ट्राध्यक्ष एफ डब्ल्यू डी क्लर्क यांनी घोषणा केली, "आम्ही आफ्रिकन नॅशनल काँग्रेसवरची बंदी उठवत आहोत. आम्ही पॅन आफ्रिकन काँग्रेसवरची बंदी उठवत आहोत. आम्ही दक्षिण आफ्रिकेच्या कम्युनिस्ट पार्टीवरची बंदी उठवत आहोत." डी क्लर्क यांनी पुढे अशीही घोषणा केली की, आफ्रिकन नॅशनल काँग्रेसचे पुढारी नेल्सन मंडेला यांचीपण ते तुरुंगातून मुक्तता करत होते. आर्चबिशप डिसमंड टूटू, ज्यांनी या वर्णद्वेषी व्यवस्थेविरुद्ध काही दशके संघर्ष केला होता, लढा दिला होता, ते म्हणाले, "राष्ट्राध्यक्षांच्या या घोषणेमुळे माझा श्वासोच्छ्वास बंद पडायची वेळ आली आहे."

बरोबर नऊ दिवसांनंतर एका छानशा दिवशी नेल्सन मंडेला यांची व्हिक्टर व्हर्स्टर तुरुंगातून मुक्तता झाली आणि ते पश्चिम केपमधल्या 'पार्ल' या वाइन उद्योग असलेल्या छोट्या गावी आले. तब्बल २७ वर्षांचा तुरुंगवास संपला होता. या घटनेमुळे लोकांच्या भावनांचा बांध फुटला होता. लोकांच्या भावनांवरूनच कल्पना येत होती की, दक्षिण आफ्रिकेतील बहुसंख्य लोकांच्यासाठी या बदलाचा काय अर्थ

होता, काय किंमत होती! त्या दिवशी 'पार्ल' ते 'केपटाऊन' या जवळ-जवळ १०० कि.मी.च्या प्रवासात लाखो लोकांनी रस्त्याच्या दुतर्फा उभे राहून नेल्सन मंडेला यांना मानवंदना दिली. नव्या दक्षिण आफ्रिकेच्या नेतृत्वाची धुरा त्यांच्याकडे जाणे क्रमप्राप्त होते. या सगळ्या अचानक घडलेल्या घटनांचा मला खरे तर अर्थच लागत नव्हता. राजकारण– प्रामुख्याने दक्षिण आफ्रिकेचे राजकारण या विषयात मी कधी लक्षच घातले नव्हते. खरे तर इतिहास हा माझा आवडता विषय. पण आमच्या अभ्यासक्रमात नेल्सन मंडेला यांचा लढा, आफ्रिकन नॅशनल काँग्रेस किंवा काळ्या लोकांना दिल्या गेलेल्या दुय्यम नागरिकत्वाची कारणे वगैरेंबद्दल काहीच नव्हते. नेल्सन मंडेला यांनी मुक्तता झाल्यावर दुसऱ्याच दिवशी केपटाऊनच्या सीटी हॉलच्या बाल्कनीमधून जनतेला उद्देशून भाषण केले. नेल्सन मंडेला यांच्या वक्तत्वाला मार्टिन ल्युथर किंग (ज्यु) किंवा जॉन एफ् केनेडी यांच्या भाषणाची सर नव्हती; पण त्यांच्या भाषणातून त्यांच्या व्यक्तिमत्त्वातला साधेपणा, प्रामाणिकपणा निश्चितच प्रतीत होत होता. तसेच सगळ्यात मनाला भिडणारी गोष्ट म्हणजे त्यांच्या भाषणात कोठेही कडवटपणा किंवा बदल्याची भावना नव्हती. लोकांनी नेल्सन मंडेला यांचे भाषण ऐकले आणि त्यांना विश्वास वाटू लागला की, आता दक्षिण आफ्रिकेत नक्की लोकशाही प्रस्थापित होणार होती. काही गोऱ्यांना मात्र हिंसक प्रतिक्रियेची भीती वाटत होती आणि त्यांनी दक्षिण आफ्रिकेतून कायमचे स्थलांतर करण्याचा मार्ग स्वीकारला. बहुतेक जण इंग्लंड, ऑस्ट्रेलिया, अमेरिका, कॅनडा या देशांत स्थलांतरित झाले.

'डॉ. झिवागो' या चित्रपटात असे दृश्य आहे की, त्यात कम्युनिस्ट पार्टीचा अधिकारी अचानक येतो आणि घरातल्या लोकांना बाहेर काढून घोषणा करतो "आजपासून हे घर सरकारच्या मालकीचे झाले आहे." ज्यांना नेल्सन मंडेलांविषयी अधिक माहिती नव्हती, त्या गोऱ्यांसमोर सिनेमातील दृश्ये तरळायला लागली. त्यांना वाटणाऱ्या परिस्थितीच्या असुरक्षितेत अधिकच भर पडली.

ज्या वेळी डी क्लर्क यांनी पार्लमेंटमध्ये भाषण केले आणि नंतर नेल्सन मंडेला यांची सुटका झाली, त्या दरम्यान मी केपटाऊन युनिव्हर्सिटीत पाच वर्षांच्या कायद्याच्या पदवी अभ्यासक्रमाला सुरुवात केली होती. कित्येक वर्षे केपटाऊन युनिव्हर्सिटीतले वातावरण मोकळे आणि उदारमतवादी होते. माझ्या दोन वर्षांच्या नॅशनल सर्व्हिसच्या काळात कित्येक वेळा युनिव्हर्सिटीच्या आवारात सरकारविरोधी झालेली तीव्र निदर्शने आणि नंतर पोलिसांनी केलेला अश्रूधूर आणि गेंड्याच्या कातडीच्या हंटरचा वापर हे नेहमीचे झाले होते. परंतु त्यांचे गेंड्याच्या कातडीचे हंटर आता बाजूला पडले होते. सगळीकडे दक्षिण आफ्रिकेच्या भविष्याची चर्चा सुरू झाली होती. दक्षिण आफ्रिकेच्या या राजकीय परिवर्तनाच्या काळासंबंधी दोन

मतप्रवाह होते. काहींना असे वाटत होते की, हा बदल शांततापूर्ण पद्धतीने होईल आणि दक्षिण आफ्रिका आपल्या स्वप्नातला एक बहुढंगी असा देश असेल. पण दुसरा मतप्रवाह असाही होता की, या बदलाच्या दरम्यान गोऱ्यांना लक्ष्य केले जाईल आणि हिंसा होणे हे केवळ अनिवार्य आहे. त्यामुळे तिथली मालमत्ता विकून स्थलांतरित होणेच शहाणपणाचे ठरेल. पण तो मार्ग तितकासा सोपा नव्हता, कारण नवीन सरकारने देशातील संपत्ती सहजा-सहजी देशाच्या बाहेर जाऊ दिली नसती आणि अशा प्रकारच्या व्यवहारांवर बंदी घालणारे कायदे आधीच अस्तित्वातपण आले होते.

*

युनिव्हर्सिटीत पदवीसाठी विषय ठरवताना माझ्यापुढे इतिहास घ्यावा का, कायदा घ्यावा, हा प्रश्न होता. पण विचारान्ती मी 'कायदा' विषय घ्यायचे ठरवले आणि दूरगामी विचार करता माझा निर्णय बरोबर होता. त्या वेळच्या दक्षिण आफ्रिकेतील शैक्षणिक पद्धतीनुसार पदवी पूर्ण करण्यासाठी तीन वर्षांचा अभ्यासक्रम पूर्ण करावा लागे आणि नंतर दोन वर्षांचा कायद्याचा पदवी अभ्यासक्रम असे. पदवीपूर्व अभ्यासक्रमासाठी मी 'कायदा' आणि 'राजकारण' असे दोन विषय घेतले होते. पण त्याचबरोबर इंग्रजी, आफ्रिकन आणि लॅटिन भाषांचापण अभ्यास करावा लागे. आमचा आठवडा सोमवारी सकाळी आठ वाजता सुरू होत असे, तो 'आफ्रिकान साहित्याचा इतिहास' या विषयाच्या तासाने. जसजशी त्या विषयावर माझी पकड बसत गेली, तसतशी मला त्या विषयाची गोडी लागली आणि आफ्रिकान भाषा चांगल्या प्रकारे यायला लागली, तसतसे अभ्यासातले माझे स्वारस्य वाढायला लागले. अगदी सुरुवातीला युनिव्हर्सिटीतले शिकणे एवढे आनंददायी असेल, असे वाटले नव्हते.

पहिल्याच सोमवारी आफ्रिकान विषयाच्या तासाला मला डेव्हिड बेकर भेटला, तो नंतर माझा जिवश्चकंठश्च मित्र झाला. तो तसा मध्यम चणीचा; पण शरीराने सुदृढ, खूप उत्साही आणि चळवळ्या होता. स्क्वॅश हा त्याचा आवडता खेळ होता. तो उत्तम धावपटू होता व मॅरेथॉन जिंकणे हे त्याचे ध्येय होते. त्यातसुद्धा ९० कि.मी.ची कॉम्रेड्स मॅरेथॉन जिंकणे हे त्याचे ध्येय होते. स्नेहभाव जपणारा, उत्साहाने सळसळणारा, सगळ्यांत नेहमी पुढे असणारा असा हा डेव्हिडही आमच्या कॉलेजच्या पहिल्या वर्षातील सर्वांत लोकप्रिय अशी असामी होती. रग्बी, क्रिकेट, फुटबॉल, अमेरिकन फुटबॉल, गोल्फ या खेळांमध्ये त्याला विशेष रस होता. पण त्याला खरे खुललेले बघावे, ते वैयक्तिक स्पर्धांमध्ये. त्याचा दिवस खरोखरच अत्यंत व्यग्र असायचा. तो अनेक उद्योगांमध्ये मग्न असला, तरी जेव्हा आम्ही गरजू

विद्यार्थ्यांसाठी निधी उभा करणे वगैरेंसारखे कार्यक्रम ठरवायचो, तेव्हा त्यातपण त्याचा पुढाकार असे. आंतरविद्यापीठांच्या देवाणघेवाण योजनेअंतर्गत डेव्हिडला एक वर्ष अमेरिकन विद्यापीठांत घालवायला मिळाले होते. प्रवासामुळे, अनेक अनुभव घेतल्यामुळे जशी एक वैचारिक प्रगल्भता येते; तशी त्याच्या विचारांत, वागणुकीत आली होती. अशा या भारलेल्या वर्षात दक्षिण आफ्रिकेत कायद्याचे पदवीशिक्षण घेणेच योग्य होते, यावर आमचे एकमत होते.

दक्षिण आफ्रिकेतील वर्णद्वेषी राजवट संपुष्टात आल्यावर २७ एप्रिल १९९४ रोजी प्रथमच मुक्त वातावरणात लोकशाही पद्धतीने निवडणुका झाल्या. तो एक अविस्मरणीय दिवस होता. माझ्या युनिव्हर्सिटीतील वर्गातल्या काही मित्रांनी त्या दिवशी मतदान केंद्रावर काम केले. सर्वांना मतदान करता यावे, म्हणून त्या दिवशी युनिव्हर्सिटीने सुट्टी जाहीर केली होती. केपटाऊनच्या मध्यवर्ती ठिकाणापासून फार लांब नसलेल्या गार्डन्स उपनगरात जॅन वॅन रिबिक हायस्कूलच्या मतदान केंद्रात माझे नाव होते. मी तिथे पोचलो तेव्हा एक लांबच लांब रांग शाळेपासून सुरू होऊन शाळेच्या मैदानापर्यंत पोचली होती. सगळीकडे आनंदाचे, उत्साहाचे वातावरण होते. लांबच लांब रांगेत उभे राहिल्यावर सर्वसाधारण जी चिडचिड, वादावादी, धक्काबुक्की होते; त्याचा कोठेही मागमूस नव्हता. समाजाच्या वेगवेगळ्या स्तरांतून आलेले लोक शांतपणे रांगा लावून उभे होते. प्रत्येकाच्या दृष्टीने तो एक अविस्मरणीय दिवस होता. दक्षिण आफ्रिकेच्या इतिहासात काळे आणि गोरे प्रथमच बरोबरीच्या, समानतेच्या भावनेने एकत्र आले होते. त्या सगळ्या वातावरणातच एक प्रकारचा मोकळेपणा होता. स्वतंत्र झाल्याची भावना होती आणि या सगळ्यात नाट्यमय विरोधाभास म्हणजे जॅन वॅन रिबिक Jan Van Riebeeck ही व्यक्ती जिचे नाव या शाळेला दिले गेले होते. ती दक्षिण आफ्रिकेतील पहिली गोरी वसाहत करणारी व्यक्ती होती.

इतक्या आनंदी आणि आशादायी वातावरणात मला वाटले होते की, रांग अगदी आरामात पुढे सरकेल; पण व्यवस्था इतकी चोख ठेवली गेली होती की रांग पटापट पुढे सरकली. जेव्हाकेव्हा मी दक्षिण आफ्रिकेच्या भविष्याचा विचार करतो, तेव्हा मनाने मी परत १९९४च्या एप्रिलच्या त्या दिवसांत जातो आणि आठवतात त्या लोकांच्या उचंबळून आलेल्या भावना, व्यक्त केलेला तो आशावाद आणि विश्वास! त्या दिवशी (२७ एप्रिल १९९४) अजिबात हिंसाचार झाला नव्हता. डेस्मंड टूटूनी त्या दिवसाचे वर्णन 'एक अद्‌भुत घटनेचा दिवस' असे केले होते. विविध धर्मांच्या, पंथाच्या, वंशाच्या एकत्र आलेल्या लोकांच्या नव्या दक्षिण आफ्रिकेचे वर्णन त्यांनी 'एक इंद्रधनुषी देश' असे केले होते. तरीपण सर्वांना मनोमन जाणीव होती की, या शांततामय बदलाचे एकमेव कारण म्हणजे नेल्सन

मंडेला यांनी झाल्या-गेल्या गोष्टी विसरून जाण्यात दाखवलेला मनाचा मोठेपणा आणि त्यांचे प्रेरणादायी व्यक्तिमत्त्व हेच होते.

निवडणुकीनंतर काम सुरू झाले, ते देशाची नवीन घटना बनवण्याचे. त्या वेळी मी चौथ्या वर्षातला कायद्याचा विद्यार्थी होतो आणि घटनात्मक कायद्याचा अभ्यासपण करत होतो. या नवीन घटनेत सर्वसाधारण नागरिकांना कोणकोणते हक्क मिळावेत, कोणकोणत्या हक्कांचा अंतर्भाव व्हावा, यावर आम्हा मित्रांमध्ये चर्चा होत असे. सुरक्षितपणे जगण्याचा हक्क, भाषणस्वातंत्र्य, देशांतर्गत कोणत्याही परवानगीशिवाय फिरण्याचा हक्क, धार्मिक स्वातंत्र्य वगैरे वगैरे. आम्हा मित्रांमध्ये मृत्युदंडाच्या शिक्षेबाबत चर्चा व्हायची. शिक्षण, निवारा, आरोग्य या संबंधीच्या हक्कांवर कितपत बंधने असावीत? नवीन राजकीय पुढाऱ्यांची व घटनातज्ज्ञांचीपण यावर चर्चा होत होती. आमच्या कॉलेजच्या काही प्रोफेसरांचापण नवीन घटना लिहिण्यात सहभाग होता. त्यामुळे दक्षिण आफ्रिकेतील या ऐतिहासिक कालखंडाचे आपणपण एक साक्षीदार आहोत, असे वाटे.

जरी हे परिवर्तन खूपसे शांततामय पद्धतीने झाले; तरी हिंसाचाराच्या, खुनांच्या तुरळक घटना घडल्याच. माझा 'इस्ट केप' मधला जुना मित्र ॲड्रियन फोर्ड याला हिंसाचाराची झळ लागली होती. एक दिवस तो घरी परतला तर त्याला त्याच्या वडिलांचा खून झाल्याचे आढळून आले. सर्वसाधारण वस्तीपासून दूर राहणारे, शेतांवर राहणारे, शेतकरी इत्यादी लोकांना अशा प्रकारच्या घटनांना जास्त करून सामोरे जावे लागले. ॲड्रियनच्या वडिलांचा अशा प्रकारे झालेला मृत्यू मला फार व्यथित करून गेला. कारण लहानपणी मी जेव्हा त्यांच्या फार्महाउसवर राहायला जायचो, तेव्हा ते मला व ॲड्रियनला कारमधून फिरायला घेऊन जायचे. त्या घटनेनंतर सांत्वन करण्यासाठी मी ॲड्रियनला भेटलो, तर त्याच्या कमरेला त्याने रिव्हॉल्वर लटकवलेले पाहिले. ॲड्रियनला आता रिव्हॉल्वरची गरज भासायला लागली होती. तेव्हा मला जाणवले की, दक्षिण आफ्रिकेतले सगळेच बदल काही चांगल्यासाठी झालेले नव्हते. आम्ही कॅम्पस बेला जिथे राहत होतो, तिथे आमच्या घराजवळच एका बाईला ठार मारण्यात आले होते. दुसऱ्या एका बाईवर पाच जणांनी बलात्कार करून नंतर तिची हत्या केली होती. अशा घटनांमुळे दहशत निर्माण झाली. भीतीचे वातावरण निर्माण झाले आणि बरेचसे गोरे लोक देश सोडून गेले.

राजकीय परिवर्तनाच्या त्या काळात जरी बरेच गोरे तरुण देश सोडून गेले, तरी माझ्या इंग्लंडला परतण्याच्या निर्णयाला कारणीभूत ठरणाऱ्या अनेक गोष्टींमध्ये, दक्षिण आफ्रिकेतली अस्थिरता किंवा मनात भविष्याची चिंता ही तशी अगदी लहान आणि अगदी मामुली कारणे होती. माझा दक्षिण आफ्रिकेवर पूर्ण विश्वास होता. जो

मनात थोडाफार संशय, संभ्रम निर्माण झाला होता; त्याला कारण होते १९९६ साली झिंबाब्वेमध्ये घालवलेले काही दिवस आणि आलेले काही अनुभव! इंग्लंडला स्थलांतरित होण्याच्या काही दिवसच आधी मी झिंबाब्वेला गेलो होतो. झिंबाब्वेच्या खेड्यापाड्यातून तिथल्या जीवनाचा, निसर्गसौंदर्याचा आनंद लुटत ड्रायव्हिंग करत जात असताना मला एकदम सायरनचे आवाज ऐकू आले. रस्त्याच्या दुसऱ्या बाजूने राष्ट्राध्यक्षांच्या मोटारींचा ताफा येत होता. त्यांच्या ताफ्यात शंभरावर पोलीस आणि लष्कराचे लोक होते. सगळ्यांच्या हातात रोखलेल्या बंदुका होत्या. त्या ताफ्यात पुढे असलेल्या मोटारींमधले पोलीस समोरून येणाऱ्या वाहनांना बेदरकारपणे रस्त्याच्या कडेला उतरायला भाग पाडत होते. मला सगळ्यात जाणवलेली गोष्ट म्हणजे, राष्ट्राध्यक्ष रॉबर्ट मुगाबे जेव्हा त्यांच्या शाही कारमधून गेले तेव्हा दुतर्फा उभ्या असलेल्या लोकांनी त्यांची अजिबात दखल घेतली नाही. ना कोणी घोषणा दिल्या ना कोणी त्यांचे स्वागत केले! खेडोपाडी दारिद्र्याच्या आणि उपासमारीच्या खुणा जागोजागी दिसत होत्या. एकेकाळी कार्यक्षम अशी कृषिप्रधान अर्थव्यवस्था असलेल्या देशाची अशी अवस्था का व्हावी? दक्षिण आफ्रिकेच्या भविष्यातपण हेच वाढून ठेवले होते का? पण दुसरे मन सांगत होते, दक्षिण आफ्रिकेतील परिस्थिती वेगळी आहे. तिथे देशाला एकसंध राखणारी नेल्सन मंडेलांसारखी चारित्र्यसंपन्न, लोकप्रियतेचं वलय असणारी व्यक्ती आहे. पण ते जेव्हा नसतील, तेव्हा काय होईल?

विस्तारलेले क्षितिज

युनिव्हर्सिटीत शिक्षण घेत असताना हॉस्टेलवर राहणे अगदी अनिवार्य नव्हते; तर घरी राहूनपण शिक्षण घेण्याची सोय होती, परवानगी होती. शहरात राहाणारे बहुतेक जण तो मार्ग स्वीकारत असत. त्यामुळे मीपण घरूनच येऊनजाऊन लेक्चर्सना उपस्थित राहत असे. त्यात माझा एक फायदा असाही होता की, मी किनाऱ्यावर जीवरक्षकांचे कामपण करू शकत होतो व पोहण्याची तयारीपण करत होतो. मी युनिव्हर्सिटीत माझ्या कारनेच येतजात असे. त्यामुळे सर्वसाधारणपणे दुपारी चार वाजता मी घरी परतत होतो. शारीरिक क्षमता वाढवण्यासाठी, दम वाढवण्यासाठी पोहण्याचा सराव मी रोजच करत होतो. त्याचप्रमाणे केपटाऊनमधल्या टेबलमाउन्टनवर अगदी टोकापर्यंत, आठवड्यातून एकदा पळत चढण्याचा सरावपण करत होतो. माझे हे सगळे प्रयत्न शारीरिक क्षमता, जोम, स्टॅमिना वाढवण्यासाठी चालले होते. माझ्या प्रशिक्षणात, प्रयत्नांत नेमकेपणा आणण्यासाठी साहसी मोहिमेची छोटीमोठी ध्येये मी डोळ्यांसमोर ठेवत होतो. त्या रॉबीन बेटांपासून केपटाऊनपर्यंत पोहण्याच्या मोहिमेनंतर आता मी दुसरी साहसी मोहीम ठरवली. आता मी रॉबिन बेटांपासून केपटाऊनपर्यंत पोहायचे आणि नंतर लगेचच धावत टेबलमाउन्टन चढून जायचे ठरवले. त्या दृष्टीने मी तयारीला लागलो.

एकंदरीत ती मोहीम पार पडली. अगदी मनासारखी नाही; पण पार पडली, म्हणायला हरकत नाही. त्याचे असे झाले की खरे तर मी रॉबीन बेटांपासून थ्री अँकर बेपर्यंत पोहायचे, नंतर पाण्यातून बाहेर येऊन लगेचच टेबलमाउन्टनवर धावत चढायचे, असे ठरवले होते. सीएलडीएसएच्या पदाधिकाऱ्यांच्या उपस्थितीत माझा रॉबीन बेट ते थ्री अँकर बेटापर्यंतच्या पोहण्याचा उपक्रम पार पडला. समुद्रात लांब अंतरे पोहून जाण्याचा आणि केवळ छंद म्हणून जोपासल्या गेलेल्या खेळाला प्रोत्साहन देण्याचा केपमधल्या सीएलडीएसएच्या प्रतिनिधीचा प्रयत्न हा खरोखरच

कौतुकास्पद असा होता. माझ्याबरोबर असलेल्या मदत बोटीचा कॅप्टन टोनी स्कॅलब्रिनो होता. त्याने बोटीच्या इंधनाच्या खर्चाव्यतिरिक्त माझ्याकडून काहीही घेण्यास स्पष्ट नकार दिला. मी खरोखरच त्याचा आणि सीएलडीएसएचा अत्यंत ऋणी आहे. अर्धे अंतर पोहून झाल्यावर माझ्या लक्षात आले की, बोटीमधील निरीक्षकात श्री अँकर बेकडे जाण्याच्या सर्वांत चांगल्या मार्गाबद्दल काही मतभेद होते आणि त्याबाबत त्यांच्यात काही वादावादी होत होती. कल्पना करा, तुम्ही पाण्यात आहात आणि बोटीतल्या तुम्हाला मार्गदर्शन करणाऱ्यांमध्येच मतभेद आहेत तर तुमच्या मनाची काय अवस्था होईल? प्रथमत: धीर धरणे आणि नंतर आत्यंतिक नैराश्य येणे अगदी स्वाभाविक नाही का? बोटीतील निरीक्षक खरोखरच गोंधळलेले होते, कारण मी पोहत श्री अँकर बेऐवजी आणखी पुढे असलेल्या रॉकलॅन्डच्या किनाऱ्याला पोचलो. तो किनारा एवढा खडकाळ आहे की, टोनी त्याची बोट किनाऱ्यावर घेऊ शकत नव्हता. माझ्या अंदाजाप्रमाणे या चुकीमुळे मी ठरवल्यापेक्षा एक तास जास्त पोहत होतो. बरे, बोट किनाऱ्यापर्यंत येऊ शकत नसल्यामुळे, टोनी बोट घेऊन जवळच्या खोल पाणी असलेल्या बंदराकडे निघून गेला आणि जाताना बोटीत असलेले माझे पळण्याचे बूटपण घेऊन गेला. मी अगदी इरेलाच पेटलो असल्यामुळे टेबल माउन्टनच्या दिशेने धावायला सुरुवात केली. नंतर माझी आई कारमधून माझे बूट घेऊन आली, पण तोपर्यंत मी जवळ-जवळ १० कि.मी.चे अंतर धावून पार केले होते. अनवाणी धावल्यामुळे पायाच्या टाचांची, तळव्यांची पूर्ण वाट लागली होती. प्रचंड दमायला झाले होते. थकवा आला होता आणि होणाऱ्या वेदनांपैकी कोणती वेदना जास्त त्रासदायक होती याचा निर्णय करणे अवघडच होते.

झालेल्या गफलतींमुळे मला जाणीव झाली की, या सगळ्यापासून काही धडे घेणे आवश्यक होते. रॉबीन आयलन्डपासून पोहण्याच्या मार्गाबद्दल एकंदरीतच झालेल्या घोळामुळे जरी माझ्या या मोहिमेच्या यशावर कोणताही परिणाम झाला नव्हता, तरी शारीरिकदृष्ट्या ही मोहीम मला जास्त त्रासदायक आणि कष्टाची झाली होती. अपयश पदरी पडण्याचीपण शक्यता निर्माण झाली होती. या सर्वांमधून घेण्याचा धडा अगदी साधा आणि सरळ होता. बोटीमधल्या लोकांना दोष देण्यात अर्थ नव्हता, दोष सर्वस्वी माझा होता. कारण माझ्या मार्गदर्शकांची निवड मीच केली होती. माझी ही पोहण्या-पळण्याची मोहीम आखताना मला खातरी वाटत होती, की हा चमू मला श्री अँकर बेचा मार्ग बरोबर दाखवेल, पण माझाच अंदाच चुकला होता. मी मनाशी एक खूणगाठ बांधली की, यापुढे मोहीम हाती घेताना, संघ निवडताना जास्त काळजी घ्यायची, त्यांनाही तयारी करण्यासाठी थोडा अवधी द्यायचा.

प्रत्येक आव्हानात पुढचे आव्हान दडलेले असते. या पोहण्या-पळण्याच्या मोहिमेनंतर माझ्या डोक्यात थ्री-इन-वन मोहिमेचे म्हणजे, पोहणे-पळणे आणि सायकलिंग या मोहिमेचे विचार घोळायला लागले. रॉबीन आयलन्ड येथूनच परत मोहिमेची सुरुवात होणार होती. रॉबीन आयलन्ड ते ब्लोबर्ग बीच हा सात कि.मी. पोहण्याचा पहिला टप्पा होता. बरोबर तीन वर्षांपूर्वी एका १७ वर्षांच्या किरकोळ शरीरयष्टीच्या मुलाची हा टप्पा पार करताना पुरती दमछाक झाली होती, पण या वेळी तेवढी झाली नाही. केव्हीन फियालकोव्ह हे माझे पोहण्यातले प्रशिक्षक, त्यांनी मला त्या दिवशी साथ दिली. आम्ही दोघांनी ते अंतर अडीच तासांत पार केले. ब्लोबर्ग बीच ते टेबल माउन्टनचा माथा हे ३० कि.मी.अंतर हा दुसरा टप्पा होता. त्यातले शेवटचे १,००० मीटर तर खूपच उभी चढण आहे. हा टप्पा खूपच अवघड गेला. हे ३० कि.मी.चे पळणे आणि नंतरचे सायकलिंग दमछाक करणारे तर होतेच, पण त्रासात आणखी भर घालत होते, ते त्या दिवशीचे कडक ऊन. त्या दिवशीचे तापमान ४०°से. आणि मनात सारखा विचार येत होता की, या अशा कडक उन्हात पळणे आणि सायकलिंग करणे कितपत योग्य आहे? पण अशा निराशाजनक विचारांना मी मनात अजिबात थारा देत नव्हतो. कारण असे विचार मनाला कमकुवत करतात आणि आपण आपल्या ध्येयापासून विचलित व्हायला लागतो. टेबलमाउन्टनच्या माचीपर्यंत चढल्यावर मी तिथून ५०० मीटर खाली असलेल्या टेबलमाउन्टन रोडपर्यंत पळत आलो आणि तिथून ७० कि.मी. केपटाऊनपर्यंतच्या सायकलिंगच्या टप्प्याला सुरुवात झाली. टेबलमाउन्टनच्या माचीवरून खाली पळत येताना माझा पाय घसरला आणि मी पडलो. माझ्या डाव्या हाताच्या मधल्या बोटाचे हाड सरकले. जेव्हा तुमच्या शरीराचे तापमान शारीरिक हालचाली, व्यायाम इत्यादी कारणांनी जास्त असते आणि तुम्ही एखाद्या ईर्ष्येने पेटलेले असता; तेव्हा अशा छोट्या-छोट्या अपघातांकडे तुम्हाला लक्ष द्यायलाही वेळ नसतो आणि तुम्ही त्यावर त्या वेळी फारसा विचारपण करत बसत नाही. मी अंदाजानेच माझ्या मधल्या बोटाचे हाड परत बसवले आणि तसाच पळत राहिलो. आज दोन तपांनंतर मला तो अपघात चांगलाच लक्षात आहे. कारण माझे मधले बोट कायमचे वाकडे होऊन बसले आहे आणि थंडीच्या दिवसांत बोटात जीवघेण्या वेदना होतात.

या माझ्या पोहणे, पळणे आणि सायकलिंग अशा तीन टप्प्यांच्या मोहिमेला एकंदर १२ तास लागले व शेवटच्या केप पॉइन्टपर्यंत पोचेपर्यंत मी शारीरिकदृष्ट्या व मानसिकदृष्ट्या पूर्ण थकून गेलो होतो. शेवटच्या टप्प्यात मी सायकल चालवत असताना माझ्यामागे केव्हीन फियालकोव्हचा मुलगा कार घेऊन बरोबर होता. अतीश्रमाने, अति दमल्याने मी मध्येच कोसळलो असतो, तर घरी किंवा उपचारासाठी

हॉस्पिटलमध्ये त्वरित नेण्याच्या सोयीसाठी अशी काळजी घेतली होती. एरवीपण खेळाडूंचा शारीरिक कस बघणाऱ्या मोहिमांमध्ये किंवा स्पर्धांच्या वेळी सुरक्षिततेच्या दृष्टीने अशी काळजी घेणे आवश्यकच असते. त्या रात्री अति दमल्यामुळे मला नीट झोप लागली नाही आणि जेव्हा-केव्हा लागली तेव्हा स्वप्नामध्येपण मी केपपॉइन्टला पोचण्याचा आटापिटा करत सायकलच चालवत होतो. जेव्हा सकाळी मी उठलो, तेव्हा कालचा कठीण दिवस संपल्याबद्दल आनंद मानावा, की नीट झोप न आल्याचे दु:ख करावे, हेच कळत नव्हते.

दक्षिण आफ्रिकेतील केप द्वीपकल्पात साहसाला उद्युक्त करणाऱ्या भव्य, उदात्त नैसर्गिक स्थळांप्रमाणेच दक्षिण आफ्रिकेच्या बाहेर असलेली भव्य-दिव्य नैसर्गिक स्थळे आता मला विक्रम करण्यासाठी खुणावू लागली होती. मी 'द टाइम्स ॲटलास ऑफ द वर्ल्ड' काढून कोणत्या मोहिमेसाठी आता सीमोल्लंघन करावे, याचा विचार करू लागलो. मला मध्य आफ्रिकेत असलेली विस्तीर्ण सरोवरे भुरळ पाडत होती. विशेषकरून 'लेक टांगानिका', 'लेक व्हिक्टोरिया', 'लेक मालावी' इत्यादींवर माझे लक्ष होते. त्याच्या लंबवर्तूळाकारामुळे लेक मालावी एका टोकापासून दुसऱ्या टोकापर्यंत पोहून जाण्याच्या शक्यतेवर मी विचार करायला लागलो. आत्तापर्यंत असे कोणी पोहून गेले नव्हते. त्याला मुख्य कारण असे होते की, लेक मालावीमध्ये पाणघोडे आणि मगरी प्रचंड प्रमाणात होत्या. लेक मालावी हे पूर्व आफ्रिकेतील तिसऱ्या क्रमांकाचे सर्वांत मोठे तळे आहे. (लेक व्हिक्टोरिया व लेक टांगानिका यांच्या खालोखाल) या तळ्याने २३,३००चौ. कि.मी.चा भूभाग व्यापला आहे. यालाच पूर्वी लेक न्यासा असेही नाव होते.

हे विचार मनात घोळत होते आणि त्याच सुमाराला 'सी पॉईन्ट' येथील खाऱ्या पाण्याच्या तरणतलावात पोहत असताना एके दिवशी केपटाऊनमधील हृदयशल्य चिकित्सक ऑट्टो थॅनिंग यांची माझ्याशी ओळख झाली. ऑट्टो हा अत्यंत शास्त्रशुद्ध पोहण्याची कला आत्मसात केलेला जलतरणपटू होता. त्यांच्यासारखा पोहणारा माझ्यातरी पाहण्यात दुसरा कोणी नव्हता. ऑट्टो आणि माझ्यात जवळ-जवळ ३० वर्षांचे अंतर होते. त्यांचे ते पाण्यात जास्त खळबळ न माजवता तरंगल्यासारखे पोहणे, त्यांनी पाण्यात मारलेले ते जोरकस हात इत्यादी बघताना तुम्हाला त्यांच्या वयाची जाणीवच होत नसे. ते एक अत्यंत शास्त्रशुद्ध जलतरणपटू होते, असे तुमचेही मत झाले असते.

ऑट्टोचे शिक्षण दक्षिण आफ्रिकेतील प्रसिद्ध हृदयसर्जन डॉ. ख्रिश्चन बर्नाड यांच्या हाताखाली झाले होते. १९६७ साली डॉ. बर्नाड यांनी जगातील पहिली हृदयप्रत्यारोपणाची यशस्वी शस्त्रक्रिया केली होती. त्या यशस्वी शस्त्रक्रियेनंतर डॉ. ख्रिश्चन बर्नाड यांना जगात खूपच प्रसिद्धी मिळाली. डॉ. ख्रिश्चन बर्नाड यांना त्यांच्या

सुंदर, तरुण व्यक्तिमत्त्वामुळे 'फिल्म स्टार सर्जन' म्हटले जायचे. जेव्हा ऑट्टो डॉ. ख्रिसबरोबरचे त्यांचे दिवस आठवायचे तेव्हा त्यांच्यातल्या मैत्रीबद्दल, डॉ. ख्रिसच्या हुशारीबद्दल बोलायचे ते ऐकताना देहभान विसरायला व्हायचे. डॉ. ख्रिश्चन बर्नाड यांचे सप्टेंबर २००१मध्ये निधन झाले.

ऑट्टो सांगायचे की, डॉ. ख्रिस यांची बुद्धिमत्ता असाधारण दर्जाची होती. त्यांच्या व्यक्तिमत्त्वात काही वेगळेच आकर्षण होते. त्यांच्याकडे इतरांपेक्षा वेगळे काय असेल, तर त्यांच्या स्वभावात एक प्रकारचे झपाटलेपण होते. डॉ. ख्रिसनी त्यांच्या वाहून घेतलेल्या कामात स्वत:कडून आणि त्यांच्याबरोबर काम करणाऱ्या त्यांच्या सहकाऱ्यांकडून नेहमी फक्त १०० टक्क्यांचीच अपेक्षा ठेवली. शंभर टक्क्यांपेक्षा काही कमी त्यांना मानवणारे नव्हते. आणि तसे काही झालेच, तर त्यांच्या तीव्र प्रतिक्रियेतून तुम्हाला त्याची जाणीव लगेचच होत असे. ऑट्टो सांगायचे की, कधीकधी डॉ. ख्रिसबरोबर काम करणे अशक्य होऊन बसे. ज्यांना त्यांच्या शिक्षणाच्या पूर्ण काळात डॉ. ख्रिसच्या हाताखाली काम करायला मिळाले, अशा फार कमी डॉक्टरांपैकी ते एक होते. ते सांगत की, डॉ. ख्रिस यांची शिस्त, कामाचा झपाटा न झेपल्यामुळे बरेच जण मध्येच सोडून गेले. काही काळानंतर ते परत आले, काहीतर परत आलेच नाहीत. मी मात्र शेवटपर्यंत डॉ. ख्रिसबरोबर काम करण्यात आणि चांगले संबंध ठेवण्यात यशस्वी ठरलो. जेव्हा डॉ. ख्रिस सार्वजनिक आरोग्यसेवेतून निवृत्त झाले तेव्हा त्यांच्याबरोबर काम करणाऱ्या आम्ही काही डॉक्टरांनी एकत्र येऊन खासगी प्रॅक्टिस सुरू केली. जेव्हा डॉ. ख्रिसचे निधन झाले, तेव्हा केपटाऊनमधल्या ज्या हॉस्पिटलमध्ये त्यांनी इतकी वर्षे काम केले होते, त्याचे नाव बदलून डॉक्टरांच्या स्मरणार्थ 'डॉ. ख्रिश्चन बर्नाड मेमोरियल हॉस्पिटल' असे त्याचे नामकरण करण्यात आले.

ऑट्टो यांना डॉ. ख्रिसबद्दल बोलताना किती बोलू आणि किती नाही, असे व्हायचे. ते सांगायचे, ''डॉ. ख्रिस अत्यंत कुशाग्र बुद्धिमत्तेचे होते. त्यांच्याइतकी तिक्ष्ण बुद्धिमत्ता माझ्यातरी पाहण्यात दुसऱ्या कोणाकडे नाही. ते एक निष्णात शल्यविशारद तर होतेच, पण त्यांचे वेगळेपण जर कशात असेल, तर ते शस्त्रक्रिया करता-करता विचारही करू शकत होते. हृदयांच्या शस्त्रक्रिया तशा गुंतागुंतीच्याच असतात. बरेच वेळा काही अचानक पेचप्रसंग पण उद्‌भवू शकतात, म्हणून बहुतेक शल्यविशारद शस्त्रक्रियेच्या आधी युद्ध-पातळीवरील योजना तयार करतात. शस्त्रक्रियेच्या दरम्यान विचार करण्यासाठी मध्येच थांबतात, पण डॉ. ख्रिसना असले काही करण्याची कधी गरजच भासली नाही. जणूकाही सर्व संभाव्य पेचप्रसंगांवर त्यांच्या योजना नेहमी तयारच असायच्या. डॉ. ख्रिस जगातली पहिली हृदयप्रत्यारोपणाची यशस्वी शस्त्रक्रिया करू शकले; कारण त्यांच्याकडे धैर्य होते,

आत्मविश्वास होता. माझ्या माहितीप्रमाणे अमेरिकेत दोन मोठे शल्यविशारद हृदयप्रत्यारोपणाच्या शस्त्रकिया करण्याच्या अगदी तयारीत होते, पण त्यांच्यात ती जोखीम उचलण्याचे धैर्य नव्हते. जर अशा शस्त्रक्रियेत अपयश आले असते, तर त्यांना त्यांच्या बौद्धिक नावलौकिकाला व व्यवसायिक कारकिर्दीला धक्का बसण्याची भीती वाटत होती. डॉ. ख्रिस अशा प्रकारच्या भीतींमुळे मागे राहणाऱ्यांतले नव्हते, कारण त्यांच्याकडे प्रचंड आत्मविश्वास होता. ते जेव्हा एखाद्या पार्टीत किंवा खोलीत यायचे, तेव्हा लोकांच्या नजरा आपोआपच त्यांच्याकडे वळत आणि ही कोण आसामी आहे, असा भाव जमलेल्यांच्या चेहऱ्यांवर स्पष्ट दिसे. त्यांना फारच आकर्षक व्यक्तिमत्त्व लाभले होते. त्यांच्याभोवती विद्वत्तेचे, प्रसिद्धीचे असे एक वलय होते, ते तुमच्या लक्षात आल्यावाचून राहत नसे. अशा व्यक्तीबरोबर मला काम करायला मिळाले त्यांच्या मैत्रीचा लाभ झाला, त्यांच्याकडून खूप शिकायला मिळाले, याबद्दल मी स्वत:ला फार नशिबवान समजतो, आणि सर्वांत महत्त्वाचे म्हणजे दर वेळी मी त्यांच्या अपेक्षांवर खरा उतरलो.'' ऑट्टो अगदी भारावून सांगत असत.

डॉ. ख्रिसचा जन्म एका मध्यमवर्गीय कुटुंबात झाला होता. त्यांचे वडील डच सुधारणावादी चर्चचे वेस्टकेपमधील ब्यू फोर्ट वेस्ट या छोट्या गावातील चर्चचे प्रमुख होते. हृदयप्रत्यारोपणाच्या यशस्वी शस्त्रक्रियेनंतर आणि खूप प्रसिद्धी मिळाल्यानंतर डॉ. ख्रिस यांच्या सर्वच गोष्टींना अचानक महत्त्व प्राप्त झाले. लोकांना पुनर्जन्म, मृत्यू नंतरचे जग, आत्मा, परमात्मा, मानसशास्त्र, खगोलशास्त्र इत्यादी विविध विषयांवर डॉ. ख्रिसची मते घ्यावी; असे वाटू लागले. त्यांच्या बोलण्याला एकंदरीतच महत्त्व प्राप्त झाले.

डॉ. ख्रिस नेहमी म्हणायचे, ''लोक ज्या प्रश्नांच्या उत्तरांची माझ्याकडून अपेक्षा करतात, त्याबद्दल खरं तर मला काहीच माहीत नाही.'' त्यांनी कितीही वेळा जरी हे सांगितले, की हे विषय माझ्या अभ्यासाचे नाहीत, तरीपण लोक परत-परत त्यांच्याकडे अशा प्रश्नांची विचारणा करायचेच. शेवटी याचा परिणाम असा झाला की, डॉ. ख्रिसना आपण खरोखरच कोणी फार विशेष आहोत, असे वाटायला लागले. जर जगातील सुंदर तरुणींना तुम्ही हवेसे वाटायला लागलात आणि समाजातील इतर प्रतिष्ठितांनाही तुमच्याशी जवळीक साधावीशी वाटायला लागली, तर तुमच्या डोक्यात हवा जाण्यात आणि आपण कोणी विशेष आहोत असे वाटायला लागण्यात तुमची काहीच चूक नाही. शेवटी डॉ. ख्रिस अतिप्रसिद्धीच्या आहारी गेले व प्रसिद्धीचाच बळी ठरले. हे त्यांनी स्वत: माझ्याकडे एकदा खासगीत मान्य केले. डॉ. ख्रिस म्हणाले होते,''नंतर-नंतर मला माझ्या रुग्णांसाठी जास्त वेळ देता आला नाही, त्याबद्दल खरोखरच फार वाईट वाटते.''

त्यात परत डॉ. ख्रिसच्या वैयक्तिक आयुष्यातले चढउतार ही एक वेगळीच कहाणी होती. ती अनेक लग्ने, ते अनेक विवाहबाह्य संबंध, झालेले भ्रमनिरास इत्यादी. आपण सामान्य माणसे आधी एकाला देवत्व बहाल करतो, त्याला खूप उंचीवर नेऊन ठेवतो आणि कालांतराने त्याची चिरफाड करून त्याला खाली ओढायला लागतो. मेरलिन मन्रो, एल्वीस प्रिस्ले ही अशीच काही उदाहरणे. आपण त्यांच्या विभूती करतो आणि आपणच त्यांचा नाश करतो. डॉ. ख्रिस त्यांच्या तिसऱ्या बायकोबरोबरच्या (करीन) घटस्फोटानंतर खूपच एकाकी पडले. त्यांनी स्वत:ला चार भिंतींत जवळ-जवळ कोंडून घेतले होते. ऑट्टो सांगत होते, "मला आठवते की, मीच एकदा त्यांच्या घरी गेलो आणि बळेबळेच त्यांना बाहेर काढले आणि आमच्या हॉस्पिटलमध्ये घेऊन गेलो."

त्या दिवशी माझा एक सहकारी अत्यंत गुंतागुंतीची शस्त्रक्रिया करत होता. आपल्या नेहमीच्या आणि आवडत्या वातावरणात आल्यावर डॉ. ख्रिसमध्ये जो उत्साह संचारला, तो बघण्यासारखा होता. त्यांच्या डोळ्यांत ती पूर्वीचीच चमक बघायला मिळाली होती. डॉ. ख्रिस त्याच्या 'होमपीच' वर होते. ऑपरेशन थिएटर हे त्यांचे होमपीचच तर होते! मी जणू तो पूर्वीचाच डॉ. ख्रिस पाहत होतो!

ऑट्टोनी त्यांच्या विद्यार्थिदशेत 'ट्रान्सव्हाल'च्या पोहण्याच्या संघाचे कप्तानपद भूषवले होते. ते देशातले एक उत्तम जलतरणपटू होते. डॉक्टरी व्यवसाय ही जरी त्यांची प्रथम पसंती होती, तरी त्यांचे पाण्यावरचे प्रेम काही त्यांनी कमी होऊ दिले नव्हते. जेव्हा मी त्यांच्याकडे हा 'लेक मालावी' पोहून जाण्याचा विषय काढला, तेव्हा त्यांनी माझी ही कल्पना लगेच उचलून धरली.

त्यानंतर असे ठरले की, मी काही दिवस आधीच मालावीला जायचे, तिथल्या परिस्थितीचा अंदाज घ्यायचा, संभाव्य धोक्यांचा अंदाज घ्यायचा आणि लागणाऱ्या साधनसामग्रीची जुळवाजुळव करायची, तसेच बोट भाड्याने घेण्याबाबत बोलणी करायची. थोडक्यात, सर्व प्राथमिक पूर्वतयारी करून ठेवायची.

माझी त्या वेळची मैत्रीण किम हॉवर्ड, ऑट्टो आणि सीसीडीएसएचा निरीक्षक पीटर बेल्स आणि मी असे आम्ही चौघांनी जाण्याचे ठरवले.

आम्ही मालावीच्या 'ली लाँग वे' विमानतळावर उतरलो. तिथून लेक मालावीच्या पश्चिम किनाऱ्यावर असलेल्या छोट्या 'सालीमा' गावात पोचलो. हे सालीमा गाव आम्ही मोहिमेसाठी 'बेसकॅम्प' म्हणून निवडले होते.

माझी केपटाऊन युनिव्हर्सिटीतील वर्गमैत्रीण किम हॉवर्ड हिलासुद्धा अशा धाडसी मोहिमांची आवड होती. या बाबतीत तिचा स्वभाव ऑट्टो यांच्याशी मिळताजुळता होता. मात्र पैशाच्याबाबतीत ती माझ्याप्रमाणेच 'कडकी' होती. तिने तिच्या विमानप्रवासाच्या भाड्याचे पैसे 'हॉट बे' येथील एका हॉटेलात वेट्रेसचे काम

करून जमा केले होते. आमचे बजेट अगदीच तुटपुंजे असल्यामुळे आम्ही स्वस्तात स्वस्त गोष्टी जमा करण्याच्यामागे होतो. स्वस्तात स्वस्त तंबू घेतले. खाली अंथरायला सतरंज्या घ्यायच्या होत्या, पण उरलेल्या पैशांत एकच सतरंजी खरेदी करणे शक्य होते. शेवटी किमसाठी म्हणून एकच सतरंजी घेतली. इतकी आमची पैशांची मारामार होती.

'लीलाँग वे' विमानतळावर उतरल्यावर, रस्त्यावरून येणाऱ्याजाणाऱ्या वाहनांद्वारे जागोजागी लिफ्ट मागत तिथून जवळ-जवळ १०० कि.मी. अंतरावरचे मालावीवासियांचे 'सालीमा' गाव आम्ही गाठले. या १०० कि.मी च्या प्रवासात मालावीवासियांच्या औदार्याचा आणि स्नेहाचा खूप चांगला अनुभव आम्हाला आला. आम्हाला रस्त्यांत फार काळ थांबावेच लागले नाही. मालावीतला जणू प्रत्येक जण पुढच्या गावाला चालला होता. प्रत्येक जण जणू प्रवासातच होता. दक्षिण आफ्रिकावासियांबरोबर तुलना करणे खरं तर योग्य नाही, पण मनातल्या मनात दक्षिण आफ्रिकावासियांबरोबर त्याची तुलना आमच्याकडून होत होती. मालावीवासियांना वर्णद्वेषी राजवटीत, दडपशाहीत राहण्याची कधी वेळ न आल्यामुळे त्यांच्या वागणुकीत, स्वभावात एक प्रकारचा मोकळेपणा होता. तो त्यांच्या आनंदी वृत्तीमधून क्षणोक्षणी जाणवत होता. आफ्रिकन देशांमध्ये मालावी खरं तर सगळ्यात गरीब देश आहे, पण आफ्रिकेतील दुसऱ्या कोणत्याच देशात इतक्या हसऱ्या चेहऱ्याची माणसे मी पाहिली नाहीत. हसरा चेहरा ही मालावीवासियांची जणू राष्ट्रीय ओळख आहे. दोन लिफ्ट्स दरम्यान रस्त्यावर उभे असताना मिनिटाच्या आतच आमच्याभोवती मुले, लोक जमा होत. जरी त्यांना इंग्रजी भाषा येत नव्हती आणि आम्हाला त्याची मालावीची मुख्य भाषा 'चिचेवा' अवगत नव्हती तरी आमच्या संभाषणात काही अडथळा आला नाही. पण मी जेव्हा त्यांना सांगायचो की, मी येथे आलो आहे ते 'लेक मालावी' एका टोकाकडून दुसऱ्या टोकापर्यंत पोहून पार करायला; तेव्हा त्यांचा विश्वासच बसत नसे. कारण तोपर्यंत तसे साहस कोणी केलेच नव्हते.

'सालीमा' गावात पोचेपर्यंत आम्ही घामाघूम झालो होतो. धुळीने माखलो होतो. खूप दमणूक झाल्यामुळे पाठीवरच्या 'रकसॅक' मण-मण वजनाच्या वाटत होत्या. कोणीतरी आम्हाला सांगितले, "अजून थोडे पुढे एक छोटी टेकडी चढून गेल्यावर 'लेक मालावी' तुम्हाला लगेचच दिसेल." जोपर्यंत माझ्या जिवात जीव आहे, तोपर्यंत 'लेक मालावी'चे ते प्रथमदर्शन मी विसरणे केवळ अशक्य आहे. तो टेकडीवजा चढ पार केला, तेव्हा आम्ही विषुववृत्तीय उष्ण प्रदेशात होतो. ते चारी दिशांना विस्तीर्ण पसरलेले निळेशार पाणी बघताना डोळे आपोआपच विस्फारले गेले. त्या तळ्याचा विस्तार इतका अफाट होता की, त्याला कोठे किनारा आहे का नाही, अशी शंका यावी. माझ्या मनात डेव्हिड लिव्हिंगस्टनचा विचार आला. सन

१८००साली हे तळे पोहणारा तो पहिला गोरा माणूस होता. आज तळे बघून माझ्या आणि किमच्या मनात जे विचार आले, तेच विचार तळ्याच्या प्रथम दर्शनानंतर तेव्हा डेव्हिड लिव्हिंगस्टनच्या मनात आले असतील का? श्वास रोखून धरायला लावणारा असा हा निसर्गाचा एक आविष्कार होता. ते दृश्य बघूनच आम्ही आमची झालेली दमणूक, आलेला थकवा इत्यादी सर्व विसरलो आणि त्या तळ्याच्या काठी तंबू ठोकण्यासाठी योग्य जागा शोधायला लागलो.

तळ्याच्या काठी आधीच काही तंबू ठोकलेले होते, पण ते तसे तळ्यापासून बऱ्यापैकी लांब अंतरावर होते. त्यामुळे आम्हाला तंबू ठोकायला तळ्याजवळच बरीच रिकामी जागा होती. ही खरे तर आम्हाला सुवर्णसंधीच वाटली. तळ्याच्या जवळ आणखी एकच तंबू होता आणि आमच्या दोन तंबूतपण तशी खूप मोकळी जागा होती. सर्व व्यवस्था होईपर्यंत रात्र झाली. ते चांदण्यांनी भरलेले आकाश, बाजूला चमचमणाऱ्या पाण्याचे ते विस्तीर्ण तळे– आम्हाला अगदी स्वर्गात असल्याचा भास होत होता. दिवसभराच्या श्रमाने पडल्या-पडल्या अगदी गाढ झोप लागली. मध्येच जाग आली, तेव्हा तंबू थोडा थरथरल्यासारखा वाटला. बाहेर वारा सुटला असेल, असा आमचा एक साखरझोपेतला समज होता. अशीच काही मिनिटे गेली. तंबूची थरथर वाढली. डोळ्यांवरची झोप उडण्याच्या बेतात आली, तोच जणू आभाळच फाटले, आणि मुसळधार पाऊस कोसळायला सुरुवात झाली; त्याबरोबरच राक्षसी वाऱ्यानेही थैमान घातले. आमच्या त्या स्वस्तातल्या मस्त तंबूची वाताहत झाली. पाणी आत यायला लागले. वाऱ्याने तंबू उडून जाण्याच्या बेतात आला होता. मी परिस्थितीचा अंदाज घेण्यासाठी व काय उपाययोजना करता येईल, हे बघण्यासाठी तंबूच्या बाहेर आलो. किमला तंबूचे मधले दोन मुख्य खांब-टेकू घट्ट धरून ठेवायला सांगितले आणि कोणत्याही परिस्थितीत त्यावरची पकड ढिली होऊ देऊ नको, असे बजावले.

बाहेर येऊन बघतो, तर आमच्या जवळच्याच दुसऱ्या तंबूमधील लोकांची परिस्थिती तर आणखीच केविलवाणी झाली होती. त्यांचा तंबू पूर्णपणे भुईसपाट झाला होता व त्याचे नक्की काय करावे, हेच त्यांना कळत नव्हते. त्यांना त्यांच्या तंबूच्या डागडुजीत मदत करण्याच्या नादात मी संपूर्ण ओलाचिंब झालो होतो. आणि एकदम लक्षात आले की, किमला एकटीलाच आपण तंबूत सोडून आलो होतो. मी न सांगताच बाहेर गेल्यामुळे किम माझ्यावर प्रचंड चिडली होती. "तुला माझी पर्वाच नाही," किम तणतणत म्हणाली. मी काय बोलणार? कारण तिचा राग, तिचा संताप अगदी साहजिकच होता. तळ्यापासून लांब अंतरावर ज्यांनी तंबू ठोकले होते; त्यांना या वादळी वाऱ्याचा आणि पावसाचा तितकासा त्रास झाला नव्हता, ते अगदी सुरक्षित होते. आणि हे जर मी किमला सांगितले असते, तर ती

माझ्यावर आणखीच भडकली असती.

दुसऱ्या दिवशी सकाळी उठलो; तर आदल्या रात्रीच्या वादळाचा, पावसाचा मागमूस नव्हता. आकाश निळेशार होते, चकचकीत सूर्यप्रकाश होता. अगदी खास आणि नेमका आफ्रिकन दिवस होता. मात्र आम्ही अनुभवातून शिकून शहाणे झालेले पर्यटक होतो त्यामुळे आम्ही आमची आदल्या रात्रीची अगदी 'मोक्याची' जागा सोडली आणि तळ्यापासून लांब अंतरावर जाऊन तंबू ठोकले. लेक मालावींचे पूर्वीचे नाव 'लेक न्यासा' असे होते. लेक न्यासाचा अर्थच मुळी 'वादळी तळे' असा होतो. ज्या कोणी हे नामकरण केले होते, त्याला येथील वातावरणाची, परिस्थितीची चांगलीच कल्पना असणार, हे अगदी उघड होते. मी आणि किम भाड्याने बोट मिळवण्याच्या कामगिरीवर बाहेर पडलो. काही स्थानिक लोकांकडे चौकशी केली. जेव्हा आम्ही त्यांना भाड्याने बोट घेण्याचे कारण सांगत असू, तेव्हा त्यांच्या प्रतिक्रिया बघण्यासारख्या असत. एका टोकापासून दुसऱ्या टोकापर्यंत तळे पोहून जाण्याच्या साहसी मोहिमेवर कोणाचाच विश्वास बसत नव्हता. त्या तळ्याचा विस्तार बघता एका टोकाकडून दुसऱ्या टोकापर्यंत तळे पोहून पार करणे केवळ अशक्य होते यावर सर्वांचे एकमत होते. बहुतेकांना तो वेळेचा अपव्यय वाटत होता. त्यामुळे त्यांनी बोटीच्या भाड्यात अवास्तव वाढ केली.

आम्हाला मालावीत येऊन आता तीन दिवस झाले होते. आमचे मोहिमेतले सहकारी ऑट्टो आणि पीटर बेल्स आम्हाला येऊन मिळाले तरी आमचा बोटीचाच शोध चालू होता. त्याच वेळी 'लेक मालावी'जवळच राहत असलेल्या 'स्टुअर्ट ग्रँट' या स्कॉटिश माणसाचा पत्ता कोणीतरी आम्हाला सांगितला. स्टुअर्टचा, लेक मालावीजवळ फक्त उष्णवृत्तीय प्रदेशातच मिळणाऱ्या 'सीचलीड्स' जातीचे मासे पकडण्याचा आणि युरोप– अमेरिकेत निर्यात करण्याचा स्टुअर्टचा व्यवसाय होता. आम्हाला काही जणांनी सांगितले की, स्टुअर्टकडे बोट भाड्याने मिळण्याची शक्यता होती. स्टुअर्टचे राहण्याचे ठिकाण तळ्याकाठीच, पण दुसऱ्या भागात होते आणि आम्ही त्याला भेटायला निघालो.

आम्ही जेव्हा स्टुअर्टच्या ऑफिसमध्ये शिरलो, तेव्हा टेबलावरच्या कॉम्प्युटर स्क्रीनकडे एकाग्रपणे बघत त्याचे काम चालले होते. बराच वेळ त्याचे आमच्याकडे लक्षच गेले नाही. त्याच्या ऑफिसच्या मागच्या बाजूला मध्यम आकाराचे सिमेंट काँक्रिटचे शेकडो हौद होते. त्यामध्ये निर्यातीसाठी तयार असलेले 'सीचलीड्स' मासे होते. ती एक लक्षात राहण्यासारखीच भेट होती. ऑट्टोनी आणि मी आमची ओळख करून दिली, तरी त्याने कॉम्प्युटर स्क्रीनवरची आपली नजर काही हटवली नव्हती.

''हॅलो! मी लुईस आणि हा माझा मित्र ऑट्टो,'' मी ओळख सांगितली.

"हं! हं!"

"आम्हाला स्टुअर्ट ग्रँटना भेटायचं आहे."

"मीच तो."

मी थोडासा आवाज चढवत म्हटले, "कामात व्यत्यय आणल्याबद्दल दिलगीर आहोत. आम्ही दक्षिण आफ्रिकेहून आलो आहोत आणि आम्हाला 'लेक मालावी' पार करून तळ्याच्या दुसऱ्या भागाकडे जाण्यासाठी दोन दिवसांसाठी भाड्याने बोट पाहिजे."

"बोट? हं! ठीक आहे." अजून स्टुअर्टची कॉम्प्युटर स्क्रीनवरची नजर हटली नव्हती. ऑट्टोनी आणि मी एकमेकांकडे पाहिले व या प्राण्याचे आपल्याकडे लक्ष कसे वेधायचे, याचा विचार करायला लागलो. आता ऑट्टोनी आवाज चढवला आणि सांगितले, "आम्ही 'लेक मालावी', एका टोकाकडून दुसऱ्या टोकाकडे पोहून जाण्याचा प्रयत्न करणार आहोत आणि त्यासाठी आम्हाला मार्गदर्शक बोट हवी आहे."

एखादा शॉक बसावा तसा स्टुअर्ट ग्रँट उडाला. "तुम्ही 'लेक मालावी' काय? नक्की काय?"

"होय आमचा 'लेक मालावी', पोहण्याचा विचार आहे आणि आमच्या माहितीप्रमाणे अजून कोणी असं साहस केलं नाही."

"तुम्ही काय 'लेक मालावी' पोहून पार करणार? छान! छानच कल्पना आहे! तुम्ही माझी 'लेडी डायना' बोट घेऊन जा आणि आमचा 'जुस्टा' तुम्हाला, 'लेक मालावी' पोहून जाण्यासाठी बोटीतून मार्गदर्शन करेल." स्टुअर्टने बसल्या जागेवरूनच वरच्या पट्टीतील आवाजात 'जुस्टा'ला हाक मारली आणि आमचा वाटाड्या, एक 'मालावीयन', 'जुस्टा चीरवा' खोलीत येऊन दाखल झाला.

" 'लेक मालावीत' पाणघोडे आणि मगरी खूप आहेत असं ऐकलं आहे?" मी विचारलं. पाण्यात मगरी आणि पाणघोडे बऱ्याच प्रमाणात होत्या, असे स्टुअर्टने सांगितले. पुढे अशीही पुस्ती जोडली की, पाणघोडे जास्त धोकादायक आहेत, वर्षाकाठी आफ्रिकेत बरेच जण पाणघोड्यांचे बळी ठरतात. परंतु तळे बरेच खोल आहे आणि पाणघोडे सहसा खोल पाण्यात जात नाहीत, म्हणून सुरुवातीला आणि शेवटी उथळ पाण्यात तुम्हाला वेगाने पोहावे लागेल. जुस्टा त्या वेळेला बोटीच्या इंजिनाचा आवाजपण जरा मुद्दामच मोठा ठेवेल. बाकी तसा इतर त्रास होण्याची काही शक्यता नाही. "आणखी एक सल्ला देतो", स्टुअर्ट म्हणाला, "तुम्ही तळे पूर्व-पश्चिम पोहून जा, म्हणजे तुम्हाला वाऱ्याची मदत मिळण्याची शक्यता आहे. आजच बोट घेऊन दुसऱ्या किनाऱ्यावर जा आणि सकाळी पोहायला सुरुवात करून परत या. पण त्या बाजूला राहण्याची काही सोय नाही, हे लक्षात

असू द्या.''

''लुईसकडे तंबू आहे त्यात दोन माणसे मावतात, पण पीटर आणि माझं काय?'' ऑट्टोने प्रश्न उपस्थित केला. काहीतरी सोय करावी लागेल. ''त्याची व्यवस्था मी करतो,'' स्टुअर्ट म्हणाला. आणि त्याने त्याच्या जवळचे पडद्यासारखे मोठे जाड कापड आणि दोन मच्छरदाण्या दिल्या. ''एवढ्यात तुमचं काम व्हावं,'' स्टुअर्ट म्हणाला. शेवटी काही घासाघीस न करता आणि लिखापढी न करता आमचे बोट भाड्याने घेण्याचे ठरले. स्टुअर्ट ग्रँटची आम्हाला खूपच मदत झाली. त्याच दिवशी दुपारी आमच्या लेडी डायना बोटीने आम्ही 'लेक मालावीचे', दुसरे टोक गाठले. बोटीने या प्रवासाला आम्हाला चार तास लागले. लगेचच आमच्या मनामध्ये हेच अंतर पोहून परत जायला किती वेळ लागेल, याची गणिते आणि आडाखे बांधणे सुरू झाले. जाताना प्रवास फारच सुंदर झाला होता. बोटीत आम्ही चौघे आणि आमचा गाइड जुस्टा असे पाच जण, आफ्रिकेतील सर्वांत मोठ्या तळ्यांपैकी एक असलेल्या तळ्यातून प्रवास करत होतो. प्रवासाच्या दरम्यान प्रत्येकाच्या मनात दुसऱ्या दिवशी पोहत केल्या जाणाऱ्या परतीच्या प्रवासाचेच विचार घोळत होते. आणि त्यातसुद्धा असा पोहत प्रवास करणारे आम्ही पहिलेच असणार होतो. 'लुईस, तुझा जन्मच अशा साहसांसाठी झाला आहे,' माझे मन मला सांगत होते. या साहसी मोहिमेच्या कल्पनेनेच माझ्या अंगावर रोमांच उभे राहिले.

आम्ही खरं तर मालावीमध्येच, पण तळ्याच्या पूर्वेकडे आलो होतो, तरीपण एका वेगळ्याच विश्वात आल्यासारखे वाटले. केनियातील नैरोबी शहरापासून केपटाऊनला जाणारा एक रस्ता आहे. मालाची वाहतूक करणारे ट्रक याच रस्त्यावरून जातात. पर्यटकपण याच रस्त्याने प्रवास करणे पसंत करतात. पण हा रस्ता तळ्याच्या पश्चिमेकडून जातो. तळ्याचा पूर्वेकडला भाग हा मोझंबिकच्या सीमारेषेजवळ येतो. या भागात गेल्या जवळ-जवळ १०० वर्षांपासून काळ थांबला आहे, असे वाटावे, अशी परिस्थिती आहे. उथळ पाण्यामुळे आम्ही आमची लेडी डायना बोट 'केप गोबो' येथे खोल पाण्यात नांगरली आणि छोट्या फायबर ग्लासच्या नावेने किनाऱ्यावर आलो. आम्हाला बघायला खूप मुले आजूबाजूला जमा झाली. ती मुले जवळच्याच खेड्यातली, मातीच्या झोपड्यांमध्ये राहणारी होती. त्यांच्या अंगावर धड कपडे नव्हते, पण एकजात सगळ्यांचे चेहरे हसरे आणि आनंदी होते. त्यांना सगळ्यात कुतूहल वाटत होते, ते किमच्या फिकट सोनेरी रंगाच्या केसांचे! जणूकाही त्यांनी अशा रंगाचे केस कधी पाहिलेच नव्हते. किमच्या डोक्याच्या हालचालीबरोबर तिचे केस इकडून तिकडे हालले की, त्यांना खूप आनंद व्हायचा. ते आनंदाने टाळ्या वाजवत ओरडायचे. आमच्याबद्दलच्या कुतूहलापोटी, आकर्षणापोटी ती मुले जशी जास्तच जवळ यायला लागली, तसे जुस्टाने त्यांना

वाळूत एक रेघ आखून मर्यादा घालून दिली आणि ती रेषा न ओलांडण्याची तंबी दिली. ती दोन ते सोळा या वयोगटातील मुले होती आणि किमने त्यांना चांगल्या प्रकारे मर्यादेत ठेवले. जसा अंधार व्हायला लागला, तशी आम्ही शेकोटी पेटवली. थोड्याच वेळात त्या मुलांच्या आया आल्या आणि मुलांना घेऊन गेल्या.

थोड्या वेळाने काही स्थानिक माणसे आमच्यासाठी वाळवलेले मासे घेऊन आली. ऑट्टोने आम्हाला सावधानतेचा इशारा दिला. मासे एखादे वेळी फार स्वादिष्ट वगैरे असतील, पण ते उघड्यावर वाळवले असल्यामुळे त्यावर माशा वगैरे बसलेल्या असण्याची शक्यता आहे. येथील स्थानिकांमध्ये तेच खाऊन नैसर्गिक प्रतिकारशक्ती तयार झाली असण्याची शक्यता आहे. पण तसा प्रकार आमच्या बाबतीत संभवत नव्हता. त्यामुळे आम्ही ऑट्टोचा सल्ला ऐकला आणि झोपेच्या तयारीला लागलो. मी आणि किम तंबूमध्ये; तर ऑट्टो आणि पीटर, स्टुअर्टने दिलेल्या मच्छरदाण्यांची कापडे गुंडाळून उघड्या आकाशाखाली चांदण्यात झोपले.

अशा मोकळ्या आकाशाखाली पीटरबरोबर घालवलेल्या खूप रोमांचकारी रात्रींसंबंधी ऑट्टो यांनी याआधी माझ्याकडे केलेली वर्णने आठवली. त्यांच्या म्हणण्याप्रमाणे आफ्रिकेतील दूर आणि एकांतात असलेल्या समुद्रकिनाऱ्यावरून आकाश अधिकच सुंदर आणि भव्य भासते. स्थानिक मच्छिमारांची मध्यरात्र उलटता-उलटता समुद्रात बोटी लोटण्यांची चाललेली लगबग, त्या वेळी वाजवली जाणारी ती लयबद्ध, तालबद्ध ढोलकीसारखी वाद्ये इत्यादी वर्णने ऑट्टो यांच्याच तोंडून ऐकवीत. भल्या पहाटे खरे तर तेपण कष्टप्रद अशा कामासाठीच बाहेर पडत. पण कामाकडे पाहण्याची त्यांची वृत्ती वेगळी होती. समुद्रात बोटी लोटताना त्यांच्या हृदयात आनंद, उत्साह ओत-प्रोत भरलेला आहे, असे वाटे. नकळत मनात विचार येतात, तुलना केली जाते की, खरंच दररोज लंडन ब्रिजवरून चालत कामावर जाणारे किंवा मॅनहॅटन बिजवरून कारने कामावर जाणारे कितीसे लोक अशा उत्साहाने, गाणी गुणगुणत आपापल्या कामावर जात असतील? केवळ कामावर जाण्याचा आनंदच कितीशा लोकांना होत असेल? दक्षिण आफ्रिकेतील एक प्रसिद्ध हृदयशल्यविशारद चांदण्या रात्री मोकळ्या आकाशाखाली मच्छरदाणी लपेटून झोपला आहे आणि मुख्य म्हणजे तो या वातावरणात मनापासून खूश आहे व त्याचा आनंद घेतो आहे, ही गोष्टच किती आश्चर्यजनक होती!

या आनंददायी रात्रीचा शेवट मात्र दुसऱ्या दिवशी सकाळी एका धक्कादायक वास्तवाने झाला. या मोहिमेसाठी लागणाऱ्या ज्या काही गोष्टी आम्ही जमा केल्या होत्या आणि जराशा खोल पाण्यात नांगरेल्या लेडी डायनामध्ये ठेवलेल्या होत्या, त्या सर्व चोरीला गेल्या होत्या. मी किनाऱ्यावर येताना फारच थोड्या गोष्टी बरोबर आणल्या होत्या. बहुतेक सर्व सामान बोटीतच होते. अजून माझ्या २५ कि.मी.

माझे आईवडील.

माझी बहीण कॅरोलीन,
माझे वडील आणि मी.
कॉर्नवॉल येथे.

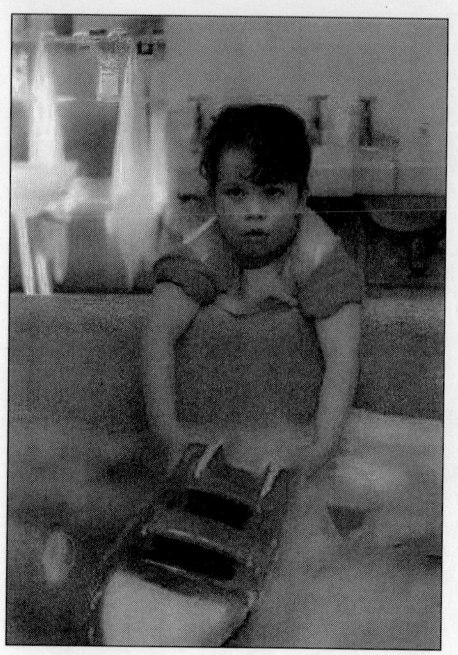

मला पाण्याचे नेहमीच आकर्षण होते.

माझे रुबाबदार वडील – राणीच्या रौप्यमहोत्सवी वर्षात १९७७.

माझे पहिले हेडमास्तर – टॉनी वर्थहॅम.

आमच्या पहिल्या "लेक मालावी" मोहिमेनंतर – ऑट्टोथॅनिंग आणि मी – दमलेलो, रापलेलो.

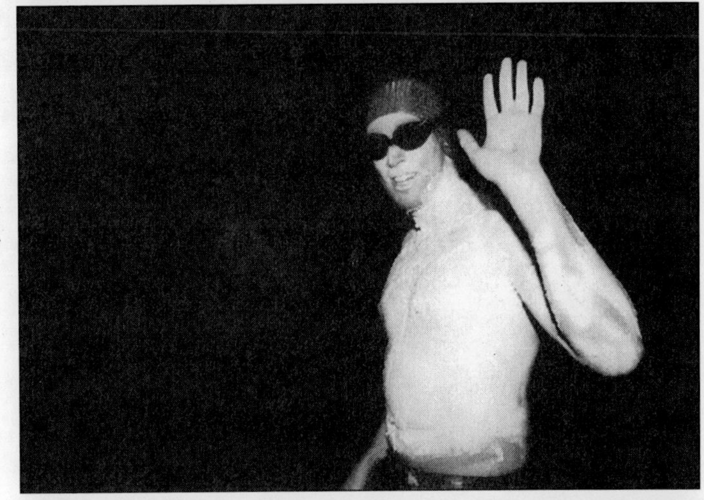

इंग्लिश खाडी पोहोण्याच्या तयारीत – १९९२.

चौदा तास आणि पन्नास मिनिटांनंतर.

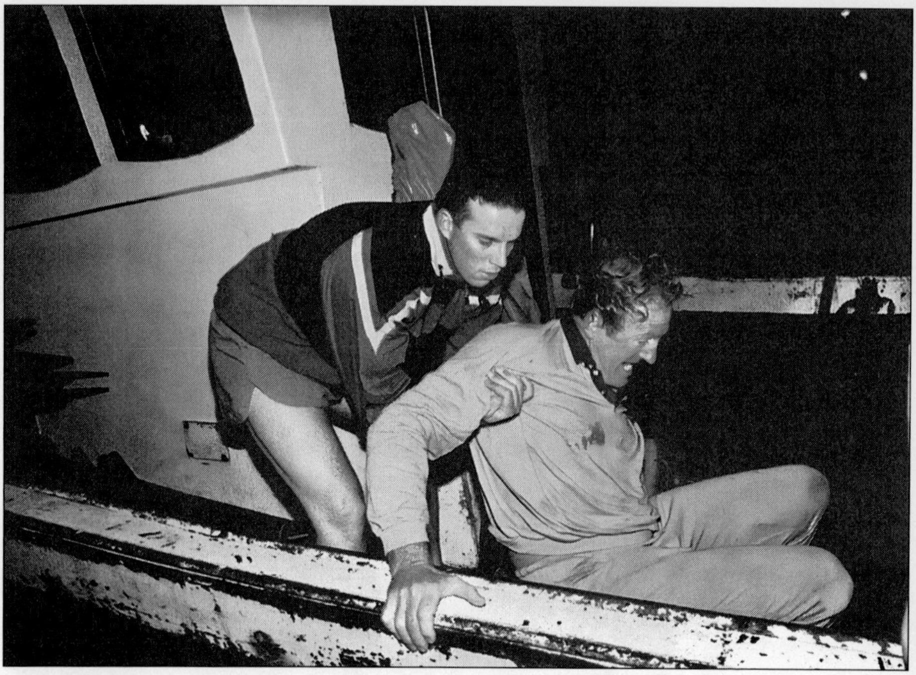

त्याच्या अपयशी प्रयत्नांनंतर ऑट्टोथेंनिंगला बोटीत घेताना.

दक्षिण अफ्रिकेतील ''स्पिओनकॉप'' अभयअरण्यात.

पदवीदान समारंभ – ''केंब्रिज विद्यापीठ'' सन २०००.

SAS बॅरेट मिळवली तो दिवस.

RAF ब्रीझनॉर्टन हँगरमध्ये पॅरॉशूट तपासणी.

नॉर्थकेप मोहीम, नॉर्वे – निक पीटरसनच्या मदतीने किनाऱ्यावर येताना.

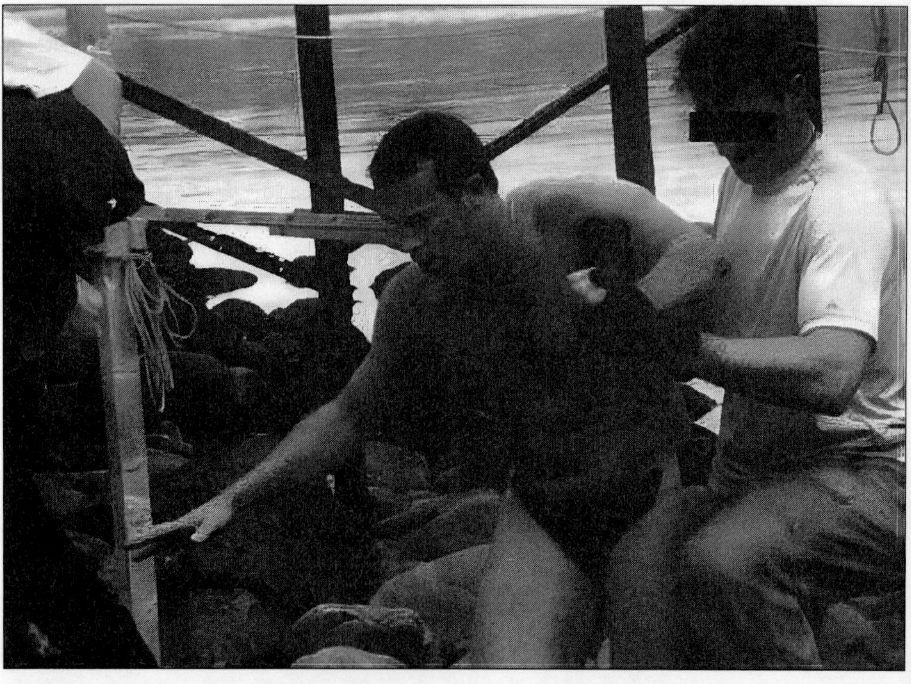

केप द्वीपकल्प, दक्षिण अफ्रिका, १०० कि.मी. पोहोण्याच्या मोहिमेत ''चॅपमन पीक'' जवळून जाताना.

केप द्वीपकल्प मोहीम – मोहिमेची यशस्वी सांगता.

केपटाऊन येथील ''आय ॲण्ड जे'' कारखान्यातील बर्फामध्ये सराव.

स्पिट्स बर्गेन – प्रचंड मोनॅको ग्लॅशियर समोर पोहताना.

दक्षिण ध्रुवीय समुद्रात उडी मारण्याच्या तयारीत.

थेम्स नदी मोहीम २००६ – मागे ब्रिटिश पार्लमेंटची इमारत.

ब्रिटिश पंतप्रधान टोनी ब्लेअर यांच्या समवेत - १० डाऊनिंग स्ट्रीट.

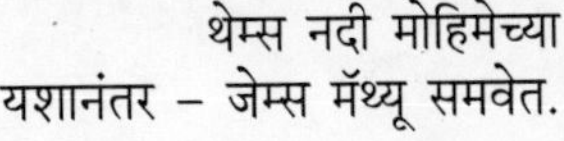

थेम्स नदी मोहिमेच्या यशानंतर - जेम्स मॅथ्यू समवेत.

वर: उत्तर ध्रुवावरील मोहिमेपूर्वी नामिबीया वाळवंटामध्ये सराव.

डावीकडे : निगार्ड ग्लॅशिअर खालचे बर्फाळ तळे, नॉर्वे – सरावाचे ठिकाण.

खाली : उत्तर ध्रुवावरील मोहिमेतील सहकारी (डावीकडून) ख्रिस लोट्झ, टोबी- व्हॅन-हिर्डेन, मी, डेव्हिड बेकर, प्रो. टीम नोक्स आणि जोर्गेन आमंडसेन.

जगभरातील असंख्य वर्तमानपत्रांमध्ये पहिल्या पानावर आलेला फोटो – उत्तर ध्रुवावर समुद्रात उडी मारताना.

उत्तर ध्रुवावर समुद्रात पोहोताना – होणाऱ्या वेदना चेहऱ्यावर स्पष्ट दिसत आहेत – मागे "आम बी यामाल".

“जे लिनो” शो – २००७.

प्रिन्स चार्ल्स आणि फिल्ड मार्गल सर जॉन चॅपेल यांच्या समवेत – उत्तर ध्रुवावरील मोहिमेच्या आठवणी जागवताना.

आर्क्टीक कयाक मोहिमेसाठी थेम्स नदीतील सराव (२००८).

रॉबी हेगेडस आणि मी – स्पिटस्‌बर्गेन बेटापासून उत्तरेकडे कूच.

उत्तर ध्रुवीय समुद्रात गोठवणाऱ्या थंडीचा अनुभव.

पर्यावरण रक्षणासंबंधी लंडनमध्ये बँकर्सना संबोधतांना

उत्तर ध्रुवावर बर्फात जगातील काही देशांचे राष्ट्रध्वज रोवताना

माझ्या आयुष्यातील सर्वांत आनंदाचा दिवस – अँटोनीट बरोबर हाऊट बे येथील सेंट पिटर फीशरमन्स चर्चमधून बाहेर पडताना.

पोहण्याच्या मोहिमेला सुरुवातपण झाली नव्हती आणि हा धक्का बसला होता. माझ्या पोहण्याच्या मोहिमेसाठी लागणाऱ्या ज्या अगदी गरजेच्या गोष्टी होत्या, त्याच चोरीला गेल्याचे दु:ख मला जास्त होते. माझा आवडता आणि लकीही ठरलेला पिवळ्या रंगाचा पोहण्याचा पोशाख, गॉगल्स, पोहताना अंगाला लावायची वेगवेगळ्या प्रकारची तेले वगैरे सर्व चोरीला गेले होते. तसे पाहिले, तर माझ्याकडे दुसरा पोहण्याचा पोशाख होता, पण तो पिवळ्या रंगाचा पोशाख मी माझ्या रॉबीन बेच्या मोहिमेसाठी वापरला होता आणि का कोणास ठाऊक; पण माझ्या मनाने घेतले होते की, तो माझ्यासाठी फार 'लकी' आहे.

ऑट्टोकडे एक एक्स्ट्रा गॉगल्सची जोडी होती, ती मला वापरता आली असती पण खरा प्रश्न होता. सनस्क्रीन लोशन्सचा. ते आमच्याकडे अगदी जेमतेम पुरेल एवढेच होते व ते आम्हा दोघांनाही पोहताना लागणार होते. आम्ही कमीत कमी १० तास तरी पाण्यात नक्कीच असणार होतो व तो विषुववृत्तीय सूर्य तेवढा वेळ आमच्यावर आग ओकणार होता. आमची कातडी भाजून काढणार होता. पाण्यापासून संरक्षण मिळण्याची पण फारशी शक्यता नव्हती. आमच्यापुढे खरे तर प्रश्नच निर्माण झाला होता. या झालेल्या घटनेचा जुस्टाला फार मोठा धक्का बसला. अशी गोष्ट त्याच्या मालावीत व्हावी, याचे त्याला फार मोठे दु:ख होते. त्याचे म्हणणे होते की, आम्ही पोलिसांकडे जावे आणि तक्रार नोंदवावी. माझे मत असे होते की, आता या सगळ्या भानगडींसाठी आमच्याकडे वेळ नव्हता, कारण सूर्य हळूहळू वर यायला लागला होता. त्यामुळे आणखी वेळ न दवडता तशात तळ्यात उड्या माराव्यात आणि पोहायला सुरुवात करावी.

'लेडी डायना' बोटीवर जुस्टा, पीटर आणि किम उभे राहिले आणि मी ऑट्टो किनाऱ्यावर उभे राहिलो. "रेडीऽऽऽ?" पीटरने ओरडून विचारले, "ओके गो गो" आणि पीटरने एका हाताने खुणावत दुसऱ्या हाताने स्टॉपवॉच सुरू केले. आम्ही उथळ पाण्यात वेगाने पळत गेलो आणि तितक्याच वेगाने पोहायला सुरुवात केली. 'उथळ पाण्यात पाणघोडे असण्याची शक्यता असते,' माझ्या वेगाला पाणघोड्यांची वाटणारी भीती हेच मुख्य कारण होते. पहिली दोन-तीन मिनिटे तरी मी पाण्याकडे न पाहताच वेगाने पाणी कापत किनाऱ्यापासून दूर आणि खोल पाण्यात लवकरात लवकर पोचण्याच्या धडपडीत होतो. वेगाने पोहण्याच्या नादात जेव्हा एक क्षण माझे डोके पाण्याबाहेर आले, तेव्हा लुईस, लुईस अशा पीटरने मारलेल्या हाका ऐकू आल्या. मी पाण्यावर डोके काढून बाजूला पाहिले, तर 'लेडी डायना' बोट कोठेच दिसेना. बोट बरोबर माझ्या मागे होती. बोटीचे माझ्या मागे असणे अशा प्रकारच्या साहसांच्या शिस्तीत बसणारे नव्हते. ती मार्गदर्शक बोट होती आणि योग्य अंतर ठेवून तिने माझ्याबरोबर आणि माझ्या बाजूला असणे अपेक्षित होते.

पण चूक माझी झाली होती. लवकरात लवकर खोल पाण्यात जाण्याच्या नादात माझे पोहण्याच्या दिशेचे भान सुटले होते आणि पोहता-पोहता नकळत मी अर्धवर्तुळाकार वळण घेतले होते. मी परत किनाऱ्याच्या दिशेने चाललो होतो. तशाही परिस्थितीत मनात विचार आला, जुस्टाला काय वाटले असेल? हे दोघे, दक्षिण आफ्रिकेतून आलेले जलतरणपटू, पोहण्याचा अनुभव असल्याचे सांगणारे आणि २५ कि. मी. पोहून जाण्याच्या वल्गना करणारे, मोठ्या विश्वासाने पाण्यात उड्या काय मारतात आणि त्यातलाच एक थोड्याच वेळात परत किनाऱ्याकडे काय पोहायला लागतो! हा प्रसंग तर त्याला थेट लॉरेल हार्डीच्या सिनेमातलाच वाटला असेल, नाही? पण हा सर्व पाणघोड्यांच्या भीतीने मनावर आलेल्या दडपणाचा परिणाम होता.

या प्रसंगानंतर थोड्याच वेळात मी स्वत:ला सावरले आणि मला माझ्या पोहण्याची लय सापडली. पाणघोड्याच्या भीतीतून बाहेर पडल्यावर लेक मालावीत पोहण्यातल्या आनंददायी आणि सुखद गोष्टींची अनुभूती यायला लागली. पाण्याचा स्पर्श सुखद, उबदार होता. विशेषत: भल्या पहाटेच्या थंड वातावरणात तो अधिकच सुखद वाटत होता. मुख्य म्हणजे तळे अगदी शांत होते, त्यातले पाणी नितळ आणि इतके स्तब्ध होतं की तळं एखाद्या बिलोरी आरशाप्रमाणे दिसत होते. पण तशाच काही त्रासदायक गोष्टीपण होत्या. आयत्यावेळी घेतलेल्या ऑट्टो यांच्या गॉगल्सच्या एका काचेतून पाणी आत झिरपत होते. त्यामुळे दर पाच मिनिटांनी मला गॉगल उचलून पाणी काढून टाकावे लागत होते. त्या जवळ-जवळ दहा तासांच्या पोहण्याच्या काळात हा प्रकार एकूण १२० वेळा मला करायला लागला. शेवटी-शेवटी तर हा प्रकार मला असह्य व्हायला लागला होता. पुरेसे सनस्क्रीन न लावता आल्यामुळे माझ्या पाठीवर, पायांवर, हातांवर आणि चेहऱ्यावर विषुववृत्तीय उन्हाचे चटके चांगलेच जाणवत होते. सूर्य माझा सर्वांत मोठा वैरी ठरला होता. जेमतेम अर्धे अंतर पोहून जाईपर्यंत माझी अवस्था माणूस आणि लॉबस्टर (एक काटेरी कवच असलेला जलचर प्राणी) यांमधली कुठलीतरी झाली होती.

समुद्रात पोहताना पाण्यातील वेगवेगळे प्रवाह, त्यामुळे निर्माण होणारी एकूणच पाण्यातील अस्थिरता, त्यातून निर्माण होणाऱ्या लहानमोठ्या लाटा, या सर्वांच्या एकत्रित परिणामांमुळे पोहताना पाण्याकडून एक प्रकारची मदतच मिळते. या सर्वांशी जुळवून घेतले, तर पोहणे उलट सोपे होते. त्या उलट नेमका प्रकार तळ्यामध्ये पोहताना अनुभवायला मिळत होता. पाणी अगदी शांत होते. त्यामुळे पाण्याकडून अशी काही मदत होत नव्हती. पाच-सहा तास पोहल्यावर माझी कंबर चांगलीच दुखायला लागली. आणखी एक तास पोहल्यावर असह्य वेदना व्हायला लागल्या. त्यात आणखी दु:खाची गोष्ट म्हणजे मी ऑट्टो यांचापण खोळंबा करत

होतो. माझ्या हळूहळू पोहण्यामुळे त्यांनाही त्यांचा वेग कमी करावा लागत होता. त्यांची पोहण्याची लय तुटत होती. त्यांच्या लयीत पोहण्यामुळे त्यांचा पोहण्याचा वेग जास्त होता. अचानक संकटाच्या वेळी बोटीतील लोकांना कोणाच्याही मदतीसाठी धावून येण्याच्या दृष्टीने मी आणि ऑट्टो यांनी पोहताना आमच्यात फार अंतर पडू न देणे आवश्यक होते, पण माझ्या कंबरदुखीमुळे माझा वेग मंदावत होता त्या उलट ऑट्टो यांना त्यांच्या सहज शैलीमुळे त्या ठरावीक वेगातच पोहणे भाग होते. कमी वेगात पोहणे त्यांना त्रासदायक ठरत होते. त्यामुळे आमच्यात सहज ४०-५० मीटरचे अंतर पडत होते. अशा वेळेला माझ्यासाठी पोहायचे थांबून ते पाच-सहा फूट खोल पाण्यात बुडी मारायचे. इतक्या खाली पाणी चांगल्यापैकी थंड असायचे. त्यामुळे शरीराला विश्रांती देऊन पुन्हा ताजेतवाने होऊन ऑट्टो पाण्यावर यायचे आणि तोपर्यंत मी तिथवर पोचलेला असायचो. परत सोबतीने पोहण्याचा आमचा प्रयत्न सुरू व्हायचा. त्या दिवशी मी स्वत:ला मनातल्या मनात शिव्यांची लाखोली वाहिली. त्या दिवशी ऑट्टो मला भारी पडले, हे नक्की. जसजसा दिवस चढत गेला तसतसे पाण्याचे तापमान वाढत गेले. अगदी सकाळी उबदार वाटणारे पाणी तापमान वाढल्यामुळे गरम जाणवायला लागले. नंतर तर ते अंगाला असह्य वाटायला लागले. बऱ्याच वेळेला पोहण्याच्या मार्गात शेवाळे साचलेला भाग यायचा आणि त्यातून पोहायला लागायचे. तेव्हा तर पाण्याची उष्णता अगदी असह्य व्हायची. शेवाळे ही एकपेशीय वनस्पती तिच्या वाढीसाठी लागणाऱ्या प्रकाशसंश्लेषण प्रक्रियेसाठी सूर्याची उष्णता शोषून घेते. त्यामुळे अर्थातच शेवाळ्याचा भाग आल्यावर आमच्या हालात भरच पडत होती. माझ्यासाठी शेवटचे चार तास अत्यंत त्रासदायक आणि कठीण गेले. बिचारी किम आणि पीटर बोटीतून मला अन्न आणि पाणी पुरवत होते खरे, पण त्या चार तासांत त्यांना मात्र माझी चिडचिड सहन करावी लागली.

शेवटच्या टप्पा नजरेत आला आणि घेतलेल्या कष्टांचे, सहन केलेल्या त्रासाचे सार्थक झाल्यासारखे वाटले. लेक मालावीचा काठ जेमतेम एक कि.मी. वर होता आणि एकदम खूप गडबड गोंधळ ऐकू यायला लागला. काठावरची मुले ‘डग आउट्स’ मधून वल्हवत आमच्या दिशेने येत होती. त्यांच्या आरोळ्या, आरडाओरडा मोठा उत्साहवर्धक होता. ऑट्टो माझ्यापुढे होते. ते जेव्हा पाण्यात उभे राहू शकण्याइतपत काठाजवळ गेले; तेव्हा त्यांना आरोळ्या ठोकणारा, टाळ्या वाजवणारा आणि हसऱ्या चेहऱ्याच्या काळ्या माणसांचा मोठा जमाव सामोरा आला. त्या जमावातून वाट काढत पांढरा स्वच्छ स्टार्च केलेला युनिफॉर्म घातलेला एक माणूस पुढे आला. त्याच्या एका हातात ट्रे होता, मनगटावर टॉवेलची घडी होती आणि दुसऱ्या हातात दोन वेताच्या घडीच्या खुर्च्या होत्या. तो माणूस ऑट्टो यांच्या पुढे

आला आणि म्हणाला "सर ही 'लिव्हिंगस्टोनिया बीच हॉटेल' तर्फे आपल्यासाठी खास भेट आहे. आपल्यासाठी चहा आणला आहे."

ऑट्टो यांना क्षणभर आपण 'व्हिक्टोरियन' काळात गेल्याचा भास झाला.

"हो! जरूर-जरूर थँक यू!" ऑट्टो म्हणाले.

लेक मालावीच्या काठावर वाळूत खुर्च्या मांडल्या गेल्या. ऑट्टो स्थानापन्न झाले आणि चहा प्यायला लागले. मीही तीन-चार मिनिटांनीच काठावर पोचलो. आजूबाजूला काय घडत होते, त्याचे मला अजिबात भान नव्हते. मी दमण्याची अगदी परिसीमा गाठली होती.

ऑट्टो यांना आरामात चहा पिताना बघून मी विचारले, "ऑट्टो मित्रा, हे सगळं कसं काय जमवलंस बाबा तू?"

ऑट्टो यांनी इंग्लिश उमरावाच्या नाटकी आविर्भावात मला विचारले, "लुईस, आपण चहा घेण्याची तसदी घेणार का?"

ऑट्टो आणि पीटर दुसऱ्या दिवशी विमानाने केपटाऊनला परतले. मी आणि किम यांनी मात्र एक आठवड्याची सुट्टी मालावीतच घालवण्याचे ठरवले. खरे तर तो आठवडा अविस्मरणीय ठरला असता, पण त्या भाजून काढणाऱ्या उन्हात नऊ तास पन्नास मिनिटे पोहण्यामुळे मी माझ्या शारीरिक आणि मानसिक मर्यादेचा, ताकदीचा अगदी अंत पाहिला होता. आता त्याचा चांगलाच परिणाम जाणवत होता. मला वाटते, लॉबस्टरपेक्षा माझी कातडी अधिक लाल झाली होती आणि रापली होती. चेहरा चांगलाच भाजून निघाला होता. काही जखमांमधून तर रक्त येत होते. किम मला सहानुभूती दाखवण्याशिवाय काहीच करू शकत नव्हती. माझा सुट्टीचा संपूर्ण आठवडा बिछान्यातच गेला, कारण मी फारशी हालचालच करू शकत नव्हतो. काळाबरोबर त्या अंगावरच्या भाजलेल्या खुणा नाहीशा झाल्या, पण त्या पहिल्या मोठ्या यशस्वी मोहिमेच्या सुखद आठवणी मात्र राहिल्या.

लेक मालावीच्या मोहिमेतून तेव्हा जरी त्रास झाला, तरी भविष्याच्या दृष्टीने मौल्यवान असे खूप धडे शिकायला मिळाले. पहिला धडा म्हणजे त्या मोहिमेसाठी मी जरी अभ्यास केला होता, पूर्ण तयारी केली होती, तरी ती पुरेशी नव्हती. बऱ्याच गोष्टी विचारात घेण्याचे राहून गेले होते. मुख्य विचारात घेतले नव्हते; ते समुद्रातल्या आणि तळ्यातल्या पाण्यात पोहण्यातला फरक. समुद्राच्या पाण्यात त्यातल्या वेगवेगळ्या अंतर्गत प्रवाहांमुळे, वाऱ्यांमुळे खूप हालचाल असते. पोहणाऱ्याने या गोष्टींचा अंदाज घेऊन त्यांचा उपयोग करून घेतला, तर त्याला एक प्रकारची मदतच होते. त्या उलट तळ्यातल्या स्थिर पाण्यात पोहणाऱ्याला पाण्याकडून अशी काही मदत मिळत नाही. त्यामुळे दमणूक, दमछाक जास्त होते. माझ्या कमरेच्या असह्य दुखण्यावरून हा फरक लक्षात न घेण्याची माझी चूक मला किती

महागात पडली, हे जाणवत होते. तसेच दुसरी चूक म्हणजे मोहिमेच्या दृष्टीने अमूल्य अशा दक्षिण आफ्रिकेतून आणलेल्या चीजवस्तूंच्या सुरक्षिततेची नीट व्यवस्था न करणे. लेडी डायना बोटीवर झालेली चोरीपण तशी खूप महागात पडली होती. थोडक्यात, माझा अतिउत्साह आणि फाजील आत्मविश्वास मला नडला होता.

पण एक गोष्ट खरी की मालावी मोहिमेनंतर माझा उत्साह वाढला, आत्मविश्वास वाढला. मला लेक मालावीबद्दल प्रथमपासून आकर्षण होते. कारण आफ्रिका खंडातील काही प्रसिद्ध मोठ्या तळ्यांपैकी ते एक आहे. ते तिसऱ्या क्रमांकाचे मोठे तळे आहे. या तळ्याने मालावी देशाचा जवळ-जवळ एक पंचमांश भाग व्यापला आहे. मुख्य म्हणजे त्याच्या आकारामुळे त्याच्या एक टोकापासून दुसऱ्या टोकापर्यंत पोहता येणे शक्य होते. मी मालावीच्या आणि लेक मालावीच्या प्रथमदर्शनीच प्रेमात पडलो. तुम्हाला जर कधी मालावीला जाण्याची संधी मिळाली, तर ती सोडू नका. अगदी जरूर जा. सगळ्यात लक्षात राहिली ती स्टुअर्ट ग्रँटबरोबरची भेट. तो एक स्कॉटिश माणूस होता. त्याने आफ्रिकेलाच आपले घर मानले होते. त्याच्या 'सीचलीड' निर्यात उद्योगामुळे ७० लोकांना रोजगार मिळाला होता. त्याने 'सीचलीड' निर्यातीचा उद्योग करतानासुद्धा लेक मालावी सभोवतालच्या नैसर्गिक साधनसंपत्तीचे आणि अन्य जलचरांचे भान ठेवले होते. या सर्वांना हानी पोचणार नाही, त्यांचा नाश होणार नाही, याची काळजी घेतली होती. स्टुअर्टला मालावीची 'चीचेवान' भाषा आत्मसात होती. ती भाषा तो सफाईदारपणे बोलू शकत होता. तसेच मालावीच्या उत्तर भागात बोलली जाणारी 'चीटुंमबुका' भाषाही त्याला चांगली अवगत होती. स्टुअर्टला पाहिल्यावर ज्याच्या पावलावर पाऊल ठेवून तो मालावीत आला होता, त्या 'डेव्हिड लिव्हिंगस्टन'ची आठवण झाली. डेव्हिड लिव्हिंगस्टन हा एक मिशनरी होता. नवनवीन प्रदेशांचा शोध घेणारा एक साहसवीर होता. पण या सर्वांपेक्षा प्रथम तो मानवतावादी होता. इतिहासच्या पुस्तकात गुलामगिरीची प्रथा संपवल्याचे श्रेय विल्यम विल्बरफोर्स यांच्या नावावर नोंदवले गेले आहे, पण त्या चळवळीत लिव्हिंगस्टनचा लक्षणीय सहभाग होता, हे विसरून चालणार नाही. लिव्हिंगस्टनने मृत्यूपूर्वी अशी इच्छा व्यक्त केली होती की, मृत्यूनंतर त्याचे हृदय आफ्रिकेतच पुरण्यात यावे. प्रत्यक्षात त्याच्या मृत्यूनंतर त्याचे शव इंग्लंडला नेण्यात आले आणि जिथे राजे आणि राण्या चिरनिद्रा घेत आहेत, त्या वेस्ट मिनस्टर ॲबेमध्ये त्यांच्या सान्निध्यात त्याला पुरण्यात आले. सन २००७ साली हृदयविकाराच्या झटक्याने स्टुअर्ट ग्रँटचा अचानक मृत्यू झाला. आज त्याचे शरीर आणि आत्मा मात्र लेक मालावीच्या काठावर चिरनिद्रा घेत आहेत.

एकूणच ही 'लेक मालावी' पोहण्याची मोहीम मला माझ्या अपेक्षेपेक्षा भारी पडली. पण त्यामुळे नाउमेद न होता मी पुढच्या मोहिमांचा विचार करू लागलो. "ठीक आहे. हे झाले, आता पुढे काय?" मी मलाच विचारले. मी तरुण होतो, उत्साही होतो आणि मुख्य म्हणजे नवनवीन अनुभव घ्यायला आसुसलेला होतो.

केपटाऊनच्या दक्षिणेला खोल समुद्रात एक भूभाग घुसलेला आहे. त्याला 'केप पेनीनसुला' म्हणतात. त्याच्या अग्नेयेला भौगोलिक सौंदर्याने सर्वांचे लक्ष वेधून घेणारा आणि भव्यतेने मनावर दडपण आणणारा 'केप पॉइन्ट' हा लॅन्ड मार्क आहे. त्या भागात पोहण्याची कल्पना पट्टीच्या पोहणाऱ्यांच्या मनातही धडकी भरवते. त्याचे मुख्य कारण म्हणजे त्या ठिकाणचे असलेले समुद्राचे रौद्ररूप, अजस्त्र लाटा आणि पाण्याचे बेभरवशी उधाण. या गोष्टी चांगल्या पट्टीच्या पोहणाऱ्यांचे आडाखे चुकवतात. ही जागा केपटाऊनच्या दक्षिणेला ७० कि.मी. वर आहे आणि हे आव्हान घ्यावे, असे मला वाटू लागले. माझ्या आधी काही वर्षे लीन कॉक्स हा अमेरिकन जलतरणपटू केप पॉइन्टला पोहत वळसा घालण्यात यशस्वी ठरला होता. तिथे पोहताना जलतणपटूंची कसोटी लागण्याची दोन मुख्य कारणे म्हणजे तिथे उसळणाऱ्या महाकाय लाटा आणि पाण्याच्या तापमानात अचानक होणारे बदल. सर्वसाधारणपणे पोहण्याची मोहीम आखताना, 'आता एवढी तयारी केलीच आहे, तर प्रयत्न तर करून बघू या,' अशी मानसिकता ठेवली, तर अपयशच पदरात पडण्याची जास्त शक्यता असते. त्या उलट संभाव्य किंवा अचानक उद्‌भवणाऱ्या संकटांचा अंदाज येताक्षणी माघार घेणे, हे कित्येकदा शहाणपणाचे ठरते. त्या ठरवलेल्या दिवशी आम्ही केपटाऊनपासून ७० कि.मी. अंतरावरील केप पॉइन्टपर्यंत मोटरबोटीने ओढत नेलेल्या छोट्या बोटीत बसून गेलो. तिथे गेल्यावर मात्र आमची द्विधा मन:स्थिती झाली. कारण पाण्याला आलेले ते उधाण भयंकरच होते. आमच्या टीममधल्या दोघांचे मत पडले की, त्या दिवशीची मोहीम रद्द करावी किंवा स्थगित ठेवावी. कारण परिस्थिती धोकादायकच होती.

माझ्याबरोबर असलेला अनुभवी जीवरक्षक क्लीम गुच मला म्हणाला, "लुईस, तू साक्षात गाढवपणा करतो आहेस. आज भरती खूप मोठी आहे आणि अजून पाणी वाढण्याची शक्यता आहे." परंतु माझे मत होते की, जर ठरवलेल्या वेळेत मी पोहून जाऊ शकलो, तर इतपत भरती असणे उलट ठीकच होते.

पाण्याचे तडाखे जोरदारच होते, यात शंकाच नाही, पण तिथे पोहणे हा एक अविस्मरणीय अनुभव होता कारण तिथून दिसणारे किनारपट्टीचे अप्रतिम सौंदर्य. समुद्रात घुसलेल्या त्या चिंचोळ्या भूभागावरची जणू पहारा देणारी, ती दोन द्वीपगृहे तिथल्या खडकाळ भूभागाचे राकट सौंदर्य, तिथल्या समुद्राची रौद्रता जणू अधोरेखितच करत होती.

मी जेव्हा पाण्यात उतरलो, तेव्हा पाण्याचे तापमान सुखद असे १८°से. होते. पाण्यात ३०-३५ हात मारून मी केपला वळसा घातला नाही, तोच पाण्याचे तापमान ११°से. वर आले होते.

अशा प्रकारच्या पोहण्याच्या मोहिमेला अधिकृत मान्यता मिळण्यासाठी ती मोहीम जमिनीवरून सुरू होऊन जमिनीवर संपवावी लागते आणि असे करणे वर सांगितलेल्या कारणामुळे अवघडच नव्हे, तर जवळ-जवळ अशक्यच होते. मी 'डायझ' किनाऱ्याकडे पोहायला सुरुवात केली. 'झोडियाक' या हवा भरलेल्या रबरी बोटीतून माझे सहकारी माझ्याबरोबर मदतीसाठी होते. माझे बोटीतील सहकारी बोट किनाऱ्याच्या जास्तीत जास्त जवळ नेण्याचा प्रयत्न करत होते. मला समोर दिसत होते की, १५-२० फूट उंचीच्या लाटा किनाऱ्यावर जाऊन थडकत होत्या. पोहताना माझी जरा जरी चूक झाली असती, तरी मी त्या लाटांच्या तडाख्याने किनाऱ्यावरच्या वाळूत फेकला गेलो असतो. पाण्याच्या लाटेच्या ताकदीचा आणि किनाऱ्याच्या खडकाळपणाचा विचार करता असा अपघात होणे मला फारच महागात पडले असते. जर अशा एखाद्या लाटेच्या तडाख्याने वाळूऐवजी एखाद्या खडकावर जाऊन मी आपटलो असतो, तर काय झाले असते, याची कल्पनाच न केलेली बरी! किनाऱ्याजवळ येता-येता एक मोठी लाट आली. मी ती तशीच अंगावरून जाऊ दिली व ती लाट जाताच पुढची लाट येण्याआधीच किनाऱ्यावर पोहोचण्याच्या उद्देशाने वेगात हात-पाय मारायला सुरुवात केली. पण तसे घडायचे नव्हते. मी मागे वळून पाहिले, तर एक अक्राळ-विक्राळ लाट माझ्या दिशेने चालून येत होती. त्या प्रचंड लाटेने मला एकदम वर उचलले आणि दुसऱ्या क्षणाला खाली आणले. क्षणात गोष्टी हाताबाहेर गेल्या होत्या, घडणाऱ्या गोष्टींवर माझा अजिबात ताबा राहिला नव्हता.

किनारा माझ्यापासून जेमतेम २५ मीटर अंतरावर होता. माझा मित्र, लॉरी फियालकोव्ह मी किनाऱ्यावर येण्याची वाट पाहत उभा होता. मी त्याला समोर बघत होतो, पण त्याच्यापर्यंत पोचणे मला अशक्य झाले होते. मध्ये मोठे-मोठे खडक असलेला खडकाळ भाग होता आणि त्या भागाला टाळण्याचा माझा आटोकाट प्रयत्न चालला होता. जेव्हा भलीमोठी लाट चालून यायची, तेव्हा वेळ काढण्यासाठी म्हणून मी पाण्यात बुडी मारत होतो. अगदी तळापर्यंत जाऊन खाली वाळूत हात रोवून लाटेच्या तडाख्याबरोबर वाहून न जाण्याचा आटोकाट प्रयत्न करत होतो. समुद्र इतका खवळलेला होता आणि इतक्या मोठमोठ्या लाटा एकामागून एक येत होत्या की, माझा स्वत:वरच ताबा राहिला नव्हता. मी समुद्राच्या तळाशी आहे की पाण्यावर होतो, हेच मला समजेनासे झाले होते. प्रत्येक वेळेला गुदमरलेल्या अवस्थेत मी श्वास घेण्यासाठी पाण्यावर येतो न येतो,

तोच मोठी लाट येत होती आणि मला परत खोल बुडी मारायला भाग पाडत होती. हा सर्व प्रकार काही मिनिटेच चालला असेल, पण मला मात्र तो अगदी युगासारखा वाटला. शेवटी मी इतका थकून गेलो होतो की, पाण्यावर आल्यावर आता जे काय व्हायचे ते होऊ दे, असा विचार करून पाण्यावर स्वस्थ पडून राहिलो. आता माझ्यात लाटांना प्रतिकार करण्याची ताकद अजिबात उरली नव्हती. तेवढ्यात अजून एक भलीमोठी लाट आली आणि तिच्या तडाख्याने मी खडकाळ किनाऱ्यावर फेकला गेलो. खडकावर, वाळूवर जोरात फेकला गेलो, तरी सुदैवाने कोठेही फ्रॅक्चर झाले नव्हते, खरचटले नव्हते की, जख़मा झाल्या नव्हत्या. फक्त संपूर्ण दमणूक झाली होती. अंगात अजिबात त्राण उरले नव्हते. लॉरी माझ्याकडे धावत-धावत आला. मी सुखरूप असल्याचे बघून त्याला खूप आश्चर्य वाटले. चमत्कार एवढ्यावरच संपणार नव्हता, तर माझ्या पोहण्यावर दुर्बिणीतून लक्ष ठेवून असलेला द्वीपगृहातला माणूस मी डायझ किनाऱ्यावर पोचल्या-पोचल्या चहा आणि ब्लँकेट घेऊन धावत-धावत आला. माझ्या या अंगावर काटा आणणाऱ्या आणि अतिरेकी साहसानंतर मला त्याची फार आवश्यकता होती. दुसऱ्या दिवशी केपटाऊनच्या वृत्तपत्रांतून माझ्या अविचारी साहसावर टीका करणाऱ्या बातम्या रकानेच्या रकाने भरून आल्या. सगळ्यांचा सूर मी त्या परिस्थितीत पोहण्याचे धाडस करायला नको होते असाच होता. त्यावेळी सर्वांच्या टिकेमुळे मी चिडलो होतो, रागावलो होतो. पण आता शांतपणे विचार करता मलाही असे जाणवते की, तेव्हा मी जे केले, ते फारसे शहाणपणाचे नव्हते.

आमच्या मालावी मोहिमेनंतर ऑट्टो थॅनिंगपण आता नवीन काय मोहीम हाती घेता येईल, या विचारात होते आणि थोड्याच दिवसांत आम्ही आमचे पुढले लक्ष्य नक्की केले. उद्या जर तुम्ही कोणाला सांगायला लागलात की, तुम्हाला गिर्यारोहणाची आवड आहे किंवा छंद आहे तर साहजिकच त्याचा प्रश्न असतो की, "मग तुम्ही एव्हरेस्ट शिखर सर केले आहे?" किंवा जर तुम्ही कोणाला म्हणालात की, तुम्हाला पोहण्याचा आणि त्यातून दीर्घ अंतरे पोहून जाण्याचा छंद किंवा आवड आहे, तर अर्थातच तो विचारतो, "मग तुम्ही इंग्लिश खाडी पोहून गेला आहात का?" कारण गिर्यारोहकांसाठी एव्हरेस्ट चढून जाणे आणि पोहणाऱ्यांसाठी इंग्लंडची खाडी पोहून जाणे, हे त्या-त्या क्षेत्रातले मापदंड आहेत. इंग्लंडच्या आग्नेयेला असलेल्या डोव्हरपासून फ्रान्सच्या किनाऱ्यावरचे सर्वांत जवळचे ठिकाण यात फक्त ३५ कि.मी.चे अंतर आहे आणि चांगल्या हवामानात हे अंतर पोहून जाणे तसे फार अवघड नाही. पण फक्त एकच प्रश्न असतो आणि तो म्हणजे इंग्लिश खाडी आणि चांगले हवामान हे विरुद्धार्थी शब्द आहेत. एखादे दिवशी इंग्लिश खाडी पोहून

जायला योग्य दिवस सापडला असे वाटेल, पण हवामानाच्या बेभरवशीपणामुळे नेमका तोच दिवस तुम्हाला डोव्हरच्या किनाऱ्यावर वारा पडण्याची वाट बघत घालवावा लागू शकतो. जेव्हा तुम्ही दक्षिण आफ्रिकेहून केवळ इंग्लंडची खाडी पोहण्याच्या उद्देशाने काही दिवसांसाठीच येता आणि तेपण अत्यंत तुटपुंज्या बजेटवर, तेव्हा असा दिवस तेवढ्यात मिळायला तुम्हाला जबरदस्त नशिबाचीच साथ हवी.

ऑट्टो आणि मी आम्ही लेक मालावीची मोहीम फेब्रुवारी १९९२मध्ये पार पाडली आणि त्याच वर्षांच्या ऑगस्टमध्ये इंग्लिश खाडी पोहून जाण्याची मोहीम ठरवली. तेव्हा मी केपटाऊन युनिव्हर्सिटीत तिसऱ्या वर्षाचा विद्यार्थी होतो व इंग्लंडला जाण्यासाठी विमानाच्या तिकिटाचा खर्च, तिथे मार्गदर्शक बोट भाड्याने घेण्यासाठी लागणारा खर्च वगैरे सगळे माझ्या आवाक्याबाहेर होते. माझी ही अडचण मी ऑट्टोना बोलून दाखवली, तेव्हा ते म्हणाले "लुईस, काळजी करू नकोस. आपण कोणीतरी प्रायोजक मिळवू या आणि अशा साहसी मोहिमेसाठी आपल्याला प्रायोजक नक्की मिळेल." त्या वेळी इंग्लंडची खाडी पोहून जाण्याच्या प्रयत्नांना दक्षिण आफ्रिकेतील वृत्तपत्रांमध्ये आणि टेलीव्हिजनवर चांगली प्रसिद्धी मिळायची आणि त्यामुळे प्रायोजक मिळण्याची चांगली शक्यता होती. पण मला मनोमन वाटत होते की, ऑट्टो यांचाच आम्हा दोघांचा ट्रीपचा खर्च करण्याचा बेत असावा. त्यानंतर आम्ही या विषयावर बोललो नाही, पण मला खातरी आहे की, प्रायोजक वगैरे कोणी मिळाला नव्हता. फक्त याच नाही, तर अशा अनेक गोष्टींसाठी मी ऑट्टो यांचा शतशः ऋणी आहे.

ऑट्टो त्यांनी वाचलेल्या 'इट्स कोल्ड इन द चॅनेल' या पुस्तकाबद्दल मला भरभरून सांगितले. हे पुस्तक मॅथ्यू वेब याच्या इंग्लिश खाडी पोहून जाण्याच्या पहिल्या ऐतिहासिक प्रयत्नासंबंधी आहे. ते वर्ष होते १८७५. वेब एकूण २३ तास पाण्यात होता आणि त्याला पाण्यातून किनाऱ्यावर ओढून काढण्यासाठी फ्रान्सच्या किनारपट्टीवर घोडागाडीची मदत घ्यावी लागली होती. नंतर डॉक्टरांनी जेव्हा त्याची तपासणी केली, तेव्हा डॉक्टर फक्त एवढेच म्हणाले, "याची नाडी अजून चालू आहे." ऑट्टो यांनी ही घटना मला सांगून त्यांच्या पद्धतीने मी ही मोहीम फार बिनधास्तपणे न घेण्याचा इशाराच दिला होता. अर्थात मालावीच्या अनुभवातून मी खूप शिकलो होतो आणि ही मोहीम मी नक्कीच पुरेशा गांभीर्याने घेणार होतो. तरीपण थंडगार पाण्यात लांब अंतर पोहण्याचा जो एक अनभुव लागतो, तो वयाच्या फक्त बाविसाव्या वर्षी मला नक्कीच नव्हता आणि माझ्यासाठी ती एक अडचणीचीच गोष्ट होती.

इंग्लिश खाडीबद्दल वाचलेली, ऐकलेली प्रत्येक घटना एकच गोष्ट अधोरेखित

करते की, तेथे समुद्र हा सर्वेसर्वा आहे. तेथे फक्त समुद्राचाच अधिकार चालतो. ही गोष्ट लक्षात ठेवून मी सहा महिने कसून सराव केला. कॅम्पस बे बीचच्या समुद्रात, 'सी पॉइन्ट पॅव्हेलियन पूल'मध्ये वेगवेगळ्या तापमानांत वेगवेगळ्या परिस्थितींत सराव केला, कारण ही संधी मला घालवायची नव्हती. या मोहिमेत अपयशाचा धनी व्हायला लागू नये, म्हणून माझा आटापिटा चालला होता. त्यासाठी आम्हाला खालील चार बाबींकडे अत्यंत काटेकोरपणे लक्ष देणे जरुरीचे होते.

१. दीर्घ अंतर पोहण्याचा आणि त्यातही खूप वेळ थंड पाण्यात टिकून राहाण्याचा सराव करणे.
२. आमच्या मार्गदर्शक बोटीसाठी अनुभवी आणि तरबेज वाटाड्या शोधणे. ज्याला समुद्रातील निरनिराळ्या अंतरप्रवाहांची माहिती आहे, ज्याला हवामान वाचता येते, अंदाज वर्तवता येतो, जो खाडीचा मूड ओळखू शकतो आणि जो फ्रान्सच्या किनाऱ्यावर योग्य जागी नेऊन पोचवेल; असा वाटाड्या म्हणजे उत्तम वाटाड्या. कारण असा वाटाड्या असणे ही मोहिमेच्या यशाच्या दृष्टीने अत्यंत महत्त्वाची अशी बाब होती. नाहीतर सर्वसाधारण वाटाड्यांना मोहिमेच्या यशापयशाशी काही देणे-घेणे नसते. 'आपली फी मिळाल्याशी कारण,' अशी त्यांची वृत्ती असते.
३. मार्गदर्शक बोटीत वाटाड्याखालोखाल आणखी एक महत्त्वाची व्यक्ती असते. त्या व्यक्तीचे काम असते पोहणाऱ्यांशी संवाद साधणे, त्याला धीर देणे, त्यांना उत्साह वाटेल असे बोलणे. अशासाठी पण योग्य व्यक्ती मिळणे अत्यंत जरुरीचे होते.
४. शेवटी सर्वांत महत्त्वाची गोष्ट म्हणजे मोहिमेसाठी योग्य दिवस निवडणे. या बाबतीत मात्र आमच्या निवडीला फारसा वाव नव्हता, कारण खर्चाचा विचार करता त्या योग्य दिवसाची वाट बघत फार दिवस इंग्लंडमध्ये घालवणे आम्हाला शक्य नव्हते.

बेभरवशी हवामानात, थंड पाण्यात ३५ कि.मी. पोहून जाण्याची अत्यंत अवघड अशी मोहीम जेव्हा आखली जाते, तेव्हा साहजिकच सर्व लक्ष शारीरिक क्षमतेवर आणि त्यासाठीच्या प्रशिक्षणावर केंद्रित केले जाते व इतर गोष्टींकडे दुर्लक्ष होते, पण पूर्वानुभवावरून ती चूक मी परत करणार नव्हतो.

आम्ही ठरवले की, पीटर बेल्स परत मार्गदर्शक बोटीवर नंबर दोन असणार होता. रिचर्ड आर्मस्ट्राँगच्या रूपाने आम्हाला इंग्लिश खाडी पोहण्यासंदर्भात दांडगा अनुभव असलेला आणि एकूणच परिस्थितीची खडानूखडा माहिती असलेला समर्थ

वाटाड्या मिळाला.

डोव्हरच्या एका हॉटेलात आम्ही आमची सोय केली, कारण डोव्हरहूनच आमच्या मोहिमेला सुरुवात होणार होती. केपटाऊन ते लंडन हा रात्रीचा प्रवास करून, तिथून परत टॅक्सीने प्रवास करून आम्ही डोव्हरला पोचलो, तेव्हा दुपार झाली होती. एकंदरीत हवामान छान होते. हॉटेलमध्ये सामान टाकून लगेचच आम्ही समुद्रकिनाऱ्यावर पोहायला गेलो. तिथल्या समुद्रात पोहण्याचा जरा अंदाज घ्यायचा होता. केपटाऊनमधील कॅम्पस बेच्या पाण्याच्या तुलनेने येथे पाण्याचे तापमान जरा जास्त होते, पण सुखावह होते. तिकडल्या १२-१३°से. तापमान असलेल्या पाण्यापेक्षा इकडले १७°से. तापमान असलेले पाणी शरीराला जास्त सुखावह वाटत होते. पोहून झाल्यावर जरा पोटपूजा करेपर्यंत रिचर्ड आर्मस्ट्राँग आम्हाला भेटायला आला. रिचर्डने सांगितले, ''गेल्या काही दिवसांच्या हवामानाचा विचार करता उद्याचे हवामान ठीक ठरायला हरकत नाही. सकाळी थोडा वेळ समुद्र खवळलेला असेल, पण नंतर मात्र तो शांत असेल. म्हणून माझ्या मते तुमच्यापैकी एकाने उद्या प्रयत्न करावा आणि दुसऱ्याने परवा प्रयत्न करावा.''

''चॅनल स्विमिंग असोसिएशन'च्या नियमाप्रमाणे मार्गदर्शक बोटीतील वाटाड्या हा एका वेळी एकाच पोहणाऱ्याची जबाबदारी घेऊ शकतो. त्यामुळे एका पोहणाऱ्याबरोबर एकच मार्गदर्शक बोट असणार होती. मी हा विक्रम करायला फारच उत्सुक होतो. माझ्यापेक्षा खरे तर ऑट्टोच खूप अनुभवी आणि यशस्वी जलतरणपटू होते. रिचर्डच्या भविष्याप्रमाणे खाडी पोहून जायला दुसऱ्या दिवशी वातावरण अनुकूल असणार होते. त्यामुळे न राहवून मी ऑट्टोना विनंती केली की, उद्याचा पहिलाच प्रयत्न मी करू का? ऑट्टो नेहमीप्रमाणे आपल्या मनाचा मोठेपणा, दिलदारपणा दाखवत म्हणाले, ''अर्थात लुईस! तूच पहिला प्रयत्न करणार आहेस!''

''ठीक आहे तर, मग आपल्याला उद्या पहाटे चार वाजता निघायचं आहे. त्यामुळे एक तर बरंचसं पोहणं दिवसा-उजेडी होईल आणि दुसरं म्हणजे फ्रान्सला पोचल्यावर तिथून निघून आपण मध्यरात्रीपर्यंत डोव्हरला परतही येऊ शकू,'' रिचर्ड म्हणाला.

सकाळी चार वाजता निघायचे म्हणजे मला भल्या पहाटे अडीच वाजता उठायला हवे होते त्यातून आदल्या रात्री केपटाऊन ते लंडन प्रवासामुळे रात्री झोपपण नीट झालेली नव्हती. अचानक मनावर दडपण आल्यासारखे वाटायला लागले. मनात यायला लागलेले नकारात्मक विचार मी कटाक्षाने बाजूला सारले आणि ध्येयावरच लक्ष केंद्रित करण्याचे ठरवले. अंधार पडायला आता थोडाच अवधी उरला होता. अजून दुकानात जाऊन चॉकलेट्स, केळी, एनर्जीपेये इत्यादी खरेदी करायची होती. 'बूट्स' फार्मसीमध्ये जाऊन अंगाला लावण्यासाठी 'ग्रीस'

घ्यायचे होते. रात्री बरोबर नऊ वाजता मी अंथरुणावर पडलो आणि डोळे मिटले. भल्या पहाटे अडीच वाजता कर्कश्श गजराने गाढ झोपेतून जाग आली. क्षणभर विश्वासच बसला नाही. पाचच मिनिटांपूर्वी तर आपण झोपलो होतो. एवढ्यात कसे अडीच वाजले? मी कोठे आहे? मी येथे का आलो आहे? अर्धवट झोपेत मनाला विचार स्पर्शून गेले.

झटपट तयार होऊन बाहेर पडलो आणि चालतच बंदरावर गेलो. या अशा आडवेळीपण बंदरात छोट्या बोटींची ये-जा सुरू होती. पहिल्यांदा इंग्लिश खाडी पोहण्याचा विक्रम नोंदवणाऱ्या वीराचा, किनाऱ्यावर उभा असलेला मॅथ्यू वेबचा पुतळा मला माझ्या ध्येयाची आठवण करून देत होता. जवळच असलेल्या डोंगराच्या कड्यावरच्या प्रकाशाने उजळून निघालेल्या 'डोव्हर कॅसल'ची भव्यता डोळ्यांत भरत होती. रिचर्डची लाकडी बोट तशी लहानच होती. पूर्वी ती बोट रिचर्ड मच्छीमारीसाठी वापरायचा. मच्छीमारीच्या क्षेत्रात झालेल्या आमूलाग्र बदलामुळे, तसेच इंग्लंडच्या सागरी हद्दीत मोठ्या स्पॅनिश मच्छीमार बोटींना दिलेल्या परवानगीमुळे छोट्या आणि मध्यम मच्छीमारांचा धंदा धोक्यात आला होता. त्यामुळे रिचर्डसारख्यांना उपजीविकेसाठी इतर मार्ग शोधणे क्रमप्राप्त झाले होते. म्हणून रिचर्डने हा इंग्लिश खाडी पोहणाऱ्यांसाठी मार्गदर्शक वाटाड्याचा व्यवसाय सुरू केला होता. आम्ही चार वाजण्याच्या थोडे आधीच डोव्हर बंदरातून रिचर्डच्या बोटीने 'शेक्सपीयर बीच'कडे निघालो. बोट थोडी खोल पाण्यात उभी ठेवून मी 'शेक्सपीयर बीच'पर्यंत पोहत जाणार होतो आणि तिथून माझ्या विक्रमाला सुरुवात होणार होती.

बोटीच्या त्या छोट्या प्रवासातच दिवसात काय वाढून ठेवले होते, याची कल्पना आली. आम्ही बंदरातून निघून जरा बाहेर पडलो नाही तोच मोठ्या लाटा आमच्या बोटीवर धडकू लागल्या आणि मिनिटभरातच बोटीच्या कडेला आधारासाठी घट्ट धरून बसण्याची वेळ आली. मनात विचार चमकून गेला की, रिचर्डने वर्तवलेला आजचा हवामानाचा अंदाज खोटा तर ठरणार नाही ना? माझा प्रश्नार्थक चेहरा बघून माझ्याशेजारी बसलेल्या पीटर बेल्सला माझ्या मनात चाललेल्या घालमेलीची कल्पना आली. "काही काळजी करू नकोस लुईस, सर्व ठीक होईल." पीटरने मला धीर दिला. "रिचर्डवर विश्वास ठेव. तो इथला एक अनुभवी नावाडी आणि वाटाड्या आहे. नाहीतरी सकाळी काही वेळ हवामान ठीक नसेल आणि नंतर त्यात बरीच सुधारणा होईल, असं मत त्यानं व्यक्त केलंच होतं." रिचर्डचे भाकीत खरे ठरण्यासाठी मी मनोमन प्रार्थना केली, कारण अशा प्रकारच्या अशांत समुद्रात लाटांशी झुंज देत १२ तास पोहणे कठीणच होते. याच कारणासाठी मला वाटते इंग्लिश खाडी पोहणे एवढे प्रतिष्ठेचे मानले जाते. कारण येथे पोहणाऱ्याच्या शारीरिक, मानसिक ताकदीचा अगदी कस लागतो.

'चॅनल स्विमिंग असोसिएशन'च्या नियमांप्रमाणे ही मोहीम पार पडते की नाही, हे बघण्यासाठी असोसिएशनचा पदाधिकारी मार्गदर्शक बोटीवर होता. मी बोटीतून उतरून पोहत 'शेक्सपीयर बीच' वर पोचल्यावर तो बोटीतूनच ओरडला, ''लुईस, तयार आहेस का?'' 'गेट सेट गो.' आणि या शब्दांबरोबर माझ्या इंग्लिश खाडी पोहून जाण्याच्या धाडसाला, साहसाला सुरुवात झाली. मी एकाच वेळी दोन्ही भावना अनुभवत होतो. एकीकडे मी अगदी उत्तेजित झालो होतो; तर दुसरीकडे मनात शंकेची पालपण चुकचुकत होती. मी खरे तर कसून पूर्वतयारी केली होती, मनाचा निर्धारही होता पण हे सर्व खराब हवामानात लाटांशी सामना करताना कितपत टिकू शकेल आणि सरतेशेवटी मी फ्रान्सचा किनारा गाठू शकेन की नाही, याबद्दलची साशंकतापण मनात डोके वर काढत होती. अशी ही परिस्थिती पाहिल्यावर मला 'लेक मालावी'च्या त्या उबदार, शांत, स्तब्ध पाण्याची तीव्रतेने आठवण झाली आणि मनात विचार आला, त्या तशा पाण्यात पोहणे खरंच किती सोपे होते! पण अनुभवान्ती कळले होते की, त्या तशा पाण्यातील आव्हाने वेगळी होती, तिथले प्रश्न वेगळे होते. हवामानाने साथ दिली, तर इंग्लिश खाडी पोहून जाण्याचा कार्यक्रम १० तासांत आटोपणार होता. नाहीतर हाच कार्यक्रम १५ तासांवरपण जाण्याची शक्यता होती. मी माझ्या खाडी पोहण्याच्या मोहिमेतील डावपेचांची थोडीफार अशा प्रकारे आखणी केली होती. परिस्थितीचा अंदाज घेऊन पोहण्याचा सावधपणे वेग ठरवायचा. लागणाऱ्या वेळेचा अजिबात विचार करायचा नाही. जेव्हा परिस्थिती फार बिघडलेली असेल, तेव्हा परिस्थितीवर मात करण्यात ताकद खर्ची न घालता प्राप्त परिस्थितीत शांतपणे तरून जायचा प्रयत्न करायचा. इंग्लिश खाडी पोहताना एकच ध्येय असते, ते म्हणजे खाडी पार करणे आणि फ्रान्सचा किनारा गाठणे. लोकांना फक्त तुम्ही पोहून पलीकडे किनाऱ्यावर पोचलात की नाहीत, एवढेच जाणून घेण्याची उत्सुकता असते.

सुरुवातीपासूनच लाटांनी थैमान घालायला सुरुवात केली होती. मला पुढे सरकण्यासाठी जितका वेळ लागत होता, तेवढाच वेळ लाटांबरोबर वर-खाली होण्यातपण जात होता. मी मनाने अगदी शांत होतो. लाटांना अजिबात प्रतिकार न करता त्यांच्याशी जुळवून घेत पुढे जायचा प्रयत्न करत होतो. मी मनाशी खूणगाठ बांधली होती की, आजचा दिवस खूप मोठा आणि कष्टप्रद असणार होता. रात्रीच्या गडद अंधारात पोहायला सुरुवात करण्यात एक फायदा असतो, तो म्हणजे पाण्यात घालवलेले प्रत्येक मिनिट तुम्हाला होणाऱ्या सूर्योदयाच्या एक मिनिट जवळ नेत असते आणि पोहताना सूर्य वर येताना बघणे ही एक दिलासादायक, धीर देणारी आणि मनोबल वाढवणारी गोष्ट असते. एक, दोन आणि पाण्यात उतरून आता तीन तास झाले

होते, समुद्र अजूनही अशांतच होता. लाटांच्या माऱ्यामुळे मी इकडेतिकडे फेकला जात होतो. अधूनमधून मी पाण्यात दोन-तीन हात मारले. श्वास घेण्यासाठी पाण्यावर डोके काढले. तेवढ्यात तोंडावर मोठी लाट येऊन आदळली आणि नाका-तोंडात खारट पाणी शिरले. थोडेसे पाणी गिळले जाणे, पोटात जाणे ठीक असते, पण तेच प्रमाणाबाहेर झाले, तर त्याचे गंभीर परिणाम होऊ शकतात. जवळ-जवळ तीन तास पोहल्यावर आता ते डोव्हर, तिथला तो धुरकट रंगाचा डोंगराचा कडा वगैरे खूप मागे पडले असेल, अशा आशेने मी मागे एक नजर टाकली; तर काय ते डोव्हर, तो कडा तितक्याच ठळकपणे दिसत होते. एवढेच नाही, तर प्रकाशाने उजळून निघालेला किल्लापण स्पष्ट दिसत होता. लाटांबरोबर चाललेल्या माझ्या तीन तास झटापटींचे आता चार तास झाले, पाच तास झाले. मी माझी ताकद, स्टॅमिना वाचवण्याचा जास्तीत जास्त प्रयत्न करत होतो; तरीही लाटांच्या माऱ्यापुढे ते काही जमत नव्हते आणि आता मला ते चांगल्यापैकी जाणवू लागले होते. थोड्या वेळात जर हवामानात सुधारणा झाली नसती, तर हा प्रयत्न अर्ध्यावरच सोडून देणे भाग पडणार होते. फ्रान्सच्या किनाऱ्यावर पोचणे हे स्वप्नच राहणार होते. नैराश्याने मला घेरायला सुरुवातच केली होती, तोच लाटांची उंची कमी-कमी व्हायला लागली आणि माझ्यात परत उत्साह संचारला. पाण्यात उतरून आता सहा तास होऊन गेले होते आणि अचानक समुद्राचे पाणी एखाद्या धरणाने किंवा बंधाऱ्याने अडवलेल्या पाण्यासारखे शांत आणि स्थिर झाले. आता मला परत यशाची आशा वाटायला लागली.

'चॅनल स्विमिंग असोसिएशन'च्या नियमाप्रमाणे पोहणाऱ्याला खाण्या-पिण्यासाठी पण मार्गदर्शक बोटीचा आधार घेण्यास मनाई असते. तसेच तो काही कारणाने पाण्याबाहेर पण येऊ शकत नाही. त्यामुळे पीटर माझ्यासाठी दर अर्ध्या तासाने पाण्यातच पेयाच्या बाटल्या आणि खाद्यपदार्थांची पाकिटे टाकत होता व मी पोहत-पोहतच आदल्या दिवशी संध्याकाळी घेतलेली चॉकलेट्स आणि केळी खात होतो आणि पेयाचे मोठ-मोठे घोट घेत होतो.

साधारणत: १० एक तासांनी माझ्या तब्येतीत मला गडबड वाटायला लागली, बरेच खारट पाणी पोटात गेल्याचा तो परिणाम होता. मी खाल्लेले सर्व पोटात ढवळून निघत होते; पण शरीराची ताकद, स्टॅमिना कायम ठेवण्यासाठी मला सारखे खातपीत राहाणे आवश्यकच होते, पण थोड्याच वेळात मला उलट्या व्हायला लागल्या व त्यामुळे माझ्या आजूबाजूचे पाणी घाण व्हायला लागले. एक तर आजारी असताना पोहणे ही कठीणच गोष्ट होती आणि त्यात या उलट्यांमुळे माझी मलाच फार किळस वाटायला लागली. पीटर हे सर्व बोटीतून बघत होता, पण तो काही करू शकत नव्हता. असह्य होऊन पोट रिकामे झाल्यावर मला

कोरड्या उलट्या येऊ लागल्या. आणि हा प्रकार तर उलट्यांपेक्षा भयानक असतो. माझी अवस्था खरोखरच अतिदयनीय झाली होती, पण माझी वेडीवाकडी होणारी तोंडे बघून बोटीत असलेला पीटर मात्र हसत होता. त्याची ही प्रतिक्रिया अगदी योग्य अशीच होती, कारण त्याने त्या वेळी जर मला सहानुभूती दाखवली असती, तर माझी मलाच दया आली असती, आणि माझा स्वत:वरचा विश्वास एखादे वेळी डळमळीत झाला असता. त्यामुळे त्याला प्रत्युत्तर म्हणून मी पण हसत-हसत माझे पोहणे चालू ठेवले. पीटरने बोटीतूनच ओरडून मला सांगितले की, फ्रान्सचा किनारा गाठायला अजून पाच एक तासांचे अंतर होते, पण माझ्या ऐकण्यात काहीतरी चूक होऊन मी पाच तासांऐवजी दोन-एक तास असेच ऐकले. त्यामुळे मोहीम फत्ते झाली, असे वाटून माझ्यात जणूकाही नवे बळ संचारल्यासारखे वाटले व मी जोरजोरात हात मारायला लागलो. जवळ-जवळ एक तास पोहल्यावर 'आता काही मिनिटांचेच अंतर उरले आहे.' या उत्तराची अपेक्षा ठेवून मी मोठ्या आशेने पीटरला विचारले, "अजून किती वेळ?" पीटरच्या उत्तराने मला धक्काच बसला. पीटर सांगत होता, "अजून साडेतीन ते चार तास." माझा माझ्या कानांवर विश्वासच बसेना. मी पीटरला म्हणालो, "पीटर तू माझी थट्टा तर करत नाहीस ना?" यावर पीटरचे उत्तर होते, "लुईस, मी अशा प्रसंगी थट्टा कशी करेन, मी खरंच सांगतोय की अजून बरंच अंतर जायचं आहे. तू फार विचार करू नकोस. पोहत राहा."

त्या क्षणी तिथेच जलसमाधी घ्यावी, असे मला वाटले. कमीत कमी पीटरवर खूप चिडावे, असे तरी मला नक्कीच वाटले. पण ते करायलाही माझ्या अंगात अजिबात त्राण उरले नव्हते. त्याऐवजी मी पाण्यात डोके घातले आणि हात मारायला लागलो. पाण्यात जवळ-जवळ १२ तास काढल्यावर फ्रान्सच्या किनाऱ्यावरच्या 'कॅप ब्लॅक'चे पांढरे सुळके दिसायला लागले, पण मी मोठ्या प्रयासाने त्यांच्याकडे बघायचे टाळले. माझा पोहण्याचा वेग मंदावल्यामुळे फ्रान्सचा किनारा अजून आटोक्यात, जवळ आल्यासारखे वाटत नव्हते. उलट जितके माझे लक्ष किनाऱ्याकडे जात होते, तितकी मनाची चलबिचल वाढत होती. म्हणून किनाऱ्यावरचे लक्ष हटवण्यासाठी मी एक युक्ती केली. मी पाण्यात मारलेले हात मोजायला लागलो. एक, दोन, तीन... अगदी शंभरपर्यंत. मला आणखी एक असे जाणवले की, असे आकडे मोजायला लागल्यामुळे शारीरिक वेदनांवरचे माझे लक्षपण आपोआपच कमी झाले. वेदनांवरचे लक्ष हटवण्याचा हा एक सोपा आणि खातरीशीर मार्ग मला सापडला होता. जरा वेळाने आकडे मोजायचा कंटाळा आल्यावर मी फ्रान्सच्या किनाऱ्यावर पोचल्यानंतरची स्वप्ने रंगवायला लागलो. तो पायांना होणारा ओल्या वाळूचा स्पर्श, डोव्हरला हॉटेलमध्ये पोचल्यावर मागवायची खाण्याच्या पदार्थांची यादी इत्यादी इत्यादी. रात्री जेवणासाठी चिकन बर्गर मागवायचे

मी तिथेच निश्चित केले.

खरे तर चिकन बर्गर हा काही माझा फार आवडीचा पदार्थ नाही, पण तेव्हा मी तोच पदार्थ का निवडला याचे कारण मला सांगता येणार नाही, आणि तुम्हीपण ते विचारू नका. पण त्या वेळी त्याचाच विचार मनात घोळत राहिला. बरोबर आणखी काय मागवावे? बटाट्याचे वेफर्स? पाण्यात उतरून १३ तास झाले होते. खारट पाणी तोंडात जाऊन जीभ सुजली होती. घसा कोरडा पडला होता, दुखत होता. तरीपण माझ्या मनात सारखे खाण्याचेच विचार येत होते. खरेच पोटभर जेवून मऊ, उबदार अंथरुणात झोपणे म्हणजे साक्षात स्वर्गसुखच नाही का?

तेवढ्यात पीटरच्या हाकांनी माझ्या तंद्रीतून मला बाहेर ओढून काढले. ''लुईस, लुईस, लक्ष ठेव. तू फ्रान्सच्या किनाऱ्याच्या अगदी जवळ आला आहेस. पण तू तुझ्या ठरलेल्या मार्गापासून थोडा-थोडा पश्चिमेला सरकतो आहेस, आणि असं व्हायला कारणीभूत आहेत पाण्यातले अंतर्गत प्रवाह,'' पीटर सांगत होता, ''लुईस आता ठरलेल्या मार्गावर राहण्यासाठी तुला सर्व ताकदीनिशी पोहावं लागेल, नाहीतर पाण्यातील प्रवाहांमुळे तू परत किनाऱ्यापासून दूर ओढला जाशील.'' पाण्यात १४ तास काढल्यानंतर हाता-तोंडाशी आलेली विजयाची संधी गमावणे म्हणजे कल्पनेपलीकडील दुःखद गोष्ट ठरली असती. त्यामुळे पीटरच्या सूचनांचे तंतोतंत पालन करणे अत्यंत गरजेचे होते व शरीरात असेल-नसेल तेवढे त्राण पणाला लावणे भाग होते. मी परत पाण्यात डोके घातले आणि माझा हात मारण्याचा वेग वाढवला. पण माझ्यात इतके कमी त्राण उरले होते, की ते पाण्याचे प्रवाह कापून पुढेपुढे जाणे अवघड होऊन बसले होते. मी माझ्या ठरलेल्या मार्गापासून आणिकच पश्चिमेकडे ओढला जात होतो. तेवढ्यात माझे लक्ष समोरून येणाऱ्या छोट्या-छोट्या लाटांकडे गेले आणि माझी खातरी पटली की, फ्रान्सचा किनारा आता काही फार दूर नाही. पाण्यात एकेक हात मारणे म्हणजे माझ्यासाठी दिव्य होऊन बसले होते, तरीपण मी जिवाच्या कराराने एकेक हात मारत होतो. एका वेळी एकाच हातावर लक्ष केंद्रित करत होतो. दुसरा हात, तिसरा हात... शेवटी मला खाली वाळू दिसायला लागली आणि माझे पाय खाली वाळूवर टेकले. त्यावेळी माझ्या मनात फक्त सुटल्याची भावना होती. मी एखाद्या दारुड्यासारखा अडखळत चालत किनाऱ्यावर आलो. कोरड्या वाळूत आलो आणि निपचित पडून राहिलो. मोहीम पार पाडल्याचा आनंद तर होताच; पण त्याहीपेक्षा त्या दिव्यातून एकदाचा पार पडल्याची, सुटल्याची भावनाच जास्त प्रबळ होती. इंग्लिश खाडी पार करायला मला १४ तास आणि ५० मिनिटे लागली आणि आता मला विश्रांती हवी होती, फक्त विश्रांती. बोटीवरून रिचर्ड ओरडत होता. ''लुईस, चल नीघ. पोहायला लाग. बोटीपर्यंत ये.'' बोट किनाऱ्यापासून १०० मीटरवर खोल पाण्यात

होती. यापेक्षा किनाऱ्याजवळ येणे बोटीला शक्य नव्हते. पण गेले १४-१५ तास मन सांगेल तसे वागणारे माझी शरीर आता मात्र तयार नव्हते. शरीराने मनाशी जणू असहकार पुकारला होता. शरीर हालायलाच तयार नव्हते. बोटीवरचे परोपरीने सांगत होते, अगदी थोडेच अंतर आहे, थोडी कळ सोस इत्यादी इत्यादी. पण शरीर काहीही ऐकण्याच्या मन:स्थितीत नव्हते. शेवटी रिचर्डने माझी परिस्थिती ओळखली आणि तो छोटी खरी बोट घेऊन मला किनाऱ्यावर न्यायला आला. एक म्हातारा मच्छीमार माझ्या जवळून माझ्याकडे बघत न बोलता निघून गेला. बोटीवर पोचल्यावर रिचर्ड म्हणाला, "जिंकलास लुईस, जिंकलास." त्याने माझ्याभोवती ब्लँकेट लपेटले आणि मी बोटीतल्या छोट्या केबिनमधल्या लाकडी बाकड्यावर अंग टाकले. हा एकूण १४ तास ५० मिनिटांचा हिशेब एखाद्या ऑफिसला जाणाऱ्या कर्मचाऱ्याच्या भाषेत मांडायचा झाला, तर 'सकाळी नऊ वाजता सुरू केले ते काम रात्री बाराला दहा मिनिटे कमी असेपर्यंत चालले होते,' असे म्हणण्यासारखे होते. मी अगदी दमण्याची परिसीमा गाठली होती, तरीपण डोव्हरपर्यंतच्या लांब प्रवासात मला झोप आली नाही. आम्ही डोव्हर बंदरात पोचलो तेव्हा मध्यरात्र झाली होती. मी चालतच हॉटेलपर्यंत गेलो. अपेक्षेप्रमाणेच हॉटेलमधील रेस्टॉरंटचा भाग बंद झाला होता. रूम सर्व्हिसची सोय नव्हती. होते ते फक्त चिकन बर्गरचे स्वप्न. हॉटेलच्या रिकाम्या बारमधून काही मिळेल, या आशेने मी एक चक्कर मारली. एका ॲल्युमिनियमच्या भांड्यात थोडे भाजके दाणे मिळाले. तेपण मऊ पडले होते, त्यांना अजिबात चव नव्हती. माझी ती अवस्था आणि अवतार बघून ऑट्टो यांना धक्काच बसला. त्यांनी मला अंघोळीसाठी मदत केली. माझ्या पाठीवरचा ग्रीसचा थर धुऊन काढला. नंतर त्यांनी थोडी झोप घ्यायचा प्रयत्न केला, कारण दुसऱ्या दिवशी खाडी पोहून जाण्याची परीक्षा त्यांना द्यायची होती. पहाटे तीन वाजता गजर झाल्या-झाल्या उठून तयार होऊन त्यांना चार वाजता बंदरात पोचायचे होते.

तो दिवस ऑट्टो यांचा नव्हता. त्या दिवशी खूपच प्रतिकूल हवामान होते. पोहण्यासाठी तो दिवस नव्हताच. ऑट्टो यांना त्या दिवशी माझ्याबरोबर उलट अनुभव आला. सकाळी सुरुवातीला काही तास समुद्र शांत होता, अजिबात लाटा नव्हत्या. मात्र जसजसा दिवस चढत गेला, तसतसे समुद्राने उग्र रूप धारण केले. पाण्यात मोठमोठ्या लाटा उसळायला लागल्या. पण ऑट्टो पट्टीचे पोहणारे असल्यामुळे त्यांनी अशा परिस्थितीशी १० तास झुंज दिली. ऑट्टो फ्रान्सच्या किनाऱ्यापासून आता फक्त पाच कि.मी. अंतरावरच होते, पण मोठमोठ्या लाटा आणि जोरदार अंतर्प्रवाह यांमुळे फ्रान्सचा किनारा गाठणे त्यांना अशक्यप्राय होऊन बसले. ऑट्टो जेव्हा अजून दीड-एक तास लाटांशी झुंज देऊनसुद्धा एक मीटरपण पुढे सरकू

शकले नाहीत, तेव्हा बोटीतल्या माणसांशी संपूर्ण परिस्थितीबाबत विचारविनिमय करून त्यांनी मोहीम तिथेच थांबवण्याचा निर्णय घेतला. मोठमोठ्या लाटांमुळे बोटीलाही ऑट्टो यांच्या जवळपास ठेवणे बोटीतल्यांना शक्य होत नव्हते. त्या अजस्त्र लाटांमुळे ऑट्टोपण खूप वरखाली होत होते, ते जेव्हा लाटेवर आरूढ झालेले असायचे, तेव्हा त्यांना वरून बोटीची पाहणी करता यायची व ते जेव्हा लाटेबरोबर खाली जायचे, तेव्हा बोटीचा तळपण त्यांना बघता यायचा. मोहीम तिथेच थांबवण्याबाबत ऑट्टो यांचे कसेबसे मन वळवल्यावर त्यांना सुरक्षितपणे बोटीवर घ्यायलासुद्धा वीस-एक मिनिटे लागली. मला जेव्हा कळले, की ऑट्टो यांना ही मोहीम मध्येच सोडावी लागली, तेव्हा मी त्यांची वाट बघत डोव्हरच्या बंदरावर येऊन थांबलो. ते आले, तेव्हा बरेच निराश आणि थकलेले दिसत होते. पण मुळातच मनाने उमदे असलेले ऑट्टो होते ते! मला बघितल्यावर त्यांच्या चेहऱ्यावर लगेच हास्य फुलले. "बघ लुईस, आता तुला कळलं ना, की इंग्लिश खाडी पोहणं ही जलतरणपटूची अंतिम कसोटी का म्हणतात ते? आणि याचाच अर्थ असा की, मला आतापासूनच परत एक वर्ष कसून तयारी केली पाहिजे, कारण परत पुढल्या वर्षी मी हा प्रयत्न पुन्हा करणार आहे." मला ऑट्टोंसाठी मनातून खूप वाईट वाटले. आमचा खरे तर अजून एक आठवडा इंग्लंडमध्ये मुक्काम करण्याचे ठरले होते. रिचर्डला खरोखरच आजच्या दिवसाच्या हवामानाची कल्पना आली होती का? अजून एक-दोन दिवस थांबून ऑट्टो यांनी परत प्रयत्न केला असता, तर काही फरक पडला असता का? असा अंदाज वर्तवणे खरोखरच फार कठीण गोष्ट होती. लगेचच एक वर्षाने ऑट्टो इंग्लिश खाडी पोहायला डोव्हरला गेले होते. तेव्हा त्यांना तब्बल आठ दिवस वादळी वारे शांत होण्याची वाट बघत बसावे लागले होते. शेवटपर्यंत वादळी वारे काही शांत झाले नाहीत आणि ऑट्टो यांना प्रयत्न न करताच परतावे लागले होते, पण ऑट्टो यांनी जिद्द सोडली नाही. तिसऱ्या वर्षी ते परत डोव्हरला आले आणि यावेळी त्यांना नशिबाने साथ दिली. हवामान चांगले मिळाले आणि फक्त दहा-एक तासांतच ऑट्टो फ्रान्सच्या किनाऱ्यावर उभे होते.

आम्ही जेव्हा केपटाऊनच्या विमानतळावर उतरलो तेव्हा माझी आई आणि बहीण व ऑट्टोंची मैत्रीण 'सीसका' विमानतळावर आमच्या स्वागताला हजर होत्या. इंग्लिश खाडी पोहून जाण्यात आम्ही दोघे जर यशस्वी ठरलो असतो, तर त्यांचे स्वागत स्वीकारताना आनंद खरोखरच द्विगुणित झाला असता; पण एक समाधान होते की ऑट्टो यांना जरी अपयश आले असले तरी प्रयत्नांत ते कमी पडले नव्हते.

त्या वेळी माझ्या वडिलांची प्रकृती अगदी तोळामासा झाली होती, पण ते जिवंत

होते. केपटाऊनला पोचल्या-पोचल्या मी त्यांना भेटायला आणि इंग्लिश खाडी पोहून जाण्याच्या माझ्या पराक्रमाबद्दल सांगायला 'बूथ मेमोरियल हॉस्पिटल'मध्ये गेलो. बातमी ऐकून त्यांचे डोळे लकाकले. त्यातून त्यांना झालेला आनंद व्यक्त होत होता. त्यानंतर थोड्याच दिवसांनी ते आम्हाला सोडून गेले. माझ्या दुर्दैवाने, मी पोहताना किंवा एखादा विक्रम करताना त्यांना कधीच पाहता आले नाही.

वडिलांच्या मृत्यूनंतर थोड्याच दिवसांत आता आपल्याला आणखी काय करता येईल, या विचाराने मी बेचैन झालो. मी ठरवले की, आफ्रिकेचे अगदी दक्षिणेकडचे टोक असलेल्या 'केप अँग्युलास'ला वळसा घालायचा. 'केप अँग्युलास'चे वैशिष्ट्य म्हणजे हिंदी महासागर आणि अटलांटिक महासागर तिथे एकत्र येतात. तिथे वर्षाचे बाराही महिने समुद्र अशांत आणि खवळलेला असतो. त्या भागात पोहायचे म्हणजे मला अशांत किंवा खवळलेल्या समुद्राचा सामना करावा लागण्याची भीती नव्हती, तर त्या भागात मोठ्या संख्येने असणाऱ्या पांढऱ्या शार्क माशांची चिंता मला जास्त भेडसावत होती. जगभरात समुद्रांमध्ये शार्क मासे मोठ्या संख्येने एकत्रित असणाऱ्या ज्या काही मोजक्या जागा आहेत, त्यांपैकी केप अँग्युलास भोवतालचा हा भाग आहे. ते वर्ष होते १९९४. अजून शार्कप्रतिबंधक इलेक्ट्रॉनिक यंत्राचा शोध लागायचा होता. हे यंत्र मार्गदर्शक बोटींवर लावतात आणि त्यातून निघणाऱ्या ध्वनिलहरींमुळे शार्क जवळपास फिरकत नाहीत. या यंत्राच्या शोधानंतर जगभरात शार्क माशांच्या होणाऱ्या हल्ल्याच्या घटनांमध्ये चांगल्यापैकी घट झाली. आता जेव्हा मी मागे वळून बघतो व माझ्या तेव्हाच्या काही उतावळ्या कृत्यांचा विचार करतो, तेव्हा जाणवते की, खरंच मी काय भयंकर अविचारी कृत्ये करत होतो! माझ्या जिवाशीच मी खेळत नव्हतो का? आता जर मला कोणी त्या जागी शार्कप्रतिरोधक यंत्राच्या साहाय्याशिवाय पोहायला सांगितले, तर मी पोहणार तर नाहीच; पण तसे धाडस करण्याचे माझ्या स्वप्नातपण येणार नाही. पण तेव्हा माझा स्वभाव काहीसा बेदरकार होता. अनेक वेळा धाडस करताना मनात मृत्यूविषयी विचार यायचे; पण 'ठीक आहे, मेलो तर मेलो, त्यात काय मोठेसे' अशीच माझी विचार करण्याची पद्धत तेव्हा होती. लोकांना तेव्हाचा माझा तो वेडेपणा एखादे वेळी धाडसीपणा वाटलाही असेल. पण नाही. तो वेडेपणा आणि वेडेपणाच होता. कारण जाणीवपूर्वक धाडसी कृत्य करणारा नेहमी आगामी संभाव्य संकटांचा आधी विचार करतो.

त्या वेळी वडिलांच्या मृत्यूचा धक्का मला असह्य झाला होता. पावलोपावली वडिलांची आठवण व्हायची. त्यांच्या जाण्याने माझ्या आयुष्यात फार मोठी पोकळी निर्माण झाली होती. मनाच्या त्या तशा अवस्थेत मृत्यूची कल्पना मला फारशी भीतिदायक वाटेनाशी झाली होती. त्या जागी पोहताना एखाद्या पांढऱ्या शार्कने मला

खाल्ले असते, तर काय झाले असते? उलट माझी आणि वडिलांची कोठेतरी भेट घडण्याची संधी प्राप्त झाली असती, असे काहीसे स्वैर विचार माझ्या मनात तेव्हा येत असत.

केप अँग्युलासला पोचल्यावर मला केपभोवती पोहताना मार्गदर्शन करू शकेल, अशा मार्गदर्शक बोटीचा मी शोध घेऊ लागलो. त्या वेळी अशा या निरनिराळ्या मोहिमांच्या अनुभवातून मी लोकांच्या मुलाखती घ्यायचे, कामासाठी योग्य लोकांची पारख करायचे इत्यादी शिक्षणच नकळत घेत होतो. अशी निवड करताना बहुतेक वेळेला तुम्ही तुमच्या अंतर्मनाने दिलेल्या कौलावरच विश्वास टाकता. या मोहिमेतपण माझ्याबरोबर परत पीटर बेल्सच होता. ही मोहीम मला सीएडीएसएच्या (केप लाँग डिस्टन्स स्विमिंग असोसिएशन) नियमांच्या अंतर्गत ठेवून अधिकृत म्हणूनच करायची होती. आम्ही आमंत्रणावरून आमच्या मार्गदर्शक बोटीतला वाटाड्या म्हणून काम करणाऱ्याच्या घरी गेलो. मी जो वाटाड्या निवडला होता, त्याचा आधी शार्क माशांची शिकार करण्याचा व्यवसाय होता. नंतर पर्यटकांना पाण्यातील वेगवेगळ्या खेळांचा प्रत्यक्ष अनुभव देण्याचा व्यवसाय त्याने सुरू केला. त्याने वेळोवेळी पकडलेल्या मोठ्या शार्क माशांचे बरेच फोटो त्याच्या घरात लावलेले होते. एक शार्क तर आकाराने मिनिबसएवढा होता. एवढेच नाही; तर शार्कचे ते फोटो बघून मला त्या मृत शार्कच्या चेहऱ्यांवर हास्य, तिरस्कार इत्यादी भाव असल्याचापण भास झाला आणि भीतीने शर्टच्या आत पाठीवरून घामाचा ओघळ खालपर्यंत गेल्यासारखे वाटले. त्या रात्री स्वप्नातपण मी खूप मोठे पांढरे शार्क मासेच पाहिले. दुसऱ्या दिवशी हवामान फारच सुंदर आणि पोहायला अतिशय योग्य असे होते. केप अँग्युलासला पाहत वळसा घालण्याचे माझे स्वप्न फार काही विशेष घटना न घडता सहजपणे प्रत्यक्षात उतरले.

जेथे धाडस, तेथे यश

माझ्या डोक्यात पुढील शिक्षणासाठी केपटाऊन विद्यापीठात प्रवेश घेण्याचे विचार घोळत होते. पण वडिलांनी माझ्या पुढील आयुष्याच्या वाटचालीबद्दल काही वेगळाच विचार करून ठेवला होता. त्यांना वाटत होते की, मी दक्षिण आफ्रिकेच्या आरमारी सेवेत दाखल व्हावे. एवढेच नाही तर 'सिमॉन्सटाऊन' येथे जो आरामारी तळ होता, तिथे त्यासाठी मला ते घेऊनपण गेले. तिथे माझी कमांडिंग ऑफिसर कॅप्टन थॉम्पसन यांच्याशी भेट झाली. आम्ही सर्व चौकशी केली, माहिती काढली. कॅप्टन थॉम्पसन आमच्याशी खूपच सौजन्याने वागले. पण एकंदरीत मला वाटत होते की, हा काही माझ्या आयुष्याचा व्यवसाय होऊ शकत नाही. त्या वेळी दक्षिण आफ्रिकेत येऊन मला जवळ-जवळ सात वर्षे झाली होती. माझ्या आयुष्याची पहिली १० वर्षे इंग्लंडमध्ये गेली होती, त्यामुळे का कोण जाणे; पण आपण इंग्लंडच्या सैन्यात दाखल व्हावे, असे मला मनोमन वाटत होते. तेव्हा माझे वय १७ वर्षे होते आणि त्या वयाला साजेशा स्वप्नाळूपणात मी 'ब्रिटिश आर्मी हेडक्वार्टर्स, व्हाईट हॉल, लंडन, इंग्लंड' या पत्त्यावर एक पत्र लिहिले.

प्रिय महोदय,

मला ब्रिटिश आर्मीत दाखल व्हायचे आहे, त्यातून 'स्पेशल एअर सर्व्हिस'मध्ये दाखल व्हायला मला जास्त आवडेल. तेव्हा कृपया, आपण मला आवेदनपत्राचा नमुना पाठवून उपकृत कराल का?

आपला विश्वासू

लुईस पग

मला आर्मी हेडक्वार्टर्सकडून काही उत्तर आले नाही, पण मला त्याचे काही विशेष वाटले नाही. कारण माझ्या आयुष्यात अशी नकारात्मक उत्तरांची, डावलणारी पत्रे मिळण्याचे अनेक प्रसंग आले; पण त्यातूनच मला जास्त जोमाने प्रयत्न करण्याची प्रेरणा मिळत गेली. माझ्या वडिलांनी माझ्यासाठी दक्षिण आफ्रिकेच्या आरमारातील नोकरीचा विचार करण्याचे एक कारण म्हणजे, केपटाऊन विद्यापीठात प्रवेश मिळवायला मी पात्र ठरेन की नाही, याबाबत त्यांना शंका वाटत होती व दुसरे कारण म्हणजे मला सैनिकी जीवनाचे आकर्षण होते, हे त्यांना माहीत होते. आम्ही जेव्हा 'ग्रॅहम्सटाऊन'मध्ये राहात होतो, तेव्हा ते मला झुलुलॅन्डमधील 'रोर्‌कस ड्रिफ्ट' येथे घेऊन गेले होते. सन १८७९मध्ये २२-२३ जानेवारीला फक्त १३९ ब्रिटिश सैनिकांच्या तुकडीने त्या गावाच्या रक्षणासाठी ४,००० ते ५,००० झुलुयोद्ध्यांशी केलेल्या यशस्वी लढाईची गोष्ट सांगितली होती. ''येथे ती ऐतिहासिक लढाई झाली होती. येथे त्या मूठभर वेल्श सैनिकांनी संख्येने प्रचंड अशा झुलुसैन्याला धूळ चाखली होती. ही आपली परंपरा आहे,'' वडील अगदी भावनाविवश होऊन सांगत होते. ''त्या 'रोर्‌कस ड्रिफ्ट'मध्ये लढलेल्या सैनिकांच्या तुकडीतील ११ जणांना अतुलनीय शौर्यासाठी दिले जाणारे 'व्हिक्टोरिया क्रॉस' देण्यात आले. आतापर्यंत एका लढाईत एका तुकडीला एवढी शौर्यपदके कधीच मिळालेली नाहीत.'' जेव्हा वडील मला कॅप्टन थॉम्पसन यांना भेटायला घेऊन गेले, तेव्हा त्यांना कल्पना नव्हती, पण सैन्यात दाखल होण्याचे बीज माझ्या मनात कोठेतरी रुजले होतेच. पण माझा कल होता इंग्लंडकडे– ब्रिटिश आर्मीकडे.

केपटाऊन विद्यापीठातील माझा कोर्स संपता-संपता मी सुट्टीत थोड्या दिवसांसाठी इंग्लंडला गेलो आणि त्यातले दोन दिवस 'केंब्रिजमध्ये घालवले. कारण ज्या विद्यापीठात माझ्या वडिलांचे शिक्षण झाले, ते विद्यापीठ बघण्याचा माझा उद्देश होता. दोन दिवस तिथल्या वेगवेगळ्या कॉलेजेसना भेटी देण्यात आणि त्या छोट्या गावातल्या अरुंद व दगडी फरश्यांचे तुकडे बसवलेल्या गल्ल्यांमधून भटकण्यात घालवले. केंब्रिजने मला वेड लावले, विशेषकरून तिथल्या त्या परंपरेचा आणि प्राचीनत्वाचा वारसा जपणाऱ्या सुंदर इमारतींनी! त्यातपण 'जीझस कॉलेज'चे स्थान माझ्यासाठी काही वेगळेच होते. कारण माझे वडील त्या कॉलेजात शिकले होते. ते दिवस जरी बोचऱ्या थंडीचे होते, तरी 'कॅम' नदीतून 'पंटिंग' ट्रीप करण्याची संधी मी सोडली नाही. नदीतून सफर करत असताना गाईडने सांगितलेल्या वेगवेगळ्या कॉलेजेसमध्ये शिकलेल्या व पुढे खूप प्रसिद्ध आणि मोठ्या झालेल्या विद्यार्थ्यांच्या गोष्टी ऐकल्या, ''सभ्य स्त्री-पुरुष हो, डाव्या बाजूला दिसते आहे ते ट्रिनिटी कॉलेज. त्या कॉलेजमधून सन १६६१मध्ये सर आयझॅक न्यूटन मॅट्रिक झाले आणि नंतर

सन १६६७ साली कॉलेजचे मानद सदस्य झाले. ट्रिनिटी कॉलेजने आतापर्यंत, इटलीपेक्षापण जास्त म्हणजे ३१ नोबेल पारितोषिक विजेते तयार केले आहेत.'' एक दिवस मला या कॉलेजमध्ये शिकायला नक्की यायचे, आहे हा विचार मनात ठेवूनच मी त्या रात्री अंथरुणावर पडलो. पाठीवर पुस्तकांनी गच्च भरलेली बॅग लटकवून केंब्रिजच्या अरुंद गल्ल्यांमधून मला सायकलीवरून ये-जा करायची होती, धडे घ्यायचे होते. उन्हाळ्यात किंग्ज कॉलेजच्या मागच्या शेतात बसून हिरवेगार गवत खाणाऱ्या गायी बघत मी बसणार होतो. संध्याकाळी वर्गातल्या मित्रांबरोबर एखाद्या जुन्या, ऐतिहासिक पबमध्ये जाऊन बिअर पिणार होतो. थोडक्यात, केंब्रिजच्या इतिहासात तिथल्या विद्यार्थ्यांनी केलेले सर्व मी करणार होतो. अशीच काहीशी स्वप्ने त्या रात्री मला पडली.

माझे हे केंब्रिजला जाण्याचे स्वप्न मला ओळखणाऱ्या बहुतेकांनी, हसण्यावारी घालवले असते; कारण केंब्रिज विद्यापीठात प्रवेश मिळवण्यासाठी लागणाऱ्या माझ्या पात्रतेची त्यांना पूर्ण खातरी वाटत नव्हती. पण ते समजत होते, तितका मी अभ्यासात मागे नव्हतो. माझ्या केपटाऊन विद्यापीठातील वर्षांत वर्गात माझा बऱ्यापैकी वरती क्रमांक असायचा, तरीपण केंब्रिजमध्ये प्रवेश मिळवण्यासाठी मला अभ्यासात आणखी प्रगती करणे व मार्कांच्या टक्केवारीत वाढ करणे जरुरीचे होते याची मला जाणीव होती. ते एक माझ्यापुढे मोठे आव्हानच होते, पण केपटाऊन विद्यापीठातले शेवटचे एक वर्ष अजून बाकी असल्यामुळे अशक्य मात्र नव्हते आणि १९९९ साली केंब्रिज विद्यापीठात मी विद्यार्थी म्हणून दाखल झालोही.

केपटाऊन विद्यापीठातून १९९७ साली कायद्याची पदवी मिळवल्यावर मी केपटाऊनमधल्या 'डॉसन अॅन्ड असोसिएटस' या फर्ममध्ये कराव्या लागणाऱ्या उमेदवारीमध्ये एक वर्ष घालवले. ती फर्म काम करण्यासाठी आणि शिकण्यासाठी उत्तम होती. फर्मचे वरिष्ठ भागीदार पीटर डॉसन हे एक सज्जन आणि सहृदयी गृहस्थ होते.

मला देण्यात येणारे काम तसे साधे, सरळ आणि सोपे असायचे. कोर्टात कागदपत्रे दाखल करणे, दाव्यांच्या तारखांची नोंद ठेवणे, खटल्यातील प्रगतीची नोंद ठेवणे, क्वचित कायद्याची पुस्तके चाळून त्यावर आधारित एखाद्या मुद्द्यावर कायदेशीर मत देणे इत्यादी. जर मी केपटाऊनमध्येच राहिलो असतो, तर या व्यवसायात प्रगती करण्याची खूपच संधी होती. काही वर्षांत एखाद्या फर्मचा भागीदारपण झालो असतो व एक प्रकारचे सुखवस्तू जीवन सहज व्यतीत करू शकलो असतो. पण वकिली व्यवसायात माझे मन काही रमले नाही. वकिलांचा बहुतेक वेळ अशिलांची वाट बघण्यात आणि त्यांची गाऱ्हाणी ऐकण्यात जातो. इतर प्रकारच्या व्यवसायातील वरिष्ठ अधिकाऱ्यांप्रमाणे निर्णय घेणे, प्रगती करण्यासाठी

काही योजना आखणे, काम करणाऱ्या टीमचे नेतृत्व करणे वगैरे गोष्टी या प्रकारच्या व्यवसायात संभवतच नाहीत. मला माझ्या आयुष्याचे ध्येय सापडत नव्हते व अंतर्मनपण सांगत होते की, वकिली व्यवसायात ते नक्कीच सापडणार नाही. मनात परत-परत एकच प्रश्न येत होता 'वकिली व्यवसाय करणं तुला मनापासून खरंच आवडेल का?' तर दुसरे मन लगेच उत्तर देई, 'कधीही नाही.'

अचानक एके दिवशी वैचारिक गोंधळ संपला. आमच्या डॉसन ॲन्ड असोसिएटच्या ऑफिसच्या मार्गावरच 'दक्षिण आफ्रिकन पार्लमेन्ट'ची भव्य इमारत उभी आहे. त्या पार्लमेन्टच्या इमारतीच्या प्रवेशद्वाराजवळच दक्षिण आफ्रिकेचे पहिले पंतप्रधान जनरल लुईस बोथा यांचा पुतळा आहे. त्या पुतळ्याखालीच त्यांच्याबद्दल माहितीपण देण्यात आली आहे. ती ओळख इंग्रजी व आफ्रिकान अशा दोन्ही भाषांत दिली आहे. ती अशी – 'लुईस बोथा. शेतकरी, योद्धा, मुत्सद्दी' माझ्या मनात सहज कल्पना चमकून गेली. उद्या माझ्या नावापुढे माझी ओळख काय सांगितली जाईल? लुईस गॉर्डन पग, वकील? बस्स! एवढेच. मला जाणवले, एवढेच पुरेसे नव्हते.

ही जाणीव झाल्यावर मला तीव्रतेने वाटायला लागले की, मला आयुष्यात अजून काहीतरी करायचे होते – पण काय? माझ्यापुढे वेगवेगळे पर्याय होते. माझ्या केपटाऊन विद्यापीठातील शेवटच्या वर्षात प्राध्यापकांची लेक्चर्स मी टेप करून ठेवली होती व त्यांचा अभ्यास करताना मी खूपच मेहनत घेतली होती, कष्ट घेतले होते. त्यामुळे माझ्या पदव्युत्तर परीक्षेत मी वर्गात पहिला आलो, त्यामुळे उद्या जर मी केंब्रिज विद्यापीठात प्रवेश घ्यायचे ठरवले असते, तर त्या दृष्टीने माझी तयारी झाली होती. शिवाय इंग्लंडकडे मला आकर्षित करणाऱ्या आणखी बऱ्याच गोष्टी होत्या. त्यातील मुख्य म्हणजे मी स्वत:ला ब्रिटिशच समजत होतो. माझ्या मनात दुसरा असाही एक विचार होता की, लंडनच्या एखाद्या नावाजलेल्या कायद्याच्या फर्ममध्ये काम केल्याने माझा जो वकिलीव्यवसायाविषयी ग्रह झाला होता, तो बदलण्याससुद्धा एखादे वेळी मदत झाली असती. अजून एक गोष्ट मला लंडनकडे आकृष्ट करत होती. काही वर्षांपूर्वी पोरकटासारखे ब्रिटिश सैन्यात दाखल होण्यास आवेदनपत्र पाठवण्याची विनंती करणारे एक पत्र मी संरक्षण मंत्रालयाकडे पाठवले होते व खरे सांगायचे म्हणजे ब्रिटिश सैन्यात अधिकारी व्हायची स्वप्न अजूनपण मला पडत होते. ती कल्पना अजून मनात घर करून राहिली होती.

आणि १९९८च्या जानेवारी महिन्यात मी लंडनच्या 'हिथ्रो' विमानतळावर उतरलो. त्या वेळी माझ्या बँकेच्या खात्यात दोन हजार पौंड इतकी रक्कम जमा होती. मला वाटते, नोकरी शोधण्याच्या दरम्यानच्या बेकारीच्या काळात माझी काळजी घ्यायला तेवढी रक्कम पुरेशी होती. तिथे पोचल्यावर पहिली गोष्ट मी काय केली असेल,

तर ‘ट्रॅफल्गार चौका’जवळच्या ब्रिटिश सैन्याच्या भरती केंद्रात जाऊन माझा सैन्यामध्ये अधिकारी होण्याच्या दृष्टीने शिक्षण घेण्याच्या तयारीचा मनोदय जाहीर केला. पण पहिलाच झटका बसला तो मी त्यासाठी लागणारी वयोमर्यादा पार केल्यामुळे, ‘सॅन्डहर्स्ट’ येथील शिक्षण केंद्रात शिक्षणासाठी प्रवेश मिळवण्यासाठी जास्तीत जास्त २५ वर्षे ही वयोमर्यादा ठेवली आहे. तुम्ही वयोमर्यादेत बसत नाही. आम्ही दिलगीर आहोत. शिवाय नियमात कोणतेही बदल करता येणार नाहीत, हेपण मला सांगण्यात आले. “पण अजून एक मार्ग आहे. तुम्हाला सैन्यात अधिकारी होता आलं नाही, तरी साधा सैनिक म्हणून प्रवेश मिळू शकेल; पण तुमचं कायद्याचं शिक्षण, पदवी बघता तुम्हाला या प्रकारच्या जीवनात रस वाटण्याची शक्यता कमीच आहे. कारण तुमच्याबरोबरचे प्रशिक्षणार्थी जेमतेम शालेय शिक्षण पुरे केलेले असतील. तुमच्याएवढी शैक्षणिक पात्रता असलेलं बहुधा कोणीच नसेल.” नंतर काही वर्षांनी इराक आणि अफगाणिस्तान यांच्या युद्धानंतर जेव्हा सैन्यात अधिकाऱ्यांची चणचण भासू लागली, तेव्हा अधिकाऱ्यांच्या शिक्षणासाठीची वयोमर्यादा वाढवण्यात आली. वयोमर्यादा वाढवण्याचे दुसरे कारण म्हणजे सैन्यातील वरिष्ठांच्या असेही लक्षात आले की, बऱ्याच जणांना बऱ्यापैकी वय होईपर्यंत या अशा काही संधींची कल्पनाच नसते. परंतु भरती केंद्रातील अधिकाऱ्याने आणखीही काही उपयुक्त माहिती दिली आणि सूचना केल्या, “जर तुम्ही ही नोकरी केवळ त्यातील साहस व आव्हानात्मक यांच्या आकर्षणातून, अनुभवासाठी शोधत असाल; तर मग तुम्ही ‘क्षेत्रीय राखीव सैन्यात’ का भरती होत नाही?” ब्रिटिश सैन्याच्या प्रत्येक दलाचे त्यांचे असे स्वतंत्र ‘क्षेत्रीय राखीव दल’ आहे. अगदी सैन्याच्या वैद्यकीय सेवेपासून ते पॅराशूट रेजिमेंटपर्यंत. परंतु राखीव दलात भरती होण्यासाठी तुम्हाला नोकरी असणे जरुरीचे होते व त्यासाठी मला नोकरी शोधणे भाग होते.

लंडनमध्ये वकिली करायला इतर देशातील कायद्याच्या पदवीधरांना एक प्रशिक्षण घेऊन स्थानिक कायद्याची परीक्षा पास व्हावे लागते, हे मला ‘फ्लीट स्ट्रीटजवळच्या ‘लॉ सोसायटी’च्या कार्यालयात गेल्यावर कळले. याचाच अर्थ आणखी तीन महिने लॉ कॉलेजमध्ये अभ्यास आणि तीन परीक्षा. तो तीन महिन्यांचा अभ्यासक्रम फारच चांगला होता आणि त्या तीन परीक्षापण मी सहजपणे उत्तीर्ण झालो. हा फक्त त्या अभ्यासक्रमातला थेअरीचा भाग झाला. याशिवाय मला १५ महिने एखाद्या ‘इंग्लिश लॉ फर्म’मध्ये उमेदवारी करून एखाद्या विषयावर प्रबंध लिहिणेही आवश्यक होते. नशिबाने मला ‘इंक (Ince) आणि कंपनी’ या फर्ममध्ये नोकरी मिळाली. ही फर्म इंग्लंडमधील काही मोठ्या सामुद्री आणि आरमारी गोष्टींसंबंधी विमे घेणाऱ्या फर्मपैकी एक होती. या फर्मचे मुख्य कार्यालय टॉवर ब्रीजच्या जवळ होते व जवळ-जवळ २०० वकील या लंडन ऑफिसमध्ये काम

करत होते.

सर्वसाधारणपणे बोटी भाड्याने घेण्याचे करार, त्यातून मालाची ने-आण करण्यासंबंधीचे करार इत्यादी प्रकारच्या करारांमध्ये कोणतेही मतभेद किंवा संबंधित दावे हे लंडन हायकोर्टाच्या कार्यकक्षेत येतील, हे कलम कटाक्षाने घालण्यात येते. पण काही करारांमध्ये 'असे मतभेद किंवा दावे हे उभयपक्षी मान्य असलेल्या मध्यस्थामार्फत सोडवले जातील,' असेही कलम असे, त्यामुळे आमच्या 'इंक आणि स्पनी'कडे खूप कामे येत असत. लंडनमध्ये माझी आणखी एक चांगली सोय झाली. लंडनमध्ये पदव्युत्तर शिक्षण घेणाऱ्या विद्यार्थ्यांसाठी राहण्याची वेगळी वसतिगृहे आहेत. 'गुडइनफ कॉलेज'च्या वसतिगृहात मला राहण्यासाठी जागा मिळाली. हे वसतिगृह 'रसेल चौका'च्या जवळ असलेल्या 'मॅकलेन बर्ग' चौकात आहे. या वसतिगृहात सर्व जगातून आलेली, पदव्युत्तर शिक्षण घेणारी व वेगवेगळ्या पूर्वपीठिका असलेली जवळ-जवळ ७०० मुले-मुली राहत होती. माझा केपटाऊन विद्यापीठातला कायद्याच्या वर्गातला मित्र डेव्हिड बेकरपण लंडनला आला होता व आम्ही गुडइनफमध्ये एकत्रच राहत होतो.

येथेच माझी ॲना कोट्झेवा या पूर्व युरोपियन युवतीशी भेट झाली व मैत्री झाली. नंतर आम्ही वारंवार भेटू लागलो व आमची चांगली घनिष्ठ मैत्री झाली. तिने केंब्रिज विद्यापीठात कायद्याचे शिक्षण घेतले होते. तिचे तिथले अनुभव ऐकून माझ्या केंब्रिज प्रेमाने परत उचल खाल्ली. परत एकदा केंब्रिज विद्यापीठात प्रवेश घ्यावा, असे तीव्रतेने वाटू लागले. ॲना तिच्या वयाच्या बाराव्या वर्षी आईवडिलांबरोबर इंग्लंडला आली होती. तिचे आईवडील बल्गेरियात शास्त्रज्ञ होते. ॲनाचे केंब्रिजच्या आधीचे शिक्षणपण स्कॉलरशिपवरच झाले होते. आमचे एकमेकांशी चांगले जमून गेले होते.

'गुडइनफ'ची देखभाल टिम टॉयन सीवेल हे ब्रिटिश सैन्यातील निवृत्त जनरल करत होते. तरुण मुलांचे प्रश्न समजून घेण्याची त्यांची वृत्ती, आयुष्याकडे बघण्याचा सकारात्मक दृष्टिकोन, उत्साह वगैरे गोष्टी मला माझ्या 'गुडइनफ'च्या वास्तव्यात फार भावल्या. मी तिथे राहत असताना आळीपाळीने इंग्लिश चॅनल पोहण्यासाठी दोन संघ तयार केले व 'टिम'पण एका संघात उत्साहाने सहभागी झाले. टिमलाही पोहायला खूप आवडत होते. टिम यांना तरुणांमध्ये जास्तीत जास्त मिसळायला आवडे व आम्हालाही त्यांचा सहभाग हवाहवासा वाटे.

'इंक आणि कंपनी'मधले माझे काम ठीक चालले होते. कंपनीचे एक भागीदार असलेले स्कॉटिश ॲलनवेअर यांच्याच केबिनमध्ये मी बसत होतो. त्यांच्याशी माझे चांगले संबंध निर्माण झाले होते. आम्ही दोघे एका विचित्र आणि चमत्कृतीपूर्ण दाव्यावर काम करत होते. दुसऱ्या महायुद्धात ज्यू लोकांचा जो नरसंहार झाला

होता; त्यातील मृतांच्या वारसांनी स्विस बँकेवर केलेल्या दाव्यात, दुसऱ्या महायुद्धाच्या दरम्यान त्यांच्या पूर्वजांनी बँकेत ठेवलेल्या ठेवी, दागिने, प्रसिद्ध आणि किमती चित्रे इत्यादी गोष्टींवर दावा केला होता. त्या गोष्टी परत मिळण्याबाबत तो खटला होता. बँकेने त्यांचा दावा अर्थातच मान्य केला नव्हता आणि ते सर्व प्रकरण विमा कंपन्यांच्या गळ्यात टाकले होते. पण विमा कंपन्यांना नक्की वाटत होते की, बँकेला अशा प्रकारच्या नुकसानभरपाईच्या दाव्यांच्या संभाव्यतेची पूर्वकल्पना होती व बँकेने विमा कंपन्यांना त्यांनी अशा प्रकारचे विमा उतरवण्याचे करार करण्याआधीच सावध करायला हवे होते. विमा कंपन्यांनी त्यांच्यावतीने दावा लढण्यासाठी 'इंक आणि कं.'ची निवड केली होती. आम्हाला सिद्ध करायचे होते की, बँकेला अशा प्रकारची नुकसानभरपाई भविष्यात द्यावी लागण्याची शक्यता होती याची आधीपासूनच जाणीव होती व तेच आम्ही केले. ॲलन एक हुशार आणि अत्यंत काटेकोरपणे काम करणारा असा वकील होता. कायद्यासंबंधी किंवा दाव्यासंबंधी बारीकसारीक गोष्टीपण त्याच्या नजरेतून सुटत नसत. आम्ही इतिहासाची डझनावारी पुस्तके अभ्यासली, वर्तमानपत्रे चाळली, भरपूर पुरावा गोळा केला आणि दाखवून दिले की; विम्याचे करार करताना बँकेने जेवढी माहिती उपलब्ध करून दिली होती, त्यापेक्षा कितीतरी जास्त माहिती बँकेकडे होती. ॲलनच्या या यशस्वी कामगिरीपुढे विमा कंपन्यांपुढचे नुकसानभरपाईचे संकट टळले.

आता मला अशा प्रकारच्या दाव्यांवर काम करायला आवडायला लागले होते. तरी मनातून मी असमाधानी होतो. अशा प्रकारचे टेबल-खुर्चीवर बसून काम करणे माझ्या प्रकृतीला मानवणारे नव्हते. हे काम माझ्यासाठी नाही, हाच विचार वारंवार मनात येत होता. एके दिवशी 'किंग्ज रोड'वरून जात असताना 'चेलसी बरॅक्स'च्या बाहेर 'पॅराशूट रेजिमेंट'ची पाटी पाहण्यात आली. पाटीवर लिहिले होते. 'पॅराशूट रेजिमेंटमध्ये सहभागी व्हा' आणि बाजूच्या टी.व्ही.च्या पडद्यावर दुसऱ्या महायुद्धात सैनिक पॅराशूटच्या साहाय्याने हॉलंडमध्ये उतरत असतानाची चित्रफीत वारंवार दाखवली जात होती. दुसऱ्या एका बोर्डावर लिहिले होते 'आठवड्यातील एक रात्र, महिन्यातील एक शनिवार-रविवार आणि वर्षातून दोन आठवडे, क्षेत्रीय राखीव दलात भरती व्हा.'' त्या सैन्य भरती केंद्रातील अधिकाऱ्याचा राखीव दलात भरती होण्याचा सल्ला मिळून बरोबर एक वर्ष झाले होते व अजूनपण माझा तिकडे कल होता.

इंक आणि कंपनीमध्ये काम करता-करता फावल्या वेळात व कमीत कमी बंधनात राहूनसुद्धा ब्रिटिश सैन्यातील आयुष्याचा अनुभव घेण्यासाठी राखीव दलात भरती होणे अगदी योग्य होते, हे माझ्या मनाने घेतले आणि मी त्या कार्यालयात पाऊल ठेवले. तिथे असलेल्या सार्जंटने सांगितले, ''होय, सध्या दहाव्या पॅराशूट रेजिमेंटमध्ये भरती चालू आहे.'' लवकरच मला इतर गोष्टीपण कळल्या. सेंट्रल

लंडनमधील पॅराशूट रेजिमेंटच्या राखीव दलाचा दहा पॅराशूट रेजिमेंट हा एक भाग होता. सार्जंटने मला काही माहितीपत्रके दिली आणि सांगितले की, मला जर भरती होण्याची इच्छा असेल, तर बुधवारी रात्री टी-शर्ट, अर्धी चड्डी व पळण्याचे बूट घेऊन मी जावे. मला अर्थातच इच्छा होती. मी तिथे दोन बुधवारी गेलो. कारभार एकदम आरामशीर वाटला. आम्हाला थोडे पळायला सांगितले. थोडे जोर मारायला सांगितले. तिथे आलेले बरेचजण पुरेशा गांभीर्याने याकडे बघत नव्हते, हे लक्षात आले. काही तर गप्पाटप्पांमध्येच वेळ घालवत होते. काही आठवड्यांनी यांच्यामध्ये सुधारणा होईल, असे एखादेवेळी त्या सार्जंटला वाटत असावे. पण माझ्याकडे अशा वातावरणात फार काळ घालवण्यासाठी वेळही नव्हता आणि धीरही.

नंतर मी रॉयल मरीनच्या कार्यालयात जाऊन तेथील राखीव दलाबद्दल माहिती काढली. पण तेथील परिस्थितीपण फार काही वेगळी नव्हती. कोणीतरी मला सुचवले की, 'स्पेशल एअर सर्व्हिसेस'मध्ये प्रयत्न करावा. एखादे वेळी मी ज्या आव्हानात्मक कामाच्या शोधात होतो ते मला तिथे सापडेल. स्पेशल एअर सर्व्हिसेसलापण राखीव दल असेल हे माझ्या लक्षात आले नव्हते. मला आशा वाटायला लागली की, तिथे मला एखादे वेळी आव्हानात्मक काम करायला मिळेल. ब्रिटिश सैन्यदलात 'एसएएस'ची ओळख नेहमी 'द रेजिमेंट' अशीच व्हायची व त्याभोवती असलेल्या एक प्रकारच्या गोपनीयतेच्या वलयामुळे त्याबद्दलचे आकर्षण वाढतच असे. मला त्यात प्रवेश मिळवायचा होता, पण त्यासाठी काय करायचे आणि कोठे जायचे, हे कळत नव्हते. कारण त्याबद्दलची माहिती एवढ्या सहजपणे उपलब्ध नव्हती. तुम्ही भरती केंद्रात जाऊन मागितल्या-मागितल्या तुम्हाला एसएएसबद्दलची माहितीपत्रके मिळतील, इतकी काही ती सोपी आणि सहज गोष्ट नव्हती. अत्यंत बावळटपणे आणि उतावीळपणे मी डिरेक्टरीतील 'चौकशी'चा नंबर फिरवला.

"मला माफ करा, पण आपण मला 'एसएएस'चा फोन नंबर देऊ शकाल का?"

मला स्वत:लाच हे विचित्र वाटत होते, तरीपण मी विचारले.

"होय, आमच्याकडे एसएएस विमान कंपनीचा नंबर आहे, तो तुम्हाला मी जोडून देऊ का?" पलीकडून आवाज आला.

"नाही नाही, मी सैन्यदलातील 'एसएएस'संबंधी विचारतो आहे."

"मला माफ करा. पण आमच्याकडे त्या एसएएसचा नंबर नाही," पलीकडला आवाज म्हणाला. "तरीपण मी तुम्हाला ब्रिटिश सैन्यदलाचा सर्वसाधारण चौकशी नंबर देऊ का?"

"हो नक्कीच," मी म्हटले.

"थांबा जरा जोडून देते."

"हॅलो, मी आपल्यामार्फत '२१एसएएस'मधील संबंधित व्यक्तीशी बोलू शकतो का?"

"नाही, ते शक्य नाही, सॉरी."

"तर मग तुम्ही मला एसएएसचा नंबर देऊ शकाल का? म्हणजे मी त्यांच्याशी प्रत्यक्षच बोलेन."

"नाही, आम्ही तुम्हाला त्यांचा नंबर नाही देऊ शकत," दिलगिरी व्यक्त करत पलीकडून आवाज आला.

मी इंग्लंडपासून बरीच वर्षे लांब राहिल्यामुळे येथे कामे कशी चालतात, हे विसरून गेलो होतो.

टिम टॉयन सीवेल हे एकेकाळी सॅन्डहर्स्टच्या रॉयल मिलिटरी अ‍ॅकॅडमीमध्ये कमांडर होते. त्यांना नक्कीच याबद्दलची माहिती असणार. 'गुडइनफ कॉलेज'मधल्या त्यांच्या कार्यालयाच्या दरवाजावर टक-टक करून मी आत गेलो आणि विचारले, "जनरल, एखादे वेळी माझी ही विनंती तुम्हाला विचित्र वाटेल, पण माझ्यासाठी प्रयत्न करून तुम्ही '२१एसएएस'चा फोन नंबर मिळवाल का? मला त्यात प्रशिक्षण घेण्याची इच्छा आहे, पण कोणाला कोठे भेटावे, हे मला माहीत नाही."

टिम म्हणाले, "ठीक आहे. बघतो मी प्रयत्न करून" लवकरच त्यांनी मला फोन केला व एसएएसचा फोन नंबर दिला. मी उत्सुकतेने तो फोन नंबर फिरवला. आधीच रेकॉर्ड केलेल्या आवाजाने मला माझे नाव, पत्ता आणि फोन नंबर विचारून घेतला व योग्य वेळी उत्तर देण्याचे आश्वासनपण दिले. जवळ-जवळ तीन आठवडे मला त्यांच्याकडून काहीच कळले नाही. कदाचित मधल्या वेळात माझ्यावर पाळत ठेवली गेली असेल. मी दिलेल्या माहितीच्या खऱ्या-खोट्याची शहानिशा केली गेली असेल किंवा त्यांचा फोन बिघडलापण असण्याची शक्यता होती. एक महिना गेला, सहा आठवडे गेले, आता मी आशा सोडून दिली होती. अचानक एके दिवशी पोस्टाने पत्र आले. पत्र एकाच पानाचे आणि अत्यंत त्रोटक होते.

'अमुक तारखेला अमुक वेळी 'चेलसी'मधील 'ड्युक ऑफ यॉर्क बरॅक्स'ला या. येताना बरोबर स्वत:ची दोन ओळखपत्रे, अर्धी चड्डी, टी-शर्ट, पळण्याचे बूट, एक टॉवेल आणि पोहण्याचा पोशाख एवढ्या गोष्टी घेऊन या.' ते पत्र मिळण्यातच मी पहिला अडथळा पार केला, असे मला वाटले. अनेक अडथळ्यांतला हा पहिला आणि सोपा अडथळा होता.

'एसएएस'बद्दल मला फारशी माहिती नव्हती. मला असलेली माहिती लिहायला पोस्टकार्डाची एक बाजूही पुरेशी होती. १९८० साली इराणच्या वकिलातीत घुसून केलेला हल्ला, फॉकलन्ड युद्धाच्या वेळी अर्जेन्टिनात घुसून नष्ट केलेली त्यांची लढाऊ विमाने, दुसऱ्या महायुद्धात शत्रूच्या प्रदेशात घुसून केलेली विध्वंसक कृत्ये

आणि एकूणच त्यांचे धडकी भरवणारे नाव, एवढीच काय ती माहिती मला होती. एखाद्या अनभिज्ञ माणसाला माहिती असावी, एवढी अगदी वरवरची. तो अनभिज्ञपणा इतका की, माझ्या वाचनात 'ब्रेव्हो टू झीरो' (Bravo two Zero) हे एसएएस मधल्याच एका अ‍ॅन्डी मॅकनॅब नावाच्या निवृत्त सैनिकाने लिहिलेले पुस्तकपण आले नव्हते.

कशाची अपेक्षा करायची, याचीही जाणीव नसलेल्या अवस्थेतच मी ठरलेल्या शनिवारी सकाळी नऊ वाजता 'ड्युक ऑफ यॉर्क बॅरॅक्स' येथे हजेरी लावली. तिथे वेगवेगळ्या आकारांचे आणि वंशांचे जवळ-जवळ ४० जण उपस्थित होते. काही जणांची शरीरयष्टी व्यायामाने कमावलेली, सैनिकी पेशाला योग्य अशी होती, तर काही जणांकडे बघून आपण तिथे कशासाठी आलो आहोत, याचीच त्यांना कल्पना नसावी, असे वाटत होते. एक जण तर तिथे लोकरीचे जाकीट आणि लाल रंगाची कॉर्डरॉयची पॅन्ट घालून आला होता. हे दृश्य सर्वांनाच फार विनोदी दिसत होते, पण त्याला मात्र त्यात काही विशेष वाटत नव्हते. त्या दिवसानंतर परत काही आम्ही त्याला तिथे पाहिले नाही.

शनिवारी सकाळच्या पहिल्या प्रस्तावनेनंतरच येथे कोणाचा हुकूम चालणार होता, ते आम्हाला कळून चुकले. तिथल्या प्रशिक्षकांनी पहिल्या भेटीतच आम्हाला सांगितले की, आम्ही त्यांना 'डीएस' किंवा फक्त 'स्टाफ' म्हणून संबोधावे. नंतर लवकरच त्यांनी आम्हाला तिथे एकाहून एक कठीण प्रसंगांना, आव्हानांना तोंड द्यावे लागणार होते; याची खातरी पटवून दिली. प्रथम आम्हाला हॉलमधून बरॅक्समध्ये नेण्यात आले. नंतर तिथून एका इमारतीत नेण्यात आले. एकंदरीत प्रशिक्षकांच्या आविर्भावावरून व वर्तणुकीतून कोणत्याही प्रकारचा खोडसाळपणा किंवा आगाऊपणा खपवून घेतला जाणार नाही, याची जाणीव प्रत्येक उमेदवाराला झाली होती व कोणी तसा प्रयत्नही केला नाही.

नंतर त्यांच्यातल्याच प्रमुख वाटणाऱ्या प्रशिक्षकाने सगळ्यांना विचारले, ''बरं मग, प्रथमत: तुमच्यापैकी कोणाकडे चाकू किंवा काही तत्सम शस्त्र वगैरे आहे का?'' या प्रश्नांनी मला तर धक्काच बसला. कारण सैन्याच्या तळावर भरतीसाठी येताना शस्त्रास्त्र घेऊन कोण कशाला येईल? सगळेच शांत राहिले. त्यावरून कोणाकडेच शस्त्रास्त्रे नव्हती, हे उघड होते. तरीपण प्रशिक्षक म्हणाला,''तरीही आम्ही प्रत्येकाच्या सामानाची झडती घेणारच आहोत.'' असे म्हणून दोन प्रशिक्षकांनी पहिल्या उमेदवाराला रांगेतून बाहेर काढून एखाद्या संशयित अतिरेक्यासारखे भिंतीकडे त्याचे तोंड करून त्याला भिंतीला खेटून उभे केले. कोणी काही बोलले नाही, सगळे जण फक्त पाहत होते. त्यांनी उमेदवाराची डोक्यापासून पायापर्यंत पूर्ण कसून तपासणी केली. नंतर त्याची बॅग त्यांनी उघडली. त्याला ओळखपत्र दाखवायला सांगितले आणि त्याची तपासणी संपली. प्रत्येकाची अशा प्रकारे तपासणी झाली.

शेवटी तरीपण एकाच्या बॅगेत मोठा चाकू सापडलाच. प्रशिक्षकांचा पारा क्षणात वर गेला आणि शिव्या देतच त्याने उमेदवाराला येथे चाकू घेऊन यायचे कारण विचारले. शेवटी प्रशिक्षक त्याची गचांडी पकडून त्याला बॅगेसकट बरॅकच्या बाहेर घेऊन गेला आणि नंतर काही आम्ही त्याला परत पाहिले नाही. एका दुसऱ्या उमेदवाराच्या बॅगेत त्यांना मॅकनॅबच्या 'ब्रेव्हो टू झीरो' (Bravo two Zero) पुस्तकाची प्रत मिळाली, तेव्हासुद्धा प्रशिक्षकाची प्रतिक्रिया चाकू सापडल्याप्रमाणेच होती. ते पुस्तक बघून प्रशिक्षकाच्या प्रतिक्रियेत तिरस्कार, चीड, संताप याचे मिश्रण जाणवत होते. त्याने जरा त्राग्यानेच त्या उमेदवाराला विचारले, "तुला खरोखरच यात लिहिल्यापमाणे एसएएस असेल, असे वाटते का?" नंतर आम्हाला बाहेर पळण्यासाठी नेण्यात आले, तेव्हापण दमबाजी होतीच. आम्हाला सांगितले गेले की, आम्ही जर प्रशिक्षकांच्या बरोबरीने पळू शकलो नाही, तर ताबडतोब आम्हाला 'कचराकुंडी' दाखवली जाईल. नंतरच्या प्रशिक्षणात हा 'कचराकुंडीत टाकून देण्याचा' शब्दप्रयोग आम्हाला वारंवार ऐकावा लागला होता, कारण तो त्या प्रशिक्षकांचा आवडता शब्दप्रयोग होता. अर्थात आम्हाला सगळ्यांनाच माहीत होते की, प्रशिक्षणातून बाहेर काढले जाणे ही जगातली सगळ्यात सोपी गोष्ट होती. आम्ही दोघा-दोघांच्या जोडीने पळत होतो. कॅम्पच्या आवरातून आम्ही रस्त्यावर आलो. रस्त्याच्या कडेकडेने आम्ही धावत होतो. आमचा पळण्याचा मार्ग होता. कॅम्प ते चेलसी पूल, तिथून पुढे 'बॅटरसी पार्क'. बऱ्याच जणांना एवढे पळणेच खूप वाटले. पण खरे तर ती फक्त सुरुवात होती. एक 'वॉर्मअप' होता. बॅटरसी पार्कमधल्या आठ कि.मी. दौडीला अजून सुरुवातच झाली नव्हती. प्रथम आम्ही दोन कि.मी.च्या ट्रॅकवर आमच्या प्रशिक्षकांच्या मागे धावत दोन फेऱ्या मारल्यानंतर मात्र आम्हाला धावायला मोकळीक दिली. प्रत्येकाने स्वतंत्रपणे पळायचे होते. या आठ कि.मी.च्या पळण्याला पण ठरावीक वेळेचे बंधन घातले होते. त्यापेक्षा जास्त वेळ घेणाऱ्याला अर्थातच कचराकुंडी होतीच. मला अशा प्रकारच्या शारीरिक चाचण्या घेतल्या जाणार, याची कल्पना होती; त्यामुळे मी मनाने व शरीराने तयारच होतो. आमच्या गटात तेव्हा मी सहावा आलो. शेवटचे दहा-बारा जण ठरावीक वेळेत ही दौड पुरी करू शकले नाहीत. अर्थातच नंतर ते आम्हाला कधी दिसले नाही. बरॅक्समध्ये परत आल्यावर आम्हाला काही अवघड व्यायामप्रकार करायला सांगितले गेले व नंतर थोड्या अंतराच्या पण जास्तीत जास्त वेगात धावण्याच्या शर्यती घेतल्या गेल्या. त्या दिवसाचा हा असा कार्यक्रम झाल्यावर प्रशिक्षकांनी आम्हाला लगेच येणाऱ्या बुधवारी संध्याकाळी ठरावीक वेळी यायला सांगितले.

सकाळपासून चाललेल्या या कार्यक्रमात जमलेल्या उमेदवारांचे एकमेकांशी काहीच संभाषण किंवा ओळखी अशा झाल्याच नव्हत्या, पण अंघोळीनंतर सर्व

जण जरा मोकळे झाले आणि आपापसात गप्पाटप्पा सुरू झाल्या. आमच्यातल्या एकाने दुसऱ्याला विचारले, "तुला आधीचा काही अनुभव आहे का?"

"होय, मी आधी दहा पॅराशूट रेजिमेंटमध्ये होतो," दुसऱ्याने उत्तर दिले. आणखी एकाला दोन वर्षे तोफखाना विभागात काम केल्याचा अनुभव होता, तर एकाने सहा वर्षे रॉयल नेव्हीमध्ये काम केले होते. शेवटी त्यांचे माझ्याकडे लक्ष गेले व मला दक्षिण आफ्रिकेतील नौदलात दोन वर्षांचा अनुभव होता तरी मी तसे सांगितले नाही; कारण मी दोन वर्षे दक्षिण आफ्रिकेच्या नौदलात काम केले आहे हे त्यांना सांगण्यात काहीच अर्थच नव्हता. त्यामुळे त्याबाबत गप्प राहणेच मला योग्य वाटले. माझ्याकडे एक नवखा किंवा अननुभवी उमेदवार म्हणून त्यांनी बघितले असते, तरी मला ते चालले असते.

नंतरच्या बुधवारी संध्याकाळी आम्ही जेव्हा परत जमलो, तेव्हा आम्हाला प्रथम इंग्लंडच्या राणीविषयी एकनिष्ठतेची शपथ देण्यात आली. नंतर एसएएसच्या शिक्षण विभागाच्या अधिकाऱ्याने आम्हाला एसएएसमधील आमच्या प्रशिक्षणाची रूपरेषा सांगितली. पुढील काही संध्याकाळी लंडनमध्ये घेतल्या जाणाऱ्या निवडपूर्व चाचण्या यशस्वीपणे पार पाडल्यावर निवडीसाठी विचार केला जाणार होता. त्यासाठी काही शनिवार-रविवार आम्हाला 'ब्रेकॉन बेकॉन' येथे घालवावे लागणार होते. (दक्षिण इंग्लंडचा हा एक पर्वतराजीचा प्रदेश आहे व तिथे १,३४४ चौ. कि.मी.चे नॅशनल पार्क आहे.) या शनिवार-रविवारच्या चाचण्यांमध्ये जे गळले नसते, त्यांच्यासाठी तो एक 'परीक्षेचा आठवडा' असणार होता. त्या आठवड्यात आमच्या शारीरिक-मानसिक क्षमतेच्या चाचण्या घेतल्या जाणार होत्या. हेही परत ब्रेकॉन बेकॉनमध्येच होणार होते. या आठवड्याच्या दरम्यान आमच्या '२१एसएएस'दलाच्या उमेदवारांना '२२एसएएस', '२३एसएएस' व 'सीबीएस'च्या सैनिकांबरोबर काम करण्याची संधी मिळणार होती. जरी आम्ही राखीव दलातले अर्ध वेळ सैनिक असणार होतो, तरी इतर सर्व बाबतीत ज्यांचा एसएएस हा जीवनाचा भाग झाला आहे, अशा पूर्ण वेळ व नियमित सैनिकांच्या बरोबरीने राहण्याच्या दृष्टीनेच आमचीपण तयारी करून घेण्यात येणार होती. एकदा हा 'परीक्षेच्या आठवड्या'चा टप्पा पार केल्यावर आमच्या खऱ्या सैनिकी शिक्षणाला सुरुवात होणार होती. त्यामध्ये विविध प्रकारची शस्त्रास्त्रे हाताळणे, वापरणे, शत्रूच्या गोटातून गुप्त माहिती मिळवणे, वेगवेगळ्या भूभागांवर प्रभावीपणे काम करणे, अत्यंत कठीण परिस्थितीतपण तग धरून राहणे इत्यादी प्रकारच्या प्रशिक्षणाचा समावेश होता. शस्त्रास्त्रे हाताळण्याचे जे शिक्षण मिळणार होते, त्यात जवळ-जवळ सर्व प्रकारची शस्त्रास्त्रे असणार होती. म्हणजे ब्रिटिश सैन्यात साधारणत: वापरली जाणारी एसए-८० रायफल, जीपीएमजी व एके-४७ जी अतिरेक्यांची

आवडती शस्त्रेसुद्धा हाताळता येणार होती. जे यामध्ये यशस्वी होतील त्यांना दोन आठवड्यांचे युद्धतळसदृश्य ठिकाणी प्रशिक्षण देण्यात येणार होते. त्यानंतर एखाद्या संशयिताची कसून चौकशी कशी करायची, याचेपण शिक्षण दिले जाणार होते. या सर्वांमधून जे उत्तीर्ण होतील, त्यांना शेवटी 'एसएएस-बॅरेट' प्रदान केली जाणार होती.

ही वरील माहिती एकंदरीत अशा प्रकारे सांगितली गेली, की या सर्व चाचण्यांमधून यशस्वी होणे हे काही येरागबाळ्याचे काम नाही, हे आमच्या मनावर ठामपणे बिंबले. एसएएस ही जगभरात नावाजलेली ब्रिटिश सैन्याची एक विशेष रेजिमेंट आहे व आम्ही त्याचा भाग व्हायला बघत होतो, तेव्हा आमच्याकडूनपण तशाच प्रकारच्या विशेष शारीरिक-मानसिक गुणवत्तेची, पात्रतेची अपेक्षा असणे अगदी स्वाभाविकच होते. प्रत्येक वेळी जरा संधी मिळताच, 'नाहीतरी हे तुमचे कामच नाही. तुमच्याकडून प्रशिक्षण पूर्ण होण्याचाही संभव नाही, तेव्हा तुम्हाला कधी युद्धभूमीवर काही पराक्रम करण्याची संधी मिळण्याचा प्रश्नच येत नाही,' अशा शब्दांत हिणवले जायचे. राखीव दलात प्रवेश मिळवायला अगदी प्राथमिक पातळीवरपण एवढ्या कठीण चाचण्या असण्याची खरंच काय गरज होती, ते नंतर काही दिवसांनी मला उमगले. 'एसएएस'मध्ये काम करताना तुम्हाला बऱ्याचवेळा अत्यंत धोकादायक किंवा जोखमीच्या कामगिरीवर असलेला सहकारीपण अशा कठीण चाचण्यांमधून तावून -सुलाखून बाहेर पडलेला आहे, या जाणीवेनेच तुम्हाला एक प्रकारचा विश्वास वाटतो, धीर येतो व त्यासाठी अशा कठीण चाचण्यांची आवश्यकताच होती. काही वर्षांनी मी एका -दोघांना एसएएसच्या या कठीण चाचण्यांबद्दल कुरकुर करताना, टीका करताना ऐकले; तेव्हा वाटले की यांना खरे तर 'एसएएस'म्हणजे नक्की काय आहे, ते समजलेलेच नाही.

प्रत्येक प्रशिक्षणार्थीने एसएएसमधील अभ्यासक्रमाबाबत, चाचण्यांबाबत संपूर्ण गोपनीयता बाळगणे अत्यंत गरजेचे होते; नव्हे तसा नियमच होता. सुरुवातीला माझा खास जवळचा मित्र डेव्हिड बेकर यालाच माझ्या या एसएएस राखीव सैन्यात चाललेल्या प्रयत्नाबद्दल माहीत होते. नंतर काही दिवसांनी मी आईलापण सांगितले. एसएएसमधील प्रशिक्षणाबाबत सर्वांना उघडपणे कळू देणे तसे धोक्याचेही होते. सुरुवातीला या दर बुधवार संध्याकाळच्या निवडपूर्व चाचण्यांसाठी मला माझे इंक आणि कंपनीचे ऑफिस बरोबर साडेपाच वाजता सोडावे लागे व निघताना नेमके माझे साहेब काही महत्त्वाचे काम सांगतील की काय आणि मला निघायला उशीर होईल की काय, ही धाकधूक नेहमी मनात असे. कारण एका जरी बुधवारी मला बॅरॅकमध्ये पोचायला उशीर झाला असता तरी मला ती 'कचराकुंडी' अटळ होती. ऑफिसमधून साडेपाच वाजता निघून बॅरॅकपर्यंत पोचताना मला फार कसरत करावी

लागे. प्रथम आमच्या टॉवरब्रिज येथील ऑफिसमधून निघून भरभर चालत तीन कि.मी. अंतरावरचे लंडनब्रिज पलीकडले मॉन्युमेंट स्टेशन गाठणे, नंतर गाडीचा प्रवास, परत होर्डले स्टेशनने राखीव सैन्यदलाचे ऑफिस चालत गाठणे ही कसरत करतानाच दमछाक व्हायची. एक-दोनदा तर मी अगदी ऐनवेळी पोचलो होतो. एकदा तर असे झाले की, कामामुळे मला ऑफिसमधून बरोबर साडेपाच वाजता निघणे अगदी अशक्य होते. त्या वेळी मी स्वच्छतागृहात किंवा ऑफिसमध्येच इकडेतिकडे गेलो आहे, असा आभास निर्माण करण्याकरिता खुर्चीवर मागे माझे जॅकेट लावून ठेवले. टेबलावर लिहिण्याचे पॅड आणि पेन तसेच ठेवले आणि गुपचूप मागच्या दाराने निघून गेलो.

उत्तर इंग्लंडहून आलेला यॉर्की आमचा मुख्य प्रशिक्षक होता. तो एकदम कडक शिस्तीचा आणि कोणाचीही गय न करणारा होता. आमच्यासाठी जास्तीत जास्त कठीण आव्हाने निर्माण करण्यासाठी व आम्ही ज्यासाठी धडपडत होतो, जीव टाकत होतो; ती एक जवळ-जवळ अशक्य कोटीतील गोष्ट आहे हे आमच्यावर ठसवण्यासाठीच जणूकाही त्याची येथे नेमणूक झाली होती, जणूकाही तेच त्याचे काम होते. तो आमच्या शारीरिक, मानसिक क्षमतेच्या त्रुटींवर बोट ठेवायला, आम्हाला त्याबाबत हिणवायला नेहमी तयारच असायचा. जेव्हा आम्ही एखाद्या कामगिरीत कमी पडायचो, तेव्हा दया-माया हा प्रकारच त्याच्याकडे नसायचा. आमच्या अपयशावर, नाजूकपणावर तो आमची टर उडवायचा. त्याच्या मते कौतुकाची अपेक्षापण करणे ही एक बायकी गोष्ट होती. इतर प्रशिक्षकांप्रमाणे याचेपण लक्ष जास्तकरून जे प्रशिक्षणार्थी मागे-मागे राहायचे किंवा अगदी जेवढ्यास तेवढा सहभाग द्यायचे, अशांवरच जास्त असायचे. जर तुम्ही एसएएसच्या राखीव दलाच्या प्रशिक्षणासाठी येऊन आरामाची अपेक्षा करणार असाल, तर यॉर्की आणि त्याचे सहकारी त्याची प्रशिक्षणाची इच्छा नक्कीच पुरी होऊ देणाऱ्यांपैकी नव्हते. तरीपण यॉर्कीचा आमच्याबरोबरचा व्यवहार हा नेहमीच सरळ, स्वच्छ आणि पारदर्शक असे. शेवटी-शेवटी तर मला तो आवडायला लागला होता. एसएएस रेजिमेंटच्या राखीव दलात भरती करण्यासाठी काही ठरावीक मर्यादा होती, पण त्यापेक्षा खूपच मोठ्या प्रमाणात लोकांचा प्रतिसाद असे. त्यामुळे यात ताळमेळ ठेवून फक्त शारीरिक आणि मानसिकदृष्ट्या योग्य आणि योग्यच उमेदवार निवडण्याची जबाबदारी त्याच्यावर होती.

यॉर्कीच्या आमच्याबरोबरच्या वागणुकीत किंवा व्यवहारात वैयक्तिक असे काहीच नसे. त्याचा कोणी आवडता वगैरे असण्याचाही प्रकार नव्हता. त्याची निष्ठा फक्त त्याच्या कामाशी, रेजिमेंटशी होती. या उलट तुम्हाला जर तो आवडत नसेल तर तुमच्यापुढे एकच पर्याय होता. एकतर शांतपणे त्याला सहन करणे आणि

तुमचे काम करत राहणे किंवा सरळ घरी बसणे. एक गोष्ट नक्कीच होती की, तुम्ही जर सोडून गेलात, तर तुमच्यावाचून तेथे काहीच अडणार नव्हते.

तिथले एकूणच वातावरण व मिळणारे शिक्षण हे अत्यंत कठीण, दयामाया न दाखवणारे व क्षणोक्षणी तुमची परीक्षा पाहणारे होते. पण मला मात्र ते एकदम आवडले. स्वतःची खरीखुरी ओळख होण्याची ती एक संधी होती. माझ्या सेंट अ‍ॅन्ड्र्यू कॉलेजच्या सुरुवातीच्या वर्षात मी रॅगिंगचे प्रकार अनुभवले होते. कॉलेजमधील टग्यांकडून धमकावले जाण्याचा अनुभव घेतला होता व तेव्हा कितीही मला वाटले, तरी मी ते टाळू शकलो नव्हतो. खरेच मी भित्रा होतो का? त्यामुळेच मी त्या टग्यांचा बळी ठरलो का? जर खरंच तसे असेल, तर त्याचे उत्तर मला या एसएएसच्या प्रशिक्षणातून मिळणार होते. जरी मला मैदानी खेळांचे आकर्षण होते, मैदानी खेळांवर प्रेम होते, तरी माझे स्वतःचे खेळाचे प्रकार वैयक्तिक अशा स्वरूपाचे होते उदाहरणार्थ पोहणे, बोटिंग करणे, सायकल चालवणे, पळणे इत्यादी. मला वैयक्तिक असे खूप मित्र होते. पण मी कोणत्याही संघात किंवा गटात रमणारा नव्हतो. आज खूप वर्षे ते माझे एक बलस्थान होते. आता येथील माझे सर्व खेळ कार्यक्रम हे सांघिक स्वरूपाचे असणार होते व मी जर संघातील इतरांशी जुळवून घेतले नसते, तर ते माझ्यासाठीच जास्त त्रासदायक ठरणार होते. पण हीच तर आव्हाने होती आणि मी ती स्वीकारायची ठरवली होती. येथे तसा मैदानी खेळांवर आणि शारीरिक शिक्षणावर भर असणार होता. या सर्व निवडपूर्व चाचण्यांमधून यशस्वीपणे पार पडल्यावर आमचे पुढचे सगळे प्रशिक्षण ब्रेकॉन बेकॉन्सच्या पर्वतराजीच्या प्रदेशात असणाऱ्या नॅशनल पार्कमध्ये होणार होते. त्या ब्रेकॉन बेकॉनच्या टेकड्या पर्वतांच्या प्रदेशात शिकण्याची, राहण्याची कल्पनाच मोठी रोमहर्षक होती.

निवडपूर्व प्रशिक्षणाचे बुधवार संध्याकाळचे वर्ग होर्डले येथील राखीव दलाच्या विभागात घेतले जात. तिथे एक सांघिक कवायत करण्यासाठी मोठा हॉल होता. पण आमचा कस बघणारी पहिली परीक्षा झाली, ती हॉर्डलेच्या रस्त्यांवर. त्या गावातल्या रस्त्यांवरून आम्ही धावलो, जवळच्या टेकड्या पळत-पळत चढलो उतरलो, जोर बैठका मारल्या, सहकाऱ्याला पाठुंगळीला घेऊन धावलो. प्रत्येक बुधवारी आमच्यातले एक-दोन, एक-दोन गडी कमी झाल्याचे लक्षात यायचे. जे शारीरिकदृष्ट्या तंदुरुस्त नव्हते, जे तिथला ताण सहन करू शकत नव्हते व जे काही एकंदरीत एसएएसबद्दल वॉल्टर मिट्टीच्या कल्पना डोक्यात घेऊन आले होते त्यांचा तिथे टिकाव लागणे कठीणच होते. कधीकधी आम्हाला मुद्दाम डिवचले जायचे. आमच्यात वेळप्रसंगी जवळचे शस्त्र उचलून सहकाऱ्याला गोळ्या घालण्याइतका बेडरपणा, धैर्य आहे का, हे बघितले जायचे. आमच्यामध्ये कसल्याही मदतीशिवाय थंडी-वाऱ्यात जंगलात दोन आठवडे घालवू शकण्याइतपत, तसेच दुर्बिणीतून

चार-चार तास एकाच स्थानावर लक्ष केंद्रित करून टेहळणी करण्याइतपत शारीरिक क्षमता आणि मानसिक धैर्य आहे का नाही, याची चाचपणी केली जायची.

या सगळ्याची सुरुवात झाली, ती पाठीवर रकसॅक घेऊन वावरण्याने (रकसॅकला एसएएसच्या परिभाषेत 'बर्गनस' म्हणून संबोधले जायचे.) त्या रकसॅकमध्ये बारा ते साडेबारा किलो वजनाची सामग्री भरलेली असायची. फक्त बारा-साडेबारा किलो वजन पाठीवर वाहणे तसे विशेष नाही. पण ते कायम पाठीवर घेऊन वावरणे व यॉर्कीच्या आज्ञा पाळणे हे मोठे कठीण काम होते. होर्डले गावातले लोक, आम्ही पाठीवर वजनदार रकसॅक लावून रस्त्यांमधून पळत जाताना, आमच्याकडे कुतूहलाने विचित्र नजरेने बघायचे. त्यांना आमच्या या एसएएसमधील प्रशिक्षणाची काहीच माहिती नव्हती. आम्हाला कटाक्षाने इतर सर्वसाधारण खेळाडूंचे असतात, तसेच कपडे प्रशिक्षणाच्या दरम्यानच्या काळात घालायला सांगण्यात आले होते. इतर राखीव सैन्य दलातल्या अनुभवी उमेदवारांनी, उदाहरणार्थ पॅराशूट रेजिमेंटमध्ये काम केलेल्यांनी जेव्हा पॅराशूटचे चित्र असलेले जांभळ्या रंगाचे टी-शर्ट्स घातले तेव्हा यॉर्कीने त्यांना ते काढायला लावले. कारण आमच्या एसएएसच्या राखीव सैन्य दलाच्या प्रशिक्षणामध्ये या माजी पॅरा, माजी नौदल किंवा माजी इतर काही अनुभवांचा उपयोग नव्हता. आमच्यातला प्रत्येक जण येथे नव्याने प्रशिक्षण घेणार होता आणि माझ्यासारख्या ज्याला 'माजी' काही अनुभव नव्हता, अशासाठी ही फार मोठी समाधानाची गोष्ट होती.

दुसऱ्या बुधवारी त्या दिवशीचे प्रशिक्षण संपल्यावर यॉर्कीने आम्हाला सांगितले की, आता शेवटच्या निवडपूर्व चाचणीच्या वेळी आमच्यात बॉक्सिंगच्या स्पर्धा घेण्यात येणार होत्या. त्या संध्याकाळच्या होणाऱ्या बॉक्सिंगच्या स्पर्धांचे वर्णन त्याने अगदी खुलवून आणि अगदी खुलासेवार सांगितले, जणूकाही त्या दिवशी आमची खरी ताकद कळणार होती, खरी ओळख होणार होती. काही दिवसांनंतर एका संध्याकाळी मी आमच्या गुडइनफ कॉलेजच्या वसतिगृहातील माझा जुना मित्र डेव्हिड बेकर याच्या खोलीत गेलो आणि त्याला म्हणालो, "डेव्हिड, मी माझ्या आयुष्यात आतापर्यंत कधी खरोखरची मारामारी केली नाही आणि आजपासून चार आठवड्यानंतर माझ्या बॉक्सिंगच्या कौशल्यावरच माझ्या एसएएसमधील पुढील प्रशिक्षणासाठीच्या निवडीचा निर्णय होणार आहे. मुळात रक्तबंबाळ करणारा बॉक्सिंग हा प्रकार मला भीतिदायक वाटतो." डेव्हिडने मला धीर देत सांगितले की, "मी तुला आतापर्यंत बोललो नव्हतो, पण माझे आजोबा दक्षिण आफ्रिकेचे 'बँटमवेट' गटाचे उत्तम खेळाडू आणि विजेते होते. बॉक्सिंगचा खेळ आमच्या घरातच चालत आला आहे. त्यात विशेष असे काही नाही, घाबरू नकोस. मी तुला त्यातल्या अगदी प्राथमिक अशा काही गोष्टी शिकवेन."

"पण मला माझा फक्त बचाव करायचा नाही बाबा; तर हल्ला करण्याच्या कौशल्याला या स्पर्धेत महत्त्व आहे, त्यामुळे फक्त बचाव करता येण्याचा प्रश्न नाही," मी म्हणालो.

"ठीक आहे तर! तुला आक्रमक व्हायचे आहे, हल्ला करायचा आहे, तर तेसुद्धा मी तुला शिकवू शकेन. मग तर झाले?" डेव्हिडने मला धीर दिला.

डेव्हिड तसा चणीने खूप मोठा नव्हता, शरीरयष्टी किरकोळच होती. मला तो नेहमीच शांत, थंड असाच वाटला होता, भासला होता. थोडक्यात डेव्हिड बेकरची पूर्ण ओळख मला झालीच नव्हती, तर! त्याने मला 'गुडइनफ' कॉलेजच्या तळघरातल्या व्यायामशाळेत नेले व तिथे असलेल्या 'पंचबॅग'वर हात साफ करायला शिकवले. डेव्हिडने मला टप्पाटप्प्याने शिकवायला सुरुवात केली. प्रथमत: प्रत्येक ठोशामागे शरीराची संपूर्ण ताकद कशी एकवटायची, वेगवेगळ्या वेळी पायांच्या हालचाली कशा करायच्या, वेळप्रसंगी ते कसे घट्ट रोवून ठेवायचे व सगळ्यात महत्त्वाचे म्हणजे आक्रमणाची सुरुवात कशी आणि केव्हा करायची हे सारे त्याने शिकवले. "बऱ्याच वेळेला चीड, संताप, द्वेष इत्यादी भावना मनात निर्माण झाल्या की, त्या घशातून आवाजाच्या रूपाने प्रतिबिंबित होतात आणि तीच वेळ बॉक्सिंगमध्ये आक्रमक होण्याची असते आणि त्या वेळेला तू केलेला हल्ला अगदी स्वाभाविक असेल," असे त्याने सांगितले. आम्ही काही दिवस व्यायामशाळेत बॉक्सिंगची लुटुपुटुची प्रॅक्टिस केली. माझ्या उंचीमुळे आणि हाताच्या लांबीमुळे डेव्हिडला मी बऱ्यापैकी ठोसे मारू शकत होतो व डेव्हिडपण त्याच्या कौशल्यामुळे ते चलाखीने आडवत होता, चुकवत होता. डेव्हिडच्या या शिकवणुकीमुळे, प्रॅक्टिसमुळे मला बऱ्यापैकी आत्मविश्वास वाटायला लागला व मनापासून वाटायला लागले की, त्या बुधवारी मी चांगली कामगिरी करू शकेन. सुरुवातीला मला वाटले होते की, त्या दिवशी फक्त मारच खावा लागणार आहे. पण आता वाटायला लागले होते, की काही नाही आपणही ठोसे लगावू शकू.

अखेर तो दिवस का ती संध्याकाळ उजाडली. यॉर्की आमच्यासमोर उभा राहिला व करड्या आवाजात ओरडून सांगितले. "मी तुम्हाला खेळाचे नियम सांगणार आहे, नीट लक्ष देऊन ऐका. कारण मी परत-परत सांगणार नाही. तुम्ही तुमचे बॉक्सिंगचे ग्लोव्हज घाला आणि डोक्यावर संरक्षणासाठी हेल्मेट्स घाला. बाकी सोपं आहे. लक्षात ठेवा, ज्यात एकानं आक्रमण करायचं आणि दुसऱ्यानं बचाव करायचा, असं हे बॉक्सिंग नाही, तर हे 'मिलिंग' आहे. यात दोघांनी आक्रमण करायचं. आम्हाला बघायचं आहे की, एखादे वेळी शत्रूच्या हद्दीत जर तुम्ही पकडला गेलात, तर तुम्ही कसा प्रतिकार कराल आणि कशी स्वत:ची सुटका करून घ्याल ते. यात तुम्ही मार

खाल्लात, अडखळलात तरी हरकत नाही; परत तुम्ही उठू शकता की नाही, हे आम्हाला बघायचं आहे. परत तुमच्यात प्रतिकाराला सिद्ध होण्याची ताकद आहे की नाही हे बघायचे आहे. फक्त एकच नियम, कमरेखाली वार नाही. ती चूक झाली, तर 'कचरापेटी' आहेच.'' नंतर त्यांनी आवाजाची पट्टी जरा खाली आणत सांगितलं की, खरं तर '२१एसएएस'मध्ये प्रवेश मिळवण्यासाठी 'मिलिंग'मध्ये यशस्वी होणं जरुरीचं नाही, तुम्हाला जर या स्पर्धेत भाग घ्यायचा नसला, तर तुम्ही तसं करू शकता. ज्यांना या स्पर्धेत भाग घ्यायचा नाही, त्यांनी हात वर करावा. मला खरं तर त्या स्पर्धेत भाग न घेणे आवडले असते. पण मी हात वर केला नाही, कारण मला संशय होता की, जे हात वर करतील, त्यांना नंतर काहीतरी कारण सांगून प्रशिक्षणातून किंवा '२१एसएएस'मध्ये प्रवेश मिळण्यातून बाद करता यावे, यासाठी हा काहीतरी डाव असावा. या 'मिलिंग'च्या स्पर्धेविषयी गेले कित्येक आठवडे मी खूप ऐकत आलो होतो व आता मला त्याविषयी काही वाटेनासे झाले होते.

एका प्रशिक्षकांनी जमिनीवर जाड 'मॅट्रेस' अंथरल्या. यॉर्कीने हुकूम सोडला ''चला, उंचीप्रमाणे रांगेत उभे राहा. सर्वांत उंच उजवीकडे, तर या खोलीतला सर्वांत छोटू डावीकडे.'' सगळ्यात उंच होता एक वेल्श. तो अंगानेपण धिप्पाड आणि मजबूत होता. नंबर दोनवर होता, न्यूझीलंडहून आलेला एक वकील नंतर आणखी दोघे, माझा नंबर पाचवा होता. माझ्या उजवीकडे उग्र असा दिसणारा मजबूत हाडापेराचा, उजव्या पायाच्या संपूर्ण पोटरीवर गोंदवून घेतलेला असा एक गडी होता. आजूबाजूला काय चालले होते, यांचे जणू भानच नसल्याच्या आविर्भावात, भीतिदायक पद्धतीने डोके उजवीकडून डावीकडे हालवत मानेचे स्नायू मोकळे करण्याच्या कामात तो गुंतला होता. जणू हिंसाचार उसळण्याआधी त्याची मनाची तयारी चालली होती. त्याचे नामकरण मी गोंदवलेकर असे केले. 'माझा' असा होरा होता की, हे 'मिलींग'चे सामने नंबर एक विरुद्ध दोन नंबर, तीन विरुद्ध चार अशा प्रकारे होणार व मला या माझ्या उजवीकडच्या राक्षसाशी लढावे लागणार. याआधी त्या दिवशी आणखी एक लांबवर पळण्याची स्पर्धा झाली होती, त्यात काही लोक बादपण झाले होते. तरीपण त्यांना या 'मिलिंग'च्या स्पर्धेसाठी मुद्दाम थांबवण्यात आले होते. त्यातलाच एक पॉल होता. तो माझा मित्र झाला होता आणि आता तोच मला धीर देत होता. ''काही काळजी करू नकोस रे. त्याच्या नुसत्या शरीरयष्टीवर जाऊ नकोस रे,'' वगैरे.

याआधी आयुष्यात माझ्यावर कधीच मारामारीचा प्रसंग ओढवला नव्हता. खूप मागे एकदा रग्बीच्या मॅचच्या वेळी एकाशी झटापट झाली होती. पण या प्रकारच्या स्पर्धेसाठी तो काही अनुभव म्हणता आला नसता. मला माघार घ्यायला मनापासून आवडले असते, पण आता फार उशीर झाला होता. शेवटी यॉर्कीने स्पर्धेची सुरुवात

केली. ''सद्गृहस्थांनो, आपण सुरुवात करू या.'' प्रथम त्याने होव वेल्श आणि गॉर्डन, न्यूझीलन्डचा वकील यांना पुकारले. होवने गॉर्डनला चांगलेच धुवून काढले. एकाला बॉक्सिग चांगली येत होती आणि दुसरा अगदी अनभिज्ञ होता. शिवाय नियमाप्रमाणे बचाव करण्याची परवानगी नव्हती. माझ्या डोळ्यांसमोर अजून ती दृश्ये आहेत. एक जोरदार ठोसा आणि गॉर्डनचे डोके मागे फेकले गेले. होव रॉयल मरीनमध्ये आधी इंजिनियर होता व त्याला या स्पर्धेची तशी पूर्वकल्पना होती. गॉर्डनला युगानुयुगे वाटली असतील. पण खरं तर दोनच मिनिटांची ती मारामारी संपली आणि होवचा हात विजेता म्हणून वर उचलला गेला. यॉर्की परत ओरडला, ''पुढची जोडी.'' या जोडीमध्ये दोघेजण तुल्यबळ होते, दोघेही एकमेकांना ठोसे मारत होते. कोणीही बचावाचा प्रयत्न करत नव्हते. त्या दोघांची आक्रमकता खरंच आश्चर्यकारकच होती. एक गोष्ट माझ्या लक्षात आली की, येथे आक्रमकतेशिवाय पर्याय नाही. आणखी एका विजेत्याचा हात वर गेला आणि आता माझी पाळी या कल्पनेने माझ्या पोटात ढवळायला लागले.

आधीच्या दोन मारामाऱ्या बघून 'मिस्टर गोंदवलेकर' यांची अवस्था एखाद्या पिसाळलेल्या प्राण्यासारखी झाली होती. त्याचे मानेचे स्नायू ढिले करणे चाललेच होते, पण आता त्याच्या घशातून चित्रविचित्र आवाज येऊ लागले होते. हे सर्व जर मला फक्त भिववण्यासाठी असेल, तर 'मिस्टर गोंदवलेकरांनी' पहिली फेरी जिंकली होती. मी उठून गोंदवलेकरांच्या मागे जसा रिंगणात जायला लागलो, तसा प्रशिक्षकांनी माझा खांदा पकडला आणि म्हणाले, ''तू नाहीस.'' आणि त्यांनी दुसऱ्या एकाला ओरडून जायला सांगितले. मिस्टर गोंदवलेकरांनी त्या माणसाचा नुसता भुगा केला व त्याची अवस्था बघून माझ्या पाठीच्या कण्यातून भीतीची एक चमक गेली. ''हे देवा, तू खरंच परम दयाळू आहेस.'' मी देवाचे आभार मानले.

मिस्टर गोंदवलेकरांचे खरे नाव होते अलेक्स वेल्स. विजेता म्हणून त्याचा हात वर उचलला गेला आणि चेहऱ्यावर एक रुंद हास्य घेऊन तो त्याच्या जागेवर परतला. ते हास्य रुंद होते; पण थंड, धडकी भरवणारे होते. अगदी सैबेरियन थंडीसारखे होते. जरी मी सुटकेचा नि:श्वास टाकला होता, तरी मला एक शंका होती. 'मला वगळण्यात आले आहे की काय?' त्यांना माझ्या नजरेतली भीती कळली होती का? त्यांना माझ्या एकंदरीत उडालेल्या घाबरगुंडीची कल्पना आली होती का? त्यांनी मला 'तुम्ही एसएएसमध्ये दाखल होण्याच्या पात्रतेचे नाही' हे सांगण्याचे ठरवले होते का? इतर सर्व उमेदवारांच्या स्पर्धा झाल्या, पण मला बोलावण्यात आले नव्हते. माझे एक मन मला सांगत होते, 'तू त्यांना आपणहून सांग की, तुला अजून संधी दिली गेलेली नाही.' दुसरे मन म्हणत होते, 'गप्प बस. तू नशिबवान ठरला आहेस. चूपचाप राहा.'

सगळ्यांच्या स्पर्धा झाल्यावर यॉर्की मधल्या बॉक्सिंगच्या चौकोनात गेला आणि 'लास वेगास'मधल्या पैसे लावून धंदेवाईक बॉक्सिंगच्या स्पर्धेच्या वेळी जशी घोषणा करतात तशी नाट्यपूर्ण घोषणा करत म्हणाला, "सद्गृहस्थहो, आता तुम्ही आतापर्यंत वाट बघत असलेल्या बॉक्सिंगच्या..." आणि माझ्या डोक्यात एकदम प्रकाश पडला. त्याच दिवशी आमच्यात एक नवीन उमेदवार दाखल झाला होता, एक ऑस्ट्रेलियन, उंचीने माझ्यापेक्षा थोडा कमी, पण कमावलेल्या शरीरयष्टीचा. त्या दिवशी आधी आम्ही जोर मारत असताना माझ्या बाजूलाच तो होता. यॉर्कीच्या इशाऱ्यावर आमचे जोर मारणे चालले होते, वर-खाली, वर-खाली असे बराच वेळ चालले होते. तो ऑस्ट्रेलियन सहज जोर मारत होता. माझे हात दुखायला लागले होते. मधून-मधून थरथरायलापण लागले होते. मी नजरेनेच त्याला विचारले होते 'हे असे किती वेळ चालणार?' त्याच्या चेहऱ्यावर पूर्ण बेफिकिरीचा भाव होता, 'काय माहीत! चालू दे किती चालायचे तितका वेळ,' त्याने नजरेनेच उत्तर दिले होते.

आता आम्ही एकमेकांविरुद्ध उभे होतो. यॉर्कीने घोषणा केली. इकडे निळ्या कोपऱ्यात ऑस्ट्रेलियाचे प्रतिनिधित्व करत आहेत शेन जेनकीन आणि त्याविरुद्ध दक्षिण आफ्रिकेचे प्रतिनिधित्व करत आहेत लुईस पग. शेन माझ्या खांद्याला लागत होता, पण त्याचे हात मात्र एखाद्या झाडाच्या खोडासारखे होते. त्यांना एकंदरीत दक्षिण गोलार्धातील प्रतिस्पर्धी पाहिजे होते तर! माझे एकंदरीत व्यक्तिमत्त्व हळुवार असल्यामुळे त्यांचा समज झाला होता, की आक्रमकता वगैरे हा माझा स्वभाव नाही. किंवा आक्रमकता दाखवणेपण मला जमणार नाही. त्या स्पर्धेआधी एखादे वेळी मी त्यांच्याशी सहमतपण झालो असतो, परंतु माझ्याबद्दलच्या त्यांच्या समजामुळे व इतका वेळ थांबायला लागल्यामुळे आधी मी चिडल्यासारखा झालो होतो. मी मधल्या चौकोनात गेलो आणि सर्व ताकदीनिशी शेनला ठोसे मारायला लागलो. माझे बरेचसे ठोसे त्याच्या अंगावर इकडेतिकडे लागत होते. काही त्याच्या तोंडावरपण लागले, काही चुकले. शेननेपण मला काही जोरदार ठोसे लगावले. मला कसा काय चेव चढला कोण जाणे! पण मीसुद्धा जीव खाऊन त्याच्या तोंडावर ठोसे मारत होतो. एकमेकांना ठोसे मारता-मारता तो तोल जाऊन पडला. त्याच्या मागोमाग मीपण पडलो. आम्ही पडलो, तरी एकमेकांना ठोसे मारतच होतो. आमच्या मारामारीला सुरुवात होण्याआधी सर्व जण ओरडून आम्हाला प्रोत्साहन देत होते, पण जशी आमची सुरुवात झाली, तशी सगळीकडे एकदम शांतता पसरली. आम्ही दोघे खाली पडलो असताना पंचांनी 'ब्रेक ब्रेक' ओरडत आम्हाला वेगळे केले. परत आम्ही उभे राहिलो आणि एकमेकांवर ठोशांचा वर्षाव करायला लागलो. नियमाप्रमाणे बचाव करायला परवानगीच नव्हती. फक्त आक्रमक होऊनच खेळायचे होते. पण त्यामुळे माझी चांगलीच दमछाक मात्र झाली होती.

परत एकदा आम्ही दोघे एकमेकांना मारत-मारत खाली मॅटवर पडलो. पण या वेळेला मात्र प्रशिक्षकांनी आम्हाला सोडवले नाही. माझे हात जड झाले होते, मी श्वास घेण्यासाठी धडपडत होतो, परंतु शेन मात्र अजून जोशात होता अगदी आम्ही सुरुवात केली, तेव्हा जसा होता, तसाच. आम्ही एकमेकांना इतके ठोसे मारले होते की, आता डोळ्यांसमोर काजवे चमकायला लागले होते पण ती दोन मिनिटे काही संपत नव्हती. आता मात्र माझा धीर सुटायला लागला होता, पण त्याचे ठोसे मात्र त्याच ताकदीने आणि वेगाने येत होते. माझे हातपण दुखायला लागले होते. शेवटी चिडून मी त्याच्या गुप्तांगावर जोरदार ठोसा लगावला, पण त्याच्यावर काहीच परिणाम झाला नाही. पंचांनी 'ब्रेक' म्हणून ओरडून आम्हाला थांबवले. आम्ही दोघे जण परत उठलो. मला वाटले झाली दोन मिनिटे, पण नाही. आम्ही परत एकमेकांवर ठोशांचा वर्षाव सुरू केला. आता माझे मलाच कळेनासे झाले होते, पण माझा हात चालू होता. शेन मात्र अजून जोरातच होता. आम्ही परत हातघाईवर आलो. जणू ग्रीको-रोमन पद्धतीने आम्ही कुस्तीच खेळत होतो. परत एकदा या संधीचा फायदा घेऊन मी त्याच्या गुप्तांगावर ठोसा मारला. तो जरासा अडखळला, आता मला वेळेचा अंदाजच येत नव्हता. तेवढ्यात पंचांनी ओरडून आम्हाला थांबायची सूचना दिली आणि काय होत होते, हे कळायच्या आतच खास 'लास वेगास'च्या पंचांचा ठेवणीतला आवाज काढून घोषणा केली ''आणि विजेता आहे लुईऽऽस पग.'' क्षणभर माझा विश्वासच बसेना. कारण या स्पर्धेला सुरुवात होण्याअगोदर मी इतका घाबरलो होतो, माझी इतकी तारांबळ उडाली होती की सांगता येणार नाही. पण जशी स्पर्धा सुरू झाली, तसा मला हुरूप आला होता. एकंदरीत खूपच मजा आली. शेनलापण यात काही गंभीर दुखापत झाली नाही. नंतर त्याचे लग्न झाले व आता तो चार मुलांचा बाप आहे.

या स्पर्धेच्या नंतर संध्याकाळी वैयक्तिक मुलाखतीचा, चर्चेचा कार्यक्रम होता. प्रत्येक उमेदवाराला खोलीत बोलावले जात होते. खोलीत टेबलामागे तीन प्रशिक्षक बसले होते. मी आत गेलो आणि दक्ष अवस्थेत उभा राहिलो. आमचे एक प्रशिक्षक न्यूझीलन्डचे डॉक्टर होते. त्यांनी लगेचच सुरुवात केली, ''पग, तू फार चांगली लढत दिलीस, खूप आक्रमकपण होतास. पण तू एक नियम विसरलास. काय सांगितले होते स्पर्धा सुरू होण्याआधी? कमरेखाली वार चालणार नाही.'' त्यांच्या या निरीक्षणावर मी क्षणात विचार केला आणि प्रशिक्षकांचे एकूणच ऑस्ट्रेलियनांबद्दल काय मत आहे, हे मला माहीत होते. त्याचा फायदा घेत मी म्हटले, ''सर, तुम्हाला माहीत आहे ना तो ऑस्ट्रेलियन होता.'' (ऑस्ट्रेलियन हे नेहमीच नियमबाह्य खेळण्यासाठी प्रसिद्ध आहेत.) ते सर्व जण माझ्या उत्तरावर हसले. दुसऱ्या दोघांपैकी एक जण म्हणाला, ''ठीक आहे पग, तू निवडपूर्व चाचणीत उत्तीर्ण

झाला आहेस. पुढील उमेदवाराला आत पाठवा...''

पहिल्या शनिवारी, क्षेत्रीय राखीव दलात भरती होण्याच्या उद्देशाने 'चेलसी बरॅक्स'मध्ये चाळीस-एक जण होते. त्यातल्या २५ जणांनी निवडपूर्व चाचणी यशस्वी पार पाडली होती. काही जण प्रशिक्षणाच्या पहिल्याच दिवशी बाद ठरले होते; तर नंतर दर बुधवारी थोडे-थोडे गळत गेले. एसएएसमध्ये प्रवेश मिळवण्यासाठी अशा प्रकारे एकंदरीत निवडपूर्व चाचणी होती. तर हा टप्पा पार करणे गरजेचेच होते. होर्डलेमधील सर्व प्रशिक्षण आम्हाला आमच्या मुलकी किंवा नागरी वेशातच पार पाडायला लागले, यातपण काही नवल नव्हते. कारण अजूनपर्यंत आम्ही नागरी किंवा मुलकीच नव्हतो का? आमच्या '२१एसएएस' तुकडीमध्ये इतर दिवशी शहरांमध्ये वेगवेगळ्या क्षेत्रांत काम करणारे लोक होते. बँकेत काम करणारे, शेअर बाजारात काम करणारे, वकील, चार्टर्ड अकाउन्टट इत्यादी व्यवसायातले लोक होते. ते सगळे माझ्यासारखेच होते. त्यांना आयुष्यात आणखी काही करण्याची इच्छा होती, जिद्द होती. इतर राखीव दलांच्या तुकड्यांमध्ये आमच्या तुकडीतील लोकांबद्दल एक सूक्ष्म असूया होती. पण ते आम्ही समजू शकत होतो.

एसएएसचे बोधचिन्ह हे फार विचारपूर्वक आणि कलात्मकपणे बनवलेले आहे. गडद निळ्या पार्श्वभूमीवर पांढऱ्या रंगात उभा खंजीर व त्याच्या दोन्ही बाजूला निळ्या रंगात पंख असे ते बोधचिन्ह होते. एसएएस स्थापन करणाऱ्यांमध्ये बरेच जण ऑक्सफर्ड आणि केंब्रिज विद्यापीठांचे पदवीधर होते व हे दोन रंग त्या दोन विद्यापीठांच्या बोधचिन्हातले रंग आहेत.

निवडपूर्व चाचणी उत्तीर्ण झाल्यावर आम्हाला युनिफॉर्म्स मिळाले. युनिफॉर्म देण्यातपण एक शिस्त होती. आम्हाला क्वार्टरमास्टरच्या कार्यालयात बोलावले गेले व एकेक गोष्ट देताना अगदी पुकारून सांगितले गेले, ''तुमची कॅप, तुमच्या दोन पॅन्ट्स, दोन शर्ट्स, लोकरीचा पातळ स्वेटर, एक टोपी, एक ढगळ सैलसर शर्ट, जेवणासाठी दोन भांडी, पाण्याच्या दोन बाटल्या,'' या निवडचाचण्या निवडपूर्व चाचण्यांपेक्षा अर्थातच खूपच अवघड असणार, हे उघडच होते. तरीही युनिफॉर्म मिळाल्यावर एकदम राखीव सैन्यातल्या भरती प्रक्रियेचा महत्त्वाचा टप्पा पार पाडल्यासारखे वाटले.

आता यापुढे फक्त शारीरिक प्रशिक्षणावर किंवा शारीरिक क्षमतेच्या कसोट्या बघण्यावरच भर असणार नव्हता; तर नकाशावाचन वगैरे विषय शिकायला मिळणार होते. आता फक्त एका स्थानापासून दुसऱ्या स्थानापर्यंत पळत सुटायचे नव्हते, तर दिलेल्या नकाशाच्या आधारे एका स्थानापासून दुसऱ्या स्थानापर्यंतचे वेगवेगळे मार्ग शोधायचे होते. कमीत कमी वेळात, जवळच्या मार्गाने त्या

स्थानापर्यंत पोचायचे होते. नकाशावाचनासाठी तुमच्याकडे चांगली निर्णय क्षमता, दिशांचे चांगले भान असणे फार आवश्यक असते. जर तुम्हाला नकाशावाचन नीट करता आले नाही, तर फक्त एका स्थानापासून दुसऱ्या स्थानापर्यंत केवळ वेगात पळून काही फायदा नाही. त्यानंतरच्या बुधवारी संध्याकाळी पहिला दीड तास नकाशावाचनाचा वर्ग असायचा, त्यानंतर शारीरिक कवायती, व्यायाम इत्यादी वर्ग असायचे. काही जणांना नकाशावाचन कधी जमलेच नाही, उमगलेच नाही. मलासुद्धा सुरुवाती-सुरुवातीला नकाशावाचन जरा कठीणच वाटले. पण अचानक एके दिवशी त्यातली गोम कळली आणि तो विषय आवडायला लागला. सुरुवातीला आम्ही गटागटाने ब्रेकॉन बेकॉन जंगलात गेलो. आमच्या प्रशिक्षकांनी प्रत्यक्ष स्थानावर नेऊन नकाशावाचन आणि होकायंत्राचा उपयोग कसा करायचा, ते शिकवले. नंतर जोडी-जोडीने त्या पर्वतराजीच्या प्रदेशात होकायंत्राच्या, नकाशाच्या आणि काही ठळक नैसर्गिक खाणाखुणांच्या आधारे आमचा आम्हाला मार्ग शोधायला सांगितले. नकाशावाचनात प्रावीण्य मिळवण्यासाठी मी काही शनिवार-रविवार वेल्सला गेलो व एसएएसने आखून दिलेल्या मार्गावर नकाशाच्या साहाय्याने सराव केला. नकाशाच्या आधारे कोठे दलदलीची, पाणथळ व पळण्याला अयोग्य अशी जागा आहे, कोणते मार्ग जरी लांबचे वाटत असले, तरी सुरक्षित आहेत; या सर्वांचा अंदाज घ्यायचा सराव केला.

या शनिवार-रविवारच्या प्रशिक्षणाच्या दरम्यान डोक्यात नैसर्गिक, ठळक खाणाखुणा व हातात नकाशा आणि होकायंत्र घेऊनच फक्त धावायचे नव्हते; तर पाठीवरच्या बॅगेत तुमच्या अन्नपाण्याव्यतिरिक्त साडेबारा किलो वजनाची इतर सामग्रीपण असणार होती. थोडक्यात तुमच्या सहा, आठ, दहा तासांच्या चालीनंतर किंवा दौडीनंतर तुमच्या पाठीवरचे वजन कमीत-कमी साडेबारा किलो असणे आवश्यकच होते. त्याशिवाय आम्हाला आमच्याबरोबर कायम शस्त्र बाळगणे अनिवार्यच होते. बरोबर शस्त्र घेतल्याशिवाय आम्ही कोठेही जाऊच शकत नव्हतो. आमचे शस्त्र होते एसएलआर (Self Loading Rifle) व ती कायम जवळ बाळगूनच आमचे सर्व प्रशिक्षण पार पाडायचे होते. शिवाय शस्त्र हाताळण्या-बाळगण्याबाबतीतपण यॉर्कीची शिस्त कडक होती. ''जर कोणी ही एसएलआर मला 'लेडीज हॅन्डबॅग'सारखी हाताळताना दिसला, तर तिथल्या तिथे मी त्याला कचऱ्याची कुंडी दाखवेन'', असा त्याचा सर्वांना दम होता. ''सर्वांनी ही रायफल दोन्ही हातात धरायची होती. सगळ्यांना नीट समजले आहे? बंदूक उचलायला जो क्षण लागेल किंवा ज्या क्षणाचा विलंब होईल, तो क्षण तुमचे आयुष्य संपवणारा असेल, हे लक्षात ठेवा.'' मी वेल्समध्ये आपणहूनच जो सराव केला होता तो चांगलाच फळाला आला. माझ्या नकाशावाचनात खूपच सुधारणा झाली व आत्मविश्वास

वाढला. दुसरे म्हणजे माझी शारीरिक, मानसिक तब्येतही चांगली राहिली. ही अंतिम निवडीची प्रक्रिया आणखी सुखाची व आरामात पार पाडली असती, पण माझ्या बुटांनी घात केला. युनिफॉर्मबरोबरच आम्हाला मिलिटरी बूट देण्यात आले होते व ते घालणे अर्थातच बंधनकारक होते. कमीत कमी अर्धे प्रशिक्षण पार पडेपर्यंत तरी ते घालणे बंधनकारक होते. नंतर आम्ही स्वत:चे बूट घालू शकत होतो, पण ते अर्थातच मिलिटरी बूटांसारखे दिसणारेच हवेत, ही अट होती. मला मिळालेले मिलिटरी बूट काही मला मानवले नाहीत. म्हणजे ते माझ्या पावलांच्या मापाचे नव्हते. त्यामुळे 'ब्रेकॉन बेकॉन'मध्ये लांब अंतराच्या धावण्याच्या स्पर्धेच्या दरम्यान टाचेपासून ते पार तळव्यापर्यंतची पायाची सालडी सोलवटून निघाली. उतारावरून पळताना तर माझे पाय बुटाच्या पुढच्या भागावर आपटायचे आणि खिळे टोचल्यासारख्या असह्य वेदना व्हायच्या. त्यामुळे माझा पळण्याचा वेग मंदावला व माझी कामगिरी काही एवढी समाधानकारक झाली नाही. मी जरी दिलेल्या वेळेत स्पर्धेत धावलो होतो, तरी मी शेवटी-शेवटी जेमतेम पोचलो होतो. वेल्शमधल्या या प्रत्येक शनिवार-रविवारच्या सत्रानंतर एक-दोघांना बाहेरचा रस्ता दाखवला जायचा आणि माझ्या पायाच्या अशा परिस्थितीमुळे मलापण आता माझी खातरी वाटेनाशी झाली होती.

आमच्या प्रशिक्षकांपैकी एक न्यूझीलन्डचे डॉक्टर होते. त्यांनी बुटाच्या आत कापूस घालून त्यावर तात्पुरता उपाय शोधला, पण असाही सल्ला दिला की, वेळीच चांगले उपचार करण्याची गरज होती. कारण अन्यथा जखमा चिघळण्याची शक्यता होती, तसेच मी जर वेळीच चांगले बूट घेतले नाहीत, तर हे प्रशिक्षण यशस्वीपणे पुरे करणे मला अशक्यच होते. आधीच थंडीच्या दिवसात घालण्यासाठी, गरम कपड्यांवर व जॅकेट खरेदीवर माझा बऱ्यापैकी खर्च झाला होता आणि आता परत बुटांवर १५० पौंड खर्च करणे माझ्या अगदी जिवावर आले होते. त्यातून परत ते बूट नीट होतील न होतील, हा वेगळा प्रश्न होताच. माझ्या पावलांची पुरती वाट लागली होती आणि अशा परिस्थितीत नवे बूट घालण्याने प्रश्न सुटणार होते की नवीन प्रश्न उपस्थित होणार होते, तेच कळत नव्हते. अशीपण काही उदाहरणे होती की, काही उमेदवार नवीन बूट घेऊन आले आणि पुढच्या वेळीच ते वगळले गेले होते. प्रत्येक शनिवारी, रविवारी निवड प्रक्रियेची एकेक चाचणी होत असल्यामुळे माझ्या पायाच्या जखमा भरून यायला तसा अवधीच मिळत नव्हता. अर्धी निवड प्रक्रिया पार पडेपर्यंत माझ्या पायांवर ठिकठिकाणी फोड आले होते आणि जखमा झाल्या होत्या.

त्याच वेळेला माझा दक्षिण आफ्रिकेतला एक मित्र ॲन्थनी स्मिट मला भेटायला आला. तो दक्षिण आफ्रिकेच्या सैन्यात कित्येक वर्षे होता. मी त्याला माझ्या राखीव दलात भरती होण्याच्या चाललेल्या निवड प्रक्रियेबद्दल व प्रयत्नांबद्दल

सांगितले. त्याचबरोबर बुटांमुळे निर्माण झालेल्या पायाच्या समस्येबद्दलपण सांगितले. त्याने त्यावर जरा विचार केला आणि एकंदरीत अंदाज घेतला.

"लुईस, अशी अनेक उदाहरणं मी पाहिली आहेत. तुला वेळीच यावर उपाययोजना करायला हवी व नवीन बूट घ्यायला हवेत. नाहीतर इतर कशामुळे नाही, पण या चिघळणाऱ्या जखमांच्या त्रासामुळे, दुखण्यामुळे तुझ्या एकंदरीत कामगिरीवर परिणाम होईल व निवड होण्याऐवजी तू बाहेर फेकला जाशील." त्याने मला इशारा दिला.

आम्ही 'कोव्हेन्ट गार्डन' भागात गेलो व बाहेर असलेल्या स्टॉल्सवर एकामागून एक चौकशी केली. मी माझे नेहमीचे बूट घातलेले होते. एका स्टॉलकडून दुसऱ्या स्टॉलकडे चालत जाताना पायाच्या जखमांमुळे असह्य वेदना होत होत्या. अगदी योग्य व पायाला आरामदायक बूट शोधणे खरोखरच जिकिरीचे काम होते. शेवटी एकदाचे त्यातल्या त्यात बरे असे पळण्याचे बूट मला मिळाले.

"घेऊन टाक," ॲन्थनी म्हणाला.

"पण हे तर तपकिरी रंगाचे आहेत आणि नियमाप्रमाणे ते काळ्या रंगाचे हवेत."

"त्यांना रंग देता येईल ना," ॲन्थनी म्हणाला.

"पण ते घोट्यापर्यंत येत नाहीत," मी म्हणालो.

"घेऊन टाक रे, फार विचार करू नकोस," ॲन्थनी.

आम्ही दोघे गुडइनफ कॉलेजच्या वसतिगृहात परत आलो. ॲन्थनीने ठरवले की, माझ्या पायाबाबत आता तातडीने काहीतरी करणे भाग होते. माझ्या पायाच्या अंगठ्याच्या नखाखाली मोठा फोड झाला होता आणि त्याभोवतीच्या लालसर कातडीवरून, मऊपणावरून त्यात 'पू' झाला होता, हे सरळ दिसत होते. माझ्या टाचेवरच्या जखमा तशा नवीन होत्या आणि उपचार करण्यायोग्य होत्या. एकंदरीत पायाची अवस्था बघून ॲन्थनी म्हणाला, "प्रथम आपल्याला या अंगठ्याच्या नखाखालच्या जखमेकडे तातडीने लक्ष द्यावे लागेल." हे म्हणत असतानाच त्याने खिशातून स्वीस आर्मीत वापरला जाणारा छोटा बहुगुणी चाकू काढला आणि त्यातले चाकूचे पाते त्याने सिगरेट लायटरवर गरम केले. नंतर तोच चाकू माझ्याकडे देत ॲन्थनी म्हणाला, "अंगठ्याच्या नखावरून एक छोटं छिद्र पाड." मी त्या गरम केलेल्या चाकूच्या पात्याचे अणकुचीदार टोक नखावर धरून फिरवत नखाला आरपार भोक पाडले व नखाला आरपार भोक पाडल्यावर त्यातून एकदम रक्त आणि पू बाहेर आले आणि एका क्षणात त्या जखमेचे ठसठसणे थांबले. कधीकधी एखादे दुःख दूर झाल्यावर आपल्याला जाणवते की, तेव्हाचे ते दुखणे किती भयानक होते ते. अजूनसुद्धा पायावर प्रथमोपचाराची आवश्यकता होती, पण त्यातला अवघड भाग पार पडलेला होता.

हे सगळे वेळेत होणे गरजेचे होते, कारण पुढच्या शनिवारी-रविवारी आमची खरी परीक्षा होती. आमचा धावण्याचा मार्ग अत्यंत खडतर होता. त्याला आमच्या रेजिमेंटच्या भाषेत 'फॅन डान्स' म्हणायचे. रस्त्यावरून पळत 'सिफनी ब्रायन'च्या शिखरापर्यंत जायचे, तिथून मग धावत-उतरत 'ग्रीफीन इन'पर्यंत जायचे. आमच्या प्रशिक्षकांनी अगोदरच सांगितले होते की, ही शर्यत जे वेळेत पूर्ण करणार नाहीत त्यांना बाहेरचा रस्ता दाखवण्यात येईल. पण ही ठरावीक वेळ किती, हे सांगायला मात्र त्यांनी नकार दिला होता. माझ्या बऱ्या झालेल्या पायांनी व नवीन बूट घालून मी चांगली कामगिरी करू शकेन, असा विश्वास मला वाटत होता. आधीच्या शर्यतीमध्ये पायामुळे मी तसा मागे मागेच राहिलो होतो, पण या कस बघणाऱ्या शर्यतीत मी सर्वांत पुढे पळणाऱ्या पहिल्या काही जणांत होतो. आमच्यामध्ये ब्लॅकी नावाचा एक मजबूत तब्येतीचा, उंचापुरा, अंगावर एक औंसपण चरबी नसणारा असा एक गडी होता. तो सतत माझ्यापुढे होता. मी त्याला मागे टाकण्यासाठी जंग-जंग पछाडले, पण मी काही त्याला मागे टाकू शकलो नाही. शर्यतीच्या शेवटी-शेवटी 'सी' स्क्वार्ड्रनमधला पॉल हॅमिल्टन माझ्या बरोबरीने आला व दुसऱ्या स्थानासाठी दावा सांगू लागला, पण शेवटच्या टप्प्यात मी मुसंडी मारली आणि त्याला मागेच ठेवले. आमच्या पाठोपाठ यॉर्कीपण आलाच.

"पग, हा काय चमत्कार आहे? काय झालंय तुला? तू आणखी कोठे शिक्षण घेतो आहेस की काय?" त्याने विचारले.

"हो," मी म्हणालो..

शर्यतीमधल्या या माझ्या उत्तम कामगिरीनंतर मला विश्वास वाटायला लागला की, आता माझी निवड निश्चित होणार.

माझ्या या एसएएसमध्ये चाललेल्या निवडीच्या खटपटीची व प्रशिक्षणाची माहिती इतरांपासून लपवून ठेवताना माझी तारांबळ उडे. त्यामुळे इतरांशी बोलताना मी कधी अर्धसत्य, तर कधी उडवाउडवीची उत्तरे देऊन वेळ मारून नेत असे. ॲना कोट्झेवालाशी माझी गुडइनफ कॉलेजच्या वसतिगृहात मैत्री झाली होती, तिला माझ्या दर शनिवार-रविवारच्या अनुपस्थितीबद्दल संशय यायचा. मी इतर कोणाच्या प्रेमात पडलो की काय, असाही तिला संशय यायला लागला. इंक आणि कंपनीमधील माझ्या सहकाऱ्यांमध्ये मी म्हणजे एक माणूसघाणा प्राणी होतो, असा समज झाला होता. एवढेच काय, पण कॅरोलिनला माझ्या लंडनमध्ये राहाणाऱ्या बहिणीलापण माझ्या या खटपटी-लटपटींची कल्पना नव्हती. जितक्या कमी जणांना माहिती होईल, तेवढे बरे, असे माझे धोरण होते. वेळप्रसंगी सत्य लपवण्यासाठी मी थापापण मारल्या. वकिली हा माझा व्यवसाय होता. इंक आणि कंपनीमुळे माझी रोजीरोटी चालत होती, पण एसएएसचे प्रशिक्षण माझा ध्यास

बनले होते. त्या प्रशिक्षणामुळे माझ्या जगण्याला जो काही अर्थ आला होता तो मला वकिली व्यवसायातूनपण मिळाला नव्हता.

आमच्या प्रशिक्षणाच्या दरम्यान एका वेळेला माझा सहकारी टेरी इलियट व मी ब्रेकॉन बेकॉनमध्ये एका टेकडीच्या उतारावरून धावत खाली येत होतो. आमची जेव्हा भेट झाली, तेव्हा त्या आधी आम्ही जवळ-जवळ १२ तास त्या डोंगराळ व रानाच्या प्रदेशातून कधी पळत, तर कधी चालत आणि ठिकठिकाणच्या तपासणी नाक्यांवरून नोंदी करत अशी रपेट पूर्ण केली होती. आम्ही जेव्हा ग्वॉन तळ्याजवळच्या तपासणी नाक्यावर आलो तेव्हा तिथे बराच गोंधळ चाललेला दिसला. सगळीकडे आरडाओरडा चाललेला होता. आमचे मुख्य प्रशिक्षक ओरडून-ओरडून हुकूम सोडत होते. बऱ्याच प्रशिक्षणार्थींना एका रांगेत उभे केले होते आणि त्यांच्या पाठीवरच्या बॅगांची वजने केली जात होती. "मी तुला सांगितलं होतं की, पाठीवरच्या बॅगेचं वजन, अन्नपाण्याचं वजन सोडून, साडेबारा किलो असलं पाहिजे. हो की नाही?" असे म्हणून त्या मुख्य प्रशिक्षकाने त्या उमेदवाराची बॅग तळ्यात फेकून दिली. टेरीच्या बॅगेचे वजन केले. ते साडेबारा किलोपेक्षा कमी भरले. प्रशिक्षकांनी त्याची बॅगपण तळ्यात भिरकावून दिली.

नंतर माझी पाळी होती आणि मला खातरी होती की, माझ्या बॅगेचे वजन बरोबरच असणार. पण वजनाच्या काट्याने वजन दाखवले १२ किलोच्या आसपास. हा सगळा खोटारडेपणा बघून आमच्या प्रशिक्षकांचा पारा चांगलाच चढला. "लुईस, तू पण!" प्रशिक्षक किंचाळले आणि पुढे म्हणाले, "तू एक चांगला जलतरणपटू आहेस ना? आता बघू या, की तू किती चांगले पोहतोस ते." असे म्हणून त्यांनी माझी बॅग गरागरा फिरवत तळ्यात जितकी लांब फेकता येईल, तेवढी फेकली. ती बॅग तळ्यात जवळ-जवळ ४५-४६ फूटांवर जाऊन पडली आणि बुडायला लागली. अंगावरच्या कपड्यानिशी मी तळ्यात उडी मारली आणि वेगाने हात मारायला लागलो. ती वजनदार बॅग पाण्यातून ओढत किनाऱ्यावर आणणे फार कठीण होते. नशिबाने त्या बॅगेतला माझा दुसरा कपड्यांचा जोड प्लॅस्टिकच्या पिशवीत होता, त्यामुळे कोरडा राहिला होता. माझ्या बॅगेचे वजन कमी भरल्यामुळे प्रशिक्षक आधीच वैतागले होते. त्यांनी माझ्या बॅगेत दगड भरून तिचे वजन १५ किलो केले आणि वर दम दिला, "शर्यतीच्या शेवटी बॅगेचं परत वजन केलं जाईल, तेव्हा हे दगड त्यातच असू देणे तुझ्या फायद्याचं आहे कळलं?"

टेरी आधीच पुढच्या टेकडीवर चढायलापण लागला होता, मी परत जड बॅग पाठुंगळीला मारून त्याच मार्गावर त्याच्या मागे जायला लागलो. मी जेव्हा टेकडीचा माथा पार करून दुसऱ्या बाजूला गेलो, तेव्हा पाहतो तो काय; टेरी गवतावर शांतपणे बसला होता, बाजूला वाळवण्यासाठी कपडे पसरले होते आणि

तो बॅगेतून पाण्याची बाटली काढत होता.

"तुला फायरिंग मिळालं का?" टेरीने विचारले.

"हो. मीपण शिव्या खाल्ल्या," मी म्हणालो.

मला खातरी होती की, तो वजनाचा काटा बरोबर नव्हता. मी या ट्रेकवर निघण्याआधी आमच्या स्क्वाड्रनच्या तळावर माझ्या बॅगेचे वजन केले होते, ते बरोबर साडेबारा किलो भरले होते. मी त्या बॅगेतून नक्कीच काही काढले नव्हते. त्या वजनाच्या काट्यातच काहीतरी गडबड होती, कारण आमच्या सगळ्यांच्याच बॅगांचे वजन कमी भरणे शक्य नव्हते. माझ्या हे लक्षात आले नव्हते की, हीपण एक प्रकारे आमची परीक्षाच होती की, हे मामुली अन्यायाला आम्ही कसे तोंड देतो ते पाहिले जात होते का? जेव्हा टेरीने अशा शक्यतेचा अंदाज वर्तवला, तेव्हा तशीपण शक्यता असेल, असे मला वाटायला लागले. आम्ही दोघे तसेच थोडा वेळ एकंदरीतच दिल्या गेलेल्या वागणुकीला, प्रशिक्षणाच्या पद्धतीला शिव्या देत, बोटे मोडत बसलो. पाणी थोडे गरम केले आणि चहा बनवला. टेरीच्या बॅगेत 'बेकवेल' कंपनीचे दोन भिजलेले क्रिमरोल्स होते. या ट्रेकच्या काळात गेले दोन दिवस टेरी क्रिमरोल्सच खात होता. हे शेवटचे क्रिमरोल्स त्याने भुकेच्या वेळेसाठी राखून ठेवले होते. टेरी म्हणाला, "लुईस, यातला एक क्रिमरोल तुला घेतलाच पाहिजे." आम्ही एवढे दमलेले होतो, एवढे भुकेले होतो की ते क्रिमरोल्स ओले वगैरे होते, याचे आम्हाला विशेष काही वाटले नाही. टेरीच्या या औदार्यामुळे मी भारावून गेलो. एकत्र राहणाऱ्या दोन सैनिकांमध्ये किती जवळिकीचे, मैत्रीचे संबंध जुळतात, हे सर्वसाधारण नागरी जीवन जगणाऱ्याला समजणार नाही व त्यांना समजावूनपण देता येणार नाही. तसेच आमच्यासारख्या दोन तरुणांना ते बेकवेलचे भिजलेले क्रिमरोल्स खाताना त्यांच्या भिजलेपणात काय विनोद दिसला होता व आम्ही का वेड्यासारखे हसत होतो, हेपण सांगता येणार नाही. कदाचित कठीण प्रसंगात एकमेकांना आधार वाटल्यामुळे माणसे जास्त जवळ येत असावीत. या सर्व विविध क्षेत्रीय, राखीव दलांच्या निवडीसाठी घेण्यात येणाऱ्या चाचण्यांच्या अभ्यासक्रमामध्ये एसएएसमधील निवड चाचण्या, अभ्यासक्रम परीक्षा इत्यादी सर्वांत अवघड होत्या. एसएएसमधील उमेदवारांना सर्वांत कठीण प्रसंगांना तोंड द्यावे लागायचे, त्यामुळे असेल कदाचित; पण त्यांच्यात जास्त जवळीक निर्माण व्हायची. टेरीबरोबर क्रिमरोल खाताना मला माझ्या इंक आणि कंपनीमधल्या माझ्याबरोबरच एकाच केबिनमध्ये बसणाऱ्या सहकाऱ्याची आठवण झाली. तो व मी आठवड्याचे पाच दिवस सकाळी नऊ ते संध्याकाळी साडेसहापर्यंत शेजारी-शेजारी बसायचो.

रोज सकाळी तो म्हणायचा, "गुडमॉर्निंग लुईस."

मी म्हणायचो, ''गुड मॉर्निंग.'' बस्स झाले. इतर वेळी आमचे बोलणे व्हायचे, पण ते फक्त कामापुरतेच असायचे. तीन महिने शेजारीशेजारी बसूनपण मला त्याच्याबद्दल काहीही इतर माहिती नव्हती, ना त्याला माझ्याबद्दल. त्याचे लग्न झाले होते का? त्याला मुले होती का? शनिवार-रविवारच्या सुट्ट्या तो कशा घालवतो, काय करतो? तीन महिने शेजारी बसून यातल्या एकाही प्रश्नाचे उत्तर मी काही देऊ शकलो नसतो.

पण माझ्या व टेरीमध्ये आता वेगळे ऋणानुबंध जुळले होते. याला कारण होते ब्रेकॉन बेकॉनमध्ये प्रशिक्षणाच्या दरम्यान आम्ही केलेले दूरदूरचे प्रवास. अशाच एक दूरवरच्या 'चालीत' आम्ही खूपच दमलो होतो. परंतु आम्हाला अजून १५ कि.मी. चालून जायचे होते. त्या वेळी आम्ही एकमेकांशी बोलून, एकमेकांना धीर देत, उत्साह वाढवत आमचे चालणे सुरूच ठेवले. या एसएएसमधल्या प्रशिक्षणाच्या दरम्यान अशीच एक अत्यंत कठीण व खडतर अशी दऱ्या खोऱ्यांतून, डोंगरांच्या चढउतारावरून चालण्या-पळण्याची चाचणी असते. तिला एसएएसमध्ये विनोदाने 'Voluntary withdrawal valley' (स्वत:हून बाहेर पडण्याचा रस्ता) असे म्हटले जायचे. कारण या चाचणी दरम्यान बरेच जण स्वत:हून माघार घेत, बाहेर पडणे पसंत करत. या चाचणीतले ठरवून दिलेले अंतर पार करण्यासाठी आम्ही तासन्तास घालवले होते आणि आणखी तीन तास झगडल्यानंतर शेवटी आम्ही कसेबसे शेवटच्या चेकपोस्टवर आलो. आम्ही दमण्याची परिसीमा गाठली होती. पण ठरवून दिलेल्या वेळेआधीच आम्ही पोचलो होतो. टेरीची स्लीपिंग बॅग त्या लेक ग्वॉनच्या प्रसंगामुळे अजून ओलीच होती, त्यामुळे त्याने चटईवरच अंग झोकून दिले आणि तो गाढ झोपून गेला. अगदी लहान मुलासारखा!

अंतिम निवड चाचण्या खूपच अवघड होत्या. चाचणीपूर्व परीक्षांमधून जे उत्साही आणि उत्सुक २५ जण उत्तीर्ण होऊन अंतिम निवडीसाठी पात्र ठरले होते; त्यांतले शेवटी आता सातच जण उरले होते. आता हे २१एसएएस स्क्वॉड्रनमध्ये निवड झालेले जे सात जण होते, त्यांना एकमेकांची चांगलीच ओळख झाली होती. तसेच आता इतरांकडून ऐकून-ऐकून शेवटच्या टप्प्यांतील होणाऱ्या परीक्षेचीपण बरीच माहिती झाली होती. पण आम्ही आधीच एवढ्या कठीण दिव्यांतून पार पडलो होतो की, या चाचण्या म्हणजे 'स्काउटचा कॅम्प' असावा असे वाटणाऱ्या होत्या. आमचा आठवड्याचा बराचसा भाग 'ग्वॅएनडर मिलिटरी कॅम्प'मध्ये जाणार होता. हा भाग ब्रेकॉन बेकॉनच्या सुरुवातीलाच होता. आमची राहण्याची सोय एका मोठ्या हॉलमध्ये केली होती. खायलाप्यायला भरपूर होते, एवढे सोडले, तर बाकी सगळे कठीण होते.

आमचा दिवस सकाळी चार वाजता सुरू व्हायचा. सकाळचे सर्व आवरून आम्ही कॅन्टिनमध्ये एकत्र यायचो. आम्ही त्याला थट्टेने 'खादाडी घर' म्हणायचो. तिथे आम्ही इतके हावरटासारखे खायचो, की आम्हाला एकमेकांशी बोलायचेपण

भान नसायचे. आम्ही जितके म्हणून खाणे शक्य आहे, तितके खात असू कारण पुढच्या संपूर्ण दिवसभरात लागणाऱ्या ताकदीसाठी त्याची खरोखरच गरज असे. आठवड्याचे पहिले दोन दिवस आम्ही 'इर वूड व्हॅली' या नावाने ओळखला जाणारा 'मध्य वेल्स'चा डोंगराळ भाग, त्या भागात काढले. हा प्रदेश अत्यंत दलदलीचा आणि दाट धुके असणारा आहे. नंतरचे चार दिवस आम्ही ब्रेकॉन बेकॉनमध्ये काढले. रोज आम्हाला ४० ते ५० कि.मी.चे अंतर, पाठीवर वजनदार बॅगा घेऊन आणि दोन्ही हातात शस्त्रे घेऊन चालावे लागे. हीच जर डोंगराळ प्रदेशातून एक सरळसोट ५० कि.मी. चाल असती, तर काही प्रश्न नव्हता. पण ते तसे नव्हते. तुम्हाला तुमच्या चालण्याच्या दरम्यानच्या मार्गातल्या, पुढच्या चेकपोस्टपर्यंत पोचण्यासाठी लागणाऱ्या खाणाखुणा दिल्या जायच्या, तिथे पोचल्यावर पुढच्या चेकपोस्टपर्यंत खाणाखुणा सांगितल्या जायच्या आणि अशा प्रकारे तुमचा टप्पाटप्प्याने प्रवास चालू राहायचा. दोन चेकपोस्टमधले अंतर कितीही म्हणजे ५ ते १० कि.मी.चे असायचे.

या संपूर्ण आठवडाभराच्या दगदगीचा उमेदवारांवर खूपच परिणाम व्हायचा. काही जण बळी ठरायचे. अगदी पहिल्या शनिवारपासून बरोबर असणारे व नंतर चांगले मित्र झालेले टेरी इलियट व क्रिम फ्रे हे २१एसएएस स्क्वॉड्रनमधल्या या चाचण्यांत बाहेर फेकले गेले. आणि आमच्या परीक्षेचा सर्वांत कठीण भाग, कळसाध्यायच म्हणा हवे तर, अजून बाकीच होता. ही चाचणी म्हणजे सहनशक्तीची कसोटी होती, सहनशक्तीची अगदी परिसीमा होती. आमच्या प्रमुख प्रशिक्षकांनी या शेवटच्या परीक्षेचे नामकरण 'बागेतला फेरफटका' असेच केले होते. आणि अगदी शब्दशः बघितले, तर ते खरेही होते. पण तो सर्वसाधारण फेरफटका नव्हता व ब्रेकॉन बेकॉन नॅशनल पार्क ही सामान्य फेरफटका मारण्याची बागपण नव्हती. आधीच लागोपाठच्या पाच दिवशी आमचे रोज आठ ते बारा तास चालणे झाले होते, पळणे झाले होते आणि आता अत्यंत अवघड अशा डोंगराळ प्रदेशातून ८० कि.मी.ची चालण्याची कसोटी होती. आधीच्या चाचण्यांच्या वेळी १२० जणांनी मोठ्या उमेदीने सुरुवात केली होती, पण पाच दिवसांत निम्मे जण गळाले होते आणि अजून जे उभे होते, त्यात काही जणांच्या पायांना फोड आले होते. काही जणांचे गुडघे सुजले होते, तर काही जणांच्या टाचांना सूज आलेली होती. काही जणांच्या खांद्यावर, मानेवर, पाठीवरच्या बॅगेचे पट्टे घासून-घासून जखमा झाल्या होत्या. माझी चिंता होती, माझ्या उजव्या पायाचा गुडघा जो गेल्या आठवड्यापासून त्रास देत होता. आणि डोंगराळ प्रदेशात ८० कि.मी.ची चाल त्याला झेपू शकेल का, याबद्दल मी साशंक होतो.

आमच्या या अंतिम सहनशक्ती चाचणीच्या आदल्या दिवशी संध्याकाळी

आम्ही आमच्या 'खादाडी गृहात' एकत्र जमलो. तिथे आमच्या २२एसएएसच्या कमांडिंग ऑफिसर यांनी इतके अडथळे पार करून इथवर आल्याबद्दल आमचे अभिनंदन केले व दुसऱ्या दिवशी सुरू होणाऱ्या आमच्या ८० कि.मी.च्या अंतिम चाचणीबद्दल थोडी माहिती दिली. आमचा ट्रेक सुरू होणार होता, ट्रीफॉर जलाशयापासून. तिथून पळत आम्ही सिफन वाय ब्रायनपर्यंत जाणार होतो. तिथून खाली द ग्रिफिन इनपर्यंत, परत तिथून कॅडेर बर्विनला वळसा घालून ॲबेरड्यू हिलपर्यंत, तेथून लिन इसाफपर्यंत, नंतर परत कॅडेर बर्विनच्या वर अगदी टोकापर्यंत, परत तिथून व्हीडब्ल्यू व्हॅलीमधून लेक विनपर्यंत तिथून मफिलरी रिझवॉयरपर्यंत आणि शेवटी ट्रिफर जलाशयला परत.

अशा पर्वतराजीतील प्रदेशांतून पळण्याच्या मोहिमेत, पुढील २४ तासांमधला आमचा बहुतेक वेळ जाणार होता. अशा वेळी सर्वसाधारणपणे तुम्ही कधी सुरुवात कराल? आम्ही भल्या पहाटे दोन वाजता या खडतर चाचणीला सुरुवात करण्यासाठी बाहेर पडलो. ठरल्या वेळेप्रमाणे सगळे झाले, तर मध्यरात्रीनंतर थोड्या वेळाने या स्पर्धेची सांगता झाली असती. प्रत्येक उमेदवाराने स्वतंत्र सुरुवात केली. पण नंतर जसजसा वेळ गेला तसतसे, काहींच्या हळू वेगामुळे; तर काहींच्या जलद वेगामुळे उमेदवारांमधले अंतर कमी-कमी होत कंपू पडत गेले. एका दृष्टीने असे एकमेकांच्या सहवासाने चालणे-पळणे जरुरीचे आणि फायद्याचेपण होते. कारण त्यामुळे फक्त आपणच दमलो नाही, तर आपला सहकारीपण तितकाच किंवा जरा जास्तच दमलेला आहे, हे उमगून साहजिकच एकमेकांना प्रोत्साहित केले जात होते. सहकार्याची भावना वाढीला लागत होती. वेळ कसा गेला, ते कळत नव्हते व मुख्य म्हणजे इतरांमुळे स्पर्धेतला सहभाग कायम ठेवण्याची प्रत्येकाची ईर्ष्या टिकून राहात होती. स्वत:च्या ताकदीबद्दल, सहनशक्तीबद्दल कितीही आत्मविश्वास वाटला तरी एका अत्यंत दमणुकीच्याक्षणी, ढेपाळण्याच्या क्षणी सहकाऱ्याचे धीर देणारे साधे शब्दपण कशा प्रकारे त्या वेळच्या मन:स्थितीत चमत्कार घडवून आणतात, हे बघणे, हे अनुभवणे खरोखरच आश्चर्यकारकच होते.

लिन इसाफ हे आमच्या स्पर्धेचे मध्यवर्ती ठिकाण होते व त्या ठिकाणापासून स्पर्धेची अंतिमरेषा ४० कि.मी. अंतरावर होती. माझा गुडघा आता चांगलाच दुखायला लागला होता. जेव्हा-जेव्हा चालताना, पळताना त्यावर दाब पडे, तेव्हा गुडघ्यातून कळा येत, हळूहळू त्या वाढत गेल्या. गुडघ्यावर फार दाब येणार नाही, त्यातून असह्य कळा येणार नाहीत, याची खबरदारी घेत व त्यासाठी पळताना-चालताना कराव्या लागणाऱ्या सर्व कसरती करत, विविध प्रकारे लंगडत मी पुढे जातच राहिलो. हळूहळू माझा वेग मंदावल्यामुळे मी पळण्याऐवजी चालू लागलो, नंतर-नंतर तर मी लंगडायला लागलो. या माझ्या गुडघा वाचवण्याच्या, त्यातल्या

वेदना कमी करण्याच्या नादात वेडेवाकडे चालण्या-पळण्यामुळे माझ्या उजव्या पायाच्या मांडीच्या मागच्या भागाचे स्नायू अवडघल्यासारखे झाले. लिन इसाफच्या चेकपोस्टवर आमच्या प्रशिक्षकाने मला विचारले, "तुझे नाव पग आहे का? २१ एसएएसइमधील प्रशिक्षणार्थी ना? तू सर्वांत मागे पडला आहेस. तू सर्वांत शेवटी आहेत, तू जर तुझा वेग वाढवला नाहीस, तर तू ही स्पर्धा काही पूर्ण करू शकणार नाहीस. आधीच जेमतेम १२ तास होऊन गेले आहेत व तुझी चिन्हे काही ठीक दिसत नाहीत."

एसएएसमधील प्रशिक्षणाबाबतीत एक गोष्ट नेहमी लक्षात ठेवावी लागते, ती म्हणजे ते काही बालवर्गातील शिक्षण नाही आणि तिथे लहान मुलांसारखे वागूनही चालत नाही. पण कधी-कधी नेमके तेच विसरायला होते. मुख्य म्हणजे तुम्हाला काही होत असते, तेव्हा तर ते प्रकर्षाने होते. आमचे मुख्य प्रशिक्षक ॲबरड्यू तेथील चेकपोस्टवर होते आणि मला बघताच ते ओरडले, "पग, तुला नक्की काय झाले आहे? भल्या माणसा, तुला तुझा वेग आता वाढवायला पाहिजे." माझ्या दुखापतीविषयी फार सविस्तर बोलण्यात आणि सांगण्यात काहीच अर्थ नव्हता, तरीपण मी मागे का पडलो होतो, त्याची कारणे सांगणे आवश्यकच होते.

"सर, माझा गुडघा फार दुखतो आहे, फारच त्रास होतो आहे," मी कसेबसे सांगितले.

"तुझा गुडघा दुखतो आहे काय? मला असली लंगडी कारणे सांगू नकोस, मला ती ऐकायचीपण नाहीत. उद्या युद्धाच्या वेळी शत्रूची तुकडी जेव्हा तुमच्या मागावर असेल, तेव्हा काय करणार आहात?"

माझ्या गुडघ्याला चांगलाच ठणका लागला होता. तरीपण कधी लंगडत; तर कधी लंगडी घालत, तर कधी अक्षरश: पाय ओढत-ओढत मी कसाबसा 'कॅडेर बर्विन'च्या वरच्या टोकापर्यंत पोचलो. पण खाली उतरताना मात्र प्रत्येक पावलागणीक प्राण कंठाशी येत होते. गुडघ्यांना आता शरीराचा भार पेलवेनासा झाला होता. माझ्या विविध मोहिमांचा, विविध शारीरिक दुखण्यांना तोंड देण्याच्या अनुभवाचा येथे मला काहीच उपयोग करता येत नव्हता. 'ब्रेकॉन बेकॉन'ची भव्यता, त्याच्या निर्जन ओसाडपणातले ते सौंदर्य इत्यादी गोष्टी मला भुरळ पाडून शारीरिक दुखणे विसरायला मदत करू शकत नव्हत्या. खरे तर निसर्गावर मनापासून प्रेम करणाऱ्या माझ्यासारख्याचे निसर्गाची भव्यता, त्यातले सौंदर्य इत्यादी गोष्टी भान हरपून टाकायला पुरेशा आहेत. आणि या डोंगराळ प्रदेशात निसर्गाने सौंदर्य मुक्त हस्ताने उधळले होते. पण हे सगळे जेव्हा तुम्ही मानसिक, शारीरिकदृष्ट्या योग्य अवस्थेत असता, तेव्हाच. त्या गुरुवारी मी इतरांपेक्षा खूपच मागे पडलो होतो. आता अंधार पडायला लागला होता व प्रत्येक पाऊल टाकणे म्हणजे माझ्यासाठी जीवन मरणाचा प्रश्न होऊन बसला होता. 'व्ही डब्ल्यू व्हॅली' पार केल्यानंतर दिलेल्या नकाशाप्रमाणे जंगल लागायला पाहिजे होते, पण थोड्याच दिवसांआधी तिथली

झाडे तोडण्यात आली होती आणि त्यामुळे तो मोकळा झालेला भूभाग मी लंगडतच पार केला. त्या अंधारात अर्धवट कापलेल्या झाडांच्या बुंध्यांना ठेचकाळून मी बऱ्याच वेळा पडलोही आणि ही पडापड पाठीवरच्या ३०-३५ किलो वजनाच्या बॅगेने आणखीच तापदायक झाली होती. दिलेला नकाशा वाचण्यात माझी काहीतरी चूक झाली होती आणि त्या मोकळ्या केलेल्या जंगलातून पळत सुटण्यात माझा चांगलाच गाढवपणा झाला होता. शेवटी तेवढेच अंतर मला परत मागे फिरून व वळसा घालून पार करायला लागले. 'मफिलरी रिझर्वॉयर' ही आमच्या मोहिमेतली शेवटून दुसरी चौकी होती. तिथून शेवटची चौकी अजून १० कि.मी. लांब होती. पण आजच्याच आधीच्या ७० कि.मी. आणि गेल्या पाच दिवसातल्या २०० कि. मी. चालीने माझ्या गुडघ्याची पुरती वाट लागली होती, अगदी दैना झाली होती. पण आता हे सर्व असह्य झाले होते, माझ्या गुडघ्यातले त्राणच नाहीसे झाले होते व मी चक्क खुरडत जाऊ लागलो होतो. पाठीवर ३०/३५ किलो वजनाची पिशवी होतीच.

त्या चौकीपर्यंत पोचायला मला एक रस्ता ओलांडणे भाग होते. सर्वत्र मिट्ट काळोख झाला होता. माझ्या मनात सहज विचार आला, आता जर एखादा वेल्श शेतकरी या वळणावरून भरधाव गाडी चालवत आला, तर माझे मरण अगदी अटळ होते. त्या अवस्थेतपण मनात एक कल्पना चमकून गेली की, जर असा अपघात तर झालाच, तो शेतकरी त्याचे कसे वर्णन करेल? "मी असा वळणावरून येत होतो तो अचानक कारच्या हेडलाइटच्या उजेडात दोन प्रचंड कासवे नको त्या अवस्थेत रस्त्यावर दिसली आणि....." या कल्पनाविलासाचे माझे मलाच हसू आले. चौकीपासून ५० मीटर अंतरावर आल्यावर मी कसाबसा परत उभा राहिलो आणि जणूकाही विशेष घडलेच नाही अशा आविर्भावात चालायचा प्रयत्न केला. आमचे दोन प्रशिक्षक 'लॅन्ड रोव्हर'मध्ये बसले होते, त्यातील एकाने माझ्यावर बॅटरीचा झोत टाकला.

"ठीक आहे, थांब," त्यांनी मला सांगितले आणि तो आमच्या मुख्य प्रशिक्षकांशी फोनवरून बोलायला लागला. त्या रात्रीच्या शांततेत मुख्य प्रशिक्षकाचे बोलणे मला स्पष्ट ऐकू येत होते.

"त्याची सध्या काय परिस्थिती आहे?" तिकडून मुख्य प्रशिक्षक विचारत होते. इकडे प्रशिक्षकाने बॅटरीचा झोत वरपासून खालपर्यंत माझ्या शरीरावर टाकत सांगितले, "फारच वाईट परिस्थिती आहे."

"तू ठरव मग त्याचं काय करायचं ते!" मुख्य प्रशिक्षकाची तिकडून सूचना आली. तिकडून अशी प्रतिक्रिया आल्यावर इकडे आमचे प्रशिक्षक गोंधळले आणि त्यांनी मनाच्या द्विधा अवस्थेतच मला विचारले "तुला या स्पर्धेतला सहभाग अजून चालूच ठेवायचा आहे का? तू चालू ठेवू शकशील का?"

"होय सर," मी म्हणालो.

त्यांनी क्षणभर विचार केला आणि म्हणाले, "ठीक आहे, तुझी शेवटची ग्रीड ३२१७६४ आहे. पळ आता. भराभर पाय उचल."

या वरील सर्व घडोमोडी, संभाषणाच्या दरम्यानच्या मिळालेल्या दोन-तीन मिनिटांच्या विश्रांतीचा काहीतरी जरा फायदा होईल, असे वाटले होते, पण तसे काही झाले नाही. मी पाऊल उचलून चालायला सुरुवात करताक्षणीच गुडघ्यांतून परत असह्य वेदनांना सुरुवात झाली आणि माझा तोल जाऊन मी पडलो. माझी ही अवस्था बघून आमच्या प्रशिक्षकांना धक्का बसला व त्यांनी 'लॅन्ड रोव्हर'मधून खाली उडी मारली.

"माफ कर मित्रा, पण मी तुला स्पर्धेतून बाहेर काढतो आहे. तुझ्या गुडघ्यांची पुरती वाट लागली आहे."

"नाही सर, कृपा करा. मी फार कष्टाने येथवर येऊन पोचलो आहे. आणि मला खातरी आहे की, शेवटची चौकी मी नक्की पार करेन. गाठेन."

"नाही मित्रा, आता सगळं संपलं आहे."

त्या डोंगराळ प्रदेशातून २१ तासांची चाल झाली होती, ७० कि.मी मागे पडले होते. आता फक्त १० कि.मी. उरले होते आणि ही परिस्थिती ओढवली होती. मी खूप निराश झालो होतो. इतक्या प्रशिक्षणात घालवलेल्या होर्डलेमधल्या त्या बुधवारच्या संध्याकाळी, शनिवार-रविवारचे डोंगराळ प्रदेशातून वाट काढण्यासाठी नकाशावाचनाचे वर्ग, शिवाय स्वतंत्रपणे मी केलेला इतर अभ्यास इत्यादी इत्यादी सर्व वाया गेले होते. कशाचाही उपयोग झाला नव्हता. माझ्या चेहऱ्यावरची ती निराशा बघून आमचे शिक्षक सहानुभूती दाखवत म्हणाले, "मित्रा, तुझ्या गुडघ्यांची ही अशी अवस्था झाली असताना अशा रात्री तुला एकट्यानं पुढं जाऊ देणं मला खरंच योग्य वाटत नाही. अशा वेळेला रस्ता चुकण्याचीच जास्त शक्यता असते. पण मी तुला या स्पर्धेतून आणि प्रशिक्षणातून बाहेर काढत आहे ,हा मुद्दा तू लक्षात घे. आपणहून तू जर बाहेर पडला असतास, तर तुला परत एसएएसमध्ये येण्याची संधी मिळाली नसती, पण मी तुला या तुझ्या दुखण्यामुळे बाहेर काढत असल्यामुळे तू परत एसएएसमध्ये सर्व ताकदीनिशी येण्याचा प्रयत्न करू शकतोस." हा एक माझ्या दृष्टीने खूपच महत्त्वाचा फरक होता. पण त्या वेळी मात्र माझ्याकडे फक्त तीव्र शारीरिक वेदना आणि पुढे भावनिक अंधार पसरला होता. आणखी एक प्रयत्न? कोणी बघितला आहे आणखी एक प्रयत्न? पण कोणाशीही काहीही वाद घालण्यात अर्थ नव्हता. त्यांनी मला ट्रकमध्ये घेतले आणि आम्ही 'अखेरच्या' चौकीकडे निघालो. आम्ही पोचलो, तेव्हा बाकीचे उमेदवारपण परततच होते. पण ते ही स्पर्धा, शर्यत यशस्वीपणे पूर्ण करू शकले होते. त्यांच्या चेहऱ्यावर अर्थातच

विजयाचा, यशाचा आनंद होता. ते जिंकले होते. सुदैवाने ती मध्यरात्रीची वेळ होती, त्यामुळे माझ्या चेहऱ्यावरची निराशा कोणाच्या लक्षात येऊ न देता मी मान खाली घालून निघून जाऊ शकलो. खोलीत पोचल्यावर मी तसाच अंथरुणावर पडलो आणि झोप येण्याची वाट बघायला लागलो. झोपेमुळे तरी एखादे वेळी दुःख तात्पुरते विसरायला होईल, असे वाटले.

दुसऱ्या दिवशी बसमधून आम्हा सगळ्यांना लंडनला नेण्यात आले. त्या सर्व प्रवासभर या सगळ्यांपासून आपले नाते तुटल्याची, बाहेर फेकले गेल्याची भावना मनात कोठेतरी घर करून राहिली होती. त्या रेजिमेंटने मला वेगळे काढले होते. शारीरिकदृष्ट्या, मानसिकदृष्ट्या मला उद्‌ध्वस्त केले होते. मी अपात्र ठरलो होतो, अपयशी ठरलो होतो, हाच विचार परत-परत मनात येत होता. मी कोठेतरी कमी पडलो होतो. नंतरही कित्येक आठवडे मला त्या विचाराने छळले होते. मी बेचैन होत राहिलो होतो. त्याचा परिणाम माझ्या इंक आणि कंपनीमधील कामावर, संबंधावर व्हायला लागला होता. त्यातल्या त्यात सुख एवढेच होते की, माझ्या या एसएएसमध्ये भरती होण्याच्या प्रयत्नांची फारच कमी जणांना माहिती होती. डेव्हिड बेकर आणि माझ्या आईला आणि त्याशिवाय फक्त जनरल टिम टोनी सिवेल यांनाच याची कल्पना होती. २१एसएएस रेजिमेंटमध्ये भरती होण्याच्या उद्देशाने त्या पहिल्या शनिवारी सकाळी चेल्सी बरॅक्समध्ये जमलेल्या ४० जणांपैकी माझ्या माहितीतला असा गॅरी ब्लॅकी हाच यशस्वी ठरला होता. तो चांगला उंचनीच, सशक्त आणि मजबूत होता आणि मुख्य म्हणजे डोंगराळ प्रदेशातून चालण्या-पळण्याचा त्याला प्रचंड स्टॅमिना होता. पण त्याच्या पुढच्याच सत्रात म्हणजे शस्त्रास्त्र हाताळण्याच्या प्रशिक्षणात तो अपात्र ठरला आणि बाहेर फेकला गेला. मानसिक दबावामुळे किंवा धांदलीमुळे तो त्याचे शस्त्र ठरावीक वेळात लोड करू शकला नाही. २१एसएएसच्या रेजिमेंटमधले काही जण निवडीस पात्र ठरले, तेसुद्धा माझ्यासारखेच अर्धवेळ काम करणारे होते. यातून एवढेच सिद्ध होत होते की, कोणीतरी ते करू शकते आणि ते होऊ शकते. त्यामुळे माझ्यातल्या उमेदीने, मानसिकतेने परत एक भरारी घेतली आणि मी मनोमन ठरवले, की माघार घेऊन चालणार नाही.

चावा

माझ्या डोक्यातले 'स्पेशल एअर सर्व्हिस'चे वेड काही केल्या जात नव्हते. तिथे आलेले अनुभव खूप खडतर तर होतेच, शिवाय तिथला शेवटही दुःखद झालेला होता. मी अपात्र ठरलो होतो. एखादा दात दुखण्याने जसे बेचैन व्हावे, तसे हे अपयशाचे दुःख, पुढचे काही आठवडे तरी, माझ्या आयुष्यातल्या प्रत्येक गोष्टीत अगदी भरून राहिले होते. माझ्या गुडघ्याच्या दुखण्याबद्दल, जखमेबद्दल मी कितीही बोललो किंवा इतक्या सगळ्या चाचण्यांतून यशस्वीपणे पार पडत अगदी शेवटच्या परीक्षेत मी कसा कमी पडलो वगैरेवर कितीही बोललो, तरी मी शेवटी अपयशी ठरलो, हे सत्य काही बदलू शकत नव्हते. शेवटी माझ्या पदरी अपयश आले होते, मला बाहेर पडावे लागले होते, कारण एसएएसच्या प्रशिक्षणात दयामाया नव्हती. ते निष्ठूर होते. तरी मी शरीराने आणि मनाने खूप तयारी केली होती. जरी माझी इच्छाशक्ती कितीही प्रबळ होती, तरी माझ्याच शरीराने मला दगा दिला होता. प्रत्येक अपयशी माणसाकडे त्याच्या खडतर नशिबाची किंवा दुर्दैवाची एखादी सांगण्यासारखी गोष्ट ही असतेच.

त्या वेळेला माझा विचार खरे तर माझ्या आरमारी व्यवहारासंबंधीच्या दाव्यातून एक वर्ष सुट्टी घेऊन केंब्रिज विद्यापीठात शिकण्याचा होता. त्या विद्यापीठात शिकण्याच्या कल्पनेनेच मी खूप उत्तेजित झालो होतो. त्याशिवाय डोक्यात आणखी पण बरेच काही करण्याचे विचार घोळत होते. मी खरे तर एसएएसचा नाद सोडून ठरवलेल्या इतर गोष्टी करायला मोकळा होतो. पण ते शक्य नव्हते, कारण रात्री झोपताना डोक्यात शेवटचा विचार आणि सकाळी उठल्यावरचा पहिला विचार एसएएस रेजिमेंटचाच यायचा. एसएएसमध्ये प्रवेश मिळवण्याचा मला जणू ध्यासच लागला होता. त्या रेजिमेंटमध्ये प्रवेश मिळवणे म्हणजे फक्त ती राखाडी रंगाची बॅरेट मिळवणे नव्हते, तर त्याहीपेक्षा खूप काही मिळवणे होते. मी त्या

२१एसएएस ए स्क्वॉड्रनमधल्या खेळीमेळीच्या, मैत्रीपूर्ण वातावरणाच्या आणि त्या कस बघणाऱ्या प्रशिक्षणाच्या प्रेमातच पडलो होतो. तिथे होणारी मैत्री ही खरी होती, मिळणारे मित्रपण खरे होते; कारण ते काही शिस्त, तत्त्व बाळगणारे होते. शारीरिकदृष्ट्या नक्कीच दणकट आणि सक्षम होते. पण त्याचबरोबर तेवढेच ते सुसंस्कृत आणि नम्रपण होते. असे मित्र लंडनमधल्या आमच्या लॉ ऑफिसमध्ये मिळाले नसते किंवा असे कोणी असते, तरी नक्की शोधता आले नसते.

जेव्हा आम्ही आठवड्याच्या शेवटी प्रशिक्षणासाठी 'वेल्स' भागात गेलो; तेव्हा तिथल्या टेकड्या, पर्वतराजीचा भूप्रदेश पाहून अंगावर रोमांच उभे राहिले. प्रशिक्षणाच्या दरम्यान कित्येक दिवस, रात्री, वेळी-अवेळी पावसाने आम्हाला झोडपून काढले, तेथील दलदलीच्या प्रदेशात पाय गुडघा-गुडघा रुतले. हा सगळा निसर्गाचा लहरीपणा अनुभवत असताना एक विचार परत-परत मनात येत होता. आधीच्या कित्येक पिढ्यांनी, आपल्या पूर्वजांनी या भागात मेंढपाळीचा व्यवसाय करतानापण निसर्गाच्या लहरीपणाचा असाच अनुभव घेतला असेल. वाऱ्याचा, पावसाचा जोर कमी होण्याची वाट पाहात कित्येक दिवस, रात्री काढल्या असतील. माझे पूर्वज, वडिलांच्या बाजूने आणि आजी आईच्या बाजूनेही 'वेल्स' होते. या ब्रेकॉन बेकॉनच्या प्रदेशात आल्यावर का कोण जाणे; मलापण माझे या जमिनीशी काहीतरी नाते आहे असे वाटू लागले. माझा चुलतभाऊ ग्रिफ ग्रिफिथ हा ब्रेकॉनमध्ये वकिली व्यवसाय करतो. शनिवार-रविवारच्या सुट्टीत मी त्याच्याकडे राहायला जायचो. भोवतालच्या पर्वतराजीचा तो भव्य निसर्गाचा पट, त्या आल्हाददायक रात्री, त्याच्याबरोबर भटकताना, गप्पा मारताना दिवस कसे जायचे कळायचे नाही. पण त्या अंतिम निवडीसाठी झालेल्या शेवटच्या परीक्षेतल्या, शेवटच्या दिवशी पदरी पडलेल्या अपयशाने या सगळ्या सुखद आठवणींना एक दुःखाची किनार लागली होती, हे खरे! अपयशाचे दुःख सतत मनाला कुरतडत होते. माझेच दुसरे मन मला सांगत होते की; लुईस, दुःख, अपयश पचवण्याची तुझ्यात ताकद नाही. खरे तर अंतिम निवड झालेल्यांमध्येपण काही जण माझ्याइतके दणकट किंवा तब्येतीने मजबूत नव्हते, पण त्या शेवटच्या ८० कि.मी. चालण्या-पळण्याच्या स्पर्धेत त्यांच्या शरीराने त्यांना साथ दिली होती.

आमचे प्रशिक्षक आम्हाला नेहमी एक सांगायचे, त्यांचे ते तत्त्वच होते की, अपयश आले, तरी फार आत्मवंचना करून घेऊ नका; आत्मविश्वास गमावून बसू नका, कारण ते खरे मानसिक दुर्बलतेचे लक्षण आहे. आम्हाला कितीही शारीरिक-मानसिक त्रास झाला, तरी आमचे प्रशिक्षक आमची रडगाणी ऐकण्याच्या मन:स्थितीत कधीच नसायचे. आमच्या दुखापती हा आमचा प्रश्न होता, त्यांचा नव्हता. तेव्हा आम्ही तो आमच्यापरीने सोडवावा, हेच त्यांचे सांगणे असायचे. अपयश पदरात

घेऊन तिथून बाहेर पडल्यावर मी माझा गुडघा डॉक्टरांना दाखवला. त्यांना माझ्या गुडघ्याचे निदान करायला फार वेळ लागला नाही. माझी अगदी टोकाची आयआयबीएसची (Iliotibial Band Syndrome) इलिओटिबीयल बॅण्ड सिन्ड्रोम केस होती. हा त्रास किंवा अशी अवस्था मुख्यत्वे करून ज्यांच्या पायांचे तळवे सपाट असतात, त्यांना होतो. माझ्या पायाचे तळवे सपाट असल्यामुळे व त्यातून पाठीवर मैलोन्‌मैल वजनदार बॅग लटकवून चालण्यामुळे मला हा त्रास सुरू झाला होता. हा तसा काही विशेष किवा गंभीर आजार नव्हता. यावर उपाय म्हणून पायावर उपचार करणाऱ्या तज्ज्ञ डॉक्टरांनी मला बुटाच्या आत घालण्यासाठी आणि ज्यामुळे माझ्या तळव्यांना कृत्रिमपणे थोडा बाक आणता येईल, अशी वेगळ्या प्रकारची 'पॅडिंग्ज' दिली व काही दिवस त्या गुडघ्याला पूर्ण विश्रांती द्यायला सांगितले आणि काही विशेष व्यायामप्रकारपण सांगितले.

मी खरे तर या अपयशाने पूर्ण खचून गेलो होतो, पण मनातून एसएएसमध्ये जाण्याचे वेड काही कमी होत नव्हते. हा मला बसलेला एक धक्काच होता, पण या तात्पुरत्या अपयशाची मनावर कायमची जखम न होऊ देण्याची खबरदारीही मलाच घ्यायला पाहिजे होती. ज्यांनी एसएएस प्रशिक्षण यशस्वीपणे पूर्ण केले होते आणि एसएएसची बॅरेट मिळवली होती, अशा खूप जणांना मी त्यांच्या यशाचे रहस्य जाणून घेण्यासाठी भेटलो होतो आणि बोललो होतो. पण जसजसे संभाषण वाढत असे, तसतशी त्यांच्या बोलण्यात अतिशयोक्ती जाणवत असे. एसएएसचे प्रशिक्षण यशस्वीपणे पार पाडलेल्यांपैकी काहींच्या डोक्यात इतकी हवा गेलेली होती की; बऱ्याच वेळेला ते खोट्या, काल्पनिक गोष्टी खूप तिखटमीठ लावून सांगत. काही जणांना तर अशा गोष्टी परत-परत सांगितल्यामुळे त्या खऱ्यापण वाटायला लागल्या होत्या. एकूणच एसएएस रेजिमेंटभोवतीचा फायदा काही वॉल्टर मिट्टीनी घेतला, तर फारसे नवल नव्हते. (वॉल्टर मिट्टी हे जेम्स थर्बरच्या कथांमध्ये येणारे एक काल्पनिक पात्र आहे. हे बावळट पात्र कायम भांबावलेले, गोंधळलेले अणि कल्पनाविश्वात रमणारे असे आहे. याच्या कथांवर एक सिनेमापण निघाला होता.)

एसएएसमधील निवडीतून मला शारीरिक दुखापतींमुळे बाहेर पडावे लागल्यामुळे नियमाप्रमाणे परत एकदा मी प्रयत्न करू शकत होतो. पण काही निवड-चाचण्या, थोडे मागे जाऊन मला परत द्याव्या लागणार होत्या. म्हणजे आठवड्याच्या शेवटी (शनिवार-रविवार) आमच्या ज्या चाचण्या होत, त्या टप्प्यापासून मला परत सुरुवात करावी लागणार होती. त्यातून पार पडल्यावर परत मला ही संपूर्ण आठवडाभर चालणारी जीवघेणी परीक्षा द्यायला लागणार होती.

सर्व अडथळे पार करत मी शेवटच्या चाचणीपर्यंत येऊन पोचलो. इथवर

सगळे छान जमले होते आणि त्याच वेळी मी नेमका 'इन्फ्लुएन्झा'ने आजारी पडलो. त्या फ्ल्यूचा झटका एवढा जोरदार होता की, माझ्या पायातले त्राणच गेले, खूप अशक्तपणा आला होता. मी उभापण राहू शकत नव्हतो. संपूर्ण शरीर दुखत होते. वेल्सला परतण्याच्या दोन दिवस आधी मी मानसिकदृष्ट्या शांत राहण्याचा प्रयत्न केला. या सगळ्यात माझी काहीच चूक नाही, असे स्वत:ला वारंवार बजावत राहिलो. मी अगदी पूर्णपणे निराश झालो होतो, कारण आजारातून लवकर बरे होण्याची काही चिन्हे दिसत नव्हती.

मी आमच्या प्रशिक्षकांना फोन केला आणि सांगितले की, ''या 'परीक्षा आठवड्यात' मी काही भाग घेऊ शकत नाही, कारण मी जीवघेण्या फ्ल्यूने आजारी पडलो आहे.'' इतक्या टोकाचा फ्ल्यू मला कधीच झाला नव्हता. हे मी बोलत असताना पलीकडून भीषण शांततेशिवाय काहीच प्रतिसाद नव्हता. या शांततेतच बहुधा आमच्या प्रशिक्षकांचे उत्तर दडलेले होते. त्यांना बहुतेक वाटत असावे, हा उगाचच रेजिमेंटचा वेळ वाया घालवतो आहे. एकदा शारीरिक दुखापतीमुळे याला दुसरी संधी दिली, तर आता हा आजाराचे लंगडे कारण सांगून पळायला बघतो आहे.

शेवटी काही तरी महत्त्वाचा सल्ला देण्याच्या, तोडगा काढण्याच्या आविर्भावात प्रशिक्षक म्हणाले, ''आताच निर्णय घेण्याऐवजी उद्यापर्यंत ताप उतरायची वाट का बघत नाहीस?'' मला अगदी मेल्यासारखे झाले.

दुसऱ्या दिवशी सकाळी मी डॉक्टरांकडे गेलो आणि त्यांना विनंती केली, ''डॉक्टर, मला काहीतरी असं औषध द्या. अगदी काहीही, की ज्यामुळे मी उद्या 'वेल्स'ला जाऊ शकेन.' डॉक्टर थंडपणे म्हणाले, ''लुईस, ही काही अशी घाई गडबड करण्याची गोष्ट नाही. फ्ल्यू बरा होण्यासाठी त्याचा ठरावीक वेळ हा जावाच लागतो. तू हे औषध घे आणि अंथरुणात पडून पूर्ण विश्रांती घे.''

हे ऐकून आदल्या दिवसापेक्षा माझी मन:स्थिती आणखीच ढासळली आणि तशाच अवस्थेत मी आमच्या प्रशिक्षकांना फोन लावला. ''सर, मी आताच डॉक्टरांकडे जाऊन आलो आणि मी काही येऊ शकणार नाही.''

आता मात्र सरांचा पारा चढला, ''हे बघ पग, तुला माझं ऐकावंच लागेल. तुला आता या दुसऱ्या संधीचा विचार करता गमवण्यासारखं काहीच उरलं नाही. अशीपण ही तुझी दुसरी संधी आहे आणि येथे फक्त दोनच संधी दिल्या जातात. तुला प्रयत्न करून बघायला काय हरकत आहे? एखादे वेळी तू सहज यशस्वी होशील.'' पण नाही, माझी परिस्थिती खूपच खराब होती. मला खातरी होती की 'ब्रेकॉन बेकॉन'मधले ते ठरावीक वेळेत ठरावीक अंतर पळणे-चालणे वगैरे माझ्या या अवस्थेत शक्यच नव्हते.

"सर, मी तुम्हाला खरंच सांगतो की, अशक्तपणामुळे मला हालचालपण करवत नाही आणि अशा परिस्थितीत मी येणे अशक्यच आहे."

क्षणभर दुसऱ्या बाजूने काही उत्तर आले नाही. नंतर ते म्हणाले, "ठीक आहे पग. बघ काय करतोस ते!" आणि अशा प्रकारे एसएएसमध्ये जाण्याचे माझे स्वप्न दुसऱ्यांदा भंगले. जे स्वप्न मी लहानपणापासून उरात बाळगले होते, ते काही प्रत्यक्षात उतरणार नव्हते तर! पहिल्या वेळेपेक्षा या दुसऱ्या संधीतले अपयश हे जास्त निराशाजनक, बोचणारे होते. कारण या वेळेला नापास होण्यासाठी मला परीक्षेलाही बसता आले नव्हते. शेवटी यथावकाश मी तापातून बरा झालो. तब्येत पूर्ववत झाली आणि त्यामुळे मनाने परत उचल खाल्ली. न जाणो; एखादे वेळी ते माझ्याबाबतीत सहानुभूतीपूर्वक विचार करतील. कारण ताप येणे, आजारी पडणे ही काही माझी चूक नव्हती. मी काही पळपुटेपणा दाखवला नव्हता. माझ्या डोक्यात परत विचारचक्र सुरू झाले. 'लुईस उगीच मूर्खपणा करू नकोस, अजूनपर्यंत एसएएसमध्ये तिसरी संधी कोणालाही दिली गेली नाही. तुला दुसरी संधी दिली गेली होती, हेच नशीब समज!' डोक्यात आणखी एक विचार. या लागोपाठच्या दोन अपयशांमुळे माझी मन:स्थिती खूपच विचित्र झाली होती. या मन:स्थितीतून बाहेर पडण्यासाठी एकच मार्ग होता, तो म्हणजे आणखी एक शेवटची संधी देण्याची विनंती करणे, भीक मागणे.

पण आता परिस्थिती थोडी बदलली होती. आता मी केंब्रिज विद्यापीठात त्या जीझस कॉलेजमध्ये 'आंतरराष्ट्रीय कायदा' या विषयामध्ये पदव्युत्तर अभ्यासक्रमासाठी प्रवेश घेतला होता व माझा जवळचा सैनिकी तळ होता कॉकफोर्डचा. मी तिथे गेलो आणि सर्व परिस्थिती सांगितली. आणि आश्चर्य म्हणजे माझे त्या 'आठवडाभरच्या परीक्षांचे' दोन प्रयत्न न झाल्यामुळे त्यांनी माझी विनंती मान्य केली. तिथल्या प्रमुख प्रशिक्षकांनी माझ्या प्रकरणाचा अभ्यास केला. त्यांच्यासाठी अवघड असणारा निर्णय माझ्यासाठी मात्र जीवन मरणाचा ठरणार होता. त्यांनी सांगितले, "अशी केस आमच्याकडे आतापर्यंत आलीच नव्हती. एसएएसच्या ५० आणि काही वर्षांच्या काळात तिसरी संधी कोणाला दिली गेल्याचे उदाहरण नाही. पण आम्ही तुला तिसऱ्यांदा संधी द्यायचे ठरवले आहे. जरी तुला ही तिसरी संधी असली, तरी तू ती दुसरीच आहे, असे समजायचे आहे, कारण 'टेस्ट वीक'ला तू आतापर्यंत एकदाच आला आहेस."

मला खूपच आनंद झाला. खरे तर हे शब्द माझ्या त्या वेळच्या मन:स्थितीचे वर्णन करायला पुरेसे नाहीत. आता या खेपेला मात्र मी नक्कीच अपयशाचा धनी होणार नव्हतो. माझे आधी प्रशिक्षण झाले असल्यामुळे मी परत मधूनच माझ्या चाचणी परीक्षांना सुरुवात केली. माझ्या पहिल्या प्रयत्नात माझ्या बरोबर उमेदवार

म्हणून आलेले काही जण आता प्रशिक्षक आले होते, आणि त्यांच्या माझ्याविषयीच्या अतिचांगुलपणातून, त्यांनी मला दिलेल्या वागणुकीतून कौतुकापेक्षा त्यांना माझी दयाच येत असावी, असे वाटत होते. "बिचारा दुर्दैवी तरुण मुलगा परत-परत प्रयत्न करतो आहे. पण त्याच्या आवाक्यातलं हे शिक्षण नाही," असे काहीसे उद्‌गार आपापसात ते माझ्याबद्दल काढत असावेत, असे मला वाटले. पुढचे बरेच आठवडे मी एकामागून एक टप्पे ओलांडले, पण ब्रेकॉन्समधल्या त्या लांब अंतराच्या चालण्याच्या स्पर्धेच्या वेळी परत एक संकट समोर उभे राहिले. सर्वत्र दाट धुके होते आणि कसा कोण जाणे, मी दुर्गम, खडकाळ अशा प्रदेशात भरकटलो आणि त्यामुळे माझे होकायंत्रपण बरोबर दिशा निर्देशनात घोळ करायला लागले. स्कॉटलन्डच्या २३एसएएसची निवड पूर्वपरीक्षा देणारा एक उमेदवारपण असाच भरकटला होता, वाट चुकला होता. आणि जवळ-जवळ एक तासभर आम्ही त्या प्रदेशात गोल-गोल फिरत राहिलो. जणू एक आंधळा दुसऱ्या आंधळ्याला मार्ग दाखवत असल्याप्रमाणे आम्ही आमचे होकायंत्र वारंवार बघत होतो. त्यातल्या सुईने दाखवलेल्या उत्तर दिशेकडे चालत होतो आणि जरा तीन-एकशे फूट जात नाही तोच सुई वेगळीच उत्तर दिशा दाखवायची. परिणामी, आम्ही तीन-एकशे फूट पश्चिमेकडेच वाटचाल केलेली असायची. सभोवताली दाट धुके पसरले होते. आम्ही नक्की कोणत्या दिशेने चाललो होतो, कोठे वळायचे होते वगैरे काहीच कळत नव्हते. अशा वाट चुकलेल्यांसाठीपण एसएएसची अशी एक नियमावली आहे आणि तळाकडे परतण्यासाठी घालून दिलेली एक पद्धत आहे. असाल त्या टेकडीवरून उतरून नदीपर्यंत चालत या, नदीच्या प्रवाहाच्या दिशेने रस्ता लागेपर्यंत चालत राहा, नंतर रस्त्यावरून चालत-चालत लागणाऱ्या पहिल्याच घराचे दार ठोठवा आणि घरमालकाला त्याचा फोन वापरू देण्याची विनंती करा आणि बेसकॅम्पला फोन करा. आम्ही एका शेतावरच्या घराजवळ आलो. आजूबाजूला कुत्री भुंकत होती आणि पाहिले तर काही प्रशिक्षणार्थी आमच्याआधीच तिथे येऊन पोचले होते.

"तुम्हीपण हरवलात का?" त्यातल्या एकाने आम्हाला विचारले. आम्ही माना हलवल्या. आमच्या आधीच त्यांनी तळाशी संपर्क साधला होता आणि मुख्य म्हणजे आता आम्ही एकटेच चुकलेले नव्हतो. थोड्याच वेळात एक लॅन्ड रोव्हर आली आणि आम्ही सगळे ग्वॅएनडर (Gwenddwr) सैन्य तळावर परतलो. संपूर्ण प्रवासात कोणी एक अक्षरपण बोलले नाही. या सगळ्या प्रकारात आम्ही अगदी मूर्ख ठरलो होतो आणि त्याच दिवशी सकाळी बहुधा आम्हाला बाहेरचा रस्ता दाखवला जाईल – 'कचरापेटी दाखवली जाईल' – अशी अपेक्षा होती.

ग्वॅएनडर तळावर परतल्यावर मी आमच्या कॅन्टिनमध्ये गेलो आणि एकट्यानेच

शांतपणे आधी खाऊन घेतले. २१एसएएसचे आमचे मुख्य प्रशिक्षक आत आले. त्यांच्याबरोबर होते २२एसएएसचे त्या तळावरचे कायमस्वरूपी प्रशिक्षक. आता बहुधा या तळावरचे कायमस्वरूपी प्रशिक्षक आमचा ताबा घेणार असावेत, असे वाटले. आता इतके शनिवार-रविवार या एसएएसच्या परीक्षा, निवड चाचण्यांसाठी येथे घालवल्यामुळे आम्ही एकमेकांना ओळखत होतो. तो माणूस अगदी बेदरकार आणि निर्दय होता. तो खूप धूम्रपान करायचा, पण तब्येतीने एवढा ठणठणीत होता की, लांब अंतराच्या पळण्याच्या शर्यतीत चांगले-चांगले पण त्याच्यासमोर टिकाव धरू शकत नसत. फार काही न बोलता त्याने मला जरा बाजूला यायची खूण केली आणि विचारले, ''तू असा कसा काय रस्ता चुकलास? मी तुला बाहेर काढतो आहे.''

''कृपा करून मला बाहेर काढू नका सर. मी येथे येण्यासाठी, निवडीसाठी इतक्या काही तडजोडी केल्या आहेत, इतकं काही गमावलं आहे सर. मला काहीही करून एसएएसमध्ये प्रवेश मिळवायचाच आहे,'' मी त्यांची मनधरणी केली.

क्षणभर ते विचारात पडले आणि त्यांनी बरोबर असलेल्या क्षेत्रीय सैन्य दलाच्या मुख्य प्रशिक्षकांकडे प्रश्नार्थक नजरेने पाहिले. ते मुख्य प्रशिक्षक काही बोलले नाहीत, पण त्यांच्या कृतीतून त्यांनी माझ्याविषयी सहानुभूती दाखवली.

''याला किती वेळा संधी दिली गेली आहे?'' त्या कायमस्वरूपी प्रशिक्षकांनी विचारले. ''एकदाच –'' मुख्य प्रशिक्षकांनी सांगितले. एखाद्या वेळी त्यांचा मला सांभाळून घ्यायचा उद्देश होता असेल किंवा त्यांना नक्की कल्पना नसेल, की ही माझी तिसरी संधी होती याची. पण ते कसेही असो, मी गप्प राहायचे ठरवले.

''लुईस, तू अजून एकदा गोंधळ कर आणि तुझ्या मागे लाथ बसलीच, असं समज. कळलं?'' त्यांनी विचारले.

परत एकदा मी वाचलो होतो. पुढच्या चाचण्या मी सहज पार पाडल्या आणि तो परीक्षेचा आठवडा उजाडला. परत एकदा एसएएसच्या त्या कठीण परीक्षांची मनात उजळणी झाली. आमचा हा परीक्षेचा आठवडा सुरू होण्याआधीपासून काही दिवस धो-धो पाऊस कोसळत होता. माझा चुलतभाऊ ग्रिफ म्हणाला की ब्रेकॉनमध्ये इतका पाऊस कोसळलेला त्याच्या आयुष्यात त्याने बघितला नव्हता. रस्त्यांवर एकेक फूट पाणी साचले होते. वाहने अगदी हळूहळू चालवायला लागत होती. त्या आठवड्याच्या पहिल्या दिवशी पाऊस अगदी ओतल्यासारखा पडत होता. प्रत्येकाला वाटत होते की बहुतेक परीक्षा पुढे ढकलली जाईल. कारण अरवूड व्हॅलीमधील जमीन एरवीपण दलदलीची होती आणि अशा पावसात तर तिथे तळेच झाले असणार. एवढेच नाही; तर आमच्या ट्रेकच्या मार्गात जे ओहोळ, नाले, ओढे होते तेपण आता भरून गेले असणार आणि वेगाने वाहत असणार. आम्हा सगळ्यांनाच

वाटत होते की, अशा परिस्थितीत ते काही आम्हाला बाहेर पाठवणार नाहीत. शाळेत अचानक सुट्टी जाहीर झाल्यावर मुलांची जशी अवस्था होते, तशीच काहीशी आमची ही अवस्था झाली होती. तसे काही झाले असते, तर आम्हाला आनंदच झाला असता.

स्पर्धेसाठी बाहेर पडण्याची संध्याकाळची वेळ ठरवली गेली होती. त्या आधी काही तास आम्हाला स्पर्धाविषयक सूचना दिल्या जाणार होत्या. त्याऐवजी अतिवृष्टीमुळे आजची ही स्पर्धा एक-दोन दिवसांनी पुढे ढकलली आहे किंवा अशा प्रकारची काही बातमी ऐकायला मिळेल, अशी आशा आम्हाला वाटत होती. परंतु त्याऐवजी आदल्या दिवशी जे इलेक्ट्रॉनिक रेडिओ उपकरण आम्हाला देण्यात आले होते, ते न विसरता पाठीवरच्या बॅगेत ठेवण्यासंबंधी आणि त्या उपकरणाची बॅटरी व्यवस्थित पूर्ण चार्ज करण्याची आठवण करून देण्यात आली. या उपकरणामुळे आम्ही 'ब्रेकॉन बेकॉन'मध्ये कोठेही असलो, तरी आमच्या बेसकॅम्पबरोबर संपर्कात राहू शकणार होतो. "उद्याचे हवामान आणखीच खराब असणार आहे आणि तशात जर तुम्ही हरवलात किवा नदीत, ओढ्यात वाहून गेलात किंवा कोठे दलदलीत फसलात, तर कमीत कमी त्या उपकरणामुळे तुमचा मृतदेह शोधणं सोपं जाईल." असे म्हणून आमचे प्रशिक्षक हसले, पण आमच्यापैकी कोणाला हा विनोद हसण्याजोगा वाटला नाही. "तर उद्या सकाळी ठीक पाच वाजता परेडच्या मैदानावर भेटू या," आमच्या शिक्षकांनी सांगतले. त्यामुळे परीक्षा एखाद्या दिवसाने पुढे ढकलली जाईल वगैरे बातम्या खोट्या ठरल्या होत्या तर!

वेल्समधल्या अरवूड व्हॅलीशी माझे भावनिक नाते होते. काही महिन्यांपूर्वी माझी आई दक्षिण आफ्रिकेतून आली होती, तेव्हा मी तिला येथे आणले होते. तिथले सृष्टिसौंदर्य बघून ती भारावून गेली होती, त्याहूनही तिला मातृभूमीला परत आल्याचा खूप आनंद झाला होता. लाल रंगाच्या घारी एकेकाळी जवळ-जवळ नष्ट होण्याच्या बेतात होत्या, पण अरवूड व्हॅलीमध्ये त्या आता परत बघायला मिळत होत्या, त्यांची संख्याही बऱ्याच प्रमाणात वाढली होती. या अरवूड व्हॅलीच्या उदाहरणावरून हे स्पष्ट होते की निसर्गाचा, पर्यावरणाचा समतोल राखला; तर नामशेष होण्याच्या मार्गावरच्या प्राण्या-पक्ष्यांच्या बऱ्याच प्रजातींना पुनरुज्जीवन मिळणे सहजशक्य आहे. अर्थातच निसर्गाच्या आणि पर्यावरणाच्या रक्षणासाठी आपल्याला खूप काही करता येण्यासारखे आहे. मात्र त्यासाठी लोकांची इच्छाशक्ती मात्र हवी. आई आणि मी येथे आलो होतो; तेव्हा निसर्गसौंदर्याने, विविध प्राणी-पक्ष्यांच्या अस्तित्वाने अगदी वेडावून गेलो होतो.

परीक्षेच्या आठवड्याच्या पहिल्या दिवशी सकाळी बरोबर पाच वाजता 'ग्वॅएनडर' सैनिक तळावर सर्व प्रशिक्षणार्थी उपस्थित झाले. अजून सर्वत्र अंधार होता, पाऊस

कोसळतच होता. त्या दिवसाचा 'ठरावीक वेळेत ठरावीक अंतर चालण्याचा' जो आमचा कार्यक्रम आखला गेला होता, त्याची सुरुवात लेक सेलीन येथून होणार होती व तिथपर्यंत आम्हाला घेऊन जाणाऱ्या ट्रकमध्ये चढेपर्यंत आम्ही ओलेचिंब झालो होतो. जेव्हा ट्रक थांबला आणि पुढची ताडपत्री वर केली गेली, तेव्हा बाहेरचे दृश्य इतके निराशाजनक आणि धीर खचवणारे होते की, त्यापेक्षा कोणती वाईट परिस्थिती असूच शकली नसती. मुसळधार शब्दपण कमी पडेल, असा आणखी पाऊस कोसळत होता. जवळच्या जलाशयाच्या भिंतीवरून पाण्याचे धबधबे खाली येत होते आणि तळाशी असलेल्या शांत नदीने उग्र स्वरूप धारण केले होते. त्यातून पाणी सुसाट वेगाने वाहत होते. आम्ही ट्रकच्या मागच्या भागात बसून होतो. अजूनसुद्धा मनात विचार येत होते की, या अशा वातावरणात ते आपल्याला जाऊ देणार नाहीत. शेवटच्या क्षणी त्यांना आजचा कार्यक्रम रद्द करावाच लागेल इत्यादी इत्यादी. परिस्थिती इतकी वाईट होती की, आमचे प्रशिक्षकपण लॅन्ड रोव्हरमध्ये बसून राहिले होते. बाहेर पडून उगाचच भिजण्यात काहीच अर्थ नव्हता. आत बसूनच मुख्य प्रशिक्षक ओरडले, "ठीक आहे, पहिला कोण आहे... हो हो हन्ट सामानासकट तुझं वजन करून घे. आजच्या दिवसाच्या अन्नपाण्याचं सोडून पाठीवरच्या बॅगेचे वजन बारा ते साडेबारा किलो भरलं पाहिजे. तुझा पहिला ग्रीड रेफरन्स आहे २७४३८२. चल, नीघ तू. पुढचं कोण आहे? आणि हो पोरांनो, तुम्ही नदी किंवा ओढा पार करताना काळजी घ्या."

हंट त्याच्या मार्गाने गेला, नंतर जॉन फर्ग्युसन त्याच्या मार्गाने गेला. जॉनची धर्मगुरू होण्याची मनीषा होती व त्या संबंधीचे तो शिक्षण घेत होता. तिसरा निघणारा मी होतो. जलाशयाच्या भिंतीवरून मोठ्याने आवाज करत पाणी कोसळत होते. थोड्याच वेळात पाऊस थांबला. मी जॉनला गाठले. आम्ही बरोबरच पळत-पळत एक टेकडी चढून गेलो. आमच्या नकाशाप्रमाणे ही टेकडी उतरल्यावर आम्हाला एक छोटी नदी पार करायची होती, पण आता ती नदी छोटी राहिली नव्हती. सततच्या पावसामुळे ती फुगून ६० फूट रुंद झाली होती आणि भीतिदायक वेगाने वाहत होती. आम्ही हंटला नदी ओलांडताना पाहिले. त्याने त्याची पाठीवरची बॅग एका खांद्यावर उंच धरली होती व दुसऱ्या हातात त्याची बंदूक होती. पाण्यात त्याने दोन पावले, तीन पावले टाकली आणि चौथ्या पावलाला पाण्याच्या वेगामुळे त्याचा तोल गेला, आणि पाण्याच्या प्रवाहाबरोबर तो वाहत जाऊ लागला. त्याचे डोके एक-दोन वेळेला पाण्याच्यावर आलेले दिसले. त्याच्या हातातून त्याची बॅग सुटली होती. कसाबसा धडपडत तो परत मागे काठावर आला, पण तोपर्यंत त्याची बॅग प्रवाहाबरोबर जवळ-जवळ १५० फूट खाली वाहत गेली होती. त्याने नदीच्या काठा-काठाने धावत त्या बॅगेचा पाठलाग केला; पण पाण्याचा वेग खूपच जास्त

होता. नंतर आमच्या लक्षात आले की, त्याच्या हातातून त्याची बंदूकपण निसटली होती आणि या गुन्ह्याला सैन्यात माफी नव्हती. एक गोष्ट नक्की होती, त्याची एसएएसमधल्या प्रवेशाची संधी हुकली होती.

मी जॉनला म्हटले, ''हे फारच धोकादायक आहे. यावर एकच उपाय म्हणजे काही किलोमीटर नदीच्या वरच्या अंगाला जायचे आणि नदी ओलांडण्यासाठी योग्य अशी जागा शोधायची.'' पण त्यामुळे तेथेच आमचा जास्त वेळ जाण्याची भीती होती आणि पर्यायाने शेवटी आमचे वेळेचे गणित चुकण्याचा संभव होता. त्यामुळे 'रेड कार्ड' घेणे किंवा तेथेच नदी ओलांडण्याचा प्रयत्न करणे हे दोनच पर्याय आमच्यासमोर होते. या परीक्षेच्या आठवड्यात प्रत्येक गोष्टीसाठी ठरवून दिलेल्या वेळेला फार महत्त्व होते. जर एखाद्या स्पर्धेसाठी जास्त वेळ लागला, तर 'रेड कार्ड' देण्याची पद्धत होती. आणि जर तुमची दोन 'रेड कार्ड्स' जमा झाली तर तुम्ही आपोआपच निवड प्रक्रियेच्या बाहेर फेकले जाता, असा नियमच होता.

नदी कशी ओलांडावी, याचे प्रशिक्षण आम्हाला दिले गेले होते. नदी ओलांडताना प्रथम पाण्याच्या प्रवाहाच्या विरुद्ध दिशेला तोंड करायचे आणि पाण्यात शिरायचे. नंतर बाजूला पाय टाकत प्रवाह कापायला लागायचे. समोरच्या बाजूला पाय कधी टाकायचा नाही. हे ऐकायला, समजायला साधे-सोपे होते; पण या अशा परिस्थितीत प्रत्यक्ष नदी ओलांडायची वेळ याआधी कधी आली नव्हती.

जॉन म्हणाला, ''लुईस, प्रथम आपण थोडी प्रार्थना करू या.'' मी त्याच्या सूचनेला विरोध करायचा प्रश्न नव्हता. ''हे परमेश्वरा,'' जॉन म्हणाला, ''कृपा करून ही अवघड नदी पार करताना आमचे संरक्षण कर. आमची काळजी घे. आमेन!''

मी पण म्हणालो, ''आमेन!''

आम्ही जरा वरच्या बाजूला, त्या मानाने सुरक्षित वाटणाऱ्या जागेकडे धावलो. ''ठीक आहे, जॉन, तू पुढे हो. मी माझ्या पाठीवरची बॅग काढून ठेवणार आहे. तू जर घसरलास, तर अगदी अर्ध्या सेकंदात मी तुझ्यापाशी येईन आणि तुला बाहेर काढेन. फक्त तू तुझ्या बॅगेवरची आणि रायफलवरची पकड घट्ट ठेव.'' तो हळूहळू पुढे सरकला. अगदी शिकवल्याबरहुकूम चालला होता. सुरुवातीला पाणी गुडघ्यापर्यंत, नंतर मांड्यांपर्यंत आणि शेवटी कमरेपर्यंत आले. पलीकडचा किनारा आटोक्यात येताच त्याने पाण्यात स्वत:ला झोकून दिले आणि सुरक्षितपणे तो पलीकडे पोहोचला. ''छान कामगिरी केलीस,'' मी इकडून ओरडून त्याचे कौतुक केले. जॉनने नदी पार केलेली पाहून मलाही धीर आला व अगदी सावधपणे वागून आणि शिकवलेले स्मरून मीपण पलीकडे जाऊन पोचलो.

आम्ही दरीतून चढून वर आलो, तर एक सपाट पठार लागले. तिथे आल्यावर

प्रथम आम्ही एक-दोन मिनिटे स्तब्ध उभे राहिलो. तिथून खाली रोंरावत जाणारी नदी स्पष्ट दिसत होती. माईक फार्मर नदी ओलांडण्याच्या तयारीत असल्याचे आम्हाला दिसले. त्याला हा सगळा त्रासदायक प्रकार पसंत असावा, असे दिसत होते. हातोडाफेकीच्या खेळामध्ये ज्याप्रमाणे खेळाडू स्वत:भोवती गरागरा फिरत शेवटच्याक्षणी हातोडा फेकतो, त्याप्रमाणे त्याने त्याची रायफल फिरवत-फिरवत नदीच्या दुसऱ्या किनाऱ्यावर भिरकावून दिली. ती रायफल एखाद्या भाल्याप्रमाणे इकडच्या किनाऱ्यावर येऊन रुतली. रायफलची नळीच चिखलात रुतली. माईकच्या नकळत, जवळच्या टेकडीच्या पठारी भागावर उभ्या असलेल्या लॅन्ड रोव्हरमध्ये बसलेले प्रशिक्षक हे सगळे पाहात होते. माईकने नदी ओलांडली आणि तो टेकडी चढून आमच्याच मार्गाने वर आला. त्याचवेळी प्रशिक्षक लॅन्ड रोव्हरमधून खाली उतरले आणि त्यांनी माईकला थांबायला सांगितले. ‘‘तू काय करतो आहेस, असं तुला वाटतं?’’ प्रशिक्षकांनी चिडून विचारले. ‘‘तुला अगदी मनापासून एसएएसमध्ये प्रवेश घ्यायचा आहे का? हे प्रशिक्षण म्हणजे तुला काय गंमत वाटली का? तुला माहीतच असेल की सैनिक आपल्या हातातलं शस्त्र कधी सोडत नाही. अगदी वाटेल त्या परिस्थितीत नाही. कधी कल्पना केली आहेस का की तू प्रत्यक्ष युद्धभूमीवर आहेस, शत्रूचा हल्ला चाललेला आहे आणि तू तुझं शस्त्र फेकून दिलेलं आहेस, तर काय प्रसंग ओढवेल? तू तुझी रायफल, बॅग वगैरे घेऊन परत नदी ओलांडून पलीकडे जा आणि परत एकदा सांगितल्याप्रमाणे नदी ओलांडून ये.’’ या सगळ्यात माईकचा बराच वेळ गेला आणि त्या संध्याकाळी माईकला ‘रेड कार्ड’ मिळाले. त्याला दुसऱ्या दिवशी आणखी एक ‘रेड कार्ड’ मिळाले आणि नंतर आम्ही त्याला परत काही पाहिले नाही.

‘लेक सेलीन’च्या दक्षिणेकडे असलेल्या दरीतून एक ओढा वाहतो. सततच्या मुसळधार पावसामुळे त्याचाही आकार फुगून दुप्पट झाला होता. पाणीपण अशा सुसाट वेगाने वाहत होते की, जणूकाही समुद्रात जाणाऱ्या शेवटच्या लाटेला गाठण्याची त्याला घाई झाली होती. सर्वसाधारण परिस्थितीत ओढ्याची आठ एक फुटाची रुंदी उडी मारूनपण पार करता आली असती, पण पाठीवर वजनदार बॅग आणि दोन्ही हातांत शस्त्र घेऊन हे करणे सोपे नव्हते. आम्ही त्या ओढ्यापासून तीन-एकशे मीटर अंतरावर असू. मी आणि जॉनने आमच्यापैकी एकाला ओढा पार करण्यासाठी उडी मारताना पाहिले. त्याचे पाय पलीकडल्या काठाला लागले, पण निसरड्या जमिनीमुळे पाय घसरले आणि तो ओढ्यात पडला. आणि बघता-बघता तो पाण्याच्या प्रवाहाबरोबर खाली वाहत जायला लागला. खालच्या अंगाला एक मोठा धबधबा होता. खरा धोका धबधब्याच्या खाली असलेल्या खडकांचा होता. मी आणि जॉन तसे लांब अंतरावर होतो, त्यामुळे ताबडतोब मदत करण्याच्या

परिस्थितीत नव्हतो; परंतु आमच्यापैकीच एक जण ओढ्याच्या जवळ होता. त्याने प्रसंगावधान राखून ओढ्याच्या खालच्या अंगाला धावत जाऊन प्रवाहाचा अंदाज घेऊन तिरकस उडी घेतली. त्याची उडी बरोबर त्या वाहत जाणाऱ्याच्या समोरच पडली. कसे तरी करून त्याने त्या वाहत जाणाऱ्या सोबत्याला बाहेर काढले. अगदी काही सेकंदांच्या फरकाने! नाहीतर तो धबधब्यावरून खाली जाण्याच्याच बेतात होता. प्रसंगावधान आणि शौर्य दाखवणारी अशा प्रकारची घटना मी याआधी पाहिली नव्हती.

त्या दिवशी संध्याकाळी जेव्हा सगळे जण एकत्र जमले; तेव्हा अनेकांनी शस्त्रे, बॅगा इत्यादी हरवल्याच्या तक्रारी दाखल केल्या. एखाद्याचे शस्त्र हरवणे हे सैन्यात फार गांभीर्याने घेतले जाते. प्रत्येक हरवलेल्या शस्त्रासाठी नंतर शोधमोहिमा आखण्यात आल्या. त्या दिवशी, ट्रेकमध्ये भाग घेतलेल्यांपैकी जवळ-जवळ ४० टक्के उमेदवाराना 'रेड कार्ड' मिळाले. त्यामुळे दुसरा दिवस संपता-संपता तुलनेने उमेदवारांची संख्या खूपच घटली होती.

पहिल्या दिवशी सकाळी मुसळधार पावसात, वादळी हवामानात आम्हाला जे पाठवण्यात आले होते, ते अत्यंत चुकीचे होते; असे माझे स्पष्ट मत होते. त्या दिवशी ट्रेकला पाठवण्यात आलेल्यांपैकी कोणाला जरी गंभीर अपघात, दुखापत झाली असती; तर कोण जबाबदार होते? पण काही वर्षांनंतर मात्र त्या घटनेबद्दलचे माझे मत पूर्णत: बदलले होते. आता मला वाटते, त्यांचा तो निर्णय बरोबरच होता, कारण 'अरवूड व्हॅली'मधला तो दिवस आज माझ्या आठवणींमधला एक अविस्मरणीय भाग होऊन बसला आहे. त्या दिवसाने माझी खरी ओळख मला दिली आहे. त्या दिवशी मी अत्यंत खडतर परिस्थितीशी सामना केला होता आणि त्यामुळे माझा आत्मविश्वास वाढायला खूपच मदत झाली होती. त्या दिवसानंतर परत जर रेजिमेंटने अत्यंत कठोर परिस्थितीत मला एखादी कामगिरी सांगितली असती, तर एक गोष्ट नक्की होती, की 'अरवूड व्हॅली'मधल्या त्या दिवसाइतकी कठीण परिस्थिती असण्याची शक्यताच नव्हती. एकदा त्या सगळ्या दिव्यांतून मी गेलो होतो आणि परत त्यातून जायला मला काहीच वाटले नसते. अशा परिस्थितीत उलट समाधान वाटण्यासारखी एक गोष्ट म्हणजे शत्रू गाफील राहण्याचीच शक्यता अधिक होती, कारण इतक्या भयानक परिस्थितीत आपल्यावर कोणी येऊन हल्ला करेल, असे त्याला स्वप्नात वाटले नसते. आणखी एक महत्त्वाची गोष्ट म्हणजे इतक्या वाईट हवामानात सुरुवात करूनपण दिवसाच्या शेवटी 'रेड कार्ड' न मिळणे हीसुद्धा तशी विशेषच गोष्ट होती. त्यामुळे उरलेल्या चार दिवसांत येईल त्या परिस्थितीला तोंड देण्याची मानसिक तयारी झाली. सुदैवाने, उरलेले चार दिवस फार काही विशेष न घडता पार पडले आणि परत एकदा ती ८० कि.मी.

चालण्याची, सहनशक्तीचा अंत बघणारी आणि गेल्या वेळेला घात करणारी परीक्षा पुढे येऊन ठाकली. या परीक्षेवरच एसएएसमधल्या माझ्या प्रवेशाचे भवितव्य ठरणार होते.

गेल्या वेळेला मी ही परीक्षा दिली होती, ते उन्हाळ्याचे दिवस होते. आता जानेवारी सरत आला होता. हा खरा तसा गोठवणाऱ्या थंडीचा काळ होता. पुढच्या काही दिवसांचा हवामान खात्याचा अंदाज बघता नंतरही चांगले हवामान असणार नव्हते. पहिल्या दिवशी भल्या पहाटे एक वाजता आम्हाला नियम सांगण्यात आले आणि सूचना देण्यात आल्या. त्यांना सूचना म्हणण्यापेक्षा आमच्या प्रशिक्षकांनी, अत्यंत गंभीरपणे पुढे येणाऱ्या संभाव्य संकटांची यादीच आमच्यापुढे वाचली. या खेपेला विनोदानेपण कोणी याला 'बागेतला फेरफटका' म्हणत नव्हते; कारण एखाद्याला जर दुखापत झाली, आजारी पडला तर इतर मदत येईपर्यंत, बरोबरच्यांनी त्याची कशी काळजी घ्यायची, याबद्दल सक्त सूचना दिल्या गेल्या. त्या दुखापत झालेल्या आजारी जोडीदाराला झोपवून ठेवणे, प्रथमोपचार देणे इत्यादी प्राथमिक काळजी घेण्याची बरोबरच्या इतरांवर जबाबदारी होती व तेवढे करूनच त्यांना पुढे जाण्याची परवानगी होती.

आम्ही 'ब्रेकॉन बेकॉन'मधल्या 'ट्रिफर' जलाशयाजवळ जमलो होतो. आता भल्या पहाटेचे दोन वाजले होते. कोणी कोणाशी बोलत नव्हते. प्रत्येक जण आपापल्या वस्तू परत-परत तपासून बघत होता. सगळ्यांच्याच मनात पुढच्या ८० कि.मी.चा ट्रेक यशस्वीपणे पूर्ण करण्याबद्दल साशंकता होती. हा ८० कि.मी.अंतराचा डोंगराळ भागातून जाणारा ट्रेक कमी होता, म्हणून की काय, आजूबाजूला मिट्ट काळोख होता. भन्नाट वारा सुटला होता, हिमवर्षालापण सुरुवात झाली होती. वाऱ्यामुळे पावसाबरोबरच बर्फाचे बारीक कण तोंडावर सपकन येऊन आदळत होते. अगदी हाडे फोडणारी थंडी होती. मी फक्त आमच्या ट्रेकमधल्या पहिल्या टप्प्याचाच विचार करत होते. तो टप्पा म्हणजे 'ट्रिफर' जलाशय ते 'सिफन वाय ब्रायन'चा माथा. पुढच्या उमेदवाराच्या मागे पाच मीटरचे अंतर ठेवून शांतपणे चालत राहणे हाच काय तो विचार मनात येत होता. माझ्या मागचा असेच पाच मीटरचे अंतर ठेवून माझ्यामागे चालणार होता. खरे तर आमच्या चालण्याचा वेग आमच्या पाठीवरच्या बॅगाच ठरवणार होत्या. आमच्या खाण्यापिण्याच्या पदार्थांचे वजन धरून आमच्या पाठीवरच्या बॅगेचे वजन जवळ-जवळ १६ किलो असणार होते. मला 'सिफन वाय ब्रायन'चा भूभाग चांगल्या प्रकारे माहीत झाला होता. वर पोचल्यावर उजव्या हाताला असलेल्या कड्यापासून जरा दूरच राहण्याचे मी मनाला परत-परत बजावत होतो. वादळी रात्री अंदाज न आल्यामुळे काही जण भन्नाट

वाऱ्याने कड्यावरून उडून जाऊन मृत्युमुखी पडल्याच्या घटनापण घडल्या होत्या. एकदा वर पोचल्यावर आम्हाला 'ग्रिफीन इन'पर्यंत खाली यायचे होते व तिथे आमच्या वाटचालाची नोंद करणारी पहिली चौकी होती. इतर कोणत्याही कारणांऐवजी वाईट हवामानामुळेच बळी पडायला सुरुवातही झाली होती. मी एका उमेदवाराला आमच्या प्रशिक्षकांशी बोलताना ऐकले, "फारच थंडी आहे, सर. अगदी कडाक्याची थंडी आहे, मी स्वखुशीने या परीक्षेतून माघार घेतो आहे." एकदा का तुम्ही माघार घेतली, की तुमच्यापुरते एसएएस संपले. तुम्हाला परत कधीही ही संधी मिळण्याची शक्यताच नव्हती. माझ्या डोळ्यांदेखत, अगदी मजबूत बांध्याच्या, दणकट तब्येतीच्या 'रॉयल मरीन'मधल्या उमेदवारांनी माघार घेतलेली मी पाहिली. त्यांच्या सहनशक्तीचा अगदी कडेलोट झाला होता.

इतरांना माघार घेताना बघून मला एक प्रकारे प्रोत्साहन मिळत होते आणि मला खरेच त्याची गरज होती, कारण माझा गुडघा परत दुखायला लागला होता; पण मला त्याचे फार आश्चर्यही वाटले नव्हते आणि मी खचूनपण गेलो नव्हतो. कारण या वेळेला मी पूर्ण तयारीनिशी आलो होतो. माझ्याजवळ परिणामकारक अशा वेदनाशामक गोळ्या आणि ॲन्टिइन्फ्लमेटरी गोळ्या मी तयार ठेवल्या होत्या. खरं तर तीन दिवस आधीपासूनच मी त्या गोळ्या घेत होतो आणि त्यांचा मला तसा काही प्रमाणात उपयोगही होत होता; परंतु गुडघ्यामुळे माझा वेग मात्र मंदावला होता. आणि जेव्हा मी जिथे आमच्या या मोहिमेचा मध्यबिंदू होता, त्या 'लिन इसाफ' येथील चौकीवर पोचलो, तेव्हा माझ्यामागे फक्त एक-दोघेच आहेत हे मला कळले. आधीच्या चौकीवरील आमच्या प्रशिक्षकांनी जे काही प्रेमाने सांगितले त्यावरून ही गोष्ट मला नक्की माहीत होती. ते मला म्हणाले होते, "पग, तू शेवटच्या तिघांपैकी एक आहेस. तुझा वेग वाढव, नाहीतर तुझं काही खरं नाही. तू ही चाचणी वेळेत पूर्ण करू शकणार नाहीस." मी माझे घड्याळ पाहिले. सकाळी चालायला सुरुवात करून बरोबर १२ तास उलटले होते. दिलेल्या २४ तासांत ही परतीची चाल पूर्ण करण्यासाठी वेग वाढवणे मला अत्यंत आवश्यक होते. कारण जसजसा वेळ जाणार होता आणि चालणे होणार होते, तसतशी दमणूकही होणार होती. त्यामुळे परत वेग मंदावणार होता, हेही विचारात घेणे जरुरीचे होते. मी अजून एक वेदनाशामक गोळी घेतली आणि मनाला चालत राहण्यासाठी निक्षून बजावले. आणि वेग वाढवला. हळूहळू मी पुढच्याला गाठून नंतर दुसऱ्याला गाठले, असे करता-करता आमचा आठ जणांचा ग्रुप झाला. ते सर्व जण २३एसएएसमधले होते आणि त्यांची नेमणूक उत्तर इंग्लंड आणि स्कॉटलन्ड इथे झालेली होती. त्या सर्वांना ब्रेकॉनमधल्या भूभागाची माझ्याइतकी माहिती नव्हती, त्यामुळे त्यांना माझ्यासारखा वाटाड्या मिळाल्याचा आनंदच झाला. याआधी

या भागात प्रशिक्षणासाठी घालवलेले कित्येक शनिवार-रविवार, माझ्या आधीच्या तीन प्रयत्नांची, अपयशांची, संपूर्ण आठवडा परीक्षेच्या आधीच्या अनुभवांची, तसेच जेम्स मॅक्सवेलबरोबर या भागात केलेल्या अभ्यासाची इत्यादीची कसलीच त्यांना कल्पना नव्हती. या भागात जवळचे असे काही मार्ग होते. बर्फात किंवा हिमवर्षावातही ते शोधणे माझ्यासाठी कठीण नव्हते. त्या २३एसएएसमधल्या तुकडीत एक 'मेजर' हुद्द्याचा अधिकारी होता. त्याला जास्त करून माझ्या या मदतीचे फार कौतुक वाटले. त्याने या शॉर्टकट्समुळे वेळ वाचवल्याबद्दल माझे पुन:पुन्हा आभार मानले.

दिवसभराचे चालणे आणि खराब हवामान यांचा आमच्यावर विपरीत परिणाम व्हायला लागला होता. दिवसभरात हवामान अधिकाधिकच खराब होत गेले होते. मुसळधार पाऊस आणि बर्फाचे बारीक कण यांचा चेहऱ्यावर अखंड मारा सुरू होता. शेवटचे २० कि.मी. तुडवताना आमची अवस्था भुतांसारखी झाली होती. आम्ही सगळे त्या दाट धुक्यात, पावसात एकत्र चालताना अगदी भुतांचा समूहच चालल्यासारखे वाटत होते. सगळे जण खाली माना घालून आणि फक्त पुढच्या पावलावरच लक्ष ठेवून चालत होतो. मीसुद्धा कमालीचा थकलो होतो. एक मन 'आता पुरे झाले ते सगळे' असे सांगत होते, तोच दुसरे मन ओरडून सांगत होते, 'नाही. तुला चालत राहिलेच पाहिजे.'

आशा-निराशाजनक विचारांवरून लक्ष काढण्यासाठी मी इतर गोष्टी आठवू लागलो. माझ्या वडिलांचा चुलत भाऊ कॅरी हेडेनरीच मला आठवला. कॅरी दुसऱ्या महायुद्धात लढले होते. त्या प्रसिद्ध 'ग्रेट एस्केप'मध्ये त्यांचा सहभाग होता. ते एकदा केपटाऊनला आमच्या घरी आले होते तेव्हा त्यांनी त्याची गोष्ट असलेले 'ग्रेट एस्केप' या तुरुंगातून साहसी पलायनाच्या प्रयत्नांवर लिहिलेले एक पुस्तक भेट दिले होते. ते दक्षिण आफ्रिकेच्या सैन्यदलात स्वत:हून दाखल झाले होते आणि लढाऊ वैमानिकाचे प्रशिक्षण त्यांनी घेतले होते. एका जर्मन जहाजावर हवाई हल्ला करताना त्यांचे विमान नॉर्वेजवळच्या किनाऱ्यावर पाडण्यात आले. त्यातून ते बचावले, पण पकडले गेले आणि युद्धकैदी झाले. एकदा त्यांनी पळायचा प्रयत्न केला, पण ते परत पकडले गेले आणि मग त्यांना 'स्टॅलॅग लुफ्त III' इथल्या युद्ध कैद्यांच्या तळावर ठेवण्यात आले. तिथेपण त्यांनी इतर युद्धकैद्यांबरोबर जमिनीतून भुयार खणून पळून जाण्याचा प्रयत्न केला. प्रत्येक कैद्याला एक नंबर देण्यात आला होता आणि त्या नंबराप्रमाणेच भुयारातून पळून जायचे होते. कॅरींचा नंबर होता १३२. त्यांनी एकंदर तीन भुयारे खणली होती. टॉम, डिक आणि हॅरी अशी नावे दिली होती. त्यांच्या मूळ आराखड्याप्रमाणे हे भुयार तुरुंगाच्या तारेच्या कुंपणाखालून जाऊन जवळ असलेल्या दाट जंगल भागातून बाहेर निघणार होते.

दुर्दैवाने अंतराचा अंदाज घेण्यात काहीतरी घोटाळा झाला आणि ते भुयार नेमके तारांचे कुंपण आणि जवळचे जंगल यांमधला जो मोकळा केलेला भूभाग होता, तिथपर्यंतच खणले गेले आणि बाहेर आले. या घोटाळ्यामुळे त्यांचा पळून जाण्याचा वेग मंदावला. कारण कुंपणाजवळच्या निरीक्षण चौकीतून शोधदिव्याचा प्रकाशझोत संपूर्ण तुरुंगावरून आणि आसपासच्या प्रदेशावरून ठरावीक वेगाने आणि वेळेने फिरता ठेवलेला असे. त्यामुळे भुयारातून बाहेर येऊन रानाकडे पळण्यापूर्वी प्रकाशाचा झोत त्या भागावरून पुढे निघून जाण्याची वाट बघत बसायला लागायचे. कॅरींचा नंबर १३२ होता व ते त्यांची पाळी यायची वाट बघत होते; पण त्या आधीच एका कैद्याला पळताना पकडण्यात आले आणि रखवालदारांनी धोक्याचे इशारे देणारे सायरन वाजवले. बाहेर काय घडते आहे याची कल्पना आल्यावर भुयारांत वाट बघत थांबलेल्यांमध्ये एकच गोंधळ उडाला. ते सर्व जण आपापल्या कोठड्यांकडे येण्यासाठी घाईघाईने उलटे परत फिरले. या सगळ्या गोंधळात काही जण पळून जाण्यात यशस्वी झाले होते. जे पळून जाण्यात यशस्वी झाले होते त्यांच्यातल्या पण बऱ्याच जणांना नंतर परत पकडले आणि निर्दयपणे गोळ्या घालून ठार मारले गेले. फक्त तिघे जण शेवटपर्यंत सापडले नाहीत आणि पळून जाण्यात यशस्वी झाले. कॅरी नशीबवान ठरले होते, कारण ते बाहेरच येऊ शकले नव्हते.

दुसरे महायुद्ध संपता-संपता 'स्टॅलॅग लुफ्त III' तुरुंगातील युद्धकैद्यांना अत्यंत खराब आणि कठीण अशा हवामानात दोन वेळा चालवत नेऊन तेथून हालवण्यात आले. आणि जर्मनांनी दोस्त सैन्याशी केलेल्या युद्ध कैद्यांच्या अदलाबदलीच्या वाटाघाटींच्या वेळी त्यांचा प्यादांसारखा वापर केला होता. कॅरींची, त्याच्या बरोबरच चालणाऱ्या दुसऱ्या एका युद्धकैदी वैमानिकाशी घनिष्ठ मैत्री झाली होती. वैमानिकाची तब्येत अत्यवस्थ झाली होती, तेव्हा कॅरीने त्याची पूर्ण काळजी घेतली. नंतर काही दिवसांनी कॅरी आजारी पडल्यावर, त्या वैमानिकानेही त्यांची खूप काळजी घेतली आणि दोघेही त्या दिव्यातून सुखरूप बाहेर पडले. ती खरोखरच अंगावर रोमांच उभी करणारी कहाणी होती. 'ब्रेकॉन बेकॉन'मधल्या त्या शेवटच्या परीक्षेच्या वेळी माझा जेव्हा धीर सुटण्याच्या बेतात होता, आत्मविश्वास डळमळीत व्हायला लागला होता; तेव्हा मी ही गोष्ट आठवली आणि मनाला परत उभारी आणली व पुढे जायचे बळ मिळवले. कॅरींनी जे सहन केले, त्यापेक्षा माझी आजची परिस्थिती वाईट होती का? या प्रश्नाचे उत्तर नेहमी 'नक्कीच नाही' हेच असायचे आणि सगळ्यात महत्त्वाची गोष्ट म्हणजे कॅरींनी जेव्हा हे अनुभव पुस्तकात उतरवले; तेव्हा त्यात जर्मनांबद्दल कोठेही कटुता नव्हती, द्वेषबुद्धी नव्हती.

जर कॅरी इतक्या कठीण परिस्थितीला तोंड देऊन त्या दिव्यातून सहीसलामत

बाहेर पडू शकले; तर या हाडे फोडणाऱ्या थंडीत, लोकरीऐवजी साधा नेहमीचा युनिफॉर्म घालावा लागतो आहे, त्याविषयी तक्रार करण्याचे मला काहीच कारण नव्हते. त्याचा बाऊ करण्याचे कारण नव्हते. (त्या वेळी २१एसएएसकडे थंडीत घालावयाच्या लोकरी युनिफॉर्मचा तुटवडा होता.) आमच्या त्या तुकडीत मी एकटाच २१एसएएसचा उमेदवार होतो, तर बाकी सर्व २३एसएएसचे उमेदवार होते आणि ही गोष्ट सुखावणारी होती. आता आम्हाला 'कॅडेअर बर्विन' डोंगर चढून जायचा होता. हा डोंगर मध्यभागी फुगीर आहे, त्यामुळे त्याचे शिखर सहजपणे खालून दृष्टिपथात येत नाही. या डोंगरावर तुम्ही चढत आणि चढतच राहता व शिखरावर आपण कधी पोचणारच नाही असे सारखे वाटत राहते. शेवटी आम्ही तिथे पोचलो, तिथे एका तंबूत आमचे चेकपोस्ट होते. येथे सोसाट्याचा वारा सुटला होता, तंबूच्या कनाती वाऱ्याने उडत होत्या. तंबूत दोन प्रशिक्षक बसलेले होते, आम्ही ओरडूनच आमची नावे त्यांना सांगितली आणि त्यांनी आम्हाला पुढच्या चेकपोस्टपर्यंत जाण्याच्या भौगोलिक खुणा सांगितल्या.

'कॅडेअर बर्विन'च्या शिखरावर पोचल्यामुळे आमचे मनोधैर्य खूपच वाढले होते. आम्ही 'लेक लिन'च्या दिशेने आता वेगाने उतरायला सुरुवात केली. थोडे अंतरच मी उतरलो असेन, तोच गुडघ्यातून चमक गेली व पाय एकदम गुडघ्यात वाकला. कोणीतरी सहा इंची खिळा गुडघ्यात ठोकावा, अशा वेदना झाल्या आणि माझा तोल जाऊन मी खाली गडगडायला लागलो. त्या अवस्थेत मी बरोबरच्या सहकाऱ्यांना ओरडून सांगितले की, ''माझा गुडघा परत कामातून गेला आहे आणि कृपा करून माझ्यासाठी थांबा.'' मला एक वेदनाशामक गोळी घेणे आणि ताकद येण्यासाठी थोडं खाऊन घेणं अत्यंत आवश्यक होते. माझे सहकारी परिस्थितीचा अंदाज घेण्यासाठी थांबले. त्यांच्यातला प्रत्येक जण कमालीचा दमलेला होता, पण त्याहीपेक्षा ठरवून दिलेल्या वेळेत पुढचे चेकपोस्ट गाठण्याचा ताण जास्त होता. आता त्यांना माझी गरज नव्हती, काहीच तासांपूर्वी मी त्यांना जंगलातले जवळचे मार्ग दाखवले होते. शेळ्या-मेंढ्यांच्या येण्या-जाण्याच्या मार्गावरून त्यांना नेऊन त्यांचा वेळ वाचवला होता. आता त्या सगळ्याचा त्यांना विसर पडला होता. मदत करणारा तो लुईस क्षणात विसरला गेला होता, आता त्यांच्या दृष्टीने मी एक ओझे होतो. त्यांनी आपापसात एकमेकांकडे पाहिले, त्यांची नेत्रपल्लवी बरेच काही सांगून गेली. माझी गुडघेदुखी हा त्यांचा प्रश्न नव्हता. त्यांच्यातलाच एक जण म्हणाला, ''माफ कर मित्रा, आम्ही थांबू शकत नाही. येथे वेळ घालवणं आम्हाला परवडणारं नाही.'' त्यावेळी माझ्याबरोबरचे माझे सहकारी डोळ्यांसमोरून मला सोडून निघून जाताना पाहून मला काय वाटले असेल, हे नेमकेपणाने सांगायला माझ्याकडे खरोखरच शब्द नाहीत. मला खरे तर त्यांना त्यांच्या पुढच्या प्रवासासाठी शुभेच्छा

द्यायच्या होत्या, पण माझ्या तोंडून शब्द बाहेर पडायच्या आतच सगळे नजरेआड झाले होते.

आम्ही निघताना आम्हाला काय सूचना दिल्या होत्या? आमच्या प्रमुख प्रशिक्षकांनी अगदी स्पष्टपणे सांगितले होते की, ''तुमच्या जखमी सहकाऱ्याच्या प्रथमोपचारात, मदतीसाठी घालवलेला वेळ हा तुम्हाला लागलेल्या एकूण वेळातून वगळण्यात येईल.'' त्या सर्वांचा प्रशिक्षकांच्या सांगण्यावर विश्वास नव्हता का? त्यांच्या या अशा वागणुकीचा अर्थ लावायचा मी प्रयत्न करायला लागलो. सगळीकडे गोठवणारी थंडी होती, त्यामुळे काही जणांच्यात 'हायपोथेर्मिया'च्या सुरुवातीच्या लक्षणांची ही अवस्था असण्याची शक्यता होती का? (या आजारात शरीराचे तापमान खूपच कमी होते.) मला थंड, अतिथंड पाण्यात पोहण्याची सवय होती. 'हायपोथेर्मिया'मध्ये तुमच्या विचारशक्तीवर, निर्णयक्षमतेवर परिणाम होतो. खरे तर मला त्यांना जोरदार शिव्या द्याव्याशा वाटत होत्या, पण तेवढेसुद्धा त्राण माझ्या अंगात उरले नव्हते. मी जिथे पडलो होतो, त्यापासून ५००-६०० मीटरवरच आधीचे चेकपोस्ट होते व तिथे दोन प्रशिक्षक होते; पण अंतरामुळे आणि सोसाट्याच्या वाऱ्यामुळे ते माझ्या दृष्टीने वेगळ्या ग्रहावरच असल्यासारखे मला भासत होते. त्या सोसाट्याच्या वाऱ्यात माझ्या ओरडण्याचा आवाज त्यांच्यापर्यंत पोचणे अशक्यच होते. या डोंगरावर मला जणूकाही मरायलाच कोणीतरी आणून टाकले होते, असे वाटत होते. माझ्या त्या वेळच्या घाबरलेल्या मन:स्थितीची कल्पना ज्या कोणी असा आधी अनुभव घेतला असेल, फक्त त्यालाच येऊ शकेल. मी मनातून खूप घाबरलो होतो. रांगत-रांगत, खुरडत-खुरडत परत वरच्या चेकपोस्टकडे जावे की हळूहळू खाली उतरायला लागावे आणि आधी या वाऱ्याच्या तडाख्यातून सुटका करून घ्यावी, याबाबत माझा निर्णय होत नव्हता. मी जिथे पडलो होतो, तिथून पाच-एक मीटरवर एक खड्डा होता. वाऱ्याबरोबर तोंडावर येऊन लागणाऱ्या बर्फाकडे आणि वाऱ्याकडे पाठ करून मी त्या खड्ड्याच्या दिशेने सरकायला सुरुवात केली आणि अक्षरश: 'खड्ड्यात जाऊन पडलो.' तिथे शरीराचे मुटकुळे करून बसलो. बॅगेतून प्रथम दोन वेदनाशामक गोळ्या काढल्या आणि त्या घेतल्यानंतर थोडे खाऊन घेतले आणि पाणी प्यायलो. माझ्या डोळ्यांवर झापड यायला लागली. मला नक्की माहीत होते की, 'हायपोथेर्मिया' झालेल्या माणसासाठी झोप म्हणजे विषच होते. झोपेतच मृत्यू येण्याची शक्यता असते. त्यामुळे निर्धाराने मी झोप न येऊ देण्याचा प्रयत्न करायला लागलो. मी उभे राहण्याचा प्रयत्न केला, पण मी उभे राहू शकलो नाही. मी दमलो होतो, मी गारठलो होतो. मी भिजलेला होतो. माझे अंतर्मन सांगत होते, ''लुईस, तू जर डोंगर लवकरात लवकर उतरला नाहीस, तर तुझा मृत्यू अटळ आहे. तुझ्यावर 'डेली टेलीग्राफ' वर्तमानपत्रात दोन ओळी नक्की

छापून येतील.'' 'काल रात्री 'ब्रेकॉन बेकॉन'मध्ये प्रशिक्षणाच्या दरम्यान एका ब्रिटिश सैनिकाचा मृत्यू. मरण पावलेल्या सैनिकाचे नाव अजून कळले नाही. तसेच त्याच्या घरच्यांनापण अजून कळवण्यात आलेले नाही.'

माझ्यापुढे अगदी साधा पर्याय होता. चालत राहणे किंवा त्या थंडीत 'हायपोथेर्मियाने' मरणे. पण मरणाचा विचार मनात येताच शरीराला जणू नवसंजीवनी मिळाली. मी खुरडत त्या खड्ड्याबाहेर येऊन पोटावर वळलो आणि हातांवर भार देऊन जोर मारण्याच्या अवस्थेत येऊन शरीराला कसेबसे उभे केले. माझी बॅग उचलून पाठुंगळीला मारली, माझ्या रायफलचा आधारासाठी काठीसारखा उपयोग करत हळूहळू तो डोंगर उतरायला लागलो. मी परत मागे वळून डोंगरावर जाण्याची शक्यताच नव्हती, कारण मला जर आमचा शिक्षकांपैकी कोणी रायफलच्या उपयोग चालण्याच्या काठीसारखा आधारासाठी करताना पाहिले असते, तर तिथल्या तिथे बाहेरचा रस्ता दाखवला असता; पण मला त्याशिवाय दुसरा पर्याय नव्हता. मला वाटते, त्या क्षणी माझ्या शिक्षकांना माझे हेच उत्तर असते, ''माफ करा सर, पण मी कसाबसा जिवंत राहाण्याचा प्रयत्न करतो आहे.'' 'कॅडेअर बर्विन'पासून अगदी पायथ्यापर्यंत मी माझा उजवा पाय न वाकवता उतरलो.

उतरताना फक्त पुढच्याच पावलावर लक्ष केंद्रित करत, बर्फावरून न घसरण्याची खबरदारी घेत शेवटी मी 'कॅडेअर ब्रायन'च्या पायथ्याशी असलेले चेकपोस्ट गाठले. आमच्या प्रशिक्षकांनी मला लंगडताना पाहिले आणि विचारले, ''पग, तू ठीक तर आहेस ना?'' आणि वर सल्ला दिला की, ''पग, माझे ऐक, धीर धरून तू चालत राहा. यावेळी तू नक्की यशस्वी होशील.'' ही खरेच विचार करण्यासारखी गोष्ट होती की; इतके साधे, धीर देणारे आणि प्रोत्साहन देणारे शब्दसुद्धा तुमच्या मनोधैर्यावर काय जादू करतात? या साध्या शब्दांनी माझ्यावर खरोखरच जादू केली होती. आता माझा गुडघा पहिल्याइतका दुखत नव्हता व डोंगरउतारावरून चालताना होणाऱ्या वेदनांपेक्षा आता सपाट प्रदेशातून चालताना गुडघ्यात खूपच कमी वेदना होत होत्या. चालत-चालत मी 'व्ही डब्ल्यू व्हॅली'पर्यंत आलो आणि अतिश्रमाने जवळ-जवळ मेलोच होतो. मी अडखळत, धडपडत, घसरत, लंगडत कशीबशी ती दरी उतरून गेलो. वाटेत लागलेला ओढा पावसाच्या पाण्याने फुगला होता, तो पार केला आणि पलीकडच्या किनाऱ्यावर रांगतच गेलो व पुढचे चेकपोस्ट गाठले. नंतर 'मटिलरी जलाशया'चे चेकपोस्टपण गाठले. याच चेकपोस्टवर मला माझ्या आधीच्या प्रयत्नांत बाहेर पडावे लागले होते. मला डोंगरावर तशा अवस्थेत सोडून आलेले काही जण आता मागे पडले होते आणि या चेकपोस्टवर नंतर आम्ही समोरासमोर आलो. तेव्हा मी त्यांच्याशी एक शब्दही बोललो नाही, त्यांनाही ते जाणवले होते. आणि मलाही कळले होते की माझ्या मौनातच सगळे आले होते.

तरीपण मनातल्या मनात मी त्यांना एक शिवी हासडलीच. या शेवटून दुसऱ्या चेकपोस्टवर आमच्या प्रशिक्षकांनी सांगितले, "मला जर ही स्पर्धा दिलेल्या २४ तासांत पूर्ण करायची असेल तर त्या दृष्टीने माझी प्रगती समाधानकारक होती." नंतर त्यांनी पुढच्या वाटचालीच्या भौगोलिक खाणाखुणा सांगितल्या आणि ग्रीड नंबर '७३१४२४' दिला. मी त्याचा पुनरुच्चार केला, '७३१४२४' सर.

"ठीक आहे, चल नीघ पुढे," शिक्षक म्हणाले.

वाटेत मी केंबरला पाहिले. तो गार्ड रेजिमेंटचा माजी सैनिक होता. तो माझ्या ओळखीचा होता आणि आमची मैत्रीपण होती. हायपोथेर्मियामुळे त्याची अवस्था कठीण झाली होती. त्याचा स्वत:वर ताबा राहिला नव्हता. नंतर काही तो मला दिसला नाही, अर्थातच तो स्पर्धेच्या बाहेर फेकला गेला होता. मी आमच्या स्पर्धेच्या मार्गावर जरी सगळ्यात शेवटी होतो, तरी मी ठरवून दिलेल्या वेळेतच होतो. माझा दुखरा गुडघा आणि पांगळा पाय ओढत-ओढत मी आता अंतिम रेषेच्या टप्प्यात होतो. तरीपण मला ही स्पर्धा जिंकल्यासारखेच वाटत होते. मनोमन मीही स्पर्धा जिंकलीच होती. खरे तर येथून जरा पुढे शेवटच्या चेकपोस्टकडे जाणारा एक शॉर्टकट होता; पण त्या रस्त्यावरून जाताना मी जर पकडला गेलो असतो, तर आपोआपच बाद ठरलो असतो. चालताना शेते, जंगले, डोंगर इत्यादी एक प्रकारचे संरक्षक मार्ग पुरवतात; म्हणून एसएएस सैनिक सोपे आणि मोकळे मार्ग वापरत नाहीत. शिवाय सोप्या आणि मोकळ्या वाटणाऱ्या रस्त्यांवर काही ठिकाणी पकडण्यासाठी किंवा दिशाभूल करण्यासाठी सापळे लावले असण्याची शक्यता असते. मी माझ्या संपूर्ण ब्रेकॉनमधल्या प्रशिक्षणात कधीही मोकळ्या, सरळ वाटणाऱ्या रस्त्याचा वापर केला नाही कारण उगाच धोका पत्करण्यात अर्थ नव्हता. पण त्या रात्री मात्र मला तो धोका पत्करण्याचा मोह झाला. मी तो शॉर्टकट पकडलाच आणि बऱ्यापैकी अंतर कापले. अचानक पुढच्या वळणावर मला प्रकाशाचे झोत येताना दिसले आणि क्षणार्धात मी बाजूच्या कठड्यावरून पाठीवरच्या बॅगेसकट स्वत:ला खाली झोकून दिले. आणि गडगडत रस्त्यापासून जितके लांब जाता येईल तितका गेलो. त्यांनी मला पाहिले असेल का? पण पुढच्या क्षणाला ट्रकने वेग वाढवला आणि तो वळणावरून दिसेनासा झाला. देवाचे आभार मानले आणि रस्ता सोडून चालायला लागलो. चालताना मी परत-परत घड्याळ बघत होतो आणि अजून किती अंतर चालून जायचे होते, याचा अंदाज घेत होतो. माझी प्रगती नक्कीच समाधानकारक होती. या वेळी मी करूनच दाखवणार होतो. त्या आनंदातच मी ठरवले की, फक्त पाचच मिनिटे एक डुलकी काढायची आणि एकदम जाग आली तेव्हा लक्षात आले की, मौल्यवान अशी २५ मिनिटे हातातून गेली होती. मला अशा वेळी झोपण्याची दुर्बुद्धी झालीच कशी? आणि आता

अचानक वेळ कमी पडण्याची शक्यता निर्माण झाली होती. आता मात्र वेळेत अंतिम रेषा गाठण्यासाठी जिवाचे रान करावे लागणार होते. मी लंगडत-लंगडतच पळायला लागलो. उजवा पाय म्हणजे शरीराला जोडलेले एखादे लाकडी फळकूट असल्याप्रमाणे त्याला झोके देत एका पायाने लंगडी घालत मी पळायला सुरुवात केली. आता मी कोणत्याही परिस्थितीत अपयश घेणार नव्हतो आणि अशी वेड्यासारखी अंतिम २५ मिनिटे झोपेत घालवून तर नाहीच नाही. शेवटच्या चेकपोस्टची अंतिम रेषा मी धावतच ओलांडली आणि ओरडून सांगितले की, "सर, माझं नाव पग"

"थोडक्यात वाचलास पग," शिक्षक म्हणाले. "२३ तास आणि ५८ मिनिटे. छान कामगिरी केलीस." एका क्षणात मला इतके मोकळे-मोकळे वाटले. कमालीची दमणूक, सुटका इत्यादी सर्व भावना एकदम मनात दाटून आल्या. पण मी जिंकलो होतो. माझे नाव ओरडून सांगितल्यावर आणि अंतिम रेषेच्या आत काही अंतर गेल्यावर मी खाली कोसळलो. माझ्या शरीराने खूपच सहन केले होते. आता सहनशक्ती संपली होती. मनाचीही आता शरीरालाच साथ होती, तेपण आता वेगळा विचार करू शकत नव्हते. आम्हाला घेऊन जाणारा ट्रक फक्त काहीच फूट दूर होता, पण तेवढेसुद्धा अंतर चालणे मला शक्य नव्हते. मी पायावर उभा राहूच शकत नव्हतो. तितक्यात एक कर्नल हुद्द्याचा अधिकारी माझ्याकडे चालत आला. त्याच्या खांद्यावरच्या हुद्दादर्शक पट्टीवर एक मुकुट आणि दोन तारे अशी चिन्हे होती. उभे राहून त्यांना सॅल्युट करण्याइतकेपण त्राण माझ्या अंगात उरले नव्हते. त्यांनी मला प्रेमाने हाक मारली आणि माझ्या पाठीवरचे बॅगेचे ओझे उचलले, नंतर मला आधार देऊन ट्रकपर्यंत नेले, आणि मागच्या बाजूला चढायला मदत केली. नंतर माझी रायफल आणि बॅगपण उचलून माझ्याकडे दिली. ट्रकच्या मागच्या भागातल्या सर्वच उमेदवारांकडे बघून ते म्हणाले, "छान कामगिरी केलीत आणि हो, याला कोणीतरी मदत करा. प्रथम त्याला काहीतरी खायला द्या." कोणीतरी मला खाण्याचे पदार्थ दिले आणि मी ते अधाशासारखे खाल्ले.

वेंडरला परतल्यावर ट्रकमधून उतरायला माझा मित्र वुडी याने मला मदत केली. तोपण खूप दमला होता, तरीपण आमच्या दोघांच्या बॅगा त्याने बरॅकमध्ये आणल्या. मला खरं तर खूप भूक लागली होती, पण खाण्याचीही ताकद उरली नव्हती. पायातले ते बूट काढणे आणि अंगातले ओले कपडे काढणे म्हणजे एक दिव्यच होते. माझे पाय सुजले होते, पायांना जखमा झाल्या होत्या. त्यातल्या काहींना जंतुसंसर्गपण झाला होता; पण मी इतका दमलो होतो की या सगळ्या दुखण्या-खुपण्याच्या पलीकडे जाऊन माझ्या सर्व भावना बधीर झाल्या होत्या. मला फक्त झोप आणि झोपच हवी होती आणि अंथरुणावर पडल्या-पडल्या एका क्षणात

मी गाढ झोपी गेलो.

दुसऱ्या दिवशी आम्हाला बरोबर सात वाजता उठवले गेले आणि परेडच्या मैदानावर जमा व्हायला सांगण्यात आले. माझ्या लक्षात आले की, प्रत्येक जण लंगडत होता. जणूकाही आदल्या दिवशी आम्ही सर्व जण अटीतटीची आणि हातघाईची लढाई मारून आलो होतो. परेडच्या मैदानावर आमच्या मुख्य प्रशिक्षकांनी आम्हाला उद्देशून छोटे भाषण केले. ते म्हणाले, "कालचा पूर्ण दिवस आणि रात्र चाललेली अंतिम कठीण निवड परीक्षा ज्यांनी यशस्वीपणे पार पाडली, त्यांना त्यांच्या कामगिरीचा अभिमान वाटावा, अशीच ती गोष्ट आहे. नॉर्वेच्या स्पेशल फोर्सचे काही अधिकारी काल निरीक्षक म्हणून आपल्यासोबत येथे होते. त्यांनाही हा सर्व अनुभव नवीनच होता. त्यांनीही मान्य केले, की इतक्या कठीण परिस्थितीचा त्यांनीपण कधी अनुभव घेतला नव्हता. कालची परिस्थिती इतकी वाईट होती की ज्यांनी कालची परीक्षा ठरावीक वेळेत पूर्ण केलेली नाही, त्यांनापण आम्ही यशस्वी घोषित करायचे ठरवले आहे. आता तुम्हाला तुमची शस्त्रास्त्रं स्वच्छ करायची आहेत आणि तुमची खोलीपण नीटनेटकी आवरायची आहे."

काही उमेदवार जवळ-जवळ एकेक तास उशिरा अंतिमरेषेपाशी आले होते आणि एकंदरीत आलेल्या अनुभवाच्या धक्क्यातून अजून सावरले नव्हते. त्यांच्या तर आनंदाला हे ऐकून पारावरच उरला नाही. माझे एक मन मला सांगत होते, 'हे जर काल रात्री सांगितले असतं, तर किती चांगले झाले असते.' पण दुसरे मन म्हणत होते, 'दिलेल्या २४ तासाच्या वेळेआधीच तू स्पर्धा पूर्ण केलीस, याचाच तू आनंद मान.'

मला आता कशाचीच पर्वा नव्हती. माझा गुडघा दुखावला होता, डोक्यापासून पायापर्यंत खरचटले होते. पाठीवरच्या बॅगेच्या पट्ट्यांच्या घासण्यामुळे पाठीची सालटी सोलवटून निघाली होती, अंगठ्याच्या नखाखाली परत जखम झाली होती आणि ती चिघळली होती; पण या कशाचेही मला काहीही वाटत नव्हते. कारण मी शेवटी एसएएसमध्ये प्रवेश मिळवण्यात यशस्वी झालो होतो. माझे स्वप्न प्रत्यक्षात उतरले होते. शरीरावरच्या जखमा कालांतराने आपोआप बऱ्या होतात, पण मनावरच्या जखमांना वेळ लागतो. पण त्याहीपेक्षा महत्त्वाचे असते तुमच्या मनाची उमेद, उत्साह, उभारी इत्यादी. एसएएसची बॅरेट प्रत्यक्ष हाती येण्यापूर्वी आणखी काही गोष्टींची पूर्तता करणे अजून बाकी होते. अजूनही काही पूल पार करायचे होते. पण मुख्य म्हणजे अत्यंत आवश्यक असलेली मुख्य परीक्षा मी यशस्वीपणे पार पाडली होती. मी लंडनला परत नेणाऱ्या गाडीत चढलो आणि तरंगतच घरी आलो.

एसएएसबद्दल मला वाटणाऱ्या आकर्षणाचे, आदराचे मुख्य कारण म्हणजे एसएएसमध्ये एकूणच असलेले वातावरण, माझ्या प्रत्येक प्रशिक्षणाच्या दरम्यान, चाचण्यांच्या दरम्यान इतर प्रशिक्षणार्थींबरोबर निर्माण झालेले संबंध. ते खरोखरच आनंददायी, मैत्रीचे आणि खूप उमदे असे असायचे. त्या उलट आमच्या कायद्याच्या फर्ममध्ये निर्माण झालेले संबंध व्यावसायिक असायचे. बऱ्याच वेळेला मी या गोष्टीवर विचार केला आहे आणि मला असे वाटते की तसे होण्याची कारणे काहीशी अशी असावीत. एसएएसचे लक्ष्य अगदी स्पष्ट होते आणि पूर्ण कल्पना दिली जायची, रेजिमेंटला एकत्र बांधून ठेवणाऱ्या मूळ उद्देशांची माहिती करून दिली जायची. त्या उलट परिस्थिती आमच्या कायद्याच्या फर्ममध्ये होती. सर्वसाधारण व्यवसायाचे उद्दिष्ट पैसा मिळवणे असते. त्या व्यतिरिक्त काही ध्येये, धोरणे वगैरे असलीच तर त्याची काही माहिती, कल्पना करून दिली गेली नव्हती. तुम्हाला रोज सात तास मान मोडून काम करावे लागेल व जे करणार नाहीत, त्यांना अर्थातच त्रास होईल. एसएएसच्या प्रशिक्षणाच्या दरम्यान आम्हाला वारंवार कर्नल स्टर्लिंग यांच्या स्वप्नांची, अपेक्षांची आठवण करून देण्यात येई. कर्नल स्टर्लिंग यांच्या सैनिकांकडून काय अपेक्षा होत्या? उत्तमाचा अथक ध्यास, नम्रता, स्वयंशिस्त, जातीविरहित समाज आणि विनोदबुद्धी. त्याउलट आमच्या कायद्याच्या फर्ममधल्या कोणत्याही वरिष्ठ भागीदाराने कधीही आम्हाला कंपनीच्या ध्येय-धोरणांची ओळख करून दिली नाही. एखाद्या भागीदाराने अखेर जर ठरावीक रकमेच्या, उत्पन्नाचे फर्मने ठरवून दिलेले उद्दिष्ट गाठले नाही; तर इतर भागीदारांमध्ये खळबळ माजायची व जोपर्यंत त्याचे उद्दिष्ट पूर्ण होत नाही, तोपर्यंत त्याच्यावर दबाव राहायचा. संबंधांमध्ये काही काळ तणाव निर्माण व्हायचा आणि काही काळ असेच चालू राहिले, तर त्या भागीदाराला दूर केले जायचे.

त्या कायद्याच्या फर्ममध्ये काम करत असताना, संध्याकाळी पाचनंतर कोणा टायपिस्टकडे मी महत्त्वाचे काम टायपिंगसाठी घेऊन गेल्यावर, तिने तिची काम करण्याची वेळ साडेपाचपर्यंतच होती, असे सांगत काम करायला नकार देण्याचे प्रसंग वारंवार घडले होते. त्या उलट प्रकार एसएएसमध्ये होता. तिथे सगळ्यांचे काम झाल्यावरच खऱ्या अर्थाने त्या दिवसाचे काम संपत असे. नवीन युरोपियन युनियन लॉप्रमाणे कर्मचाऱ्यांना आठवड्यातून जास्तीत जास्त ४९ तासांचे काम देणे बंधनकारक होते; तर आमच्या कायद्याच्या फर्मच्या भागीदारांना असे तासांचे बंधन व्यवहार्य नाही, असे ठामपणे वाटायचे. आमच्या फर्मच्या वरिष्ठ भागीदारांनी इतर सॉलिसिटर्स फर्म्सच्या भागीदारांशी संपर्क साधून त्यांचे, त्यांच्या कर्मचाऱ्यांशी नोकरीसंबंधी करार करताना युरोपियन युनियन कायद्यामधील ही जाचक अट वगळून करार करण्यासंबंधी मन वळवले होते. त्यांचे असे म्हणणे होते की, फर्मच्या

अशिलांना कायदेविषयक सेवा, सल्ला देताना कायद्यातील ही वेळेची अट जाचक ठरते. दोन जहाजांची टक्कर होते, काही कायदेविषयक बाबी तत्परतेने पूर्ण करणे गरजेचे असते. दाव्याच्या तारखांना तयार राहाण्यासाठी रात्री-रात्री जागून काम करावे लागते. अशा वेळी ही अट जाचक ठरते. कधीकधी तांत्रिकदृष्ट्या किचकट दावे असतात. संदर्भ शोधावे लागतात, तयारी करावी लागते तेव्हा अर्थातच रात्री उशिरापर्यंत काम करावे लागते. 'आपण वास्तवाचा विचार केला पाहिजे. 'ब्रुसेल्स'मध्ये राहत असल्यासारखे वागून चालणार नाही,' (ब्रुसेल्स ही बेल्जियमची राजधानी. येथील बहुतेक इमारती पंधराव्या शतकातील किंवा त्याही आधीच्या आहेत. याला इतिहासात राहणारे शहर म्हणतात.) असे आमचे वरिष्ठ भागीदार नेहमी म्हणायचे. त्यांचे हे म्हणणे बऱ्याच सॉलिसिटर्सना पटणारे नव्हते व ते अशा काही करारावर सही करायलापण तयार नव्हते. हा बराच मोठा वादाचा विषय झाला होता. मी विचार केला, फक्त ४९ तास काम. आमच्या एसएएसमध्ये प्रशिक्षणचा विचार केला तर मी कित्येक आठवडे यापेक्षा जास्त तास काम केले होते. त्यामुळे मला यात काही विशेष वाटले नाही. मी करारावर सही केली.

आमच्या फर्ममधल्या इतरांनी त्या करारावर सह्या करण्यास नकार दिला, कारण संघभावनेचा असणारा अभाव. फर्ममध्ये संघभावना नसायलाही तशीच सबळ कारणे होती. फर्ममध्ये काही जणांचे उत्पन्न ठरावीक असे नव्हते किंवा ठरलेले नव्हते; तर ते फर्मच्या एकूण उत्पन्नावर, नफ्यावर ठरायचे. उदाहरणार्थ फर्मचे भागीदार, सॉलिसिटर्स इत्यादी. त्या उलट इतर जो कर्मचारीवर्ग म्हणजे सेक्रेटरी, मदतनीस, कोर्टक्लार्क, झेरॉक्स प्रती काढणारे इत्यादी यांचे पगार ठरलेले होते. भागीदारांच्या, सॉलिसिटर्सच्या जेव्हा बैठका असायच्या; तेव्हा इतर कर्मचाऱ्यांना बोलावले जायचे नाही. दोघांच्या उत्पन्नामधील प्रचंड तफावत ही एका उदाहरणावरून स्पष्ट होईल. एखादा भागीदार एखाद्या वर्षी पाच लाख पौंड कमावेल, तर एखादी हुशार मदतनीस किंवा सेक्रेटरी तीस हजार पौंडच कमावेल. जेथे एकाचे उत्पन्न दुसऱ्याच्या १६ पट असते, तेव्हा अशी तफावत असताना सर्वांमध्ये संघभावना असण्याची अपेक्षाच कशी करता येईल? अशा परिस्थितीत जर सेक्रेटरीने घड्याळाकडे बघून काम केले आणि साडेपाच वाजता ती निघून गेली, तर तिला कसा दोष देता येईल?

याउलट एसएएसमध्ये सगळेच वेगळे होते. तिथे प्रत्येक दिवस हा युद्धाचाच प्रसंग असल्यासारखे काम चालायचे. येथे मेकॅनिकला जाणीव असायची की, त्याने जर नीट काम केले नाही, तर लॅन्ड रोव्हर चालवण्याऱ्या सैनिकाला शत्रूच्या प्रदेशात अत्यंत गंभीर धोका पत्करावा लागू शकतो. प्रत्येकाने राखाडी रंगाची बॅरेट घालणे अनिवार्य होते आणि पगारातपण इतकी प्रचंड तफावत नव्हती. एसएएस

सैनिकाचे आयुष्य जरी दैनंदिन धोक्यांनी आणि तणावांनी भरलेले होते; तरी त्या वातावरणात काम करण्यात गंमत होती आणि नोकरीत एक प्रकारचे समाधान होते, जे बाहेरच्या व्यावसायिक, औद्योगिक विश्वात अभावानेच सापडले असते.

एसएएसमध्ये माझ्या खूप चांगल्या माणसांच्या ओळखी झाल्या. माझ्या एसएएसमधल्या प्रवेशाच्या पहिल्या प्रयत्नाच्या वेळी त्या 'फॅन डान्स'च्या शर्यतीत माझ्याशी दुसऱ्या स्थानासाठी स्पर्धा करणारा पॉल हॅमिल्टन माझा आता चांगला मित्र झाला होता. तो एक तुरुंग अधिकारी होता. तुरुंगातील कैद्यांना योग्य वागणूक देणे, त्यांना शारीरिक किंवा मानसिक इजा होणार नाही, यांची काळजी घेणे इत्यादी गोष्टी कशा महत्त्वाच्या असतात; हे आम्ही बरोबर पळत असताना तो मला सांगायचा. त्याचे केस सोनेरी होते. त्याच्या दंडावर त्याने 'काटेरी कुंपणा'चे चित्र गोंदवले होते. आणि तो नकला फार उत्तम करायचा. डोंगराळ प्रदेशातून बरोबर धावत असताना कधीकधी तो मुद्दाम थोडा माझ्या मागे राहायचा आणि नंतर यॉर्कीच्या आवाजात यॉर्कीची नक्कल करत ओरडायचा, "पग तुझं नक्की काय चाललं आहे? माझं चांगलं लक्ष आहे तुझ्यावर." किंवा "पग, तू आता ताशी चार कि.मी.च्या वेगाने पळायला लागतोस का मी तुला स्पर्धेतून बाहेर काढू?" नंतर पॉलने तुरुंगातील नोकरी सोडली आणि लंडन येथील मेट्रोपोलीटिन पोलीस खात्यात तो भरती झाला, पण एकंदरीत एकाच वेळी दोन्ही गोष्टी करणे त्याला झेपले नाही आणि दुर्दैवाने एसएएसमध्ये त्याला प्रवेश मिळू शकला नाही. नंतर मला कळले की, मेट्रोपोलिटन पोलीस खात्यातील विशेष विभाग 'फायरआर्म्स ट्रस्ट' सशस्त्र तुकडी ५०१९मध्ये त्याचा समावेश झाला होता. तो शस्त्रास्त्र हाताळण्यात खूपच तरबेज होता आणि पोलिसांची ती तुकडी त्याच्यासाठी अगदी योग्य होती.

आणखी एक लक्षात राहिलेला भला माणूस म्हणजे टेरी इलियट. होय तोच टेरी, त्यानेच मला त्याचा भिजलेला बेकवेलचा क्रिमरोल दिला होता. तो अंगाने लहानसर होता, त्याला टक्कल पडलेले होते; पण तो मनाने खूप चांगला होता. आमच्या प्रशिक्षकांनाही तो आवडायचा आणि त्यामुळे काही उमेदवारांची तर अशीपण समजूत झाली होती की, त्याला प्रशिक्षकांकडून काहीतरी विशेष वागणूक दिली जात असावी; पण त्यात काही तथ्य नव्हते आणि तसा त्याचा काही फायदापण झाला नसता. कारण शेवटच्या त्या आठवडाभर चालणाऱ्या परीक्षेत तुमच्या मदतीला फक्त एकच माणूस येऊ शकणार असतो आणि तो म्हणजे तुम्ही स्वत:! आमचे प्रशिक्षक नेहमी म्हणायचे की, शेवटी इथले पर्वतच तुमचे भवितव्य ठरवतील, तुम्हाला निवडतील. यापेक्षा खरी गोष्ट कोणतीच नव्हती. टेरीला त्या परीक्षेच्या आठवड्यात दोन 'रेड कार्ड्स' मिळाली आणि तो बाहेर फेकला गेला.

टेरीने परत प्रयत्न केला नाही.

एडी पायने ही पण अशी एक वल्ली होती. त्याच्याकडे प्रत्येकासाठी भरपूर वेळ असायचा. नागरी जीवनात तो एक वकील होता. तो अगदी दिलखुलास, मोकळ्या मनाचा आणि मैत्रीला अगदी योग्य स्वभावाचा होता. एके काळी त्याचे वडील एसएएसमध्ये होते. एडीने आधी 'Honourable Artillery Company (HAC)'मध्ये नोकरी केली होती. एखाद्या जागेचे किंवा स्थळाचे निरीक्षण करणे, त्याचे नकाशे बनवणे आणि त्या आधारे शत्रूचा ठावठिकाणा शोधणे अशा प्रकारच्या कामात त्याने खूपच प्रावीण्य मिळवले होते. २१एसएएसमधल्या कोणालाही एडीने 'एचएसी'मधून राजीनामा दिला, याचे खरे कारण माहीत नसेल. खरे कारण हे होते की, वेळप्रसंगी आपल्या सहकाऱ्याला आपण ठार मारू शकू, याची त्याला खातरी वाटत नव्हती. मलाही हे कारण प्रथम माहीत नव्हते; पण जेव्हा कळले तेव्हा आश्चर्य वाटले नाही, कारण एडी हा एक विचारी माणूस होता. किंबहुना एक अतिविचारी माणूस होता. एचएसीमधून राजीनामा दिल्यावर काही काळाने त्याने एसएएस प्रवेशासाठी नाव नोंदवले. कित्येक दृष्टीने तो अगदी आदर्श विद्यार्थी होता. त्याने निवडपूर्व, प्रत्यक्ष निवडीच्या वेळचे पल्ले सहज पार केले. तसेच त्या आठवडाभर चालणाऱ्या परीक्षेच्या दिव्यातूनही तो सहज पार झाला. कधीकधी मी त्याला डोंगरावर बघायचो. तो एका दिशेने चाललेला असायचा, तर मी दुसऱ्या दिशेला जात असायचो. तो दिलेल्या कामगिरीवरून परत येत असायचा, तर पुढच्या कामगिरीवर जायची माझी पाळी आलेली असायची. त्याला शारीरिक कष्टाची आव्हाने घ्यायला आवडायचे आणि तो ती आव्हाने समर्थपणे पेलायचासुद्धा.

त्या परीक्षेच्या आठवड्यानंतर एडीच्या पुढच्या सत्राला सुरुवातही झाली होती आणि तेव्हाच एचएसीमधून राजीनामा मंजूर झाल्याचे कागदपत्र आले. माझ्या सत्राची वेळ वेगळी असल्यामुळे मी ती घटना बघायला तिथे नव्हतो, पण मी ऐकले ते असे: संध्याकाळी परेड ग्राउंडवर परेड चालू होती. सर्व जण रांगेत उभे होते. समोर यॉर्की उभा होता. " 'पायने' या सगळ्याचा अर्थ काय?" यॉर्कीने ओरडून विचारले.

"तू कोणाला मारू शकणार नाहीस, या कारणासाठी तू एचएसीमधून राजीनामा दिलास. आणि तरी तुला एसएएसमध्ये प्रवेश मिळवायचा आहे? जरा डोकं वापरून विचार करायला शिकला आहेस की नाहीस? जरा या बाजूला ये बरं, कमांन्डिंग ऑफिसरना तुला भेटायचं आहे." त्यांनी एडीला स्पष्ट शब्दात सांगितले, "त्याने एसएएसमध्ये प्रवेश घेण्याआधी या सर्व गोष्टींचा अत्यंत गांभीर्याने विचार केला पाहिजे. तो एक अत्यंत चांगला सैनिक होता. सगळ्यांचा तो आवडतापण होता आणि एसएएसमध्ये त्याची निवड होणे हेपण जवळ-जवळ नक्की होते, पण

तो जर वेळप्रसंगी कोणाला मारण्यास असमर्थ असेल, तर मग एसएएसमध्ये त्याच्यासाठी जागा नव्हती.''

आतापर्यंतच्या प्रशिक्षणातून एडीने दाखवून दिले होते की तो शस्त्रास्त्र चांगल्या प्रकारे हाताळू शकत होता. या सत्रातल्या चाचण्यापण त्याने सहजपणे उत्तीर्ण केल्या असत्या. त्याच्या आत्तापर्यंतच्या कामगिरीवरून पुढे, होणाऱ्या चाचण्या उदाहरणार्थ युद्धसदृश परिस्थितीत तातडीने निर्णय घेण्याची क्षमता चाचणी इत्यादी तो सहज उत्तीर्ण झाला असता आणि एसएएसची राखाडी रंगाची बॅरेट मिळवू शकला असता. तो खरे तर कमान्डिंग ऑफिसरना सांगू शकला असता की, एसएएसमध्ये प्रवेश मिळवण्यासाठी जे काही करण्याची तयारी असणे आवश्यक होते, ते सर्व तो करायला तयार होता आणि नंतर प्रशिक्षण यशस्वीपणे पूर्ण करून बॅरेट घेऊन नंतर एसएएस सोडूपण शकला असता; पण त्या रात्री एडीने अशा परिस्थितीत काय करावे, यावर सांगोपांग विचार केला आणि दुसऱ्या दिवशी एसएएसमधून राजीनामा दिला. त्याला जाणीव होती की, एसएएस रेजिमेंट म्हणजे पर्यायाने सरकार, त्याच्या या वेगवेगळ्या प्रशिक्षणांवर खूप पैसा आणि वेळ खर्च करत होते. एवढे करून जर उद्या युद्ध परिस्थितीत तो कच खाणार असेल तर तो लोकांच्या पैशाचा आणि वेळेचा अपव्यय करत होता. म्हणून त्याने त्वरित राजीनामा देऊन योग्य अशीच गोष्ट केली. 'एडीची' हीच खरी ओळख होती. एक अत्यंत तत्त्वनिष्ठ आणि सच्चा माणूस. एसएएसच्या प्रशिक्षणाच्या दरम्यान रेजिमेंटमधले आयुष्य कसे असेल, प्रसंगी दुसऱ्या माणसाचा जीव घेण्याची मानसिकता आहे का इत्यादीवर विचार करायला बराच वेळ मिळत असे. माझी अशी पक्की धारणा होती की देशाच्या किंवा सहकाऱ्याच्या रक्षणासाठी वेळप्रसंगी मी शत्रूला नक्की मारू शकेन, नव्हे मी मारेनच आणि त्याबद्दल दुसरा विचार संभवतच नाही.

एसएएसमधील माझ्या सर्व सहकाऱ्यांचा विचार केला, तर जेम्स मॅक्सवेलबरोबर माझे सर्वांत घनिष्ठ संबंध जुळले होते. त्याचे म्हणजे खरोखरच लक्षात राहाण्यासारखे व्यक्तिमत्त्व होते. त्याची अंगकाठी लहानसर होती, किरकोळ होती. पण त्याच्यात जबरदस्त ताकद होती. त्याच्याकडे १० जणांत उठून दिसणारे व्यक्तिमत्त्व नव्हते, परंतु रेजिमेंटमधील सर्वांचे त्याच्यावर प्रेम होते. त्याचे आईवडील, दोघेही रॉयल नेव्हीत होते. वडील ऑफिसर होते, तर आई नर्स होती. थोडक्यात, माझ्याप्रमाणेच त्यांचीही कौटुंबिक पार्श्वभूमी होती. त्याला मैदानी खेळांची आवड होती. त्याचे बालपण पश्चिम इंग्लंडमधील डार्टमूर येथे गेले होते. त्याने येथे येण्या आधी प्रादेशिक सैन्याच्या डेव्हॉन शायर आणि डॉर सेट रेजिमेंटमध्ये नोकरी केली होती. जेव्हा त्याने लंडनला स्थलांतर केले, तेव्हा त्याने २१एसएएसच्या 'ए' स्क्वॉड्रनमध्ये प्रवेश घेतला. संध्याकाळी घेतल्या जाणाऱ्या निवडपूर्व प्रशिक्षणाच्या वेळी तो नेहमी

त्याच्या 'ताझ' नावाच्या बॉक्सर जातीच्या कुत्र्याला बरोबर घेऊन यायचा. थोड्याच दिवसांत आमची सगळ्यांचीच ताझबरोबर चांगली मैत्री झाली. तिथे पोचल्या-पोचल्या ताझ कारच्या बाहेर उडी मारायचा आणि पळत आमच्या दिशेने यायचा. आमच्या अंगावर उड्या मारायचा, प्रेमाने चाटायचा आणि कारमध्ये परत जाऊन, आमचे त्या दिवसाचे प्रशिक्षण संपण्याची आणि जेम्स परतण्याची वाट बघत झोपी जायचा.

जेम्स आणि मी चांगले मित्र झालो. आमच्या प्रशिक्षणाच्या दरम्यान, जेम्सचे आईवडील जिथे राहत होते, त्या इंग्लंडच्या दक्षिण-पश्चिमेला असलेल्या डेव्हॉनपर्यंत आम्हाला जावे लागे. डेव्हॉन भागातच असलेल्या डार्टमूर नॅशनल पार्क भागात, पाठीवर वजनदार बॅगा घेऊन लांब अंतर पळून जाण्याच्या स्पर्धा होत. त्या वेळी ताझ आमच्या बाजूने आमच्या बरोबरीने धावत असे. या आमच्या प्रशिक्षणातल्या पुढच्या सत्रातला एक भाग म्हणजे 'निरीक्षण चौकी' बांधणे हा होता. हे काम म्हणजे जेम्सच्या हातचा मळ होता. त्याच्यासाठी हे अगदी सोपे काम होते. त्याने तशीच वेळ आली असती; तर नळजोडणी, इलेक्ट्रिक वायरिंग, जमिनीचे काम वगैरे सर्व एकहाती केले असते. अगदी पाण्याची पाइपलाईनपण टाकली असती. आम्हाला जेव्हा एका निरीक्षण चौकीवर तैनात करून शक्तिशाली दुर्बिणीतून चार-चार तास टेहळणीचे काम दिले गेले, तेव्हा जेम्सच्या कामातले वेगळेपण, काम करण्याची पद्धत इत्यादीची प्रकर्षाने जाणीव झाली.

सर्वसाधारण माणसांना एखादी संवेदनशील किंवा गुप्त माहिती काढण्यासाठी किंवा गोळा करण्यासाठी काय काम, कष्ट करावे लागतात; किती एकाग्रपणे काम करावे लागते, याची कल्पना येणार नाही. तासन्‌तास एखाद्या इमारतीवर किंवा पुढच्या रस्त्यावर दुर्बिणीतून नजर लावून बसावे लागते, दोन-एक तास काहीच घडत नाही. तुम्ही थोडे गाफील बनता, दुर्बिणीतून नजर जरा इकडेतिकडे करता आणि नेमके त्याच वेळेत तुम्ही ज्याच्या प्रतिक्षेत असता तेच घडून जाते. जेम्स अशा कामात फार हुशार होता. त्याच्या नजरेतून काही निसटायचे नाही. काय-काय घडले, ती प्रत्येक गोष्ट तो टिपून ठेवायचा. उदाहरणार्थ ठीक १९.२३ (संध्याकाळी सात वाजून तेवीस मिनिटांनी) निरीक्षण चौकीसमोरून एक टोयोटा दक्षिण दिशेने गेली. त्या गाडीत दोन सैनिक पुढील सीटवर आणि तीन सैनिक मागील सीटवर बसले होते किंवा २२.३५ (रात्री दहा वाजून पस्तीस मिनिटे) पाच सैनिक कुंपणाच्या बाजूने पूर्व-पश्चिम अशी गस्त घालत होते. त्यांच्याजवळ एके४७ रायफल होत्या, त्यांची दाढी वाढलेली होती, आणि ते आपापसात बोलत होते. अशा प्रकारची बारीकसारीक माहिती शत्रूच्या एकंदर संख्येबद्दल, त्यांच्या तयारीबद्दल खूपच सांगून जाते. जेम्स अशा प्रकारच्या टेहळणीमध्ये निरीक्षणे नोंदवण्यात खूपच

काटेकोर होता. जेम्सने एसएएस प्रशिक्षणाचे सर्व टप्पे यशस्वीपणे पार केले आणि ती राखाडी बॅरेट मिळवली. नंतर तो (MI5) एमआय५मध्ये दाखल झाला. (एम आय ५ ही इंग्लंडची गुप्तचर यंत्रणा आहे.) ९/११च्या अमेरिकेवरील हल्ल्यानंतर एम आय ५मध्ये खूप नवीन लोकांची भरती करण्यात आली.

जेम्स त्याच्या क्षेत्रात खूपच पुढे गेला असता; खूप चमकला असता; पण दुर्दैवाने नंतर दोनच वर्षांनी– वयाच्या अवघ्या ३३व्या वर्षी पोटाच्या कॅन्सरने त्याचा मृत्यू झाला. आयुष्यात काही प्रसंग असे येतात की तेव्हा घडणाऱ्या घटनांचा अर्थच लावता येत नाही. नियतीच्या या निष्ठूर खेळाचे वर्णन करायला शब्दपण असमर्थ ठरतात. ती फारच दु:खद घटना होती. विशेषत: त्याची बायको डायना आणि त्याचे नवजात मूल यांच्यावर तर आभाळच कोसळले होते. जेम्सच्या कुटुंबियांसमवेत मी काही ख्रिसमस घालवले होते. मी त्याच्या आईवडिलांना चांगला ओळखत होतो. एक कर्तासवरता, कर्तबगार मुलगा अकाली गेल्याचे त्यांचे दु:ख, त्यांची मन:स्थिती वर्णन करण्यापलीकडची होती.

त्याच्या आजाराच्या दरम्यान, आम्हा २१एसएएसमधील त्याच्या सहकाऱ्यांपैकी कोणीही त्याला हॉस्पिटलमध्ये बघायला येऊ नये, अशी त्याची इच्छा होती. त्याने तसे स्पष्टच सांगितले होते. आमच्यासमोर त्याची पूर्वीचीच प्रतिमा राहावी, असे त्याला वाटत होते. मला त्याच्या या हट्टामध्ये तथ्य वाटत होते, पण ते आमच्यासाठी कठीण होते. कधीकधी अति थंड पाण्यात पोहण्याचे शिक्षण घेण्यात मी दंग असायचो आणि अचानक मला जेम्सच्या आजाराची, त्याच्या कॅन्सरशी चाललेल्या लढाईची आठवण यायची. लगेच त्याच्याशी बोलावेसे वाटायचे; पण तो आमचे फोनपण घेत नसे. परत मी त्याच्या मन:स्थितीचा विचार करायचो, त्याच्या इच्छेचा आदर राखायचो; पण मनाला असंख्य यातना व्हायच्या. डायनाने मला त्याची राख 'ब्रेकॉन बेकॉन'मधील त्याच्या आवडत्या जागी विखरून टाकायला सांगितली. 'ब्रेकॉन बेकॉन'मधली त्याची सर्वांत आवडती जागा होती व्ही डब्ल्यू व्हॅली. कदाचित त्याला जाणीव होती की, स्वत:हून माघार घेणारा तो शेवटचाच असेल.

तो प्रसंग मी कधीही विसरणार नाही. आम्ही दोघे पळत-पळत दरीत उतरत होतो. मी जेम्सच्या मागे पंधरा-एक फुटांवर असेन, पुढे पळता-पळता जेम्स मला जोरजोराने ओरडून डिवचत होता, ''जाड्या, पळ, पळ. मला पकडायचा प्रयत्न कर.'' त्याच्या चेहऱ्यावर ते चिडवणारे, खोडकर हास्यच होते. हा प्रसंग मला जेव्हा आठवतो, तेव्हा त्याने आम्हाला हॉस्पिटलमध्ये न येऊ देण्यामागच्या हट्टाचा अर्थ लागतो. माझ्या लक्षात तो बेभानपणे ओरडत, जवळ-जवळ उडतच दरीत उतरणारा जेम्स त्यामुळेच राहिला आहे. मी आणि डायना आम्ही 'व्ही डब्ल्यू व्हॅली'मध्ये बरोबरच गेलो. 'ब्रेकॉन बेकॉन'मधील तो एक नेहमीचाच सुंदर दिवस

होता. भन्नाट वारा सुटला होता. पावसाची रिमझिम चालली होती. मी बरोबर आणलेली छोटी पेटी उघडली आणि क्षणात आतली राख उधळली गेली. उरलेली राख आम्ही जवळच्याच झऱ्यात सोडून दिली आणि ती पाण्याच्या प्रवाहाबरोबर बघता-बघता 'व्ही डब्ल्यू व्हॅली'च्या दिशेने वाहत गेली; अगदी जेम्स ज्या सहजतेने 'व्ही डब्ल्यू व्हॅलीत' उतरायचा, त्याच सहजतेने.

कायम खोटेच बोलायची वेळ येणे किंवा त्यातसुद्धा पूर्णपणे खरे बोलण्याचे टाळावे लागणे ही एक अत्यंत कठीण अशी गोष्ट असते आणि एसएएसमधल्या माझ्या प्रवेशासाठी जी अनेक आव्हाने मला स्वीकारावी लागली, त्यापेक्षा, हा अनुभव किंवा कसरत म्हणा, मला जास्त कठीण वाटले. मला शहरात नोकरी होती, एक सुंदर मैत्रीण होती आणि असे असूनपण माझा निम्मा वेळ त्यांच्यापासून लपतछपत, तोंड चुकवत माझ्या दर शनिवारी-रविवारी गायब होण्याची लंगडी कारणे शोधण्यात किंवा त्याबद्दल स्पष्टीकरणे देण्यात जायचा. इंक आणि कंपनीमध्ये कामाच्या वेळेनंतर कोणाही सहकाऱ्याला न भेटणे हे सोपे आणि सहज होते, कारण त्यानंतर कोणाला भेटणे म्हणजे परत सटकण्यासाठी खोटेपणा, फसवाफसवी करायला भाग पाडणारे होते. एका संध्याकाळी ऑफिसमध्ये काम असतानाही वेळेत निघता यावे, म्हणून मी खुर्चीच्या मागे माझे जॅकेट लावून आणि टेबलावर डायरी आणि पेन ठेवून ऑफिसमध्येच इकडेतिकडे असल्याचा देखावा करत सटकलो होतो. पण तो माझा स्वभाव नाही. त्यानंतर कित्येक दिवस माझ्या मनात अपराधीपणाची भावना होती.

वारंवार काहीतरी कारणे सांगून न भेटण्याचा अर्थ ॲनाने मी तिला टाळत होतो, असा घेतला आणि आमच्या संबंधांत दुरावा निर्माण झाला. माझ्या वारंवार गैरहजेरीचे कारण शेवटी मी ॲनाला सांगितले. त्यातपण मी अर्धसत्यच सांगितले. साहसी जीवनाचा अनुभव घेण्यासाठी प्रादेशिक राखीव दलात प्रवेश घेतल्याचे शेवटी मी ॲनाला सांगितले. पण एसएएसमध्ये दाखल होण्याच्या दृष्टीने मी प्रशिक्षण घेत होतो, हे सांगितले नाही, कारण तिला ते आवडले नसते. कारण ॲनाचे मत होते की, परिस्थिती पूर्ण समजून न घेताच ब्रिटन युगोस्लाव्हियातील युद्धात उतरलेला होता. ॲना तशी गप्पिष्ट होती. तिला बोलायला, गप्पा मारायला फार आवडायचे. मी जर तिला खरे कारण सांगितले असते, तर बोलता-बोलता तिने ही बातमी इतरांमध्ये पसरवली असती. मुळातच जर एखाद्याला महत्त्वाची गोष्ट सांगितली नाही, तर त्या व्यक्तीकडून चुकून ती बातमी इतरत्र पसरण्याची शक्यता उरत नाही. पण या सगळ्यापेक्षा ॲनाच्या दृष्टीने तिला खटकणारी गोष्ट म्हणजे दर शनिवार-रविवारचे माझे गायब होणे. शिवाय रविवारी दुपारी मी जेव्हा वेल्सहून परतायचो तेव्हा इतका दमलेला असायचो की, मला दोन दिवसांच्या झोपेची

थकबाकी भरून काढण्याची घाई असायची. सुरुवातीला काही महिने ॲनाने समजूतदारपणा दाखवला, पण नंतर मी केंब्रिज विद्यापीठात प्रवेश घेतला. माझा अभ्यासही वाढला, एसएएसचे प्रशिक्षणही चालू होते. त्यामुळे हळूहळू आम्ही दुरावत गेलो.

तो आमचा कस बघणारा परीक्षेचा आठवडा संपल्यावर दोन आठवड्यांनी निवड झालेल्या १६ जणांचे पुढचे शैक्षणिक सत्र सुरू झाले. त्यात मीपण एक होतो. आता आम्हाला शस्त्रास्त्रे हाताळण्याचे शिक्षण मिळणार होते. यात आम्हाला सर्व प्रकारची शस्त्रास्त्रे, तसेच शस्त्रास्त्रांविषयी सर्व काही शिकायचे होते. शस्त्रे साफसूफ ठेवणे, त्यात दारुगोळा भरणे, त्यांचा योग्य वापर करणे इत्यादी सर्व काही त्यात असणार होते. त्याशिवाय निरीक्षण चौक्या तयार करणे, आजूबाजूच्या निसर्गाशी, प्रदेशाशी तिचे साधर्म्य साधून नैसर्गिकपणे तिला लपवणे, तसेच रात्रीच्या वेळी शत्रूच्या प्रदेशात घुसखोरी करणे, शत्रूला पकडण्यासाठी वेगवेगळे सापळे रचणे, शत्रूने लावलेल्या सापळ्यांना निकामी करणे, रॉयल एअरफोर्सच्या विमानांना योग्य प्रदेशात उतरण्यासाठी मार्गदर्शन करणे इत्यादी सर्व शिकायचे होते. या प्रगत सत्रामध्येही पहिल्या सत्राइतक्याच अवघड आणि दोन्ही शारीरिक, मानसिक तसेच सहनशक्तींचा अंत बघणाऱ्या चाचण्या असणार होत्या. या सत्रातपण उमेदवार नापास होऊन बाहेर फेकले जायचे, पण का कोण जाणे! तो परीक्षा आठवडा यशस्वीपणे पार पाडल्यामुळे मनात कोठेतरी असे वाटायचे की, सर्वांत कठीण भाग तर संपलेला आहे व आता पुढच्या परीक्षा, चाचण्या म्हणजे फार काही मोठा प्रश्न नाही, असे वाटणे म्हणजे कोठेतरी मनाला शैथिल्य आल्याचे लक्षण होते का? फाजील आत्मविश्वासाचे लक्षण होते का? नाही, मला तसे वाटत नाही. या सत्रामधल्या १६ जणांपैकी फक्त आम्हा दोघांनाच शस्त्रे हाताळण्याचा अनुभव नव्हता. ही गोष्ट आम्हा दोघांच्या दृष्टीने खरं तर गैरसोयीची होती आणि एकदा प्रशिक्षणाला सुरुवात झाल्यावर तर ही गोष्ट मला प्रकर्षाने जाणवली.

माझ्या सुदैवाने आमच्या तुकडीत असलेल्या जॉनी बेनसन याला सैन्यातला प्रदीर्घ अनुभव होता आणि त्याने मला त्याच्या कृपाछत्राखाली घेतले. आमचे चार-चार जणांचे गट पाडण्यात आले आणि आमच्याच गटात असलेल्या जॉनीची आणि माझी चांगली गट्टी जमली, आमचे छान जमून गेले. एसएएसमध्ये अशी एक पद्धत होती की आपापल्या कामात असताना कमीत कमी एकाने नेहमी सावध असले पाहिजे. परेडनंतर जॉनी आमच्या खाण्यापिण्याच्या तयारीत असायचा, तर मी आमच्या चेकपोस्टवरून टेहळणीचे काम करायचो. प्रथम मी खाऊन घ्यायचो, नंतर तो खाऊन घ्यायचा. नंतर सर्व आवराआवरी झाली की आम्ही आमच्या कामाची अदलाबदली करायचो. मी इतर सफाई करायला लागायचो, तेव्हा तो

त्याची रायफल साफसूफ करायचा; तर मी माझ्या रायफलच्या देखभालीत गुंतलेलो असताना तो टेहळणी करायचा. मला हे सर्व करण्यात मजा वाटत होती, कारण खूप नवीन गोष्टी शिकायला मिळत होत्या. मला फक्त एकच गोष्ट खटकत होती ती म्हणजे माझी प्रगती फार हळू चालली होती, असे मला वाटत होते.

आमचे शिक्षक मॅथ्यू मॅन्सफिल्ड हे एक अजिबात दयामाया नसलेले आणि कडक शिस्तीचे सद्गृहस्थ होते. मला वाटते जरुरीपेक्षा जरा जास्तच त्यांचे माझ्यावर लक्ष होते आणि बहुधा ते माझ्या कामावर, प्रगतीवरपण खूश नसावेत. त्यांची स्मरणशक्ती दांडगी होती. जर एखाद्या कामात तुम्ही काही चूक केलीत आणि त्यांनी आधीच जर तुम्हाला त्या संभाव्य चुकांबद्दल, ध्येयांबद्दल सूचना दिली असेल, तर तसे ते ताबडतोब बोलून दाखवायचे. ते अत्यंत काटेकोरपणे आणि चिकित्सकपणे आमच्या शस्त्रास्त्रांची तपासणी करायचे. तुमची एखादी गोष्ट जर त्यांना पसंत पडली नाही तर त्यांच्या छोट्या काळ्या डायरीत त्याची नोंद व्हायची. ''पग, मला तुझं होकायंत्र बघू दे, ते दुसरं जास्तीचं दिलेलं होकायंत्रपण बघू दे,'' इत्यादी. मॅथ्यू त्यांच्या अत्यंत काटेकोर आणि कडक स्वभावामुळे बऱ्याच जणांना आवडायचे नाहीत; पण मला मात्र त्यांची कामावर असलेली निष्ठा, शिक्षणाचा उच्च दर्जा राखण्यासाठीची धडपड यामुळे ते आवडायचे. पुढे खूप वर्षांनंतर मी जेव्हा दक्षिण आणि उत्तर ध्रुव यांच्या मोहिमेसाठी आमच्या टीमचे नेतृत्व केले तेव्हा मी आमच्या टीमसाठी शिस्त आणि काटेकोरपणा यासाठी मॅथ्यूंचेच निकष लावले. कोणतीही गोष्ट गृहित न धरता किंवा कोणाच्याही सर्व ठीक आहे असे सांगण्यावर विश्वास न ठेवता मी टीममधल्या प्रत्येकाला त्याची व्यवस्थित तयारी झाली होती, हे मला पटवून द्यायला सांगायचो. कोणत्याही गोष्टीचे दुसऱ्यांदा परीक्षण, निरीक्षण करणे हा आमच्या कामाचा स्थायीभावच बनला होता आणि त्यामुळे आम्हाला अनेक वेळा या काटेकोरपणाचा फायदाच झाला.

अनेक वेळा कॅम्पच्या बाहेर आम्हाला युद्ध सदृश परिस्थितीचा अनुभव मिळण्यासाठी, आमचे प्रशिक्षण वर्ग घेण्यात येत. एका आठवड्यात जिवंत दारुगोळा वापरून आमचा सराव चालू होता. मी चार जणांच्या टेहळणी-टीमचे नेतृत्व करत होतो, आम्ही एका डोंगराच्या उतारावरून चाललो होतो आणि शत्रू दृष्टीस पडताच गोळीबार सुरू केला आणि दोन-दोनच्या तुकड्यांमध्ये वेगळे झालो. एका जोडीने शत्रूला गुंतवून ठेवण्यासाठी गोळीबार चालू ठेवला, तर दुसऱ्या तुकडीने त्या गोळीबाराचा फायदा घेत पुढे चाल केली. नंतर आम्ही आमच्या कामांची, कृतीची अदलाबदल केली. आम्ही जसे शत्रूच्या पुरेसे जवळ गेलो, तेव्हा शत्रूच्या तळावर एक हातबॉम्ब टाकला. मात्र हे सर्व करत असतानाच आगेकूच चालूच ठेवली होती. आमच्यामागून मॅथ्यू मॅन्सफिल्ड आमची प्रत्येक हालचाल,

कृती अगदी गरुडांच्या नजरेने लक्ष देऊन बघत होते. किती जलदपणे आम्ही चढाई केली, कमीत कमी वेळात किती क्षेत्र काबीज केले, किती जलद गतीने आम्ही मोक्याच्या जागा धरल्या, आमच्या शस्त्र हाताळणीत, वापरात किती सहजता होती, किती जलदपणे आम्ही रायफलचे गोळ्यांचे मॅगेझिन बदलत होतो, पुढे कूच करताना आम्ही रायफलची सुरक्षा कळ लावत होतो की नाही इत्यादी सर्व गोष्टींचे ते बारकाईने निरीक्षण करत होते. या प्रशिक्षणाच्या दुसऱ्या सत्रात आपल्याला याआधी अगदी प्राथमिक तरी सैनिकी शिक्षण मिळायला हवे होते, असे सारखे वाटत राहिले. दुसऱ्या आठवड्यात मॅथ्यूंनी मला एकदा बाहेर काढले आणि चांगली तंबी दिली की, हे सत्र जर यशस्वीपणे पूर्ण करायचे असेल, तर मला माझ्या शस्त्र हाताळणीत खूप सुधारणा करावी लागेल. मी नंतर खूपच कष्ट घेतले आणि माझी कामगिरी काही प्रमाणात सुधारली. पण तरीसुद्धा प्रशिक्षणाच्या दरम्यान जिथे माझ्याकडून एखाद्या सराईत सैनिकाच्या कामगिरीची अपेक्षा होती, तेथे मी अजून अडखळत कामगिरी करणारा एक नवखाच होतो. मॅथ्यूंनी माझी कामगिरी, जी काय झाली असेल, ती पाहिली.

आमचा प्रशिक्षण वर्ग संपल्यावर मॅथ्यूंनी मला बोलावले, ''पग, जरा इकडे ये. तुझी रायफल माझ्याकडे दे.'' ते वाक्य, तो क्षण माझ्यासाठी उद्ध्वस्त करणारा होता. जेव्हा तुमचे शस्त्र काढून घेतले जाते, तेव्हा त्याचा अर्थ तुम्हाला आपोआपच कळतो. जेव्हा टूर-द-फ्रान्स शर्यतीमधून एखाद्या सायकलस्वाराला बाहेर काढायचे असते, तेव्हा त्याच्या जर्सीवरचा शर्यतीसाठी दिलेला नंबर काढून टाकतात. त्या वेळी त्या सायकलस्वाराला अगदी उघडेवाघडे केल्याची भावना अनुभवाला येते. (टूर-द-फ्रान्स ही अत्यंत प्रतिष्ठेची सायकल शर्यत समजली जाते. या शर्यतीला १९०३पासून सुरुवात झाली. या शर्यतीचा ४,००० कि.मी.चा मार्ग फ्रान्स, बेल्जियम, स्पेन, इटली, जर्मनी आणि स्वित्झर्लन्ड यांच्या डोंगराळ प्रदेशातून जातो.) मॅथ्यूनी माझी फक्त रायफल काढून घेतली नव्हती, तर एसएएसमधले माझे स्वप्नच हिरावून घेतले होते. त्यांनी रायफलचे मॅगेझिन काढले, रायफलमधल्या गोळ्या काढल्या आणि सरळ मला सांगितले, ''पग, मला माफ कर, पण तुला युद्धतळावर पाठवणे मला सुरक्षित वाटत नाही.'' (ही एसएएसमध्ये प्रवेश मिळण्याआधीची सर्वांत शेवटची पायरी होती.) ''तुला शस्त्र हाताळण्याचा पुरेसा अनुभव नाही आणि ते तुझ्या स्वत:साठी व इतरांसाठीपण धोकादायक ठरू शकते. मी तुला अगदी स्पष्टपणे सांगतो की, मला वाटत नाही तू या सत्रामधले हे प्रशिक्षण यशस्वीपणे पूर्ण करशील.'' त्यांनी मला शेवटचा धक्का दिला.

जर एखादा प्रशिक्षणाच्या या टप्प्यावर अपयशी ठरला, तर त्याला अर्ज करून परत प्रयत्न करण्याची संधी दिली जाते. पण जर मुख्य प्रशिक्षकांचे मत तो अगदी

अयोग्य आहे आणि अपात्र आहे, असे ठामपणे झाले असेल, तर मात्र त्याला परत संधी दिली जात नव्हता. त्यांच्याकडे प्रशिक्षण पुरे करू न शकणाऱ्यांवर वाया घालवायला वेळ नाही. माझ्या मनात परत-परत विचार येत होता की, सुरुवातीपासून मॅथ्यूंचे माझ्यावर विशेष लक्ष होते आणि ते मला बाहेर काढण्याच्या संधीचीच वाट पाहत होते, आणि या विचाराने मी आणखीच अस्वस्थ होत होतो. मला रेल्वे स्टेशनपर्यंत सोडायला येणाऱ्या अधिकाऱ्याने माझी मन:स्थिती ओळखली. ''लुईस, तू प्राथमिक सैनिकी प्रशिक्षणाचा कोर्स पूर्ण करू शकलास तर बघ,'' त्याने मला सल्ला दिला. पूर्वी ज्या उमेदवारांना सैनिकी शिक्षणाचा अनुभव नाही, अशांना तिथेच प्राथमिक प्रशिक्षण देण्याची सोय होती; पण काही कारणाने आता ती बंद होती. ''तुला फक्त थोडा वेळ हवा आहे. बाकीच्या उमेदवारांना जास्त अनुभव आहे. जे त्यांना शिकायला काही वर्षे लागली, ते तू काही आठवड्यांतच शिकायचा प्रयत्न करत होतास, शिवाय काहींना तर प्रत्यक्ष युद्धाचापण अनुभव होता.''

एकंदरीत झालेल्या प्रकाराबद्दल तक्रार करण्यात किंवा वाद घालण्यात काहीच अर्थ नव्हता. मला आवडो वा न आवडो आणि मला आवडलेच नव्हते - माझी कामगिरी काही ठीक झाली नव्हती. मॅथ्यू मॅन्सफिल्डना माझ्याबद्दल वैयक्तिक आकस असण्याचे काहीच कारण नव्हते. जेव्हा मला स्टेशनवर सोडायला येणाऱ्या अधिकाऱ्याने प्राथमिक सैनिकी शिक्षण घेण्याबद्दल सुचवले तेव्हा त्याच्या सांगण्यात कोठेही माझ्यावर अन्याय झाला होता, असा सूर नव्हता. पण मी दुखावला गेलो होतो, हे खरे. शिवाय मला या तात्पुरत्या अपयशाचे कायमस्वरूपी पराभवात रूपांतर होते की काय, याची भीती होती. मी तोपर्यंत प्राथमिकपण सैनिकी शिक्षण घेतलेले नव्हते. दुसरी अडचण अशी होती की, काही दिवसांपूर्वीच मी स्टिफन सन हारवूड या लॉ फर्ममध्ये नोकरीला लागलो होतो, त्यामुळे मला लगेचच सुट्टी किंवा कामाच्या वेळेबाबत सवलती मिळण्याची शक्यताच नव्हती. माझी ही नवीन नोकरी खरंच चांगली होती. माझे नवीन साहेब टोनी कॉनक हे त्या फर्ममध्ये भागीदार होते. माझ्याशी त्यांची वागणूक फारच प्रेमळ आणि समजूतदारपणाची होती. त्यांनी खूप चांगल्या-चांगल्या आणि मोठ्या दाव्यांमध्ये मला काम देऊन, सहभागी करून घेऊन माझ्यावर विश्वास दाखवला होता. या एसएएस प्रवेशाच्या एकूणच चाललेल्या गोंधळाबद्दल नंतर काही आठवडे माझ्या मनात सारखे विचारचक्र चालू होते. त्याच तिरिमिरीत मी लंडनमध्ये असलेल्या त्यांच्या प्रमुख कार्यालयात जाऊन प्राथमिक सैनिकी शिक्षणाच्या अभ्यासक्रमाच्यासंबंधी विचारणा केली. त्यांनी माझ्या चौकशीवर फार काही उत्साह दाखवला नाही; त्या उलट त्यांनी मॅथ्यू मॅन्सफिल्ड यांनी माझ्या पात्रतेवर घेतलेल्या शंकेबाबत बोलणे पसंत केले. पण मी जेव्हा त्यांची मनधरणी केली, परत-परत विनंती केली; तेव्हा त्यांनी होकार दिला. जेव्हा नवीन लॉ

फर्ममध्ये मी दोन आठवड्यांची सुट्टी घेण्यासाठी पात्र झालो, तेव्हा रजा घेऊन तडक मी यॉर्कशायर येथील 'कॅटेरिक' येथे सैनिकी शिक्षणासाठी दाखल झालो.

आमचे शिक्षक 'रॉयल आयरिश रेजिमेंट'मधले होते व मोठे आनंदी आणि दिलखुलास होते. मी एसएएस प्रवेश परीक्षा पास झालो होतो, हे कळल्यावर ते माझ्याकडे जरा जास्त लक्ष द्यायला लागले. एसएएसमधील त्या पुढच्या सत्रातल्या अटीतटीच्या आणि ताण वाढवणाऱ्या परीक्षा, चाचण्यांनंतर 'कॅटरिक'मधला हा प्रशिक्षणाचा अनुभव म्हणजे ताज्या, थंड आणि सुगंधी हवेची झुळूक होती. येथील प्रशिक्षण माझ्या आवाक्यातले होते, त्यामुळे शिकताना मला त्यात आनंद वाटत होता. येथे एसएएसप्रमाणे चाचण्यांचा, परीक्षांचा भडिमार नव्हता. त्या तुलनेत येथील शिक्षण, कार्यक्रम तसे आरामात असायचे. एसएएसमध्ये एखादे शस्त्र तुमच्या हातात दिले की पुढच्या १० मिनिटांत तुम्हाला ते हाताळता आले पाहिजे, अशी अपेक्षा केली जायची.

एसएएसच्या या दुसऱ्या सत्रातल्या अपयशाने मी परत एकदा विचार करायला लागलो. त्या सर्व अनुभवांतून मी दोन फार महत्त्वाचे धडे माझ्या आयुष्यात शिकलो. पहिले म्हणजे दुसऱ्या कोणीतरी केलेल्या तुमच्या किमतीवरून, मूल्यमापनावरून तुम्ही तुमची किंमत करू नका, ठरवू नका. मला दुसऱ्या सत्रात अपयश यायचे कारण म्हणजे मॅथ्यू यांच्या मते मी ते प्रशिक्षण पुरे करू शकणार नाही किंवा करण्याला अपात्र होतो हे होते. मॅथ्यूंचा अपमान करण्याचा माझा उद्देश नाही, पण मी अमुक एक करू शकेन किंवा नाही, माझी मजल येथपर्यंतच आहे इत्यादी ठरवणारे, मतप्रदर्शन करणारे मॅथ्यू आणि इतर कोण मोठे लागून गेले होते? आणि मी त्यांचे ऐकायचे ठरवले असते, तर मग माझ्या आयुष्याला किंमत ती काय राहिली असती? मला नक्कीच तशा प्रकारचे आयुष्य नको होते. सर्वप्रथम म्हणजे कोणालाही माझ्या मर्यादा, पात्रता, किंमत ठरवण्याचा अधिकार नव्हता. दुसरा धडा म्हणजे माझ्या ताकदीनुसार, मर्यादेनुसार मला फक्त उत्तमच कामगिरी करून दाखवता आली पाहिजे, त्याचा अर्थ असा नाही की, ती कामगिरी अगदी सर्वोत्तम, अगदी एकमेवाद्वितीयच असेल. पण माझ्या ताकदीनुसार, मर्यादेनुसार उत्तम ठरली असेल, एवढेच. माझे म्हणणे समजावण्यासाठी खेळाचे उदाहरण देता येईल. जेव्हा एखादा शर्यत जिंकतो किंवा एखादी टीम मॅच जिंकते, तेव्हा सर्व जण १०० टक्के प्रयत्न केल्याचे सांगतात; पण प्रत्यक्षात त्यातील खेळाडूंनी ९५ टक्केच प्रयत्न केले असण्याची शक्यता असते; पण त्यांच्याविरुद्ध टीमने त्याहीपेक्षा कमी प्रयत्न केले असल्यामुळे खरे तर ही टीम मॅच जिंकलेली असते. मला मात्र माझ्या वैयक्तिक कामगिरीसाठी १०० टक्के प्रयत्न करायचे होते, हे नक्की!

त्यामुळे जेव्हा आम्ही सर्व उमेदवार कॅटरिकला मैदानावर पळायला जायचो

तेव्हा त्यात सर्वांत पुढे राहणे किंवा पहिला येणे हे माझे लक्ष्य कधीच नसायचे, तर मी जास्तीत जास्त किती शर्यत जिंकेन, याकडे माझे लक्ष असायचे. माझी रायफल स्वच्छ करून झाल्यावर मी इतरांना त्यांच्या रायफली स्वच्छ करायला मदत करायचो, एखादे काम लवकरात लवकर किंवा कमी वेळात करणे महत्त्वाचे नव्हते, तर ते चांगलेपण होणे जास्त महत्त्वाचे होते. जेव्हा तुमचा दृष्टिकोन सकारात्मक असतो, तेव्हा आपोआपच चांगल्या गोष्टी घडतात. जिवंत दारुगोळा वापरून गोळीबार करण्याच्या प्रशिक्षणात एका रॉयल आयरिश रेजिमेंटच्या लेफ्टनंटने गोळीबार करते वेळी कशा प्रकारे जमिनीवर पडायचे हे सांगितले; हात थरथरू न देता रायफल कशी पकडायची, नेम कसा धरायचा, कोणत्या क्षणी श्वास रोखून धरायचा आणि एकाग्र होऊन चाप कसा आणि कधी ओढायचा, हे सर्व त्याने शिकवले, आणि माझ्या नेमबाजीत आश्चर्यकारक सुधारणा झाली. त्याने सांगितले, "लुईस, तुझ्या मनाला तू सारखे बजावत राहा की, ब्रिटिश सैन्यातला मी सर्वांत उत्तम नेमबाज आहे." हा एक मनोविज्ञानाने सांगितलेला स्वयंसूचनेचाच भाग होता. "तू समोरच्या लक्ष्यावर नजर केंद्रित कर, मन एकाग्र कर. रायफलचा चाप ओढू नकोस, तर हळुवारपणे दाब आणि गोळी लक्ष्य भेदून गेलीच समज. ही त्यातली खरी मेख आहे." माझी पुढची फायरिंग राउंड बघून तो म्हणाला "पग, मस्त निशाणा साधलास." कॅटरिकचे ते दिवस फार मजेत गेले.

'परत ये रे माझ्या मागल्या.' मी एसएएसच्या पुढच्या सत्रासाठी दाखल झालो. आणि कपडे बदलण्याच्या खोलीत मॅथ्यू मॅन्सफिल्ड आणि मी समोरासमोर आलो. "पग, मला कळलं की त्या सैनिकी शिक्षणाच्या वर्गात तुला पहिलं बक्षीस मिळाले?" त्यांच्या चेहऱ्यावर थट्टेखोर, डिवचणारे हास्य होते; पण आम्हा दोघांनाही माहीत होते की, तो विनोद किंवा थट्टा नव्हती.

"होय सर. मला उत्तम प्रशिक्षणार्थीचं बक्षीस मिळालं." एसएएसमध्ये प्रवेश घेण्यासाठी धडपडणाऱ्याकडून त्यांची कमीत कमी एवढीच अपेक्षा होती.

आता माझ्यात अंतर्बाह्य बदल झाला होता. माझा आत्मविश्वास वाढला होता. शस्त्रास्त्रे हाताळण्यात सफाईदारपणा आला होता आणि तो सकारात्मक दृष्टिकोन ठेवल्यामुळे मानसिकदृष्ट्यापण मी खंबीर झालो होतो. प्रथमतः माझे एसएएसमध्ये प्रवेश मिळवण्याचे फक्त लक्ष्य होते, पण आता मला प्रत्येक कामगिरी उत्तमरीत्या करून दाखवण्याची ओढ लागली होती. मॅथ्यूंच्या चाणाक्ष नजरेने हा फरक टिपला आणि लवकरच त्यांनी माझ्यावरची नजर हटवून दुसऱ्या कोणावर तरी केंद्रित केली.

या सत्रामध्ये माझे नवीन प्रशिक्षक होते निक पीटरसन. पुढे ते माझे खूप चांगले मित्र झाले. निक त्यांच्या खाजगी आयुष्यात बॅरिस्टर होते. इतर कोणाचीही

मॅथ्यूंशी वाद घालण्याची हिंमत होत नसे, पण निक त्यांच्याशी सरळ वाद घालत. बहुतेक वेळा निकचे कोर्टातले वाद घालण्याचे कौशल्य कामाला येत असे. निक एक हुशार प्रशिक्षकपण होते. अत्यंत अवघड गोष्टपण साधी, सरळ, सोपी करून सांगण्याचे कौशल्य त्यांच्याकडे होते आणि मुख्य म्हणजे आपण कोणालाही काय मूर्खासारखा प्रश्न विचारला होता, असे ते कधी भासू देत नसत. निकच्या मदतीने मी दर आठवड्याच्या शेवटी घेण्यात येणाऱ्या परीक्षेत दुसऱ्यांदा पास झालो आणि आता ती एसएएसची राखाडी रंगाची बॅरेट जवळ-जवळ डोक्यावर चढलीच होती, अशा स्वप्नरंजनात मग्न झालो.

'बॅटल कॅम्प' हा एसएएसच्या प्रवासातला शेवटचा टप्पा. आमच्या शारीरिक क्षमतेची परीक्षा झाली होती; संकटावर मात करताना लागणाऱ्या मनोधैर्याची चाचणी झाली होती, डोंगराळ प्रदेशातून होकायंत्राच्या साहाय्याने मार्ग शोधायला शिकलो होतो, शस्त्रास्त्र वापरायला शिकलो होतो, टेहळणी चौक्या तयार केल्या होत्या, शत्रूच्या गोटातून माहिती गोळा करण्याचे तंत्र अवगत केले होते, उंच गवतातून माग काढण्याचे धडे घेतले होते, शत्रूच्या प्रदेशात शिरकाव करण्याचे तंत्र अवगत केले होते. या सर्व गोष्टींचा विचार करून 'वेल्स'च्या पश्चिम किनाऱ्यावर असलेल्या 'फोर्ट डेव्हिड' येथे युद्ध सदृश परिस्थिती निर्माण केलेल्या कॅम्पमध्ये दोन आठवड्यांचे शिक्षण घ्यायचे होते. तिथे आम्हाला वरील सर्व ज्ञानाचा उपयोग करून घ्यायचा होता. हा एक कठीण असा सैनिकी अनुभव असणार होता.

आम्ही आजूबाजूच्या परिसराचे निरीक्षण आणि माहिती गोळा करण्याचे काम केले. चार-चार तासांच्या पाळ्या करत आम्ही तीन दिवस माहिती गोळा केली. हे तसे फार उत्साह वाटण्यासारखे काम नव्हते; कारण तीन दिवसांत फार काही घडलेच नाही. तरीपण सावध राहणे जरुरीचे होते. घडणारी प्रत्येक लहान-सहान गोष्ट काटेकोरपणे नोंदवून ठेवायची होती. कामावर लक्ष केंद्रित करणे तसे अवघडच होते, कारण पाऊस आणि कडाक्याची थंडी. त्यापासून मात्र सुटका नव्हती. शेकोटी पेटवणे शक्यच नव्हते, किंबहुना त्याला परवानगीच नव्हती, कारण त्यामुळे शत्रू सावध झाला असता. मी माझ्याजवळ असलेले सर्व कपडे अंगावर चढवले होते, तरीसुद्धा मी थंडीने कुडकुडत होतो. अति थंडीत शरीर गरम ठेवण्याच्या प्रयत्नात शरीर आपोआपच थकते, कंटाळते, पण शरीराची ऊब शाबूत ठेवणे तितकेच महत्त्वाचे असते. खऱ्या युद्धप्रसंगी जर टेहळणीच्या कामात जरा जरी कुचराई झाली, तर नंतर परत दुसरी चूक करण्याची संधी मिळण्याची शक्यताच नसते.

त्या तीन दिवसांच्या टेहळणीनंतर आम्हाला शत्रूवर हल्ला करायचा होता. या वेळेला आम्हाला कमालीची आक्रमकता दाखवायची होती, कारण तेच सर्वांत

महत्त्वाचे होते. या सर्व शिक्षणाचा उद्देश हा होता की, आम्हाला उत्तम सैनिक बनवणे; कणखर, सुस्पष्ट विचार असणारे उत्तम सैनिक! दिलेली कामगिरी यशस्वीपणे पार पाडणे, स्वत:ची काळजी घेणे आणि लवकरात लवकर युद्धप्रदेशातून बाहेर पडणे इत्यादी गोष्टी शिकवण्यात आल्या होत्या. युद्ध दरम्यानची प्रत्येक मोहीम अर्थातच आखल्याप्रमाणे किंवा ठरवल्याप्रमाणे पार पडतेच, असे नाही आणि अशा वेळेला पकडले गेलेले सैनिक त्या वेळी किंवा त्यांच्या चौकशीच्या दरम्यान कसे वागतात, त्यांची काय प्रतिक्रिया असते, त्या वेळचा ताण ते सहन करू शकतात की नाही इत्यादी गोष्टींचे निरीक्षण एसएएस प्रशिक्षकांना करता येते. हा अनुभव घ्यायला कोणालाच आवडणार नाही, किंबहुना नकोसाच असेल. आमच्या बरोबरचे दोघे जण अगदी या टप्प्यापर्यंत येऊन शेवटच्या क्षणी बाहेर फेकले गेले.

आमच्या शेवटच्या शिक्षणासाठी, वर्गासाठी आम्हाला 'वेल्स'च्या पश्चिमेला असलेल्या कार्डिगनच्या किनाऱ्यावर नेण्यात आले. रॉयल एअरफोर्सच्या हर्क्युलस विमानाला किनाऱ्यावर सुरक्षितपणे उतरण्यासाठी आम्हाला मार्गदर्शन करायचे होते. आधीच्या कित्येक दिवसांप्रमाणेच तोपण एक ओलाचिंब आणि उदासवाणा दिवस होता, पण जसे 'हर्क्युलस' क्षितिजावर दिसायला लागले, तसा पाऊस थांबला आणि ढगांमधून सूर्याला बाहेर यायला फट मिळाली. समुद्र खवळलेलाच होता; पण त्याचे रौद्ररूप सुंदर दिसत होते. मोठा आवाज करत लाटा किनाऱ्यावर येऊन आदळत होत्या. पण जसे 'हर्क्युलस' जवळ-जवळ आले, तसा त्याच्या इंजिनाच्या आवाजात लाटांचा आवाज लोपून गेला. हर्क्युलस विमान किनाऱ्यावर उतरले आणि त्याचा दरवाजा उघडला गेला. विमानातून २२ एसएएसचे कमान्डिंग ऑफिसरर्स बाहेर आले. त्यांच्या येण्यासंबंधी आम्हाला आधी काहीच सांगण्यात आले नव्हते. त्यामुळे आम्हाला तो एक सुखद आश्चर्याचा धक्का होता. विमानाचे इंजिन थांबल्यावर एकदम सर्वत्र शांतता पसरली. २१ एसएएसच्या निवडीच्या दिव्यातून यशस्वीपणे पार पडलेले जे सात जण होते, त्यांच्यासमोर कमांडिंग ऑफिसर उभे राहिले. ''सद्गृहस्थहो, येथ वर येण्यासाठी तुम्ही खूप कष्ट घेतलेत, सहन केले आहे. काहींनी जास्तच सहन केले आहे, चिकाटी दाखवली आहे. मी तुम्हा सर्वांचे अभिनंदन करतो. मी तुम्हाला तुमच्या बॅरेट्स प्रदान करण्यासाठी स्वत: जातीने येथे हजर राहायचे ठरवले. ही बॅरेट ब्रिटिश सैन्यातील सर्वांत मानाची बॅरेट समजली जाते. एसएएसमध्ये फार कमी लोकांना प्रवेश मिळतो. आपल्या पूर्वजांनी उत्तर आफ्रिकेतील वाळवंट, नॉर्मंडी, अर्जेंटिना, फॉकलन्ड, आखाती देश आणि इतर अशा अनेक युद्धांमध्ये भाग घेतला होता. एसएएसचे संस्थापक कर्नल डेव्हिड स्टर्लिंग यांचे ठाम मत होते की, उत्तम प्रशिक्षण घेतलेली आणि एका विशिष्ट ध्येयाने प्रेरित झालेली लहानशी रेजिमेंटपण युद्धाचा चेहरामोहरा आणि

अंतिम निकाल बदलू शकते. आणि त्यांचा हा विश्वास रास्तच होता. आपण हे अनेकवार सिद्ध केलं आहे आणि पुढेही करून दाखवू. ही बॅरेट मोठ्या अभिमानाने घाला. तुम्ही तुमची पात्रता सिद्ध केली आहेत.''

त्यांनी माझ्याशी हस्तांदोलन केले आणि मला बॅरेट दिली. ज्या क्षणी ती राखाडी रंगाची बॅरेट माझ्या हातात आली, तो क्षण मी कधीही विसरणार नाही. माझा माझ्यावर विश्वासच बसत नव्हता. मी ती डोक्यावर घातली आणि थोडी खाली दाबली व डोक्यावर व्यवस्थितपणे बसवली. शेवटी मी एसएएसमध्ये प्रवेश मिळवला होता. मी एक ध्येय गाठले होते. बॅरेट्स आम्हाला 'वेल्स'च्या एका निर्जन समुद्र किनाऱ्यावर दिल्या गेल्या, हेही अगदी योग्यच होते. कारण देशाच्या याच भागात आमच्या शारीरिक, मानसिक क्षमतेचा कस पाहिला गेला होता, अगदी अंत पाहिला गेला होता. एवढेच नाही, तर अशी काही आमच्याकडे क्षमता होती व आहे, याची ओळखपण आम्हाला करून दिली गेली.

हा बॅरेट प्रदान सोहळा फार गाजावाजा न होता, समारंभ न होता, आप्तमित्रांच्या अनुपस्थितीत केला गेला; हेपण माझ्या मते अगदी योग्य असेच होते. ज्यांनी निवडपूर्व चाचण्यांपासून ते बॅटल कॅम्पपर्यंतचा खडतर प्रवास यशस्वीपणे पार पाडला होता, त्यांनाच तो एकंदरीत काय अनुभव होता, याची कल्पना येईल. माझ्याबरोबर रांगेत राखाडी बॅरेट्स घालून उभ्या असलेल्या आणि एसएएसमध्ये प्रवेश मिळवलेल्या प्रत्येकाला इथवर येऊन पोचण्यासाठी खूप काही गमवावेपण लागले होते. कोणाची नोकरी गेली होती, कोणाची मैत्रीण सोडून गेली होती, कोणाची विद्यापीठाची परीक्षा चुकली होती, तर एकाचा घटस्फोटही झाला होता. २१ एसएएसच्या 'ए' स्क्वाड्रन प्रवेशासाठी सुरुवातीच्या अंदाजे २०० उमेदवारांपैकी, माझे स्वत:चे तीन प्रयत्न धरून शेवटी आम्ही फक्त तिघे जण निवडले गेलो. स्टीव्ह ब्राऊन, जेम्स मॅक्सवेल आणि मी.

एसएएसमधील प्रशिक्षणाच्या दरम्यान काही जणांशी माझे इतके घनिष्ठ संबंध जुळले होते की, ते मला शब्दांत व्यक्त करता येणार नाहीत. मला एसएएसची राखाडी बॅरेट मिळवायला एकंदर तीन वर्षे लागली. त्या काळातला सर्वांत समृद्ध करणारा अनुभव म्हणजे वेळप्रसंगी युद्धभूमीवर जिवाला जीव देण्यास तयार असलेले मित्र मिळाले. तुमचे काही नाते नसतानाही वेळप्रसंगी एकमेकांसाठी जीवसुद्धा द्यायची तयारी असणे ही काही साधी गोष्ट नव्हे. पण असे संबंध, अशी नाती जमली. या सगळ्यात माझा एक वैयक्तिक फायदा झाला. ज्यांना माझ्या क्षमतेबद्दल, कर्तृत्वाबद्दल संशय होता; त्यांना खोटे पाडत मी माझे ध्येय गाठले होते आणि हे करत असताना मलापण माझ्या खऱ्या ताकदीची ओळख झाली आणि ही गोष्ट माझ्या आयुष्यातल्या पुढच्या वाटचालीसाठी माझ्यासाठी कायम

स्फूर्तीचा स्रोत बनून राहिली. एसएएसची राखाडी बॅरेट मिळवण्यासाठी मी माझे सर्वस्व दिले, पण अजूनपण त्या रेजिमेंटचे मीच खूप काही देणे लागतो, अशीच माझी भावना आहे. हा एखादे वेळी विरोधाभास वाटेल, पण ही वस्तुस्थिती आहे.

मी एकंदर १८ महिने रेजिमेंटमध्ये काम केले. ते खूपच कठीण होते, पण तेवढेच समाधान देणारेपण होते. एसएएस सोडण्याचा निर्णय हा आयुष्यातला एक अत्यंत कठीण निर्णय होता. मला तो दिवस चांगला आठवतो. माझी रायफल, माझा युनिफॉर्म इत्यादी परत करून नेहमीच्या नागरी वेशात घरी घेऊन जाणारी गाडी पकडण्यासाठी स्टेशनवर जाताना मला अक्षरशः रडू आवरले नव्हते. "स्पेशल एअर सर्व्हिसला माझ्या आयुष्यात खूप मोठे आणि महत्त्वाचे स्थान आहे." पण आता नवीन क्षितिजांच्या शोधात पुढे जाण्याची वेळ आली होती.

- VASBYT -

'VASBYT' हा आफ्रिकान भाषेतला एक शब्द आहे. त्याचा शब्दशः अर्थ म्हणजे 'कडकडून घेतलेला चावा.' याचाच दुसरा अर्थ असा की, अथक प्रयत्न करत राहणे, हार न पत्करता प्रयत्न करत राहणे. टाचा रोवून उभे राहणे. माझ्या आयुष्यातला तो काळ तसाच होता. मला टाचा रोवून उभे राहणे भागच होते.

अज्ञाताकडे

कधीकधी अशा काही घटना घडतात की, जेव्हा त्या घडतात, तेव्हा फार मोठे संकटच वाटतात. पण जसा काही काळ जातो, तसा त्यांचा काही वेगळाच अन्वयार्थ उलगडायला लागतो. २००१ साल निम्मे उलटून गेले होते. माझ्या तिसऱ्या प्रयत्नांत मी एसएएसची बॅरेट मिळवण्याच्या बेतात होतो. त्याचवेळी मी जिथे काम करत होतो, त्या स्टिफन्सन हारवूड फर्मने मी त्यांच्या सिंगापूर ऑफिसमध्ये काम करायला तयार होतो का, अशी विचारणा केली. लंडनमध्ये समुद्री दळणवळण धंद्यात अतिशय मंदी आली होती, पण त्या उलट सिंगापूरला या धंद्यात चांगलीच तेजी होती. माझे लग्न झालेले नव्हते. मला लंडनमध्ये गुंतून पडण्याचे तसे काही कारणही नव्हते. त्यामुळे कंपनीने मला ही संधी देऊ केली होती. फक्त प्रश्न एवढाच होता की, माझे एसएएसचे स्वप्न अजून अपुरे होते आणि मी जर होकार दिला असता, तर ते स्वप्न अजून अपुरेच राहिले असते. स्टिफन्सन हारवूडच्या कोणत्याच भागीदाराला माझ्या या एसएएसमधील चाललेल्या प्रयत्नांची माहिती नव्हती आणि त्यामुळे त्यांच्या दृष्टीने त्यांच्या प्रस्तावाला 'नाही' म्हणण्याचे मला काही कारणच नव्हते. माझ्या खात्याच्या प्रमुखांना मी सांगितले, "मला माफ करा, पण सिंगापूरला जायला मला आवडणार नाही." माझा नकार त्यांना फारसा रुचलेला दिसला नाही. पण नोकरी जायच्या भीतीपोटी कंपनीच्या एका भागीदाराला, मला वाटले की तो माझे गुपित स्वत:पुरतेच ठेवेल. माझ्या एसएएसमध्ये चाललेल्या प्रयत्नांबद्दल मी सांगितले.

"सर, मी सिंगापूरला न जाण्याचे कारण म्हणजे, मी एसएएसमध्ये प्रवेश घेण्यासाठी दर आठवड्याला प्रशिक्षण घेत आहे आणि माझ्या दृष्टीने ती एक अत्यंत महत्त्वाची गोष्ट आहे."

"पण लुईस, मी जर तुझ्या खात्याच्या प्रमुखांना तुझ्या नकारामागचे कारण

सांगितले नाही, तर त्यांचा तुझ्याबद्दल आणखीच गैरसमज होईल आणि तो तुझ्या दृष्टीने वाईटच ठरेल, नाही का?'' ते म्हणाले.

''पण सर, तुम्ही हे कारण सांगितले नाहीत, तरंच बरे होईल. मला भीती होती की एक-दोघांना हे कळले, तर सगळीकडे ती बातमी पसरेल.''

''पण लुईस, तुझ्या खात्याचे प्रमुख त्यांच्याकडे असलेल्या माहितीवरच निर्णय घेऊ शकतात, नाही का? त्यांना जर पूर्ण कल्पनाच दिली नाही तर...''

अल् कायदाने न्यूयॉर्क येथील ट्वीन टॉवर्स'वर ९/११ला हल्ला केल्यावर परिस्थिती आणखीच बिघडत गेली. त्या हल्ल्यात जवळ-जवळ ३,०००लोकांना आपले प्राण गमवावे लागले. असे आणखी काही अतिरेकी हल्ले होण्याची शक्यताही वर्तवण्यात येत होती आणि औद्योगिक जगताने येणाऱ्या कठीण आर्थिक काळाला तोंड देण्यासाठी पावले उचलायला सुरुवात केली होती. काही महिन्यांनंतर आमच्या खातेप्रमुखांनी मला मीटिंगसाठी बोलावले. टेबलाच्या दुसऱ्या बाजूला खातेप्रमुख ज्यांच्याशी मी एसएएसबद्दल बोललो होतो, ते भागीदार आणि मनुष्यबळ विकास खात्याचे प्रमुख असे तिघे जण बसले होते. माझ्या खात्याचे प्रमुख म्हणाले, ''लुईस, मला माफ कर, सध्याच्या परिस्थितीमुळे आम्ही बऱ्याच जणांना कंपनीतून कमी करण्याचे ठरवले आहे आणि तू त्यांपैकी एक आहेस. आम्ही त्याबद्दल तुला काही नुकसानभरपाई देत आहोत,'' असे म्हणून त्यांनी टेबलावरून एक पाकीट माझ्याकडे सरकवले. मी सुन्न झालो, माझ्या पोटात खड्डा पडल्यासारखे झाले. काय बोलावे, तेच कळत नव्हते. मी ते पाकीट उचलले आणि त्याही परिस्थितीत माझा आब राखत, आत्मसन्मान राहिल, याची खबरदारी घेतली. पण त्याच वेळेला मला माझ्या रागाची, संतापाची त्यांना जाणीव करून द्यायचीच होती.

''तुम्ही लोक अगदी निर्दयी आहात,'' मी म्हणालो आणि तिथून बाहेर पडलो. जेव्हा नोकरी हिरावून घेतली जाते, तेव्हा आत्मसन्मानाच्या दृष्टीने तिचे किती महत्त्व होते, ते कळते. उपजीविकेचे साधन हिरावून घेतल्याक्षणी आत्मविश्वास डळमळायला लागतो. त्या दिवशी स्टिफन्सन हारवूडच्या ऑफिसमधून बाहेर पडून सेंट पॉल कॅथेड्रलवरून जाताना मला अगदी एकटे वाटत होते. डोळ्यांसमोर अंधार होता. मी पुढे काय करणार होतो, देवालाच माहीत! दुसऱ्या दिवशी मी उठलो, सर्व आवरून, कपडे करून कालचा दिवस विसरून मला कामाला जायचे होते; पण ते आता शक्य नव्हते. त्याऐवजी मला आता दुसरा प्रवास सुरू करायचा होता.

त्या धक्क्यातून बाहेर पडायला जरा वेळ लागला, पण मी सावरलो. मला प्रथमत: अनेक न सापडणाऱ्या उत्तरांचा शोध घेणे थांबवायचे होते, कारण प्रश्नच खूप नाऊमेद करणारे होते. मी दक्षिण आफ्रिकेहून आलो असल्यामुळे एका उपऱ्या वकिलाला काढून टाकणे हे त्यांना सहज सोपे वाटले असेल का? पण माझ्या

विभागात माझ्याशिवाय आणखी एक स्थानिक नसलेला वकील होता, तो क्रोएशियाचा होता. त्यालाही काढून टाकले होते. मी स्वत:ची समजूत करून घेतली की मी सिंगापूरला जायला नकार दिल्यामुळे मला डच्चू मिळाला असावा. माझ्या नकाराचा अर्थ त्यांनी एखादे वेळी मला कामाची गरज नाही किंवा कामाविषयी आस्था नाही असा करून घेतला असावा. एखादा मानसिकदृष्ट्या कितीही कणखर असला, तरी अशावेळी त्यांच्या मनात स्वत:बद्दल साशंकता निर्माण होतेच. कदाचित मी तितकासा चांगला वकील नसेनही! शिवाय ९/११च्या घटनेनंतर बऱ्याच कंपन्यांमध्ये वकिलांसाठी नोकऱ्यापण उपलब्ध नव्हत्या.

नंतर थोड्याच दिवसांनी स्टिफन्सन हारवूड कंपनीच्या गाय लेदर या जुन्या अशिलांनी मी त्यांच्या दाव्याचे काम उत्तमपणे केल्याबद्दल आभार मानण्यासाठी फोन केला. त्याने पुढे हेही सांगितले की, 'क्लाईड अॅण्ड कंपनी'ला तो खूप काम देतो व त्या कंपनीच्या एका भागीदाराशी त्याचे खूप जवळचे संबंध आहेत. त्याने पुढे हेपण सुचवले की, जर त्याने माझे नाव त्या भागीदाराला सुचवले, तर माझी काही हरकत असणार नाही ना? गायच्या या मदतीने, त्याच्या शब्दांनी मला खूप धीर आला आणि मिळालेली ३५,००० पौंड नुकसान भरपाईची रक्कमही पुढे काय करता येईल, हा विचार करण्याच्या मधल्या काळात कामाला आली.

मी पहिला निर्णय घेतला तो नॉर्वेसारख्या निसर्गसुंदर देशात एकट्याने सायकलवरून सफर करण्याचा. त्यासाठी खूप कारणे होती. पहिले आणि सर्वांत महत्त्वाचे कारण म्हणजे लंडनमधल्या या कॉर्पोरेट, शहरी जंगलापासून दूर जाणे. मी खूप लोकांकडून नॉर्वेच्या अप्रतिम निसर्गाबद्दल, सृष्टिसौंदर्याबद्दल ऐकले होते. मला ते प्रसिद्ध थंड आणि अति थंड पाण्याचे समुद्रातून बर्फाच्या भूभागात खोलवर शिरलेले नद्यांसारखे चमत्कार बघायचे होते. अशा नद्यांना 'फोर्ड' असे म्हणतात. त्यांच्या दोन्ही काठांना असलेले उंच-उंच बर्फाचे कडे बघायचे होते. मुख्य म्हणजे मला ती सफर सायकलवरूनच करायची होती, कारण मी या सगळ्याकडे व्यायामाच्या दृष्टिकोनातूनच बघत होतो. माझ्या शरीराला मला जास्तीत जास्त शिणवून टाकायचे होते. माझ्या शरीराच्या सहनशक्तीची मर्यादा मला बघायची होती. माझ्यापुरता माझा असा अनुभव आहे की, माझ्या आत्मविश्वासाचा आणि शारीरिक तंदुरुस्तीचा खूप जवळचा संबंध आहे. मी जेव्हा शारीरिक दृष्टीने अगदी तंदुरुस्त असतो, तेव्हा मी मानसिकदृष्ट्यापण खंबीर असतो. मी माझ्या सायकलच्या मागच्या चाकाला दोन्ही बाजूंना दोन पेट्या बसवून घेतल्या आणि त्यामध्ये छोटा तंबू, कमीत कमी कपडे, वॉश बॅग इत्यादी गरजेच्या गोष्टी घेतल्या. एका स्वस्तात स्वस्त विमान कंपनीचे तिकीट काढले आणि नॉर्वेच्या नैऋत्येला असलेल्या बर्गेनच्या दिशेने निघालो.

माझ्या सुट्टीतला तो एक सुंदर दिवस होता. सबंध दिवस आजूबाजूचा निसर्ग डोळ्यांत साठवत डोंगरावरून सायकलिंग केले. डोंगरउतारावरून प्रचंड मोठ्या अशा हिमनद्यांना सुरुवात होते. ते प्रचंड प्रमाणात गोठलेले बर्फ वर्षानुवर्षे इंचा-इंचाने खाली घसरत राहते. मार्गात येणारी प्रत्येक गोष्ट स्वत:मध्ये सामावून घेत त्यांचा प्रवास सुरूच राहतो. आज लाखो वर्षांनंतर त्यामुळेच 'फोर्ड'नी बनलेली, अप्रतिम सौंदर्याने नटलेली अशी किनारपट्टी या पृथ्वीवर तयार झाली आहे. सायकलवरून डोंगर चढणे खूपच दमणूक करणारे होते, कारण 'टूर-दी-फ्रान्स' या शर्यतीत भाग घेणाऱ्या सायकलपटूंसारखी काही माझी शरीरयष्टी नव्हती. पण मी त्या प्रत्येक क्षणाचा आनंद घेत होतो. नॉर्वेमधले उन्हाळ्याचे दिवस हे काही वेगळे आणि अद्भुत असतात. त्या काळात रात्री अकरा वाजेपर्यंत दिवस असतो आणि जेमतेम चार ते साडेचार तासाच्या अंधारानंतर परत पहाटे साडेतीन वाजता सूर्य उगवतो. ही नॉर्वेच्या नैऋत्येकडच्या प्रदेशातली स्थिती होती. जसा मी उत्तरेकडे प्रवास सुरू केला, तसा दिवसाचा काळ २२ तासांचा झाला. सायकलिंग शारीरिकदृष्ट्या दमणूक करणारे होते; तर आजूबाजूचे वातावरण, निसर्ग भावनिक आणि मानसिक दृष्ट्या सुखावणारा, शांत करणारा होता. कोठेही नजर टाकली, तरी ते दृश्य निसर्गाचा वेगळाच आविष्कार दाखवणारे, चमत्कार दाखवणारे असायचे. कोणीतरी म्हटले आहे की, तुम्ही निसर्गसौंदर्य खाऊ शकत नाही, हे खरंच आहे. मात्र सौंदर्य तुमच्या आत्म्याला सुखावते, त्याचे पोषण करते, हेही तितकेच खरे आहे. ते अतिरेकी हल्ल्याच्या दडपणात असणारे, प्रचंड गजबजलेले, सर्व प्रकारच्या व्यावसायिक स्पर्धेत गुरफटलेले लंडन येथून लक्षावधी मैल दूर होते. डोंगर चढताना मी श्वास घेण्यासाठी धडपडायचो आणि माझी फुफ्फुसे शुद्ध हवेने भरून घेत खाली यायचो; तेव्हा मनात नेहमी एकच विचार असायचा की यापेक्षा शुद्ध हवा असूच शकणार नाही. उत्तरेकडच्या 'अलेसुंड'' बंदरात मी 'हार्टिंगृटेन' नावाच्या बोटीत चढलो आणि आर्क्टिक वर्तुळामधल्या 'लोफोटेन' बेटांना भेट दिली. पर्यटन आणि स्थलदर्शनावर लिहिणाऱ्या सर्व लेखकांचा असा एकमुखी दावा आहे की जगातल्या सर्व बेटांमध्ये ही बेटे सर्वांत सुंदर आहेत आणि ही अजिबात अतिशयोक्ती नाही. त्या बेटांवर इतकी कमालीची शांतता आहे, इतकी कमालीची नीरवता आहे, की जणू तिथल्या निसर्गाला अजून बाह्य जगाचा स्पर्शच झालेला नाही. जगाच्या या भागात मी आलो आणि हा भाग मला पाहायला मिळाला, याबद्दल मी स्वत:ला फार नशिबवान समजतो. माझी कृतज्ञता व्यक्त करण्यासाठी 'स्टिफन्सन हारवूड'मधील माझ्या विभागाच्या त्या प्रमुखांना एक आभार मानणारे पत्र लिहावे, असे मनात आले, पण त्यांना त्याचा अर्थ कळेल की नाही, याची खातरी नव्हती, म्हणून तो मोह मी टाळला.

माझ्या तेथील शेवटच्या दिवशी सायकलवरून 'नार्विक' विमानतळाकडे जात असताना वाटेत मी एका समुद्रकिनाऱ्यावर तेथील पाण्याचा 'थंड'पणा अनुभवण्यासाठी थांबलो. किनाऱ्यावरच्या वाळूचा रंग सोनेरी होता, आकाश निरभ्र होते आणि सभोवतालच्या डोंगरांचे सुळके एकसारख्या निळ्याशार आकाशाच्या पार्श्वभूमीवर उठून दिसत होते. पोहण्याची अशी एखादी मोहीम आखल्याला आता काही वर्षे झाली होती. आणि आता थंड पाण्यात पोहण्याचा विचारदेखील मनात काही वेगळे तरंग उठवू शकत नव्हता. तरीपण ते अनुभव घेण्यासाठी, शरीराला आणि मनाला ताजेतवाने करणारी १०-२० सेकंदांची एखादी डुबकी घ्यायला मन अधीर झाले होते. एका छोट्या चड्डीखेरीज सर्व कपडे काढून मी पाण्यात शिरलो. 'ओऽऽह'! अंगावर सरसरून काटा आला. पाणी खूपच थंड होते. सायकल चालवून घामेजलेल्या आणि गरम झालेल्या ओल्या शरीराने हा धक्का पचवला, पण या थंडपणाचा पहिला परिणाम ओसरल्यावर नंतर लक्षात आले की, काही सेकंद तरी, हा थंडपणा आपण सहन करू शकतो. पाण्याचे तापमान ६°से. होते. दहा सेकंदांची वेळ म्हणता-म्हणता दोन मिनिटे झाली, परत वाळूवर आल्यावर परत एकदा या ध्रुवीय पाण्याचा थंडपणा अनुभवण्यासाठी वर्णन करता येणार नाही अशी ओढ निर्माण झाली. पाणी मला जणू त्याच्याकडे खेचून घेत होते. या खेपेला तीन मिनिटे पोहलो. जितक्या प्रकारे पोहता येईल, तितक्या प्रकारे पोहलो, काही क्षण मी परत ते जुने दिवस जगलो. मनाच्या त्या उन्मनी अवस्थेतच मी लंडनच्या माझ्या काही मित्रांना कळवले, "उत्तर ध्रुवीय समुद्रात पोहलो... अतिथंड आणि बिनधास्त!"

इंग्लंडला परतण्याची मला अजिबात ओढ किंवा इच्छा नव्हती. मी विमानतळावर पोचलो तेव्हा खरं तर माझे मन दुःखाने भरून आले होते. फक्त दोनच आठवडे मध्ये गेले होते. हे माझे सुट्टीतले एक छोटेसे प्रेमप्रकरणच होते आणि हे प्रेमप्रकरण एखाद्या स्त्रीबरोबर असण्याऐवजी एका देशाबरोबर होते, तरीपण प्रेमाच्या भावनेच्या तीव्रतेत काही फरक नव्हता. त्या वाटेवरच्या तीन मिनिटांच्या पोहण्याने माझ्या मनात विचारचक्र सुरू झाले. मी ज्या ठिकाणी पोहलो होतो, तिथून जवळच 'नॉर्थ केप' हा प्रदेश आहे. तो युरोप खंडातला सर्वांत उत्तरेकडचा प्रदेश म्हणून ओळखला जातो. आफ्रिका खंडाच्या सर्वांत दक्षिण टोकाला पोहण्याचे साहस करणारा आणि विक्रम करणारा असा मीच एकमेव होतो. त्यामुळे आता युरोप खंडाच्या सर्वांत उत्तरेला पोहण्याच्या विचाराने मला चेतवले. माझ्या माहितीप्रमाणे असे साहस आतापर्यंत कोणी केले नव्हते आणि त्यापेक्षासुद्धा नॉर्वेला परत एकदा येण्याची संधी घेण्याचा विचारच जास्त सुखावणारा होता.

इंग्लंड आणि दक्षिण आफ्रिका या देशात बराच काळ राहिल्यानंतर आणि त्या दोन्ही देशांमधली एकंदर सामाजिक परिस्थिती अनुभवल्यावर मला असे वाटले

की, नॉर्वेजियन सामाजिक परिस्थिती बरीचशी एकसंध आणि कमी विषमता असलेली आहे. नॉर्वेमध्ये श्रीमंत आणि गरीब यांमधली दरी फार मोठी नाही. दक्षिण आफ्रिकेत ती प्रकर्षाने जाणवल्याखेरीज राहत नाही, तर इंग्लंडच्या तुलनेत सर्वांना समान संधी, समान वागणूक ही तत्त्वे नॉर्वेमध्ये आवर्जून पाळली जातात. इंग्लंडमध्ये उच्चनीचतेच्या कल्पना समाज मनात खोलवर भिनलेल्या आहेत, त्याचप्रमाणे श्रीमंतांसाठी वेगळ्या शिक्षण संस्था, त्यांच्यासाठी उपलब्ध असलेल्या अनेक संधी; तर इतरांसाठी सरकारने चालवलेल्या शिक्षणसंस्था इत्यादी केलेला भेदभाव उघडपणे दिसतो, लक्षात येतो.

माझा नॉर्वेला जाण्यामागचा मुख्य उद्देश हाच होता की, डोक्यातली ही सारी जळमटे काढून टाकावीत आणि एकदा ते झाल्यावर मी मनात अनेक नवीन विचार, नव्या कल्पना घेऊनच इंग्लंडला परतलो. प्रथमच मी कायद्याच्या फर्ममधल्या नोकरीपलीकडच्या आयुष्याचा विचार करायला सुरुवात केली. माझ्या शिक्षणासाठी मी केपटाऊन विद्यापीठ, केंब्रिज विद्यापीठ येथील कायद्यांच्या पदव्यांसाठी वेळ, पैसा आणि प्रयत्न खर्ची घातले होते. खरे तर जनरितीप्रमाणे मी एक वकील म्हणून आता व्यवसाय करायला पाहिजे होता. नॉर्वेने मला बाहेरच्या जगाची, अफाट आणि अद्‌भुत निसर्गाची झलक दाखवली होती आणि मीपण त्या देशाच्या प्रेमात पडलो होतो; पण दोन वेळच्या जेवणासाठी आणि घरभाड्यासाठी पैसे मिळवणेपण तितकेच जरुरीचे होते.

'गायलेदर' त्याच्या 'क्लाईड अॅन्ड कंपनी'मधील मित्राशी बोलला, माझा इन्टरव्ह्यू झाला आणि मला नोकरी मिळाली. नॉर्वेहून परतल्यावर मी लगेचच त्या फर्ममध्ये नोकरी सुरू केली. ती एक नवीन सुरुवात होती, पण फक्त नावापुरती. हीपण शेवटी एक कायद्याची फर्मच होती. तोच कामाचा प्रकार, तेच जीवन, तोच दिनक्रम आणि त्यामुळे परत तोच कंटाळा. मला सारखे वाटत होते की, मी यापेक्षा खूप काही करू शकतो. पण नाइलाजाने मी नोकरी करत राहिलो. बेकार राहण्याची मला फार भीती वाटत होती, कारण त्यामुळे माझ्या आत्मसन्मानाला, आत्मविश्वासाला धक्का पोचणार होता. त्याचबरोबर माझे मन अंधारात, अनिश्चिततेत उडी घ्यायलापण तयार नव्हते.

थोडेसे पुढे जाऊन सांगायचे झाले, तर २००३ साल संपता-संपता एके दिवशी संध्याकाळी भविष्यासंबंधीची धूसरता जरा कमी झाली आणि आयुष्याचे किंवा आयुष्यात पुढे काय करावे, हा माझ्या पुढचा प्रश्न आपोआप सुटला. हा छोटासा साक्षात्कार मला मी सुट्टीसाठी न्यूझीलन्डला गेलेलो असताना झाला. न्यूझीलन्ड हा फार सुंदर देश आहे. तो बघण्याची माझी खूप वर्षांपासूनची इच्छा होती. नवीन वर्षाच्या मुहूर्तावर माझ्या भविष्याच्या अनिश्चिततेवरचे धुके दूर झाले.

यात काही आश्चर्य वाटण्याचे कारण नव्हते. वर्षातले ते दिवसच वेगळे असतात आणि तेव्हाच एकदा स्वत:मध्ये डोकावण्याची संधीपण घ्यायची असते.

ती ३१ डिसेंबर २००३ची संध्याकाळ होती. मी त्या दिवशी 'दक्षिण आयलन्ड' बेटावरच्या 'माउन्ट कुक' (उंची ३७५४ मीटर्स) जवळच्या हॉटेलमधे एक पार्टीत सहभागी झालो होतो. तिथे लावलेले संगीत खूपच कर्कश्श होते. एकंदरीत त्या पार्टीतले वातावरण अनुत्साही होते. रात्री ११.३० नंतर जवळ-जवळ संपत आलेल्या २००३ सालाबद्दल आणि येणाऱ्या २००४ सालाच्या भवितव्याबद्दल विचार करण्यासाठी जरा शांतता, एकान्त शोधत मी बाहेरच्या बागेत आलो. बाहेर सर्वत्र अंधार पसरला होता, पण चंद्राचा मंद प्रकाशपण होता. बागेतल्या सर एडमन्ड हिलरी यांच्या पुतळ्याजवळ मी गेलो आणि स्तब्ध उभा राहिलो. माउन्ट कुकवर चढाई करण्याच्या बेतात, पाठीवर रकसॅक घेतलेला असा तो पुतळा आहे. सर एडमन्ड हिलरी या न्यूझीलन्डच्या गिर्यारोहकाने एव्हरेस्ट शिखर सर्वप्रथम पादाक्रांत केले होते. त्या पुतळ्याच्या चेहऱ्यावर त्यांची जीवनाबद्दलची आसक्ती, आशावाद, उत्साह इत्यादी स्पष्ट दिसत होता. मला हिलरी यांच्याबद्दल बरीच माहिती होती. त्यांनी एव्हरेस्ट शिखर १९५३ साली पादाक्रांत करण्याआधी माउन्ट कुकपण चढून जाण्याचा विक्रम केला होता. नंतरपण त्यांनी बरेच लोकोपयोगी, मानवतावादी उपक्रम हाती घेतले. या त्यांच्या साहसांमुळे, कार्यांमुळे त्यांच्याभोवती एक वलय निर्माण झाले होते. गिर्यारोहणाच्या क्षेत्रात तर त्यांचे नाव आदराने घेतले जायचे. न्यूझीलन्डचे भारतातील राजदूत म्हणून नंतर त्यांची नेमणूक झाली होती. त्यांनी त्यांची बरीच ताकद आणि वेळ नेपाळमध्ये समाजकार्यासाठी खर्च केला. त्यांनी नेपाळमध्ये शाळा बांधल्या, हॉस्पिटल्स बांधली. एकूणच नेपाळी जनतेसाठी त्यांनी खूप आणि अथक काम केले.

ती रात्र अविस्मरणीय अशीच होती. आकाश निरभ्र होते, चंद्राचा शांत प्रकाश आसमंतात भरून राहिला होता. न्यूझीलन्डमध्ये ते उन्हाळ्याचे दिवस होते, त्यामुळे हवा उबदार होती. त्या पुतळ्याच्या बाजूला असलेल्या हिरवळीवर मी पडलो होतो आणि ते सर्व वातावरण स्वत:मध्ये सामावून घेण्याचा प्रयत्न करत होतो. चांदण्यांनी भरलेल्या आकाशाच्या पार्श्वभूमीवर माउन्ट कुकची आकृती ठळकपणे दिसत होती. चंद्र खूप दूर दिसत होता आणि माणूस तिथपर्यत पोचला होता, त्यावर चालला होता, हे सत्यपण अद्‌भुत वाटत होते. नील आर्मस्ट्रॉंग आणि त्याच्या सहकाऱ्यांना चंद्रापर्यंत पोचायला चार दिवस लागले होते. ती एका मानवाची अविस्मरणीय अंतराळ भरारी होती. पडल्या-पडल्या मी हिलरी, आर्मस्ट्रॉंग यांच्याबद्दल विचार करत होतो. त्यांच्यात इतर सामान्य माणसांहून वेगळे असे काय होते? त्यांनी आयुष्यात आव्हाने स्वीकारली, धोके पत्करले; हाच माझ्या मते फार मोठा फरक

होता. ती माणसे अशी भव्य-दिव्य स्वप्ने बघताना घाबरली नाहीत. त्या दिवशी मला जो साक्षात्कार झाला, तो अगदी साधा होता. कायद्याच्या फर्ममध्ये काम करणाऱ्यांचे कोणी पुतळे उभारत नाहीत. मला ज्यात आवड होती, मला ज्यात रस होता, माझी जी स्वप्ने होती; त्यांच्या पूर्तीसाठी सर्वस्व देण्याचा विचार त्या दिवशी मी पक्का केला.

न्यूझीलन्डमधल्या सुट्टीच्या काही दिवसच अगोदर मी डेव्हिड बेकरशी गप्पा मारत बसलो होतो. तो माझा केपटाऊन विद्यापीठाच्या दिवसापासूनचा अगदी जवळचा मित्र होता. मी माझे मन त्याच्याकडे नेहमीच मोकळे करत आलो आहे. मी डेव्हिडशी बोललो नाही, अशी एकपण गोष्ट नसेल. डेव्हिडलापण त्या दिवसातल्या माझ्या अवस्थेची पूर्ण कल्पना होती. तो मला एकदा म्हणाला, "लुईस, तुझं कामाकडचं लक्ष कमी-कमी होत आहे. वकिलीत तुझं मन काही रमत नाही. तू तुझ्या स्वप्नांचा पाठपुरावा का करत नाहीस? इतर गोष्टी करत वेळ घालवायला आयुष्य तसं फार कमी आहे रे! मीपण त्याच निर्णयाप्रत आलो आहे. आयुष्याचा खराखुरा आनंद घेण्यासाठी मला माझ्या स्वप्नांचाच पाठपुरावा केला पाहिजे." मी स्वप्नात स्वत:ला जसा पाहत होतो, तसा प्रत्यक्षात होण्यासाठी किंवा त्यासाठी सर्वंकष प्रयत्न करणे यातच मोठा आनंद होता. माझ्या डोळ्यांसमोर कॅम्पस बे हायस्कूलमधला वर्गाच्या खिडकीतून विस्फारलेल्या डोळ्यांनी खाली पसरलेला अथांग समुद्र पाहाणारा, एक दिवस ध्रुवावर जाणाऱ्या बोटीत चढण्याची स्वप्ने बघणारा मीच उभा राहिलो. माझ्या त्या पहिल्या स्वप्नाची आठवण मला झाली.

खूप लांबच्या प्रवासांची स्वप्ने बघण्याआधी माझ्या कायद्याच्या फर्मपासूनच मला एक छोटा पण अतिमहत्त्वाचा प्रवास करणे भाग होते. तो प्रवास असणार होता असुरक्षिततेकडे, अज्ञाताकडे. तिथे ऑफिस असणार नव्हते आणि महिन्याच्या महिन्याला मिळणारा पगारपण असणार नव्हता. या प्रवासाला वेळ लागणार होता, पण मी तिथे नक्की पोचणार होतो. त्या संध्याकाळी सर हिलरींच्या पुतळ्याच्या सान्निध्यात त्या प्रवासाला वेग आला, इतकेच. आता मागे वळून बघायचा प्रश्नच नव्हता.

कायद्याच्या फर्मबाहेरील आयुष्याची बघितलेली स्वप्ने, मला आलेल्या क्लाईड ॲण्ड कंपनीमधील अनुभवांमुळे उद्ध्वस्त झाली नाहीत. नवीन फर्ममध्ये मी सर्वांत नवोदित आणि नवखा असल्यामुळे मला रसेल दिडले या अनुभवी वकिलांबरोबर आणि त्यांची मदतनीस लिसा मॉलीन यांच्याबरोबर प्रथम काम करायला सुरुवात करण्यास सांगितले गेले. फर्मकडचे बरेचसे काम तेल आणि नैसर्गिक वायू या क्षेत्राशी संबंधित होते. काम काही फार मोठे आव्हानात्मक नव्हते. माझ्या सहा

महिन्यांच्या उमेदवारीच्या काळानंतर रसेल यांनी मला बोलावले आणि सांगितले की, कंपनी माझा करार पुढे वाढवणार नव्हती. कंपनीच्या दुसऱ्या भागीदारांनी माझ्या कामाबद्दल चांगला रिपोर्ट दिला होता. प्रशंसा केली होती. मी रसेलना विचारले, की, माझा करार न वाढवण्याचे काय कारण होते? त्यांच्याकडे काही स्पष्ट उत्तर नव्हते, पण काही दिवसांतच त्यांनीपण ती फर्म सोडली.

जुने प्रश्न आणि स्वत:बद्दलच्या नव्या साशंकतेची भुते परत उभी राहिली. हे सर्व विसरण्यासाठी आणि मन:शांतीसाठी मी परत नॉर्वेच्या उत्तर टोकाला असलेल्या नॉर्थ केपचा रस्ता धरला. मागच्या भेटीत उत्तरेकडच्या किनाऱ्यावरून केलेल्या सायकल सफरीमुळे नॉर्थ केपच्या भूभागाचा मला चांगला अंदाज आला होता. अत्यंत कठीण, खडकाळ, उंच-उंच सुळके असलेली आणि अजून माणसांचा वारा न लागलेली अशी ती किनारपट्टी होती. मला मात्र तिथे परत जाण्याची ओढ लागली होती. आधीच्या सुट्टीमध्ये उत्तर ध्रुवीय समुद्रात पोहण्याच्या घेतलेल्या त्या अनुभवामुळे नॉर्थ केपला वळसा घालण्याचे विचार माझ्या मनात घोळायला लागले. उत्तर नॉर्वेच्या निसर्गाचा, नीरवतेचा आनंद घेत मी अशा प्रकारे पोहण्याच्या माझ्याच शक्यतेवर विचार करणार होतो. त्यामुळे २००३ सालच्या वसंत ऋतूत लंडन-ऑस्लो-ट्रॉमसो असा विमान प्रवास करत मी प्रथम ट्रॉमसो गाठले आणि नंतर तिथून छोट्या विमानाने 'हॅमरफेस्ट' गाठले. तिथून पुढचा आणि शेवटचा प्रवासाचा टप्पा होता नॉर्थ केपला सगळ्यात जवळ असलेला 'हर्निंगसवॅग'पर्यंतचा. माझा तो दिवस सगळा विमानप्रवासातच गेला. पण मजा आली. त्यातसुद्धा नॉर्वेच्या अंतर्गत केलेल्या तीन वेगवेगळ्या विमानप्रवासांमध्ये ट्रॉमसो ते हॅमरफेस्ट या टप्प्यांत उडल्यानंतर काही वेळातच खाली दिसणारी झाडे अचानक गायब झाली. ही ध्रुवीय प्रदेशात शिरल्याची खूण होती. विमानातून खाली दिसणारा प्रदेश आणि निसर्गाचे रूप केवळ अविस्मरणीय असे होते. हर्निंगसवॅग हे छोटे गाव आहे. त्याची लोकसंख्या अंदाजे २,५०० इतकी होती. सन १९९६ साली या गावाला शहराचा दर्जा देण्यात आला. आता हे शहर जगातले सर्वांत उत्तरेकडचे शहर म्हणून ओळखले जाते. माझे हॉटेल अगदी बंदरावरच होते. खोलीत सामान टाकून जरा वेळ विश्रांती घेऊन मी स्थानिक पर्यटन विभागाचे कार्यालय शोधायला बाहेर पडलो. नॉर्थ केपभोवती बोटीतून फिरवून आणण्याची काही व्यवस्था होऊ शकेल का, याची चाचपणी केली.

ह्युगो सालमानसेन हा माझ्या कामाला अगदी योग्य असा माणूस आहे ही माहिती मला मिळाली. त्याच्याकडे दोन बोटी होत्या आणि खोल पाण्यात मासेमारीचा त्याचा व्यवसाय होता. त्याच्या बारीक कापलेल्या केसांमुळे आणि कानातल्या रिंग्जमुळे तो समुद्री 'चाचा'च वाटत होता. पण त्याचे दिलखुलास हसणे मात्र फार

लोभसवाणे होते. एसएएस प्रशिक्षणाच्या काळात योग्य माणसाची पारख कशी करावी, हीपण गोष्ट आम्हाला शिकवली गेली होती. नजीकच्याच भविष्यकाळात येथे येऊन काही साहसी मोहिमा आखता येतील का, याच्या चाचपणीसाठी मला तो भाग बोटीतून फिरून पाहायचा होता. तेवढेच नव्हे; तर अशी एखादी साहसी मोहीम आखली तर ह्युगो त्यात सहभागी होऊ शकेल का, याचापण अंदाज मला घ्यायचा होता.

"ह्युगो, या नॉर्थ केप भागात पोहणं कितपत शक्य आहे, असं तुला वाटतं?" मी विचारले.

तो काय उत्तर देतो, त्याचबरोबर तो कसे उत्तर देतो, हेपण बघण्याची मला उत्सुकता होती.

"मला माहीत नाही तू किती निष्णात जलतरणपटू आहेस ते, पण त्यासाठी चांगला दिवस असणं मात्र अत्यंत गरजेचं आहे."

मला ते उत्तर आवडले. त्याने माझी कल्पना साफ धुडकावून लावली नाही आणि त्यात अलिप्त असा परकेपणापण नव्हता.

आम्ही त्याच्या बोटीवर, नॉर्थ केपचा तो सर्व भाग पिंजून काढत एक पूर्ण दिवस घालवला. नॉर्थ केप समुद्रातून किनारपट्टीकडे बघताना किनारपट्टीवरचे ते उंचच उंच सुळके, त्या खडकांवर मोठा आवाज करत आपटणाऱ्या त्या लाटा हे दृश्य थरकाप उडवणारे होते. त्याउलट सुळक्यांवर उभे राहून खालचा समुद्र बघणे हे कधीही सुखावह आणि सुरक्षित होते. येथून उत्तरेला १,००० कि.मी. अंतरावर 'स्पिट्सबर्गेन' बेट आहे. त्याहीपुढे तितक्याच अंतरावर उत्तर ध्रुव आहे. कड्यावर अगदी टोकाला उभे राहिले, तर किनाऱ्याकडे हळूहळू मोठ्या होत चालून येणाऱ्या लाटांचे आणि त्या खडकावर आदळून फुटल्यावर होणाऱ्या आवाजांचे असे ध्वनी सतत कानावर पडतात. तिथल्या समुद्र तटांवरचे पक्षीजीवन तर काही वेगळेच आहे. एक उत्तर दिशा सोडून तुम्ही कोणत्याही दिशेला पाहिले, तर प्रचंड प्रमाणात रेनडिअर प्राणी बघायला मिळतात. येथील स्थानिक 'सामी' जमातीच्या लोकांच्या जीवनाचा ते अविभाज्य घटक आहेत. दक्षिण आफ्रिकेत बरीच वर्षे राहिल्यामुळे आणि पश्चिम केपचा समुद्रकिनारा बघितला असल्यामुळे मला वाटायचे 'केप ऑफ गुड होप'पेक्षा अधिक सुंदर असे काही असूच शकणार नाही. पण ते मत नॉर्थ केप बघण्याआधीचे हाते. ह्युगोच्या बोटीतून पाहणीसाठी फेरफटका मारत असताना मी ह्युगोशी 'नॉर्थ केप' येथे पोहण्याच्या माझ्या योजनेविषयी बोललो. त्याला माझ्या बोलण्यातला उत्साह आणि निर्धार जाणवला असावा. "मला नक्की माहीत आहे की, आत्तापर्यंत असा प्रयत्न कोणीही केलेला नाही," तो म्हणाला. "मला तुझ्या प्रयत्नात तुला मदत करायला आवडेल."

हे ऐकल्यावर नॉर्थ केपच्या पाण्यात लांब अंतर पोहून जाणारा 'पहिला माणूस' होण्याच्या माझ्या स्वप्नाने भरारी घेतली. निक पीटरसन माझा एसएएसमधला जुना मित्र आणि प्रशिक्षक. त्यानेपण माझ्या या साहसात सक्रिय सहकार्य देण्याची तयारी दर्शवली. रेजिमेंटमधील इतरांप्रमाणे त्याचेपण 'सर्वप्रथम सुरक्षितता' हेच तत्त्व होते. त्याला संभाव्य संकटांचा अंदाजपण इतरांपेक्षा जरा लवकरच येत असे, ही त्याची खासियत होती. तो बरोबर असला, की पोहताना मला जरा जास्त सुरक्षित वाटायचे आणि माझ्यासाठी तेच महत्त्वाचे हाते. शिवाय तो सोबत असला, की वातावरण लगेच सहलीवर निघाल्यासारखे होऊन जायचे. शरीराने मजबूत, स्वत:विषयी पुरेपूर आत्मविश्वास असणारा असा तो होता. शिवाय लोकांना पटवण्यातपण तो पटाईत होता, विशेषकरून सुंदर स्त्रियांना. जेव्हा 'निक' रेजिमेंटमध्ये काम करत नसायचा, तेव्हा तो नागरी जीवनात गुन्हेगारीविषयक कायद्यांचा बॅरिस्टर होता. जरी त्याचे दैनंदिन जीवन धावपळीचे, कटकटीचे होते, तरी थोडे दिवस आधी कल्पना दिली, तर नेहमीच्या कामातून वेळ काढणे त्याला जमण्यासारखे होते. मी आमच्या दोघांच्या विमानप्रवासाचे पैसे भरले, हर्निंग्सवॅग येथे हॉटेलमध्ये खोल्यांचे आरक्षण केले आणि ऑगस्ट महिन्यातील तारीख ठरवली.

मी प्रथमच धोकादायक अशा अतिथंड पाण्यात पोहण्याचे साहस करणार होतो. त्या दृष्टीने मी जितकी करता येईल, तितकी तयारी केली. 'क्लाईड अॅन्ड कंपनी'मध्ये असताना शेवटच्या काही महिन्यांत आठवड्यातून दोनदा आग्नेयेला असलेल्या 'डोव्हर'ला मी सरावासाठी जायला लागलो. लंडनहून डोव्हरला जाणे इतके साधे, सरळ नाही. तरीपण व्हिक्टोरिया स्टेशनपासून गाडीने प्रवास करण्यापेक्षा बसने प्रवास करणे जास्त सोयीचे होते. कंपनीतले काम झाल्यावर टॉवर ब्रिजजवळ असलेल्या आमच्या 'क्लाईड अॅन्ड कंपनी'च्या कार्यालयातून निघून मी व्हिक्टोरियाला जायचो. तिथे मी सात वाजण्याच्या सुमाराला नॅशनल एक्सप्रेस बस पकडायचो. ती डोव्हरला साधारणत: नऊ वाजून चाळीस मिनिटे ते दहाच्या दरम्यान पोचायची. बसमध्ये साधारणत: स्थलांतरित कामगार, पिकनिकला निघालेली तरुणांची टोळकी अशा प्रकारचे प्रवासी असायचे. मी अगदी मागची सीट पकडून झोपायचा प्रयत्न करायचो. डोव्हर बंदराच्या जवळच असलेल्या 'बी अॅन्ड बी'मध्ये सामान टाकून, खाडी पोहण्याचा प्रयत्न करणारे बंदराच्या ज्या भागात पोहण्याचा सराव करतात, त्या भागात जाऊन सराव करायचो. बंदराचा तो भाग जवळच्या रस्त्यावरच्या दिव्यांनी उजळून निघालेला असे. ते एप्रिल-मे महिन्यांचे दिवस होते. हवामान खूपच थंड असायचे आणि पाण्याचे तापमानपण खूपच खाली आलेले असायचे. एक-दीड तास मी कसून सराव करायचो व शरीराने आणि मनाने ताजातवाना होऊनच बाहेर यायचो. लंडनमध्ये राहत असल्यामुळे आणि एसएएसमध्ये प्रवेश

घेण्याच्या प्रयत्नांत असल्यामुळे मधली जवळ-जवळ पाच-एक वर्षे माझे पोहणे जरा मागेच पडले होते. हे म्हणजे पूर्वीची ओळख असलेल्या आणि तारुण्यात प्रेम केलेल्या मुलीच्या परत एकदा प्रेमात पडण्यासारखेच होते. रात्री साडेबारापर्यंत सराव करून नंतर साडेचारचा गजर लावून झोपायचो आणि पाच वाजता लंडनला जाणारी बस पकडून परत नऊ वाजता कंपनीमध्ये हजर असायचो. खूपच धावपळ व्हायची, पण ती करणे तितकेच गरजेचेपण होते.

ऑगस्ट महिन्याच्या सुरुवातीला एके दिवशी मी आणि निक नॉर्वेमधल्या आमच्या ठरलेल्या हॉटेलमध्ये येऊन दाखल झालो. तिथे स्वागतकक्षामध्ये एक मध्यम वयाची स्त्री होती. तिने आम्हाला सहजपणे आमचा 'हर्निंगसवॅग'ला येण्याचा उद्देश विचारला.

''नॉर्थ केपच्या प्रदेशात समुद्रात पोहण्याचा प्रयत्न करणं,'' मी उत्तरलो.

माझे हे उत्तर ऐकून तिला एकदम धक्काच बसला. तिचा तिच्या कानांवर विश्वास बसेना. तिने मला विचारले, ''तुझ्या आईला माहीत आहे का, तू काय करणार आहेस ते?'' नॉर्थ केपचा प्रदेश पोहण्याच्या दृष्टीने अत्यंत धोकादायक आहे.

आवाजात जास्तीत जास्त नम्रपणा आणून मी तिला सांगितले, ''होय. मला माहीत आहे,'' पण हे सांगताना, त्याचबरोबर तिच्या काळजीचा, सूचनेचा माझ्यावर काहीही परिणाम होणार नाही; हेही मी दर्शवले.''

''मला तर तू अगदी दुसरा कॅप्टन स्कॉटच वाटतो आहेस,'' ती म्हणाली. तिच्या या उद्‌गारांमध्ये अविश्वास दर्शवणारा, उपहास करणारा, तिरकसपणा होता. अजून एक लहान तोंडी मोठा घास घ्यायला निघालेला इंग्रज माणूस. नॉर्वेजियन हे तसे फार प्रेमळ लोक आहेत. त्यांना दोन्ही ध्रुव प्रदेशातील साहसी मोहिमांचा इतिहास चांगलाच माहीत आहे. त्यांच्या देशाच्या 'अमन्डसेन'ने दक्षिण ध्रुवावर प्रथम पोचण्याच्या शर्यतीमध्ये इंग्लंडच्या स्कॉटला मागे टाकले होते, या गोष्टीचा त्यांना सार्थ अभिमान होता. त्या स्वागतकक्षातल्या स्त्रीने केलेल्या सर स्कॉट यांच्या तिरकस उल्लेखाने मला फार राग आला, कारण त्या साहसी मोहिमेत सर स्कॉट धरून पाच माणसे अत्यंत कठीण परिस्थितीशी झुंज देत मृत्युमुखी पडली होती. ही गोष्ट एक उपहासात्मक, तिरकस उल्लेखाने मारण्यासारखी निश्चितच नव्हती. तिची असे बोलण्याची हिंमतच कशी झाली होती? तिने माझ्यातल्या 'इंग्रजा'ला डंख मारला होता. तरीपण मी गप्प राहिलो.

नॉर्वेजियन टी.व्ही. वाहिन्यांचे लोक आले. त्यांना माझ्या मोहिमेची माहिती पाहिजे होती. मी खरोखरच नॉर्थ केप प्रदेशातील समुद्रात पोहण्याचा प्रयत्न करणार होतो असा त्यांचा प्रश्न होता. टी.व्ही. वाहिन्यांचे लोक ह्युगो सालमान सेनच्या

काकांशी बोलले. त्यांना नॉर्थ केपच्या किनारपट्टीच्या प्रदेशात 'कयाकिंग'चा खूप अनुभव होता. टी.व्ही. वाहिन्यांनी ह्युगोच्या काकांना, माझा हा नॉर्थ केप प्रदेशात पोहण्याचा विचार कितपत शहाणपणाचा होता, हे विचारले. त्यांनी सांगितले, "मला विविध ठिकाणी विविध तापमानाच्या पाण्यात पोहण्याचा खूपच अनुभव आहे, पण ही इंग्लिश खाडी नाही. येथील पाणी फक्त थंड नाही, तर अतिथंड आहे. कधीकधी मासेमारी करताना कोळी पाण्यात पडून ताबडतोब मरण पावल्याच्या घटना घडल्या आहेत. त्यामुळे मी मला पाहिजे तितका वेळ पाण्यात राहू शकेन, असं नाही." थोडक्यात ह्युगोच्या काकांचाही विश्वास नव्हता.

त्यांच्या या संशयाचा, अविश्वासाचा माझ्यावर बरोबर उलट परिणाम होत होता. माझ्या नॉर्थ केप प्रदेशात पोहून जाण्याच्या निश्चयाला आणिकच बळकटी येत होती. त्या हॉटेलमधल्या बाईने फुशारकीने तिच्या मैत्रिणीला --- "तरी मी त्याला त्याच्या तोंडावर सांगितलं होतं की, तुला हे जमणार नाही, तुझ्या हे आवाक्याबाहेर आहे." असे काही सांगितलेले मला चालले असते का? हाच विचार माझ्या मनात येत होता. माझा निश्चय आणखी दृढ करण्यासाठी मी अशीही कल्पना केली की, सगळे 'नॉर्वे'कर माझ्या ब्रिटिश औद्धत्याला हसत आहेत आणि आता मी विरुद्ध ते अशी लढाईच सुरू झाली आहे आणि मी अशी सहजा-सहजी हार मानणार नाही.

ऑस्लो येथील नॉर्वेजियन हवामान खात्यात चौकशी केली असता मला तेथील हवामान तज्ज्ञांनी सांगितले की, साधारणत: ऑगस्ट महिन्यात नॉर्थ केपच्या आसपासच्या पाण्याचे तापमान ७°से. ते ८°से. असते व ते कधी कधी ४°से. ते ५°से.पर्यंत खालीपण येते. ८°से. तापमान असेल, तर काही तितकासा प्रश्न नव्हता, कारण केपटाऊनजवळच्या क्लिफ्टॉन किनाऱ्याजवळ वर्षातले काही दिवस पाण्याचे तापमान ९°से.पर्यंत खाली यायचे. पण ४°से. ते ५°से. इतके तापमान म्हणजे विचार करण्यासारखे होते. ४°से. तापमानाच्या पाण्यात मला हे साहस जमले नसते. तसेच पोहून जाण्याच्या अंतराबाबतपण अजून निर्णय घ्यायचा होता. 'लांब किंवा खूप अंतर' पोहून जाणे म्हणजे नक्की किती लांब? लांब अंतराची व्याख्या काय? नॉर्थ केप प्रदेशाचा भूगोल पाहून मी ठरवले की, पाच कि.मी. अंतर म्हणजे लांब अंतर. कारण नॉर्थ केपच्या दोन्ही बाजूला अडीच कि.मी. अंतरावर दोन सहज लक्षात येण्यासारखे किनारे, भूभाग होते. त्यामुळे एका किनाऱ्यावरून निघून दुसऱ्या किनाऱ्यावर मला माझ्या पोहण्याच्या मोहिमेची सांगता करता येण्यासारखी होती. त्यामुळे मी माझ्या मोहिमेचे अंतर ठरवून टाकले पाच कि.मी.

निक याने एसएएसमध्ये असताना प्राथमिक वैद्यकीय आणि प्रथमोपचाराचे शिक्षण घेतले होते, तरीपण थंड पाण्यात खूप वेळ राहिल्यामुळे माझ्या शरीरावर होणाऱ्या नेमक्या परिणामांची आम्हाला अजिबात कल्पना नव्हती. मुख्य भीती

होती, काहीही समजायच्या आतच हायपोथेर्मिक होण्याची. हायपोथेर्मियामध्ये शरीराचे तापमान झपाट्याने उतरते आणि निर्णयक्षमतेवर त्याचा परिणाम होऊन मानसिक गोंधळाची परिस्थिती निर्माण होते. यावर मी आणि निक याने एक उपाय शोधून काढला. आम्ही काही प्रश्न तयार केले. ते त्याने मला दर १५ ते २० मिनिटांनी विचारायचे होते. तुझी मधली नावे काय आहेत? विल्यम आणि गॉर्डन. तुझा पोस्टल कोड काय आहे? E1W3QZ. इंग्लंडमधील तुझ्या प्राथमिक शाळेच्या हेडमास्तरांचे नाव काय होते? मि. वर्थहॅम. मी यापैकी एका जरी प्रश्नाचे उत्तर द्यायला चुकलो किंवा मला फार वेळ लागला, तर निक याने मला लगेच पाण्याबाहेर काढायचे. अतिथंड पाण्यामुळे शरीरावर होणाऱ्या परिणामांचा त्याला अंदाज यावा, म्हणून त्याने आपणहून 'हर्निंग्सवॅग' जवळच्या एका उंच पुलावरून उडी मारून १०० मीटर अंतर पोहून माझ्याकडे येण्याची तयारी दाखवली. त्याने ठरल्याप्रमाणे पुलावरून उडी मारली. माझी खातरी होती की, त्याच्यासारख्या धडधाकट माणसाला हे छोटेसे अंतर पोहून येणे फार काही अवघड नव्हते व तो हे अंतर पोहूनपण आला. पण इतक्या सहजपणे त्याला हे साध्य झाले नव्हते. थंड पाण्याचा त्याच्यावर खूपच परिणाम झाला होता. शेवटी-शेवटी तर त्याला झगडावे लागत होते, हे स्पष्ट दिसत होते, म्हणून मी त्याच्यापर्यंत पोहत गेलो आणि त्याला पाण्याबाहेर काढले. मी एरवी त्याला थंड पाण्यात पोहण्याच्या धोक्यांबद्दल कितीही सांगितले असले, तरी आता स्वत: अनुभव घेतल्यावर त्याला ते जाणवले, इतके त्याला ते आधी जाणवले नव्हते.

त्या दिवशी पोहायला सुरुवात करण्याआधी प्रथम ह्युगो आणि मी त्या मार्गावरून 'कयाक'मधून सावकाश पाहाणी करत गेलो. मला पोहताना मार्गदर्शन व्हावे, म्हणून लांबवरच्या किनारपट्टीवर दिसणाऱ्या काही ठळक भौगोलिक खुणांचे संदर्भ लक्षात ठेवण्याचा उद्देश त्यामागे होता. त्या संदर्भावरून पोहताना किती अंतर कापले आहे आणि किती अंतर बाकी आहे, याचा अंदाज येणार होता. पोहताना आत्मविश्वास डळमळीत करणारी सगळ्यात मोठी गोष्ट कोणती असेल, तर पोहताना आपण किती पोहून आलो आहोत, याचा अंदाज न येणे आणि प्रत्यक्षात कमी अंतर पोहून झालेले असताना आपण खूप अंतर पोहून आलो आहोत आणि आता अंतिम रेषा टप्प्यात आली आहे, असे सारखे वाटणे. अशा गोष्टी नेहमी घडतात. अशासाठीच जमिनीवरील काही ठळक भौगोलिक खुणा संदर्भासाठी लागतात. मी दुसऱ्या टप्प्यातल्या मार्गावरच्या भौगोलिक खुणा जास्त बारकाईने पाहून घेतल्या, कारण त्यामुळे मी अंतिम रेषेच्या 'हर्नविक्का' गावाच्या किनाऱ्याच्या किती जवळ आहे हे कळायला सोपे गेले असते. कारण ती माझी अंतिम रेषा होती.

...आणि तो दिवस उजाडला, ६ ऑगस्ट. हवामानाची आम्हाला साथ होती.

हवा अगदी स्तब्ध होती. वाऱ्याची लहानशी झुळूकपण नव्हती. पाणी अगदी शांत होते, अगदी एखाद्या जलाशयातल्या अडवलेल्या पाण्याप्रमाणे. पण पाणी अगदी गोठवणारे थंड होते. अशा पाण्यात एक तास पोहण्याच्या विचारानेच माझ्या अंगावर काटा आला. सर्वसाधारण लांब अंतर पोहून जाणारे जलतरणपटू घालतात; तेवढेच म्हणजे एक डोक्याला घट्ट बसणारी टोपी, गॉगल्स आणि पोहण्याची छोटी चड्डी माझ्या अंगावर होती. या परीक्षा बघणाऱ्या साहसाला सुरुवात करण्याआधी, लोकांनी यासंबंधी केलेली वक्तव्ये, व्यक्त केलेली मते मनात झरझर येऊन गेली आणि माझा निश्चय आणखीच दृढ झाला. अशा प्रसंगी लोकांनी व्यक्त केलेली मते, विचार जास्त काळ लक्षात राहतात. पोहत असताना ते विचार तुमच्यासोबत येतात. मी पाण्यात शिरण्याच्या वेळी ह्युगो मला म्हणाला, ''लुईस, मला तुझा आणि तू जे काही करण्याचा प्रयत्न करतो आहेस, त्याचा अभिमान वाटतो.'' अशा धीर देणाऱ्या, प्रोत्साहित करणाऱ्या शब्दांचीच मला गरज होती.

ह्युगो आणि निक एका बोटीत होते, दुसऱ्या छोट्या बोटीत काही वार्ताहर होते. निक जवळ असण्याचा मला खूप आधार वाटत होता. त्याची बोट माझ्यापासून कधीही एक ते दोन मीटरपेक्षा लांब नसायची. निकला एसएएसमधली तासन्‌तास निरीक्षण चौकीत बसून लक्ष ठेवण्याची सवय होतीच. त्यामुळे मला खातरी होती की, त्याचे माझ्यावर बारीक लक्ष असणारच.

माझ्या पोहण्याचा मार्ग पश्चिम-पूर्व असा होता. खोल श्वास घेण्यासाठी मध्येच मी जेव्हा उजवीकडे वळायचो, तेव्हा माझ्या दृष्टीला नॉर्थ केपचे ३०० मीटर उंचीचे भव्य आणि मनावर दडपण आणणारे सुळके दिसत होते. अशा वेळेला डोक्यात विचारांचे द्वंद्व सुरू व्हायचे. एका बाजूला आत्म्याला सुखावणारी ही निसर्गाची भव्यता, सौंदर्य; तर दुसऱ्या बाजूला अतिथंड पाण्यामुळे शरीराला होणारा त्रास. एक गोष्ट लक्ष वेधून घेत होती, तर दुसरी गोष्ट लक्ष द्यायला लावत होती. मनातून जरी त्या भव्यतेचे, सौदर्याचे शांतपणे निरीक्षण करावे, असे कितीही वाटत असले, तरी ते शक्य नव्हते; कारण मन परत-परत त्या होणाऱ्या शारीरिक त्रासाकडे ओढले जात होते. मनाची कितीही समजूत घालायचा प्रयत्न केला की, या शारीरिक वेदना तात्पुरत्या आहेत तरी दुसरा विचार मनात लगेच डोकावे की, नाही यात पोटरीचे स्नायू भाजून निघाल्यासारखे दुखत आहेत आणि हे पायात गोळा येण्याचे पूर्वलक्षण होते.

वेगात पुढे जाण्याच्या उद्देशाने आणि शरीर गरम ठेवण्याच्या उद्देशाने मी जोरजोरात हात-पाय मारले, तर पायात गोळा येऊन पाय आखडून बसण्याची शक्यता होती. त्याउलट मी सावकाशपणे पोहायचे ठरवले असते, तर 'हायपोथेर्मिया' व्हायची भीती होती. त्यामुळे मला या दोन्ही गोष्टींमध्ये समन्वय ठेवण्याची गरज

होती. तरीपण मी जरा जोरातच हात-पाय मारत होतो आणि अपेक्षेप्रमाणे पायात गोळा आला आणि पाय आखडल्यासारखा झाला. मी थोडा वेळ पाठीवर तरंगत राहिलो आणि डाव्या पायाला ताण देऊन वेदना कमी करायचा प्रयत्न करू लागलो. पण तसे धोकादायकच होते, कारण त्यामुळे मी अधिकच थंड पडलो. पायातला गोळा थोडा कमी झाला; पण तरी तो पूर्णपणे गेला नाही. मी परत हळूहळू हात-पाय मारत निर्धाराने पोहायचा प्रयत्न करत राहिलो. मला फार वेदना होत होत्या, पण त्यावर हाच एक उपाय होता. पोहताना माझा आत्मविश्वास जेव्हा थोडा डळमळीत झाला, तेव्हा मी माझ्या वडिलांची आठवण काढली आणि त्यांच्या आठवणीनेच माझ्यात परत उत्साह संचारला. मला हॉटेलमधल्या त्या स्त्रीच्या उद्गारांचीपण आठवण झाली. तिने माझ्या पोहण्याच्या तयारीवर अविश्वास दाखवला होता त्याहीपेक्षा तिने दक्षिण ध्रुवावर प्राण गमावलेल्या ब्रिटिश साहसवीरांचा अपमानास्पद उल्लेख केला होता.

'हर्निंग्सवॅग' गावातल्या 'किम'या वैद्यकीय व्यवसाय करणाऱ्याने आम्हाला मदत करण्याची तयारी दाखवली होती. मी हर्निंग्सवॅगच्या किनाऱ्यावर पोचण्याच्या बराच वेळ आधीच तो किनाऱ्यावर येऊन दाखल झाला होता. थंड पाण्यातून बाहेर आल्या-आल्या मला शेकण्यासाठी त्याने शेकोटी पेटवून तयार ठेवली होती. त्याने वाहत आलेली लाकडे पेटवून शेकोटी केली होती. मला लांब अंतरावरून तो जाळ दिसत होता. पाच कि.मी.चे अंतर पोहून जायला मला ६५ मिनिटे लागली. किनाऱ्यावर पाण्यातून बाहेर येत असतानाच माझा पाय एका निसरड्या झालेल्या खडकावरून घसरला. निक आणि किम यांनी मला वेळीच पकडले. त्यांनी मला ताठ उभ्या अवस्थेतच धरून ठेवले. माझे शरीर गारठले होते, जीभ जड झाली होती. आणि बोलताना मला त्रास होत होता, 'हायपोथेमिया'ची ही सुरुवातीची लक्षणे त्यांच्या बरोबर लक्षात आली होती. परंतु हृदयाचे ठोके मोजणारे यंत्र हृदयाचे ठोके व्यवस्थित असल्याचे दाखवत होते आणि मी लवकरच पूर्ववत होईन, एवढा दिलासा देणारी हीच एक गोष्ट होती. मी त्या धडाडून पेटलेल्या शेकोटीजवळ उभा राहिलो. निक आणि किम यांच्यापेक्षा मी जरा जास्तच शेकोटीच्या जवळ उभा होतो, राहू शकत होतो. मला भाजू नये, म्हणून ते मला मागे सरकायला सांगत होते; पण मी पार गारठलो होतो आणि त्यांचे ऐकण्याच्या मन:स्थितीत नव्हतो. किंबहुना, मला शेकोटीच्या आणखी जवळ जावेसे वाटत होते. निकने मला एक मग भरून गरम चॉकलेट प्यायला दिले. एका सामी 'रेनडिअर'पाळाने (मेंढपाळाप्रमाणे) एक कपभर रेनडिअरचे थंड रक्त प्यायला दिले. ते प्यायला मी फार उत्सुक नव्हतो, खरं तर मला ते शक्यच नव्हते, पण रीत म्हणून एक लहानसा घोट घेतल्यासारखे केले आणि तो कप दुसऱ्याला देऊन टाकला.

मी आणि निक थोडी विश्रांती घेऊन नंतर तो किनाऱ्यावर खडा पहारा देणारा प्रचंड कडा चढून वर गेलो आणि वरच्या टोकावर नॉर्वे आणि ब्रिटनचे ध्वज फडकावले. त्या दिवशी संध्याकाळी आम्ही हॉटेलमध्ये परतलो आणि हॉटेल मालकाने प्रेमाने दिलेल्या रेनडिअरच्या मांसाचे टिक्के, ताज्या भाज्यांचे सॅलड, बेरीचे सॉस आणि बटाटा चिप्स इत्यादींवर ताव मारला. प्रत्येक जण आमची पोहण्याची मोहीम यशस्वी झाल्याबद्दल खूप आनंदात होता. खाणे आटोपल्यावर आम्ही थोडी बिअर घेतली आणि फिरायला परत बाहेर पडलो. नॉर्वेजियन लोकांनी, त्यातूनही नॉर्वेजियन तरुणींनी आमच्यावर कौतुकाचा आणि आदरातिथ्याचा वर्षाव केला. त्या नॉर्वेजियन तरुणी खूपच सुंदर होत्या. आमचा पाय खरे तर तिथून निघत नव्हता, पण शेवटी 'हर्निंगसवॅग'गावाचा निरोप घेणे भाग होते.

आम्ही 'हीथ्रो' विमानतळावर उतरलो. भुयारी रेल्वेने मध्य लंडनकडे जात असताना मानवी व्यवहारातला रुक्षपणा, शहरीकरण, प्रदूषण, गडबड, गोंधळ इत्यादी गोष्टींची परत एकदा प्रकर्षाने जाणीव झाली. तो सगळा कोलाहल एकदम अंगावर आला. 'हे नॉर्वे नाही तर हे 'इंग्लंड' आहे हा फरक लक्षात घे,' मी स्वत:ला बजावले. बाहेर सगळे करड्या रंगाचे, धुरकटलेले आणि उदासपणे वातावरण होते. गर्दीपण खूप होती. मला अगदी हरवल्यासारखे वाटले.

ऑगस्ट २००३मधल्या नॉर्थ केपच्या विक्रमानंतर आणि नवीन वर्षाची सुरुवात सर एडमन्ड हिलरींच्या पुतळ्याच्या सान्निध्यात केल्यानंतर जवळ-जवळ साडेचार महिन्यांनी मी माझ्या आयुष्यातल्या एव्हरेस्ट चढाईइतक्याच महत्त्वाच्या कामगिरीसाठी तयार झालो. स्वप्नांच्या पूर्तीसाठी, स्वप्नांच्या मागे धावण्यासाठी आयुष्यातल्या इतर सगळ्या गोष्टी सोडून द्यायची माझी तयारी होती का? यामुळे बरेच जण माझ्यावर नाराजपण झाले असते. त्यांनी मला विचारलेपण असते, "लुईस, एवढी सात वर्षे कायदा शिकण्यात घालवून तू तो व्यवसाय कसा काय सोडू शकतोस?" मला खरी काळजी होती, ती माझ्या आईला माझ्या भविष्याची काळजी वाटेल याची. पण माझ्या मनाने एकच ध्यास घेतला होता, मला असे काही करून दाखवायचे आहे, मला अशी व्यक्ती बनायचे आहे की, माझ्या वडिलांना मी तसे होणे आवडले असते, त्यांना माझा अभिमान वाटला असता.

जर शांतपणे विचार केला, तर शेवटी आयुष्यात तुमच्या आईवडिलांना, तुमच्या मित्रांना काय हवे किंवा काय वाटते, हे तितकेसे महत्त्वाचे नसते. काही वर्षे केंब्रिजमध्ये शिकून, काही वर्षे वकिली व्यवसाय करून काय मिळवले, हे तर अजिबातच महत्त्वाचे नव्हते; तर शेवटी तुम्ही जे करता आहात, ते करताना

तुम्हाला त्यात आनंद मिळाला का किंवा किती आनंद मिळाला, हे सर्वांत महत्त्वाचे असते. डेव्हिड बेकरशी बोलल्यावर तर मला निर्णय घेणे आणिकच सोपे गेले. "लुईस," तो म्हणाला, "तू जर तुझ्या स्वप्नांचा पाठपुरावा केला नाहीस, तर आपण दुसऱ्या कोणाच्या तरी स्वप्नांच्यामागे धावलो, हे आयुष्याच्या शेवटी कळून येण्याइतकी दुसरी कोणती अधिक दुःखद गोष्ट असू शकते?"

शेवटी मला एक अव्वल, साहसी, संशोधक जलतरणपटू बनायचे होते. ते माझे स्वप्न होते. मला सर स्कॉट, आमंडसेन, सर हिलरी यांच्या पंगतीचा मान मिळवायचा होता. मला वेगवेगळ्या समुद्रांचा, जलाशयांचा, जलसाठ्यांचा शोध घ्यायचा होता. सर्वोत्तम जलतरणपटू बनण्याचे माझे स्वप्न होते. माझी ओळख जगातला सर्वोत्तम संशोधक-जलतरणपटू अशी मला करून द्यायची होती. माझ्या स्वप्नांचा पाठपुरावा करण्याचा मी मनोमन निश्चय केला. मला जलतरणातल्या सर्व शारीरिक मर्यादांच्या कक्षा रुंदावायच्या होत्या. तोपर्यंत केलेल्या जलतरणातल्या विक्रमांच्या पुढे जाऊन पोहायचे होते. नवीन विक्रम प्रस्थापित करायचे होते. मला पोहत भूभागांना वळसे घालायचे होते. तोपर्यंत स्वप्नातसुद्धा पोहण्याचा कोणी विचार केला नसेल, अशा ठिकाणी मला जाऊन पोहायचे होते. माझ्या स्वप्नांच्या पाठपुराव्यामुळे वकिली व्यवसायात मिळणारे आर्थिक स्थैर्य मी गमावणार होतो. किंबहुना आयुष्यभर आर्थिक विवंचनेला तोंड देण्याची पाळी माझ्यावर येणार होती; पण मला त्याची पर्वा नव्हती, फिकीर नव्हती.

इंग्लंडला परतल्यावर एकाच महिन्यात मला नॉर्वेला परत जायचे वेध लागले. 'हर्निंग्सवॅग' मला परत खुणावत होते. नॉर्वेच्या पर्यटन विभागात, इंग्रजी येणाऱ्या पर्यटकांना, नॉर्थ केप प्रदेशाच्या आजूबाजूची पर्यटन स्थळे दाखवण्यासाठी 'गाइड' म्हणून मला नोकरी मिळाली. पगार बेतासबात होता. या नोकरीत भवितव्य काहीच नव्हते. पर्यटक येण्याचा काळ जेमतेम तीन महिने, तरीपण माझ्या दृष्टीने ही नोकरी म्हणजे एक सुवर्णसंधी होती. पर्यटक 'हर्टिगग्रुटेन' बोटीने येऊन 'हर्निंग्सवॅग' येथे उतरत. त्यांच्यासाठी सहा बसेस नेहमी तयार असायच्या– दोन बसेस इंग्रजी बोलणाऱ्यांसाठी, दोन बसेस जर्मन बोलणाऱ्यांसाठी, एक फ्रेंच बोलणाऱ्यांसाठी, आणि एक नॉर्वेजियनांसाठी.

बंदराजवळच एक नवीन रंग दिलेले, लाकडी भिंती असलेले घर मी घेतले. मी सकाळी आठ वाजता उठायचो. नंतर जवळचा डोंगर पळत चढून जाण्याचा व्यायाम करायचो. शुद्ध आणि ताजी उत्तरध्रुवीय हवा फुफ्फुसांत भरून घ्यायचो आणि मग माझ्या कामासाठी तयार व्हायचो. बरोबर ११ वाजता भोंग्याच्या आवाजाने 'हर्टिगग्रुटेन' बोट बंदरात आल्याचे कळायचे. भराभर आवरून मी पर्यटकांच्या स्वागताला बंदरात पोचायचो. नॉर्थ केपला आल्याबद्दल त्यांचे तोंड

भरून हसून स्वागत करायचो आणि हे स्वागत करणे कोठेही ओढूनताणून आणलेले नसायचे; कारण हे पर्यटक जगातला अत्यंत सुंदर भूभाग आणि भव्य निसर्ग बघायला आलेले असायचे. ते सर्व दाखवण्याची संधी मला मिळणे हे मी माझे भाग्य समजत होतो. आमच्या नॉर्थ केपपर्यंतच्या ९० मिनिटांच्या बसप्रवासात आम्ही 'सामी' वस्तीवर थांबायचो, तिथे पर्यटकांना रेनडिअरचे कळप बघायला मिळायचे आणि 'सामी' रेनडिअरपाळांशी संवाद साधता यायचा. इतक्या टोकाच्या हवामानात आणि कठीण परिस्थितीत रेनडिअर हा प्राणी म्हणजे सभोवतालच्या निसर्गाशी, वातावरणाशी उत्तमरीत्या जमवून, जुळवून जगण्याच्या धडपडीत टिकून राहिल्याचे प्राणिसृष्टीतले एक उत्तम उदाहरण आहे. रेनडिअरच्या अंगावरचे जाड केस त्याचे थंडी-वाऱ्यापासून रक्षण करतात. रेनडिअरच्या पाठीवरून हात फिरवला तर ते केस हाताला अगदी मऊ, मुलायम लागतात. केसांच्या मुळाशी असलेल्या ग्रंथींमध्ये हवा साठवली जाते आणि केसांच्या दाटपणामुळे ती उबदार होते आणि त्यामुळे ध्रुवीय अतिथंड वातावरणातपण रेनडिअरना उबदार राहण्यात मदत होते.

नॉर्थ केपला पोचल्यावर पर्यटकांना त्या स्थळांवर केलेला माहितीपट दाखवण्यात येत असे. नंतर तेथील पर्यटनसंस्थेला भेट, नॉर्थ केपच्या किनारपट्टीवरून तेथील अद्‌भुत सौंदर्य बघत फेरफटका इत्यादी नेहमीच्या पर्यटनात अपेक्षित असलेल्या सर्वसाधारण गोष्टींमध्ये दोन-एक तास जायचे. कधीकधी हवामानात अचानक एवढा बदल व्हायचा. ते इतके बिघडायचे की, पर्यटकांना पर्यटनसंस्थेच्या इमारतीतच बसून राहावे लागे. एका ट्रिपच्या वेळी खराब हवामान असताना आणि त्यासंबंधी आधी सूचना दिल्या असतानाही एक वयस्कर सद्‌गृहस्थ वेगळा अनुभव घेण्यासाठी म्हणून बाहेर पडले आणि वेगवान वाऱ्यांमुळे अक्षरश: उडून कड्याच्या अगदी टोकाशी जाऊन पडले. हे सर्व अगदी काही सेकंदांतच घडले. त्यांना काय करावे, हा विचारपण करायला वेळ मिळाला नाही. मी पळतच बाहेर आलो आणि त्या कड्याच्या टोकांना लावलेल्या कठड्यांवर आपटायच्या आतच त्या गृहस्थांना पकडले आणि कसेबसे पर्यटन संस्थेच्या इमारतीत आणले. त्यांची अवस्था एखाद्या भेदरलेल्या, घाबरलेल्या लहान मुलासारखी झाली होती. त्यांचा जीव वाचवल्याबद्दल ते गृहस्थ परत-परत माझे आभार मानत होते. टुरिस्ट गाइडच्या कामात तोच तो पणा जरी असला, तरी नॉर्थ केपची ओळख लोकांना करून देण्याचा आणि तिथल्या सौंदर्याची तोंडफाटेपर्यंत स्तुती, वर्णन करण्याचा मला कधी कंटाळा आला नाही. तसेच तेथील जीवनाबद्दल, मला वाटणाऱ्या आकर्षणाबद्दलपण मी मनमोकळेपणाने सांगत असे. रोजच्या रोज बसेसमधून भरभरून येणाऱ्या पर्यटकांशी संवाद साधणे, त्यांचे पर्यटन जास्तीत जास्त अर्थपूर्ण करणे मला आव्हानात्मक वाटायचे.

माझे काम चांगले चालले होते, मला आवडणारे होते. तरीपण पगार बेताचाच असल्यामुळे तीन महिन्यांतच मला कंटाळा आला. सुदैवाने, माझ्या भविष्याचा प्रश्नपण लगेचच सुटला. मला नॉर्वेजियन पी अॅन्ड आय कंपनीने नोकरी देऊ केली. त्यांना इंग्लिश कायद्याचे ज्ञान असलेला आणि आरमारी दावे हाताळणारा एक वकील हवा होता. ही कंपनी जगातल्या उत्तम पी अॅन्ड आय कंपन्यांपैकी एक होती आणि त्यांनी देऊ केलेला पगारपण आकर्षक होता. या नोकरीसाठी मला नॉर्वेच्या दक्षिण किनाऱ्यावरचे एक सुंदर गाव 'अरेंदाल' येथे माझे बस्तान बसवावे लागणार होते आणि ही गोष्टपण काही कमी भुरळ पाडणारी नव्हती. अरेंदाल गावाचे असे एक वेगळे सौंदर्य होते. गावाच्या एका बाजूला समुद्र आणि दुसऱ्या बाजूला डोंगर होता. गावाची आर्थिक सुबत्ता आणि नैतिक पातळी त्यातल्या आखीवरेखीव आणि स्वच्छ रस्त्यांवरून, सुंदर एकसारख्या रंगवलेल्या, देखण्या घरांवरून प्रतीत होत होती. गावातील लोकांशी बोलल्यावर असे वाटले की, त्यांचा अर्धा वेळ बोटींवर समुद्रात जात असावा आणि अर्धा वेळ थंडीच्या दिवसात बर्फावरून घसरत जाण्याच्या खेळात जात असावा. कंपनीमध्ये प्रत्येकाला इंग्रजी येत होते, समजत होते. त्याचबरोबर माझ्यावर नॉर्वेजियन शिकण्याचे, बोलण्याचे बंधन किंवा जबरदस्ती नव्हती. तरीपण तेही मला काही दिवसांत करून दाखवायचे होते.

ही नोकरी, येथील शांत संथ जीवन, येथेच जोडीदार मिळून स्थायिक होण्याची शक्यता आणि त्या सुंदर गावात संसार वाढवण्याची स्वप्ने खरोखरच भुरळ पाडणारी होती. परंतु मला हे सर्व पुरेसे वाटत नव्हते. मी हा 'अरेंदाल'चा प्रस्ताव स्वीकारला असता, तर ६५व्या वर्षी मी सेवानिवृत्त होईपर्यंत माझे आयुष्य अगदी चाकोरीबद्ध होऊन गेले असते. मग माझी मोठी स्वप्ने, कोणीही आतापर्यंत न पोहलेल्या ठिकाणी पोहण्याची स्वप्ने मला विसरावी लागली असती. मोठमोठी आव्हाने स्वीकारण्याच्या इच्छा अपूर्ण राहिल्या असत्या. माझ्या मनात अशा सगळ्या उलटसुलट विचारांची द्वंद्वे चालू होती. एके दिवशी सकाळी 'अरेंदाल'मध्ये मी स्थानिक वृत्तपत्र विकत घेतले. त्या वर्तमानपत्राच्या पहिल्या पानावरच्या मुख्य लेखाच्या विषयाची मला गंमत वाटली. तो लेख होता कबुतरांच्या घाण करण्यामुळे गावातल्या मध्यभागी असलेल्या पुतळ्यांना आणि ऐतिहासिक वास्तूंना पोचणाऱ्या हानीबद्दल आणि त्यावरच्या उपायांबद्दल. त्यांना कितीही वाटो न वाटो, पण कबुतरांचा हा प्रश्न काही तितकासा गंभीर नव्हता. मनात विचार आला– जगातील गरिबी, आंतरराष्ट्रीय अतिरेकी हल्ले, हवामान बदलाचे होणारे परिणाम इत्यादी प्रश्न अरेंदालसारख्या लहान गावापासून कितीतरी लांब होते. पण छोट्या नॉर्वेजियन गावातल्या याच शांततेची, नीरवतेची, साधेपणाची मला भीती वाटली. मला जे पाहिजे होते, ते येथे मिळण्याची शक्यता नव्हती, त्यामुळे ती नोकरी मी स्वीकारली

नाही. त्याऐवजी मी माझा 'टाइम्स ॲटलास ऑफ द वर्ल्ड' उघडला. आणि मला पोहता येईल असे आव्हानात्मक ठिकाण शोधायला लागलो. ॲटलासमध्ये मुख्य समुद्र, नद्या बघत तेथील पाण्याच्या तापमानाचा, वेगवेगळ्या ठिकाणांपासून अंतरांचा, संभाव्य धोक्यांचा, अंतर्गत प्रवाहांचा इत्यादींच्या अभ्यासात, स्वप्नरंजनात मी इतका रममाण होऊन गेलो की, माझी खातरी पटली की मी घेतलेला निर्णयच बरोबर होता.

एकदा 'अरेंदाल'ला नाही म्हणून सांगितल्यावर इतर कोणत्याही फर्मला 'आरमारी कायद्याच्या नोकरीसाठी' होय म्हणण्याचा प्रश्नच नव्हता. आता वेळ आली होती, ती स्वप्नांचा पाठपुरावा करण्याची. एक सर्वोत्तम, आघाडीचा साहसी जलतरणपटू बनण्याची. यासाठी कॅम्पस बेच्या आसपासचे थंड पाणी, फॉल्स बेच्या जवळचे त्या मानाने उबदार पाणी, जलतरणपटू होण्याचे वेड डोक्यात घेतलेले अनेक तरुण आणि त्यासाठी लागणाऱ्या सरावासाठी उत्तम मार्गदर्शकांची उपलब्धता या सर्वांचा विचार करता परत दक्षिण आफ्रिकेशिवाय पर्याय नव्हता. माझ्या या दुसऱ्या मातृभूमीला परतताना तेथील पराकोटीला पोचलेला हिंसाचार, देशाच्या सर्वांगीण प्रगतीमध्ये त्यामुळे येणारे अडथळे इत्यादी गोष्टींची मला पूर्ण कल्पना होती; पण त्याचबरोबर अशा परिस्थितीवर मात करण्याच्या त्या देशाच्या क्षमतेची, ताकदीचीपण जाणीव होती. दक्षिण आफ्रिका अराजकाच्या अगदी कड्यावर उभा होता, पण तेच मला त्या देशाबद्दल वाटणाऱ्या आकर्षणाचे कारण होते.

माझ्या मनात संपूर्ण 'केप द्वीपकल्प' पोहून जाण्याची कल्पना बरेच दिवस मनात घोळत होती. अगदी एकीकडे व्हिक्टोरिया आणि आल्फ्रेड बंदरापासून ते १०० कि.मी. अंतरावर असलेल्या 'म्युझेनबर्ग' बंदरापर्यंत. या १०० कि.मी.च्या पट्ट्यात काही भागात पाणी अत्यंत थंड होते, काही भागात समुद्र नेहमीच अशांत असायचा; तर काही भाग शार्क माशांनी भरलेला होता. या सर्व गोष्टींशी मला सामना करावा लागणार होता. हे पोहण्याचे साहस मी टप्प्याटप्प्याने म्हणजे रोज १० कि.मी. पोहून १० दिवसांत करणार होतो. तसा माझा विचार होता. केपटाऊनला परतल्यावर माझी ही कल्पना मी काही अनुभवी जलतरणपटूंना बोलून दाखवली. "काय वाटतं तुम्हाला, हे शक्य आहे?" जे आशावादी होते, ते म्हणाले, "फार अवघड आहे." तर इतर सर्वांचे मत पडले, की ते केवळ अशक्य होते. त्या सर्व अनुभवी जलतरणपटूंच्या मतांचा आदर करून हाच निष्कर्ष निघत होता की, त्यांनी मला अगदी नाऊमेद केले नव्हते. त्या सर्वांना 'रॉबीन बेटे' ते 'थ्री ॲन्करबे' पर्यंतचे १० कि.मी.चे अंतर पोहण्याचा अनुभव होता. त्याचमुळे बहुधा ते परत एकदा लांब अंतराचा आणि बराच वेळ पाण्यात काढायला लागणाऱ्या आणखी एक प्रयत्न

करण्याच्या मन:स्थितीत नसावेत. परंतु मला आतून कोठे तरी वाटत होते की कसून तयारी केली, तर हा १०० कि.मी. पोहण्याचा विक्रम जमू शकेल.

एका व्यक्तीचे मत जाणून घ्यायला मी फार उत्सुक होतो आणि जिचे मत माझ्या दृष्टीने फार महत्त्वाचे होते, ती व्यक्ती होती टिम नोक्स हे 'शारीरिक व्यायाम' या विषयाचे तज्ज्ञ. त्यांचे केपटाऊन विद्यापीठात खेळासंबंधी 'विज्ञान आणि उपचार' यांवर संशोधन करणारे एक केंद्र आहे. मी त्यांना तसा जवळून ओळखत नव्हतो. पण मागे एकदा आम्हा उभयतांचा मित्र ॲलन डॅनकर याच्याबरोबर 'टेबल माउन्टन' चढून जाताना त्यांच्या सहवासाची संधी मिळाली होती. त्यांच्या भेटीची वेळ आधी ठरवून 'खेळ विज्ञान' शाखेच्या इमारतीतील कार्यालयात त्यांना भेटायला मी गेलो. केपचा संपूर्ण प्रदेश पोहून जाण्याचे माझे स्वप्न ते मुळातूनच खोडून काढतात की काय, ही धाकधूक मनात होतीच. मला असे वाटत होते की, प्रोफेसर नोक्सना शारीरिक ताकदीचा विचार करता काय शक्य होते काय नाही, याची पूर्ण कल्पना असणार. त्यामुळे त्यांनी जर सांगितले की, हे शक्य नाही, तर प्रश्न तिथेच मिटत होता, पुढे प्रयत्न करण्यातच अर्थ नव्हता. प्रोफेसर नोक्स हे प्रसन्न व्यक्तिमत्त्व असलेले सद्‌गृहस्थ आहेत. मी त्यांना माझ्या मोहिमेची कल्पना देताना सांगितले, "प्रोफेसर, मी येथे यायचे कारण म्हणजे मला संपूर्ण केपचा प्रदेश पोहून जायचे आहे. दहा कि.मी. रोज याप्रमाणे लागोपाठ १० दिवसांत. व्हिक्टोरिया आणि आल्फ्रेड किनाऱ्यापासून ते सी पॉइन्ट ते लॅंड्युनो, ते हॉट बे, मग केप ऑफ गुड होपला वळसा घालून केप पॉइन्ट नंतर सिमॉन्सटाऊनवरून शेवटी म्युझेनबर्ग. आतापर्यंत कोणीही असा प्रयत्न केलेला नाही. पाण्याच्या तापमानाचा तुम्हाला अंदाज आहे, कधी ते अगदी थंड असेल, तर कधी ९-१०°से. पर्यंत वर जाईल. कधीकधी जोरदार वाऱ्यामुळे समुद्र खवळलेला असेल, त्यामुळे पोहण्याचा वेग मंदावण्याचीपण शक्यता आहे. थोडक्यात माझे शरीर हे सर्व सहन करू शकेल का? मला हे जमण्यासारखे आहे का?"

त्यांनी माझ्याकडे रोखून पाहिले आणि कोणत्याही प्रकारच्या संशयाला वाव न ठेवता म्हणाले, "होय." फक्त एकच शब्द 'होय' माझ्यासाठी तेवढा एकच शब्द पुरेसा होता. त्या वेळी नोक्सना माझ्या एसएएसमधील प्रशिक्षणाबद्दल माहीत नव्हते किंवा केप भागातल्या माझ्या आधीच्या मोहिमांबद्दलपण त्यांना काही कल्पना नव्हती. फक्त १४ वर्षांपूर्वी मी केलेल्या केप पॉइन्ट येथील पोहण्याच्या प्रयत्नाविषयी त्यांना माहिती होती. ते फक्त पाच कि.मी.चे अंतर होते. तो दिवस फारच खराब होता. समुद्र कमालीचा अशांत होता आणि अशा स्थितीत त्या दिवशीच्या पोहण्यावरून त्यांना माझ्या मानसिक ताकदीचा अंदाज आला होता आणि त्यावरूनच त्यांनी निष्कर्ष काढला होता की, केप भागाला वळसा घालण्याचे १०-१२ दिवसांचे रोज

१० कि.मी. पोहण्याचे आव्हान मी पेलू शकेन. त्यांचे ठाम मत होते की मन जर खंबीर असेल, तर शरीर नक्की साथ देते आणि यामुळेच त्यांनी माझ्यावर विश्वास दाखवला होता.

एकदा प्रोफेसर नोक्सनी 'होय' म्हटल्यावर त्यांनी मला काही नियम, अटी घालून दिल्या. "लुईस, तुला जर ही मोहीम यशस्वी करायची असेल, तर काही कडक पथ्यं पाळावी लागतील. प्रथमत: तुझ्याकडून चांगला कसून सराव करून घ्यावा लागेल. उद्यापासूनच तू रोज आमच्या खेळ विज्ञान संस्थेच्या उत्तम व्यायाम शिक्षकांबरोबर – स्टीफन डू टॉट यांच्याबरोबर सरावाला लाग. अशा साहसी मोहिमेसाठी शारीरिक क्षमता, तयारी काय दर्जाची हवी किंवा काय दर्जाची लागते, याची त्यांना चांगली कल्पना आहे व त्याप्रमाणे योग्य मार्गदर्शन ते तुला करतील. जेव्हा तू व्यायाम करत असशील, सराव करत असशील, तेव्हा तुझ्या शरीरातील अंतर्गत घडामोडींवर, बदलांवर मीपण लक्ष ठेवून असेन. त्या सर्वांची नोंद ठेवली जाईल. त्याप्रमाणे तुझा पोहण्याचा सराव करून घेणारे प्रशिक्षक असतील गॅरी फिलिंग."

एकंदरीत प्रोफेसर टिम नोक्स यांचे व्यक्तिमत्त्व भारदस्त होते. मी कधी त्यांना 'टिम' नावाने संबोधायला धजावलोच नाही. तितकी सलगी दाखवणे मला जमलेच नाही. म्हणून मी त्यांना 'प्रोफेसर' म्हणूनच संबोधत असे. माझ्याकडून त्यांना संबोधण्याच्या मागे, जास्तीत जास्त अनौपचारिकता दाखवताना एक नावाजलेले 'शारीरिक व्यायाम तज्ज्ञ' या त्यांच्या दर्जाची सतत जाणीव ठेवण्याचा हा प्रयत्न होता. त्यांच्या मार्गदर्शनाखाली सराव आणि व्यायाम करायला सुरुवात केल्यावर मला माझ्या शारीरिक क्षमतेत खूपच सकारात्मक बदल जाणवायला लागले. हे सर्व सरावाचे, प्रशिक्षणाचे काम सुरू असताना, दुसऱ्या कोणीतरी तसा प्रयत्न आधी करून माझे श्रेय हिरावून घेण्याचा प्रयत्न करू नये, म्हणून आम्ही अत्यंत गुप्तता बाळगायचे ठरवले. इतिहासात असे घडल्याची अनेक उदाहरणे आहेत. कॅप्टन स्कॉट आणि त्याची टीम दक्षिण ध्रुवावरच्या मोहिमेवर निघणार असल्याची बातमी लागताच त्यांचे श्रेय हिरावून घेण्यासाठी रोआल्ड आमंडसेन याने त्याच ठिकाणासाठीच्या मोहिमेला सुरुवात केली होती. त्या वेळी बऱ्याच जणांना आमंडसेनचे हे कृत्य अशोभनीय वाटले होते, पण त्यामुळे इतिहास बदलणार नव्हता. दक्षिण ध्रुवावर पाय ठेवणारा पहिला साहसवीर तोच ठरला होता.

केप द्वीपकल्पाला १०० कि.मी. पोहत वळसा घालण्याचा माझा निर्धार मला 'दानजी ट्रटर' या असामीच्या दाराशी घेऊन गेला. तो एक अवलिया माणूस होता. केपटाऊनच्या 'टेबल व्ह्यू' या उपनगरात राहणारा आणि मासेमारीचा व्यवसाय करणारा तो एक माणूस होता. आमची भेट झाली तेव्हा तो त्याच्या आयुष्याच्या

शेवटच्या टप्प्यावर होता. त्यालापण त्या गोष्टीची कल्पना होती. त्याला घशाचा कॅन्सर झाला होता. त्याच्या एकंदर तब्येतीवरून आणि अशक्तपणावरून तो सगळीकडे पसरला असण्याचीही शक्यता होती. पण आयुष्यात जे समोर येईल, त्याला धैर्याने तोंड देणे आणि नशिबाला दोष देत न बसणे असे मानणाऱ्या पिढीचा तो प्रतिनिधी होता. दानजीच्या दृष्टीने सर्वांत महत्त्वाची गोष्ट ही होती, की तो कोणाला भार होऊन बसलेला नव्हता आणि ज्या मस्तीत तो आयुष्य जगला, त्याच मस्तीत तो मृत्यूला सामोरापण जाणार होता. घशाचा कॅन्सर हा सगळ्याच दृष्टीने विचार केला, तर एक कठीण आजार आहे. पण दानजी मात्र तसे जाणवू देत नव्हता. वैद्यकीय व्यावसायिकांनी त्याचे कोक आणि ब्रॅन्डी पिणे पसंत केले नसते, पण ते पिण्याने त्याला काही प्रमाणात बरे वाटत असावे आणि आनंद तर नक्कीच मिळत होता. आयुष्याच्या या टप्प्यावर इतपत आनंद मिळवण्याचा त्याचा अधिकार कोणी हिरावून घेण्याचे कारणच नव्हते. मी जेव्हा मागे वळून बघतो, तेव्हा त्याच्या आठवणीने मला खूप बरे वाटते आणि चेहऱ्यावर आपोआपच स्मित उमटते.

त्याच्याकडे एक 'कॅव्हलिअर'नावाची जुनी मच्छीमारी बोट होती. केप ऑफ गुड होप जवळ 'ट्युना' जातीचे मासे पकडणे हा त्याच्या सर्वोच्च आनंदाचा भाग होता. त्याच्यासारख्या एकट्यादुकट्या मच्छीमाराला जपानी, तैवानी मच्छिमारी ट्रॉलरशी स्पर्धा करणे केवळ अशक्य होते. दानजीला जगण्यासाठी दुसरा काहीतरी मार्ग शोधणे क्रमप्राप्त होते, म्हणून त्याने रॉबीन बेट ते दक्षिण आफ्रिकेचा मुख्य किनारा हे अंतर पोहून जाणाऱ्यांसाठी, विक्रम करू इच्छिणाऱ्यांसाठी मार्गदर्शक वाटाड्याचे काम करणे सुरू केले होते. त्याला या मार्गाची आणि अशा प्रकारच्या कामाची खडान्‌खडा माहिती होती. त्याच्या वागण्या-बोलण्यात एक प्रकारचा आशावाद असायचा. तो नेहमी आनंदी असायचा. त्याच्या कामात तो चोख असायचा. त्यामुळे जलतरणपटूंना तो अगदी विश्वासू मार्गदर्शक, मित्र वाटायचा.

माझी मोहीम १० ते १२ दिवसांची असणार होती. तरीपण त्याने माझ्या मोहिमेत वाटाड्या होण्याची तयारी दर्शवली. माझ्या मोहिमेचा आणखी एक उद्देशही होता. डेव्हिड बेकर याने 'स्टार फीश' या नावाने सुरू केलेल्या 'एड्स'च्या रुग्णांच्या उपचारांसाठीच्या संस्थेसाठी निधी उभा करण्याचा आणि त्या रोगासंबंधी जागरूकता निर्माण करण्याचा. माझ्या त्या दुहेरी उद्देशामुळे माझ्या या मोहिमेला पुरेसे प्रायोजकपण मिळाले. दानजीची मला सगळ्यात भावलेली कोणती गोष्ट असेल, तर त्याचा विश्वासूपणा. सकाळी लवकर उठून, दिवस चांगला वर यायच्या आतच सर्व गोष्टींची तयारी करून ठेवण्यावर त्याचा कटाक्ष असे. प्रत्येक गोष्टीकडे सकारात्मक दृष्टीने बघण्याची त्याची सवयपण मला आवडली. मी करायला जात असलेल्या साहसी प्रयत्नाबद्दल आणि त्यातल्या संभाव्य धोक्यांबद्दल त्याला पुरेपूर

जाणीव होती आणि त्यासाठी त्याने मला अगदी मनापासून लागेल ती मदत आणि पाठिंबा देण्याची तयारी दर्शवली होती. ती साहसी मोहीम आता माझी एकट्याची राहिली नव्हती, तर आमची झाली होती.

आमचा रोजचा दिवस सकाळी सहा वाजता फोन करून ठरावीक संभाषणाने सुरू व्हायचा. मी त्याला फोन करायचो.

''गुड मॉर्निंग,'' दानजी.

''गुड मॉर्निंग,'' लुईस.

''दानजी आज आपण पोहायला जायचं आहे का? ''

''लुईस, एक मिनिट थांब, मी तुला बघून सांगतो,'' असे म्हणून तो फोन बाजूला ठेवायचा. त्याच्या घराचा पुढचा दरवाजा उघडल्याचा आवाज मला फोनवर ऐकू यायचा आणि मिनिटाच्या आतच फोनवरून, जणूकाही परिस्थितीचा मनातल्या मनात अंदाज घेत तो म्हणायचा, ''ठीक आहे. आजचा दिवस मला बरा दिसतो आहे. बंदरावर बरोबर सात वाजता मला भेट. आपण पोहायला जाणार आहोत.''

मासेमारीच्या व्यवसायात आयुष्य काढल्यामुळे त्याला आकाश वाचता येत होते आणि टेबल माउन्टनवरच्या आकाशाकडे बघून तो वाऱ्याचा लहरीपणा समजू शकत होता. ढग बघून पुढचे सहा तास हवामान कसे असेल, हे तो अचूक सांगायचा. त्याला कधी रेडिओवर 'हवामानाचा अंदाज' ऐकण्याची गरज भासली नाही. त्याचा अंदाज कधी चुकायचा नाही. पोहण्याची चड्डी, गॉगल्स, टोपी, सनटॅन लोशन आणि खाण्यापिण्याचे पदार्थ इत्यादी गोष्टी घाईघाईने गोळा करून, तो बंदराच्या ज्या भागातून बोट समुद्रात ढकलण्याच्या तयारीत असे, तिथे जाऊन मी त्याला गाठायचो. दानजी त्याच्या 'पिक-अप' ट्रकमधून यायचा. त्या पिक-अप ट्रकच्या मागच्या ट्रेलरवर बोट ठेवलेली असायची. पिक-अप ट्रक किनाऱ्याच्या अगदी जवळ घेऊन मागच्या घसरगुंडीवरून तो बोट सरळ पाण्यातच उतरवायचा. त्याच्या तेव्हाच्या शरीरयष्टीवरूनपण सहज अंदाज करता यायचा की, एकेकाळी तो बलदंड शरीरयष्टीचा माणूस असला पाहिजे. पण या आजारपणामुळे त्याची पूर्ण वाताहत झाली होती व तो आता खूपच अशक्त झाला होता. त्याची उपजीविका मिळवून देणारी सर्व शारीरिक कष्टाची कामे त्याने तेव्हा माझ्यावर सोपवली होती. त्याला अधूनमधून खोकल्याच्या उबळी यायच्या. खोकून-खोकून तो हैराण व्हायचा, पण त्याचा परिणाम त्याने त्याच्या कामाबद्दलच्या मानसिकतेवर होऊ दिला नाही. बऱ्याच वेळा बोलता-बोलता तो त्याचे पूर्वायुष्य किती सुंदर गेले होते, त्याबद्दल बोलायचा. त्याचे समुद्रावर प्रेम होते आणि संपूर्ण आयुष्य समुद्राच्या सान्निध्यात घालवायला मिळाल्याबद्दल तो स्वत:ला खूप नशिबवान समजायचा. कधीकधी तो मृत्यूसंबंधीपण बोलायचा. त्याला पूर्ण कल्पना होती की, आता त्याचे फार दिवस

उरलेले नव्हते, तरीपण त्याच्या बोलण्यात भीती किंवा निराशेची छटापण नसायची; तर एक प्रकारे वास्तव मान्य केल्यावर स्वभावात जो तटस्थपणा येतो, तसा त्याच्या बोलण्या-वागण्यात तटस्थपणा असायचा. तो म्हणायचा, ''जीवनाकडून आता माझं काहीही येणं राहिलेलं नाही.''

म्युझेनबर्ग ते केपटाऊनमधील व्हिक्टोरिया आणि अल्फ्रेड बंदर असे मी पोहायचे ठरवले होते. कारण १०० कि.मी. पोहण्याच्या मोहिमेची यशस्वी सांगता करण्यासाठी माझ्या मते, व्हिक्टोरिया आणि अल्फेड बंदर हे ठिकाण जास्त योग्य होते. माझ्या या निर्णयाला दुसरे आणि जास्त सबळ कारण म्हणजे म्युझेनबर्गहून पोहायला सुरुवात केल्यामुळे केपभोवतीचा माझा वळसा हा घड्याळाच्या काट्यांच्या दिशेने असणार होता व त्यामुळे किनारा नेहमी माझ्या उजवीकडे राहणार होता. प्रत्येक जलतरणपटूचे पोहण्याच्या बाबतीत काही कच्चे, तर काही पक्के दुवे असतात. त्यामुळे ज्याचे जे पक्के दुवे असतात, त्याच पद्धतीने तो पोहणे पसंत करतो किंवा त्याला सोपे जाते. मला पोहताना चेहरा उजवीकडे ठेवणे बरे वाटायचे, कारण तेव्हा मला श्वासोच्छ्वास करणे सोपे जायचे. दुसरे म्हणजे निसर्गसौंदर्याने नटलेली जमीन, सुंदर किनारा सारखा माझ्या डोळ्यासमोर राहणार होता. असाच अनुभव मी नॉर्वेमध्येपण घेतला होता.

पहिल्याच दिवशी सकाळी आम्ही कारने म्युझेनबर्गला जाऊन पोचलो; तर तिथे आमचे आग्नेय दिशेने वाहणाऱ्या सोसाट्याच्या वाऱ्यांनी स्वागत केले. जेव्हा केप द्वीपकल्पात वारा आग्नेयकडून वाहतो, तेव्हा तो किती उग्र रूप धारण करेल, याचा अंदाज करता येत नाही. समुद्र खवळलेला असतो. पाणी सर्व दिशांनी उडत असते. मी दक्षिण दिशेकडेच पोहायला सुरुवात करणार होतो. त्यामुळे वाऱ्याच्या दिशेचा विचार करता मी फार प्रगती करू शकणार नव्हतो. ऑट्टो थॅनिंग मला मोहिमेसाठी शुभेच्छा द्यायला आला होता. तेथील एकूण परिस्थिती बघून त्याने ज्या रितीने मान हलवली त्यावरून त्याला हेच म्हणायचे होते की, 'कठीण आहे, अवघड आहे,' तू आज पाण्यात उतरायचा प्रयत्नच करू नकोस, इत्यादी. मी खरे तर त्याच दिवशी मोहिमेचा मुहूर्त करायला उत्सुक होतो, पण केपच्या पाण्याची मला पूर्ण कल्पना होती आणि आग्नेय वाऱ्यांचीही. एकंदर परिस्थितीचा अंदाज घेऊन आम्ही त्या दिवशीचा मुहूर्त पुढे ढकलायचे ठरवले. दुसऱ्या दिवशी सकाळीही असाच आग्नेयकडून वारा वाहात होता. जेव्हा तिसऱ्या दिवशीपण तशीच परिस्थिती पाहिली, तेव्हा मात्र आता काहीतरी निर्णय घ्यायलाच पाहिजे, असे वाटायला लागले. आम्हाला स्थानिक प्रसिद्धी माध्यमांकडूनपण चांगला प्रतिसाद मिळत होता, पण जसे दोन-तीन दिवस वाया गेले, तसा त्यांचाही उत्साह कमी व्हायला लागला. तेथील हवामानाचा बेभरवशीपणा सार्थ ठरत होता. त्या उलट केपच्या

पश्चिमेकडील हवामान तिन्ही दिवस अगदी उत्तम होते आणि मी जर व्हिक्टोरिया आणि अल्फ्रेड येथून सुरुवात केली असती, तर काहीच प्रश्न उद्‌भवला नसता.

तिसऱ्या दिवशीपण आग्नेय वाऱ्याने इंगा दाखवल्यावर मात्र मी शरणागती पत्करली आणि सरळ व्हिक्टोरिया आणि अल्फ्रेड बंदराकडे कूच केली. माझ्या या 'मॅरेथॉन सदृश' पोहण्याच्या मोहिमेची सुरुवात झाली, तो दिवस होता २८ एप्रिल २००४. पहिल्या दिवशी मी अटलान्टिक महासागरात 'क्लिफ्टन बीच'पर्यंतचे आठ कि.मी.चे अंतर पोहून गेलो. याच 'क्लिफ्टन बीच'वर मी विद्यापीठात शिकत असताना जीवरक्षकाचे काम करत होतो. कॅम्सच बे स्कूलचे बरेच विद्यार्थी मला शुभेच्छा द्यायला किनाऱ्यावर जमले होते. त्यांचे शिक्षक हेन्री रॉबिन्स हे एके काळी माझे पण शिक्षक होते. त्यांना बघून मला खूप आनंद झाला. आम्ही थोडा वेळ त्या जुन्या दिवसांबद्दल गप्पागोष्टी केल्या.

केप द्वीपकल्प पोहण्याची मोहीम फारच अवघड होती. सुरुवातीला जो मी अंदाज केला होता, त्यापेक्षा परिस्थिती अवघड होती. पहिल्या दिवशी आठ कि.मी. अंतर पोहून थांबण्याचा माझा निर्णय खूपच शहाणपणाचा होता. मला अजून ९२ कि.मी.चा पल्ला गाठायचा होता. दुसऱ्या दिवशी पाण्यातल्या अंतर्गत वेगवान प्रवाहांमुळे माझा पोहण्याचा वेग आणखी मंदावला आणि ठरवलेले अंतर पोहून जाणेपण अशक्य झाले. तरीपण मी बऱ्यापैकी अंतर पोहून पार करण्याचा निर्धार केला होता आणि तशाही परिस्थितीत मी जवळ-जवळ पाच तास वीस मिनिटे पाण्यात होतो. तशा परिस्थितीत पोहणे आधीच कठीण झाले असताना 'लॅनड्युडनो' बीचजवळ मोठ्या-मोठ्या लाटा उसळायला लागल्या आणि परिस्थिती आणखीच कठीण झाली. अर्थात माझी मन:स्थिती पूर्ववत होण्यासाठी फार काही विशेष लागत नाही. एक गरम पाण्याची अंघोळ, छानसे जेवण आणि रात्रीची झोप एवढे पुरेसे होते. मी दुसऱ्या दिवशी सकाळी दानजीला फोन केला आणि नवीन उत्साहाने आम्ही तिसऱ्या दिवसाला सुरुवात केली. आमच्या तिसऱ्या दिवसाचा टप्पा होता लॅनड्युडनो बीच ते ड्युईकर बेट, याच बेटाला 'सीलबेट' असेही म्हणतात. कारण या बेटाजवळच पाण्यात शेकडो 'केप फरसील' प्राणी पाहायला मिळतात, आणि केप द्वीपकल्पात जिथे-जिथे पाण्यात 'सील' प्राणी आहेत, तिथे-तिथे 'मोठे पांढरे शार्क मासेपण त्यांच्या पुढच्या जेवणाच्या शोधात येतात. तीनच आठवड्यांपूर्वी जेपीॲन्ड्र्यू नावाच्या तरुण मुलावर म्युझेनबर्ग येथे मोठ्या पांढऱ्या शार्कने हल्ला केला होता आणि त्यात त्याला पाय गमवायला लागला होता. तीच गोष्ट माझ्या मनात सारखी घोळत होती. काही वर्षांपूर्वीच शार्क प्रतिबंधक इलेक्ट्रॉनिक यंत्राचा शोध लागला होता. ते यंत्र म्हणजे काळ्या रंगाचा छोटा बॉक्स होता. त्या यंत्राच्या मदतीने पाण्यात एका विशिष्ट कंपनांच्या ध्वनिलहरी सोडून त्यामुळे शार्कना

घाबरवून दूर ठेवणे शक्य झाले होते. ते यंत्र मार्गदर्शक बोटीच्या बाहेरच्या बाजूला लावले जाते. अर्थात जलतरणपटू जर बोटीपासून १० मीटरच्या अंतराच्या आत पोहत असेल, तरच या यंत्राचा त्याला फायदा होता आणि हे जलतरणपटूला आणि बोटीला नेहमीच शक्य होईल, असेही नाही. विशेषत: जेव्हा समुद्र अत्यंत खवळलेला असेल किंवा उंचच उंच लाटा उसळत असतील, तेव्हा तर हे अजिबात शक्य होत नाही. दुसरे म्हणजे हे यंत्र बॅटरीवर चालते. त्यामुळे बॅटरी नेहमी चार्ज करून ठेवणे गरजेचे असते. असे म्हणतात की पांढऱ्या शार्कना माणसांवर हल्ला करण्यात काही स्वारस्य नसते. ते बहुतेक वेळा 'सील' प्राणी समजून माणसांवर हल्ला करतात. ते सगळे ठीक आहे, पण तुमच्या दुर्दैवाने तुमच्या काळ्या रंगाच्या पोहण्याच्या चड्डीमुळे जर तुम्ही शार्कला 'सील' प्राणी वाटलात, तर मग शार्कला दोष देण्यात काय अर्थ आहे, नाही का?

माझा मित्र 'रायन स्ट्रॅमरूड' या टप्प्यात माझ्याबरोबर सोबत म्हणून पोहत होता. पाण्यात बराच वेळ त्याने माझ्या बरोबरीने पोहण्याची चांगलीच तयारी दाखवली. त्या दिवशीच्या अंतिम टप्प्याला पोचायला साधारण ४५ मिनिटांच्या अवधी असताना त्याला अचानक बरे वाटेनासे झाले आणि तो पाण्याबाहेर निघाला, त्यामुळे परत जेव्हा मी ड्युईकर बेटावर पोचलो, तेव्हा एकटाच होतो. 'दानजी' ज्या यंत्रामधली बॅटरी पूर्ण चार्ज आहे ना? मी ओरडून विचारले.

"हो," दानजी म्हणाला. मी त्या बोटीच्या जास्तीत जास्त जवळ राहायचा प्रयत्न करत होतोच, पण त्या दिवशी समुद्र फारच अशांत होता, पाण्यात मोठ्यामोठ्या लाटा नव्हत्या; पण पाणी फारच हेलकावत होते आणि त्यामुळे बोट सारखी माझ्यापासून लांब-लांब जात होती. मी जसा ड्युईकर बेटाजवळ आलो तसे माझ्यापुढे दोन पर्याय होते. एक म्हणजे बेटाच्या आणि केपच्या मुख्य किनाऱ्यामध्ये जो एक अरुंद, चिंचोळा भाग निर्माण झाला आहे; त्यातून पोहून जाणे. पण त्या भागात 'सील' प्राण्यांची खूप वस्ती आहे आणि त्यामुळे मोठ्या शार्क माशांचीपण ये-जा असणे शक्य होते आणि दुसरा पर्याय म्हणजे 'ड्युईकर' बेटाला टाळून जाण्यासाठी परत जरा खोल समुद्रात जाऊन 'डंजियन्स रीफ' बेटाला वळसा घालून पुढे जाणे. पण ही फेरी खूपच लांबची झाली असती. शिवाय 'डंजियन्स रीफ' हा भाग अतिमोठ्या लाटांसाठी कुप्रसिद्ध आहे. सबंध दिवस पोहल्यावर माझी पूर्ण दमछाक झाली होती आणि परत एवढे अंतर वाढवणारा वळसा घालण्याचा विचार फारच क्लेशदायक होता. मी स्वत:लाच बजावले की, एक तर बोटीला ते इलेक्ट्रॉनिक यंत्र लावलेले आहे आणि दुसरे म्हणजे बोटीच्या इंजिनाच्या आवाजानेही पांढरे शार्क जवळ येण्याची शक्यता नव्हती. तसेच माणूस हे शार्कचे स्वाभाविक भक्ष्य नाही, शिवाय त्या अरुंद पट्ट्यामध्ये शार्क माशांसाठी सील प्राणी पण विपुल

प्रमाणात आहेत आणि शेवटी मी तसा नशिबवानपण आहेच; त्यामुळे मी तोच पर्याय स्वीकारायचे ठरवले. मी खूप दमलो होतो आणि थंडीपण खूप होती.

"दानजी, आपण त्या जवळच्याच मार्गाने जाणार आहोत," मी त्याला ओरडून सांगितले.

"ठीक आहे लुईस," दानजी म्हणाला, "चल तर जाऊ या."

पाण्यात शार्क असण्याच्या फक्त कल्पनेनेच माझी भीती कोठच्या कोठे पळून गेली होती. एवढेच नाही, तर झालेल्या दमणुकीचाही विसर पडला होता. माझे हात पाण्यात आपोआपच वेगाने चालत होते. वाऱ्याचा जोर जसा वाढला आणि बोट माझ्यापासून दूर-दूर जायला लागली, तसे मी दानजीला ओरडून सांगितले, "दानजी, माझ्यावर मेहेरबानी कर, माझ्याजवळ राहायचा प्रयत्न कर. माझ्या आजूबाजूला खूप मोठ्या प्रमाणावर सील होते. ते क्षणात पाण्यावर यायचे, तर दुसऱ्या क्षणाला सुळकन पाण्यात जायचे. काही अगदी जवळून तोंड उघडे ठेवून दात दाखवत तरंगत गेले. ते माझ्याभोवती इतक्या जवळ आणि इतक्या संख्येने होते की सांगता येणार नाही. पाण्यात ते अति प्रचंड प्रमाणात असल्यामुळे आजूबाजूचे पाणीपण कमालीचे घाण झाले होते. क्षणभर मला वाटले की, कमीत कमी या कारणासाठी तरी एखादा शार्क येऊन त्यांना चांगली अद्दल घडवेल.

ड्युईकर बेटापासून ५०० मीटर दूर गेल्यावर माझी भीती जरा कमी झाली, मनावरचा ताण जरा सैल झाला आणि प्रचंड थकवा आणि थंडी जाणवायला लागली.

"दानजी, आज आपण येथेच थांबू या," मी त्याला ओरडून सांगितले आणि मी बोटीवर चढलो. एकदा सुरक्षित जागेत आल्यावर काही क्षणांपूर्वी आपण किती घाबरलेले होतो, याची आठवण किती मजेशीर वाटते नाही? जीपीएसच्या साहाय्याने आमचे त्या दिवशीचे ते ठिकाण आम्ही निश्चित केले आणि आम्ही 'हाऊट बे'कडे निघालो. तिथे पोचल्यावर मी आणि दानजी तिथल्या यॉट क्लबमध्ये गेलो आणि खाण्यापिण्यासाठी काही पदार्थ व बिअर मागवली. नंतर बराच वेळ त्या सील प्राण्यांचे आलेले अनुभव आठवून आम्ही हसत आणि गप्पा मारत तिथे बसलो. कधीकधी सील माझ्या दिशेने इतक्या वेगाने पोहत यायचे की, मला पांढरा शार्क मासाच माझ्या दिशेने येत असल्याचा भास व्हायचा आणि आता मस्तपैकी बिअर पीत बसलेलो असताना त्या आठवणींनी मला हसू येत होते. पण असे अनुभव आयुष्यात वारंवार येऊ न देणेच ठीक असते, कारण असे अनुभव म्हणजे आत्यंतिक मानसिक तणाव निर्माण करण्याचाच प्रकार होता आणि दुसरे म्हणजे वारंवार नशिबाची परीक्षापण बघणे योग्य नाही. मी या घटनेची किंवा प्रकाराची फारच अतिशयोक्ती करत आहे असा एखादे वेळी वाचकांचा गैरसमज होईल, पण

मी ज्या मार्गावरून पोहून आलो होतो. त्याच मार्गावर असलेल्या 'फिश होक' या ठिकाणी एका वृद्ध महिलेवर शार्क माशाने हल्ला करण्याची घटना दोनच दिवसांनंतर घडली होती व तो प्रकार घडत असताना किनाऱ्यावरच्या लोकांच्या हातात भीतीने फक्त बघत बसण्यापलीकडे काहीही करता येण्यासारखे नव्हते.

दिवसाचा पल्ला यशस्वीपणे पार केल्यावर संध्याकाळी असे दानजीबरोबर एखाद्या क्लबमध्ये किंवा हॉटेलमधे खातपीत बसायला मला आवडायचे, खास करून त्या दिवशी 'हाऊट बे'च्या यॉट क्लबमध्ये खूपच मजा आली. तेथील प्रत्येक जण दानजीला ओळखत होता आणि त्यांच्या बोलण्यातून दानजीबद्दल त्यांना वाटणारा जिव्हाळाच जाणवत होता. मी दानजीच्या बाजूलाच बसलेलो असताना पण प्रत्येक जण दानजीलाच विचारायचा, "काय दानजी, तुझा पोहण्याचा कार्यक्रम कसा काय चालला आहे?"

"छान, छान चालला आहे," तो सांगे.

"तू कसा काय आहेस?"

"मीपण मस्त आहे," विचारणारा उत्तर देई.

नंतर मला आठवले की दुसऱ्या दिवशीची सुरुवात मला परत ड्युकर बेटाजवळूनच करायची होती. "दानजी, मी जरा आणखी पुढे पोहत जाऊन आज थांबायला हवं होतं असं मला वाटतं." मी म्हणालो.

"खरं आहे लुईस, पण उद्याचा दिवस आणखी वेगळा असेल. काळजी करू नकोस."

आणि ते खरंच होते, दुसरा दिवस आणखीच वेगळा होता. शेवटी मी त्या बेटापर्यंत पोहत जाऊन पोचलो, पण माझ्या अंदाजापेक्षा ते अंतर पोहून जाणे मला चांगलेच जड गेले. कधीकधी असा दिवस उगवायचा, की आग्नेय वारे वाहत असायचे आणि दोन-तीन तास पाण्याशी झगडल्यावरपण जेमतेम मी एक कि.मी. अंतरच पोहून गेलेलो असायचे आणि तेव्हा मात्र मी निराशेने घेरला जायचो कधीकधी तर असा दिवस उजाडायचा की, सुसाट वेगाने वारे वाहत असायचे आणि तेसुद्धा विरुद्ध दिशेने! अशा वेळी तर पाण्यात उतरणेपण अशक्य होऊन बसायचे. एकदा केप पॉइन्ट ओलांडल्यावर 'फॉल्स बे' भागात शिरल्यावर पाण्याचे तापमानपण बऱ्यापैकी वाढले आणि ही गोष्ट मला पोहायला पूरक अशीच होती. ११ दिवसांचा माझा टप्पा होता. 'केप पॉइन्ट अभयारण्य' ते माझ्या वडिलांचे जेथे दफन केले होते, ते 'सिमॉन्स' गाव. त्या दिवशी हवामान उत्तम होते आणि माझा उत्साह पण अगदी शिगेला पोचला होता. त्या दिवशी तीन तास चाळीस मिनिटांत मी १३ कि.मी. अंतर पोहून गेलो. माझ्या मोहिमेची सांगता होण्याच्या एक दिवस आधी म्हणजे बाराव्या दिवशी माझा मित्र निक मार्शल माझ्याबरोबर पाण्यात होता.

पोहता-पोहता नकळत आमच्यात शर्यत सुरू झाली. आधीपण आम्ही जेव्हा बरोबर पोहायचो, तेव्हा आमच्यात नकळत शर्यतसुद्धा व्हायची. हा प्रकार नेहमी ठरलेलाच होता. आम्ही वेगाने पोहायचे, आणखी एक कारण म्हणजे, आदल्याच आठवड्यात या भागात खूप मोठ्या प्रमाणात पांढरे शार्क आढळून आले होते. त्या दिवशी माझ्याबरोबर निक होता, ही गोष्ट मला खूप मोठा दिलासा, आधार देणारी होती. मला माहीत होते की, कोणत्याही विक्रम करू इच्छिणाऱ्या जलतरणपटूच्या मनात असा विचार येणे योग्य नव्हते; पण त्या दिवशी निकच्या असण्यामुळे पांढऱ्या शार्कच्या हल्ल्याच्या संभाव्य धोक्याची शक्यतापण निम्मी-निम्मी विभागली गेली होती. आम्ही त्याच दिवशी 'म्युझेनबर्ग' गाठू शकलो असतो, पण आम्ही 'जीपीएस'वरून अंदाज घेऊन अंतिम रेषेच्या आधी दीड कि.मी.वर त्या दिवशीचे पोहणे थांबवले. दुसऱ्या दिवशी माझे ३० मित्र शेवटचा टप्पा पोहायला माझ्याबरोबर पाण्यात उतरले. त्या मोहिमेची यशस्वी सांगता करण्याचा तो क्षण एवढ्या मित्रांबरोबर अनुभवणे हापण एक चित्तथरारक अनुभव आम्ही सगळे टोनी सेलमायरच्या घरी आनंद साजरा करण्यासाठी एकत्र जमलो. मी आभार प्रदर्शनाचे छोटेसे भाषण केले. ज्यांनी माझ्या विक्रमाची नोंद घेण्याकरिता वेळ दिला होता, त्या 'सीएलडीएसए'चे कार्यकर्ते, माझ्याबरोबर पोहायला आलेले मित्र आणि अर्थातच दानजी नंतर मी शांत समुद्रात, उबदार पाण्यात आणि मनात शार्कची भीती नसलेल्या भागात पोहण्याच्या सुखद कल्पनेवर आणि माझ्या अनुभवांबद्दल माझ्या भाषणात बोललो. पोहताना मी जेव्हा बोटीकडे नजर टाकायचो आणि बोटीत दानजीला जेव्हा शांतपणे ब्रॅन्डी आणि कोक पिताना बघायचो, तेव्हा पाण्यात मी कशाही अवस्थेत असलो, तरी माझ्या चेहऱ्यावर हसू फुलायचे आणि मला मनोमन बरे वाटायचे. माझ्या केप पोहून जाण्याच्या मोहिमेआधीपण आणि नंतरच्या मोहिमांमध्येपण मार्गदर्शक बोटींमध्ये राहून मला मार्गदर्शन करणाऱ्या खूप व्यक्तींचा मी अनुभव घेतला, पण दानजीची सर कोणालाही नव्हती. अत्यंत शांत, कोणत्याही प्रकारच्या तक्रारी नाहीत. स्वत:वरचा पूर्ण विश्वास आणि केप द्वीपकल्पाला यशस्वीपणे वळसा घालून जाण्याची पूर्ण खातरी या त्याच्या वैशिष्ट्यांमुळे मी खूपच प्रभावित झालो होतो.

त्या दिवशी टोनीच्या घरी दानजीने काहीतरी बोलावे, असे सगळ्यांनाच वाटत होते. ब्रॅन्डीचे काही पेग आधीच रिचवलेला दानजीपण बोलायला उभा राहिला आणि अगदी मनापासून बोलला. "मला आतापर्यंत अशा मोहिमांमध्ये भाग घेण्याची कधी संधी मिळाली नव्हती. तशी वेळ आली नव्हती तसेच लुईससारख्या साहसी उमद्या दुसऱ्या कोणा तरुणाशीपण कधी गाठ पडली नव्हती. एखादा जलतरणपटू पोहत असताना विशेषत: विक्रम करण्याच्या दृष्टीने पोहत असताना त्याला मार्गदर्शन करणाऱ्याला कठीण परिस्थितीत, खराब हवामानात जलतरणपटूच्या मानसिकतेचा,

मूडचा एखाद-दुसरा झटका मिळणं, अनुभव येणं अगदी स्वाभाविक आहे. उदाहरणार्थ तू हळू चल किंवा तू फार वेगात पुढे जात आहेस, किंवा तुझी बोट माझ्या इकडच्या बाजूला घे, मला बोटीच्या डिझेलच्या वासाचा, धुराचा त्रास होत आहे इत्यादी इत्यादी. माणसं जेव्हा कठीण परिस्थितीमधून जात असतात, संकटांमध्ये असतात, तेव्हा त्यांच्या वागणुकीत, स्वभावात बदल होणं अगदी स्वाभाविक आहे. पण लुईस, तू मात्र सहज डगमगून जाणाऱ्यातला नाहीस. तुझी माझ्याबरोबरची वागणूक नेहमीच सुसंस्कृतपणाची, सौजन्याची होती. हे १३ दिवस माझ्या आयुष्यातले सर्वांत आनंदाचे दिवस होते,'' असे तो म्हणाला.

दानजीचे ते शब्द ऐकून आणि विशेषत: ज्या वेदनामय अवस्थेतून तो जात होता, त्या अवस्थेचा विचार करता माझ्या या मोहिमेची यशस्वी सांगता मला अगदी भरून पावली, असे वाटले. दानजीच्या आयुष्यात आनंद निर्माण करणाऱ्या या १०० कि.मी. मोहिमेतला, लाटांशी झगडून पार केलेला प्रत्येक मीटर सत्कारणी लागल्यासारखे मला वाटले. या मोहिमेच्या यशस्वी सांगतेनंतर प्रशिक्षणाच्या दृष्टीने दानजीच्या 'कॅव्हेलियर'च्या मदतीने केपच्या परिसरात मी अनेक छोट्या-मोठ्या मोहिमा आखल्या आणि पार पाडल्या. नंतर एका वर्षातच दानजीचे निधन झाले. जरी मृत्यूची चाहूल खूप आधीपासूनच लागली होती, तरी त्याच्या जाण्याने मला फार मोठा धक्का बसला, दु:ख झाले. जेव्हा-जेव्हा केपटाऊनच्या समुद्रकिनाऱ्यावर जातो; तेव्हा-तेव्हा समुद्राचा तो अफाट विस्तार बघून, मी आणि दानजीने पोहत पार केलेल्या त्या मोहिमेच्या आठवणी ताज्या होतात आणि मन दु:खाने भरून येते. तो समुद्रकिनारा, समुद्रात घुसलेले भूभागाचे प्रत्येक टोक, त्या ठिकाणची छोटी-छोटी बेटं या प्रत्येकाशी माझ्या बऱ्यावाईट आठवणी निगडित झाल्या होत्या. काही सुखद; तर काही अंगावर काटा आणणाऱ्या. माझ्या दृष्टीने जीवनाविषयी नेहमीच आशावादी दृष्टिकोन ठेवणारा दानजी नेहमीच तिथे असणार होता. त्याच्या मृत्यूनंतर केपटाऊनच्या समुद्रात पोहण्याची मला कधी फार उत्सुकता वाटली नाही. माझ्याजवळ दानजीबरोबरच्या केप द्वीपकल्पाला पोहून वळसा घालण्याच्या त्या १३ दिवसांच्या मोहिमेच्या आठवणी होत्या आणि माझ्यासाठी तेवढ्याच पुरेशा होत्या.

'जोर्ड'चा राजा

केप द्वीपकल्पाच्या भोवती १०० कि.मी. पोहण्याची मोहीम झाल्यामुळे माझी तब्येत अर्थातच एकदम तंदुरुस्त होती. शारीरिक क्षमतेच्या मर्यादा अजून विस्तारता येतील का? किती विस्तारता येतील? इत्यादी विचार मनात परत घोळायला लागले. साहजिकच त्यासाठी नवीन काहीतरी मोहीम आखली पाहिजे, असे तीव्रतेने वाटायला लागले. सहज विचार आला की, उत्तर समुद्रातील शेटलॅन्ड बेटांपासून स्कॉटलन्डच्या ईशान्येकडे १६० कि.मी. अंतरावर जो १०० बेटांचा समूह आहे, ते नॉर्वेपर्यंतचे ३०० कि.मी.चे अंतर पोहून जाण्याचा पहिला ऐतिहासिक प्रयत्न का करू नये? (हा प्रदेश उत्तर ध्रुवाजवळ असल्यामुळे समुद्राचे पाणी अत्यंत थंड आहे.) हा एक तोपर्यंत कोणीही न केलेला असा, लांब अंतर पोहून जाण्याचा, अत्यंत महत्त्वाकांक्षी असा प्रयत्न असणार होता. या आव्हानातला कठीणपणाच मला जास्त आकर्षित करत होता. मी रोज १५ कि.मी. पोहण्याचा प्रयत्न करणार होतो. जीपीएसच्या मदतीने रोज संध्याकाळी त्या दिवशीची जागा निश्चित करून बरोबर असणाऱ्या मार्गदर्शक बोटीवरच रात्र काढून दुसऱ्या दिवशी परत पोहायला सुरुवात करायची, असा सर्वसाधारण प्लॅन ठरवला होता.

जर ठरवल्याप्रमाणे सर्व झाले असते, तर ३०० कि.मी. पोहून जायला २० दिवस लागले असते. या इतक्या मोठ्या मोहिमेच्या तयारीला अर्थातच पैशांची गरज होती. बोट भाड्याने घेणे, योग्य मदतनिसांची निवड करणे, खाणे, पिणे इत्यादीवरचा खर्च वगैरेसाठी पैसा लागला असता आणि पैसा हीच गोष्ट नेमकी माझ्याकडे नव्हती. लंडनहून केपटाऊनला परतल्यावर जागेचे भाडे वाचवण्यासाठी मी आईकडे राहायला गेलो. माझे काय-काय उद्योग चालले होते, याची तिला कल्पना होती आणि तिची त्याला संमतीपण होती. माझ्या दृष्टीने ही एक चांगली गोष्ट होती. तसे पाहिले, तर माझी आई मला मदत करायला नेहमीच तयार

असायची. ती खूप उदार आणि सढळ हाताची होती. परंतु माझ्या शेटलॅन्ड ते नॉर्वे या मोहिमेचा २० दिवसांचा खर्च तिच्याही आवाक्याबाहेरचा होता, म्हणून मी नॉर्वेमधल्या बर्गेन येथे प्रायोजक मिळवण्याच्या उपमोहिमेवर जायचे ठरवले.

नॉर्थ केपमुळे (आर्क्टिक सर्कलच्या ५०० कि.मी. उत्तरेला असलेला युरोपचा सर्वात उत्तरेकडला प्रदेश.) माझी नॉर्वेशी आणि नॉर्वेकरांची चांगली ओळख झाली होती आणि एक धाडसी, धडाडीचा आणि खराखुरा उपक्रमशील युवक अशी नॉर्वेलापण माझी ओळख झाली होती. त्यामुळे माझ्या भोळसटपणामुळे असेल कदाचित; मला वाटले, माझ्या मोहिमेसाठी प्रायोजक मिळायला फार कष्ट पडणार नाहीत. अगदी बिलीपासून जॅकपर्यंत मी सगळीकडे प्रयत्न केले, पण काही उपयोग झाला नाही. बर्गन शहराच्या महापौरांना भेटल्यावर मात्र मला थोडी आशा वाटायला लागली होती. त्यांनी सांगितलेल्या काही प्रसिद्ध आणि मोठ्या व्यक्तींशी मी फोनवरून संपर्क साधला, पण त्याचाही काही उपयोग झाला नाही. लोकांना असे वाटत होते की, शेटलॅन्ड ते नॉर्वेपर्यंतच पोहण्याची माझी मोहीम फारच महत्त्वाकांक्षी होती आणि ती यशस्वी होण्याची शक्यताच नव्हती आणि त्यामुळे मदत करण्यात काही अर्थ नाही. माझ्या डोक्यातून मात्र हा किडा काही केल्या जात नव्हता. मी बर्गेनमध्येच अडकून पडलो होतो आणि मला खूप रडावेसे वाटत होते. ही सर्व माणसे या मोहिमेचे आव्हान का समजू शकत नव्हती?

शेटलॅन्ड बेटांपासून, म्हणजे जेथे पाण्याचे तापमान सर्वसाधारणपणे ७°से. आहे, तिथे सुरुवात करून उत्तरेकडे म्हणजे नॉर्वेकडे अधिकाधिक थंड पाण्यात आणि त्याहून कठीण आणि बेभरवशी हवामानात पोहण्याच्या प्रयत्नातला थरार ते लोक का समजू शकत नव्हते? पण त्यांचेच बरोबर होते. आता मागे वळून बघताना जसा मी त्या मोहिमेचा परत विचार करतो, तेव्हा त्या वेळेला कोणीही प्रायोजक पुढे आला नाही, त्याबद्दल मी देवाचे आभारच मानतो. कारण आजपण शेटलॅन्ड बेट ते नॉर्वे या ३०० कि.मी. पोहण्याच्या मोहिमेपेक्षा अवघड आणि धोकादायक दुसरी मोहीम मलातरी आठवत नाही. त्या उत्तर समुद्राच्या अतिथंड पाण्यात, अत्यंत बेभरवशी हवामानात २० दिवस रोज पोहणे, रात्री बोटीवरच विश्रांती घेणे, शिवाय त्या भागातल्या तेल-विहिरींमुळे जहाजांची, बोटींची होणारी ये-जा चुकवत ती मोहीम यशस्वी होणे फारच अवघड होते. आता मी जेव्हा विचार करतो, तेव्हा माझा थरकाप उडतो की, तेव्हा मी काय वेडेपणा करणार होतो?

एके दिवशी नॉर्वेच्या 'फोर्ड' (फोर्ड हे नॉर्वे आणि अलास्का या प्रदेशात पाहायला मिळतात. समुद्राचे पाणी भूभागात घुसून तयार झालेले, दोन्ही बाजूंनी उंच बर्फाच्या कड्यांनी वेढलेले अरुंद आणि लांब कालवे.) भागाची प्रसिद्धी-प्रमुख असलेली हेलन सिव्हरस्टोल ही सुंदर नॉर्वेजियन तरुणी मला भेटली. तिच्याशी

गप्पा मारल्यावर तिच्याबरोबरच मी नॉर्वेतले काही मोठे 'फोर्ड' बघायला गेलो. त्यांच्या अप्रतिम सौंदर्याने मी अगदी भारावून गेलो. फोर्डच्या दोन्ही बाजूंना हजार-हजार फूट उंचीचे बर्फांचे सुळके होते. त्यांच्या कडांवर आकाशी, निळ्या रंगाच्या पाण्याच्या धारा गोठल्या होत्या. फोर्ड्समधून खाली नॉर्थ सीकडे येताना खालच्या दरीत छोटी-छोटी खेडी दिसत होती. अधेमधे एखादे मोठे गाव दिसत होते. घरांच्या छपरांना लाल, पिवळे, पांढरे रंग दिले होते. घरांसमोरच्या बागा छानपैकी फुलल्या होत्या. मला वाटले, पृथ्वी या ग्रहावरची माणसांचा कमीत कमी हस्तक्षेप असलेली, ही सर्वांत सुंदर जागा आहे. येथे निसर्गाने सौंदर्याची परिसीमा गाठली आहे.

मी जगातला सर्वांत लांबलचक 'फोर्ड' पोहून जाण्याचा प्रयत्न का केला नाही किंवा करावासा मला का वाटला नाही? कारण ते जमण्यासारखेच नव्हते. एक तर त्याचा बहुतेक भाग 'हिमनदी'मुळे गोठलेला असतो आणि तो ग्रीन लॅन्डमध्ये आहे. परंतु न गोठलेला आणि वाहता असलेला असा सर्वांत लांब फोर्ड नॉर्वेमध्ये आहे. त्याचे नाव आहे, 'सोगने फोर्ड' आणि त्याची लांबी आहे २०४ कि.मी. तो स्कॅन्डिनेव्हियामधील 'Jostedal' जोस्टेडाल हिमनदीपासून निघून नॉर्थ सी पर्यंत वाहत जातो. मी मनाशी ठरवले की, मला हा श्वास रोखायला लावणारा २०४ कि.मी. लांबीचा पाण्याचा प्रवाह पोहून जायचे आहे. नॉर्वेजियन 'सोगने फोर्ड'ला 'फोर्ड'चा राजा म्हणतात आणि ते काही खोटे नाही. दुसऱ्या कशाशीही याची तुलना होऊच शकत नाही. हे २०४ कि.मी.चे अंतर पोहून जायला दोन आठवडे तरी लागणार होते आणि तो खर्च माझ्याजवळ असलेल्या पैशांच्या, माझ्या बजेटच्या बाहेरचा होता; पण या माझ्या साहसात हेलन माझ्याबरोबर होती आणि तिच्या उपस्थितीनेच मला खूप मोठा फरक पडत होता.

हेलनच्या खूप मोठ्या-मोठ्या लोकांशी ओळखी होत्या किंवा तिने एक फोन केल्याने सर्व प्रश्न सुटणार होते, अशातला भाग नव्हता; पण ती खूप लटपटी-खटपटी करणारी होती आणि वागायला मोठी गोड होती. तिने नॉर्वेचा नकाशा काढला आणि सोगने फोर्डच्या प्रवाहाच्या मार्गावरची गावे निवडली. त्या गावातल्या चांगल्या हॉटेल्सचे फोन नंबर मिळवले आणि सगळ्यांना फोन केले. ''एक ब्रिटिश जलतरणपटू संपूर्ण सोगने फोर्ड पोहून जाण्याचा विक्रम करण्याचा प्रयत्न करणार आहे. तुम्ही कृपया त्याची आणि त्याच्या दोन सहकाऱ्यांची एक रात्र राहण्याची सोय करू शकाल का?'' एकामागून एक सगळ्यांनी होकार कळवले. बघता-बघता आमची राहण्या-जेवणाची सोय होऊन गेली. 'नॅशनल जिऑग्राफिक' मासिकाने कळवले की ते माझ्या मोहिमेचे चित्रीकरण करतील. त्यामुळे मोहिमेला प्रचंड प्रसिद्धी तर मिळालीच, पण आणखीही खूप मदत झाली.

मला कमीत कमी दोन मदतनिसांची गरज होती. एक जण मी पोहत असताना

माझ्या बाजूला 'कयाक'मधून साथ देणार होता. (कयाक म्हणजे एक अगदी अरुंद, चिंचोळी वल्हवायची बोट जिच्यात एक किंवा दोघे जण बसू शकतात.) आणि दुसरा, आमचे रोज संध्याकाळी थांबण्याचे जे ठिकाण असेल, तेथपर्यंत मोटारीने जाऊन, संध्याकाळी आम्हाला किनाऱ्यावरून ठरलेल्या हॉटेलमध्ये घेऊन जाणार होता. 'निक पीटरसन' याने नॉर्थ केपच्या मोहिमेत मला खूप मदत केली होती. त्यामुळे याही मोहिमेत तो बरोबर असावा, असे मला वाटत होते. मला एसएएसमधील आमच्या प्रशिक्षणादरम्यानचे ते निरीक्षण चौकीतून टेहळणी करण्याचे दिवस आठवले. ते खरे तर इतके कंटाळवाणे काम होते, पण निकने ते फार एकाग्रतेने आणि मन लावून केले होते. त्या प्रशिक्षणाच्या दरम्यान तासन्तास एका जागी बसून काढायला लागायचे. नॉर्वेमध्ये तेथील भौगोलिक परिस्थितीमुळे दिवस मोठाच असतो आणि त्यातून फोर्डमधील अतिथंड पाण्यातून पोहताना वेळ आणिकच हळूहळू पुढे सरकते आहे, असे वाटणे साहजिकच होते. त्यामुळे दिवस आपोआपच खूप कंटाळवाणा वाटण्याची शक्यता होती आणि एसएएसमधील वरील अनुभव बघता अशा कामासाठी थंड डोक्याचा निकच योग्य होता. मी दर्बनच्या डेव्ह रिश्टरलापण आमंत्रण दिले. तो एक उत्तम 'कयाक'पटू होता. दोघेही यायला तयार होते, पण त्यांची एक अट होती. मी त्यांचा बर्गनपर्यंतचा विमानभाड्याचा खर्च करावा.

एकदा का माझ्या मनात एखाद्या कल्पनेचे बी रुजले की, ते पटकन वाढते. दोनशे चार कि.मी.चे पोहणे मला सहज शक्य आहे. लागोपाठ २० दिवस अतिथंड पाण्यात पोहणेही फार मोठा प्रश्न नव्हता. आत्मविश्वासाचा अभाव किंवा नकारात्मक विचार हेच माणसाचे मुख्य शत्रू असतात. त्यांना मी दूर ठेवायला शिकलो होतो. ते सारखे मनात यायचा प्रयत्न करतात, पण मी त्यांना मनात थाराच देत नाही. मला १०० कि.मी. पोहण्याचा अनुभव होता. आता त्याच्या दुप्पट पोहायचे होते, एवढेच!

'नॅशनल जिऑग्राफिक' मासिकाच्या चित्रीकरण करणाऱ्यांनी, तसेच अनेकांनी माझ्या या संपूर्ण २०४ कि.मी. लांबीच्या फोर्ड पोहून जाण्याच्या मोहिमेच्या व्यवहार्यतेबद्दल चौकशी केली. जवळ-जवळ सगळ्यांनीच माझी कल्पना हास्यास्पद ठरवली. यशाची शक्यता धुडकावून लावली. त्यांना ही गोष्ट अशक्यच वाटत होती. स्थानिक लोकांना ही गोष्ट अशक्य वाटण्याचे मुख्य कारण म्हणजे फोर्ड ही पोहण्याची जागा आहे किंवा फोर्डमध्ये पोहले जाऊ शकते, असा विचारच त्यांनी कधी केला नव्हता. जगातल्या सर्वांत सुंदर आणि निसर्गदत्त जलतरण तलावाच्या काठावर राहत असूनही त्यांनी नकळत किंवा निव्वळ गैरसमजाने त्याच्याकडे पाठ फिरवली होती. त्या सर्वांना त्याआधी दोन जर्मन पर्यटकांनी एका काठावरून दुसऱ्या काठापर्यंत फोर्ड पोहून जाण्याचा केलेला प्रयत्न माहीत होता. ते अंतर साधारणतः पाच कि.मी. होते, पण दोघांनाही ते शक्य झाले नव्हते. दोघांपैकी

एकाचे मृत शरीर मिळाले होते, पण दुसऱ्याचा पत्ता लागला नव्हता. स्थानिक लोक सांगायचे की फोर्डमध्ये काही ठिकाणी गूढ जागा आहेत, डोह आहेत, भोवरे आहेत, आणि माणूस त्यात ओढला जातो. जेव्हा तरुण मुले फोर्डमध्ये पोहायला उतरायची, तेव्हा त्यांना पण काठा-काठानेच पोहायचा सल्ला दिला जायचा. या सगळ्या स्थानिक समजुती होत्या. मी त्यांच्याकडे दुर्लक्ष करायचे ठरवले. एसएएसच्या भाषेत सांगायचे, तर त्यांच्यासाठी 'कचरापेटी' हीच योग्य जागा होती. कारण जेव्हा तुमच्याकडे वेगवेगळ्या ठिकाणी, वेगवेगळ्या पाण्यांमध्ये, अगदी मोठ्या पांढऱ्या शार्कच्या सान्निध्यातपण पोहायचा अनुभव असतो; तेव्हा पाण्यातल्या अशा भोवऱ्यांची, डोहांची तुम्हाला फारशी चिंता वाटत नाही.

माझ्या 'सोगने फोर्ड' पोहून जाण्याच्या साहसाच्या थोडे दिवस आधी एक झलक म्हणून किंवा लोकांमध्ये उत्सुकता निर्माण करण्यासाठी म्हणून मी जोस्टेडाल हिमनदीच्या खालच्या बाजूला असलेल्या 'निगार्ड्स' हिमनदीच्या तळ्यात पोहण्याचे ठरवले. एका पर्वताच्या उतारावरून घसरून आलेला बर्फाचा प्रचंड थर, त्याच्या खालच्या भागातून फुटलेले पाण्याचे झरे आणि ते पाणी खाली साठून पायथ्याशी तयार झालेले ते 'निगार्ड्स' तळे. या तळ्यातील पाण्याचे तापमान २°से. ते ३°से. इतके होते. इतक्या थंड पाण्यात मी आधी कधी पोहलो नव्हतो, पण मला त्याची तितकीशी काळजी वाटत नव्हती. कारण तळ्यात मी काही खूप वेळ पोहणार नव्हतो. मला फक्त थोडा वेळ डुंबायचे होते. प्रसिद्धीसाठी केलेल्या या प्रयोगाला चांगला प्रतिसाद मिळाला. मला एक समाधान होते की, 'सोगने फोर्ड'मधील पाणी इतके थंड असणार नव्हते. तिथे पाण्याचे तापमान ६°से.च्या आसपास असायला हवे होते, पण तरीसुद्धा ते खूपच थंड म्हणावे लागेल. त्या 'निगार्ड्स' हिमनदी तळ्यात २°से. तापमानाच्या पाण्यात मी काही मिनिटांपेक्षा जास्त वेळ काही राहू शकलो नाही.

मोहिमेच्या आदल्या दिवशी, डर्बनहून डेव्ह रिश्टर दाखल झाला. तो खूपच दमला होता कारण बर्गेनला पोहोचेपर्यंत त्याला अनेक वेळा विमाने बदलावी लागली होती. त्याने विचारले की, पहिले काही दिवस कयाकिंगच्याऐवजी त्याने मोटर चालवली, तर काही अडचण होती का? निकला काहीच हरकत नव्हती. तो कयाकिंग करायला तयार होता. दुसऱ्या दिवशी सकाळी आम्ही मोहिमेची जिथून सुरुवात करणार होतो, तिथे आम्ही गेलो आणि निक पाण्यात कयाक सोडत असताना मी त्याला विचारले, ''निक, तुला कयाकिंगचा अनुभव आहे का?'''

त्याने माझ्याकडे रोखून पाहिले आणि म्हणाला, ''या अशा प्रकारच्या वातावरणात मी कयाकिंग केलेले नाही, तरीपण आता करून पाहायला काय हरकत आहे?''

''काहीच नाही, '' मी म्हणालो.

अशाच गोष्टींसाठी निक मला माझ्याबरोबर सहकारी म्हणून हवा असतो.

कशानेही तो विचलित होत नाही. तो प्रकृतीने दणकट होता, मजबूत होता आणि मुख्य म्हणजे त्याच्याकडे प्रचंड असा आत्मविश्वास होता. पाणी अगदी शांत होते. बिलोरी आरशासारखे चमकत होते. निकने पाण्याचा अंदाज घेतला. अशा संथ, शांत पाण्यात कयाकचा तोल राखला गेला नाही, तर कयाक बुडण्याची भीती होती. आणि तसे होऊन चालणार नव्हते. त्याने कयाकमध्ये आयपॉड ठेवला आणि त्याचे स्पीकर्स कयाकच्या मागच्या बाजूला पट्ट्यांनी बांधून टाकले. तो म्हणाला, ''लुईस, पोहता-पोहता चांगले संगीत ऐकता येईल.'' काळा वेट-सूट आणि काळा गॉगल घालून तो एकदम मोहिमेचा सदस्य वाटत होता. आम्हाला पाहायला आणि निरोप द्यायला जे स्थानिक नॉर्वेजियन जमले होते, त्यांना निक म्हणजे एकदम जेम्स बॉन्डसारखाच वाटला असावा. निकला बघून तरी त्यांची खातरी पटली असावी की, आम्ही जे काही करत होतो ते चांगले समजून, उमजूनच करत होतो. अगदी शांतपणे चाललेल्या निकच्या हालचाली बघून माझाही आत्मविश्वास दुणावला.

सगळाच अनुभव नवीन असल्यामुळे या पोहण्याला किती वेळ लागणार होता याचा नक्की अंदाज नव्हता. पण जेव्हा मनाची अशी स्थिती असते तेव्हा उत्तम मार्ग म्हणजे फक्त नजिकच्या भविष्याचाच विचार करायचा, त्यावरच फक्त लक्ष केंद्रित करायचे. म्हणजेच एकदम २०४ कि.मी.चा विचार न करता एका दिवसाच्या अंतराच्या शक्यतेचाच विचार करायचा. जसा मी पाण्यात उतरलो, तसे मी स्वत:ला बजावले, 'लुईस, शांतपणे घे, ही काही शर्यत नाही. जास्तीत जास्त हात लांब करत, शांतपणे पाण्यात हात मारत आणि तरंगत-तरंगत पुढे जा.' मी ठरवले की, फार पुढचा विचार करण्यापेक्षा फक्त आजच्या दिवसाचाच विचार करायचा.

तेवढ्यात वरून हेलिकॉप्टरची घरघर ऐकू आली. वरून नॉर्वेजियन टेलीव्हिजनचे लोक माझ्या या साहसी उपक्रमाच्या सुरुवातीच्या क्षणांचे चित्रीकरण करत होते. मी स्वत:शीच म्हणालो, 'लुईस आज प्रथमच तुझ्या साहसाचे, पोहण्याचे हेलिकॉप्टरमधून चित्रीकरण होत आहे. लोकांचे आता हळूहळू तुझ्याकडे लक्ष जायला लागले आहे.'

पाणी अत्यंत थंड होते. अगदी बर्फासारखे! कारण काही वेळापूर्वीच हिमनदीतून वितळून ते आलेले होते. प्रवाहाला लागून थोडा खालच्या अंगाला मी जाई तोपर्यंत ते तसेच थंड राहाणार होते. पाण्याच्या थंडपणावरचे लक्ष त्या हेलिकॉप्टरमुळे तात्पुरते उडाले, हे बरेच झाले. शारीरिकदृष्ट्या मी अगदी ठणठणीत होतो. पाण्याच्या थंडपणाचा माझा अंदाज जरी चुकला असता, तरी मनाने मी तो धक्का सहन करण्याची तयारी केली होती आणि मानसिक तयारी असणे हे फारच महत्त्वाचे आहे. जरा कल्पना करा की, पाण्याच्या थंडपणाचा आधी अंदाज न घेता जर पाण्यात उतरायची वेळ आली, तर पाण्याचा स्पर्श होताक्षणीच काय प्रतिक्रिया असेल? अशा वेळी मी गृहीतच धरलेले असते की, एक झटका बसणार आहे,

शॉक लागणार आहे. अशा वेळी इकडेतिकडे न रेंगाळता पाण्यात सरळ उडी घेणे, हाच एक उपाय असतो. पाणी अगदी बोचरे थंड होते, पण माझ्या धमन्यांमधले रक्तपण एवढे गरम झाले होते की, बर्फाच्या पाण्याची थंडी आतपर्यंत घुसूच शकली नाही.

मी निकला 'कयाक'मध्ये बसून वल्ह्याचा पहिला हात मारताना पाहिले. अत्यंत काळजीपूर्वक, पण आत्मविश्वासाने, पाण्याच्या खोलीचा अंदाज घेत, वेगाचा अंदाज घेत तो कयाकसाठी सुरक्षित मार्ग शोधत होता. त्याच्या चेहऱ्यावर तोच थंडपणा आणि तोच आत्मविश्वास होता. थोड्या वेळाने पाण्याचा थंडपणा कमी झाला आणि जरा इतरत्र लक्ष द्यावेसे वाटू लागले. मी निककडे पाहून स्मित केले. त्यालापण आता कयाक वल्हवताना विश्वास वाटायला लागला होता. तो एखाद्या सराईताप्रमाणे कयाक वल्हवत होता. ''ए पग, आजचा फोर्डमधला दिवस काय मस्त आहे नाही?''

खरोखरच तो एक मस्त दिवस होता. वर घिरट्या घालणारे हेलिकॉप्टर आता गेले होते. फोर्डमधल्या पाण्याचा पृष्ठभाग अगदी स्तब्ध होता, अगदी काचेसारखा दिसत होता. तीन बाजूंनी उंच-उंच डोंगरांचे सुळके आकाशात घुसले होते आणि आमच्याशिवाय दुसरी कोणतीही व्यक्ती किंवा बोट नजरेच्या टप्प्यात नव्हती. अर्थातच इतकी शांतता दीर्घ काळ टिकणे शक्य नव्हते. निकने आयपॉड सुरू केला आणि गाणी लावली. इतर गाण्यांबरोबरच त्याने होबा-स्टॅन्कचे अमेरिकन रॉक बॅन्डचे गाणे लावले. त्या गाण्यातली एक ओळ अशी होती, 'मी काही कोणी सर्वगुणसंपन्न माणूस नाही.' आणि गाणे लागलेले असतानाच निक म्हणाला, ''लुईस, ही ओळ बरोबर तुला लागू होते,'' आणि आम्ही दोघेही जोराने हसलो. पहिल्याच दिवशी माझे १२ कि.मी. पोहणे झाले.

पहिल्याच दिवसाच्या अतीथंड पाण्यात पोहण्याच्या पहिल्याच प्रयत्नाचा विचार करता तो दिवस सार्थकी लागला होता, असे म्हणायला हरकत नव्हती. दुपारनंतर पाण्याचे तापमान थोडे वाढले होते, म्हणजे ते थोडे कमी थंड झाले होते, असेच म्हणावे लागेल. दिवस संपता-संपता मी खूप दमलो होतो, पण माझा उत्साह वाढला होता. माझ्या आयुष्यातल्या अविस्मरणीय ठरणाऱ्या तीन आठवड्यांची ती एक सुरुवात होती. 'टेर्जे एगम' या नॉर्वेजियन पत्रकाराने आमच्या या साहसी मोहिमेत एक महत्त्वाची कामगिरी बजावली. तो आमची ही मोहीम आणि नॉर्वेजियन नागरिक यांच्या दरम्यानचा दुवा बनला होता. आमच्या या साहसी प्रयत्नांची सविस्तर बित्तंबातमी त्याच्यामुळे नॉर्वेजियन नागरिकांना मिळत होती. त्याने मला जेव्हा पहिल्यांदा ई-मेल पाठवला तेव्हा त्याने स्वत:ची ओळख फक्त 'द्वारा सॉग्न एरिस' एवढीच दिली होती. मला वाटले की, आमच्या भाड्याच्या मोटारीसाठी प्रायोजक मिळवण्यासाठीच्या आवाहनाला आलेला तो एक प्रतिसाद होता. पण

नंतर कळले की, सॉग्न एरिस हे एक स्थानिक वृत्तपत्र होते, भाड्याने कार देणारी कंपनी नव्हती.

अत्यंत मनमोकळ्या आणि उत्साही 'टेर्जे'ने नॉर्वेच्या विविध स्थानिक वृत्तपत्रांमध्ये आमच्या मोहिमेवर आणि आमच्यावर सविस्तर लेख लिहिले. जसजसा आमचा पुढे पुढे प्रवास होत होता. तसतसा ज्या-ज्या गावात आम्ही रात्रीचा मुक्काम करत होतो त्या गावासंबंधीच्या आठवणी, स्थान, वैशिष्ट्ये इत्यादी विविध गोष्टींची माझ्या पोहण्याशी सांगड घालून त्याने विस्तृत लेख लिहिले. त्याच्या लेखांमधून त्याने नॉर्वेजियन लोकांना, तोपर्यंत गृहीत धरल्या गेलेल्या फोर्डचा इतिहास, भूगोल सांगून फोर्डची नव्याने ओळख करून दिली. या सगळ्याला निमित्त होते, ते माझ्या फोर्डमध्ये पोहण्याचे.

माझ्या दृष्टीने त्याच्यामुळे मला आणि माझ्या उपक्रमाला मिळणारी प्रसिद्धी खूपच मोलाची होती. शिवाय अधूनमधून माझ्या रोजच्या पोहण्याच्या कार्यक्रमात पण मला त्याची थोडी-थोडी मदत व्हायची. एक उदाहरणच सांगायचे झाले, तर दुसऱ्या आठवड्याच्या सुरुवातीची ही घटना सांगता येईल. अगदी सुरुवातीला जेव्हा फोर्ड पोहून जाण्याची कल्पना माझ्या डोक्यात आली, तेव्हा मी या मोहिमेसाठी दोन आठवडेच गृहीत धरले होते आणि त्याप्रमाणे निकनेपण त्याच्या कामावरून दोन आठवड्यांचीच रजा मंजूर करून घेतली होती. नंतर जसजसा इतर गोष्टींचा विचार केला, तेव्हा एका मोहिमेला दोनऐवजी तीन आठवड्यांचा कालावधी लागेल, हे स्पष्ट झाले. त्यामुळे निकने मग पहिल्या आणि तिसऱ्या आठवड्यात माझ्या मोहिमेत सहभागी व्हायचा निर्णय घेतला तसा डेव्ह आणि मी यापुढे मोठाच प्रश्न उभा राहिला. डेव्हने कयाकमधून मला सोबत केली असती, हे ठीक होते. तरीपण रोज संध्याकाळी मुक्कामाच्या ठिकाणी मोटार घेऊन जाण्याचा प्रश्न उरतच होता. त्यावर आम्ही असा मार्ग काढला की मोटार घेऊन मी संध्याकाळच्या मुक्कामाच्या गावी जायचे. ठरलेल्या जागी मोटार उभी करायची आणि परत रस्त्याने येणाऱ्या- जाणाऱ्यांकडून त्यांच्या वाहनात लिफ्ट घेत-घेत जिथे डेव्ह कयाक घेऊन थांबलेला असायचा त्या सुरुवातीच्या ठिकाणी यायचे. परंतु ३५ वर्षांच्या अर्धी चड्डी आणि टी-शर्ट घातलेल्या माणसाला इतक्या सहजासहजी कोणी लिफ्ट देत नव्हते. परंतु पहिले दोन दिवस रस्त्याच्या कडेला तासन्‌तास उभा राहिल्यावर मी टेर्जेशी माझ्या या प्रश्नाविषयी बोललो. त्याने लगेच त्या रेडिओ मुलाखतीच्या दरम्यान माझ्या या अडचणीची माहिती सांगितली आणि दुसऱ्या दिवसापासून वाहनात लिफ्ट मिळणे हा प्रश्नच उरला नाही. उलट लोक माझ्यासाठी थांबून, प्रवासाच्या दरम्यान माझ्याबद्दल आणि माझ्या या मोहिमेबद्दल खूप प्रश्न विचारायचे, उत्सुकता दाखवायचे.

टेर्जेच्या लिखाणावरून, रेडिओवरील मुलाखतीवरून फोर्डच्या मार्गावरील गावातल्या लोकांना आमच्या दैनंदिन कार्यक्रमाची, तसेच रात्रीच्या मुक्कामांच्या ठिकाणांची माहिती झाली होती. त्यामुळे नंतर-नंतर त्या मुक्कामांच्या गावांमध्ये संध्याकाळी आमचे जोरदार स्वागत करण्याची जणू चढाओढ लागायची. स्थानिक बॅन्ड तयार असायचा, गावाचे महापौर आमच्या स्वागतासाठी सज्ज असायचे. त्यांच्या या कौतुकामुळे, प्रोत्साहनामुळे आमच्या उत्साहात आणखी भर पडायची. रेडिओवरील टेर्जेबरोबरच्या एखाद्या मुलाखतीत मी सहज जरी बोलून गेलो की, सतत सहा-सात तास थंड पाण्यात पोहल्यामुळे माझे पाय गोठून बधीर होतात, तर एखादी प्रेमळ आजी दुसऱ्या दिवशी संध्याकाळी लोकरीचे पायमोजे घेऊन माझ्या स्वागताला गावाजवळ फोर्डच्या काठावर उभी असायची.

हेलन सिव्हरस्टोलीने मला मदत करायला सुरुवात केली. पण सोगनेफोर्ड आणि आसपासच्या प्रदेशाच्या पर्यटनाच्या विकासाचे दृष्टीने जे काम ती करत होती, त्याला माझ्या मोहिमेमूळे मिळणारी प्रसिद्धी हाच तिचा मोबदला होता. माझ्या पोहण्याची फोर्डमधून जसजशी प्रगती होत राहिली, तसतसे फोर्ड परिसराचे पर्यटनस्थळ म्हणून महत्त्व वाढण्याबरोबरच इतरपण महत्त्वाच्या घडामोडी व्हायला लागल्या. सुरुवातीला जे लोक माझ्या फोर्ड उगमापासून नॉर्थ सीपर्यंतच्या पोहण्याच्या साहसी मोहिमेला नाके मुरडत होते, त्यांच्या दृष्टिकोनात हळूहळू बदल व्हायला लागला. जसजसा मी पोहत एकेका खेड्याजवळून जायचो, तसतशी स्थानिक तरुण मुले फोर्डमध्ये उड्या मारून पोहत-पोहत मला थोड्या अंतरापर्यंत सोबत करायला लागली. मी त्यांना प्रोत्साहन दिले कारण एक तर मलापण सोबत होत होती आणि दुसरे महत्त्वाचे म्हणजे त्यांना त्यांच्याच फोर्डची नव्याने ओळख होत होती. माझा असा समज आहे की, फोर्डच्या काठाकाठाने राहाणाऱ्या बहुतेक स्थानिकांचा उगीचच समज किंवा गैरसमज झाला होता की, फोर्डचे पाणी पोहण्यासाठी योग्य नाही. ते तरुण त्यांच्या दाराशी असलेल्या या अमूल्य संधीचा काहीच उपयोग करत नव्हते की तिचा उपभोग घेत नव्हते. 'सोगनेफोर्ड'च्या काठावरचे सर्वांत मोठे गाव असलेल्या 'लिकनजर'मधील स्थानिक लोकांनी खूप उत्साह दाखवला. त्यांच्यापैकी बरेच जण माझ्याबरोबर पोहले.

दुसऱ्या आठवड्याच्या शेवटी-शेवटी निक जेव्हा लंडनमध्ये होता आणि इकडे मी आणि डेव्ह असे दोघेच होतो; तेव्हा जेम्स मॅथ्यू आम्हाला मदत करायला नॉर्वेला आला. आमची भेट, ब्रिटिश आर्मीमध्ये असताना 'पॅराशूट'च्या कोर्सच्या वेळी झाली होती. त्याचे शिक्षण आधी ऐरॉन आणि नंतर अमेरिकेतील ब्राऊन विद्यापीठात झाले होते. तो एक उत्तम सैनिकी अधिकारी होता. त्याच्या कामाच्या निमित्ताने तो बोस्नियालापण बऱ्याचवेळा जाऊन आला होता. सैनिकी पेशातून नागरी जीवनात

आल्यावर त्याने सैन्याच्या प्रादेशिक शाखेत प्रवेश घेतला आणि 'आर्मी मेडिकल कॉप'च्या हवाईसेवेत काम केले. मी त्याला कळवले होते की, 'सोगनेफोर्ड' हे अत्यंत शांत आणि थंड ठिकाण आहे व माझ्यासोबत कयाकिंग करायला त्याला खूप मजा येईल आणि त्याच्यासाठी तो एक अविस्मरणीय अनुभव असेल. आम्ही जेव्हा 'बेलस्ट्रॅन्ड' गावात होतो तेव्हा जेम्स आम्हाला येऊन मिळाला. बेलस्ट्रॅन्ड हे छोटेसेच गाव आहे अप्रतिम निसर्गसौंदर्याने नटलेले. जर्मनीचे कैसर विल्यम त्यांची सुट्टी व्यतीत करायला येथेच येत असत.

आमच्या २०४ कि.मी.च्या प्रवासात बेलस्ट्रॅन्ड हे गाव बरोबर १०० कि.मीच्या टप्प्यावर होते. कोणत्याही मोहिमेत किंवा लांबच्या प्रवासात निम्मे अंतर पार केले की, आता आपण जिंकलोच, अशी एक भावना मनात येते. तशीच काहीशी भावना आमची झाली. आता आमच्याकडे आणि आमच्या मोहिमेकडे बघण्याच्या लोकांच्या दृष्टिकोनात लक्षात येण्याइतका बदल झाला होता. आता त्यांना विश्वास वाटायला लागला होता की, एकंदरीत हा वेडा ब्रिटिश जलतरणपटू फोर्ड पोहून जाण्यात यशस्वी होणार. आम्ही जसे पुढे जात राहिलो, तसे लक्षात आले की, फोर्डचा प्रवाह फारच वळणा-वळणाचा आणि वेडावाकडा होत गेला होता. त्यामुळे पोहताना बरेचदा उगाचच लांबचा प्रवास टाळण्यासाठी फोर्डच्या एका काठावरून दुसऱ्या काठावर आम्हाला जावे लागे. बेलस्ट्रॅन्डच्याच जवळ फोर्डने इतके मोठे वळण घेतले होते की, मी जर ते पोहत जायचे ठरवले असते, तर माझ्या पोहण्याच्या अंतरात आणखी ३ कि.मी.ची भर पडली असती. हे पोहण्याचे अंतर वाचवण्यासाठी मी फोर्डच्या दक्षिणेला जायचे ठरवले तर मार्गात अधेमधे अनेक छोट्यामोठ्या ओढ्यांची, झऱ्यांची आव्हाने उभी होती.

त्याबद्दल त्या ओढ्यांमध्ये 'तर' चालवणाऱ्या स्थानिक लोकांनी आम्हाला आधीच सावध केले होते, सांगितले होते. दुसरा मुद्दा होता हवामानाचा. आम्ही जसजसे पश्चिमेकडे, समुद्राच्या दिशेने सरकत होतो; तसा वाऱ्याचा जोर वाढायला लागला होता आणि त्यामुळे फोर्डच्या पाण्यात जास्तच अस्थिरता यायला लागली होती. हा प्रकार जास्त करून दुपारी व्हायचा. नॉर्वेत याला 'सन विंड' म्हणतात. त्यामुळे पाणी इतके उसळायचे, इतक्या लाटा यायच्या की, त्यापासून सुटका करून घेण्यासाठी आम्ही काही दिवस पोहण्याचा कार्यक्रम रात्री केला.

ज्या दिवशी मी रात्रीच्या वेळी जवळच्या मार्गाने फोर्ड पोहून जाण्याचे ठरवले होते, त्या दिवशी जेम्स आला. नॉर्वेमध्ये आल्या-आल्या काही तासांतच तिथल्या सगळ्यात मोठ्या फोर्डमध्ये कयाकिंगसाठी मानसिक आणि शारीरिकदृष्ट्या तयार होणे ही काही त्याच्यासाठी साधी, सोपी गोष्ट नव्हती. डेव्ह मोटार घेऊन पुढे गेला आणि आम्हाला सहज दिसेल, अशा ठिकाणी 'फोर्ड'च्या दक्षिणेच्या काठावर त्याने

मोटार उभी केली. नंतर त्याने मोटारच्या पुढच्या दिव्यांची उघडझाप करत आम्हाला फोर्डमध्ये शिरायला मार्गदर्शन केले. हा सर्व प्रकार, रात्रीच्या अंधारात सैन्याची शत्रू प्रदेशात काही विशेष कारवाई चालल्यासारखा असावा, असे मला वाटले. आता आम्ही फोर्डच्या दक्षिण तटावर आलो होतो, पण लगेचच पुढे फोर्डने परत एक भले मोठे वळण घेतले होते. त्यामुळे परत फोर्ड ओलांडून आम्हाला उत्तरेकडच्या तटावर जाणे भाग होते. यात आणखीही एक भाग होता. या उत्तरेकडल्या तटाजवळच पूर्व-पश्चिम वाहणारा पाण्याचा एक जोरदार प्रवाह येऊन मिळाला होता. चुकून जरी आम्ही त्यात शिरलो असतो, तर भलतीकडेच जाऊन पोचलो असतो. परंतु मी वेळीच खबरदारी घेऊन जेम्सला सावध केले आणि कयाकचा मोहरा योग्य दिशेकडेच ठेवायला सांगितले.

सकाळी आम्ही जेव्हा निघालो, तेव्हा जेम्सला मी माझ्या उजवीकडे राहायला सांगितले आणि वारंवार त्याला माझ्या उजवीकडे राहण्यासाठीच बजावत राहिलो, पण ते अवघड होते. आणखी थोडा वेळ गेल्यावर वाऱ्याचा वेग वाढला आणि बघता-बघता वादळी परिस्थिती निर्माण झाली. आम्ही खाण्यासाठी मध्ये थोडा वेळ थांबलो. जेम्सने माझ्याकडे फळाच्या रसाची बाटली फेकली, ती फेकत असतानाच नेमका वाऱ्याचा जोरदार झोत आला आणि एकदम कयाक माझ्या अंगावरच आली. माझ्या मानेला जरासे खरचटले आणि अनवधानाने मी कयाक जोरात माझ्यापासून दूर ढकलली. मला वाटते, कयाक जरा जोरातच ढकलली गेली असावी, कारण कयाक दुसऱ्या बाजूला कलंडली. जेम्स कयाकमध्येच होता, तरी त्याचे डोके पाण्यात बुडाले होते. जर तो कयाकच्या बाहेर पडला असता, तर कयाक पाण्याने पूर्ण भरली असती आणि बुडाली असती. त्याबरोबर आमची इतर सर्व उपकरणेपण पाण्यात गेली असती. अगदी जीपीएसपण! मी दोन जोरदार हात मारून कयाकजवळ गेलो, तिला धरले, आणि परत मूळ स्थितीत आणण्याचा प्रयत्न करू लागलो. परंतु पायाखाली काही आधार नसल्यामुळे मला पूर्ण जोर लावता येत नव्हता आणि जेम्ससकट ती कयाक सरळ करणे मला खूपच जड जात होते. मला एकदम धस्स झाले होते, मी पूर्णपणे गोंधळून गेलो होतो. अंगात असेल-नसेल तितका जोर लावून मी कयाकला हिसका दिला आणि जेम्ससकट कयाक मूळ पदावर आणण्यात अखेर यशस्वी झालो. तुम्ही त्या लहान मुलाच्या अंगावर पडलेले मोटारचे चाक एका झटक्यात उचलून टाकणाऱ्या पित्याची गोष्ट ऐकलीच असेल. त्यालाही स्वत:मध्ये एवढी ताकद होती याची तोपर्यंत कल्पना नव्हती. त्या दिवशी एका क्षणापुरता मी त्या पित्याच्या जागी होतो. या अनुभवामुळे आम्ही दोघेही अंतर्बाह्य हादरलो होतो. पण या अशा हवामानातपण आम्हाला 'फोर्ड' पार करून एका काठाहून दुसऱ्या काठाकडे जाणे भागच होते. तोपर्यंत आम्ही पाण्यात उतरून दोन

तासांपेक्षा जास्त वेळ झाला होता. उत्तरेकडच्या काठापासून आम्ही अजून अर्धा कि.मी. लांब होतो. अडथळा होता तो पाण्याच्या जोरदार प्रवाहाचा. या प्रवाहामुळे पश्चिमेकडे बऱ्यापैकी लांब अंतरावर आम्ही भरकटलो होतो आणि त्यावर आम्ही काहीच करू शकत नव्हतो. पलीकडचा काठ समोर दिसत होता, पण पाण्याच्या प्रवाहामुळे आम्ही दूर ढकलले जात होतो. आता पाण्यात राहून साडेतीन तासांपेक्षा जास्त वेळ झाला होता. त्या प्रवाहाशी झगडण्यासाठी आता अंगात अजिबात त्राण उरले नव्हते. आपण पलीकडच्या उत्तरेकडच्या काठावर पोचू शकणार नाही, हे कळून चुकले होते. परिस्थितीला शरण जाण्यावाचून आम्हाला गत्यंतरच उरले नव्हते. त्या प्रवाहामुळे आम्ही वेगाने फोर्डमध्ये खालच्या अंगाला ओढले जात होतो आणि दक्षिणेकडच्या काठावर सकाळी जिथून आम्ही सुरुवात केली होती, त्या ठिकाणाच्या जवळच लाटांनी आम्हाला परत आणून ढकलले होते. आम्ही व्हीक गावाजवळ लटपटतच किनाऱ्यावर आलो, तेव्हा जवळ-जवळ दुपार झाली होती. या अनुभवामुळे आम्हाला चांगलाच धक्का बसला होता. दोन आठवडे फोर्डमध्ये पोहण्याचा कार्यक्रम अगदी सुंदर रीतीने चालला होता आणि अशी काही संकटे दबा धरून बसली असतील, अशी पुसटशीपण कल्पना आम्हाला नव्हती. काही तासांतच आमचा भ्रमनिरास झाला होता. फोर्डपण किती अवघड आणि बेभरवशी असू शकतात, याचा प्रत्यय आला होता. एक गोष्ट नक्की की, जेव्हा तुम्ही पाण्यात असता तेव्हा कोणतीही गोष्ट गृहीत न धरणेच योग्य असते. एका क्षणात परिस्थिती बदलू शकते, हे विसरून चालणार नसते.

या वादळानंतर नॉर्वेजियन पाहुणचाराचा अनुभव आला. टेर्जे एगमने आम्हाला अशा हबकलेल्या, घाबरलेल्या अवस्थेत पाहिले आणि दुसऱ्या दिवशी 'सोगने एरीस' वृत्तपत्रात पहिल्या पानावर आमच्या या पाच-सहा तास पाण्याशी चाललेल्या झुंजीची आणि पराभवाची गोष्ट छापून आली. टेर्जेच्या ओळखीने एका शेतकऱ्याच्या घरी त्या दिवशी आमची राहायची सोय झाली. त्याने आम्हाला अन्न, आसरा दिला. आम्ही त्याच्या शेतावरच्या घरी गेलो, पोटभर जेवण केले आणि अस्वस्थ मनाने पहाटे तीनचा गजर लावून झोपून गेलो. तीच वेळ फोर्ड पोहून पलीकडे जाण्यासाठी योग्य होती. कारण त्या वेळी पाणी शांत असण्याची शक्यता जास्त होती. प्रवाहाला ओढपण कमी असण्याची शक्यता होती. काहीही झाले, तरी परिस्थितीवर लगेच स्वार होणे आवश्यकच होते. उत्तरेकडच्या काठावर डेव्ह मोटार घेऊन गेला आणि चांगली जागा बघून त्याने मोटार उभी केली. मोटारीच्या दिव्यांच्या उघडझाप करण्याने आम्हाला मार्गदर्शन झाले आणि एक लक्ष्यपण मिळाले. ते नजरेआड करून आम्हाला चालणार नव्हते.

जसे आम्ही दुसऱ्या काठावर आलो, तशा आम्हाला डेव्हच्या हाका ऐकू

आल्या. तेथील एका झुडपातून बाहेर येत त्याने विचारले, "आलात का? येऊन पोचलात का?"

उत्तरेकडच्या काठावर पोचल्यावर माझ्या जीवात जीव आला. "पोचलो एकदाचे!" मी डेव्हला उत्तर दिले.

पहाटेचे पाच वाजले होते. फोर्डचे दक्षिणोत्तर सहा कि.मी.चे अंतर पोहून जायला मला बरोबर दोन तास लागले होते. मुख्य म्हणजे आम्ही परत आमच्या ठरवलेल्या मार्गावर आलो होतो.

रात्रीचे पोहणे इतके आनंदाचे आणि सुखाचे होते की, नंतर-नंतरही दिवसाच्या परिस्थितीचा अंदाज घेऊन वेळ प्रसंगी रात्रीच पोहण्याचा जास्त विचार मी करायला लागलो. रात्रीची शांतता काही वेगळीच असते. सगळीकडे नीरवता असते. रात्री पाण्यातून आकाशाकडे नजर टाकली, तर चमकणारे तारेपण जास्त तेजस्वी दिसतात. या सगळ्याला आणखी एक बाजूपण होती. अशा या रात्री पोहण्याने मला माझे एसएएसमधले दिवस पुन्हा आठवत होते. चंद्राच्या प्रकाशात त्या टेकड्या, पर्वतांच्या प्रदेशातून कित्येक कि.मी.चे चालणे मला परत आठवत होते. आपण अदृश्य अवस्थेत वावरतो आहोत आणि आजूबाजूचे हे सगळे जग जणूकाही आपल्याच मालकीचे आहे, असे काहीसे वाटत राहते. जसजसे आम्ही नॉर्थ सीच्या जवळ जायला लागलो, तशी फोर्डमधली जहाजांची वर्दळ वाढली. एके ठिकाणी एक भलेमोठे रशियन मालवाहू जहाज जरा जास्तच आत किनाऱ्यावर आले होते आणि ते माझ्या पोहण्याच्या मार्गातच आडवे आले होते. माझ्या मनात विचार आला की, या परिस्थितीत सर्वांत उत्तम मार्ग म्हणजे किनाऱ्याला लागावे आणि किनाऱ्यावरून जहाजाला वळसा घालून परत पाण्यात उतरावे. पण त्याचा अर्थ मी फोर्डची संपूर्ण लांबी पोहून गेलो नाही, असा झाला असता, म्हणून मी तो विचार मनातून काढून टाकला. माझ्या जरा पुढेच खालच्या बाजूला एक टग बोट त्या मालवाहू जहाजाला ओढून खोल पाण्यात नेण्याच्या प्रयत्नात होती. जे लोक हे मदतकार्य करण्यात गुंतले होते, त्यांना मी तिथे आसपास नको होतो, कारण जहाज ओढण्यासाठी बांधलेले दोर तुटले, तर अपघात होण्याची भीती होती. त्यांनी मला त्या मालवाहू जहाजाला वळसा घालून पोहत जायला मनाई केली, पण माझ्यापुढे दुसरा पर्यायच नव्हता आणि मला पोहून जाणे भागच होते. जहाजाच्या बाजूने पोहत जात असताना मनात विचार आला, या जहाजाचा कप्तान झोपला होता की प्यायला होता, का दोन्ही? देव जाणे!

माझ्या मोहिमेतले शेवटचे काही दिवस 'जेलीफिश'नी मला खूप त्रास दिला. जणूकाही ते माझ्यासाठी तिथे दबाच धरून बसले होते. मी पाण्याच्या त्या भागात जाताच त्यांनी माझ्यावर जणू हल्लाच चढवला. 'तू आमच्या तावडीतून सहजपणे

सुटून जाऊ शकशील, असा तर तुझा समज झाला नाही ना?' असेच त्यांच्या हल्ल्यातून जणू ध्वनित होत होते. पाण्यात चारही बाजूंना ते पसरले होते, तरंगत होते. पोहता-पोहता चुकून जरी माझा धक्का त्यांच्या खालच्या तंतूंसारख्या भागाला लागला असता, तर त्यांनी मला दंश केला असता. त्या लांब लोंबणाऱ्या तंतूंसारख्या अवयवातच त्यांचे विष असते. अशा भागात मी रात्री पोहण्याचा प्रयत्न केला असता, तर त्यांचे आजूबाजूचे अस्तित्व मला जाणवण्याच्या आतच मी त्यांच्याकडून घेरला गेलो असतो. एकदा मी असाच जेलीफिशच्या झुंडीत सापडलोही होतो. आजूबाजूला ते इतक्या विपुल प्रमाणात होते की मी पाण्याबाहेर जेव्हा डोके काढले, तेव्हा डोक्याबरोबर एक जेलीफिशपण डोक्यावर उचलला गेला. हे ऐकायला खूप विनोदी वाटेल. निक मधल्या काळात परत आला होता आणि तेव्हा कयाकमध्ये होता, त्यालापण हसू आवरणे खूप कठीण गेले होते. त्या टोपीसारख्या डोक्यावर बसलेल्या जेलीफिशमुळे मी बहुधा कुरळ्या केसाच्या, चपटी टोपी घातलेल्या एखाद्या कट्टर ज्यू धर्मगुरूसारखा त्याला दिसलो असेन. त्या शेवटच्या दोन दिवसांत मला ५० कि.मी.चा पल्ला पार करायचा होता आणि मी तो पार केला. पण जागोजागी जेलीफिशने दंश केल्यामुळे माझी अवस्था फार बिकट झाली होती. अंगावर जखमा झाल्या होत्या. काही जखमांमधून रक्तपण वाहत होते, तर काहींमधून 'पू'पण यायला लागला होता.

आम्ही अजून फोर्डच्या उत्तरेकडच्या काठावर होतो आणि माझ्या मोहिमेची सांगता करण्यापूर्वी परत एकदा फोर्ड ओलांडणे भाग होते. या जागेपासून खाली काही कि.मी.अंतरावरच फोर्ड 'नॉर्थ सी'ला मिळत असल्यामुळे येथे फोर्डची रुंदी खूपच होती. मोठमोठ्या लाटांमुळे पाणीपण खूपच अशांत होते आणि त्यामुळे तिथे कयाकिंग करणे तसे खूप धोकादायक होते. बेलस्ट्रॅन्डला केलेल्या चुका आणि झालेली फजिती चांगली लक्षात होती. त्यामुळे मी ठरवले की, या मोहिमेच्या शेवटच्या टप्प्यावर स्थानिक मासेमारी बोट आणि एखाद्या गाइडची (वाटाड्याची) मदत घेणेच योग्य ठरेल. एका जीर आयव्हर रामस्ली नावाच्या स्थानिक कोळ्याने मदत करायची तयारी दर्शवली. त्याला येथील पाण्याची, प्रदेशाची खडान्खडा माहिती होती. त्याने मला विचारले, "मोहिमेत माझे दोन मित्रपण बरोबर घेऊ का?" मी म्हटले, "ठीक आहे, आण." जीर पंचेचाळीस-एक वयाचा असावा. त्याचे मित्र त्याच्यापेक्षा वयाने मोठे वाटत होते. निक जीरच्या बोटीतून आला. डेव्ह कार घेऊन गेला आणि तो वळसा घालून दुसऱ्या बाजूला जाऊन आमची वाट बघत थांबणार होता.

माझ्याकडे आणि निककडे आपादमस्तक बघत जीरने विचारले, "तुम्ही सैनिकी पेशातले आहात का?"

निक म्हणाला, ''तुझा अंदाज बरोबर आहे, आम्ही त्याच पेशातील आहोत.'' ''तर मग तुम्ही माझ्या या मित्राला भेटा,'' असे म्हणून त्याने दोघांपैकी वयस्कर असलेल्या मित्राला जवळ बोलावले.

त्या माणसाने काही फोटो आणले होते. तो म्हणाला, ''हे १९४५ साली काढलेले फोटो आहेत. तेव्हा मी तरुण होतो. ब्रिटिश एसएएसच्या तुकडीने तेव्हा आमचे गाव 'होयांजर' जर्मनांच्या तावडीतून सोडवले होते. त्यांना मुद्दाम येथे कामगिरीवर पाठवले होते, कारण गावात काही भागांमधून अजूनही जर्मनीला प्रतिकार होत होता. एसएएसच्या तुकडीने ज्या सफाईने आणि जलद गतीने कामगिरी पार पाडली की, ते मी कधीच विसरणार नाही. त्यांनी आमचे गाव आम्हाला परत मिळवून दिले. नंतर गावात आम्ही खूप समारंभ केले. प्रत्येकालाच इंग्लंडबद्दल प्रेम, आत्मीयता वाटायला लागली होती.'' नंतर त्याने आम्हाला एसएएसच्या तुकडीबरोबर काढलेले त्याचे आणि त्याच्या मित्रांचे खूप फोटो दाखवले. काही फोटोंमध्ये एसएएस सैनिक सूर्यप्रकाशात बसले होते, तर काहींमध्ये फोर्डमध्ये ते एकमेकांच्या अंगावर पाणी उडवत होते, तर काही फोटोंमध्ये नॉर्वेजियन मुलींबरोबर गप्पा मारत होते.

तो १९४५चा उन्हाळा होता. फोटो बघताना त्या व्यक्तींच्या चेहऱ्यावरचा, युद्ध संपल्याचा आणि परत स्वतंत्र झाल्याचा आनंद स्पष्टपणे दिसत होता. जीर आणि त्याचे दोन मित्र अर्थातच देशप्रेमी होते. त्यांच्या मासेमारी बोटीवर नॉर्वेचा ध्वज दिमाखाने फडकत होता. तीन आठवड्यांच्या पाहुणचारानंतरच नॉर्वे आणि नॉर्वेजियनांबद्दल आम्हालाही प्रेम आणि आपुलकी निर्माण झाली होती. माझ्या 'सोगने फोर्ड' मोहिमेचा शेवटचा टप्पा नॉर्वेच्या मोठा राष्ट्रध्वज फडकत असलेल्या बोटीच्या मदतीने व्हावा, हे संयुक्तिकच होते. मी रात्रीच्या वेळी पोहून फोर्डच्या पलीकडचा किनारा गाठला. हा माझ्या मोहिमेतला शेवटचा टप्पा होता. आकाशातून अनेक उल्का पडताना दिसत होत्या. तीन आठवड्यांच्या 'सोगने फोर्ड' मोहिमेची सांगता करायला यापेक्षा चांगली वेळ आणि चांगले दृश्य ठरवूनही मिळाले नसते.

दुसऱ्या दिवशी जेव्हा मी 'आयव्हिनड्रिक'मध्ये पोहत प्रवेश केला, तेव्हा किनाऱ्यावर आमच्या स्वागताला अनेक बोटी आणि शेकडो माणसे जमली होती. नॉर्वेच्या पर्यटन विभागाचे लोक एक बोट भाड्याने घेऊन, जिथून आमच्या साहसी मोहिमेची सुरुवात झाली होती, त्या 'लस्टरफोर्ड' ठिकाणापासून २०४ कि.मी.चे अंतर कापत, आमच्या मोहीमेची जेथे सांगता झाली त्या 'आयव्हिनड्रिक' या गावापर्यंत येऊन बरोबर आमच्या स्वागताच्या वेळी हजर झाले. त्यांनी येताना आम्ही ज्या गावांमध्ये थांबलो होतो, त्या गावांच्या काही प्रतिनिधींनापण बरोबर आणले होते. लोकांनी केलेल्या कौतुकामुळे आणि दाखवलेल्या प्रेमामुळे आम्ही

अगदी भारावून गेलो होतो. माझ्या मुलाखतीच्या दरम्यान टेर्जेने मला विचारले की, आमच्या या मोहिमेच्या जमाखर्चाचा ताळमेळ जमला की नाही? मी त्याला सहज बोलून गेलो की, खर्च वाढल्यामुळे ५,००० पौंडांची तूट आली होती, ते कमी पडले होते. मी कोणाकडूनही मदतीची अपेक्षा करत नव्हतो, कारण ती माझी जबाबदारी होती. परंतु ही बातमी पसरली आणि स्थानिक पर्यटन विभागाने मला उदारपणे ५,००० पौंडांचा चेक दिलाच; आणि लोकांना सोगने फोर्डचे पर्यटनस्थळ म्हणून आणि साहसी खेळाच्या दृष्टीने योग्य ठिकाण म्हणून प्रसिद्धी मिळवून दिल्याबद्दल, मनापासून आभारपण मानले. नॉर्वेजियन औदार्याचे आणि मोठ्या मनाचे हे एक उत्तम उदाहरण होते. मी अगदी भारावून गेलो होतो, मला आभार कसे मानावेत, तेच समजत नव्हते.

'लायकँगर' गावाजवळ सारा जेन हेल ही स्थानिक इंग्लिश तरुणी माझ्याबरोबर काही अंतर पोहली. ती या भागात पर्यटक म्हणून आली होती आणि टेर्जेच्या प्रेमात पडली होती. तिला पोहायला येत होते, पण लांब-लांब अंतरे पोहून जाण्याचा तिला अनुभव नव्हता.

तिने मला विचारले, "लुईस, तुला असं वाटतं का की मी फोर्ड एका काठापासून दुसऱ्या काठापर्यंत पोहून जाऊ शकेन?"

"का नाही? अगदी नक्की! मला खातरी आहे, तुला ते नक्की जमेल. मी इकडे परत येईन आणि तुला पोहायला मदत करेन. माझा नॉर्वेमध्ये अजून एक आठवडा मुक्काम आहे आणि मी परत येऊन तुला नक्की मदत करेन. शिवाय तुझ्याबरोबर इतर कोणी मित्र-मैत्रिणींना असा प्रयत्न करायचा असेल, तर त्यांनापण घेऊन ये...," मी तिला सांगितले.

माझ्या मोहिमेची यशस्वी सांगता झाल्यावर एक आठवड्याने साराला शब्द दिल्याप्रमाणे मी 'लायकँगर'ला परत गेलो आणि सारा जेन आणि तिच्या चार मित्रांसाठी फोर्ड पोहून जाण्याचा कार्यक्रम आयोजित केला. पोहायला सुरुवात करण्याआधी मी त्यांना सूचना दिल्या, "प्रथमत: एक गोष्ट लक्षात ठेवा. मन अगदी शांत ठेवा. मनावर कोणतंही दडपण येऊ देऊ नका. तुम्ही तुमच्या वेगाने पोहत राहा. घाई करू नका. ही शर्यत नाही. तुम्हाला पोहताना ज्या पद्धतीने हात मारायला, पोहायला, सहज वाटेल, सोपं वाटेल; त्या पद्धतीने हात मारा."

प्रत्येक पोहणाऱ्याच्या बाजूला कयाकमध्ये एक जण मदतीला, मार्गदर्शनाला होता. शिवाय अचानक उद्भवू शकणाऱ्या कोणत्याही आणीबाणीसाठी दोन इतर मदत बोटीपण होत्या. दोघांनीही वेट सूट घातले होते, तर बाकीच्यांनी साधे पोहण्याचे कपडे घातले होते, पण त्यामुळे काही फरक पडत नव्हता. येथे सर्व

गोष्टी अगदी 'इंग्लिश चॅनल स्वीमिंग असोसिएशन'च्या नियमाप्रमाणे असण्याची जरुरी नव्हती. हा सर्व खटाटोप लोकांमध्ये फक्त आवड निर्माण करण्यासाठी होता. त्यांच्यामध्ये आत्मविश्वास निर्माण करण्याचा प्रयत्न होता. तसेच त्यांच्याच असलेल्या 'सोगने फोर्ड'ची त्यांनाच नव्याने ओळख करून देण्याचा प्रयत्न होता. फक्त एक सोडून बाकी सगळ्यांनी 'फोर्ड' एकापाठोपाठ एक पोहून पार केला. दुसऱ्या दिवशी त्यांच्या या पराक्रमाची बातमी 'सोगने एरिस'च्या पहिल्या पानावर होती.

या उपक्रमाला इतका प्रतिसाद आणि प्रसिद्धी मिळाली की, आम्ही 'सोगने फोर्ड चॅलेंज' नावाने वार्षिक स्पर्धा आयोजित करण्याचे ठरवले. दुसऱ्या वर्षी २० जणांनी या स्पर्धेत भाग घेतला. त्यानंतरच्या वर्षी ३० जणांनी स्पर्धेत भाग घेतला आणि काही दिवसांतच 'फोर्ड स्विमिंग क्लब'ची स्थापना झाली. या वार्षिक स्पर्धेत भाग घेणाऱ्यांना मार्गदर्शन करायला ब्रिटन आणि रशियाहूनपण जलतरणपटू जात राहिले.

या वार्षिक स्पर्धेचे फलित म्हणून सोनोरे ग्रोइकी हिचे उदाहरण सांगता येईल. ही जलतरणपटू स्वीमिंगपूलमध्ये पोहण्यात पटाईत होती. वाहत्या पाण्यात किंवा मोकळ्या पाण्यात पोहण्याचा तिला काहीच अनुभव नव्हता. नंतर तिने इंग्लिश खाडी पोहून जायचे ध्येय ठरवले. 'सोग्नडाल' या तिच्या छोट्याशा खेड्यातला लोकांना तिचे फार कौतुक वाटले, पण तिची काळजीपण वाटली. गावकऱ्यांनी तिला सल्ला दिला की, इंग्लिश खाडी पोहून जायच्या आधी तुला अजून थोड्या अनुभवाची गरज आहे, तयारीची गरज आहे. मला मात्र तिच्याबद्दल विश्वास वाटत होता की, खाडी पोहून जाण्याइतकी तिची तयारी नक्कीच आहे. अर्थात खाडी पोहून जाणे हे त्या वेळच्या तेथील हवामानावर खूपच अवलंबून असते; त्यामुळे खराब हवामान असेल, तर गोष्ट वेगळी होती, पण नाहीतर खाडी पोहून जायला ती नक्कीच सक्षम होती.

एकदा तिच्या मनात ईर्षा निर्माण केल्यावर, तिला प्रोत्साहन दिल्यावर, इंग्लिश खाडी पोहून जायला तिला लागेल ती सर्व मदत करणे ही माझी जबाबदारी होती, असे मला वाटत होते. शेवटी तो मोठा दिवस उजाडला. मीपण अधूनमधून तिच्याबरोबर पोहलो. ती १४ तास ४३ मिनिटांत इंग्लिश खाडी पोहून गेली. त्या मुलीचे यश खरंच कौतुकास्पद होते, कारण त्या दिवशी हवामानाची एवढी साथ नव्हती. प्रत्येक मिनिटाला तिला झगडावे लागत होते. टेर्जे एगस हा मदत बोटीवर बरोबर होता. तिच्या या पराक्रमावर स्थानिक वृत्तपत्रांत त्याने एक लेख लिहिला. ग्रोइकीच्या कामगिरीचे तिच्या भागात तिचे खूपच कौतुक झाले. तिचे खूप सत्कारपण झाले. तिने मिळवलेल्या या यशाचा मला खूप आनंद झाला आणि अभिमानही वाटला. नंतर बरेच दिवस माझे काही नॉर्वेजियन मित्र ग्रोइकीने माझ्यापेक्षा काही मिनिटांनी कमी वेळात, इंग्लिश खाडी पोहून गेल्याबद्दल माझी खूप चेष्टामस्करी करत.

'सोगने फोर्ड' ने माझ्या शारीरिक क्षमतेची परीक्षा पाहिली, कस पाहिला आणि मला तेच हवे होते, तेच एकदा बघायचे होते. सोगने फोर्ड चे २०४ कि.मी.चे अंतर तर होतेच; पण त्या शिवाय पाण्यातले प्रवाह, उसळणाऱ्या लाटा, थंड वारे, वेगवेगळ्या ठिकाणी असलेले पाण्याचे वेगवेगळे तापमान, जेलीफिश इत्यादी अनेक आव्हानेपण होती. एका क्षणाला तुम्ही १४°से. तापमानाच्या पाण्यातून आरामात तरंगत जात असता, तर दुसऱ्या क्षणाला ६°से. तापमानाच्या बोचऱ्या थंड पाण्यात घाईघाईने हात मारत असता. फोर्डमध्ये असलेल्या डोहांच्या, भोवऱ्यांच्या आणि त्यात जलतरणपटू गायब होण्याच्या गावकऱ्यांच्या कथांवर तसा माझा विश्वास नव्हता, तरीपण तीन आठवडे रोज पोहायचे असल्यामुळे तेव्हा मी त्या गोष्टींची परीक्षा घेण्याच्या मन:स्थितीत नव्हतो. त्यामुळे काठापासून ठरावीक अंतर राखूनच पोहायचे मी ठरवले होते. त्यामुळे पोहताना पाण्याच्या वारंवार तापमान बदलाचा मला त्रास झाला, तरीपण काठापासून ठरावीक अंतर ठेवून पोहणेच मी पसंत केले.

फोर्डमधून पोहण्यातून मला खूप आनंद तर मिळालाच, पण पोहण्याचे सार्थक झाले, असे वाटावे, अशा पण खूप गोष्टी घडल्या. वार्षिक सॅगने फोर्ड स्पर्धेचा एक भाग म्हणून जवळ-जवळ १०० लहान मुलांना फोर्डच्या उथळ भागात पोहायचे धडे मी दिले. निकने हॉटेलच्या समोरच्या किनाऱ्यावर त्यांच्या छोट्या-छोट्या स्पर्धा घेतल्या. मला या सगळ्यात समाधानाची आणि महत्त्वाची वाटलेली गोष्ट म्हणजे मुलांच्या पालकांच्या विचारात झालेला बदल. त्यांना विश्वास वाटायला लागला की, फोर्ड हे त्यांच्या मुलांना पोहण्यासाठी सुरक्षित आहेत.

वैयक्तिक अनुभवाबद्दल बोलायचे, तर सोगने फोर्डची मोहीम संपल्यावर परत एकदा, एकमेकांचा निरोप घेण्याची वेळ आली. निक पीटरसन आणि जेम्स मॅथ्यू लंडनला परतणार होते; तर डेव्ह रिश्टर दक्षिण आफ्रिकेला. आम्हा सगळ्यांमध्ये इतके घनिष्ठ संबंध जुळले होते की, सगळ्यांनाच या ताटातुटीचे दु:ख जाणवत होते; पण काहीतरी केल्याचे, मिळवल्याचे समाधानपण होते. मला चांगले आठवते, निकने काही न बोलता मला मिठी मारली आणि विमानतळाकडे घेऊन जाणाऱ्या बोटीवर तो चढला. नॉर्वेमधला हा महाफोर्ड पोहून जाण्यात तीन आठवडे घालवल्यावर, आता बस झाले, असे वाटणे स्वाभाविक होते; पण मला तेवढ्यावरच थांबायचे नव्हते.

उत्तरेकडे

'नॉर्थ केप' पाठोपाठ 'सोगनेफोर्ड'ची मोहीमपण पार पाडल्यामुळे थंड पाण्यात पोहणे म्हणजे काय दिव्य असते, ते पुरेपूर समजले होते. शिवाय त्या दोन्ही मोहिमा यशस्वी झाल्याबद्दल मनाला एक प्रकारचे समाधानपण वाटत होते. अर्थात हिमनदी संपता-संपता जे निगार्ड ग्लॅशियर लेक लगेचच तयार झाले होते आणि तिथे पाण्याचे तापमान फक्त २°से. इतकेच होते. त्यात डुबकी मारणे हा तर वरील दोन्हींपेक्षा जास्त चित्तथरारक अनुभव होता. मला तो थरार परत एकदा अनुभवायचा होता. सोगने फोर्डच्या मोहिमेने दिलेल्या विश्वासामुळे मला माझ्या शारीरिक मर्यादेच्या कक्षा अधिक रुंदावता येतील, असे कोठेतरी वाटायला लागले होते. याचाच अर्थ अजून उत्तर दिशेला सरकणे आणि सोगने फोर्ड आणि नॉर्थ केपपेक्षाही थंड पाण्याच्या समुद्रात पोहण्याचा प्रयत्न करणे हाच होता. त्यासाठी नॉर्वेजियन बेटांपैकी 'स्वालबार्ड' बेटावरील दक्षिणेकडे स्पीट्सबर्गेन या ठिकाणाची मी निवड केली. उत्तर ध्रुवीय प्रदेश ६६°अक्षांशापासून सुरू होतो आणि मी निवडलेले स्पीट्सबर्गेन हे ८०°अक्षांशाजवळ होते. त्यामुळे तिथे पाण्याचे तापमान अतिथंड म्हणजे ४°सें.ग्रेडपेक्षा कमीच असावे, असा माझा अंदाज होता. तोपर्यंत इतक्या उत्तरेला, उत्तर ध्रुवाच्याजवळ लांब अंतर पोहून जाण्याचा विक्रम कोणीच केलेला नव्हता.

परत एकदा प्रोफेसर टिम नोक्स यांच्याशी बोलण्याची, सल्लामसलत करण्याची वेळ आली होती. आम्ही दर वेळी जिथे भेटायचो, त्या केपटाऊनच्या खेळ-विज्ञान संस्थेच्या त्यांच्या कार्यालयात भेटलो. टिमचा सल्ला, मत माझ्या दृष्टीने किती बहुमोलाचे होते; याची त्याला कल्पना होती की नाही, याची मला माहिती नाही, पण मी टिमला स्पीट्सबर्गेन या स्थळाविषयी, तिथे असलेल्या पाण्याच्या तापमानाविषयी माझ्या अंदाजाविषयी सांगितले आणि त्याला विचारले, "टिम, मला हे जमू

शकेल? मी हे करू शकेन?''

त्याने क्षणभर विचार केला आणि म्हणाला, ''का नाही? नक्की जमेल.'' मला हेच उत्तर हवे होते. आता लक्ष्य होते स्पीट्सबर्गेन. 'स्वालबर्ड' बेटाचा नकाशा नीट पाहिला, तर लक्षात येते की 'व्हर्लीजेनहंकन' हे उत्तर दिशेच्या टोकाला असलेले शेवटचे गाव आहे. हे डच भाषेतले नाव आहे आणि त्याचा अर्थ 'निर्जन कोपरा' असा होतो. या ठिकाणच्या जवळ मी पोहण्याचा प्रयत्न करायचे ठरवले. प्रोफेसर नोक्सकडून 'हिरवा कंदील' मिळाल्यावर मी नॉर्वेजियन हवामान खात्याला फोन करून, स्पीट्सबर्गेनच्या आसपास पाण्याचे तापमान काय असेल, याची चौकशी केली. त्यांनी सांगितले की, थंडीच्या काळात तर त्या बेटाच्या सभोवतालचा समुद्र घट्ट गोठलेला असतो आणि उन्हाळ्यात तिथे पाण्याचे तापमान उणे १.७°से. ते ४°से. इतके असते. त्यातूनही वर्षातला नक्की दिवस, बेटाचा नक्की भाग यावरपण ते अवलंबून असेल. शिवाय व्हर्लीजेनहंकनच्या आसपास पाणी सगळ्यात थंड असण्याची शक्यता होती.

परत मी सहकाऱ्यांच्या जमवाजमवीचा विचार करायला लागलो. मला निक पीटरसन परत माझ्याबरोबर हवा होता. माझा सर्वांत जवळचा मित्र म्हणून आणि धीर देण्यासाठी मला डेव्हिड बेकर बरोबर हवा होता. तोपर्यंत मी थंड पाण्यात पोहलो होतो, पण आता मी अतिथंड पाण्यात पोहण्याचा प्रयत्न करणार होतो. त्यामुळे मला एक डॉक्टरपण आमच्याबरोबर असावा, असे मला वाटत होते. लेक मालावीमध्ये माझी सोबत करणारा आणि इंग्लिश खाडी पोहून जाताना मदत करणारा ऑट्टो थॅनिंग हीच अर्थात माझी पहिली पसंती होती. मी प्रोफेसर नोक्स यांचा विचार केला नाही, कारण मला वाटले की, त्यांच्या इतर व्यग्र कार्यक्रमांमुळे लांब उत्तर ध्रुवीय प्रदेशात पोहण्याच्या मोहिमेसाठी ते वेळ काढू शकणार नाहीत. जेव्हा मी वरील तिघांना या मोहिमेत सहभागी होण्यासाठी विचारले तेव्हा समजले की, फक्त डेव्हिड बेकर वेळ काढू शकणार होता नीक आणि ऑट्टो या पैकी कोणीही त्यांच्या कामामुळे वेळ काढू शकणार नव्हते. त्यातून परत हे गोठणबिंदूच्या जवळपास असलेल्या तापमानाच्या पाण्यात लांब अंतर पोहून जाण्याचे हे काय नवीन खूळ मी डोक्यात घेतले आहे, असे त्याला वाटत होते. आमचे बोलणे नक्की कोठे झाले हे मला आता आठवत नाही, पण ऑट्टोनी मला स्पष्ट सांगितले होते, ''लुईस, तुझा जवळचा मित्र म्हणून आणि एक हृदयशल्यचिकित्सक म्हणून मी तुला सांगतो की ०°से. तापमानाच्या पाण्यात एक कि.मी. अंतर पोहून जाणे प्रसंगी जिवावरपण बेतू शकते.''

ज्याच्या मताला तुम्ही किंमत देता, असे कोणी जेव्हा सांगते की, तुझ्या जिवाला धोका पोचू शकेल, तेव्हा ती गोष्ट परत विचार करायला लावणारीच

असते. परंतु निर्गाड्स ग्लेशियर लेकमधला माझा अनुभव आणि सोगने फोर्डमधील अतिथंड पाण्यात पोहण्याचा अनुभव जमेस धरता, मला अशी खातरी वाटत होती की गोठणबिंदूच्या जवळपासच्या तापमानाच्या पाण्यात माझा टिकाव नक्की लागू शकेल. शिवाय दुसरे मनही मला सांगत होते की, अतिथंड पाण्यात प्रत्यक्ष पोहून बघितल्याशिवाय आधीच निष्कर्ष का काढायचे? ऑट्टोने मला मी स्पीट्सबर्गेनला जाऊच नये, असा काही सल्ला दिला नव्हता. एखादेवेळी ऑट्टोच्या बोलण्याचा मीच तसा अर्थ काढत असण्याचीही शक्यता होती.

त्यातल्या संभाव्य धोक्यांचा विचार करून मीच परत प्रोफेसर नोक्सना फोन केला आणि माझ्या मन:स्थितीची कल्पना दिली. त्यांनी असा निष्कर्ष काढला की, पुरेशा शास्त्रीय आणि वैद्यकीय ज्ञानाशिवाय आणि पाठबळाशिवाय स्पीट्सबर्गेनला जायला मी कचरत होतो. प्रोफेसर मला म्हणाले,"हे बघ लुईस, तुझी आता जी या मोहिमेसाठी तयारी आणि जुळवाजुळवी चालली आहे, त्यादरम्यान मला नॉर्वेमध्ये काही भाषणे द्यायची आमंत्रणे आहेत. मी नॉर्वेमधील माझा मुक्काम वाढवून तुझ्याबरोबर स्पीट्सबर्गेनला येऊ शकेन."

"हे तर फारच छान झालं," मी म्हणालो, "तुम्हीच माझे डॉक्टर असाल आणि शास्त्रज्ञही."

"ठीक आहे लुईस! पण तुला मेरेलिनच्या (त्यांची बायको) प्रवासखर्चाची सोय करायला लागेल, कारण तिच्याशिवाय मला तिकडे एकट्यानं येणं बरोबर वाटत नाही."

प्रोफेसर आणि मेरेलिन या दोघांना वेगळे करणे अशक्य होते किंवा कोणालाही करायलापण आवडले नसते. प्रोफेसर नोक्स त्यांच्या कामाच्या निमित्ताने जगभरात वेगवेगळ्या देशांत खूप फिरले होते आणि बायकोपासून आपण फार काळ लांब राहू शकत नाही, हे त्यांना कळून चुकले होते. दक्षिण आफ्रिकेच्या क्रिकेट संघाबरोबर ते भारतात गेले होते आणि तिथून परतल्यावर त्यांनी ठरवून टाकले होते की, यापुढे प्रदीर्घ दौऱ्यांवर जाताना बायकोला बरोबर घेतल्याशिवाय जायचे नाही. प्रोफेसरांनी मला सांगितले, "लुईस, माझ्या बायकोला स्पीट्सबर्गेनची मोहीम म्हणजे एक सहल असणार आहे, हे पटवून द्यायची जबाबदारी तुझी. अर्थातच मी मेरेलिनला 'व्हर्लीजेनहंकन' या डच शब्दाचा अर्थ सांगणारच नव्हतो. त्याऐवजी मी आर्क्टिक भागातल्या वनस्पतींची माहिती गोळा केली, कारण तिला त्या विषयात विशेष रस होता. अर्थात आर्क्टिक भाग हा फुलणाऱ्या वनस्पतींनी इतका समृद्ध आहे, हे वाचून मीपण चकित झालो होतो. त्यामुळे मी जेव्हा याविषयी मेरेलिनशी बोललो, तेव्हा मला खोटे बोलावे लागले नाही की अतिशयोक्ती करावी लागली नाही. तिने ताबडतोब या मोहिमेवर यायची तयारी दर्शवली."

माझ्या माहितीतल्या इतर कोणाहीपेक्षा टिम नोक्सचे हास्य फार लोभस आहे. एखाद्या गोष्टीमागचा विचार किंवा एखादे निरीक्षण किंवा एखाद्या गोष्टीबाबतचे बेधडक मतप्रदर्शन करताना कायम त्याच्या तोंडावर त्याचे प्रसिद्ध हास्य खेळत असतेच. त्याच्या हसण्यात लहान मुलाच्या हसण्याची निरागसता होती. त्याच्या हास्यातून त्याचे जीवनावरचे प्रेम किंवा दुसऱ्या व्यक्तीवरचे त्याचे प्रेम प्रतीत व्हायचे. प्रोफेसरांच्या व्यक्तिमत्त्वाला दुसरी बाजूपण होती. ते अत्यंत हुशार होते, तितके काटेकोर आणि कर्तव्यकठोर होते, पण या गोष्टी त्यांच्या चेहऱ्यावरच्या हास्याच्याआड कधीच आल्या नाहीत. त्यांना खातरी होती की, अतिथंड पाण्यात मी एक कि.मी. अंतर नक्की पोहू शकेन. पण या मोहिमेत सहभागी होण्यासाठी त्यांची एक अट होती, ती म्हणजे मी एक तर पूर्ण तयारीनिशी प्रयत्न करायचा आणि त्यासाठी थंड पाण्यात पोहण्याचे शास्त्रशुद्ध शिक्षण घ्यायचे.

प्रोफेसर टिम नोक्स यांनी आमच्याबरोबर स्पीट्सबर्गेनला जायची तयारी दाखवताक्षणीच मोहिमेच्या दुसऱ्या टप्प्याला सुरुवात झाली. अतिथंड पाण्यात आणि बेभरवशी हवामानात लांब अंतर पोहून जाणे शक्य आहे का नाही, शक्य होईल का नाही, इत्यादी प्रश्नच आता उरले नव्हते. प्रोफेसर नोक्स हे नावाजलेले शास्त्रज्ञ होते. त्यांच्या संशोधनाचा विषय होता, 'अत्यंत टोकाच्या परिस्थितीत कार्य करताना माणसांच्या शरीरात होणारे अंतर्गत बदल आणि त्यांचे बाह्य परिणाम.'' त्यांनी खेळाडूंच्या कार्यक्षमतेबाबत काही मूलभूत संशोधन करून त्या शास्त्रात खूप भर घातली आहे. उदाहरणार्थ खेळाडूंवर होणारा अतिउष्णतेचा परिणाम, मॅरेथॉन धावणाऱ्यांसाठी शरीरातील ऊर्जा कायम ठेवण्यासाठी पाण्याचे किंवा फळांच्या रसांचे घ्यावयाचे योग्य प्रमाण. त्यांनी काढलेल्या काही निष्कर्षांनी वर्षानुवर्षे चालत आलेल्या समजुतींना धक्के बसले होते. काही समजुती पूर्णत: चुकीच्या होत्या, हे दाखवून दिले होते. त्यांच्या या संशोधनासाठी काही कंपन्यांनी त्यांना आर्थिक मदतपण केली होती. प्रोफेसरांनी आपल्या संशोधनातून सिद्ध केले होते की, लांब अंतराच्या धावण्याच्या शर्यतींमध्ये मॅरेथॉन शर्यतींच्या दरम्यान, बऱ्याच वेळा खेळाडूंच्या शरीरातील पाण्याचे प्रमाण कमी होण्यापेक्षा जास्त झाल्यामुळे खेळाडूंच्या प्राणावर बेतले होते. माझ्याबरोबर मोहिमेवर यायचे कबूल केल्यावर त्यांनी अतिथंड पाण्याचा शरीरावर होणाऱ्या परिणामांचा अभ्यास करायला सुरुवात केली. ही गोष्ट माझ्या दृष्टीने चांगलीच होती, कारण माझ्या मोहिमेला शास्त्रीय परिमाण लाभणार होते. त्यातून काही मौलिक शास्त्रीय निष्कर्षपण निघण्याची शक्यता होती.

तोपर्यंत माणूस अतिथंड पाण्यात किती तास राहू शकेल, तग धरू शकेल, यावर सर्वंकष असे संशोधन झालेले नव्हते आणि त्यामुळे फारशी माहितीपण उपलब्ध नव्हती. दुसऱ्या महायुद्धाच्या काळात नाझींनी त्यांच्या छळ-छावण्यांमध्ये

कैद्यांवर काही वैद्यकीय प्रयोग केले होते. त्या वेळी बर्फाच्या पाण्यात खूप काळ बुडवून ठेवल्याने शरीरावर होणाऱ्या परिणामांचा अभ्यास केला होता. कुप्रसिद्ध डॉ. जोसेफ मेंगेल यांनी त्यांचे दोन मदतनीस प्रोफेसर अर्न्स्ट होल्झनर आणि डॉ. सिग्मंड रॅशेल यांच्या मदतीने अतिथंड पाण्याच्या शरीरावर होणाऱ्या परिणामांवर संशोधन केले होते. हे अतिथंड पाण्यात फार वेळ कैद्यांना बुडवून ठेवण्याचे प्रयोग 'डॅकॉ' येथील छळ-छावणीत केले गेले होते. त्या प्रयोगांमध्ये बऱ्याच कैद्यांना प्राण गमवावे लागले होते. नाझींनी दुसऱ्या महायुद्धाच्या दरम्यान ज्यू लोकांवर जे अनन्वित अत्याचार केले, त्यांचाच हा एक भाग होता. ज्या पद्धतीने आणि ज्या परिस्थितीत डॅकॉ येथे हे प्रयोग केले गेले आणि निष्कर्ष काढले गेले, ती भयानक आणि तितकीच लाजिरवाणी असल्यामुळे त्या निष्कर्षांच्या अभ्यासाचा कोणालाही उल्लेख करायला किंवा त्यातले दाखले उदाहरणादाखलसुद्धा द्यायला आवडत नाही.

प्रोफेसरांच्या म्हणण्याप्रमाणे खेळाडूंच्या शरीरात खेळाच्या दरम्यान होणाऱ्या अंतर्गत बदलांचा अभ्यास करायला माझ्या या पोहण्याच्या मोहिमेचा चांगलाच उपयोग होणार होता. ती एक चांगलीच संधी होती. ज्याने अतिथंड पाण्यात पोहायचे आव्हान स्वीकारले होते, अशा माझ्यासारख्या एका साहसवीराबरोबर त्यांना आता संशोधनाचे काम करायचे होते. १४° ते १८°से. तापमानाच्या पाण्यात इंग्लिश खाडी पोहून जाणाऱ्या जलतरणपटूंवर खूप संशोधन झाले होते; पण अतिथंड पाण्यात पोहणाऱ्याच्या शरीरावर होणाऱ्या परिणामांवर अजून संशोधन झाले नव्हते. त्याचे मुख्य कारण म्हणजे वर सांगितल्याप्रमाणे 'डॅकॉ'चे अनुभव. त्यामुळे अशा प्रकारे संशोधन करण्यासाठी प्रोफेसरांना केपटाऊन विद्यापीठाच्या 'नैतिकता मंडळाची' परवानगी घ्यावी लागली. ती अर्थातच लगेच मिळाली. प्रोफेसर माझ्या पोहण्यावर लक्ष ठेवता-ठेवता महत्त्वाचे संशोधनपण करणार आहेत ही गोष्टच माझे मनोधैर्य वाढवायला पुरेशी होती. माझी अपेक्षा एवढीच होती की, माझे शरीर थंड पाण्यात बराच वेळ बुडालेले असताना माझ्या शरीरातंर्गत काय काय बदल होत होते, हे जर प्रोफेसरांनी मला समजावून सांगितले, तर माझ्या कामगिरीचा मला स्तर आणखी उंचावता आला असता आणि तेच माझे ध्येय होते. खेळ या विषयाकडे गांभीर्याने पाहणाऱ्या प्रत्येक खेळाडूला मी सांगेन की, खेळाबाबतपण शास्त्रीय दृष्टिकोन ठेवा, कारण उत्तम कामगिरीची तीच एक गुरुकिल्ली आहे. ज्याने ६०पेक्षा जास्त मॅरेथॉनमध्ये भाग घेतला होता असा, प्रोफेसर नोक्ससारखा शास्त्रज्ञ जेव्हा म्हणतो की, अतिथंड पाण्यात पोहण्यासाठी तुला आणखी तयारी करावी लागेल, तेव्हा त्यांच्या म्हणण्याकडे गांभीर्याने लक्ष देणे भागच होते.

प्रोफेसर ही वेगळीच व्यक्ती होती. अज्ञाताचा शोध घेणारी, जीवनाच्या मोठ्या

कॅनव्हासवर रंग भरणारी. अशा व्यक्तीला रोजच्या कटकटीत गुंतवणे म्हणजे त्यांच्या बुद्धिमत्तेचा अपमान करण्यासारखे होते. हे सर्व मला, त्यांना दक्षिण आफ्रिका सोडण्याआधी के. वाय. जेली आणायला सांगण्याआधी कळायला हवे होते. हे म्हणजे त्या प्रसिद्ध इटालियन ऑपेरा गायक पाव्हरोट्टीला त्याच्या कार्यक्रमाच्या वेळी माइक तपासायला सांगण्यासारखे होते. परंतु मोहिमेच्या तयारीचा भाग म्हणून के. वाय. जेलीची अत्यंत आवश्यकता होती.

अतिथंड पाण्यात पोहताना माझ्या सुरक्षिततेची खातरी करण्यासाठी प्रोफेसरांना माझ्या शरीराच्या गाभ्याचे तापमान माहीत असणे गरजेचे होते. सर्वसाधारणपणे कोअर तापमानाचा विचार करता माणसा-माणसांमध्ये फार फरक पडत नाही. ३७.२°से. हे सर्वसाधारण तापमान आहे, तर ३९°से. हे खूप जास्त समजले जाते आणि ते खाली आणण्यासाठी तातडीने उपाय करणे गरजेचे असते, त्या उलट ३५°से.च्या खाली जर शरीराचे तापमान गेले, तर ते नको इतके कमी तापमान किंवा हायपोथर्मिक समजले जाते. ३२°से. इतके तापमान गेले, तर हृदयक्रिया बंद पडण्याच्या प्रक्रियेला सुरुवात होते. तर २८°से. म्हणजे आपण नक्की या जगाचा निरोप घेण्याच्या बेतात असतो. मी पाण्यात शिरताक्षणीच प्रोफेसरांना माझ्या शरीराच्या कोअर तापमानावर लक्ष ठेवायला सुरुवात करावी लागणार होती आणि एका ठरावीक मर्यादेच्या खाली जाताक्षणीच मला सावध करून पाण्याच्या बाहेर काढायचे होते. माझ्या शरीराच्या तापमानावर लक्ष ठेवण्यासाठी एक प्लॅस्टिकचा थर्मामीटर माझ्या गुदद्वारात घालण्यात येणार होता आणि तो वायरने ॲन्टेनाशी जोडून प्रोफेसरांच्या लॅपटॉपवर माझ्या शरीराच्या तापमानाची नोंद होणार होती. अशा प्रकारचा प्रयोग आम्ही आधी माझ्या प्रशिक्षणाच्या वेळी अनेकदा केला होता आणि तेव्हाच मला के. वाय. जेलीचे महत्त्व कळले होते. के. वाय. जेलीशिवाय त्या ठिकाणी थर्मामीटर असह्य झाला असता; नव्हे, ठेवणेही अशक्य झाले असते.

केपटाऊन सोडण्याआधी मी परत एकदा प्रोफेसरना के. वाय. जेलीची आठवण करून दिली होती. "होय, काळजी करू नकोस, मी के. वाय. जेली विसरेनच कसा?" प्रोफेसरांनी मला निर्धास्त केले होते.

स्पीट्सबर्गेन बेटावरच्या 'लॉगइयरबायन' या मुख्य गावात आम्ही येऊन पोचलो. एसएएसमधल्या सवयीप्रमाणे मी सर्व सामानसुमानाची एकदा तपासणी करण्याचे ठरवले. के. वाय. जेली सोडून सर्व गोष्टी होत्या. मी प्रोफेसरांना त्याबद्दल विचारले, पण मला उत्तर ऐकण्याची गरजच नव्हती कारण ते मला माहीत होते. के. वाय. जेली बरोबर घ्यायला प्रोफेसर साफ विसरले होते, पण त्यांना हा प्रकार मात्र विनोदी वाटला. मी सोडून, खरे तर सगळ्यांनाच ही गोष्ट गमतीदार वाटली. फक्त मलाच माहीत होते की, प्लॅस्टिकचा थर्मामीटर के. वाय. जेलीशिवाय 'त्या

जागी' ठेवणे डोळ्यांसमोर काजवे चमकवू शकतो. के. वाय. जेलीच्या शोधात मी, डेव्हिड बेकर आणि टेर्जे एगम त्या गावातल्या सर्वांत मोठ्या मेडिकल स्टोअरमध्ये गेलो. दुकानात दोन सुंदर नॉर्वेजियन तरुणी काउंटरच्या मागे होत्यो. के. वाय. जेली विसरण्याच्या प्रकाराला डेव्हिड जरा मोठ्यानेच माझ्याकडे बघून हसला होता. म्हणून त्याला शिक्षा करण्याच्या उद्देशाने त्यालाच त्या तरुणींना के. वाय. जेली आहे का, म्हणून विचारायला सांगितले. जरी त्या तरुणींना इंग्रजी चांगल्या प्रकारे येत होते, तरी त्यांनी के. वाय. जेली हे नाव कधी ऐकले नव्हते. मी आणि डेव्हिड एकदम गोंधळून गेलो, कारण आमचा समज होता की के. वाय. जेली हे सर्व जगभर प्रसिद्ध असलेले, माहीत असलेले नाव आहे. पण आमचा समज चुकीचा होता, कारण टेर्जेलापण इंग्रजी उत्तम येते. त्यालापण हे नाव माहीत नव्हते. डेव्हिडने के. वाय. जेलीचे वर्णन करून सांगितले की, या जेलीचा उपयोग संभोगाच्या वेळी पुरुष जेव्हा कंडोमचा वापर करतो तेव्हा वेदना होऊ नयेत, म्हणून वंगणासारखा करतात. ''हा. हा!'' टेर्जे म्हणाला, ''म्हणजे तुला 'ग्लाइड क्रीम' म्हणायचे आहे. नॉर्वेमध्ये त्याला ग्लाइड क्रीम म्हणतात. तू जर ग्लाइड क्रीम विचारलेस, तर त्यांना तुला काय हवे आहे, ते नक्की कळेल.''

डेव्हिड आणि मी त्या मुलींना या क्रीमबद्दल विचारायला जरा लाजत होतो. आम्ही दोघेही 'लॉगइयरबायन'सारख्या फक्त २,००० लोकवस्तीच्या गावात संपूर्ण नवखे होतो. अशी काही गोष्ट विचारल्यावर त्या मुलींच्या मनात आमच्याविषयी काय गैरसमज होतील, याची कल्पनाच आम्हाला करवत नव्हती. ''मी आधीच के. वाय. जेलीबद्दल विचारले आहे,'' डेव्हिड म्हणाला. म्हणजे त्याचाच अर्थ ग्लाइड क्रीमबद्दल विचारण्याची आता माझी पाळी होती, हा होता.

''डेव्हिड,'' मी म्हणालो, ''मी तुला इथपर्यंत आणले आहे. तू या मोहिमेवर टीमचा व्यवस्थापक म्हणून इथे आला आहेस, एवढं साधं काम तुझ्यानं करवत नाही?''

शेवटी डेव्हिडने लाजत-लाजत त्या तरुणींना ग्लाइड क्रीमबद्दल विचारले. त्या तरुणींनी चेहरे अगदी सरळ ठेवण्याचा प्रयत्न केला आणि टेर्जे आणि माझ्याकडे पाहिले, आणि नंतर डेव्हिडकडे नजर वळवली. त्यांच्या एकूण आविभार्वावरून कळत होते की, त्या महत्प्रयासाने हसू दाबण्याचा प्रयत्न करत होत्या. त्यांच्या डोक्यात काय विचार चालले होते, याची आम्हाला कल्पना होती. डेव्हिड परत आला आणि त्याने सांगितले, ''स्टॉक शिल्लक नाही, आता इथं ग्लाइड क्रीम मिळणं अशक्य आहे.''

मी म्हणालो, ''डेव्हिड, मस्करी करणं बंद कर. एवढ्या मोठ्या दुकानात ग्लाइड क्रीम मिळायलाच पाहिजे,'' पण नाही, त्याचे बरोबर होते. दुकानात स्टॉक

संपला होता. 'लॉगइयरबायन'मध्ये थंडीचा सिझन बरेच महिने असतो आणि रात्रीपण मोठ्या असतात, त्यामुळे ग्लाइड क्रीमला अर्थातच खूप मागणी असणे अगदी साहजिक होते. नंतर आम्ही "ओठांना लावायचं व्हॅसलिन आहे का?" विचारले. खरे तर म्हणावे तसा त्याचा उपयोग नव्हता, पण काहीच नसण्यापेक्षा ते चालले असते. पण पुन्हा त्या मुलींनी स्टॉक संपल्याचे सांगितले.

*

स्पीट्सबर्गेनला यायचा आमचा एकमेव उद्देश होता की, उत्तर ध्रुवीय प्रदेशात, उत्तर ध्रुवाच्या जास्तीत जास्त जवळ थंड पाण्यात लांब अंतर पोहून जाण्याचा प्रयत्न करणे. या बेटाचे उत्तरेकडचे टोक ८०° अक्षांशावर पडते आणि तिथून उत्तरधुव्र १,००० कि.मी. अंतरावर आहे. याआधी प्रसिद्ध अमेरिकन जलतरणपटू 'लीन कॉक्स' हा अलास्का आणि रशिया यांमधे असलेल्या बेअरिंग स्ट्रेट भागात पोहला होता. 'बेअरिंग स्ट्रेट' हे स्पीट्सबर्गेन इतके उत्तरेकडे नाही, पण तिथेही पाणी चांगल्यापैकी थंड असते. कॉक्स याने केलेल्या प्रयत्नालापण दाद द्यायलाच हवी. मी त्याच्यापेक्षा २,००० कि.मी. आणखी उत्तरेकडे पोहणार होतो. पण तिथे असलेल्या पाण्यातील प्रवाहांमुळे, कॉक्स ज्या तापमानाच्या पाण्यात पोहला, त्याच्यापेक्षा येथे पाण्याचे तापमान फार वेगळे असणार नव्हते. माझ्यासाठी हे फार मोठे आव्हान होते. सोगने फोर्डला ६°से. तापमानाच्या पाण्यात पोहणे हा एक अनुभव होता आणि त्यापेक्षा २°से. कमी असलेल्या तापमानाच्या पाण्यात पोहणे ही आणखीच वेगळी गोष्ट असणार होती. अगदी जमीन-अस्मानाचा फरक होता. इतक्या कमी तापमानाच्या पाण्यात पोहताना जरा जरी चूक झाली, तरी 'हायपोथेर्मिया' होण्याची भीती होती आणि मग शरीराच्या कोणत्या अवयवांना त्याचा किती प्रमाणात फटका बसला आहे एवढेच बघणे हातात उरले असते. या पोहण्याच्या मोहिमेसाठी तोपर्यंत कधीही केली नव्हती तेवढी तयारी मला करावी लागणार होती. इतक्या उत्तरेकडे इतक्या थंड पाण्यात पोहण्याच्या प्रयत्नात मी माझे आयुष्य पणाला लावत होतो. तर प्रोफेसर नोक्स मला मार्गदर्शन करून त्यांचा नावलौकिक पणाला लावणार होते. आर्क्टिक समुद्रात पोहताना दुर्दैवी घटना घडून माझे काही बरेवाईट झाले असते, तर अर्थातच प्रोफेसरांना आरोपीच्या पिंजऱ्यात उभे केले गेले असते.

या मोहिमेची तयारी कशी करता येईल, यावर आम्ही खूप विचार केला. जरी 'केप' ही प्रशिक्षणासाठी, सरावासाठी चांगली जागा होती; तरी माझ्या या मोहिमेचा विचार करता, म्हणजे गोठवणाऱ्या तापमानाच्या पाण्यात पोहण्याच्या दृष्टीने ती पुरेशी नव्हती. मला अतिथंड पाण्याची सवय करायची होती. एक प्रयोग म्हणून

एका मित्राच्या जलतरण तलावात बर्फाच्या खूप लाद्या आणून टाकल्या आणि तशा प्रकारे थंड केलेल्या पाण्यात पोहायचा प्रयत्न करून बघितला. प्रथम ही कल्पना बरी वाटली. पण पाणी फार काळ थंड राहायचे नाही आणि बर्फपण लगेच वितळून जायचे, आम्हाला काहीतरी दुसरा विचार करणे भाग होते. नंतर ठरवले की, केपटाऊनच्या व्हिक्टोरिया ॲन्ड अल्फ्रेड किनाऱ्याजवळ असलेल्या आय ॲण्ड जे कारखान्याच्या आवारात सराव करायचा. आय ॲन्ड जे ही दक्षिण आफ्रिकेतील मासेमारीचा व्यवसाय करणारी एक मोठी कंपनी आहे. त्यांच्या गोदामामध्ये टनावारी बर्फ असे. आम्ही त्यांच्या कारखान्याच्या आवारात हवेने फुगवून तयार करता येण्यासारखा रबरी जलतरण तलाव केला. तो पाण्याने अर्धा भरला आणि मी त्या पाण्यात उतरल्यावर त्या कारखान्याच्या कामगारांना औद्योगिक कामासाठी वापरला जाणारा तो बर्फ माझ्याभोवती जलतरण तलावात भरायला सांगितले. एवढ्या मोठ्या प्रमाणात बर्फाचा वापर केल्यामुळे आम्ही पाण्याचे तापमान ३°से. ते ४°से.पर्यंत खाली आणू शकलो. मीपण स्वत:ला एका पट्ट्याने बांधून घेऊन, तशा लटकलेल्या अवस्थेत त्या तलावात पोहायला उतरलो आणि एका जागी स्थिर राहूनच मी हात पाय मारत होतो.

या आय ॲन्ड जे कारखान्यात मी ३° ते ४°से. तापमानाच्या पाण्यात साधारणत: २२ मिनिटांपर्यंत राहाण्याचा सराव केला. या सगळ्या प्रकारात आय ॲन्ड जेच्या दोन निग्रो कामगारांना खूप मजा वाटत होती. ते अगदी उत्साहाने, जरा बर्फ वितळताच परत नवीन बर्फ माझ्याभोवती पसरत होते. प्रोफसरांचा मदतनीस, जोनाथन डुगास, माझ्या शरीराच्या तापमानाची नोंद ठेवत होता आणि योग्य वेळी त्या आय ॲण्ड जेच्या कामगारांना माझ्याभोवती बर्फ टाकण्याच्या सूचना देत होता. त्या कामगारांना खूप मजा वाटत होती. हसू येत होते. उत्साहाच्या भरात कधीकधी माझ्या डोक्यावर बर्फाने भरलेले फावडे ते रिकामे करत आणि "अरे बाजूला टाका, बाजूला टाका," म्हणून मी किंचाळत असे. आमचा हा सराव रोज दुपारी चार वाचता चालायचा. इतर सर्व कामगार घरी जाण्यासाठी गाडी पकडण्याच्या घाईत असायचे, पण या दोघांनी मात्र उशिरापर्यंत थांबण्याची तयारी दाखवली होती. मी या आय ॲन्ड जे कारखानातल्या सरावात माझ्या शरीराला थंड पाण्यात टिकाव धरण्याची अशी काही तालीम दिली आणि अशी काही मनाची तयारी केली की, आता उत्तर ध्रुवीय समुद्रात पोहणे ही माझ्या दृष्टीने अशक्य कोटीतील गोष्ट राहिली नव्हती.

योग्य तयारी करण्याचा हाच उद्देश आणि फायदाही असतो. विचार करण्याच्या पद्धतीत लगेच सकारात्मक बदल जाणवायला लागतो. दोन वर्षांपूर्वी माझ्या नॉर्थ केपच्या मोहिमेनंतर मी विमानाने स्पीट्सबर्गेनला गेलो होतो आणि दीड-एक

आठवडा त्या बेटावरचा प्रदेश चालत-चालत पिंजून काढला होता. स्पीट्सबर्गेन या डच भाषेतील शब्दाचा अर्थ 'अणकुचीदार टोकाचे डोंगर'. माझ्या त्या सुट्टीत बेटावरचा उत्तर ध्रुवीय भूभाग डोळे भरून पाहिला होता. तेथील डोंगर, हिमनद्या, रानटी फुले, तिथले पक्षीजीवन, निर्जन ओसाड प्रदेश आणि एकूणच अंगावर येणारा एकान्त हे सारे मी पाहिले होते. मी तिथे उन्हाळ्यात गेलो होतो. उन्हाळ्यात त्या प्रदेशात दिवस मावळतच नाही. मी तेव्हा विचारात पडलो की, थंडीच्या दिवसांत जेव्हा बेटाभोवतालचा समुद्र गोठत असेल आणि २४ तासांची रात्र असेल, तेव्हा तेथील परिस्थिती कशी असेल? या अशा महिनोन्‌महिने अंधाराची कल्पना करायचा प्रयत्न केला, तरी तो नीटपणे करता येणार नाही एवढी ती गोष्ट कल्पनेपलीकडची आहे. परंतु या बेटावर लोक राहतात, एवढेच नाही, तर अशा हिवाळ्यांना खंबीरपणे तोंड देतात. माझ्या २००३ सालच्या स्पीट्सबर्गेनच्या भेटीमध्ये मी कधी काळी या समुद्रात पोहायचा विचार करेन, असे मला वाटले नव्हते किंवा इतक्या टोकाच्या हवामानात पोहण्याचा अनुभवसुद्धा घ्यायचे तेव्हा माझ्या मनात आले नव्हते. कोणी मला तेव्हा तसे सुचवले असते, तरी 'तिथे पोहणे केवळ अशक्य आहे', असे म्हणून मी उडवून लावले असते.

या मोहिमेचा खर्च आणि त्यासाठीची आर्थिक तयारी हा एक नेहमीचा प्रश्न तर होताच; पण तो बऱ्याच अंशी स्पीट्सबर्गेन ट्रॅव्हल्स, या कंपनीने सोडवला होता. या कंपनीचे एक वाफेवर चालणारे जहाज नॉर्डस्जन हे पर्यटकांना उत्तर धुव्रीय प्रदेशातील विविध बेटांच्या पाच दिवसांच्या सफरीवर घेऊन जाते. गोठलेला समुद्र, बर्फ फोडू शकेल इतका या जहाजाचा बाह्य भाग सक्षम बनवलेला होता. या नॉर्डस्जन जहाजावरील काही केबिनमध्ये आमची फुकट राहण्याची व्यवस्था केली होती. आम्ही एकूण सहा जण होतो. प्रोफेसर व त्यांची पत्नी मेरेलिन, डेव्हिड बेकर, जेम्स मॅथ्यू, छायाचित्रकार, वार्ताहर टेर्जे आणि मी असे आम्ही सर्व जण लंडनहून ऑस्लो, ट्रॉमसो करत स्पीट्स बर्गेनला आलो. प्रोफेसर आणि मेरेलिन त्यांच्या भाषणाच्या निमित्ताने आधीपासूनच नॉर्वेत होते. तिथून ते स्पीट्सबर्गेनला येऊन पोचले. तरीपण आम्हाला काही प्राथमिक चिंता सतावत होत्याच. जहाजावरच्या केबिन्स तशा आरामदायक होत्या, पण प्रोफेसरांना त्या फारच लहान आणि दाटीवाटीच्या वाटल्या. त्यांचा पलंग उंच होता आणि त्यावर झोपल्यावर वरच्या छतामध्ये अगदी जेमतेम अंतर उरायचे. शेवटी आम्ही त्यांची गादी जमिनीवर अंथरली तेव्हा कोठे ती केबिन त्यांना झोपण्यायोग्य वाटली.

खरे तर एकदा आधी मी स्पीट्सबर्गेनला येऊन गेलो होतो. तरीपण परत एकदा तेथील अद्‌भुत निसर्ग, त्या ठिकाणाचे सौंदर्य बघून मी वेडावून गेले होतो. मेरेलिनचे आमच्याबरोबर इकडे येण्यासाठी मन वळवताना मी या जागेच्या सौंदर्याची

तोंड फाटेपर्यंत स्तुती केली होती. जंगली वनस्पती, फुले यांची वर्णने केली होती आणि स्पीट्सबर्गेन मी वर्णन केल्याप्रमाणेच होते. मेरेलिनलापण ते खूप आवडले. ती आणि प्रोफेसर स्पीट्सबर्गेनमध्ये एखादा अद्‌भुत प्रदेश बघावा, असे फिरून आले. "टिम, हे बघ, इकडे बघ तुला हे अगदी बघावंच लागेल. फारच सुंदर आहे." ती म्हणत असे, तेव्हा एखादे छोटेसे फूल तिला खडकामागे दिसलेले असायचे. त्या फुलाचा फोटो काढून, हातात हात घालून ते पुढच्या आश्चर्याच्या शोधात निघायचे. परत त्यांना काहीतरी निसर्गसौंदर्याचा वेगळा आविष्कार बघायला मिळायचा. त्यांच्या लग्नाला आता ३० वर्षे होऊन गेली होती, तरी ते मला मधुचंद्राला आलेल्या जोडप्यासारखेच भासले.

आम्ही अधेमधे काही ठिकाणी थांबत वायव्य दिशेने आमच्या प्रवासाला सुरुवात केली. त्या बेटाच्या सर्वांत वायव्येला असलेल्या 'मॅग्डालेन फोर्ड' येथे आम्ही पोचलो. त्या फोर्डमध्ये प्रवासाला सुरुवात करून त्या फोर्डच्या उगमस्थानाकडे प्रवास सुरू केला. तिथे पोचलो, तो आम्ही एका अद्‌भुत हिमनदीच्या तळाशी उभे होतो. हिमनदीचा रंग आकाशी निळा होता. निळ्या रंगाची अशी छटा माझ्या आयुष्यात मी पाहिली नव्हती. हिमनदीच्या तळाशी असलेले मोठे-मोठे हिमखंड मोठा आवाज करत हिमनदीपासून निखळून खाली समुद्रात कोसळत होते. ते पडल्यावर परत एकदा मोठा स्फोट झाल्यासारखा आवाज येत होता. थोड्या वेळाने ते परत पृष्ठभागावर येत आणि खालच्या दिशेने त्यांचा प्रवास सुरू होई. या हिमखंडांचे बारकाईने निरीक्षण केले, तर त्यातल्या छोट्या-छोट्या फटींमधून हवेचे बुडबुडे फुटल्यासारखा आवाज येत होता. त्या हिमखंडांमध्ये आत अडकली गेलेली हवा बाहेर पडत होती. मला या हिमखंडांच्या पुरातनत्त्वाचे नेहमीच कुतूहल वाटत आले आहे. ही बाहेर पडणारी हवा आतमध्ये अशी किती शतकांपासून अडकून पडलेली असेल? की हजारो वर्षे ती अडकलेली असेल?

या फोर्डमध्ये एका ठिकाणी 'धक्क्या'सारखी निर्माण झालेली जागा प्रोफेसरांना माझ्या पोहण्याच्या त्या प्रयत्नासाठी योग्य वाटली. या जागी ठरवल्याप्रमाणे पोहण्याचा कार्यक्रम करावा की फक्त त्या दिवशी रंगीत तालीम करून दुसऱ्या दिवशी आणखी आव्हानात्मक असा पोहण्याचा उपक्रम करावा, यावर आम्ही चर्चा केली. मॅग्डालेन फोर्ड हे ठिकाण ७९° अक्षांशावर पडते, तर स्पीट्सबर्गेनचे सर्वांत उत्तरेकडेच टोक ८०° अक्षांशावर पडते, म्हणजे आणखी ११० कि.मी. उत्तरेला ते होते आणि मी तर जास्तीत जास्त उत्तरेकडे जाऊन पोहण्याचे ठरवले होते म्हणून मॅग्डालेन फोर्ड येथे रंगीत तालीम करावी, असे माझे मत होते. पण इतरांचे असे म्हणणे होते की, अजून उत्तरेकडे कशी काय परिस्थिती असेल, याबद्दल काही

कल्पना नव्हती आणि समजा, तिथपर्यंत गेल्यावर दिसून आले की, परिस्थिती अगदीच खराब आहे आणि पोहणे केवळ अशक्य आहे, तर मग काय करायचे? मॅग्डालेन फोर्ड येथेच ठरवल्याप्रमाणे त्यांनी माझे पूर्ण अंतर, म्हणजे एक कि.मी. अंतर पोहण्यासाठी मन वळवले. मीपण विचार केला, नंतर काय होईल ते होईल पण कमीत कमी पोहण्याचा एक यशस्वी प्रयत्न तरी खात्यावर जमा होईल. ती अगदी योग्य जागा होती. त्या फोर्डला वाळूचा किनारा होता. प्रोफेसरांनी ठरवले की, मी माझे एक कि.मी. पोहणे दोन टप्प्यांमध्ये करावे, म्हणजे ५०० मीटर जाऊन-येऊन याप्रमाणे करावे. प्रोफेसरांचे म्हणणे असे होते की, सरळसोट एक कि.मी. अंतर पोहण्याला जर पाण्याच्या प्रवाहाचीही साथ मिळाली, तर त्या पोहण्याला काही अर्थच उरत नाही. मलाही हे पटले, कारण हे म्हणजे १०० मीटर धावणाऱ्या धावपटूला मागून जोरदार वाऱ्याची मदत मिळण्यासारखेच होते. खरं तर ३-४°से. तापमानाच्या पाण्यात पोहणे तसेही अवघडच होते, तरीपण आय ॲन्ड जे कारखान्यातल्या सरावानंतर मी उलट दिशेने, प्रतिकूल परिस्थितीतपण पोहू शकेन, असा आत्मविश्वास मला वाटत होता.

कोणत्याही साहसी मोहिमेआधी लक्षात ठेवण्याची सर्वांत महत्त्वाची गोष्ट म्हणजे मोहीम डोक्यात भिनावी लागते आणि मॅग्डालेन फोर्डमधील पोहणे हे तसे माझ्या सरावातले नव्हतेच. त्यासाठी कारणपण तसेच झाले. त्याला निमित्त ठरली एक व्यक्ती. ज्या व्यक्तीने मला 'लाँगइयरबायन'मध्ये एका मोठ्या 'इंग पॉल्सन' या दुकानात आदल्याच दिवशी मदत केली होती.

"तुम्ही लोक येथे कशासाठी आला आहात?" त्याने विचारले.

"मी व्हर्लीजेनहंकन या ठिकाणी पोहण्याचा प्रयत्न करणार आहे," मी सांगितले.

"तू काय करणार आहेस?" त्याने जवळ-जवळ किंचाळून विचारले.

"मी जास्तीत जास्त उत्तरेकडे म्हणजे उत्तरध्रुवाच्या शक्य तितक्या जवळ अंतर पोहून जाण्याचा विक्रम करणार आहे," मी सांगितले.

"या पाण्यात कोणलाही पोहणे अगदी अशक्य आहे. तू मरशील," तो म्हणाला.

मी कोण होतो, माझे आधीचे काय विक्रम होते, मला पोहण्याचा किती अनुभव होता, मी काय तयारी केली होती इत्यादी कशाचीही माहिती करून न घेता त्याने एकदम जी भविष्यवाणी वर्तवली, त्यामुळे मी क्षणभर निराश झालो. त्याचा समज असा होता की, तो तेथे राहतो, म्हणजे त्याला तेथील सर्व परिस्थितीची कल्पना होती.

माझ्या आवाजात शक्य तितका नम्रपणा आणत मी त्याला विचारले, "माफ

करा, पण आपलं नाव काय आहे?''

"एडवर्ड," तो म्हणाला. त्याचे नाव माझ्या दृष्टीने किती महत्त्वाचे होते, याची त्याला कल्पना नव्हती. पण ते नाव, मोहीम यशस्वी करून दाखवण्यासाठी आणि मला इरेला पेटवण्यासाठी माझ्यासाठी 'तिळा उघड' होते. तो मला परत-परत अति उत्तरेकडे पोहण्यातले धोके सांगत होता. कोणीही माणूस या थंड पाण्यात जिवंत राहूच शकणार नाही, हे तो पुन:पुन्हा मला सांगत होता.

"एडवर्ड, मी तुझा आभारी आहे," मी म्हणालो. ती भेट मला इरेला पाडण्यासाठी खूप महत्त्वाची होती. काहीतरी करून दाखवण्याची उर्मी ही स्वत:मधूनच येते, ही गोष्ट खरीच आहे. सकारात्मक विचार हे नेहमीच काहीतरी चांगले करून दाखवायला प्रवृत्त करतात. ते बाह्य गोष्टींवर अवलंबून नसल्यामुळे ते तुमच्या मनोवृत्तीतूनच तुमच्या कृतीला प्रेरणा देतात. त्याउलट दुसऱ्यांच्या नकारात्मक प्रतिक्रियांमधून, टिकेमधून काहीतरी करून दाखवायला प्रवृत्त होणे हे तितकेसे बरोबर नसले; तरी माझ्या बाबतीत मी त्याचा नेहमीच सकारात्मक उपयोग करून घेत आलो आहे. अर्थात मी नेहमी माझ्या अंतर्मनातून मिळणाऱ्या प्रेरणेवरच, कौलावरच जास्त विश्वास ठेवून, विसंबून राहून काहीतरी नवीन करून दाखवण्याचा प्रयत्न केला आहे.

प्रोफेसरांनी पाण्यात ५०० मीटर अंतराचा पट्टा निश्चित करून मला कळण्यासाठी खुणा ठेवल्या. मला एक कि.मी.चे अंतर पोहून जायला २१ मिनिटे आणि ३० सेकंद लागले. एके ठिकाणी जेव्हा माझा वेग थोडा मंदावला, तेव्हा डेव्हिडने एका पाटीवर 'एडवर्ड' हे नाव लिहून मला दाखवले. "परत चालू ठेव," जोरात हात-पाय मारायला मला तेवढे पुरेसे होते. सर्वांत उत्तरेकडे, उत्तर ध्रुवाच्या शक्य तितक्या जवळ लांब अंतर पोहून जाण्याचा विक्रम माझ्या नावावर लागला होता, पण तेथील थंडीने माझी फार वाईट अवस्था केली होती. मला लावलेला हार्ट मॉनिटर, जीपीएस आणि माझ्या गुदद्वारातील प्लॅस्टिक थर्मामीटर यांच्या साहाय्याने प्रोफेसरांचे माझ्यावर आणि माझ्या शरीरातील प्रत्येक घडोमोडींवर पूर्ण लक्ष होते. मी किती अंतर पार केले होते, माझे कोअर गाभ्याचे तापमान काय होते, माझ्या हृदयाची स्पंदने कशी चालली होती, माझ्या शारीरिक हालचालींमुळे त्यांच्यात कसा व काय बदल होत होता, इत्यादी गोष्टी प्रोफेसरांना त्यांच्या लॅपटॉपवर क्षणा-क्षणाला दिसत होत्या व ती सर्व माहिती ते डेव्हिड बेकरला देत होते आणि डेव्हिड ते सर्व मोठ्या पाटीवर लिहून मला दाखवत होता. अशा प्रकारे सर्व माहिती मला कळण्याची ही पहिलीच वेळ होती आणि त्या माहितीचा मला खूपच उपयोग होता. या पोहण्याच्या दरम्यान माझ्या शरीराचे कोअर तापमान जवळ-जवळ कायम राहिले होते, हे बघून मला जास्तच उत्साह आला. ते आकडे जणू मला सांगत होते

की, तुझ्या इच्छाशक्तीला तुझे शरीर चांगले साथ देत आहे, मदत करत आहे. तू या अतिथंड पाण्यातपण तग धरू शकतो आहेस, पोहणे चालू ठेव, मागे बघूच नकोस इत्यादी. अशा वेळी वापरायचे एक सूत्र असते, ते म्हणजे सुरुवात धडाक्याने करून कमीत कमी वेळात जास्तीत जास्त अंतर कापायचे, पण इतक्याही जोरात नाही की तुमची दमछाक होईल आणि शरीराचा प्रतिकार गळून पडेल. अशा बेभरवशी हवामानात विक्रम प्रस्थापित करायला गोष्टी एका ठरावीक वेगाने करायच्या असतात, तो वेग मात्र प्रत्येकाने स्वत:पुरता शोधायचा असतो.

पोहल्यानंतर माझे शरीर आखडल्यासारखे झाले होते. काहीतरी प्रचंड शारीरिक कष्टाचे काम केल्यासारखे जाणवत होते. थंड पाण्यात शरीर ताठरते, त्यामुळे स्नायूंची हालचाल सहजतेने होणे अवघड होऊन बसते. सर्वसाधारण तापमानाच्या पाण्यात २१ मिनिटे पोहायला जेवढी ताकद लागते, त्याच्या कितीतरी पट अधिक थंड पाण्यात २१ मिनिटे पोहायला लागते. पण मी लवकरच सावरलो आणि आता आणखी उत्तरेकडे म्हणजे ८०° अक्षाशांवर म्हणजे स्पीट्सबर्गेनच्या उत्तर टोकाला जाऊन पोहण्यासाठी मी तयार झालो होतो. आम्ही सुरक्षित अशा मॅग्डालेन फोर्डमधून बाहेर पडलो आणि आमचे 'नॉर्डसजर्न' जहाज मोकळ्या समुद्रात ईशान्य दिशेने जायला लागले. या भागात समुद्राचा किनारा अत्यंत खडकाळ होता. अचानक वाऱ्याचा जोर वाढला आणि त्याचबरोबर बर्फाचे बारीक कणपण यायला लागले. जशी हवामानाची परिस्थिती बिघडायला लागली, तसे प्रोफेसरांच्या डोक्यात या दुसऱ्या पोहण्याच्या प्रयत्नाच्या शहाणपणाबद्दल विचारचक्र सुरू झाले. ते मला म्हणाले, "लुईस, तू एक साहस यशस्वी केले आहेस, तू विक्रम नक्कीच केला आहेस, पण आता लगेच १२-१३ तासांच्या आतच परत त्याहूनही थंड पाण्यात पोहण्याचा प्रयत्न तू करू नयेस, असं मला प्रामाणिकपणे वाटतं." मला त्यांची मन:स्थिती समजत होती. त्यांना वाटत होते की, आम्ही आमच्या नशिबाची परीक्षा जरा जास्तच बघत होतो. परंतु माझ्या मनातून तो विचार काही जायला तयार नव्हता. मला ८०° अक्षांशावर पोहायचेच होते. आणि माझा हा निर्धार किंवा हट्ट बघून मग प्रोफेसरपण तयार झाले. पण त्यांनी एक अट घातली. ते म्हणाले, "लुईस, पोहण्याच्या दरम्यान मी तुला अधेमधे पाण्याबाहेर निघण्याची सूचना केली तर ती लगेच पाळायची आणि पाण्याबाहेर निघायचं, मान्य आहे?"

"प्रोफेसर, ती गोष्ट तर नक्कीच आहे. सगळ्यात आधी सुरक्षितता याबद्दल तर दुमत नाहीच."

आम्हाला व्हर्लीजेनहंकन येथे पोहोचायला १२ तासांचा प्रवास करायला लागला.

मी माझा पोहण्याचा हा विक्रम करायला स्पीट्सबर्गेनच्या नकाशावरचा हा ठिपका निवडला होता. व्हर्लीजेनहंकन ही जागा, सपाट, मोकळी आणि ओसाड होती. ओसाड, दुर्गम हे शब्दपण या जागेचे वर्णन करायला असमर्थ ठरतील, अशी स्थिती होती. आम्ही पोचलो, तेव्हा पाऊस भुरभुरत होता. थंडी अगदी हाडांपर्यंत जाऊन पोचत होती. बेटाच्या इतर भागात सौंदर्यात भर घालणाऱ्या हिमनद्या येथे नव्हत्या. किनारा वाळूचा होता म्हणण्यापेक्षा खडकांचा होता, म्हणणेच जास्त सयुक्तिक ठरले असते. नॉर्डसजर्न जहाजाने व्हर्लीजेनहंकन येथे नांगर टाकला आणि दोन छोट्या बोटींतून आम्ही किनाऱ्यावर आलो. छोट्या बोटींतून किनाऱ्यावर उतरल्यावर आणि आजूबाजूचा उदास आणि सर्द प्रदेश न्याहाळल्यावर प्रोफेसर म्हणाले, "लुईस, मला नाही वाटत तुला विक्रम करायला यापेक्षा चुकीची जागा शोधून सापडली असती." तो प्रदेश, ते ठिकाण बघून सगळ्यांचाच उत्साह मावळल्यासारखा झाला होता.

"मला माहीत आहे प्रोफेसर. मी तुमच्याशी संपूर्ण सहमत आहे, पण मला हे साहस करायचंच आहे. हा विक्रम करायचाच आहे."

मी तो समुद्रकिनारा कधी विसरणार नाही. सर्व किनाऱ्यावर प्लॅस्टिकचा कचरा पडला होता. समुद्रात फेकलेल्या प्लॅस्टिकच्या पिशव्या इत्यादी गोष्टी आखाती प्रदेशांकडून येणाऱ्या प्रवाहाबरोबर येथपर्यंत वाहत आल्या होत्या. पर्यावरणाकडे आपण किती दुर्लक्ष करतो आहोत, त्याची किती हानी करतो आहोत, त्याचे हे दृश्य म्हणजे डोळे उघडणारे वास्तव होते. एखादी प्लॅस्टिकची बाटली, प्लॅस्टिकची पिशवी निष्काळजीपणे न्यूयॉर्क, बेलफास्ट किंवा स्ट्रॉम्स येथे फेकली; तरी उत्तर ध्रुवाजवळच्या एका बेटावर त्याची गंभीर समस्या होऊन बसते.

मी आणि प्रोफेसर नेहमीच आशावादी राहिलो आहोत. आम्ही तो किनारा जितका स्वच्छ करता येईल, तेवढा केला आणि माझ्या पोहण्याचे जे चित्रीकरण होणार होते, त्यात हा किनाऱ्यावरचा कचरा दिसणार नाही, याची काळजी घेतली. मात्र त्या किनाऱ्यावरच्या दृश्याने माझ्या मनावर एक खोल जखम केली, हे खरे! मनात विचारांचे काहूर उठले. आपण आपल्या सवयी वेळीच बदलल्या नाहीत, पर्यावरणाचा विचार केला नाही, तर पुढच्या ५० वर्षांत होणाऱ्या लोकसंख्येच्या विस्फोटापुढे आपली पृथ्वी तग धरू शकेल का?

मॅग्डालेन फोर्ड येथे पाण्याचे तापमान ४°से. होते आणि येथे पाण्याचे तापमान ३°से. होते. हा एक अंशाचा फरक कल्पना पण करता येणार नाही, एवढा लक्षणीय ठरण्यासारखा होता. माझ्या नेहमीच्या प्रथेनुसार मी बोटीवरच्या माझ्या केबिनमध्ये प्लॅस्टिकचा थर्मामीटर 'योग्य' जागी ठेवून, कपडे करून, इतर तयारी करून माझ्या पोहण्याच्या ठरलेल्या जागी आलो असतो; पण 'व्हर्लीजेनहंकन' येथे

समुद्र खूपच खवळलेला होता आणि 'त्या' जागी थर्मामीटर ठेवून वर-खाली हालणाऱ्या छोट्या बोटीत बसून जहाजातून किनाऱ्यापर्यंत येण्याची कल्पना तितकीशी चांगली नव्हती. शेवटी मी थर्मामीटर लावण्यासाठी एका खडकामागे आडोसा शोधला. अर्थात याही वेळेला प्रोफेसर व्हॅसलिन बरोबर घ्यायला विसरलेच होते.

"हे काय प्रोफेसर, हा काय प्रकार आहे?'' मी विचारले. मला कळून आले की, प्रोफेसर मस्करी करत नव्हते. त्यांना खातरी होती की, ते व्हॅसलिनची बाटली 'नॉर्डसजर्न' वरच विसरून आले होते; पण नंतर त्यांनी त्यांच्या अनेक बॅगांच्या अनेक कप्प्यांचा शोध घेतला, तेव्हा शेवटच्या कप्प्यात ती बाटली मिळाली. इतर सगळ्यांना हा प्रकार परत विनोदीच वाटला. तर त्या खडकामागे हवेचे तापमान ०°से. पेक्षा कमी होते, वारे वेगाने वाहत होते आणि थर्मामीटर परत 'त्या' जागी ठेवण्याच्या कल्पनेने माझ्या ढुंगणाचे स्नायू ताठरले होते. ते दिव्य पार पाडल्यावर मला थर्मामीटर आणि ॲन्टेनाला जोडणारी वायर माझ्या शरीरावर टेपने चिकटवायची होती आणि हे सगळे करताना माझे शरीर मिनिटा-मिनिटागणीक थंड पडत चालले होते.

हवामान फारच खराब असल्यामुळे प्रोफेसरांचे म्हणणे होते की, एक कि.मी. अंतराचे पोहणे मी २५० मीटरच्या चार टप्प्यांत पूर्ण करावे. त्यामुळे सर्व घडामोडींवर नीट लक्ष ठेवता आले असते आणि वेळप्रसंगी मदत पथकालापण माझ्यापर्यंत वेगाने पोचता आले असते. मीपण यासाठी सहमती दर्शवली, कारण हे पोहणे तसे अवघडच जाणार होते आणि धोकादायक तर होतेच. डेव्हिड बेकरने इतर गप्पा मारून माझे मनोधैर्य टिकवण्याचा प्रयत्न चालवला होता आणि त्या दिवशी पोहण्यासाठी मला माझे मानसिक धैर्यच टिकवून ठेवणे फार महत्त्वाचे वाटत होते. ८०° अक्षांशावर लांब अंतर पोहण्याचे स्वप्न मी काही वर्षे बघत होतो आणि ते आता पुरे होण्याच्या बेतात होते, हा विचारच, इतर कशाहीपेक्षा, मला प्रोत्साहित करायला आणि माझे मनोबल वाढवायला पुरेसा होता. 'हा कधीही न मोडला जाणारा विक्रम असेल,' मी स्वत:लाच सांगितले. यापेक्षा आणखी उत्तरेकडे कोणी पोहोचू शकणार नाही. तेव्हा माझी मलाच कल्पना नव्हती की, आणखी दोनच वर्षांनी मीच तो 'कधीही न मोडला जाणारा' विक्रम मोडणार होतो.

माझ्या ठरलेल्या २५० मीटरच्या चार फेऱ्यांपैकी तिसऱ्या फेरीनंतर म्हणजे एक कि.मी.पैकी ७५० मीटर पोहून झाल्यानंतर माझा वेग एकदम मंदावला. मी थंड पडायला लागलो होतो. प्रोफेसरांना आणि डेव्हिडला जरी माझे कोअर तापमान ठीक होते असे वाटत होते तरी त्यांना जाणवत होते की, काहीतरी गंभीर गोष्ट घडण्याच्या बेतात होती. मला पाण्याबाहेर काढण्याच्या शक्यतेवर ते चर्चा करत होते. तोवर माझ्या हात मारण्यात परत जोर आला होता आणि मी एक कि.मी.चे

अंतर पोहून पार केले होते. माझ्या शरीराचे कोअर तापमान ३५°से.च्या खाली आले असते, तर त्यांनी मला ताबडतोब पाण्याबाहेर काढण्याचा विचार केला होता, पण तापमान तितके खाली आले नाही. अति थंड पाण्यात पोहताना होते काय की, शरीराच्या त्वचेलगतच्या रक्तवाहिन्या आणि अतिसूक्ष्म रक्तवाहिन्यांची तोंडे आक्रसतात. किंबहुना, बंदच होतात आणि रक्तपुरवठ्याचा ओघ आपोआपच शरीरातील अतिमहत्त्वाच्या इंद्रियांकडे म्हणजे हृदय, फुप्फुस, यकृत इत्यादींकडे त्यांच्या रक्षणासाठी वळवला जातो. त्यामानाने हात-पाय हे अवयव महत्त्वाचे आहेत, पण जीवन मरणाच्या दृष्टीने ते एवढे महत्त्वाचे नाहीत. त्यामुळे हात-पाय प्रथम थंड पडतात. पाण्याबाहेर आल्यावर माझे सर्व अवयव गोठल्यासारखे ताठ झाले होते. त्यामुळे मी अंगावर कपडे घालू शकत नव्हतो, त्यांनी मला ब्लँकेटमध्ये गुंडाळले, छोट्या बोटीत घातले आणि वेगाने नॉर्डसजर्न जहाजावर घेऊन गेले. आम्ही जहाजावर चढलो; तर जहाजावरचे सर्व प्रवासी, पर्यटक माझ्या स्वागतासाठी डेकवर जमले होते. मी हात हालवून त्यांच्या अभिनंदनाचा स्वीकार केला, त्यांनी टाळ्या वाजवल्या आणि मी गरम पाण्याच्या शॉवरखाली उभा राहिलो.

थोड्या वेळाने माझ्या अवयवांचा रक्तपुरवठा सुरळीत व्हायला लागला आणि एकेक अवयवाची संवेदना परत येऊ लागली. गरम पाण्याच्या शॉवरमुळे या प्रक्रियेला वेग आला. मला जाणीव होती की, फक्त १२ तासांच्या कालावधीत अतिथंड पाण्यात दोन वेळा एकेक कि.मी. पोहण्याचा प्रयत्न करताना मी खूप धोका पत्करत होतो, पण मी यांत यशस्वी झालो होतो आणि माझ्या त्या वेळच्या मन:स्थितीचे, आनंदाचे वर्णन करायला माझ्याकडे शब्दच नाहीत. मी जरी गरम पाण्याच्या शॉवरखाली उभा होतो, तरी प्रोफेसर माझ्या कोअर तापमानावर लक्ष ठेवून होते, कारण अतीथंड पाण्यातून बाहेर आल्यावरसुद्धा ते काही काळ कमी कमीच होत राहाते. व्हर्लीजेनहंकन येथे माझ्या कोअर तापमानाचा आलेख ३८.४°से. ३६°से. उणे ३६.०°से. उणे ३५°से. असा उतरता होता. नंतर तो काळजीचा काळ सुरू झाला, कारण ३५°से.च्या खाली तापमान जाणे ही गंभीर गोष्ट होती. मी गरम पाण्याच्या शॉवरखाली खुर्ची टाकून बसलो होतो. वरून पडणारे गरम पाणी माझ्या शरीरातल्या थंडीशी झगडत होते आणि मी प्रोफेसरांकडे डोळे लावून बसलो होतो. माझ्या कोअर तापमानासंबंधीच्या पुढच्या बातमीसाठी प्रोफेसर म्हणाले, "कोअर तापमान परत वर जायला लागले आहे आणि ते आता ३५.५°से. आहे," हे प्रोफेसरांचे शब्द माझ्या कानांसाठी एक प्रकारचे संगीतच होते. वैज्ञानिक ज्ञानाच्या प्रगतीसाठी माझ्या या दोन साहसी मोहिमांचा किती मोठा फायदा झाला आहे, हे नंतर मला कित्येक दिवस प्रोफेसर सांगत होते. काही-काही निष्कर्षांचे त्यांनापण खूप आश्चर्य वाटले होते.

घरात सुरक्षितपणे बसून एरवी मी व्हर्लीजेनहंकनसारख्या ओसाड, निर्जन स्थळाचे, अजूनपण त्याला कसे वेगळेच आकर्षण आहे वगैरे म्हणून कौतुक केले असते, वर्णन केले असते. पण त्या दिवशी मात्र त्या गरम पाण्याच्या शॉवरखाली बसून नॉर्डसजर्न जहाजातून त्या बेटापासून दूर जाताना मला आनंदच झाला होता. प्रोफेसरांचे ते शब्द अजून माझ्या कानात घुमत होते, "लुईस, मला नाही वाटत तुला विक्रम करायला यापेक्षा चुकीची जागा शोधून सापडली असती."

नॉर्डसजर्न जहाजावरचा आमचा अजून दोन दिवसांचा प्रवास बाकी होता आणि पुढे कोणतीच मोहीम नसल्यामुळे तो अगदी स्वप्नवत झाला. स्पीट्सबर्गेन किनाऱ्यावरून आमचे जहाज एका फोर्डमध्ये शिरले. 'मोनॅको ग्लॅशियर'च्या येथे आम्हाला तो निसर्गाचा चमत्कार नीट बघता यावा, म्हणून जहाजाने वेग कमी केला. तो निसर्गाचा आविष्कार केवळ अद्‌भुत असाच होता. मोनॅको देशाच्या राजाच्या पणजोबांनी प्रिन्स अल्बर्ट दुसरे यांनी जवळ-जवळ १०० वर्षांपूर्वी या भागाला भेट दिली होती. त्या स्मृतिप्रीत्यर्थ या हिमनदीला मोनॅकोचे नाव देण्यात आले होते. मला सगळ्यांनी या हिमनदीसमोर थोडे तरी अंतर पोहून जाण्याची गळ घातली आणि अर्थातच मी त्यांचे मन मोडू शकलो नाही. तोपण एक अविस्मरणीय असाच अनुभव होता, कारण माझ्या पोहण्याचे एका ध्रुवीय अस्वलानेपण जवळच्या डोंगरावरून निरीक्षण केले. आम्हाला प्रिन्स अल्बर्ट पहिले यांनी जेव्हा येथे भेट दिली होती, त्या वेळचे हिमनदीचे फोटो बघायला मिळाले. त्या वेळेच्या हिमनदीच्या तुलनेत बर्फ वितळल्यामुळे हिमनदी आज इतकी मागे गेली आहे, हे बघून धक्काच बसला. मी जिथे पोहलो होतो, ती जागा काही वर्षांपूर्वीपर्यंत गोठलेली होती आणि हिमनदीचा भाग होती. पूर्वीच्या तुलनेत बऱ्याच हिमनद्यांची आज वितळल्यामुळे बऱ्याच प्रमाणात पिछेहाट झाली आहे.

नॉर्डसजर्नवरचा तो दोन दिवसांचा स्थळ दर्शनाचा मुक्काम वाढून सहा आठवड्यांच्या झाला असता, तरी मला काही वाटले नसते. संपूर्ण आराम करण्याची आणि इतर पर्यटकांशी ओळख करून घेण्याचीच ती वेळ होती आणि तशी संधीही होती. विविध स्तरांतील विविध लोकांना उत्तर आणि दक्षिण ध्रुवांबद्दल आकर्षण आहे, हे इतर सहप्रवाशांशी बोलताना जाणवले. थोड्याच दिवसांत माझी वेगळ्याच प्रकारच्या पर्यटकांशीपण गाठ पडणार होती. दक्षिण ध्रुवाच्या सफरीत बऱ्याच वेळा केवळ पाहिलेल्या स्थळांची जंत्री ठेवणारे किंवा आम्ही तिथे गेलो होतो, हे सांगण्यातच धन्यता मानणारे पर्यटकपण भेटतात. ॲमेझॉन नदी? हो पाहिली. पॅरिस? हो पाहिलं, दक्षिण ध्रुव? हो पाहिला इत्यादी. श्रीमंत जर्मन आणि अमेरिकन पर्यटकांना एकंदरीत उत्तर ध्रुवाला भेट द्यायची, बघण्याची फार उत्सुकता असल्याचे दिसले. स्पीट्सबर्गेन हे त्याहून वेगळे होते. त्याचे अजून नाव झाले नव्हते किंवा

त्या दोन ध्रुवीय प्रदेशांप्रमाणे त्या ठिकाणाचे आकर्षण वाटावे, असेही काही नव्हते. पण ज्यांना खरोखरच ध्रुवीय प्रदेश बघण्यात, अनुभवण्यात रस होता; असेच लोक तेथे जाणे पसंत करत. त्यांनी हिमनद्यांविषयी वाचलेले असते, त्यांना ध्रुवीय अस्वले बघण्याची उत्सुकता असते, त्यांना निसर्गाचे रौद्र सुंदर रूप बघायचे आणि अनुभवायचे असते. मी या तिन्ही जागी आलेल्या पर्यटकांना भेटलो आहे, त्यांच्याशी संवाद साधला आहे. पण स्पीट्सबर्गेनला भेटलेले पर्यटक मला खरे सौंदर्यप्रेमी, निसर्गप्रेमी वाटले.

लाँगईयरबायनला परतताना, तेच ते 'प्रसिद्ध' गाव लागले, जिथे के. वाय. जेली मिळत नाही. प्रवासाच्या शेवटच्या टप्प्यात नॉर्डसजर्न जहाजाच्या लाउंजमध्ये सहज एक मासिक उचलले. त्यात दक्षिण ध्रुवीय प्रदेशाच्या पर्यटनासंबंधी एक जाहिरात होती. एक शब्दही न बोलता मी प्रोफेसरांना ती जाहिरात फक्त वाचायला दिली. माझ्या डोक्यात काय विचारचक्र सुरू झाले होते, ते आम्हा दोघांनाही कळले होते.

दक्षिणेकडे

दक्षिण ध्रुवाकडे केलेली कूच ही माझ्या बालपणी मी पाहिलेल्या स्वप्नाची खऱ्या अर्थाने पूर्तता होती. केपटाऊनच्या कॅम्पस बे हायस्कूलमध्ये असताना वर्गाच्या खिडकीबाहेर पसरलेल्या अटलांटिक समुद्राकडे बघत बसण्यात मी दिवसेंदिवस घालवले होते. मला माहीत होते की, क्षितिजापलीकडेपण जमीन आहे आणि एक दिवस तिथे नक्की जाण्याची स्वप्ने मी रंगवत होतो. मला वाटते, सुंदर स्वप्ने आपण जागेपणीच बघतो आणि मनोमन घडाव्याशा वाटणाऱ्या घटना, गोष्टींशी लगेच तद्रूपपण होऊन जातो. ती स्वप्ने बघताना हे सर्व कसे घडणार होते, केव्हा घडणार होते, याची काहीच कल्पना नव्हती किंवा काही विचारपण नव्हता. पण एक निर्धार नक्की होता की, ती स्वप्ने मी प्रत्यक्षात उतरवणार होतो. नॉर्डसजर्न जहाजावरच्या त्या मासिकातल्या दक्षिण ध्रुवाच्या सफरीची ती जाहिरात बघून माझ्या स्वप्नांना परत पंख फुटले होते. ती सफर २००५सालच्या ऑगस्टमध्ये जाणार होती. दक्षिण ध्रुवाची सफर तेथील हवामानाच्या परिस्थितीमुळे तेथील उन्हाळ्याच्या काळातच होऊ शकते. त्यामुळे ती संधी पुढच्या चार महिन्यांत लगेच घेणे किंवा मग पुढच्या वर्षीपर्यंत थांबणे हे दोनच पर्याय होते. खरे तर फार विचारपूर्वक पर्याय निवडण्याचा प्रश्नच नव्हता, कारण काही दिवसांपूर्वी आय ॲन्ड जे कंपनीतल्या हौदात बर्फाच्या लाद्या टाकून केलेल्या सरावामुळे माझी थंड, अतिथंड पाण्यात पोहण्याची मानसिक, शारीरिक तयारी झालेलीच होती. अगदी शून्य तापमानाजवळच्या तापमानाच्या पाण्यातसुद्धा पोहण्याची माझी तयारी होती आणि या सर्व तयारीचा दक्षिण ध्रुवावरच्या सफारीसाठी उपयोग करून न घेणे म्हणजे एक मूर्खपणाच ठरला असता. अजून १६ महिन्यांचा कालावधी मध्ये जाऊ देणे म्हणजे माझी ही सर्व तयारी फुकट घालवण्यासारखे होते. थंड पाण्याला सरावलेल्या माझ्या शरीराची क्षमता बोथट होऊ देण्यासारखे होते

आणि मुख्य म्हणजे एका वर्षानंतर नव्याने तयारी करण्याला आमंत्रण देण्यासारखे होते.

प्रत्येक लांब अंतराच्या पोहण्याच्या मोहिमेनंतर शरीराला काही काळ पूर्ण विश्रांती देणे आवश्यक असते. अशी विश्रांती घेणे ही काही जणांना चैन असल्यासारखे वाटेल, पण ती फार अत्यावश्यक गोष्ट आहे, हे नक्की! तीन आठवड्यांच्या संपूर्ण विश्रांतीमुळे मला खूप आळसावल्यासारखे झाले होते आणि डोक्यात परत काहीतरी करण्याचे विचार घोळायला लागले होते. आयुष्याला परत एकदा वेग देण्याची गरज भासायला लागली. ती ऑक्टोबर महिन्याची सुरुवात होती. मी माझ्या सरावाला सुरुवात केली आणि दक्षिण ध्रुवाच्या सफरीच्या दृष्टीने जुळवाजुळव करायला लागलो. आपोआपच 'ती' गोष्ट घडावी, यासाठी तितक्याच जोरकसपणे प्रयत्नांनाही सुरुवात होते. परंतु नौकानयनसंबंधीच्या कायद्याचे ज्ञान किंवा थंड पाण्यात पोहण्याचे धाडस, साहस इत्यादींमुळे मोहिमेसाठी लागणारे प्रायोजक मिळवण्याचे किंवा त्यासाठी लागणारा पैसा उभा करण्याचे कौशल्य आपोआपच प्राप्त होईल; असे नाही. ते कसेही असले, तरी तोपर्यंतच्या अनुभवातून मी एक शिकलो होतो की, मिळालेला प्रत्येक 'नकार' हा अंतिम होकाराच्या एक पाऊल जवळ नेत असतो.

दक्षिण ध्रुवाच्या प्रवासाची सुरुवात केपटाऊन ते ब्युनॉस आयर्स या हवाईप्रवासाने होते. तिथून देशांतर्गत विमानप्रवास करून दक्षिण अमेरिकेच्या अगदी दक्षिण टोकाला असलेल्या 'टायराडेलफ्युगो' या भागातल्या 'ऊशुइआ' या शहरापर्यंत जावे लागते. या विमानप्रवासाच्या भाड्याच्या खर्चाच्या बाबतीत फारसे काहीच करता येण्यासारखे नव्हते, कारण विमानकंपनीला त्या बदल्यात देता येण्यासारखे माझ्याकडे काहीच नव्हते. सगळ्यात मोठा खर्च असणार होता तो 'ऊशुइआ' ते दक्षिण ध्रुव या प्रवासाच्या जहाजाच्या तिकिटाचा. मी दक्षिण ध्रुवावर पर्यटक घेऊन जाणाऱ्या जहाज कंपन्यांची माहिती गोळा केली आणि माझे लक्ष मी नॉर्वेजियन जहाज कंपन्यांवर केंद्रित केले. कारण त्या कंपन्यांच्या मालकांना इतर ब्रिटिश किंवा अमेरिकन कंपन्यांच्या तुलनेत माझ्याबद्दल माहिती असण्याची अधिक शक्यता होती. 'दक्षिण ध्रुवीय प्रदेशात विक्रम प्रस्थापित करणारी माझी पोहण्याची मोहीम' या बातमीचा त्यांना जाहिरातीसारखा उपयोग झाला असता आणि त्यामुळे दक्षिण ध्रुवीय स्थळांच्या पर्यटनाच्या आकर्षणात भर पडायला मदतच झाली असती. या मोहिमेच्या प्रसिद्धीमागची व्यापारी बाजू जहाज कंपन्यांच्या सहज लक्षात येऊन त्यांनी मोहिमेला सक्रिय पाठिंबाही देऊ केला असता. मी ज्या कंपनीशी प्रथम संपर्क साधला, त्या कंपनीने माझ्या प्रस्तावाला सरळ नकार दिला. दुसऱ्या कंपनीची नोंदणी कॅनडामध्ये झाली होती, पण मालक होता एक नॉर्वेजिअन मार्टिन कार्लसन.

मी त्याला ई-मेल पाठवल्यावर त्याने मला प्रसिद्धी विभागाची प्रमुख मेरी पीलबी हिच्याशी संपर्क साधायला सांगितले. दुर्दैवाने, अशा प्रसिद्धीच्या बदल्यात प्रवासात एक केबिन फुकट देण्याचा त्यांचा आधीचा अनुभव काही चांगला नव्हता. त्यांनी आधी कधी अशा काही जागा फुकट देऊ केल्या होत्या, पण त्या बदल्यात त्यांना काही मिळाले नव्हते. तिने सांगितले की, प्रस्तावित सफरीवर जहाज निघण्याच्या तारखेपर्यंत जर काही जागा शिल्लक राहिल्या, तरच आम्ही तुम्हाला प्रसिद्धीच्या बदल्यात केबिन फुकट देण्याचा विचार करू. त्या जहाजाचे नाव होते 'एम व्ही पोलर स्टार'. शेवटी तिने आम्हाला काही जागा देण्याचे मान्य केले, पण निघण्याच्या काही दिवसच आधी तिने परत जागा देण्याबद्दल असमर्थता व्यक्त केली.

माझ्याबरोबर येणाऱ्या माझ्या सर्व सहकाऱ्यांनी त्यांच्या त्यांच्या व्यवसायातून, नोकऱ्यांतून ठरावीक मुदतीसाठी रजा मंजूर करून घेतल्या होत्या आणि या गोष्टीचेच माझ्या मनावर फार दडपण होते. मी अगदी ऐनवेळी जाऊन त्यांना कसे सांगणार होतो, "मित्रांनो, आपली ही मोहीम काही कारणांसाठी मला स्थगित करावी लागत आहे." टिम नोक्स आणि त्यांचा सहकारी जोनाथन ड्युगास यांनी तर या दक्षिण ध्रुवीय मोहिमेसाठी माझी तयारी करून घेण्यासाठी माझ्या सरावावर इतके कष्ट घेतले होते की, कोणत्याही परिस्थितीत मला त्यांचा अपेक्षाभंग होऊ देणे टाळायचे होते. ते काही आठवडे मी फार तणावाखाली काढले. 'एम व्ही पोलर स्टार'वर जर मोफत केबिनची सोय झाली नसती, तर माझी मोहीम निश्चितपणे बारगळणार होती. मी खूप जणांना मोहिमेसाठी प्रायोजकत्व घेण्याची विनंती केली, पण सर्वांनी ती फेटाळली. या तणावामुळे माझ्या सरावाकडेही मी शंभर टक्के लक्ष देऊ शकत नव्हतो. काही लोकांकडे एकाच वेळी हवेत दोन-तीन चेंडू उडवून तो आळीपाळीने झेलण्याचे कसब असते, पण ते कसब माझ्याकडे नाही. प्रायोजक मिळवण्याच्या विचारांनीच माझे मन व्यापलेले होते, त्याशिवाय दुसरे काही विचारच मनात येत नव्हते.

एकेदिवशी, माझ्या आईने मला एका संभाव्य प्रायोजकाशी टेलीफोनवरून बोलताना ऐकले आणि माझ्या प्रतिक्रियेवरून अजून एक नकारच माझ्या पदरी पडल्याचे तिला जाणवले. मला होणारा मानसिक त्रास तिला समजत होता आणि अर्थातच त्याचा तिला त्रास होता होता. माझा हा त्रास बघणे तिच्यासाठी शेवटी असह्य झाले. शेवटी ती मला म्हणाली, "लुईस, तुझ्या वडिलांनी काही प्राचीन वस्तू गोळा केल्या होत्या आणि मला सांगितले होते की, जेव्हा पैशाची आत्यंतिक निकड भासेल, तेव्हा त्या वस्तूंमध्ये भावनिकरीत्या गुंतून न राहता त्या विकून टाक आणि निकड भागव. मला वाटते, ती वेळ आता आली आहे. मला वाटते, तुझ्या

या मोहिमेचा खर्च भागवण्यासाठी आपण त्या विकू या.'' माझे हृदय भरून आले आणि त्याच वेळी सूक्ष्म कळपण जाणवली.

माझी आई अत्यंत उदार मनोवृत्तीची होती. मला मदत करण्यासाठी वेळ प्रसंगी तिने घरातल्या मौल्यवान वस्तू विकायलापण पुढेमागे पाहिले नसते, याची मला खातरी होती आणि आता तिने तीच तयारी दाखवली होती. परिस्थिती येथपर्यंत जावी, याचे मला फार दुःख झाले.

''नाही आई, माझ्या मोहिमेसाठी मी तुला घरातल्या मौल्यवान वस्तू विकू देणार नाही. ते अत्यंत चुकीचं होईल.'' तिने दाखवलेल्या प्रेमामुळे आणि टोकाचा त्याग करण्याच्या तयारीने तर माझा निश्चय आणखीच दृढ झाला. ही मोहीम झालीच पाहिजे, म्हणून मी मार्टिन कार्लसनला त्याचे मन वळवण्यासाठी, मनधरणी करणारे आणि काही केबिन्स मोफत देण्याची विनंती करणारे आणखी एक पत्र लिहिले.

केपटाऊनमधील आय ॲन्ड जे कंपनीच्या कंपाउन्डमधील हौदात प्रोफेसरांचा सहकारी जोनाथन ड्युगास आणि त्याची पत्नी लारा यांच्या देखरेखीखाली माझा कसून सराव चालला होता. सतत भेडसावणारी ही आर्थिक विवंचना थोडा काळ बाजूला ठेवून आम्ही नियमित केलेल्या वेगवेगळ्या तापमानाच्या पाण्यात पोहण्याची एकूण आठ सत्रे पूर्ण केली. प्रत्येक सत्रात आम्ही पाण्याचे तापमान एकेक अंशाने कमी करत गेलो आणि शेवटी ते गोठणबिंदूच्या वर एक अंश इतके खाली आणले. या थंड पाण्यातील पोहण्याच्या सरावाबरोबरच मी पायाचे स्नायू मजबूत करण्यासाठी, सायकल चालवण्याचा व्यायामही सुरू केला आणि त्यामुळे माझे वजन झपाट्याने कमी झाले. मला त्यामध्ये काही विशेष वाटले नाही, पण आहारतज्ज्ञ असलेल्या लाराच्या दृष्टीने ती काळजी करण्यासारखी गोष्ट होती. तिची काळजी ही होती की, शरीराचे आकारमान कमी झाल्यामुळे व शरीरातील चरबीचे प्रमाण घटल्यामुळे दक्षिण ध्रुवाच्या गोठवणाऱ्या थंड पाण्यात माझी प्रतिकारशक्ती कमी पडली असती. तिने मला एक ई-मेल पाठवला आणि त्यामध्ये जास्तीत जास्त, जणूकाही हे माझे शेवटचे खाणे होते, असे समजून, खाण्याचा मला सल्ला दिला. खरे तर मला माझी सडपातळ आणि गोटीबंद शरीरयष्टी चांगली वाटत होती, परंतु ते मोहिमेच्या दृष्टीने चालण्यासारखे नव्हते. माझे वजन ८५ किलोवरून १०४ किलोपर्यंत वाढले आणि मला वेगळीच चिंता लागून राहिली. माझे वजन इतकेपण वाढायला नको होते. पण ते वाढले होते. माझी शरीरयष्टी लठ्ठपणाकडे झुकायला लागली होती. सगळ्यात अवघड गोष्ट म्हणजे मला मोहिमेच्या प्रसिद्धीसाठी पोहण्याची तोकडी चड्डी घालून व्यावसायिक फोटोग्राफरकडून माझे फोटो काढून घ्यायचे होते आणि त्यासाठी माझी शरीरयष्टी लठ्ठ दिसून चालणार नव्हती. इतक्या

सगळ्या गोष्टी यशस्वी केलेला वीर असल्यामुळे फोटो काढणाऱ्यांची अपेक्षा मी म्हणजे एक सडपातळ, गोटीबंद शरीरयष्टीचा जलतरणपटू असणार, अशीच होती; पण प्रत्यक्षात तेव्हा थोडे पोट सुटलेला, स्थूलपणाकडे झुकलेला असा मी होतो. माझ्या परीने मी त्यांना माझ्या स्थूलपणाची कारणे द्यायचा प्रयत्न केला, तरीपण त्यांचा माझ्यावर विश्वास बसत नव्हता. मला कोणत्याही परिस्थितीत जलतरणपटू मधला 'Eddie the Eagle' (एडवर्ड हा ब्रिटिश 'स्कि रेसिंग' खेळाडू होता. तो १९८८ ऑलिम्पिकला पात्र ठरण्यासाठी अमेरिकेत प्रशिक्षणासाठी गेला, पण पात्र ठरू शकला नाही. एडवर्ड हा खेळाडू कधीही न जिंकण्याबद्दल प्रसिद्ध झाला.) व्हायचे नव्हते.

दुसरा एक प्रश्न निर्माण झाला होता की, माझी राष्ट्रीय ओळख कोणती? राष्ट्रीयत्व कोणते? मी ब्रिटिश होतो की दक्षिण आफ्रिकन? कारण मी ब्रिटनपेक्षा दक्षिण आफ्रिकेत जास्त ओळखला जात होतो. दक्षिण आफ्रिकेतील लोकपण मला त्यांच्यातला एक मानत होते. माझे शाळा, कॉलेजचे शिक्षण दक्षिण आफ्रिकेत झाले होते, मी पोहण्याचे प्राथमिक धडेपण दक्षिण आफ्रिकेतच घेतले होते आणि सरावपण केपटाऊन येथे केला होता. माझ्या सहकाऱ्यांपैकीपण बहुतेक जण दक्षिण आफ्रिकेतले होते. त्यामुळे त्यांनी मला दक्षिण आफ्रिकन समजण्यात आश्चर्य वाटण्यासारखे नव्हते किंवा त्यात त्यांची काही चूक नव्हती. मी स्वत:ला दक्षिण आफ्रिकन समजत होतो, पण त्याचबरोबर ब्रिटिशपण समजत होतो. माझे आईवडील ब्रिटिश होते. ब्रिटनमधल्या पश्चिम भागातल्या प्लायमाउथमध्ये माझा जन्म झाला होता. काही दिवस मी हॅम्पशायर येथे वास्तव्य केले होते. केपटाऊन विद्यापीठातून कायद्याची पदवी घेतल्यावर मी इंग्लंडला परतलो होतो. जरी माझे दक्षिण आफ्रिकेवर प्रेम होते, तरी ब्रिटिश सैन्यदलात काम केल्यामुळे मला ब्रिटनशी जास्त जवळीक वाटत होती. एसएएसमध्ये प्रशिक्षण घेतल्यावर ग्रेट ब्रिटनबद्दल खोल कोठेतरी आपुलकी न वाटणे शक्यच नव्हते. त्याउलट एकदा वकिली व्यवसाय न करण्याचे ठामपणे ठरवल्यावर मी दक्षिण आफ्रिकेलाच परतलो होतो. त्यामुळे नक्की मी कोण होतो? माझी दोन्ही देशांशी नाळ जुळली होती का? का दोन्ही देशांच्या मध्येच मी कोठेतरी हरवलो होतो. नील डायमंड (हा एक प्रसिद्ध अमेरिकन गीतकार आणि गायक आहे.) याने त्याच्या 'मी आहे... मी म्हणालो' या गाण्यात ही द्विधा मन:स्थिती असलेल्या व्यक्तीची भावना फार उत्कटपणे व्यक्त केली आहे.

मी जन्मलो, वाढलो न्यूयॉर्कमध्ये
परंतु अलीकडे मी दोन किनाऱ्यांमध्ये हरवलो आहे

लॉसएंजलिस छान आहे, पण ते माझं घर नाही
न्यूयॉर्क माझं घर आहे, पण ते आता माझं उरलं नाही.

दक्षिण आफ्रिकेच्या वर्तमानपत्रांमध्ये माझा उल्लेख नेहमी 'दक्षिण आफ्रिकेचा लांब अंतरे पोहण्यात विक्रम करणारा जलतरणपटू, म्हणून व्हायचा. पण त्या उलट ब्रिटिश प्रसारमाध्यमांमध्ये 'जन्माने ब्रिटिश' असणारा असाच फक्त उल्लेख असायचा. माझ्या नक्की ओळखीविषयीचा त्यांचा उडणारा गोंधळच यातून प्रतीत होत होता. मला प्रायोजकत्व देऊ करणाऱ्या कंपन्या फक्त नॉर्वेजियन असण्याची शक्यता होती आणि नॉर्वेमध्ये माझी ओळख 'ब्रिटिश' अशीच होती. जेव्हा 'स्पीडो' कंपनीने, छोट्या रकमेसाठी का होईना; पण माझ्या एका मोहिमेच्या दरम्यान त्यांच्या कंपनीची नवीन टोपी घालण्यासाठी प्रायोजकत्व देऊ केले. तेव्हा या सर्व गोष्टींची चर्चा अधिकच तीव्रतेने व्हायला लागली, कारण त्या टोपीवर अगदी ठळकपणे ब्रिटनच्या राष्ट्रध्वजाचे चित्र होते. मला ती गोष्ट बरोबरच वाटली, कारण एक तर मी ब्रिटिश होतो आणि दुसरी त्यामानाने कमी महत्त्वाची, पण तरीही महत्त्वाची गोष्ट म्हणजे ग्रेट ब्रिटनशी प्रस्थापित होणाऱ्या या संबंधांमुळे मला आर्थिकदृष्ट्या झाली, तर मदतच होणार होती. परंतु भोळसटपणे याची दक्षिण आफ्रिकेत काय प्रतिक्रिया उमटू शकेल, याचा मी विचार केला नव्हता. माझ्या सर्व संबंधितांना, चाहत्यांना या गोष्टीचा धक्का बसला. मी माझी दक्षिण आफ्रिकेबद्दलची निष्ठा बदलून ती इंग्लंडकडे वळवल्याबद्दल त्या सर्वांना फार दुःख झाले. त्यांनी मला नेहमीच दक्षिण आफ्रिकेचा जलतरणपटू म्हणून मानले होते आणि मी जणूकाही त्यांचा विश्वासघात केला होता!

आयर्लन्डचा एक रग्बी खेळाडू जॉन रॉबी १९८०च्या दशकात दक्षिण आफ्रिकेत येऊन स्थायिक झाला आणि तो जोहान्सबर्ग रेडिओ स्टेशनच्या (७०२) सकाळच्या वेळेत प्रसारित होणाऱ्या एका प्रसिद्ध कार्यक्रमाचे सूत्रसंचालन करायचा. त्याने एका कार्यक्रमाच्या दरम्यान मला सरळ विचारले, "मी स्वतःला ब्रिटिश समजतो की दक्षिण आफ्रिकन समजतो?" मला त्याची पूर्वपीठिका माहीत होती. त्याचा जन्म आणि संगोपन जरी आयर्लन्डमध्ये झाले होते, तरी तो दक्षिण आफ्रिकेत येऊन स्थायिक झाला होता आणि त्याने तिथले नागरिकत्वपण स्वीकारले होते. मी ब्रिटिश की दक्षिण आफ्रिकन हे उत्तर देणे माझ्यासाठी इतके साधे सोपे नव्हते, कारण मला माझ्या ब्रिटनमधल्या प्रशिक्षणासंबंधी आणि माझ्यावर पडलेल्या त्याच्या प्रभावाविषयी इतक्या स्पष्टपणे बोलणे मला शक्य नव्हते.

'तुम्ही स्वतःला कोणत्या देशाचे नागरिक मानता?' या प्रश्नाचे उत्तर देणे वाटते तेवढे सोपे नव्हते, कारण ते परिस्थितीनुसार बदलण्याची शक्यता असते

आणि मुख्यत्वेकरून तुम्ही कोठे राहता, त्यावर ते अवलंबून असण्याची शक्यता सगळ्यात जास्त असते. इंग्लंडमध्ये जन्म आणि बालपण गेल्यामुळे मी स्वत:कडे ब्रिटिश म्हणूनच बघत होतो. जरी माझी नंतरची १५ वर्षे दक्षिण आफ्रिकेत गेली होती, पण त्यानंतर मी इंग्लंडला परतलो होतो आणि एसएएसमध्ये पाच वर्षे काढली होती. त्यामुळे जन्मभूमीशी परत एकदा माझी नाळ जोडली गेली होती. परंतु त्यामुळे दक्षिण आफ्रिकेवरील माझे प्रेम कमी झाले नव्हते. जेव्हा-जेव्हा माझ्या आयुष्यात काही महत्त्वाच्या आणि अविस्मरणीय अशा घटना घडल्या, तेव्हा-तेव्हा मला सर्वांत ओढ लावणाऱ्या अशा माझ्या केपटाऊनकडेच मी परतलो होतो. शिवाय मी तेव्हा केपटाऊनमधल्याच एका सुंदर स्त्रीशी विवाह बंधनाने जखडला गेलो होतो. त्यामुळे कोणी काहीही म्हणो, माझे भवितव्य या दोन देशांमध्ये विभागले गेले आहे आणि ते तसेच राहणार आहे.

जर तुम्ही कधी दक्षिण ध्रुवाची सफर केलीत, तर ध्रुव प्रदेशाच्या जवळ-जवळ जाताना तिथे येणारा एक आवाज एकाच वेळी तुमचा थरकाप उडवेल आणि तुम्हाला थरारून सोडेल. मी माझ्या 'एम. व्ही. पोलर स्टार' जहाजावरच्या केबिनमध्ये पलंगावर निवांत पडलो होतो आणि अचानक तो थरकाप उडवणारा आवाज ऐकू आला. आमचे जहाज गोठलेल्या समुद्राचे बर्फ चिरत आत घुसत होते. ते तुटणारे हिमखंड जहाजाच्या बाजूंवर घासले जात होते. ते होणारे आवाज वर्णन करण्यापलीकडचे होते. प्रथम बर्फ चिरडल्यासारखा आवाज, नंतर जहाजाच्या तडाख्याने आजूबाजूच्या घट्ट आणि जाड बर्फाला तडे गेल्यामुळे मोठा गडगडाटासारखा आवाज. बर्फाच्या जहाजाच्या बाह्य भागावर घर्षणामुळे होणारे निरनिराळे आवाज इत्यादी इत्यादी.. मी माझ्या केबिनच्या खिडकीबाहेर पाहिले. मी एक अगदी कल्पनेपलीकडला, अद्‌भुत प्रदेश बघत होतो. मी केबिनच्या बाहेर येऊन जिन्याच्या दोन-दोन पायऱ्या गाळत, पळत-पळतच जहाजाच्या डेकवर गेलो आणि जे काही पाहिले, ते अक्षरश: अवाक करणारे होते. सर्वदूर सपाट असे गोठलेल्या बर्फाचे साम्राज्य होते. आमच्या जहाजाच्या मार्गातून दूर जाण्यासाठी पेंग्विनची धावपळ चालली होती. थंड बर्फाळ पाण्यातून सील्स सूर मारून बाहेर येत होते आणि तितक्याच वेगाने आत जात होते. माझे स्वप्नच जणू मी प्रत्यक्षात पाहत होतो. अद्‌भुत! केवळ अद्‌भुत असेच ते दृश्य होते. तीस वर्षांपूर्वी लहान असताना आईने मला झोपवताना 'लेडीबर्ड' पुस्तकमालेतील सर स्कॉट यांच्या दक्षिण ध्रुवावरच्या मोहिमेची गोष्ट सांगितली होती. त्यात सर स्कॉट यांनी प्रचंड हिमखंडांचे वर्णन तरंगणारे साखरेचे चौकोनी तुकडे असे केले होते. ती उपमा काही तितकीशी वाईट नव्हती. आम्हाला दक्षिणेला ६२° अक्षांशावर बर्फ लागले आणि आमच्या पोलर

स्टारची मोठमोठ्या हिमखंडांशी अडथळ्याची शर्यत सुरू झाली. त्यामुळे अर्थातच आमचा वेग मंदावला.

आमचा प्रवास सुरू झाला होता अर्जेन्टिनामधील 'टायराडेल फ्युगो' प्रांताच्या 'युशुइआ' या राजधानीच्या शहरापासून. हे शहर जगातले सर्वांत दक्षिण टोकाला असलेले शहर आहे. या मोहिमेसाठी माझ्याबरोबर मी धरून आठ सहकारी होते. प्रोफेसर टिम नोक्स आणि त्यांची पत्नी मेरेलिन, जोनाथन ड्युगास आणि त्याची पत्नी लारा, छायाचित्रकार क्रीस लोट्झ हे दक्षिण आफ्रिकेहून आले होते तर; 'टेर्जी इगम' हा नॉर्वेहून त्याची सहकारी ''सारा जेन हेल्स' बरोबर आला होता. मोहिमेवर निघण्याआधी आम्ही काही दिवस 'युशुइआ' येथे थांबलो होतो. मी तिथे ५°से. ते ६°से. तापमानाच्या पाण्यात पोहण्याचा सराव केला. त्यामुळे जोनाथनलापण त्याच्या शास्त्रीय उपकरणांची एकदा चाचणी घेण्याची संधी मिळाली. मी त्या इतक्या कमी तापमानाच्या पाण्यात इतक्या सहजपणे एक कि.मी. पोहून गेलो की प्रोफेसरांनी निष्कर्ष काढला की, याहीपेक्षा कमी तापमानाच्या पाण्यात मी पोहलो असल्यामुळे माझ्या शरीराला हे पाणी आता बऱ्यापैकी उबदार वाटत असावे. जोनाथननेपण दिवसरात्र मेहनत करून उपकरणाची खातरी करून घेतली. त्याचा उत्साह, त्याची एकाग्रता बघून असे वाटले की, ही मोहीम फक्त दक्षिण ध्रुवावर अतिथंड पाण्यात लांब अंतर पोहून जाण्यापुरती मर्यादित नाही, तर तो एक मोठा शास्त्रीय प्रयोगपण आहे.

मानवी शरीराच्या सहनशीलतेची मर्यादा, क्षमता मोजण्याचा तो एक प्रयत्न होता. माणूस जास्तीत जास्त किती थंड पाण्यात, वातावरणात जिवंत राहू शकतो, तग धरू शकतो; हे या शास्त्रीय प्रयोगांच्या मोजमापांवरून, निष्कर्षांवरून कळणार होते. स्पीट्सबर्गेन येथे ३°से. ते ४°से. तापमानाच्या पाण्यात पोहल्याने शरीरावर किंवा शरीरांतर्गत काय बदल होतात, त्याचा अनुभव घेतला होता. आता ०°से. तापमानाच्या पाण्यात एक कि.मी अंतर पोहताना शरीरात काय बदल घडतात, ते बघायचे होते. मला एवढेच समाधान होते की, क्रीडाविषयाच्या शास्त्रीय ज्ञानात भर पडण्यासाठी माझा थोडा फार सहभाग राहणार होता. अतिथंड पाण्यात जिवंत राहण्यासाठी किंवा तग धरून राहण्यासाठी लागणाऱ्या सहनशीलतेच्या क्षमतेची मर्यादा ठरवली जाणार होती. प्रोफेसर आणि जोनाथन उत्तर-दक्षिण ध्रुवीय प्रदेशातल्या या मोहिमांनंतर त्यांनी नोंदवलेल्या निरीक्षणांच्या आधारे एक शोधनिबंध लिहिणार होते आणि तो प्रसिद्ध करणार होते. ही माझ्यासाठी खूप आनंदाची आणि समाधानाची गोष्ट होती. तरीपण त्या शोधनिबंधात माझा उल्लेख 'एक प्रयोगासाठी वापरलेली वस्तू' अशा प्रकारे झाला असता आणि ही गोष्ट काही माझ्या पचनी पडत नव्हती.

युशुइआहून जहाजाने दक्षिण ध्रुवाच्या दिशेने जाताना कोणालाही 'ड्रेक पॅसेज' ही काय चीज आहे, याची कल्पना आल्यावाचून राहत नाही. सर फ्रान्सिस ड्रेक हा सोळाव्या शतकातला प्रसिद्ध इंग्रज दर्यावर्दी होता. त्याचेच नाव या भागाला देण्यात आले आहे. दक्षिण अमेरिकेचे दक्षिणेकडील टोक व दक्षिण ध्रुव द्वीपकल्प यांच्यामधल्या अरुंद भागाला 'ड्रेक पॅसेज' हे नाव पडले आहे. अतिवेगाने दक्षिणेकडे वाहाणारे समुद्री प्रवाह या दोन भूभागांमधल्या अरुंद पट्ट्यात घुसतात आणि परिणामी, या भागात समुद्राने नेहमीच रौद्ररूप धारण केलेले असते. उपग्रहाच्या साहाय्याने घेतलेल्या चित्रांवरून असे लक्षात आले आहे की, वेगवान वारे आणि समुद्री प्रवाह यांमुळे दर काही आठवड्यांच्या अंतराने नियमितपणे या भागात अतिवादळी स्थिती निर्माण होते. त्या वेळी वाऱ्याचा वेग सर्वसाधारणपणे ६५ नॉट किंवा ताशी १२० कि.मी. एवढा असतो. आम्ही आमच्या सफरीची वेळ अगदी शोधून काढली होती. आम्हालापण या प्रदेशात वादळाचा तडाखा अनुभवायला आला. आमच्या जहाजावरील शंभर-एक पर्यटकांपैकी जवळ-जवळ प्रत्येक जण आजारी पडला होता आणि ते काही दिवस एम.व्ही.पोलर स्टार जहाजच आजारी पडल्यासारखे झाले होते. आमच्यापैकी जोनाथन आणि लारा ड्युगास यांना सगळ्यात जास्त त्रास झाला होता आणि काही दिवस ते केबिनच्या बाहेरच आले नव्हते. अशा आजारात कोणाला किती त्रास होईल, याबद्दल काहीच अंदाज करणे शक्य नसते. जोनाथन याने त्याच्या विद्यापीठाच्या संघाबरोबर शिक्षणाचा भाग म्हणून जहाजातून पृथ्वी प्रदक्षिणा करण्यात जवळ-जवळ एक वर्ष घालवले होते, तर लारानेही बऱ्यापैकी समुद्रप्रवास केलेला होता. इतक्या वादळी समुद्रात आणि हेलकावे खाणाऱ्या जहाजात सर्वांत स्थिर पाय आणि पोट असलेली एकच व्यक्ती होती, ती म्हणजे प्रोफेसर. जेव्हा सगळे अगदी टेकीला आले होते आणि मरण आले तर बरे, अशा मन:स्थितीत होते; तेव्हा प्रोफेसर जहाजाच्या डेकवरून निश्चिंतपणे फिरत होते आणि त्यांच्या चेहऱ्यावरच्या त्या थट्टेखोर हास्याने तर इतरांची तब्येत आणखीच बिघडत होती.

आम्ही ड्रेक पॅसेज अर्धा अधिक पार केला असेल नसेल, तोच आमच्या जहाजाच्या युक्रेनियन कॅप्टनने घोषणा केली की, जहाजावरील एका वृद्धेची तब्येत खूपच बिघडल्यामुळे तिला तातडीच्या उपचारांची गरज होती आणि जहाज केपहॉर्नकडे वळवण्यात आले होते. ड्रेक पॅसेज पार करण्याच्या संकटापेक्षा आणखी एक मोठे संकट असू शकते, तेपण ड्रेक पॅसेज जवळ-जवळ पार केलेला असताना, ते म्हणजे ड्रेक पॅसेजमधून परत माघारी फिरणे. आम्ही परत दक्षिण अमेरिकेच्या दक्षिण टोकाला आलो. त्या वृद्ध स्त्रीला छोट्या बोटीतून किनाऱ्यावर नेण्यात आले आणि तिथून 'चिलियन' नौदलाच्या हेलिकॉप्टरने जवळच्या हॉस्पिटलमधे नेण्यात आले. जहाजावरील सर्वांना त्या वृद्ध स्त्रीच्या तब्येतीची खूप काळजी वाटत होती,

असे लिहायला मला आवडले असते. पण ते सत्याला धरून झाले नसते. जहाजावरील बहुतेक पर्यटक अमेरिकन होते आणि भरपूर पैसे खर्च करून ते या दक्षिण ध्रुवाच्या सफरीवर आले होते. त्यांना त्यांच्या रजेमधला एक दिवस वाया गेल्याचे दु:ख तर होतेच; पण त्याचबरोबर 'ड्रेक पॅसेज' मधून परत प्रवास करायला लागणार याची जास्त भीती वाटत होती. त्यांनी तक्रारी केल्या, खूप वाद घातला, नुकसानभरपाईची मागणी केली; पण आमच्या सफर प्रमुखांवर त्याचा काही परिणाम झाला नाही. "सद्गृहस्थहो, ही वृद्ध स्त्री तुमचीपण आई, बहीण, बायको असू शकली असती. नाही का?" त्याने शांतपणे उत्तर दिले. "तुमच्यापैकी कोणाचीही अशी अवस्था होऊ शकली असती. मग काय केले असते? तुमच्या झालेल्या गैरसोयीबद्दल मी दिलगीर आहे, पण आम्ही योग्य तेच केले आणि त्यामुळे क्षमा वगैरे मागण्याचा प्रश्नच येत नाही." मला ओरडून त्याचे अभिनंदन करावेसे वाटले.

त्याचबरोबर माझ्या मनात एक विचारपण आला की, या एक दिवसाच्या वाया जाण्यामुळे दक्षिण ध्रुवाच्या जितके जवळात जवळ मला जायचे होते, तेवढे जाणे शक्य होईल का? अशा वेळी आपण फक्त आपल्याच चिंतांचा आणि काळज्यांचा विचार करतो. त्या वृद्ध स्त्रीची प्रकृती आणि माझी काळजी यांची तुलनाच होण्यासारखी नव्हती. परंतु कॅप्टनने केपहॉर्नला परतण्याचा योग्य निर्णय घेतला होता आणि केपहॉर्नला 'ड्रेक पॅसेज' मधून परत फिरत असताना जहाजावरील आजारी माणसे आणखीच गंभीररीत्या आजारी झाली होती. जोनाथन आणि लारा तर त्यांच्या केबिनमध्ये तुरुंगवासात असल्यासारखेच होते. दक्षिण ध्रुवावर पोचल्यावर जोनाथन त्याचे काम व्यवस्थित पार पाडू शकेल का नाही, अशी मला तर काळजीच वाटायला लागली होती. आमच्या आठ जणांच्या टीमचा मी प्रमुख असल्यामुळे मला आजारी पडून चालण्यासारखेच नव्हते आणि मीपण आजारी न पडण्यासाठी झगडत होतो.

जहाजावरच्या या सर्वत्र पसरलेल्या आजारी वातावरणात अभावितपणे काही हलक्या-फुलक्या विनोदी घटनाही घडत होत्या. पहिल्याच दिवशी मी जहाजाच्या जेवणाच्या हॉलमध्ये शिरत असताना समोरून हॉलच्या बाहेर पडण्यासाठी मेरेलिन नोक्स येताना दिसली. तिची तब्येत अर्थातच चांगली नव्हती आणि तिच्या हालचालीच्या लगबगीवरून आणि वेडीवाकडी तोंडे करण्यावरून मला जाणवले की, ती 'त्या गोष्टीसाठी' तिच्या केबिनपर्यंत काही पोचू शकणार नाही. माझ्या डाव्या बाजूला टेबलावर मोठ्या आकाराचे काही ग्लासेस एका ट्रेमध्ये ठेवलेले होते. मी पटकन एक ग्लास उचलला आणि मेरेलिनसमोर धरला आणि म्हणालो, "मेरेलिन, ग्लासमध्ये होऊन जाऊ दे." पुढच्या क्षणाला मेरीलिनने तो ग्लास भरून

टाकला. मी तो ग्लास बाजूला ठेवला आणि दुसरा उचलला आणि तिच्या पुढे धरला ''हे मेरेलिन परत एकदा,'' आणि क्षणात तिने तो ग्लास भरला. त्या वेळी ग्लास भरून वाहिला आणि काही भाग माझ्या हातावरपण पडला. मला ही घटना हसून सोडून द्यायची होती, मेरेलिन खरोखरच खूप आजारी वाटत होती आणि झाल्या प्रकारामुळे तिला फार ओशाळवाणे वाटत होते. मी तिची समजूत काढण्याच्या दृष्टीने फक्त मान हलवली आणि तिसरा ग्लास तिच्यासमोर धरला. मेरेलिन ही तशी फार रुबाबदार, हुशार आणि सुसंस्कृत स्त्री आहे. पण या समुद्री आजारामुळे तिची अगदी हालत करून टाकली होती.

या सोसाट्यांच्या वाऱ्याशी, हेलकावणाऱ्या जहाजाशी एकदा जुळवून घेतल्यावर मला जहाजाच्या डेकवर माझ्या सरावांना परत सुरुवात करायची होती; कारण तीन दिवसांच्या संपूर्ण विश्रांतीनंतर मला माझ्या शरीराच्या संपूर्ण तंदुरुस्तीबद्दल, कार्यक्षमतेबद्दल शंका वाटायला लागली होती. 'पोलार स्टार' चे डेक एक हेलिकॉप्टर उतरू शकेल, एवढे मोठे होते आणि डेकवरच मी पळण्याच्या सरावाला सुरुवात केली. मी गोल-गोल पळण्याचा सराव करत होतो. अधूनमधून जोर मारत होतो. जहाजाच्या हेलकावण्यामुळे मला सरळ उभे राहाण्यासाठीही कसरत करावी लागत होती. एका मोठ्या लाटेने जहाज बऱ्यापैकी एका बाजूला कलले आणि मी सराव करत असताना फेकला जाऊन हेलपाटत घसरत डेकच्या बाजूच्या संरक्षक कठड्यावर जाऊन आदळलो. मी स्वत:लाच बजावले, 'लुईस जरा सांभाळून! नाहीतर तुझ्या पोहण्याच्या विक्रमाला इथूनच सुरुवात होईल.' त्या घटनेनंतर जोर मारण्याचा व्यायाम मी केबिनमध्ये करायला लागलो.

आजूबाजूला इतके सर्व घडत असताना प्रोफेसर मात्र सहजपणे वावरत होते. केबिनपासून जेवणाच्या हॉलपर्यंत, तिथून डेकवर परत तेथून केबिनकडे अशा अगदी सहजपणे त्यांच्या फेऱ्या चाललेल्या असायच्या. त्यांच्या सहज हालचालींकडे बघून माझ्या डोक्यात एक कल्पना चमकून गेली. या प्रोफेसरना एका मोठ्या ड्रायरमध्ये घालून ३० मिनिटे गरागरा फिरवून जरी बाहेर काढले, तरी ते जणूकाही विशेष घडलेच नाही, अशा आविर्भावात दुसऱ्या क्षणाला परत चालायला लागतील. आमच्या जहाजाचा युक्रेनियन कॅप्टन म्हणायचा की, आधी प्रत्येकाने 'ड्रेक पॅसेज' पार करण्याचे दिव्य पार पाडल्याशिवाय त्याला दक्षिण ध्रुव बघण्याचे भाग्य मिळायचे नाही. जहाजावर फक्त कर्मचारीच नाही, तर असे अनेक लोक होते की, ज्यांना हा 'ड्रेक पॅसेज' मधला प्रवास साधा, संथ, कोणतीही घटना न घडता पार पाडला असता तर आवडला असता. जहाजावरचे बहुतेक कर्मचारी 'फिलिपिनो' होते. त्या बिचाऱ्यांचे गेले तीन-चार दिवस बादल्या, कपडे घेऊन आणि नाक मुठीत धरून वारंवार डेक आणि वेगवेगळ्या केबिन्स साफ करण्यातच गेले होते.

एका बाबतीत मला आमच्या जहाजाच्या कॅप्टनचे म्हणणे १०० टक्के पटत होते. तो म्हणाला, "ज्या क्षणी जहाज गोठलेल्या समुद्राच्या बर्फाला टक्कर देते आणि बर्फ चिरत प्रवास करावाच लागतो, तेव्हा त्या अथांग, सपाट पसरलेल्या बर्फाला पडत जाणारे तडे, त्यातून निखळणारे हिमखंड हे सगळे बघताना असे वाटते की बस्स! याचसाठी केला होता अट्टाहास!"

कानठळ्या बसवणारा आवाज करत बर्फ फोडत जहाज निघाल्यावर अर्ध्या दिवसाचा प्रवास करून आम्ही पीटरमन बेटावर पोचलो. दक्षिण ध्रुवीय द्वीपकल्पात असलेल्या अनेक बेटांपैकी पीटरमन हे एक आहे. रात्री तसा खूप उशीर झाला होता, पण तिथे अतिदक्षिणेला पोहण्याचा सराव करण्याइतपत उजेड होता. पीटरमन बेट हे 'नेको बंदराच्या'वर एक अक्षांशाने दक्षिण ध्रुवाकडे आहे. या बंदरात लॉन कॉकस या जलतरणपटूने पोहण्याचा विक्रम केला होता. पण त्याहीपेक्षा दक्षिणेला असलेल्या पीटरमन बेटाजवळ पोहण्यामुळे माझ्या विक्रमांमध्ये आणखी एका विक्रमाची भर पडली होती आणि दक्षिण ध्रुवाच्या सर्वांत जवळ पोहण्याचा मान मला मिळाला होता. सफरीच्या मूळ वेळापत्रकाबरहुकूम राहण्याच्या इतर पर्यटकांच्या दबावामुळे कॅप्टनने आम्हाला स्पष्ट सांगितले होते की, आमची पोहण्याची मोहीम सफरीच्या मूळ वेळापत्रकाच्या आड आलेली चालणार नाही. सर्व पर्यटक पीटरमन बेटावर ॲडेली पेंग्विन बघण्यासाठी उतरले आणि त्यामुळे आमचा पोहण्याचा कार्यक्रम करायला आम्हाला वेळ मिळाला. पण तरीही काही चिंता आम्हाला भेडसावतच होत्या.

ढगाळ हवामानामुळे पाणी जास्त थंड झाले होते, अशातला काही प्रकार नव्हता. पण सूर्यप्रकाशाच्या एका तिरिपेनेपण त्याचा थंडपणा कमी झाल्यासारखे मात्र जरूर वाटले असते. अगदी टोकाच्या परिस्थितीत किंवा जवळ-जवळ सर्वच परिस्थितीत समजुतीचा घोटाळा व्हायची नेहमीच शक्यता असते. तुम्हाला ती एका मध्यमवयीन माणसाची गोष्ट माहीत आहे का? ठीक! तर ती अशी आहे. एक मध्यमवयीन माणूस त्याची तब्येत बिघडलेली असते, म्हणून डॉक्टरकडे जातो. डॉक्टर त्याला सांगतात, "तुला आता काहीही करून रात्रीची जागरणं, सिगरेट, दारू, मसालेदार पदार्थ इत्यादी गोष्टी सोडल्याच पाहिजेत." तो माणूस विचारतो, "डॉक्टर, पण तुम्ही मला खातरी देता का, की मी हे सर्व पाळलं तर मी खूप वर्षं जगेन?"

"ते मी सांगू शकत नाही, पण तुला खूप वर्षं जगल्यासारखं मात्र नक्की वाटेल," डॉक्टर उत्तरले. त्याचप्रमाणे अगदी थोडा जरी सूर्यप्रकाश असता, तरी वाटायला मात्र पाणी कमी थंडच वाटले असते.

त्यावर एक उपाय होता की, त्या दिवशीचा पोहण्याचा कार्यक्रम दुसऱ्या

दिवशीच्या सकाळवर ढकलणे. पण आपण आज जे करू शकतो, ते उद्यावर ढकलण्यात शहाणपणा नसतो, त्यातूनसुद्धा दक्षिण ध्रुवासारख्या ठिकाणी. दुसऱ्या दिवशी तरी हवामान चांगले असेल, याची खातरी कोण देणार? मला मुख्य काळजी होती की, ढगाळ हवामानामुळे आणि कमी उजेडामुळे क्रीस लोट्झ टी.व्ही. बातम्यांसाठी जे चित्रीकरण करणार होता ते स्पष्ट आले नसते. पोहणे हे नक्कीच महत्त्वाचे होते; पण चित्रीकरण करण्यामागे हापण एक उद्देश होता की, या घटनेच्या चित्रीकरणाबरोबरच दक्षिण ध्रुवाची भव्यता, तेथील रौद्रसुंदर निसर्ग इत्यादी गोष्टीपण लोकांना बघायला मिळाव्यात. क्रीस म्हणाला, "लुईस, तू काळजी करू नकोस. चित्रीकरण उत्तम होईल!" आणि त्याच्या आश्वासनावरच मी निर्णय घेऊन टाकला. ०°से. तापमानाच्या हवामानात ०°से. तापमानाच्या पाण्यात मी पोहणार होतो.

युशुइआहून निघाल्यापासूनच मी त्या जहाजावरील कर्मचाऱ्यांशी हळूहळू ओळख वाढवायला सुरुवात केली होती; कारण त्यांच्या मदतीनेच मी जहाजावरील काही निवडक पर्यटकांना, माझ्या पोहण्याचे साक्षीदार होण्यासाठी त्या बेटावर नेणार होतो आणि मी माणसेही अशी निवडणार होतो की, ज्यांना माझ्या या साहसामागची प्रेरणा कळत होती, साहसाचे महत्त्व समजत होते. मी जॉर्न नावाचा नॉर्वेजियन आणि 'डेमन स्टॅनवेल स्मिथ' नावाचा ब्रिटिश नागरिक असे दोघे जण निवडले. डेमनची निवड करणे सोपे होते, कारण त्याच्यावर एकदा लिओपर्ड सीलने हल्ला केला होता आणि त्यामुळे त्याला समुद्रात वरवर न दिसणाऱ्या, पण प्रत्यक्षात असलेल्या अनेक धोक्यांची जाणीव होती. म्हणून त्याला अशा प्रकारच्या साहसी मोहिमांचे खरे कौतुक होते. दीड-एक वर्षांपूर्वी दक्षिण ध्रुवाच्या सर्व्हे विभागात काम करणाऱ्या क्रिस्टी ब्राऊन नावाच्या ब्रिटीश अँटार्क्टीक सर्व्हेसाठी काम करणाऱ्या एका समुद्री जीवशास्त्रज्ञाचा लिओपर्ड सीलने केलेल्या हल्ल्यात मृत्यू झाला होता. ब्रिटिश केंद्राजवळ लिओपर्ड सीलने त्याला पाण्यात ओढून नेले होते. त्यामुळे पाण्यात उतरण्यापूर्वी त्या भागात लिओपर्ड सील नाहीत, याचीपण खातरी करून घ्यायची होती. त्यासाठी 'ब्रिटिश दक्षिण ध्रुवीय निरीक्षण केंद्रा'ने सुरक्षिततेचे काही नियम ठरवले होते. त्यापैकी एक नियम म्हणजे पोहण्याआधी तीस-एक मिनिटे त्या भागात पाण्यात लिओपर्ड सील नजरेस पडतो का, हे बघणे जरुरीचे होते.'

'डेमन'ने हिरवा कंदील दाखवल्यावर मी अंगातले कपडे काढले आणि माझ्या पोहण्यावर लक्ष केंद्रित करायला लागलो. अचानक माझ्या हालचाली यंत्रवत व्हायला लागल्या. सभोवतालच्या भव्य निसर्गामुळे असेल किंवा अतिथंडीमुळे

असेल, पण माझी एक प्रकारे तंद्री लागल्यासारखे झाले, आणि आजूबाजूला घडणाऱ्या घटना, हालचाली अगदी संथ गतीने घडत होत्या; असे वाटायला लागले. माझ्या सभोवतालचे आवाज मला ऐकू येत होते, पण ते खूप लांबून येत होते, असे वाटत होते. प्रोफेसर, जोनाथन आणि लारा परत एकदा सर्व परीक्षणे करण्याची उपकरणे व्यवस्थित आहेत का नाहीत याची खातरी करून घेत होते. मला जरी आवाज ऐकू येत होते तरी ते खूप लांबवरून येत आहेत असे वाटत होते. त्या वेगवेगळ्या आवाजांचा मला काही बोध होत नव्हता. माझी तयारी आता पूर्ण झाली होती. माझ्या अंगावर फक्त पोहण्याची चड्डी, टोपी आणि गॉगल्स एवढेच होते. माझ्या शरीराचे तापमान आणि हृदयाचे ठोके मोजण्यासाठी प्रोफेसरांनी माझ्या शरीराला चिकटपट्टीच्या साहाय्याने वायर्स लावल्या होत्या. त्यामुळे माझ्या शरीराच्या तापमानावर आणि हृदयाच्या स्पंदनांवर लक्ष ठेवता येणार होते. शरीरातील अंतर्गत बदलांवर बारीक नजर ठेवता येणार होती. अतिथंड पाण्याच्या शरीरावर होणाऱ्या परिणामांचा, शरीराच्या सहनशीलतेच्या मर्यादेचा अभ्यास करण्यासाठी प्रोफेसर माझ्याबरोबर येथे आले होते. पण त्याचबरोबर माझी काळजी घेणे आणि माझे संरक्षण करणे हीपण त्यांची जबाबदारी होती. मला आता प्रोफेसरांचे आणि इतरांचे अस्तित्व जाणवत नव्हते. माझे मन पूर्णपणे माझ्या शरीराशी एकरूप झाले होते. पुढच्या साहसासाठी शरीराची पूर्णपणे तयारी करण्यात मन गुंतलेले होते.

शून्य अंश तापमानाच्या पाण्यापेक्षा इतर कोणतीही थंड गोष्ट मी अनुभवली नव्हती. अशा वेळी मला ऐकण्यासाठी डेव्हिड बेकर याने फार विचारपूर्वक संगीताची निवड केली होती. हीच गाणी मी नेहमी सरावाच्या वेळीपण ऐकत असे. त्यामुळे तीच गाणी आता मला मी इथवर येण्यासाठी काय-काय दिव्यातून गेलो होतो, याची आठवण करून देत होती. जसा पोहण्यासाठी पाण्यात उतरण्याचा मुहूर्त जवळ आला होता आणि जसा माझ्या मानसिकतेत बदल व्हायची शक्यता होती, त्या माझ्या मूडला साजेशी गाण्यांची क्रमवारी डेव्हिडने लावली होती. सुरुवातीची गाणी हिंमत वाढवणारी, प्रोत्साहित करणारी, आजूबाजूच्या सौंदर्याचे, व निसर्गाचे वर्णन करणारी अशी होती; तर नंतरची गाणी जराशी कर्कश्श आणि चेतवणारी होती. त्यातून 'रॉकी' सिनेमाच्या सुरुवातीच्या गाण्याने माझे रक्त नेहमीच गरम होते, असा माझा अनुभव होता. मी पफ डॅडीचे 'माझ्याबरोबर चल' हे गाणे तेव्हा ऐकत होतो.

तू पळू शकत नाहीस.
तू लपू शकत नाहीस.
त्यात काही आश्चर्य नाही.

फक्त डोळे बंद कर,
आणि माझ्याबरोबर चल.

पाण्यात उतरायच्या आधी दोन मिनिटे मनाची एकाग्रता करण्यासाठी मी डोळे बंद केले, तेव्हा ऐमीनेमचे 'स्वत:मध्ये हरवून जा' हे गाणे लागले होते.

बघ, ही एकच संधी आहे किंवा एकच प्रयत्न असणार आहे.
ज्या-ज्या गोष्टींची अपेक्षा केली होतीस, त्या सर्व एकदाच कवेत घे, एकच क्षण!
तू ते घेण्यात यशस्वी होशील का? की तुझ्या हातातून निसटू देशील?

मी पाण्याच्या दिशेने निर्धाराने हळूहळू पावले टाकायला लागलो. मनातल्या विचारांच्या कल्लोळाने माझे रक्त गरम झाले होते, पण माझा स्वत:वर पूर्ण ताबा होता. मी अगदी शांत होतो. शेवटची आदळआपट नव्हती, किंकाळ्या नव्हत्या. पण पुढल्या साहसासाठी शरीराने, मनाने माझी पूर्ण तयारी होती आणि ते मला माहीत होते. खरे तर अशा वेळी हालचालीत लगबग येते, घाई होते. इकडेतिकडे न बघता सरळ पाण्यात उडी मारण्याची इच्छा होते; पण माझ्या शरीराला प्रोफेसरांनी वेगवेगळ्या शास्त्रीय उपकरणांच्या वायर्स चिकटवल्या होत्या. त्या निघायची, तुटायची भीती होती; म्हणून माझ्या हालचाली हळुवार व संथपणे चालल्या होत्या. एका क्षणाचाही संभ्रम न दाखवता मी पाण्यात उतरण्यावर लक्ष केंद्रित केले होते. पाण्यात पाऊल टाकताच, त्याचा स्पर्श होताच शहारे आले. वीज अंगातून गेल्यासारखे झाले. 'अरे देवा, किती जीवघेणा स्पर्श आहे हा!' पण दुसऱ्या क्षणी मनातून मी हा विचार काढून टाकला. मार्गदर्शक बोटीत बसलेल्या प्रोफेसरांकडे मी एक कटाक्ष टाकला, त्यांनी त्यांच्या लॅपटॉपमधून डोके वर करत मला हाताचा अंगठा उंचावून इशारा केला. त्याचा अर्थ आता लॅपटॉपवर माझ्या शरीराच्या तापमानाचे आकडे दिसायला लागले होते, असा होता. सर्व काही ठरल्याप्रमाणे होत होते.

अतिथंड पाण्यात पोहायचे एक शास्त्र आहे. ते म्हणजे मनात फक्त सकारात्मक विचारच ठेवायचे आणि शांतपणे पोहायला सुरुवात करायची. फार वेगाने सुरुवात केली, तर शरीराची उष्णता वेगाने बाहेर पडून शरीराचे तापमानपण तितक्याच वेगाने खाली येण्याची शक्यता असते आणि अंतिम रेषेपर्यंत पोचेपर्यंत हायपोथेर्मिक परिस्थिती निर्माण होण्याची शक्यता येते. त्याउलट फार हळू सुरुवात केली, तर अतिथंड पाण्यात काढायला लागणारा वेळ अर्थातच वाढतो आणि त्या परिस्थितीत तर हायपोथेर्मिया होण्याची शक्यता नक्कीच असते. मी वेगाने पण दमदारपणे हात मारायला लागले. पाणी अगदी स्फटिकासारखे स्वच्छ होते. समुद्राचा तळ जवळ-

जवळ ६० फूट खोल होता, पण अगदी स्पष्ट आणि फार सुंदर दिसत होता. क्षणाक्षणाला ॲडेली पेंग्विन माझ्या शरीराखालून सुळकन ये-जा करत होते. मी ५०० मीटरचा पल्ला फार काही विशेष न होता पार केला. दर ठरावीक वेळाने जोनाथन पांढऱ्या पाटीवर माझ्या शरीराचे तापमान लिहून मला दाखवत होता. मी पाण्यात प्रवेश केला तेव्हा माझ्या शरीराचे तापमान माझ्या नेहमीच्या तापमानापेक्षा १.२°से.ने जास्त म्हणजे ३८.४°से. इतके होते. याला एक कारण म्हणजे मनाच्या झालेल्या अवस्थेला शरीराची ही सुरक्षात्मक प्रतिक्रिया होती. दक्षिण ध्रुवीयप्रदेशात जवळजवळ नग्न अवस्थेत पोहण्यासाठी उभे राहिल्यावर माझ्या मनाने न कळत माझ्या शरीराला कोअर तापमानवाढवण्याची सूचना केली होती आणि शरीराने त्याची आज्ञा पाळली होती. अन्यथा, या अतिरिक्त १.२°से. तापमान वाढीशिवाय पोहताना तो एक कि.मी.चा पल्ला गाठणे माझ्यासाठी अवघड होऊन बसले असते, हे नक्की!

पोहण्याच्या संपूर्ण काळात वारंवार माझे लक्ष जोनाथनच्या हातातल्या पाटीवरच्या माझ्या शरीराच्या तापमानाच्या आकड्यांकडेच लागले होते. तापमान खाली येणे हे साहजिकच होते, पण ते हळूहळू खाली येणे अपेक्षित होते. त्यातून पहिल्या १० मिनिटांत तर ते अगदी अल्प प्रमाणात खाली येणे अपेक्षित होते आणि तोपर्यंत मी निम्मा पल्ला पार करणार होतो. मी ५०० मीटर खुणेपाशी पोचलो आणि बर्फ पडायला सुरुवात झाली. त्यामुळे मला जोनाथनच्या हातातल्या पाटीवरचे माझ्या शरीराच्या तापमानाचे आकडे दिसणे कठीण होऊन बसले होते. प्रोफेसरांच्या आणि जोनाथनच्या डोक्यावरच्या टोप्या बर्फामुळे पांढऱ्या दिसायला लागल्या. प्रोफेसरांच्या भुवयांवरपण बर्फ साठले. थोडक्यात, प्रोफेसर ख्रिसमसमधील सान्ताक्लॉजसारखे दिसायला लागले. मी वारंवार जोनाथनच्या हातातल्या पाटीकडे बघत होतो. सहाशे-सातशे मीटरच्या टप्प्यानंतर पाटीवरच्या तापमानाच्या आकड्यात काही बदल झाला नव्हता. जोनाथन वाकून त्या बोटीच्या तळाकडे बघत होता, प्रोफेसर जोनाथनकडे वारंवार बघत होते. 'लुईस, तू तुझ्या पोहण्याकडे लक्ष दे.' मी स्वत:लाच बजावले. तीस सेकंद उलटून गेले होते आणि बोटीवरच्या परिस्थितीत काहीच बदल झाला नव्हता. आता माझ्या मनात राग, चिंता, काळजी अशा संमिश्र भावनांनी दाटी केली. "काय चाललंय काय त्यांचं बोटीत?" मी चिडून म्हणालो. "माझं कोअर तापमान येऊ नये तेवढं खाली आलं आहे का?" जोनाथन आणि प्रोफेसर मला माझ्या शरीराचे तापमान दाखवण्याऐवजी एकमेकांशी गप्पा काय मारत होते? हा सगळा गोंधळ जेमतेम एक ते दीड मिनिटे चालला होता, पण तो वेळ मला अगदी युगासारखा वाटला. मी पाण्यातून डोके बाहेर काढत बोटीच्या दिशेने बघत किंचाळलो "अरे, काय चाललं आहे?"

खरे तर प्रोफेसरांशी अशा प्रकारे बोलण्याची माझी शामत नव्हती; पण इथे परिस्थितीच अशी होती की, माझा एकीकडे जीव जात होता आणि मला कोणी काही सांगत नव्हते. माझा एकंदरीत अवतार पाहून प्रोफेसरांनी मला ओरडून सांगितले, ''अजून २५० मीटर बाकी आहे. तू पोहत राहा.'' हेच शब्द मला ऐकायचे होते, कारण ज्या अर्थी प्रोफेसर सांगत होते, की तू पोहत राहा त्या अर्थी सर्व काही ठीक होते. बऱ्याचवेळा प्रोफेसरांनी मला मेजर जेसन झिरगॉनॉस या ग्रीक सैन्यातील अधिकाऱ्याची गोष्ट सांगितली होती. इंग्लिश खाडी पोहून जाणारा ग्रीसचा तो पहिला जलतरणपटू. इ.स.१९५९मध्ये ४९ वर्षाच्या जेसन याने नॉर्थ आयर्लन्ड ते स्कॉटलन्डच्या दरम्यान २३ मैल लांबीचा नॉर्थ चॅनल पोहायचा प्रयत्न केला होता. स्कॉटलन्डचा किनारा फक्त तीन मैल दूर राहिला असताना पोहता-पोहता तो बेशुद्ध झाला आणि त्याला पाण्याबाहेर ओढून काढावे लागले. त्याची हृदयक्रिया बंद पडली होती. मदत बोटीवरील डॉक्टरने त्याच्या हृदयाला मसाज करून त्याला जिवंत करण्याचा प्रयत्न म्हणून एका छोट्या सुरीने त्याच्या छातीत छेद करण्याचे ठरवले. अर्थातच अशा आततायी प्रयत्नात जेसनचा मृत्यू ओढवला.

''अर्थात लुईस, तुझ्यावर अशी काही वेळ आली तर मी असलं काही भलतंसलतं करण्याच्या भागनगडीत पडणार नाही,'' प्रोफेसर म्हणायचे. पण प्रोफेसर माझ्या कोअर तापमानावर मिनिटा-मिनिटाला लक्ष ठेवून असताना मला कधीच असुरक्षित वाटले नव्हते. त्यामुळे जेव्हा त्या पांढऱ्या पाटीवरचे तापमानाचे दिसणारे आकडे थांबले तेव्हा मला प्रोफसेरांकडून फक्त 'सर्व काही ठीक आहे' या इशाऱ्याचीच गरज होती. 'तू त्या खडकावर लक्ष ठेव. तो खडक तुझे अंतिम लक्ष्य आहे.' पाण्यात मारलेला प्रत्येक हात माझ्या लक्ष्याजवळ मला नेणार होता.

शेवटी मी तो खडक गाठला आणि धडपडत पाण्याबाहेर पडलो. हवेतल्या थंडीमुळे अजूनही हायपोथेर्मिया होण्याची भीती होती, तरीपण मी त्याची फारशी फिकीर केली नाही आणि आनंद व्यक्त करण्याकरिता विजयाची एक आरोळी ठोकली. त्यांनी माझ्याभोवती एक भले मोठे ब्लँकेट गुंडाळले. 'परत ते जहाज' आणि 'गरम पाण्याचा शॉवर' एवढेच शब्द तोंडातून बाहेर पडले. माझ्या चेहऱ्यावरून आनंद ओसंडून जात होता, कारण माझी मोहीम यशस्वी झाली होती. दक्षिण ध्रुवाजवळ सर्वांत दक्षिणेकडे एक कि.मी. अंतर पोहून जाण्याची मोहीम यशस्वीपणे पार पडल्याची नोंद इतिहासात माझ्या नावावर झाली होती. गरम पाण्याच्या शॉवरच्या ओढीने 'पोलरस्टार' जहाजाच्या शिडीवरून मी भरभर चढून गेलो. सरळ गरम पाण्याच्या शॉवरखाली जाऊन उभा राहिलो. मी जणू स्वर्गात होतो. माझ्यासाठी जगात यापेक्षा कोणतीच अधिक आनंदाची गोष्ट नव्हती.

तोपर्यंत माझे सर्व सहकारी माझ्याभोवती जमले होते. सर्वांच्या चेहऱ्यावर

हास्य होते, आनंद होता. पण सगळे जण गूढपणे गप्प-गप्प होते. परिस्थितीचा अंदाज घेऊन शेवटी प्रोफेसर म्हणाले, "लुईस, तुझ्या हृदयाची स्पंदनं, ठोके मोजायला लागणारं घड्याळ तू हातात घातलं नव्हतंस आणि माझ्या कामासाठी तू ते हातात घालणं अत्यंत आवश्यक होतं." मला एकदम रडावेसे, ओरडावेसे वाटले. आणि मुख्य म्हणजे ज्या कोणी ही चूक केली, त्याला ठार मारावेसे वाटायला लागले. पण मी अगदी गप्प राहिलो. माझा उद्वेग शांत होऊ दिला आणि विवेकीपणा दाखवत विचार केला. या मोहिमेचा नेता कोण होता? मी होतो. काही चूक झाली तर मुख्य जबाबदारी कोणाची होती? अर्थातच माझी. अशा एखाद्या चुकीनंतर फक्त दोषारोप करण्याने टीममधील सहकाऱ्यांमधे उगाचच कटुता निर्माण होते. त्यामुळे सहकाऱ्यांमध्ये फूट पडते. त्यांच्या मनोधैर्यावर त्याचा परिणाम होण्याची शक्यता असते आणि कालांतराने ती घटना मागे पडली, तरी तिच्या जखमा उरतात. सगळ्यात मुख्य म्हणजे दोषारोप करून प्रश्न सुटत नाहीत. मला वाटते, लाराने ते घड्याळ बांधण्याची आठवण मला करायला पाहिजे होती, पण तिने करायच्या कामाच्या यादीत तसे स्पष्टपणे मी तिला सांगितले नव्हते. मी जेव्हा केपटाऊनला आय ॲन्ड जे कंपनीत सराव करायचो, तेव्हा तीच मला बहुतेक वेळा घड्याळ आठवणीने द्यायची; पण नेहमीच नाही. कधीकधी माझ्या हातात ते आधीपासूनच असायचे. पण ही गोष्ट खरी की, तिच्या कामाच्या यादीत या गोष्टीचा स्पष्ट उल्लेख नव्हता.

शेवटी तिच्याकडे बोट दाखवून किंवा स्वत:ला दोष देऊन काहीच साध्य होणार नव्हते. शेवटी होतात कधीकधी अशा चुका, असे म्हणून ही गोष्ट विसरणेच योग्य होते.

बेजिंग ऑलिम्पिकमध्ये पोहण्याच्या २०० मीटर 'बटर फ्लाय' शर्यतीत 'मायकेल फेल्फ'चे गॉगल्स पाण्याने भरले होते, तसेच त्याच ऑलिम्पिकमधे १०० मीटर धावण्याच्या शर्यतीत युसेन बोल्टच्या बुटाची लेस सुटली होती. तरीपण त्या दोघांनी आधीचे विक्रम मोडून नवीन विक्रमांची नोंद केलीच ना? अशा गोष्टी कधीकधी घडतात. अशा वेळी शांत राहणे हेच योग्य असते. माझा दक्षिण ध्रुवीय प्रदेशात येण्याचा मूळ उद्देश हा होता, की जास्तीत जास्त दक्षिण टोकाला एक कि.मी अंतर पोहणे आणि तो यशस्वी झाला होता. त्या खालोखाल दुसरा उद्देश होता प्रोफेसर, जोनाथन आणि लारा यांना त्यांच्या संशोधनात मदत करणे. खरं तर या पोहण्याच्या कार्यक्रमात संशोधनाच्या दृष्टीने विविध प्रकारची शास्त्रीय माहिती गोळा करायची होती; पण या गोंधळामुळे ठरवलेली पूर्ण माहिती गोळा करणे शक्य झाले नव्हते. त्यावर आत एकच उपाय होता आणि तो म्हणजे आणखी एकदा पोहण्याचा कार्यक्रम करणे. खरे तर आणखी एकदा पोहणे माझ्या

जिवावर आले होते, पण ते तितकेच गरजेचेही होते.

नंतर बऱ्याच वेळाने आम्ही पोहण्याच्या दुसऱ्या टप्प्यात (५०० मीटर ते १,००० मीटर) माझ्या काय-काय चुका झाल्या, याची चर्चा केली. जोनाथनने बोटीच्या हालण्यामुळे त्याच्या हातातून मार्कर पेन कसे निसटले आणि खाली पडले, ते सांगितले. नंतर बर्फ पडायला लागल्यामुळे त्या पांढऱ्या पाटीवर लिहिणेही कसे अवघड होऊन बसले, तेपण त्याने सांगितले. प्रोफेसरांनी त्यांचा अनुभव सांगितला. ते म्हणाले, ''अतिथंडीत माझ्या मेंदूचा विचार करण्याचा वेग मंदावतो आणि एरवी वस्तऱ्यासारखी धारदार असलेली विचारशक्ती बोथट होते. माझ्या पहिल्या ५०० मीटरच्या टप्प्यामध्ये मला समुद्रातल्या अंतर्गत प्रवाहाची साथ मिळत होती, हे त्यांच्या लक्षात आले नव्हते आणि त्यामुळे त्यांचा असा गैरसमज झाला होता की, पहिले ५०० मीटर मी अगदी आरामात पोहत गेलो होतो. जेव्हा जोनाथनच्या हातामधून पेन निसटून बोटीत खाली पडले, तेव्हाही प्रोफेसरांची प्रतिक्रिया म्हणावी एवढी जलद झाली नव्हती. बराच वेळ काय झाले होते, तेच त्यांना कळले नव्हते. ते जेव्हा जोरजोरात ओरडून मला सांगायला लागले तेव्हा ते परत थोडे भानावर आले होते.

हा आम्हा सगळ्यांसाठी एक धडाच होता, विशेषत: माझ्यासाठी खास. तेव्हाच्या संदर्भातले निर्माण झालेले विविध प्रश्न जणूकाही आमचे एसएएसमधले प्रशिक्षक मला ओरडून विचारत होते. ते माझ्या कानात ऐकू येऊ लागले. 'पग, तुझं पेन हरवलं, पडलं मग त्यात विशेष काय आहे? त्याऐवजी तू दुसरी सोय काय केली आहेस? बर्फ पडत आहे आणि पांढऱ्या पाटीवर लिहिणं अशक्य झालं आहे. मग त्यात काय झालं? बर्फ आज काय पहिल्यांदा पडत आहे काय? अशा आणीबाणीच्या प्रसंगी तुझ्याकडे दुसरा मार्ग काय आहे?' मी जर या प्रश्नांची उत्तरे दिली नसती किंवा देऊ शकलो नसतो तर त्यांनी मला कधीच 'कचऱ्याची टोपली' दाखवली असती. मीच कोठेतरी कमी पडल्याची भावना माझ्या मनात तीव्रतेने निर्माण झाली. जोनाथन आणि प्रोफेसरांना वाटत होते की चूक त्यांची होती, पण माझ्या नजरेत मीच कोठेतरी कमी पडलो होतो.

दोन दिवसांच्या प्रवासानंतर आमच्या पोलरस्टार जहाजाने डिसेप्शन बेटाजवळ नांगर टाकला. डिसेप्शन बेट हे दक्षिण शेटलन्ड बेटांच्या समुद्रापैकी एक बेट, परंतु दक्षिण ध्रुवाजवळील अनेक बेटांपैकी त्यातल्या त्यात प्रसिद्ध बेट आहे. या बेटाचा आकार घोड्याच्या नालेसारखा आहे आणि बेटाचा मधला भाग पाण्याने व्यापला आहे. खरं तर हा खोलगट भाग ज्वालामुखीचा पर्वत, ज्वालामुखीच्या भयानक उद्रेकानंतर, कोसळून भुईसपाट झाल्यामुळे झाला आहे. (याला इंग्रजीत Caldera

किंवा SunkenVolcano म्हणतात.) या घोड्याच्या नालेच्या आकाराच्या बेटावर पोचण्यासाठी त्याच्या दोन टोकांमधल्या २३० मीटरच्या अरुंद भागातून जावे लागते. या चिंचोळ्या मार्गाचे नाव आहे 'नेपच्युन्स बेलोज'. डिसेप्शन बेटाच्या या वैशिष्ट्यपूर्ण आकारामुळे जहाजांना, नाविकांना समुद्री वादळांच्या वेळी या बेटाचा खूपच आधार वाटत आला आहे. तसेच सन १९००च्या पहिल्या काही दशकांत देवमाशांच्या मोठ्या प्रमाणावर शिकारींचे हे केंद्र होते. देवमाशांच्या शिकारीसाठी खास बनवलेली जहाजे या बेटाजवळ नांगर टाकायची. एके काळी या बेटावर ब्रिटन, अर्जेंटिना, चिली आणि स्पेन या देशांची वैज्ञानिक संशोधन केंद्रे होती. आता फक्त अर्जेंटिना आणि स्पेन या दोनच देशांची केंद्रे तिथे आहेत.

बेटाच्या चिंचोळ्या मार्गातून जहाज आत शिरले की जहाज त्या जागृत परंतु पाण्यात बुडालेल्या ज्वालामुखीच्या तोंडावर जाऊन पोचते. डिसेप्शन बेटावरच्या ज्वालामुखीचा उद्रेक एकदा १९६७ साली आणि त्यानंतर परत १९६९ साली झाला होता आणि पाण्यातून गरम वाफा उसळल्या होत्या. त्या बेटाचा किनारा ज्वालामुखीच्या राखेपासून बनलेला आहे. ज्वालामुखीच्या त्या राखेत खड्डा खणला, तर दुसऱ्या क्षणाला तो समुद्राच्या पाण्याने भरतो आणि दक्षिण ध्रुवीय प्रदेशातपण किनाऱ्यावरच्या त्या 'बाथटब'मध्ये साठलेल्या गरम पाण्यात अंघोळ करता येते. तसेच आजूबाजूला पसरलेल्या अफाट निसर्गाच्या आणि पेंग्विन पक्ष्यांच्या टोळ्यांच्या सान्निध्यात बाष्पस्नानाचा आनंदपण घेता येतो. आजूबाजूचा प्रदेश इतका अद्‌भुत होता की, त्या नेपच्युन्स बेलोजमधून बेटावर येताना मला आपण एखाद्या जेम्स बॉन्डच्या चित्रपटाच्या सेटवरच आलो होतो, असे वाटत होते. तरीपण किनाऱ्यावर नजर टाकली, तर माणसाने निसर्गावर केलेल्या अत्याचाराच्या खुणा जागोजागी दिसत होत्या. किनाऱ्यावर देवमाशांची चरबी वितळवण्यासाठी वापरलेली जुनी, गंजलेली पत्र्याची पिंपे इतस्ततः पडलेली होती. डिसेप्शन बेटावरच्या स्मशानभूमीत येथे काम करणाऱ्या ५८ कामगारांची थडगी होती पण १९६९च्या ज्वालामुखीच्या उद्रेकात ती स्मशानभूमीच नष्ट झाली होती, बघताक्षणीच पोहण्यासाठी ती जागा उत्तम वाटत होती, कारण पाण्यातून निघणाऱ्या वाफांवरून पाण्याचे तापमान सुखद उबदार असणार, हे दिसतच होते आणि अशा पाण्यात एक कि.मी अंतर पोहणे अगदी आरामात शक्य होते.

मी सर्वांना उद्देशून म्हणालो, "चला, एक लक्षात राहील असा मोठा पोहण्याचा प्रयत्न करू या. अंतर किती, दहा कि.मी चालेल? मला वाटले होते की, मी किनाऱ्या-किनाऱ्याने दोन-तीन तास पोहेन आणि जगातल्या सर्वांत मोठ्या गरम पाण्याच्या तरणतलावाचा आनंद लुटेन. जोनाथनने किनाऱ्याच्या उथळ भागात गरम वाटणाऱ्या पाण्यात थर्मामीटर बुडवला. थर्मामीटर तापमान दाखवत होता २°से.च्या

आसपास. ‘‘अरे देवा!’’ मी ओरडलो आणि पुढच्या क्षणी १० कि.मी. पोहण्याचा कार्यक्रम मी एक कि.मी. वर आणला.

पोहण्यासाठी माझी स्वत:ची अशी तयारी करताना आम्ही दोघांनी, म्हणजे मी आणि जोनाथनने यादीप्रमाणे परत एकदा सर्वांना नेमून दिलेल्या कामांची फेरतपासणी केली आणि कोणाची काय जबाबदारी होती, याची खातरी करून घेतली. सर्वांची कामे अगदी सुस्पष्टपणे यादीत नोंदली गेली होती, त्यामुळे पीटरमन बेटावर झालेला गोंधळ नक्कीच परत होणार नव्हता. आता मी दीड कि.मी.पेक्षा थोडे जास्त पोहायचे ठरवले होते आणि हे अंतर मी ४०० मीटरच्या चार टप्प्यांत पोहून जाण्याचे ठरवले होते. किनाऱ्यावरच्या उथळ पाण्यातून पन्नास-एक मीटर आत धावत जाऊन, शर्यतीच्या सुरुवातीच्या ठिकाणापर्यंत जाऊन, मी पाण्यात सूर मारला. काही सेकंदांनंतर मी समुद्रतळाकडे नजर टाकली, तर माझ्या डोळ्यांवर माझा विश्वासच बसेना. खाली सगळीकडे देवमाशांच्या हाडांचा खच पडला होता. हजारोंच्या संख्येने हाडे होती. एकावर एक रचून ठेवल्याप्रमाणे ती पसरलेली होती. काही-काही ठिकाणी तर हाडांचे ढीग समुद्रतळापासून ते पाण्याच्या पातळीपर्यंत वर आलेले होते. आकाराने प्रचंड अशी आणि सर्व प्रकारची हाडे होती. जबड्याची, पाठीच्या कण्याची हाडे, बरगड्या इत्यादी. काही भागांत पोहताना तर हात-पाय मारताना ती हाडे हाता-पायांना लागत होती. मला दक्षिण आफ्रिका, नॉर्वेच्या जवळच्या समुद्रात आढळणारे प्रचंड आकाराचे, देखणे आणि समुद्राच्या सौंदर्यात भर घालणारे देवमासे आठवले. मनात विचार आला की, किती देवमाशांना अशा प्रकारे मारून येथे आणून त्यांची चरबी वितळवून तेल काढले गेले असेल? मला त्या सर्व प्रकाराची इतकी घृणा आली की, क्षणभर या भागात पोहणे थांबवावे, असे वाटले; पण परत केलेल्या तयारीचा विचार करून पोहणे चालूच ठेवण्याच्या विचार केला.

माझ्या अंदाजापेक्षा तेथे पोहणे मला कठीण गेले. शेवटी-शेवटी तर मी कमालीचा दमलो होतो. मी १,५०० मीटरच्या टप्प्याच्या जवळपास असताना प्रोफेसरांना माझ्या शारीरिक हालचाली आणि पाण्यात हात मारण्याच्या पद्धतीत अचानक झालेला बदल लक्षात आला आणि ते काळजीत पडले. माझे कोअर तापमान व्यवस्थित होते; पण काहीतरी गडबड होती, हे त्यांच्या लक्षात आले होते, पण नक्की काय होते, याचा त्यांनाही अंदाज आला नव्हता. माझ्या हातांची संवेदनाच अचानक गेली होती. आपल्या शरीराला हात हे अवयवच नाहीत, असे काहीसे वाटत होते. पण असे काय झाले होते किंवा होत होते, तेच कळेनासे झाले होते. माझे हात प्रतिक्षिप्त क्रियेप्रमाणे पाण्यात आपोआप चालत होते, पण मेंदूमधून निघणाऱ्या सूचनांचा त्यांच्यावर काही परिणाम होत नव्हता. प्रोफेसर

ओरडून सांगत होते, "लुईस, फक्त पोहत राहा, तू जवळ-जवळ पोचलाच आहेस." मी पोहत होतो, मी पुढे-पुढे जात होतो, पण मला काही कळत नव्हते आणि हे प्रोफेसरांच्या लक्षात आले होते.

पीटरमन बेटावर दोनच दिवसांपूर्वी अतिथंड पाण्यात पोहण्याचा हा परिणाम होता. शेवटचे १०० मीटर अंतर कापायला मी जिवाच्या कराराने झगडत होतो. आधीच्या पोहण्याच्या वेळीच प्रोफेसरांच्या लक्षात आले होते की, माझ्या कोअर तापमानावर लक्ष ठेवण्याच्या नादात त्यांचे माझ्या शरीरावर आणि अंतर्गत घडणाऱ्या इतर बदलांकडे दुर्लक्ष झाले होते. पीटरमन बेटाजवळचे पोहणे झाल्यावर प्रोफेसरांना माझ्या पायाच्या स्नायूंमध्ये थर्मामीटर घालून पायांच्या स्नायूंचे तापमान घ्यायचे होते. पण तेव्हा मी खूपच दमलेलो आणि गारठलेलो असल्यामुळे मी त्यांना नकार दिला होता. पण आज परत त्या गोष्टीला नकार देणे मला शक्य नव्हते. किनाऱ्यावर टॉवेल टाकून मी पडलो. प्रोफेसरांनी ओणवे बसत एका हाताने मला धरले आणि दुसऱ्या हाताने पोटरीच्या मध्यभागी थर्मामीटरचा टोकदार भाग जोरात खुपसला. मला तीव्र वेदना झाल्या. थर्मामीटर पायात तसाच ठेवून जहाजाकडे नेणाऱ्या बोटीपर्यंत चालत जाणे म्हणजे एक दिव्य होते. बोटीत मी अंगाभोवती ब्लँकेट गुंडाळून आणि अंगाचे मुटकुळे करून पडलो. पोलर स्टारच्या डेकवर पोचण्यासाठी शिडीची एकेक पायरी चढताना पायात असह्य वेदना होत होत्या. मी गरम पाण्याच्या शॉवरखाली उभा राहिलो, तेव्हा शारीरिक आणि मानसिकदृष्ट्या मी इतका थकलो होतो की, मला भोवळ आली. प्रोफेसर मला परत-परत जागे राहण्यासाठी सांगत होते, पण मला फक्त डोळे मिटायचे होते आणि सगळे विसरायचे होते.

"लुईस, जागा राहा," प्रोफेसर सांगत होते.

"बरं बरं, मी ठीक आहे," मी काहीतरी पुटपुटलो.

गरम पाण्याने माझ्या जिवात जीव आला, पण माझ्या शरीराच्या तापमानात इतक्या वेगाने घट होण्याच्या प्रकाराने प्रोफेसर चिंताक्रांत झाले होते. मी पाण्याच्या बाहेर आलो, तेव्हा कोअर तापमान ३६°से. होते, तर आता ते ३४°से.वर आले होते व आणखी खाली जात होते.

शरीराचे कोअर तापमान ३५°से.च्या खाली जाणे हे हायपोथेर्मिया झाल्याचे लक्षण होते. माझ्या शरीराचे तापमान ३३.३°से.पर्यंत खाली गेले होते. प्रोफेसर वरकरणी शांत होते, पण अत्यंत चिंताक्रांत झाले होते. तापमान आणखी खाली गेले असते, तर मी बेशुद्धच पडलो असतो. परंतु वरून पडणाऱ्या गरम पाण्याने त्याचे काम केले. तापमानाची घसरण थांबली आणि शरीराचे तापमान परत वाढायला लागले. एकदा हे झाल्यावर परत प्रोफेसरांनी माझ्या पायात खुपसलेल्या

थर्मामीटरकडे मोर्चा वळवला. थर्मामीटर माझ्या पायाच्या स्नायूंचे तापमान ३१°से. दाखवत होता. पण ही काही तितकीशी चिंता करण्यासारखी गोष्ट नव्हती. नंतर जेव्हा प्रोफेसर आणि जोनाथन या दोन्ही पोहण्यांच्या दरम्यान मिळवलेल्या माहितीचा, विविध परीक्षणांचा अभ्यास करायला, विश्लेषण करायला बसले; तेव्हा त्यांना माझ्या स्नायूंच्या तापमानाचे फार आश्चर्य वाटत होते, कारण माझे पोहणे झाल्यावर आणि मी गरम पाण्याच्या शॉवरखाली होतो तरीसुद्धा जवळ-जवळ दीड तास माझ्या स्नायूंचे तापमान ३१°से. इतकेच राहिले होते. त्यांनी काढलेला प्राथमिक निष्कर्ष असा होता की, कोणत्याही अतिटोकाच्या परिस्थितीत शरीराची सर्वप्रथम प्रतिक्रिया म्हणजे जीव वाचवण्याच्या दृष्टीने आवश्यक असलेल्या शरीरातील महत्त्वाच्या अवयवांचे प्रथम संरक्षण करणे, ही असते. त्यांच्याभोवती संरक्षक कवच उभे केले जाते आणि हे करताना अर्थातच कमी महत्त्वाच्या (जीव वाचवण्याच्या दृष्टीने) अवयवांकडे शरीराचे दुर्लक्ष होते. त्यामुळे कोअर तापमान सांभाळण्याच्या प्रयत्नांत पायांच्या स्नायूंकडे होणारा रक्तपुरवठा जवळ-जवळ थांबतो आणि स्नायूंचे तापमान खाली-खाली येत जाते. हाता-पायांच्या स्नायूंकडे होणारा रक्त पुरवठा जवळ-जवळ थांबतो. पण एका ठरावीक मर्यादेनंतर अतिथंड पडलेल्या हातापायांच्या तापमानाचा कोअर तापमानावरपण परिणाम व्हायला लागतो, कारण हाता-पायांकडे थोड्या प्रमाणात परतणाऱ्या रक्ताचे तापमान पण कमी-कमी व्हायला लागते आणि त्यामुळे कोअर तापमानपण कमी-कमी व्हायला लागते. प्रोफेसरांना निष्कर्ष काढला की, ही उलटी प्रक्रिया सुरू होण्याची वेळपण ठरावीक काळानंतर येते आणि गोठवणाऱ्या पाण्यात मी जवळ-जवळ २५ मिनिटे काढल्यानंतर माझ्यासाठी ही वेळ आली होती. तेव्हाच माझ्या हाताची संवेदना नष्ट झाली होती. डिसेप्शन बेटावरचे माझे हे पोहणे जवळ-जवळ ३० मिनिटांचे झाले होते आणि म्हणून शेवटच्या १०० मीटर अंतरात मला झगडावे लागले होते. मी अजून थोडा वेळ जरी पाण्यात राहिलो असतो, तरी त्याचे फार गंभीर परिणाम माझ्यावर झाले असते, असे मला प्रोफेसर म्हणाले.

त्या दिवशी पोहून झाल्यावर घडलेल्या घटनांपैकी प्रकर्षाने मला जर काही आठवत असेल, तर ते म्हणजे मी गरम पाण्याच्या शॉवर खाली उभा होतो, तेव्हापासून जवळ-जवळ तीस मिनिटे मी सतत खोकत होतो. खोकताना जेव्हा माझा हात सवयीप्रमाणे तोंडापुढे धरला गेला, तेव्हा माझ्या फुप्फुसातून येणाऱ्या उच्छ्वासाच्या थंडगारपणाचे माझे मलाच आश्चर्य वाटले. एरवी अगदी थंडीत पण आपला उच्छ्वास त्यामानाने नेहमी उबदार असतो. आता शरीराच्या एकेका अवयवाचे तापमान जसे वाढत होते, तशी शरीरातील थंडी बाहेर पडत होती.

प्रोफेसरांना माझ्या उच्छ्वासाच्या थंडपणाचा अनुभव येण्यासाठी मी त्यांच्या

हाताचा तळवा माझ्या तोंडासमोर धरला आणि खोकलो.

"अरे देवा!" ते उद्गारले.

त्यांनी असा निष्कर्ष काढला की, शरीरातील थंडी बाहेर काढण्यासाठी माझी फुप्फुसे धडपडत होती. त्यांनी थोडा वेळ विचार केला आणि माझ्या शरीरातील या घडामोडींचे शास्त्रीय नाव त्यांनी सांगितले, "आरईसी" (Respiratory Expulsion of Cold). त्यांनी त्याचे स्पष्टीकरण दिले. ज्याप्रमाणे पळताना आपले शरीर थंड राहण्यासाठी फुप्फुसे उच्छ्वासावाटे गरम हवा बाहेर टाकतात आणि वेगाने बाहेरची त्यामानाने थंड हवा आत घेतात, त्याचप्रमाणे फुप्फुसे शरीर उबदार राखण्यासाठी थंड हवा बाहेर टाकत असली पाहिजेत. त्यांचे स्पष्टीकरण अगदी योग्य होते, पण मला शास्त्र फारसे कळत नसल्यामुळे मी म्हणालो, "प्रोफेसर, तुम्ही सांगितलेले 'आरईसी' हे नाव अगदी योग्य आहे, पण आरईसी या अर्थाने नाही; डब्ल्यूआरईसी या वेगळ्या अर्थाने." खरोखरच या दुसऱ्या पोहण्याच्या अनुभवानंतर माझी अवस्था कोणत्याही शब्दांनी व्यक्त करण्यापलीकडची झाली होती.

अमृतकुंभ आणि त्या पलीकडे

जेम्स मॅथ्यूच्या आमंत्रणावरून २००६च्या उन्हाळ्यात मी इंग्लंडला परतलो. तो उन्हाळ्यात यॉर्कशायरला त्याच्या आईच्या घरी जाणार होता आणि मीपण बरोबर यावे, असा त्याचा आग्रह होता. त्या वेळी जेम्स आणि त्याची मैत्रीण क्लॅरा केर यांच्या भेटी-गाठीपण सुरू होत्या. क्लॅरा ही 'कॉन्झर्व्हेटिव' पक्षाचे माजी अध्यक्ष मायकेल अॅन्क्रम यांची मुलगी. जेम्सने त्या आठवड्यातल्या शनिवार-रविवारी क्लॅरालाही यॉर्कशायरला आणले होते. दक्षिण ध्रुवावरच्या मोहिमेला जेमतेम सहाच महिने झाले होते आणि उत्तरध्रुवीय प्रदेशातल्या स्पीट्सबर्गेनच्या भेटीला एक वर्षच होत होते.

त्या सुट्टीत क्लॅरा, जेम्स आणि त्याच्या आईने माझ्यावर त्या मोहिमेसंबंधीच्या प्रश्नांचा भडिमार केला. दोन्ही ध्रुव प्रदेशातील विविध माहिती, पाहिलेल्या गोष्टी सांगता-सांगता तेथील अद्भुत सौंदर्याची आणि जीवनपद्धतीची मी तोंड भरून स्तुती केली आणि हेही सांगितले की, कितीही वेळा तिकडे गेले, तरी समाधानच होत नाही आणि परत-परत जावेसे वाटते. आम्ही हवामान बदलाचा आणि वाढत्या तापमानाचा उत्तर ध्रुवावरच्या बर्फावर कसा आणि किती वाईट परिणाम होतो आहे, यावरपण चर्चा केली. मी माझ्या अनुभवावरून सांगितले की, तिथे उन्हाळ्याच्या आधीच बर्फ वितळायला सुरुवात होते आहे आणि थंडी पडायला लागल्यावरपण खूप उशीरा बर्फ तयार होण्याची प्रक्रिया सुरू होते आहे. त्यामुळे हिमनद्यांची खूप मोठ्या प्रमाणात पीछेहाट झाली आहे. ही गोष्ट खरीच आहे की, आपण आपल्या जीवनपद्धतीत तातडीने आमूलाग्र बदल केले नाहीत, तर आपल्याला याची जबर किंमत चुकवावी लागेल आणि ती वेळ आता फार लांब नाही. उत्तर ध्रुवावरील अस्वलांच्या, दक्षिण ध्रुवावरील पेंग्विन पक्ष्यांच्या आणि सील प्राण्यांच्या संख्येत झालेली घट पाहता आणि त्यांच्या अवस्थेचा विचार करता मला हे कळत नाही

की, त्यांच्या पर्यावरणाचा, अस्तित्वाला निर्माण झालेल्या धोक्याचा कोणी गांभीर्याने अजून विचार का करत नाही? जेम्सच्या घरी असलेल्या सगळ्यांचेच यावर एकमत होते.

यॉर्कशायर डेल्सच्या निसर्गरम्य परिसरात मी, जेम्स आणि क्लॅरा फिरत असताना थेम्स नदी (संपूर्ण लांबी ३५० कि.मी.) पोहण्याच्या माझ्या आगामी मोहिमेवर आम्ही चर्चा करत होतो, गप्पा मारत होतो. उन्हाळा संपता-संपता मी संपूर्ण थेम्स नदी पोहण्याचा विचार करत होतो. जेम्सने कयाकमधून त्या संपूर्ण प्रवासात माझ्याबरोबर यायचे कबूल केले होते. गप्पा मारता-मारता थेम्स नदी पोहताना वाटेत लागणाऱ्या निरनिराळ्या ठिकाणांवरून, स्थळांवरून आमचे हास्य-विनोद चालले होते. दक्षिण ध्रुवावरच्या डिसेप्शन बेटाजवळ समुद्राच्या तळाशी हजारोंच्या संख्येने असलेल्या देवमाशांच्या निरनिराळ्या हाडांच्या राशींविषयी मी त्यांना सांगितले. यापेक्षा दुसरे कोणतेच अधिक धक्कादायक दृश्य मी पाहिले नव्हते. त्या ठिकाणी वर्षभर समुद्राच्या पाण्याचे तापमान जवळ-जवळ ०°से. असल्यामुळे ती हाडे जशीच्या तशी, म्हणजे शंभर-एक वर्षांपूर्वी त्यांची शिकार केली गेली होती त्या वेळी होती, तशीच राहिली होती. "माणूस ऐतिहासिक काळापासूनच पर्यावरणाशी अशा प्रकारे वागत आला आहे," मी म्हणालो, "आणि अजूनपण तसाच वागतो आहे. माणसांनी अनिर्बंध शिकार करून देवमासे जवळ-जवळ नामशेष केले होते आणि माणसांनीच त्याच्या आततायी कृत्यांनी ओढवून घेतलेल्या हवामान बदलामुळे उत्तर आणि दक्षिण ध्रुवीय प्रदेशातपण असाच विनाश घडतो आहे."

तोपर्यंत क्लॅराच्या पर्यावरण रक्षणाबद्दल असलेल्या जागरूकतेची किंवा त्या क्षेत्रात तिने केलेल्या कार्याची मला फारशी माहिती नव्हती. क्लॅरा 'डब्ल्यू डब्ल्यू एफ' या सर्वांत मोठ्या जागतिक पर्यावरण रक्षणासंबंधी मोहिमेची प्रवक्ती, प्रमुख कार्यकर्ती होती.

"तू डब्ल्यू डब्ल्यू एफच्या अंतर्गत एक पर्यावरण जागृतीचे अभियान म्हणून नदी पोहून जाण्याचा उपक्रम का करत नाहीस?" क्लॅराने मला विचारले.

"डब्ल्यू डब्ल्यू एफचे अभियान किंवा डब्ल्यू डब्ल्यू एफसाठी म्हणजे काय?" मी विचारले.

"मला म्हणायचे आहे डब्ल्यू डब्ल्यू एफच्या मदतीने तू ही मोहीम कर. तू उत्तर-दक्षिण ध्रुवीय प्रदेशांबद्दल, तेथील हवामानाबद्दल, तेथील होणाऱ्या हानीबद्दल एवढे बोलतो आहेस, तर तुझा आवाज आणखी बुलंद करण्यासाठी त्याच जनजागृतीच्या कार्याला वेग देण्यासाठी डब्ल्यू डब्ल्यू एफच्या मदतीने ही मोहीम कर, एवढेच!"

''मी एक नौकानयनविषयक कायद्याचा पदवीधर आहे. एक जलतरणपटू आहे. मला या हवामानाबद्दलचे, त्याच्या कारणांचे शास्त्रीय विश्लेषण करता येणार नाही, कारण मलाच ते माहीत नाही. त्यामुळे मला हे कितपत जमू शकेल, याबद्दल मी जरा साशंक आहे,'' मी म्हणालो.

''लुईस, हा फार मोठा गैरसमज आहे. हवामानबदलासंबंधी जनजागृती करायला शास्त्रज्ञ असण्याची काही गरज नाही, कारण ती गोष्ट कमी-अधिक प्रमाणात सर्वांनाच अनुभवायला येऊ लागली आहे. स्वत:च्या त्याबाबतच्या भावना, काळजी इत्यादी प्रामाणिक असण्याची गरज आहे. उत्तर-दक्षिण ध्रुवीय हवामानबदलाचा तू प्रवक्ता बनू शकशील. जर तुला वाटत असेल, की हवामानबदल हा पर्यावरणाला असलेला सर्वांत मोठा धोका आहे, तर थेम्स नदी पोहण्याच्या मोहिमेला यापेक्षा योग्य वेळ तुला मिळणारच नाही. लंडनमध्ये पाणीपुरवठ्यात कपात करण्यात आली आहे. हे तुला माहीत आहे? आज बऱ्याच लोकांच्या आठवणीप्रमाणे ब्रिटनमध्ये गेल्या कित्येक वर्षांत पडला नव्हता, असा सर्वांत भीषण दुष्काळ आहे. पुढील वर्षी एखादे वेळी पूर परिस्थिती निर्माण होईल. कारण हवामानातील बदलामुळेच अशा टोकाच्या घटना घडत आहेत,'' ती म्हणाली.

क्लॅराचा प्रस्ताव नक्कीच आकर्षक होता, तरीही तिच्या प्रस्तावावर मी लगेच मतप्रदर्शन करण्याचे, निर्णय घेण्याचे टाळले. मी जर हे माझे ध्येय ठरवणार असेन, तर मला अजून त्याबद्दल जास्त माहिती करून घेणे आवश्यक होते. मला त्यावर जास्त विचार करायला जरा जास्तच वेळ घेणे आवश्यक होते. पण त्या क्षणी मला जाणवले होते की, क्लॅराने कोठेतरी माझी दुखरी नस पकडली होती. हवामान बदल, पर्यावरण रक्षण यांबद्दलच मला काहीतरी करायचे होते.

जॅक कोस्टेयु म्हणाला होता, ''ज्याच्यावर आपले खरेखुरे प्रेम असते, त्याच गोष्टीचे आपण प्राणपणाने रक्षण करू.'' कोणत्याही गटात किंवा संघटनेत सहभागी न होता मी पर्यावरणवादी झालो होतो. हवामानबदल, पर्यावरणहानी या विषयांवर बोलताना मी प्रत्यक्ष बघितलेल्या, अनुभवलेल्या गोष्टींवरच बोलत होतो. मी लोकांना माझी ओळख सांगताना - 'मी एक साहसी, संशोधक, जलतरणपटू आहे,' अशीच करून देत होतो. तसेच हेही सांगत होतो की साहसी, संशोधक, जलतरणपटू होण्यासाठी मी माझ्या वकिली पेशाचा त्याग केला आहे. अव्वल दर्जाचा जलतरणपटू बनणे, हे माझे स्वप्न आहे आणि काहीही झाले, तरी मी त्याचा पाठपुरावा करणार आहे.

माझ्या जडणघडणीत माझ्या आजूबाजूच्या पर्यावरणाचा खूपच मोठा वाटा आहे. मला आठवते की, लहानपणी दक्षिण आफ्रिकेच्या पूर्व भागातील लिंपोपो आणि पुमालांगा प्रांतातील क्रुगर अभयारण्यात, तसेच पोर्ट एलिझाबेथ येथील

ॲडोएलिफंट अभयारण्यात माझे वडील मला घेऊन गेले होते आणि तिथे नैसर्गिक वातावरणात राहणारे वन्यप्राणी बघून मी अगदी वेडावून गेलो होतो. मी लहान असताना वडील मला वारंवार तिथे घेऊन जायचे. मी जेव्हा २०-२२ वर्षांचा झालो आणि क्लिफ्टनच्या किनाऱ्यावर जीवरक्षक म्हणून काम करायला लागलो, तेव्हा एका बुडालेल्या जहाजातून तेलगळती होऊन त्या किनाऱ्याची आणि तेथील जलसृष्टीची झालेली हानीपण मी पाहिली होती. तसेच रॉबिन बेटाजवळच्या तेलगळतीने तेथील पेंग्विन पक्षांच्या वसाहतीच्या वसाहती नष्ट झालेल्यापण पाहिल्या होत्या. अशा घटना नक्कीच चीड आणणाऱ्या, संतापजनक होत्या.

कॅम्पस बे हायस्कूलच्या वर्गात बसून विद्यार्थीदशेत पाहिलेले माझे पहिले स्वप्न होते, ते दक्षिण ध्रुवीय समुद्राचे आणि तिथे मला नेणाऱ्या सफरीचे. माझ्या प्रत्येक काल्पनिक मोहिमेत तेथील समुद्रात पोहण्याचा आणि बोटीतून काढलेल्या सफरीचा भाग असायचाच. नंतर मी जसा मोठा झालो; तसे माझ्या स्वप्नांना मूर्तरूप देण्यासाठी, स्वप्ने सत्यात आणण्यासाठी जलतरणपटू होण्याचे ठरवले. माझ्या पोहण्याला अर्थ देण्यासाठी मोहिमा काढल्या, स्वत:साठीची ध्येये ठरवली. ऑट्टो थॅनिंग आणि मी, आम्ही आफ्रिकेतील सर्वांत मोठ्या तळ्यांपैकी एक असलेले 'लेक मालावी' प्रथम पोहणारे होतो. नॉर्वेतील सर्वांत सुंदर आणि भव्य सोगने फोर्ड प्रथम पोहणारा मी होतो. तसेच भविष्यात सर्वांत उत्तरेकडे आणि सर्वांत दक्षिणकडे एक कि.मी. अंतर पोहण्याचे सर्वप्रथम विक्रम मीच प्रस्थापित केले. स्वत:ची स्वप्ने पुरी करणे, स्वत:साठी ठरवलेल्या ध्येयांची पूर्ती करणे हे महत्त्वाचे होतेच; पण लागणारा वेळ किंवा पोहलेली अंतरे यांपेक्षाही महत्त्वाची गोष्ट होती ती म्हणजे या पृथ्वीवरची अद्‌भुत ठिकाणे बघणे, अनुभवणे.

मी उत्तर धुव्रीय समुद्रात, नॉर्वेच्या नॉर्थ केप भागात पोहण्याचा अनुभव घेतला. हा या पृथ्वीवरचा एक अद्‌भुत भूभाग आहे. तेथील निसर्ग केवळ अवर्णनीय आहे. नॉर्थ केपचे गोठवणारे थंड पाणी आणि अशा पाण्यात पाच कि.मी. पोहण्याचे आव्हान मला खुणावत तर होतेच; पण तितकाच खुणावत होता तेथील अस्पर्श, नीरव निसर्ग. त्यानंतर मी दक्षिण आफ्रिकेतील केप द्वीपकल्पाच्या भागात शंभर कि.मी पोहण्याचा विक्रम केला. त्या पाण्यात मोठ्या पांढऱ्या शार्क माशांची भीती सतत पाठपुरावा करत होती. पण हेही खरंच आहे की पांढरे शार्क, सील, डॉल्फीन आणि देवमाशांचे केप द्वीपकल्पातील अस्तित्व हे त्या समुद्राची शोभा आहेत, शान आहेत. नॉर्थ केपची, तसेच केप द्वीपकल्पातील मोहीम या दोन्ही मोहिमा खडतर तर होत्याच; तसेच शारीरिक सहनशीलतेचा अंत बघणाऱ्याही होता. त्या दोन्ही मोहिमा पार पाडताना मला कल्पना नव्हती की, मी या ठिकाणांच्या प्रेमात पडणार होतो, जसे प्रेम वाटायला लागले, तसे जॅक कोस्टेयु म्हणाल्याप्रमाणे त्यांच्याविषयी

संरक्षणात्मक जाणीव झाली. ज्या गोष्टीवर आपण प्रेम करतो ती गोष्ट कधीच बदलू नये, असे आपल्याला वाटते आणि अशी गोष्ट संकटात आहे, याची कल्पनासुद्धा आपल्याला असह्यच होते.

नॉर्वेच्या नॉर्थ केप भागातल्या, रेनडिअरचे कळपच्या कळप पाळणाऱ्या 'सामी' जमातीच्या लोकांबरोबर काही दिवस घालवले; तेव्हा त्यांच्या साधेपणाचे, जीवनशैलीचे खरोखरच खूप आश्चर्य वाटले. ज्या प्रकारे त्यांच्या भोवतालच्या निसर्गाशी त्यांनी जमवून घेतले आहे, त्याला खरोखरच तोड नाही. त्यांनी कारखाने काढले नाहीत की, समुद्राचे पाणी प्रदूषित केले नाही. त्यांचे पूर्वज जे काम शतकानुशतके करत आले, तेच काम ते आजपण करत होते. सामी लोकांची दिनचर्या पाहिली आणि त्यांचे त्यांच्या रेनडिअरवरचे अवलंबित्व जर पाहिले, तर सामी लोकांची निसर्गाशी जुळलेली नाळ लक्षात येते. दानजी टुटरचा सहवासपण मला तितकाच हवाहवासा वाटायचा. दानजीच्या समुद्रावरील प्रेमामुळे व त्याच्या अनुभवावरून मला खूप नवीन गोष्टी शिकायला मिळाल्या. मासेमारीचा व्यवसाय हा दानजीच्या जीवनाचा अविभाज्य भाग होता. किंबहुना तेच त्याचे जीवन होते. समुद्र हेच त्याचे जग होते आणि तेवढेच त्याला पुरेसे होते. मी जरी त्याला माझा वाटाड्या, मार्गदर्शक म्हणून माझ्या दोन आठवड्यांच्या मोहिमेसाठी पैसे देऊन निवडले होते; तरी तो माझ्या मोहिमेत तनामनाने इतका गुंतला होता की, मला वाटते त्याने त्याच्या कॅव्हेलियर बोटीच्या फक्त डिझेलच्या खर्चाच्या मोबदल्यातपण यायची तयारी दाखवली असती. सामी जमातीच्या लोकांना आणि दानजीला निसर्ग खरा कळला होता. ते त्यांच्या भोवतालच्या निसर्गाचाच एक भाग बनून गेले होते. अशीच निसर्गाशी एकरूप झालेली एक व्यक्ती मला आठवते, ती म्हणजे स्टुअर्ट ग्रॅन्ट. मी जेव्हा 'लेक मालावी' मोहीम हाती घेतली होती, त्या वेळी त्याची आणि माझी भेट झाली होती. त्याला निसर्गाच्या सान्निध्यात, अफाट तळ्याच्या काठावर काम करायला, राहायला मिळण्याचे खरे महत्त्व कळले होते. ते आफ्रिका खंडातले तळे म्हणजे निसर्गाचा एक चमत्कारच आहे.

नॉर्वेची जवळ-जवळ प्रत्येक गोष्ट मला आवडली होती. मी त्या देशाच्या प्रेमातच पडलो होतो. फक्त एकच गोष्ट खटकणारी होती, ती म्हणजे देवमाशांची शिकार. बऱ्याच नॉर्वेकरांचे म्हणणे होते की, तो त्यांचा हक्क होता आणि ही एक अशी गोष्ट होती की, त्यांचे मच्छीमार पिढ्यान्पिढ्या ती करत आलेले होते. माझे त्यांना असे सांगणे होते की, माझे आयुष्य दक्षिण आफ्रिकेत गेले आहे, दक्षिण आफ्रिकेच्या किनाऱ्यावर विपुल प्रमाणात सापडणाऱ्या देवमाशांची तेथील लोकांनी अनिर्बंध शिकार करून, त्यांना जवळ-जवळ नामशेष करण्यापर्यंत आणले होते; परंतु कायद्यात योग्य ते बदल करून त्यावर निर्बंध आणल्यामुळे आता परत दक्षिण

आफ्रिकेच्या किनाऱ्यावर देवमासे दिसायला लागले आहेत. दक्षिण आफ्रिकेच्या लांबलचक पसरलेल्या किनारपट्टीवर, थंडीच्या दिवसांत सकाळी, केपटाऊन ते दर्बनमधल्या किनाऱ्यावर एखाद्या उंच खडकावर जर चढून बसले, तर पाण्यातून एकामागून एक हवेत उंच उड्या घेणारे देवमासे बघायला मिळतात. समुद्री जीवसृष्टीतले हे एक आश्चर्यच आहे. देव करो आणि ते अबाधित राहो!

माणसाने निसर्गावर आक्रमण करून, अत्याचार करून खूपच ठिकाणी विनाशाच्या खुणा सोडल्या आहेत आणि ते आपण ठिकठिकाणी बघू शकतो. उदाहरणार्थ अमेरिका, युरोपमध्ये समुद्रात टाकलेला प्लॅस्टिकचा कचरा वाहत-वाहत उत्तर ध्रुवीय समुद्रात असलेल्या स्पीट्सबर्गेन बेटाजवळ 'व्हर्लीजेनहंकन'च्या किनाऱ्यावर बघायला मिळतो. मी जेम्स आणि क्लॅराला म्हणालो, ''दक्षिण ध्रुवावर पोचेपर्यंत माझा असा समज होता की, पृथ्वीवरचा इतका दूर असलेला भूभाग तरी प्रदूषणापासून मुक्त असेल. तेथील निसर्गाला अजून कोणत्याच प्रकारे धक्का लागला नसेल; पण डिसेप्शन बेटाजवळच्या समुद्रातील देवमाशांची प्रचंड संख्येने असलेली हाडे बघून माझा खरोखरच भ्रमनिरास झाला होता. मला अतोनात दुःख झाले होते.

''त्याहूनही मोठा धक्का बसला होता जेव्हा स्पीट्सबर्गेन येथे वाटाड्याने गेल्या शतकात त्या भागातील हिमनद्यांची कशी-कशी पीछेहाट होत गेली, ते फोटोंच्या पुराव्यानिशी दाखवले तेव्हा. मी सन १९००मध्ये काढलेले हिमनद्यांचे फोटो पाहिले आणि तिथे प्रत्यक्ष परिस्थिती पाहिली. त्यावरून उघड दिसत होते की, ज्या प्रमाणात दोन्ही ध्रुवीय प्रदेशात घडामोडी होत होत्या, त्याचा फटका जगाला आज ना उद्या नक्की बसणार आहे,'' मी म्हणालो. मी जरी हे सगळे बघत होतो, हवामान बदलाच्या आफ्रिकेतील, नॉर्वेमधील घटना ऐकत होतो; तरीपण मी अजून फक्त थंड पाण्यात, अतिथंड पाण्यात पोहण्याच्या वेडानेच झपाटलेला होतो. पृथ्वीवरच्या जीवसृष्टीच्या अस्तित्वालाच धोका निर्माण करणाऱ्या या प्रश्नाशी मी मनाने जोडला गेलो नव्हतो. क्लॅराचे ''तू हे सगळे डब्ल्यू डब्ल्यू एफसाठी कर,'' हे सांगणे म्हणजे जणूकाही माझ्या एक जलतरणपटू म्हणून असलेल्या अस्तित्वाच्या खंदकात टाकलेला बॉम्बगोळाच होता आणि आता काहीतरी करण्याची वेळ नक्कीच आली होती.

मग मात्र मी 'हवामानबदल' या विषयाच्या अभ्यासाला सुरुवात केली. त्या विषयावर जेवढी पुस्तके मिळतील, तेवढी वाचली. अभ्यासपूर्ण लेख, निरनिराळ्या चर्चासत्रांतून वाचले गेलेले लेख वाचले. मला जणू आयुष्याचे ध्येयच मिळाले, असा काही प्रकार नव्हता. तो प्रश्न खरे तर बराच काळ डोक्यात घोळत होता, पण आता त्याला दिशा मिळाली होती.

हे जरी सगळे असले, तरी पोहण्याचे आणि त्यासंबंधीच्या स्वप्नांचे माझ्या आयुष्यातले स्थान, तितकेच महत्त्वाचे होते आणि पुढेही असणार आहे. त्याला कोणत्याही प्रकारे कमी लेखणे चुकीचे ठरले असते. दक्षिण ध्रुवाच्या मोहिमेआधी माझ्या प्रशिक्षकात मी बदल केला होता. माझे आधीचे प्रशिक्षक गॅरी फ्रिलिंग यांच्याऐवजी मी आता ब्रायन बटॉन यांच्याकडे सरावाला सुरुवात केली होती. हा बदल खूप महत्त्वाचा होता. मी गॅरीबरोबर जवळ-जवळ एक वर्ष काम केले होते. एकतर त्यांच्याकडे सरावासाठी, प्रशिक्षणासाठी खूप जलतरणपटू यायचे आणि बहुतेकांचे ध्येय हे हौशी स्पर्धांमध्ये भाग घेण्याचे किंवा व्यायामापुरते मर्यादित असायचे. त्याउलट ब्रायनकडे कडक शिस्तीचे वातावरण असायचे आणि ते जलतरणपटूंकडून कसून सराव करून घ्यायचे. आमची पहिली भेट केपटाऊन विद्यापीठाच्या 'क्रीडा विज्ञान संस्थे'च्या जलतरण तलावावर झाली. तिथेच त्यांचे सरावाचे वर्गही चालायचे. तेव्हा बहुतेक त्यांचे वय ७५ वर्षांचे होते, तरीपण आठवड्यातून ते वीस-एक कि.मी पोहायचे.

"ब्रायन, मला तुमच्याकडे सराव करायला यायचं आहे," मी म्हणालो.

"लुईस, मीपण तुझ्याबद्दल बरंच ऐकलं आहे. तू खरोखरच वेगळाच जलतरणपटू आहेस. चल सहा नंबरच्या लेनमध्ये उडी मार."

ब्रायननी मला जरी तरणतलावाच्या उड्या मारण्याच्या शिडीवर सगळ्यात वरच्या फळीवर उभे केले असते, तरी मी स्वत:ला कोणी विशेष समजण्याची गफलत केली नसती. तरीपण 'तू वेगळाच जलतरणपटू आहेस' या चार शब्दांनी मला नवीन हुरूप आला. माझी मलाच नव्याने ओळख झाली. एकदा मी सराव सुरू केल्यावर मात्र त्यांनी माझ्याकडून कसून तयारी करून घ्यायला सुरुवात केली. माझ्यापेक्षा चांगल्या जलतरणपटूंच्या स्पर्धेत उतरवून मी ज्या माझ्या पोहण्यातल्या नैसर्गिक मर्यादा समजून चाललो होतो, त्या मर्यादांच्या बाहेर पडण्यास प्रवृत्त केले. पोहण्याचे तंत्र शिकवण्यामध्ये ब्रायन एक उत्तम शिक्षक होते. त्यांचा आवाज अजूनही माझ्या कानात घुमतो आहे. "लुईस, तुझे हात तुझ्यापुढे ताणून सरळ कर. पण ते हात तुझ्या तोंडासमोर येऊ देऊ नकोस. नजर समोर ठेव."

लोकांशी कसे वागावे, जनसंपर्क कसा ठेवावा इत्यादी गोष्टी ब्रायनकडून शिकण्यासारख्या होत्या. त्यांच्या वागण्यात खोटारडेपणा नव्हता, दांभिकता नव्हती. ती त्यांची वागण्याची नैसर्गिक पद्धतच होती. त्यांच्या वागणुकीमुळे जलतरणपटूंमध्ये ते आत्मविश्वास निर्माण करायचे, कारण मुळात त्यांचा त्यांच्या शिष्यांवर विश्वास असायचा. त्यांचा माझ्या कर्तृत्वावर पूर्ण विश्वास होता, त्यामुळे माझ्या मनात माझ्याबद्दल कोणताही संभ्रम नव्हता.

सन २००५च्या शेवटी-शेवटी मला एका वार्ताहर मित्राचा फोन आला आणि

त्याने सांगितले, “लुईस, तुला कल्पना आहे का, की तुझ्या हातून एक वेगळाच विक्रम घडण्याच्या बेतात आहे?” तो म्हणाला, “तू उत्तरध्रुवीय समुद्र, अटलांटिक महासागर आणि हिंद महासागरात लांब-लांब अंतरे पोहून जाण्याचे विक्रम केले आहेस आणि आता तू दक्षिण ध्रुवीय समुद्रात अतिदक्षिणेकडे पोहण्याचा विक्रम करण्याच्या प्रयत्नात आहेस. तू हा विक्रम करण्यात जर यशस्वी झालास, तर जगातल्या सर्व पाच महासागरांत लांब अंतरे पोहून जाण्याचा विक्रम करणारा तू पहिला माणूस असशील. ही एक प्रकारे जलतरणपटूंची ‘सात शिखरे’ आहेत आणि तू त्यात नक्की यशस्वी होशील.”

‘सात शिखरे’ या शब्दप्रयोगाला गिर्यारोहणाच्या भाषेत एक वेगळेच महत्त्व आहे. त्याचा अर्थ सात खंडांतील सात सर्वांत उंच शिखरे असा होतो. गिर्यारोहणामध्ये गिर्यारोहकांसाठी सात शिखरे सर करणे म्हणजे एक वेगळाच पराक्रम मानला जातो. मी या शक्यतेचा कधीच विचार केला नव्हता आणि या कल्पनेने मला वेगळाच हुरूप आला. माझ्या मित्रांनीही हे ऐकल्यावर मला प्रोत्साहित केले.

“का नाही लुईस? तुला हे नक्की जमेल. हा विक्रम म्हणजे तुझ्या शिरपेचात एक मानाचा तुरा असेल.”

उत्तर-दक्षिण ध्रुवीय समुद्रात, गोठवणाऱ्या थंड पाण्यात पोहणे फारच कठीण होते. खरे तर हे शब्दपण पूर्णपणे वर्णन करायला असमर्थ आहेत. तिथे पोहणे म्हणजे जिवाशी खेळणेच होते. तीन महासागरांत लांब अंतरे पोहून जाण्याचे विक्रम झालेलेच होते. एकाचा प्रयत्न पुढील काही दिवसांतच करणार होतो. त्यामुळे हा एक वेगळाच विक्रम प्रस्थापित करण्याचा प्रयत्न करून न पाहणे हे वेडेपणाचेच ठरले असते. दक्षिण ध्रुवावरच्या यशस्वी मोहिमेनंतर हिंदी महासागरातल्या माझ्या पार पडलेल्या मोहिमेबद्दल माझ्याच मनात काही प्रश्न उभे राहिले. आफ्रिकेच्या सगळ्यात दक्षिण टोकाला असलेल्या ‘केप ॲग्युलास’ला वळसा घालण्याची मोहीम मी यशस्वीपणे पार पाडली होती. ‘केप ॲग्युलास’चा भाग अर्धा अटलांटिक महासागरात येतो आणि अर्धा हिंदी महासागरात येतो. त्यामुळे मी हिंदी महासागरातही लांब अंतर पोहून गेलो, हे माझे म्हणणे कितपत योग्य होते, याविषयी मला संभ्रम वाटत होता.

त्याऐवजी जानेवारी २००६मध्ये माझ्या आजीचे (वडिलांची आई) पूर्वज दक्षिण आफ्रिकेच्या ज्या छोट्या भागात इ.स.१८२०मध्ये येऊन स्थायिक झाले होते, त्या भागाकडे मी निघालो. माझ्या आजीचे पूर्वज इंग्लंडमधील ‘नॉर्थ हॅम्पटनशायर’ भागातून येऊन ईस्ट केप प्रांतातील पोर्ट एलिझाबेथ जवळ ‘अलागोवा’ येथे स्थायिक झाले होते. त्याचे आताचे नवीन नाव आहे ‘नेल्सन मंडेला बे’. सध्याच्या नवीन दक्षिण आफ्रिकेतील या ठिकाणाशी कोठे तरी माझ्या वडिलांच्या पूर्वजांच्या

वेळच्या दक्षिण आफ्रिकेशी संबंध येत असल्यामुळे, या ठिकाणी हिंदी महासागरात मी पोहण्याचा निर्णय घेतला. काही दिवसांपूर्वीच दक्षिण ध्रुवावरच्या मोहिमेसाठी केलेल्या सरावामुळे माझी शारीरिक आणि मानसिक तयारी झालेलीच होती. त्यामुळे खूप प्रमाणात लाटा असलेल्या त्या अस्थिर समुद्रात पाच तासांपेक्षा थोड्या कमी वेळातच १५ कि.मी. चे अंतर मी पोहून पार केले. तरीपण माझ्या पॅसिफिक महासागर पोहून जाण्याच्या मोहिमेच्या तयारीच्या दृष्टीने हे १५ कि.मी. पोहणे एक सरावाचे पोहणे म्हणून समाधानकारक वाटले नाही. नेल्सन मंडेला बे येथे १५ कि.मी. पोहण्याचा आनंद घेण्याऐवजी किंवा त्यात समाधान मानण्याऐवजी मला पोहण्याच्या पुढच्या मोहिमेचे वेध लागले होते. फक्त ते ठिकाण सिडनी असावे की सॅनफ्रान्सिस्को असावे, हे ठरत नव्हते.

शेवटी सिडनी हेच ठिकाण मी नक्की केले, कारण ऑस्ट्रेलियन्स 'पोहणे' या क्रीडाप्रकारावर खूप मनापासून प्रेम करतात आणि माझ्या माहितीप्रमाणे तोपर्यंत मॅनली बीच ते सिडनी ऑपेरा हाउस हे अंतर पोहण्याचा कोणीही प्रयत्न केला नव्हता. सर्वसाधारणपणे सिडनीला भेट देणारे पर्यटक हे सर्क्युलर क्वेपासून मॅनली बीचपर्यंत ३० मिनिटांच्या बोटीने सफर करतात आणि समुद्रातून सिडनीचे सौंदर्य पाहतात. तो १५ कि.मी.चा पल्ला असणार होता आणि मध्ये-मध्ये पाण्यात घुसलेल्या भूभागांना वळसा घालताना अंतर्गत प्रवाहांशीही सामना करावा लागणार होता. तसेच आजूबाजूला पर्यटक बोटींचीही खूपच वर्दळ असणार होती. मला मार्गदर्शक बोटीमध्ये सोबतीला एसएएसमध्ये जुना मित्र निक पीटरसन हवा होता. बोटीतून मनमुराद भटकण्याचा छंद असलेल्या आणि आयुष्यावर प्रेम करणाऱ्या निकचे मन वळवणे अवघड नव्हते. तो लगेच तयार झाला. सिडनीत पोहोचल्यावर मी ऑस्ट्रेलियन जलतरणपटू बेन मॅकग्वायर याच्याशी संपर्क साधला. तोही लगेच माझ्याबरोबर पंधरा कि.मी. पोहायला तयार झाला.

बेनच्या मैत्रिणीने बोंडी बीच ते सिडनी ऑपेरा हाउस पोहून जायचा पराक्रम केला होता. तिनेच सांगितले की, आम्हाला पोहण्यासाठी बंदर-प्रमुखांची परवानगी घ्यावी लागेल. मी बंदर-प्रमुखांच्या ऑफिसला भेट देण्याचे ठरवले. मला वाटले परवानगी मिळणे ही एक सहज आणि केवळ नियमाचा एक प्रकार अशा प्रकारची गोष्ट असेल. पण माझा समज चुकीचा होता.

"हाय! मी लुईस पग, मी एक लांब-लांब अंतरं पोहण्याचा विक्रम करू इच्छिणारा आणि बऱ्यापैकी मोहिमा खात्यावर जमा असणारा जलतरणपटू आहे. मला मॅनली बीच ते ऑपेरा हाउस हे अंतर पोहायचं आहे. काही अडचण नाही ना?"

"लुईस, मला परवानगी द्यायला आवडेल, पण त्याआधी तुला विमा उतरवावा

लागेल. तू ज्या मार्गावरून पोहणार आहेस; त्या मार्गावरून बोटींची, जहाजांची खूप ये-जा असते आणि तुला चुकवण्याच्या नादात एखाद्या जहाजाला किंवा बोटीला अपघात झाला; तर खूप मोठा प्रश्न निर्माण होऊ शकतो. त्यामुळे तू तशा एखाद्या खटल्यापासून, दाव्यापासून तुझं संरक्षण करण्यासाठी विमा घेणं जरुरीचं आहे.''

''त्याला अंदाजे किती खर्च येईल?''

''मला खर्चाचा अंदाज नाही. पण तुझ्या संरक्षणासाठी तुला २० ते ३० लाख डॉलरचा विमा उतरवावा लागेल.''

''माहितीबद्दल मी तुमचा आभारी आहे,'' मी म्हणालो आणि त्यांच्या ऑफिसच्या बाहेर आलो.

इतक्या रकमेच्या विम्यासाठी विमा हप्त्याची रक्कम किती हजारांत असेल, हे कळण्यासाठी विमा एजंटच असण्याची गरज नव्हती आणि तेवढी रक्कम माझ्यापाशी नव्हती. त्याच्याकडे परवानी मागायला गेलो, ही खरे तर माझी चूकच झाली होती; कारण आता त्याला माझ्या पोहण्याच्या मोहिमेची माहिती झाली होती. त्यामुळे आता 'मला काही कल्पना नव्हती,' असे म्हणण्याची सोय राहिली नव्हती. निक आणि मी– आम्ही दोघेही एसएएसमध्ये शिक्षण घेतलेले माजी सैनिक होतो, त्यामुळे एखाद्या नकारामुळे आमच्या ध्येयापासून आम्ही सहजासहजी परावृत्त होणार नव्हतो. सुदैवाने बेन मॅक्ग्वायर सर रिचर्ड ब्रॅनसनसाठी काम करायचा, तोही आमच्याच पठडीतला निघाला. दुसऱ्या दिवशी भल्या पहाटे आम्ही मॅनली बीचवर पोचलो. काही दिवसच आधी 'नेल्सन मंडेला' 'बे' वरच्या मोहिमेच्या वेळी एक शार्क माझ्या जरा जास्तच जवळून गेला होता, म्हणून मी निकला मार्गदर्शक बोटीच्या बाहेरच्या बाजूला शार्क प्रतिबंधक इलेक्ट्रॉनिक यंत्र लावायला सांगितले. बेन मॅक्ग्वायरला सिडनीच्या पाण्याची माहिती होती. येताना ते यंत्र तो बरोबरच घेऊन आला होता.

एसएएसमधील प्रशिक्षणाच्या दरम्यान आम्हाला सुरक्षिततेच्या दृष्टीने दोरांना विविध प्रकारच्या गाठी मारण्यास शिकवले गेले होते. निकही त्यात चांगला पारंगत होता. त्याने ते यंत्र 'ग्रॅनी' प्रकारच्या गाठीने बोटीला बांधले. खरे तर 'ग्रॅनी' गाठ ही अत्यंत बेभरवशाची गाठ आहे. मॅनली बीचवरून निघाल्यापासूनच पाण्यात खूप लाटा उसळत होत्या. एक मोठी लाट आली आणि ते शार्क प्रतिबंधक यंत्र त्या गाठीतून सुटले आणि परत काही दिसले नाही. मी निकवर एवढा चिडलो होतो की, निकलाच त्या बोटीला बांधावे, असे मला वाटले आणि तेपण 'ग्रॅनी' गाठीने नाही. शेवटी मी पोहताना बेनच्या जवळ-जवळ राहूनच पोहायचे ठरवले. त्यामुळे जर शार्क आला असता आणि आमच्यापैकी एकाला त्याने ब्रेकफास्टसाठी न्यायचे ठरवले असते, तरी ५०:५० टक्के आशा होती.

तो एक सुंदर दिवस होता, पाणी सुखद उबदार होते आणि आकाश निरभ्र तसेच निळेशार होते. पाणी अगदी स्फटिकासारखे स्वच्छ होते आणि आमच्या पोहण्यात कोणताही अडथळा आला नाही. पण पोहणे संपता-संपता अचानक कोठून तरी हेलिकॉप्टर आले आणि आमच्यावर घिरट्या घालायला लागले. मला प्रथम वाटले की बंदर प्रमुखांनी पाठवलेले गार्ड असावेत, पण नीट पाहिल्यावर दिसले की, हेलिकॉप्टरच्या दारातून आमच्यावर कॅमेरे रोखले गेले होते. ऑस्ट्रेलियन टेलीव्हिजनच्या 'चॅनल नाइन' चे वार्ताहर आमच्या पोहण्याचे त्यांच्या बातम्यांसाठी चित्रीकरण करत होते. थोड्याच वेळात ऑपेरा हाउसची शिंपल्याच्या आकाराची सुंदर इमारत दृष्टिपथात आली आणि त्याच वेळी ब्रुस फोर्डिसचे शब्दही आठवले. ब्रुस हा अत्यंत प्रसिद्ध असा मॅरेथॉन शर्यतीमध्ये भाग घेणारा दक्षिण आफ्रिकेचा एक धावपटू आहे. त्याने जगप्रसिद्ध डर्बन ते पीटर मार्टीझ बर्गच्या दरम्यान घेतली जाणारी 'कॉम्रेड्स मॅरेथॉन' शर्यत नऊ वेळा जिंकली होती. त्याने मला एकदा सांगितले होते, ''लुईस, तुम्ही जेव्हा शर्यतीमध्ये अंतिम सीमारेषेजवळ येता तेव्हा किंवा मॅरेथॉनसारख्या शर्यतीत शेवटी स्टेडियममध्ये प्रवेश करता, तेव्हा त्या क्षणांचा तुम्हाला आनंद घेता आला पाहिजे. घाई गर्दीत शर्यत संपवू नको. आजूबाजूला नजर टाका, लोकांच्या चेहऱ्यावरचा आनंद बघा, उत्साह बघा. तुम्हाला भाग घ्यायची संधी मिळाल्याबद्दल कृतज्ञ राहा.'' बऱ्याच बोटींची ये-जा सुरू होती. निरभ्र आकाशाखाली, स्वच्छ सूर्यप्रकाशात ऑपेरा हाउसचे छत चकाकत होते. बेन त्याच्या एका ठरावीक लयीत पोहत होता.

अंतिम रेषेकडे आम्ही सरकत होतो. एकंदरीत ही १५ कि.मी. पोहण्याची मोहीम व्यवस्थित, काही विशेष न घडता पार पडली, असे म्हणायला मला आवडले असते, पण माझी आश्चर्यकारकरीत्या चांगलीच दमछाक व्हायला लागली होती. जशी मी सीमारेषा गाठली, तसे माझ्या हाता-पायातले त्राणच नाहीसे झाले, इतका मी दमलो होतो. आमच्या पोहण्याच्या मार्गामध्ये 'रॉयल ऑस्ट्रेलियन नेव्ही'चा राखीव विभाग येत होता. त्या भागाला वळसा घालून जावे लागणार होते. म्हणजे आमच्या पोहण्याच्या अंतरात आणखी ५०० मीटरची भर पडणार होती, पण आम्ही त्याचा विचार न करता पोहत राहिलो. कधीकधी अशी वेळ येते, की काय होईल ते होवो, असा विचार करून धोका पत्करावा लागतो. त्या राखीव विभागातून आम्ही पोहत बाहेर पडतो न पडतो, तोच पाण्यातून एक जण अगदी माझ्या जवळच अचानक प्रकट झाला. त्याच्या अंगावर पाणबुड्याचा वेश होता. मला वाटले, हा नक्कीच ऑस्ट्रेलियन नेव्हीचा नौसैनिक किंवा पाणबुड्या असणार किंवा बंदर-प्रमुखाने पाठवलेला रक्षक असणार. पण सुदैवाने परत तो चॅनल नाइनचा चित्रीकरण करणारा वार्ताहरच निघाला. त्याने पोहता-पोहता मला हाताने

इशारे केले आणि तो मला काहीतरी सांगायला बघत होता. माझ्या अंगात अजिबात त्राण उरले नव्हते.

"मित्रा, तू जरा हळू पोहशील का, म्हणजे मला जरा चांगल्या प्रकारे चित्रीकरण करता येईल.." तो मला सांगत होता.

"आता जरा तू माझ्या फायद्याची गोष्ट बोलतो आहेस," मी म्हणालो. त्याने त्याला हवे तसे चित्रीकरण केले आणि मी ऑपेरा हाउसच्या दिशेने हात मारत राहिलो. शेवटी ज्याची भीती वाटत होती, ते झालेच. बंदराच्या अधिकाऱ्यांनी त्यांच्या बोटीतून येऊन निकला गाठले होते आणि अडवले होते. अशा प्रकारे आम्ही समोरासमोर आलोच. चॅनल नाइनचे चित्रीकरण आमच्यासाठी दुधारी शस्त्र ठरले होते. त्या पोहणाऱ्या दोन सद्गृहस्थांनी समुद्रात पोहण्यासाठी लागणारी परवानगी घेतली नव्हती. त्या अधिकाऱ्याने मार्गदर्शक बोटीत असलेल्या निकला सांगितले. अर्थात निक बॅरिस्टर असल्यामुळे आमच्या वतीने युक्तिवाद करायला खंबीर होता.

कोणत्या कायद्याप्रमाणे सर्वसामान्य नागरिकाला या समुद्रात पोहायची बंदी आहे? आणि अशा प्रकारे टेनिसची मॅच सुरू झाली. दोघेही जण एकमेकांचे युक्तिवाद, विधाने टोलवत होते. निकचा आणि त्या अधिकाऱ्याचा वादावादीचा तिसरा सेट चालला होता. निकला अंदाज होता की त्या वेळेपर्यंत मी आणि बेन ऑपेरा हाउसपर्यंत पोचलेलो असणार. मला माहीत होते की, त्या दोघांमध्ये वादावादी चाललेली होती. पण मी दमल्यामुळे त्या सगळ्याचा विचार करण्यापलीकडे गेलो होतो. मला खातरी होती की, आता मला पाण्याबाहेर खेचून कोणी काढणार नव्हते. निककडे युक्तिवाद करण्याचे एवढे कौशल्य नक्कीच होते की, आम्ही ऑपेरा हाउसला पोचेपर्यत त्याने त्या अधिकाऱ्याला बोलण्यात नक्की गुंतवून ठेवले असते. कधीकधी आयुष्यात असेपण क्षण येतात की, जेव्हा तुम्ही परवानगी मागत नाही, तर क्षमायाचना करता. दयेची याचना करता.

मी जेवढे अवसान गोळा करता येईल, तेवढे केले आणि शेवटचा टप्पा पोहत ऑपेरा हाउसजवळ किनाऱ्यावर पाय टेकले. किनाऱ्यावर शॅम्पेनची बाटली घेऊन निक हजर होताच. अर्थात पांढरे जॅकेट घालून हातात गरम चहाचा ट्रे घेऊन त्या हॉटेलच्या माणसाने, आम्ही लेक मालावी पोहून आल्यावर केलेल्या स्वागताची याला सर नव्हती, तरीपण याची एक वेगळीच मजा होती. मी न राहवून निकला म्हणालो, "निक, मला खरं सांग, तू जेव्हा शार्क प्रतिबंधक यंत्रबोटीला 'ग्रॅनी नॉट'ने बांधलंस, तेव्हा तुझ्या डोक्यात नक्की काय विचार चालले होते? तुला जर एखाद्या उंच सुळक्यावरून दोराच्या साहाय्याने उतरायचं असेल, तर तू वरती अशी 'ग्रॅनी नॉट' बांधली असतीस?"

तो हसला आणि "अरे लुईस, विसरून जा सगळं," एवढेच म्हणाला.

हा सिडनीचा पोहण्याचा कार्यक्रम झाल्यावर मी लंडनला परतलो. परंतु लंडनला परतल्यावरपण मला फार वेळ मोकळा नव्हता, कारण उत्तर फिनलन्डमधील 'ओलू' येथे आयोजित केलेल्य 'World Winter Swimming Championship' वर्ल्ड विन्टर स्विमिंग चॅम्पियनशिपमध्ये भाग घेण्याचे मी कबूल केले होते. दक्षिण धुव्रावरच्या मोहिमेहून परतल्यावर मला ओलूहून स्पर्धेच्या आयोजकांनी फोन करून वरील स्पर्धेत भाग घेण्याबद्दल विचारले होते. ही अतिथंड पाण्यात म्हणजे जवळ-जवळ गोठणबिंदूच्या जवळपासच्या तापमानाच्या पाण्यात पोहण्याची स्पर्धा होती. स्पर्धेविषयी माहिती देताना आयोजकांनी मला सांगितले, "ही ऑलिम्पिकप्रमाणे फक्त स्पर्धा नाही; तर ही स्पर्धाही आहे आणि पोहण्याच्या खेळातला आनंद घेण्याचा उत्सवही आहे." त्यांनी आणखीही सांगितले, "यात फिनलन्ड, स्वीडन, जर्मनी, नॉर्वे, लाटेव्हिया, रशिया खरं तर जास्त करून रशिया आणि इंग्लंड, आयर्लन्ड आणि इतर देशांचे जलतरणपटूही सहभागी होतात." मला या स्पर्धेविषयी पुरेशी कल्पना नव्हती. त्यामुळेच आयोजकांनी जे काही सांगितले, त्यामुळे माझी उत्सुकता आणखीच वाढली.

तिथे पोचल्यावर मी जे काही पाहिले, ते केवळ अवर्णनीय होते. 'ओलू' हे १,३७,००० लोकवस्तीचे शहर आहे. तेथे फेब्रुवारी महिन्यात सर्वसाधारण तापमान उणे ७°से. ते उणे१४°से. दरम्यान असते. संध्याकाळी जेव्हा काही शर्यती घेण्यात आल्या, तेव्हा तापमान उणे २०°से.पर्यंत खाली गेले होते. तरीपण वातावरण सुंदर होते. मी तिथे पोचल्यावर पाहिले, तर आयोजक मंडळींपैकी काही जण मोठ्या करवतीच्या मदतीने ओलू नदीच्या एका कालव्यात गोठलेल्या पाण्याच्या बर्फातून लाद्या कापून काढत होते. अशा प्रकारे कापत-कापत त्यांनी त्या कालव्यात २५ मीटरचा एक जलतरण तलाव कोरून काढला. नंतर त्यांनी दोन्ही बाजूस दोऱ्या लावून त्या तरणतलावात पोहण्यासाठी 'लेन' तयार केल्या. नंतर पाणी गोठू नये आणि पोहण्यायोग्य राहावे, म्हणून त्यांनी पाण्यावर केमिकलचा स्प्रे मारला.

तिथे अनेक रशियन जलतरणपटू आले होते. त्यात एक सर्वांत प्रसिद्ध कर्नल व्हलादिमीर ल्युटॉव्ह हेही होते. अतिथंड पाण्यात पोहणाऱ्या जलतरणपटूंमध्ये कर्नल ल्युटॉव्ह यांचे नाव अग्रगण्य होते. यावेळेला पण सर्वांचे लक्ष त्यांच्याच कामगिरीकडे होते. त्यांना हरवणे खरंच कठीण होते. माझ्याकडे त्या स्पर्धेसंबंधी काहीच माहिती नव्हती. किती अंतर पोहायचे होते? पोहताना वेटसूट घालायची परवानगी होती का? कारण त्यामुळे जलतरणपटूला थेट थंड पाण्यापासून बऱ्यापैकी संरक्षण मिळाले असते. तसेच वेटसूटमुळे तरंगणेही खूपसे सोपे जाते. ओलूला पोचल्यावर मला कळले की, पोहण्याचे अंतर होते २५ मीटर आणि प्रत्येक

जलतरणपटूला 'ब्रेस्ट स्ट्रोक' पद्धतीनेच पोहायचे होते. हे ऐकल्यावर मी एका बाजूकडून दुसरीकडे मान हलवत म्हणालो, ''छे! अवघड आहे. शक्यच नाही.'' नंतर मी प्रमुख आयोजक मारीया-जो-कोस्कीनेन यांना भेटलो.

''मारीया,'' मी म्हणालो, ''पंचवीस मीटर अंतर म्हणजे पोहणे नाही आणि शर्यत तर नाहीच नाही. मी इतक्या लांब येथे इतक्या क्षुल्लक अंतराच्या शर्यतीसाठी आलेलो नाही आणि मी 'ब्रेस्ट स्ट्रोक' पद्धतीने पोहणार नाही.''

''पण पाण्याचे तापमान ०°से.पेक्षा थोडेच वर आहे आणि इतक्या थंड पाण्यात फार वेळ राहाणेच शक्य नाही. जिवाला धोका उद्‌भवू शकतो,'' मारीया म्हणाली.

''मी दोन कि.मी. अंतर पोहण्याच्या शर्यतीसाठी तयार आहे,'' मी म्हणालो.

त्या आयोजकांनी त्यांच्या या वार्षिक उपक्रमाला प्रसिद्धी मिळावी, म्हणून मला बोलावले होते आणि त्यामुळे माझे पारडे जड होते. या गोष्टीचा उपयोग करून घ्यायची संधी मी सोडणार नव्हतो. इतरही काही घडामोडी घडत होत्या. मी इंग्लंडहून येथे येण्यासाठी निघण्याआधी अमेरिकन टी.व्ही. चॅनलने माझ्याशी संपर्क साधला होता. ते या ओलू येथे घेतल्या जाणाऱ्या वार्षिक स्पर्धेवर एचबीओ चॅनलसाठी एक फिल्म तयार करणार होते. त्यांना अशा प्रकारच्या अतिथंड पाण्यात पोहण्याआधी मी शरीराचे कोअर तापमान कसे वाढवतो, यासंबंधी जाणून घ्यायचे होते. त्याने त्याच्या दक्षिण अमेरिकन तोंडातल्या तोंडात बोलण्याच्या विशिष्ट पद्धतीने मला सांगितले, ''आम्हाला तुझ्या त्या 'ॲन्टिसिपेटरी थर्मोजेसीस' पद्धतीबद्दल जाणून घेण्याची उत्सुकता आहे.

त्याची उत्सुकता वाढवण्यासाठी आणखीही एक मसालेदार बातमी मी त्याला दिली की, मी येथे जात आहे, ते रशियन्सना पोहण्याच्या शर्यतीत हरवण्यासाठी. त्यांचा असा समज आहे की, अतिथंड पाण्यात पोहण्यात ते जगात सर्वोत्तम आहेत, पण मला वाटते की, मी त्यांच्यापेक्षा चांगला आहे.''

आम्ही जरी फोनवरून बोलत होतो, तरी या बातमीने त्याचे कान उभे राहिलेले मला स्पष्ट दिसले आणि त्याच्या मनात काय विचारचक्र सुरू झाले असेल, याचा मला अंदाज आला. त्याने मनातल्या मनात कल्पनेच्या भराऱ्या मारायला सुरुवात केली होती, हे स्पष्ट होते, 'एक ब्रिटिश तरुण विरुद्ध रशियन्स' 'पूर्व विरुद्ध पश्चिम' 'अतिशीत पाण्यातले शीतयुद्ध' इत्यादी. अचानक आमच्यापुढे एक कार्यक्रम तयार झाला. त्या स्पर्धेसंबंधी उत्सुकता आणखी वाढवण्यासाठी मी एक पत्रकच तयार केले आणि रशियाच्या सरकारी वृत्तसंस्थेला पाठवून दिले. त्यात मी लिहिले होते, 'लुईस पग हा रशियाच्या अतिशीत पाण्यात पोहणाऱ्या सर्वोत्तम जलतरणपटूंना हरवण्यासाठी ओलूला मुद्दाम जाणार आहे.'' रशियामध्ये दणकट शरीरयष्टीचेच

तरुण अतिशीत पाण्यात पोहण्याचा छंद जोपासतात आणि माझ्या या आव्हानात्मक भाषेने त्यांचा अहंकार चांगलाच दुखावला गेला होता. त्यांच्या पौरुषत्वाला आव्हान दिले गेले होते. दोन दिवसांनंतर सेंट पीटस्बर्गहून एक बस आली आणि त्यामधून रशियन वार्ताहरांची फौज उतरली. ते या स्पर्धेचे वृत्तांकन करायला तेथे आले होते.

हा सर्व प्रकार ही एक बाजूबाजूने चाललेली सर्कस होती. खरं तर 'World Winter Swimming Championship' वर्ल्ड विन्टर स्विमिंग चॅम्पियनशिप ही स्पर्धा एक गंमत म्हणून खेळली जात होती आणि बघितली जात होती. तिथे भाग घेणारे जवळ-जवळ एक हजार जण होते, पण स्पर्धक असे कोणीच नव्हते. इतक्या थंड पाण्यात उतरणे आणि २५ मीटर पोहणे हेच खरे स्पर्धा जिंकण्यासारखे होते. खरे तर या शर्यतीत पाचव्या, सहाव्या क्रमांकावर येणाऱ्याचेच जास्त कौतुक करायला पाहिजे, कारण त्याला जास्त वेळ पाण्यात राहावे लागत होते. या स्पर्धेचे उद्दिष्ट 'निव्वळ गंमत' हेच होते, आणि हे त्या आयोजकांनी पोहण्याच्या क्रीडाप्रकारासंबंधी 'एफआयएनए' या जागतिक नियंत्रण संस्थेला, जेव्हा त्यांनी 'World Championship' या शब्दप्रयोगाला आक्षेप घेतला होता, तेव्हा त्यांना दिलेल्या उत्तरात म्हटले होते. आधी थोडा वेळ युक्तिवाद केल्यावर त्या आयोजकांनी 'एफआयएनए'च्या पदाधिकाऱ्यांना सांगून टाकले, "आम्ही आमच्या स्पर्धेसाठी हाच शब्दप्रयोग वापरणार, पाहिजे तर तुम्ही पण या थंड पाण्यात उड्या मारा आणि डोकी शांत करा."

तरीपण मला ही स्पर्धा आणखी संस्मरणीय करायची होती, मला 'कॉम्रेड ल्युटॉव्ह यांना भेटायचे होते. ओलूमध्ये माणसाला शोधून काढणे तसे अवघड नव्हते.

"हॅलो, ल्युटॉव्ह माझं नाव लुईस गॉर्डन पग," मी स्वतःची ओळख करून दिली. मी तुझं नाव खूप ऐकून आहे. तू रशियाचा सर्वांत प्रसिद्ध आणि थंड पाण्यात पोहणारा अग्रगण्य जलतरणपटू आहेस. मला तुझ्याबरोबर लांब अंतराची पोहण्याची शर्यत लावायला आवडेल, फक्त तू आणि मी एकास एक, मी हे बोललो नाही. तोच बहुतेक त्याचा गैरसमज झाला असावा. ल्युटॉव्ह माझ्यापेक्षा वयाने मोठा आहे. तो रशियन लष्करात एका पथकाचा प्रमुख होता. त्याचे व्यक्तिमत्त्व रुबाबदार होते. पांढरे शुभ्र बारीक कापलेले केस, व्यवस्थित पोशाख यांमुळे तो सैनिकी अधिकारी वाटतच होता. मला वाटते, त्याचा येथे येण्याचा उद्देश निव्वळ थंड पाण्यात पोहणे आणि जरा मजा करणे एवढाच असावा. मी काय म्हणत होतो, ते त्याला समजले, पण त्याला इंग्रजी भाषा इतकी सफाईदारपणे येत नव्हती.

"मी यावर विचार करतो," एवढेच तो म्हणाला.

मी परत दुसऱ्या दिवशी त्याला छेडले, "मग कर्नल, शर्यतीबद्दल तू काय विचार केलास?"

"नाही, मी काही तुझ्याशी स्पर्धा करणार नाही. पण माझा दुसरा सहकारी तुझ्याशी जरूर स्पर्धा करेल."

त्याच्या उत्तराने मी निराश झालो. माझ्या मनात विचारचक्र सुरु झाले, हा कोण आणखी सहकारी? माझ्या आगाऊपणामुळे कर्नल ल्युटॉव्ह दुखावला तर गेला नव्हता? आणखी कोणी खास जलतरणपटू आणून मला हरवण्याचा तर त्याचा विचार नव्हता ना?

नंतर मी काही तरुण उमद्या आणि दणकट शरीरयष्टीच्या रशियन जलतरणपटूंशी बोलताना ल्युटॉव्हला पाहिले. ते सर्व जण हाताच्या घड्या घालून त्याच्याभोवती उभे राहून त्याचे म्हणणे लक्ष देऊन ऐकत होते. ओलूमध्ये मी कोठेही गेलो, तरी रशियन्स माझ्या मागावर असल्यासारखे मला वाटायला लागले, माझ्या हालचालींवर पाळत ठेवून असल्यासारखे वाटायला लागले. कर्नल ल्युटॉव्हने मला गाठले आणि सांगितले की, त्याचे दोन सहकारी माझ्याशी शर्यत लावतील. "शर्यत किती अंतराची असेल?" त्याने विचारले. मी म्हणालो, "दोन किलोमीटर." हे म्हणजे ढाक्याच्या दुकानदाराने किंमत सांगण्यासारखे होते. त्याला माहीत असते की, या किमतीला कोणीही ती गोष्ट विकत घेणार नाही. ल्युटॉव्हने विचार करण्यासाठी थोडा वेळ मागितला. या मधल्या वेळात अमेरिकन टी.व्ही.चे लोक ही बातमी आणखी मसालेदार करण्याच्या खटपटीला लागले. कर्नल ल्युटॉव्हने माझ्याशी संपर्क साधला आणि सांगितले की, त्यांची ५०० मीटर अंतरासाठी तयारी होती आणि येणाऱ्या शुक्रवारी संध्याकाळी शर्यत घेण्याचे ठरले. गुरुवारी संध्याकाळी ते रशियन खेळाडू आम्ही राहात असलेल्या हॉटेलच्या मार्गिकेत उभे असलेले मी पाहिले. माझ्या खोलीकडे मी जात असताना त्यांचे डोळे माझा शेवटपर्यंत पाठलाग करत होते, हे मला समजत होते. रात्री झोपताना मी खोलीच्या दरवाजाला, तो सहज उघडता येऊ नये, म्हणून आतून टेबल लावून ठेवले; कारण रात्री काहीतरी घडणार आहे असे सारखे मला वाटत होते. त्या रात्री नक्कीच माझे मानसिक संतुलन बिघडले असावे, कारण मनात नाही-नाही ते विचार येत होते. दुसऱ्या दिवशी सकाळी या स्पर्धेचीच जिकडेतिकडे चर्चा सुरू होती. ब्रिटनच्या संघाबरोबर अल् पेट्री हा नट आणि त्याची बायकोही आले होते. तो मला पुन:पुन्हा सांगत होता, "लुईस, तुला या रशियन्सना हरवावेच लागेल." संध्याकाळी मी पोहण्याच्या ठिकाणी आलो, तर लोकांनी माझे जोरदार स्वागत केले. एखादा मुष्टियोद्धा जेव्हा रिंगणात प्रवेश करतो, तेव्हा जसे स्वागत होते, अगदी तसे झाले.

कर्नल ल्युटॉव्ह माझ्याजवळ आले आणि त्यांनी सांगितले, "पोहताना रशियन जलतरणपटू तुझ्या दोन्ही बाजूंना एकेक याप्रमाणे असतील." त्यांनी आता मानसिक दबावतंत्राला सुरुवात केली होती. माझ्या दोन्ही बाजूंना एकेक जण का? त्यांच्या

मनात काय होते? त्यांना माझ्या पोहण्यात अडथळे निर्माण करायचे होते का? खरे तर मी कधीही शर्यती लावण्यात आनंद मानला नाही, कारण त्यामुळे पोहण्यासाठी मजा नाहीशी होते. येथे तर स्पर्धेसाठी मीच आव्हान दिले होते आणि मीच आता तावडीत सापडलो होतो. आता मला मागे फिरणेही शक्य नव्हते आणि पुढे जाणेही शक्य नव्हते, आता फक्त काही वेळाचाच प्रश्न होता.

शर्यतीला सुरुवात होण्याआधी एक रशियन 'दुभाषी' मुलगी माझ्याजवळ आली आणि म्हणाली, "आमच्याकडून ही शर्यत अत्यंत खुलेपणानं आणि मोकळेपणानं होणार आहे. कळलं?" असे म्हणून एक स्मितहास्य करून ती निघून गेली.

मी माझी स्पीडो टोपी घातली होती, त्यावर ब्रिटनच्या राष्ट्रध्वजाचे चित्र होते; तर त्या खेळाडूंच्या टोपीवर रशियन फेडरेशनचे चिन्ह होते. अमेरिकन टी.व्ही. चॅनलचा वार्ताहर बर्नी हळूच माझ्याजवळ आला आणि हळू आवाजात म्हणाला, "लुईस, साल्यांना चांगला धडा शिकव." स्पर्धेच्या आयोजकांनी तेथील ध्वनिक्षेपकावरून आमची नावे फिनिश आणि इंग्रजीमधून सांगितली. एका रशियन जलतरणपटूचे नाव होते अलेक्झांडर ब्रायलीन. जमलेल्या गर्दीतील लोकांच्या उत्साही आरोळ्या आणि टाळ्या यांवरून मला समजले की, एकंदरीत तो खूपच लोकप्रिय होता. ऑलिम्पिक शर्यतीत खेळाडू करतात, त्याप्रमाणे तो दोन पावले पुढे आला आणि त्याने दोन्ही हात उंचावून अभिवादन केले.

आमच्या शर्यतीच्या थोडे आधी मी अलेक्झांडरला एका सहा-सात वर्षांच्या मुलाला त्या २५ मीटर लांबीच्या तरणतलावाकडे नेताना पाहिले होते आणि त्या मुलाला धाकदपटशहा दाखवून तेवढे अंतर त्याने पोहायला लावले होते. त्या मुलाची शरीरयष्टी किरकोळ होती, पाण्याचे तापमान ०°से. होते. तो मुलगा भयंकर घाबरलेला होता. माझ्याबरोबर गर्दीत उभ्या असलेल्या एका इंग्रज तरुणाला हा प्रकार अगदी क्रूर आणि निर्दयी वाटला होता. अलेक्झांडर हा माझा शर्यतीमधला प्रतिस्पर्धी होता. त्याच्या या कृतीचा उपयोग मी पोहताना त्याच्या विरुद्धची माझी मानसिकता चेतवण्यासाठी करणार होतो. लहान मुलाला अशी वागणूक देणारा माणूस किती क्रूर असेल, किती निर्दयी असेल? मी एकही संधी सोडणार नव्हतो. तरणतलावाच्या दुसऱ्या टोकाला त्या मुलाला बाहेर काढून त्याच्याभोवती ब्लँकेट गुंडाळताना मी अलेक्झांडरला बघितले. आता त्या मुलाच्या चेहऱ्यावरची भीती पळाली होती आणि आपण काहीतरी इतरांपेक्षा वेगळाच अनुभव घेतल्याचा आनंद दिसत होता. नंतर मला कळले की, तो त्याचाच मुलगा होता आणि त्याचे नाव डॅनियल होते. हे सगळे बघून हळहळत असताना मनात हा विचार आला नाही की आपण स्वत: मुलांना कशी वागणूक देतो? विचार केला, तर मला वाटते

अलेक्झांडरचे वागणेच बरोबर होते. मुलाला तो निसर्गाच्या जवळ जायला शिकवत होता. आम्ही पाश्चात्य लोक आमच्या मुलांना प्ले स्टेशन, टी.व्ही. गेम्स देऊन घरांच्या चार भिंतीत काल्पनिक जगात त्यांचे बालपण कोंडून टाकतो.

दोन्ही रशियन जलतरणपटूंनी वेटसूटच्या चड्ड्या घातल्या होत्या. त्या ताणल्यावर त्यांच्या पोटापर्यंत येत होत्या. मी तिथे माझी पोहण्याची चड्डी घालून उभा होतो, ती अत्यंत तोकडी होती. त्यामुळे मला मी अगदी उघडा असल्यासारखेच वाटत होते. भीतीपण कधीकधी तुम्हाला उत्तेजित करते. मला कोणत्याही परिस्थितीत ही शर्यत हरायची नव्हती. शर्यतीच्या आणि एकंदरीत काय होणार या विचारांनी माझे मन व्यापून टाकले.

फिनलॅन्डच्या शास्त्रज्ञांचा एक गट पाण्यात उतरायच्याआधी माझी विविध प्रकारे तपासणी करत होता. वेगवेगळ्या वेळी माझी 'युरिन' सॅम्पल्स घेत होते. शरीराचे कोअर तापमान वाढवू शकण्याच्या माझ्या वैशिष्ट्याबद्दलचे त्यांना खूप कुतूहल होते. ती शर्यत झाल्यावर, मी इंग्लंडला परतल्यावर त्यांनी मला ई-मेल पाठवून कळवले होते की, त्याच शर्यतीच्या दिवशी माझ्या शरीरातल्या 'नोराड्रीनलिन' ची पातळी खूपच होती. शरीरात 'नोराड्रीनलिन'ची एवढी पातळी त्यांनी कधीच पाहिली नव्हती. त्यांच्या परीक्षणाचे मला आश्चर्य वाटले नाही, कारण कोणत्याही परिस्थितीत मी हरणार नव्हतोच आणि त्यासाठी मी खूप मानसिक तयारीही केली होती. मनाला मी कधी नव्हे तेवढ्या आक्रमक स्थितीत नेऊन ठेवले होते. त्या दोघा रशियनांच्या क्षमतेची प्राथमिक चाचपणी करण्यासाठी मी असे ठरवले की, शर्यतीच्या सुरुवातीलाच जणूकाही ही शर्यत ५० मीटर अंतराचीच आहे, असे समजून फ्री स्टाईल पद्धतीने पोहायला लागायचे.

"आपापल्या जागेवर उभे राहा...तय्यार..." ध्वनिक्षेपकावरून सांगितले गेले. नंतर शिंग फुंकण्याचा आवाज आला आणि पुढच्या क्षणाला मी पाण्यात सूर मारलेला होता. मी माझ्या दोन्ही बाजूंना नजर टाकली, रशियन्स जोरात पोहत होते. भराभर ब्रेस्ट स्ट्रोक्स मारत होते. ते कसेही असले, तरी त्यांच्या ब्रेस्ट स्ट्रोकची तुलना 'क्रॉल'शी होण्यासारखी नव्हती. दुसरी गोष्ट म्हणजे त्या दोघांची डोकी पाण्याबाहेर होती, त्याउलट माझे डोके सतत पाण्यात बुडालेले होते, त्याचाही मला चांगला फायदा मिळत होता. त्यांच्यात आणि माझ्यात थोडे अंतर पडले. त्यामुळे उत्साहित होऊन मी आणखी जोराने हात मारायला लागलो. आता त्यांच्यात आणि माझ्यात अंतर वाढायला लागले होते. मी माझा पोहण्याचा वेग वाढवला. तलावाच्या दोन्ही बाजूंनी लोकांच्या प्रोत्साहित करणाऱ्या आरोळ्या ऐकू येत होत्या. मी मात्र माझ्या मनातला आवाज ऐकत होतो, आणखी वेगाने पुढे जात आमच्यातले अंतर वाढवायचा प्रयत्न करत होतो. घराला आग लागलेला माणूस

जसा पळत सुटेल तसा मी पोहत होतो. मला एक शक्यता वाटत होती की, अर्धे अंतर पार केल्यावर रशियन्सपण 'क्रॉल' पद्धतीने पोहायला लागतील. मी जोरात सुरुवात केलेली असल्यामुळे तोपर्यंत मी दमलेलो असेन आणि अशा प्रकारे शेवटी मला मागे टाकायचा त्यांचा विचार असेल. परंतु त्या अतिथंड पाण्यात ते ब्रेस्ट स्ट्रोकच मारत राहिले आणि संपूर्ण वेळ त्यांची डोकी पाण्याबाहेरच होती.

मी ही ५०० मीटर अंतर पोहण्याची स्पर्धा खूप अंतर ठेवून जिंकली. जवळ-जवळ १०० मीटरने मी अलेक्झांडरच्या पुढे होतो आणि जवळ-जवळ १५० मीटर त्या दुसऱ्या जलतरणपटूच्या– नेफेटॉव्ह व्हादिमीरच्या– पुढे होतो. तलावाच्या दुसऱ्या बाजूची बर्फाची कडा एकदा शिवल्यावर त्या बर्फाच्या पाण्याचा थंडपणा मला असह्य वाटायला लागला. पोहण्याच्या शर्यतीत खरे तर शर्यत संपल्यावर इतर जलतरणपटू सीमारेषेपर्यंत येईपर्यंत वाट बघत थांबण्याची पद्धत आहे, पण या परिस्थितीत त्याचा अर्थ म्हणजे मला आणखी काही मिनिटे या गोठवणाऱ्या थंड पाण्यात काढायला लागली असती. मी घाईघाईने थंड पाण्यातून बाहेर आलो तो बाहेरच्या हवेचे तापमान होते उणे२०°से. त्यामुळे अंगाला सुया टोचल्यासारखे होत होते. कर्नल ल्युटॉव्ह माझ्याकडे चालत आले आणि हात लांब करून कडक हस्तांदोलन करत त्यांनी माझे अभिनंदन केले, "खरंच तू छान पोहलास, कमालच केलीस!" माझ्यापर्यंत येऊन अभिनंदन करण्यात त्यांनी त्यांच्या मनाचा तोच मोठेपणा, तोच उमदेपणा दाखवला होता. तोच शर्यत सुरू होण्याआधी त्यांनी दाखवलेला होता.

माझ्या अंगात थंडी खोलवर घुसली होती, तरीपण मी तरणतलावाच्या काठावर माझे प्रतिस्पर्धी येईपर्यंत थांबलो. अलेक्झांडर येऊन पोचल्यावर आणि तरणतलावाच्या बाहेर आल्याबरोबर मी हस्तांदोलन करण्यासाठी हात पुढे केला, पण काही वेगळेच घडले. त्याने मला चक्क मिठीच मारली. अर्थातच स्पर्धेत हरल्यामुळे त्याची निराशा झाली होती, पण त्या क्षणी त्याने मान्य केले होते की हरण्या-जिंकण्यापेक्षाही मोठे असे काही असते. त्याला इंग्रजी येत नव्हते आणि मला रशियन भाषेचा एक शब्दपण माहीत नव्हता, तरीपण आम्ही एकमेकांना समजू शकलो. अलेक्झांडरने डोक्यावरची त्याची फेडरेशनचे चिन्ह असलेली टोपी काढून मला दिली. मीपण माझ्या डोक्यावरची ब्रिटिश ध्वजाचे चिन्ह असलेली टोपी त्याला दिली. त्यानंतर थोड्याच वेळात नेफेटॉव्हही पाण्याबाहेर आला आणि आम्ही मिठी मारली. आम्ही आता एकमेकांचे शत्रू किंवा स्पर्धक नव्हतो. आमच्यात पूर्व-पश्चिम अशी दरीही आता उरली नव्हती. आमच्या दृष्टीने एक आणि एकच गोष्ट महत्त्वाची होती, किंवा आम्हा सर्वांची एकच इच्छा होती की थंड, अतिथंड पाण्यात पोहण्याचे नवनवीन विक्रम करायचे.

ओलूमध्ये त्या तरणतलावाच्या बाजूलाच एका बसचे रूपांतर 'गरम वाफेच्या

न्हाणीघरात (सॉना) केले होते. प्रत्येक जलतरणपटूला त्याची किंवा तिची शर्यत संपल्यावर थंडी घालवण्यासाठी आणि शरीर परत गरम करण्यासाठी तिथे जाऊन थोडा वेळ बसायला सांगितले जात होते, माझ्या तोपर्यंतच्या आयुष्यात पोहल्यानंतर मी या 'सॉना'च्या विरोधात होतो आणि त्याची सवय लागेल, किंवा आपण कमजोर होऊ या समजुतींनी मोह टाळला होता. अगदी कडाक्याच्या थंडीतही मी थंड पाण्यानेच अंघोळ करतो, मला तशी सवयच आहे. पण त्या ठिकाणी माझ्या या दोन रशियन मित्रांबरोबर माझी पावले सॉनाकडे वळली.

सॉनाच्या आतले दृश्य फारच सुंदर होते. ४ x२५ मीटर रिले शर्यतीत भाग घेतलेल्या सोळा सुंदर तरुण मुली थंडी घालवत बसल्या होत्या. रशियन्स, ब्रिटिश, नॉर्वेजियन आणि फिन्स. त्या सगळ्या अजून स्विमसूट्समध्येच होत्या. त्या सॉनाची उष्णता आमच्या शरीराला सुखावत होती; तर त्या सोळा सुंदर तरुणींची उपस्थिती डोळ्यांना, मनाला सुखावत होती. किती सुंदर संध्याकाळ होती! मनात एक विचार येऊन गेला. पण तेवढे सोडले, तर संध्याकाळ तिथेच संपणार नव्हती, नंतर एका मेजवानीचे आयोजन केले होते आणि त्या संध्याकाळी त्या हॉलमध्ये अलेक्झांडरने त्याच्या नृत्यकौशल्याने सर्वांना थक्क केले. तेथे असलेल्या प्रत्येक तरुणीला त्याच्याबरोबर नृत्य करायचे होते.

नंतर मला अलेक्झांडरबद्दल जास्तच माहिती कळली. तो रशियाच्या, चीनच्या सीमेजवळच्या पूर्व प्रांतातील होता. त्याच्या ठिकाणापासून ओलूपर्यंतच्या प्रवासाचे बोलायलाच नको! त्याच्या ठिकाणापासून मॉस्कोला पोचायचे, म्हणजेच दोन दिवसांचा प्रवास होता. नंतर आम्ही चांगले मित्र झालो. नॉर्वेमधील 'सोगने फोर्ड'स्पर्धेच्या वेळी परत एक वर्षाने आमची भेट झाली. नंतर परत आम्ही लंडनमध्ये भेटलो. त्यानंतर त्याने पूर्व रशियातील आमूर नदी मध्ये 'ब्लॅगोव्हेशचेन्स्क' ते 'खाब्रोवस्क'मधील १,०००कि.मी. रिले शर्यतीत भाग घेण्यासाठी आमंत्रण दिले होते. त्याने ही पोहण्याची मोहीम, चीनमधील कारखान्यांमधून बाहेर पडणाऱ्या सांडपाण्यामुळे, धुरांमुळे त्या भागातील संपूर्ण निसर्गालाच भयंकर धोका निर्माण झाला होता, या गोष्टीकडे लोकांचे लक्ष वेधण्यासाठी आखली होती. आता लोकांचे या गोष्टीकडे लक्ष वेधून त्यांना ही नदी पूर्वपदावर आणायची होती. पण त्याच वेळी दक्षिण आफ्रिकेमध्ये माझेही पर्यावरणविषयक काही कार्यक्रम, मोहिमा होत्या. त्यामुळे मी जाऊ शकलो नाही, पण एकदा मला अलेक्झांडरच्या गावाला नक्की जायचे आहे, आणि त्याच्याबरोबर काही दिवस घालवायचे आहेत.

त्या स्पर्धेला मिळालेल्या प्रसिद्धीमुळे नंतर 'World Winter Swimming Championship'चे संपूर्ण स्वरूपच बदलून गेले. आयोजकांनापण पटले की प्रत्येक शर्यत ही २५ मीटर अंतराचीच असायला पाहिजे असे नाही, तसेच त्यांनी

'फ्री स्टाईल' प्रकाराने पोहण्याची परवानगीही दिली. मी त्या स्पर्धेत भाग घेण्याआधी त्यांचा असा काहीसा समज किंवा गैरसमज झाला होता की ०°से. तापमानाच्या पाण्यात डोके पाण्यावर ठेवूनच पोहणे जरुरीचे असते. पण मी नेहमी डोके पाण्यात ठेवून पोहणे पसंत केले आहे. मी जेव्हा-जेव्हा डोके पाण्याच्या बाहेर ठेवून पोहायचा प्रयत्न केला, तेव्हा मला ते त्रासदायक आणि अवघडच वाटले. आता त्या स्पर्धेमध्ये लांब अंतराच्या शर्यतीही होतात. जलतरणपटू फ्री स्टाईल पद्धतीनेही पोहतात आणि बहुतेक जणांना डोके पाण्यात ठेवून पोहण्याची मजा कळली आहे.

माझ्या दक्षिण ध्रुवावरच्या मोहिमेनंतर आणि फिनलन्डमधील या रशियन जलतरणपटूंबरोबरच्या शर्यतीनंतर बीबीसीच्या एका निर्मात्याने मला फोन करून सांगितले की, ते बीबीसीचा विज्ञानविषयक कार्यक्रम 'क्षितिज' यासाठी एक माहितीपट करू इच्छितात. त्यांनापण शर्यतीच्या जरा आधी मी माझ्या शरीराचे कोअर तापमान वाढवू शकण्याच्या क्रियेबद्दल जाणून घेण्याची इच्छा होती. त्यांनापण 'ॲन्टिसिपेटरी थर्मोजेनेसीस' क्रियेबद्दल उत्सुकता होती. त्यांनी मला विचारले की, ज्यामुळे त्यांना या गोष्टीचा प्रत्यक्ष अनुभव घेता येईल, असा एखादा पोहण्याचा कार्यक्रम मी त्यांच्यासाठी करू शकेन का? मी त्यासाठी तयारी दर्शवली आणि सुचवले की, नॉर्वेमधील निगार्ड ग्लॅशियर तळ्यामध्ये मी लांब अंतर पोहण्याचा कार्यक्रम करू शकेन. त्या तळ्यातील पाण्याचे तापमान नेहमीच ०°से. असते. मी त्यांना सांगितले की, वसंत ऋतूमध्ये तिथे तळ्यातले बर्फ वितळते, तेव्हा हा कार्यक्रम करता येईल. मी निगार्ड ग्लॅशियरच्या जवळच्या 'ग्लॅशियर' संग्रहालयाचा मालक असलेल्या आणि माझा चांगला मित्र झालेल्या पेडर जेरव्हीकला फोन केला आणि तळ्यातले बर्फ नक्की कधी वितळलेले असण्याची शक्यता आहे, याची विचारणा केली. परंतु टेलीव्हिजनचे लोक हे अत्यंत बेभरवशी असतात आणि याचा अत्यंत वाईट अनुभव मला आला. त्यांनी सुरुवातीला निगार्ड ग्लॅशियरचे गोठलेल्या अवस्थेतले पहिले चित्रीकरण केले आणि त्यांच्या अकाउन्टस विभागाच्या कोणाला तरी अचानक शोध लागला की, त्यांच्याकडे एवढे बजेट नाही आणि अगदी आयत्या वेळेला हा सर्व कार्यक्रम रद्द करण्यात आला. या सगळ्या घटनाक्रमाने मी चांगलाच वैतागलो होतो. ही सगळी तयारी खरे तर त्यांच्याच सांगण्यावरून केली होती. पण परत काही आठवडे अतिथंड पाण्यात पोहण्याचा सरावही मी केला होता.

तरीपण माझा चांगला सराव झाला असल्यामुळे आणि मी पूर्ण तयारीत असल्यामुळे होरीझॉनचा कार्यक्रम नसला, तरी माझे काही सहकारी घेऊन मी नॉर्वेमध्ये दाखल झालो. मी केलेला सराव, श्रम वाया घालवण्यात काहीच अर्थ नव्हता. जोनाथन ड्युगास काही शास्त्रीय प्रयोग करण्यासाठी आला. मार्टीन जेनकीनपण

बरोबर होता. मी अतिथंड पाण्यात उतरल्यावरही माझी निर्णयक्षमता चांगली राखण्याची जबाबदारी त्याची होती. कारण थंड, अतिथंड पाण्यात हायपोथेर्मिया झाल्यावर त्याचा प्रथम परिणाम होतो तो माणसाच्या निर्णयक्षमतेवर. त्याचे मन भरकटल्यासारखे होते. मी मेजर जनरल टीफ टॉयन सीवेल यांनाही बरोबर येण्याची विनंती केली, कारण त्यांचे आणि माझे फार घनिष्ट संबंध निर्माण झाले होते. मी दक्षिण आफ्रिकेतून पहिल्यांदा लंडनला आल्यावर त्यांनी माझी गुडइनफ कॉलेजच्या होस्टेलवर राहण्याची सोय केली होती. मेजर जनरल त्या होस्टेलचे डायरेक्टर होते. ते माझ्यासाठी एक आदर्श होते. कोणत्याही बाबतीत त्यांचे अनुकरण करायला मला नक्कीच आवडले असते.

आम्ही जेव्हा तिथे पोचू तेव्हा हिमनदीच्या खालील तळ्यातले बर्फ वितळले असेल हा पेडरचा अंदाज साफ चुकला होता. हिमनदी संपता-संपता जेथे तळे सुरू होते, तेथील थोड्या भागातील बर्फ वितळले होते, तेवढ्या पाण्यात पोहणे शक्य होते. पण पोहणे झाल्यावर मला तिथून ताबडतोब बाहेर काढणे, काढता येणे हा एक प्रश्न होता. पाण्याचे तापमान ०°से. होते आणि साधारणत: मी १,२०० मीटर पोहण्याचे ठरवले होते त्यामुळे पोहणे संपता-संपता योग्य काळजी न घेतल्यास मला नक्कीच हायपोथेर्मिया होण्याची भीती होती. दुसरे म्हणजे तिथून दूर उभ्या केलेल्या कारमध्ये जाऊन बसण्याआधी ७०० मीटरचा खडकाळ भाग चालावे लागणार होते आणि एवढे झाल्यावर मी जर जिवंत राहिलो असतो, तरी परत गरम पाण्याच्या शॉवरसाठी कारने मला दोन कि.मी. अंतरावरच्या ग्लॅशियर संग्रहालयात जाण्यासाठी प्रवास करावा लागणार होता. परत तो मार्गपण मोकळा असण्याची शक्यता काहीशीच होती.

"जनरल," मी म्हणालो, "मला वाटतं, आपण येथेच शेकोटी पेटवावी. नॉर्थ केप मोहिमेच्या वेळीपण मी हीच पद्धत अवलंबिली होती."

"लुईस मला शेकोटी वगैरे पेटवण्याची कल्पना काही पटत नाही," जनरल म्हणाले, "समजा जोरदार पाऊस वगैरे आला, तर काय करायचं?" ती जागा तशी वेळी-अवेळी पावसासाठी प्रसिद्ध होती. "त्या परिस्थितीत शेकोटी टिकणारच नाही आणि मला तू बेशुद्ध वगैरे पडावंस वाटत नाही, कारण एकतर आपण गरम पाण्याच्या सोयीपासून दोन कि.मी लांब आहोत आणि दुसरं म्हणजे कोणतीही वैद्यकीय मदत जवळपास मिळण्यासारखी नाही."

"तर मग जनरल आपण काय करायचं?" मी विचारले.

"लुईस, तू फक्त पोहण्याचा विचार कर. बाकी सर्व गोष्टी मी बघून घेतो. आपण बर्फामधून ७०० मीटर लांबीचा, एक छोटी बोट जाऊ शकेल एवढा रुंद खंदक खणू या, त्यामुळे तुला दूर उभ्या असलेल्या कारपर्यंत लवकर पोचता येईल."

त्या माणसाचे, जनरलचे, वय होते ६५ वर्षांचे आणि हा प्रस्ताव ऐकून मला वाटले की, या माणसाचे डोकेबिके फिरले आहे की काय? ''बरं चालेल, छान कल्पना आहे,'' मी म्हणालो.

त्यांनी तिथे वाळूवर आराखडा काढला. ''येथे कार उभी असेल, ही येथे तुझी पोहण्याची अंतिम रेषा आणि तिथून या जागेपर्यंत आपण बर्फात खंदक खणणार आहोत,'' ते म्हणाले.

''जनरल, तुम्ही ७०० मीटर लांब खंदक खणायची गोष्ट करत आहात. आपण बर्फाची जाडी मोजली, ती आहे ३० सेंटिमीटर किंवा एक फूट. हे शक्य आहे का जनरल?''

''लुईस, माझ्याशी कृपा करून वाद घालू नकोस. तू कोठून तरी बर्फ तोडण्याची कुऱ्हाड मिळवू शकशील का? म्हणजे मी तुला माझ्या डोक्यात नक्की काय चाललं आहे, त्याचं प्रात्यक्षिकच करून दाखवतो,'' जोनाथन आणि मार्टिन दोघांनी माझ्याकडे पाहिले आणि त्यांच्या चेहऱ्यावरच्या हावाभावावरून स्पष्ट दिसत होते की त्यांना वाटत होते जनरलना खरोखरीच वेड लागले होते. माझ्याकडे थोडे झुकत जोनाथनने अगदी हळू आवाजात मला विचारले, ''लुईस, खरं सांग या माणसाची मन:स्थिती ठीक आहे ना?''

''जनरल अगदी पुरेशा गांभीर्यानं हे सगळं सांगत आहेत,'' जनरलच्या कानावर पडणार नाही, अशा बेताने मार्टिन म्हणाला. जवळच्या डोंगरावरून वाहत येणारी एक छोटी नदी कारपार्कच्या जवळून वाहात जात होती. कारपार्कच्या बाजूलाच दोन आरामखुर्च्यांच्या आकाराची एक छोटी प्लॅस्टिकची बोट ठेवलेली होती. जनरलनी ती बोट नदीत सोडली. ते स्वत: बोटीत बसले आणि जोनाथनला त्यांच्यामागे बोटीत यायला त्यांनी हाताने खूण केली. जोनाथन या त्यांच्या निग्रहाकडे बघून अचंबित झाला होता, पण त्याने जनरलनी सांगितल्याप्रमाणे केले. त्याने तिथली दोन वल्ही उचलली आणि जनरलच्या मागे बसला. एक, दोन-तीन म्हणून जनरलनी सूचना दिली व त्यांनी ती बोट वल्हवत बर्फाच्या कडेला आणली. जनरल बर्फावर उभे राहिले आणि हातातल्या बर्फ फोडण्याच्या कुऱ्हाडीने बर्फ फोडायला लागले. बोटीच्या दुसऱ्या बाजूला असलेला जोनाथन वल्ह्याने बर्फ फोडायला लागला. बाजूला उभा असलेला एक नॉर्वेजियन, जनरलांचा हा उत्साह बघून आपणहून त्यांचा मदतीला सरसावला.

त्याच वेळी मी तिथे बीबीसी बातम्यांसाठी मुलाखत देत होतो आणि त्या मुलाखत घेणाऱ्याच्या खांद्यावरून त्याच्या मागे तीन माणसे एक फूट जाडीचा बर्फ फोडताना मला दिसत होती. ''अरे देवा!'' मी म्हणालो,''जर तू आजचा हा प्रकार वरून बघत असशील, तर तुझ्या आयुष्यातला आजचा दिवस तुझ्या दृष्टीने ही

लक्षात राहण्यासारखा असेल.'' मला भीती वाटत होती की, त्यांच्या या उत्साहाला अपघाताचे काही गालबोट तर लागणार नाही ना! पण सुदैवाने तसे काही झाले नाही आणि हळूहळू बर्फात खंदक तयार झाला होता.

जनरलना काम करताना बघून माझ्या मनात संमिश्र भावना येत होत्या. खरे तर मी स्वत:वरच वैतागलो होतो. येथे येताना बर्फ वितळले असेल, याची खातरी करून घ्यायला हवी होती. तरीपण परिस्थितीवर मात करण्याचे जनरलांचे धैर्य बघून मला त्यांचे फार कौतुक वाटत होते. पासष्ट वर्षे वयाची किती माणसे एक फूट जाडीच्या बर्फात ७०० मीटर खंदक खणण्याचा उत्साह दाखवतील? मी जनरलना आमच्या निगार्ड ग्लॅशियर मोहिमेत सहभागी होण्यासाठी बोलावल्यावर ते आमच्या टीमचे कॅप्टन झाले. ते वयाने सर्वांत मोठे होते किंवा शहाणे होते म्हणून नाही, ते दोन्ही तर होतेच, किंवा त्यांना कॅप्टन व्हायची हौस होती, म्हणून नाही, तर ते जन्मजात कॅप्टन होतेच. त्यांच्यासारखे नेतृत्वगुण असलेला दुसरा माणूस माझ्या बघण्यात नाही. जनरलनी मला त्यांच्या उदाहरणातून दाखवून दिले होते की, मोठे कॅप्टन हे नेहमी त्यांच्या संघाबरोबर असतात आणि ज्या सहजतेने ते हुकूम देऊ शकतात, त्याच सहजतेने ते हुकूमाचे पालनपण करू शकतात. मुख्य म्हणजे हे सर्व वैयक्तिक मोठेपणासाठी नाही, तर संघाच्या मोठेपणासाठी करतात. संध्याकाळ होता-होता ७०० मीटर खंदक तयार झाला होता आणि जनरलांचे दोन्ही हात फोडांनी भरले होते. आम्ही त्या खंदकाचे नाव ठेवले 'जनरलांचा खंदक.'

आता मार्टिनची काम करण्याची पाळी होती. मार्टिन हा 'मनोव्यापार', विचार, मानसशास्त्र या संबंधित विषयांचा तज्ज्ञ होता. एखाद्याच्या डोक्यात शिरून, त्याचे विचार, त्याच्या मनाची ठेवण, विचारांची जडणघडण इत्यादी समजून घेण्याची, ओळखण्याची वेगळीच कला त्याच्याकडे होती. तो माझ्या बाबतीत तरी हे करू शकत होता. तो माझ्या भावनांशी तद्रूप व्हायचा आणि अशा सूचना करायचा की, मनाची स्थिती, प्रतिक्रिया इत्यादी नेहमी आशावादी, सकारात्मक राहिल. उदाहरणार्थ, तो बोलताना असा काही भाव निर्माण करायचा की, मी हर्क्युलस विमानातून पॅराशूटच्या साहाय्याने उडी मारण्याच्या तयारीत आहे. मी पॅराशूटमधून उडी तेव्हाच मारू शकेन, जेव्हा माझ्या भाव-भावना, विचार कमालीचे सकारात्मक आणि उत्तेजित झालेले असतील आणि अशी मन:स्थिती तो तयार करण्यात माझ्या बाबतीत नेहमीच यशस्वी व्हायचा. तो माझ्या वडिलांची आठवण काढून मला सांगायचा की, माझ्या अपयशाने वडिलांची मान खाली जाणार आहे. निगार्ड ग्लॅशियरचे तळे पोहणे माझ्यासाठी तसे कठीणच जाणार होते, कारण तशी माझी पूर्ण तयारी झालेली नव्हती. पण मार्टिनच्या संमोहन उपचाराने काम केले होते. मला खातरी वाटत होती की मी काहीही करू शकेन, अगदी काहीही! त्या दिवशी

निगार्ड ग्लॅशियरच्या तळ्यात बर्फाच्या थंडगार पाण्यात पोहणे म्हणजे माझ्या दृष्टीने मला पोरखेळ वाटला.

या माझ्या सांगण्यावर एखादे वेळी विश्वास बसणार नाही, पण ते खरे आहे. नॉर्वेमधील थंड वसंत ऋतूमध्ये तेथे फक्त पोहण्याची चड्डी घालून मी संपूर्ण उघडा उभा होतो आणि मला घाम फुटलेला होता. माझ्या हृदयाची स्पंदने वाढली होती, अजून काही मिनिटे बाकी होती, पण मी पाण्यात उडी मारायला अधीर झालो होतो. मी मार्टिनला म्हणालो, "माझे तापमान जरा जास्तच वाढले आहे."

नॉर्वेमधील विविध वृत्तपत्रांचे, टी.व्हीं.चे वार्ताहर तिथे उपस्थित होते. रॉयटर या वृत्तसंस्थेचे लोकही तिथे होते. बीबीसीचे छायाचित्रकार चित्रीकरण करत होते. मी तळ्याकडे जायला जशी सुरुवात केली, तसे मला वाटत होते मी एका वेगळ्याच ग्रहावर आहे. मी अभेद्य होतो, अपराजित होतो. पाणी अति म्हणजे अतिथंड होते. तो थंडपणा इतका टोकाचा होता की, मला श्वास घेणे जड जायला लागले. माझ्या शरीराच्या अगदी आतपर्यंत थंडी चिरत गेली. परंतु मी ते सहन करू शकत होतो. कारण माझे मन कमालीच्या; पण नियंत्रित, आक्रमक उत्तेजित अवस्थेत होते. पोहताना माझे हात एका ठरावीक लयीत, पण पूर्ण ताकदीनिशी चालत होते. मला हात इतक्याही वेगाने मारून चालणार नव्हते, कारण त्यामुळे माझ्या शरीराचे तापमान झपाट्याने खाली यायचीपण भीती होती. मी ठरवलेल्या अंतिम रेषेपर्यंत पोचता-पोचता मी अगदी कमालीचा दमलो होतो. शून्य तापमानाच्या पाण्यात मी १,२०० मीटर अंतर पोहलो होतो. ते झाल्या-झाल्या मी जनरलच्या खंदकातून बोटीने कार ठेवलेल्या जागी गेलो आणि दोन कि.मी.चा प्रवास करून ग्लॅशियर वस्तुसंग्रहालयातल्या गरम पाण्याच्या शॉवरखाली उभा राहिलो. मला १,२०० मीटरचे अंतर पोहायला २३ मिनिटे आणि ५० सेकंद लागली, पण ०°से. तापमानाच्या त्या पाण्यात सर्वांत जास्त वेळ राहण्याचा विक्रम माझ्या नावावर जमा झाला होता. मी जेव्हा-जेव्हा निगार्ड ग्लॅशियरच्या तळ्यात पोहण्याच्या माझ्या या विक्रमाचा आता विचार करतो, तेव्हा त्याचा आधीचा घटनाक्रम मला आठवतो. आज त्या माझ्या सर्वांत सुंदर आठवणी आहेत.

दक्षिण ध्रुव, नेल्सन मंडेला बे मॅनली बीच ते सिडनी ऑपेरा हाउस आणि निगार्ड ग्लॅशियर तळे इतक्या सगळ्या गोष्टी नोव्हेंबर २००५ ते मे २००६ या सात महिन्यांच्या काळात झाल्या. विविध ठिकाणी विविध अनुभव आले. त्यात काही कडू होते, तर पुष्कळ गोडच होते. पण एक गोष्ट नक्की की त्या अनुभवांनी मला खूप समृद्ध केले. माझ्या समजुतींमध्ये खूप भर टाकली आणि अशा प्रकारे ती तीन वर्षे, ज्या काळात थंड, अतिथंड पाण्यात पोहणे हेच माझे आयुष्य बनले होते, हाच माझा ध्यास बनला होता; ती तीन वर्षे गेली. माझे वय आता ३६ वर्षांचे

होते. माझ्याकडे स्वत:चे घर नव्हते, स्वत:ची कार नव्हती. बँकेत नावावर काही शिल्लक नव्हती. किंबहुना माझा सर्व संसार दोन 'रकसॅक्स'मध्ये मावण्याइतकाच होता. एका सॅकमध्ये थंडीत वापरायचे कपडे, तर दुसऱ्या सॅकमध्ये माझा सूट आणि इतर गोष्टी. मी विविध अनुभवांनी खूप श्रीमंत होतो, पण पैशाने 'कडका' होतो. श्रीमंत होण्याचे माझे कधीच स्वप्न नव्हते; परंतु नवीन कपडे घेण्यापुरते पैसे, शनिवार-रविवार मैत्रिणीला हॉटेलमध्ये घेऊन जाण्याइतपत किंवा एखाद्या ट्रीपवर जाण्यापुरते पैसे नेहमी असावेत, एवढीच माझी इच्छा होती. आज कित्येक वर्षे मी दौरे केले, पण एकट्याने. बायको नाही, मुले नाहीत. डोक्यावर कर्जपण नाही. परंतु ही अशीच परिस्थिती कायम राहावी, असेही वाटत नव्हते. मला आता स्थिर व्हावे, लग्न करावे, संसार करावा, असे फार वाटायला लागले होते. याबद्दल माझा सगळ्यात जवळचा मित्र डेव्हिड बेकरबरोबर मी विस्ताराने बोललो. माझ्या भावनांना त्याच्यापुढे वाट करून दिली. संपूर्ण वेळ पोहण्यात घालवलेली गेली तीन वर्षे माझ्या दृष्टीने नक्कीच आनंदाची आणि समाधानाची होती. त्या आधी कायद्याच्या फर्ममध्ये घालवलेल्या काही वर्षांपेक्षा नक्कीच आनंदाची होती; पण या सगळ्याला आयुष्य जगणे म्हणता आले नसते.

माझा एक मित्र डेव्हिड हा क्रीडाविषयक प्रायोजकत्वासंबंधीच्या करारांचा-कायद्याचा वकील आहे. त्याने कित्येक मोठ्या व्यावसायिक खेळाडूंबरोबर काम केले होते. तो मला म्हणाला होता, "कोणत्याही खेळाडूने एकदा त्याच्या खेळात ठरावीक उंची गाठली, नाव कमावले, की खेळांची साधने बनवणाऱ्या विविध किंवा इतरही कंपन्यांकडून त्यांच्या साधनांची विक्री वाढवण्यासाठी जाहिराती करण्याच्या संधी त्याच्यासाठी उपलब्ध होतात. कित्येक ठिकाणी खेळाडूंना भाषणासाठीही बोलावले जाते आणि त्यातून त्यांना जे उत्पन्न मिळते, ते एक उत्पन्नाचे साधन होऊ शकते. लुईस, आता तू त्या टप्प्यावर येऊन उभा आहेस," मला स्वत:ला मात्र खातरी नव्हती.

प्रत्येक पोहण्याची मोहीम किंवा प्रयत्न हा स्वतंत्र होता, वेगळा होता. एखाद्या गोष्टीचा अतिरेक झाला की, आपण तेच-तेच करतो आहोत, असे वाटायला लागते. "हो, ते माझं झालं आहे" "हो, ते पण मी केलं आहे." एवढे म्हणण्यापुरतेच त्याचे महत्त्व उरते. सोगने फोर्ड झाले आहे, दक्षिण ध्रुव – हो झाला आहे. पाच महासागरांत पोहणे –हो तेपण केले आहे. खरे तर त्या प्रकारात फक्त पोहण्याच्या दोनच मोहिमांचा समावेश करता आला असता, त्या म्हणजे 'नेल्सन मंडेला बे' आणि सिडनी बंदर. कारण मला पाचही महासागरांत पोहणारा पहिला जलतरणपटू बनायचे होते म्हणून. इतर सर्व मोहिमा, मी ती ठिकाणे आधी नकाशात पाहिली आणि तिथे भेट देण्याची, ती बघण्याची तीव्र इच्छा झाली म्हणून ठरवल्या गेल्या, आखल्या गेल्या.

पण जेव्हा मला जेम्स मॅथ्यूने त्याच्या आईच्या घरी, यॉर्कशायरला एका

शनिवार-रविवारी बोलावले आणि तिथे माझी क्लॅरा केर हिच्याशी ओळख झाली, तेव्हा हे सगळे चित्रच बदलले. मला जरा जरा जाणीव झाली की माझी खरी आवड काय आहे आणि त्याला विधायक वळण कसे देता येईल.

संपूर्ण थेम्स नदी पोहून जायची मोहीम मी जेव्हा डब्ल्यू डब्ल्यू एफच्या आयोजकत्वाखाली करण्याचे ठरवले, तेव्हा त्या मोहिमेला एक नवीन अर्थ प्राप्त झाला. ही मोहीम साधी असणार नव्हती. तीन आठवड्यांत थेम्स नदी पूर्ण पोहायची होती. तिची लांबी होती ३५० कि.मी. पोहण्याच्या मोहिमेला प्रसार माध्यमांनी भरभरून प्रसिद्धी दिली. एक प्रश्न मला सतत विचारण्यात येत होता की, मी माझ्या शरीराला एवढा त्रास देऊन, तीन आठवडे सतत शिक्षा देऊन त्यातून मला काय मिळणार होते? माझे उत्तर एकच होते, "मला असं वाटतं की, माझ्या पोहण्याच्या मोहिमेमुळे लोकांचं हवामान बदलाकडे लक्ष वेधलं जाईल. त्यांना त्या बदलाची जाणीव होईल आणि त्या जाणिवेतून आपल्या आजूबाजूला काय-काय बदल घडत आहेत, पर्यावरणाची कशी हानी होत आहे, याबद्दल ते जरा गांभीर्यानं विचार करायला लागतील." मी दक्षिण-उत्तर ध्रुवीय दोन्ही प्रदेश पाहिले होते, तिथे पोहलोही होतो. तेथील हिमनद्या वितळत आहेत, त्यांची किती आणि कशी पिछेहाट झाली आहे, हे प्रत्यक्ष पाहिले होते, अनुभवले होते; पण लोकांना तिथपर्यंत न जाताच या सर्वाची जाणीव मला करून द्यायची होती.

क्लॅरा म्हणाली होती, त्याप्रमाणे थेम्स नदी पोहायला मी अगदी योग्य वेळ निवडली होती. त्या वर्षी इंग्लंडमधील दक्षिण भागात उन्हाळा अगदी कोरडा ठणठणीत गेला होता आणि लांबलापण होता. लंडनवर तर पाण्यासाठी अगदी गुडघे टेकण्याची वेळ आली होती. प्रत्येक जण पावसासाठी प्रार्थना करत होता. आम्ही एका लांब, चिंचोळ्या नदीत चालवण्यासाठी बोट भाड्याने घेतली. जनरल अर्थातच आमचे कॅप्टन होते. तीन आठवड्यांसाठी ती बोटच आमचे छोटेसे, दाटीवाटीचे घर असणार होती. माझा दक्षिण आफ्रिकेतील मित्र निक मार्शल हाही जितके अंतर तो पोहू शकेल, तितके अंतर माझ्याबरोबर पोहणार होता. जेम्स मॅथ्यू कयाकमधून मला सोबत करणार होता.

लोकांना सर्वसाधारणपणे हवामानावर बोलायला आवडते, पण केव्हा? जेव्हा त्यांच्या घराभोवतीची हिरवळ सुकते आणि पाणीटंचाईमुळे असलेले पाणी त्यासाठी वापरण्यावर बंदी करण्यात येते, तेव्हाच. प्रत्येक रेडिओ स्टेशनला, वर्तमानपत्राला आणि टेलीव्हिजन चॅनलला हवामानबदलावर काहीतरी करायचे होते आणि माझ्या थेम्स मोहिमेमुळे त्यांना तशी संधी मिळणार होती. मी एका सकाळच्या टेलीव्हिजनच्या कार्यक्रमामध्ये भाग घेतला, रेडिओच्या कार्यक्रमामध्ये भाग घेतला, संध्याकाळच्या कार्यक्रमामध्ये भाग घेतला. संडे टाइम्सचा वार्ताहर तर माझ्याबरोबर थोडे पोहलाही

आणि पाण्यातच त्याने माझी मुलाखत घेतली. डेली टेलीग्राफच्या वार्ताहरानेपण माझी तशीच मुलाखत घेतली. सीएनएन चॅनलने काही कार्यक्रम केले. जपानच्या दूरदर्शनने काही कार्यक्रम दाखवले. डेली मेल या ब्रिटिश दैनिकाने आणि इतर बहुतेक सर्व इंग्रजी वृत्तपत्रांनी भरपूर प्रसिद्धी दिली. इंग्लंडभर त्याची भरपूर चर्चा झाली आणि त्याचा असा परिणाम झाला की, इंग्लंडचे पंतप्रधान टोनी ब्लेअर यांनी पोहण्याच्या दरम्यान मी 'वेस्ट मिन्स्टर ब्रीज'पाशी होतो, तेव्हा मला त्यांच्या सरकारी निवासस्थानी म्हणजे १० डाउनिंग स्ट्रीट येथे येण्याचे आमंत्रण दिले. विविध माध्यमांमुळे मिळालेल्या प्रसिद्धीचा आनंद जरूर होता. तसेच त्या निमित्ताने हवामानबदलावर चर्चा सुरू झाली हेपण चांगले होते. पण थेम्स नदी प्रत्यक्ष पोहणे मात्र फारच अवघड आणि कठीण झाले होते. माझ्या पोहण्याला प्रत्यक्ष सुरुवात करण्याआधी सात आठवडे मी आणि निक मार्शल– आम्ही दोघांनी नदीचा आणि तिच्या काठावरच्या आजूबाजूच्या परिसराचा अंदाज घेण्यासाठी लंडनच्या पश्चिमेकडे प्रवास सुरू केला. आम्हाला मुख्य जाणून घ्यायचे होते की प्रवासाला कोठून सुरुवात करता येईल. साधारणत: नदीच्या प्रवाहाचा, पाण्याचा वेग काय इत्यादी. आम्ही नदीच्या उगमापाशी पोचलो. साधारणत: कोठून पोहायला सुरुवात करता येईल, ते ठरवले. नंतर नदीच्या पात्रात काही काठ्या टाकल्या आणि त्यांना शंभर मीटरचे अंतर वाहत यायला किती वेळ लागला ते बघितले. आम्ही गणित मांडले आणि कळले की, नदीच्या पाण्याचा वेग ताशी तीन कि.मी आहे. नंतर आम्ही विचार केला होता, शेवटच्या ६० कि.मी.अंतरामध्ये नदीच्या प्रवाहावर, पाण्यावर भरती-ओहोटीचा परिणाम असणार. म्हणजे त्या अंतरामध्ये पाण्याचा वेग जास्तच असणार आणि शेवटच्या दिवसात जर बाहेर समुद्राकडे जाणाऱ्या लाटांचा फायदा घेतला तर, ते अंतर अगदी उडत-उडत पार करता येण्यासारखे होते. एकंदरीत संपूर्ण मोहिमेला दहा दिवस पुरे होतील आणि काही अघटित घडले उदाहरणार्थ– अपघात, आजार– इत्यादी तर आणखी तीन-चार दिवस त्यामुळे मोहिमेचा एकूण १४ दिवसांचा कालावधी निश्चित केला.

नेहमीप्रमाणे माझा आधीचा बराच वेळ प्रायोजक मिळवण्यातच गेला. उरलेला वेळ मोहिमची तयारी आणि मुलाखतींमध्ये गेला. त्यामुळे मला व्यवस्थित सरावासाठी फारच कमी वेळ मिळाला. मी आठवड्यातून फक्त तीन वेळा ४५-४५ मिनिटे सराव करू शकलो. मी इंग्लिश खाडीच्या अंतराच्या निम्मे अंतर रोज पोहणार होतो. हे जर विचारात घेतले, तर एवढासा सराव खरे तर पुरेसा नव्हता. सुरुवातीपासूनच मला जाणवायला लागले होते की, मी चावता न येण्यासारखा मोठा घास घेतला होता.

तज्ज्ञांच्या मते, थेम्स नदीचा उगम ग्लॉस्टेशायर परगण्यातील कॉट वोल्ड

पर्वतराजीतील सीरेनसेस्टर गावाजवळच्या 'केंबल' खेड्याजवळून होतो. त्या उगमाची निशाणी म्हणजे तिथे झाडाखाली रोवलेला एक दगडी स्तंभ. त्या दगडी स्तंभावर फक्त एवढेच कोरले आहे, 'येथे थेम्स नदीचा उगम आहे.' आम्ही सांगितलेल्या खुणांच्या आधारे तो दगडी स्तंभ शोधून काढला. ती तारीख होती १७ जुलै. इंग्लंडमधील सगळ्यात कोरड्या आणि कडक उन्हाळ्याचा मध्यावधी काळ होता. त्या दगडी स्तंभाच्या आजूबाजूला वाळलेले गवत होते, पण पाणी कोठेही नव्हते. जनरल मला म्हणाले, ''लुईस, तू थेम्सच्या उगमापासून समुद्रापर्यंत पोहायचं ठरवलं होतंस, तेव्हा आता ज्या भागात पोहणं शक्य नाही, तो भाग तू पळत जा.'' एसएएसमधल्या माझा मित्र अलेक्स वेल्स माझ्याबरोबर होता. आम्ही दोघे केंबलपासून थेम्सच्या मार्गावरून पळत निघालो. थोडे अंतर पळल्यानंतर आम्हाला एक झरा लागला, तो खूपच लहान होता आणि त्यात पोहणे शक्यच नव्हते. त्या झऱ्यातील पाण्याच्या प्रवाहाच्या दिशेने आम्ही राहिलो आणि अखेरीस पाण्यात पोहता येण्याइतकी रुंदी-खोली असलेली नदी लागली. या ठिकाणापर्यंत येण्यास आम्हाला ३५°से. तापमानात २५ मैल पळावे लागत होते. त्या ठिकाणी पोचल्यावर अलेक्स अतिदमणुकीमुळे आणि तापमानामुळे खाली कोसळला. माझीही अवस्था फारशी चांगली नव्हती. तिथे दहा-बारा वार्ताहर माझी वाट पाहात उभे होते, मी त्यांच्या प्रश्नांना उत्तरे दिली आणि नदीत सूर मारला. इतके अंतर पळून आल्यावर, गरम शरीराला त्या थंड पाण्याचा स्पर्श खूपच सुखावणारा होता. त्यातही मला विशेष जाणवले की पाणी अगदी शांत, स्थिर होते.

सात आठवड्यांपूर्वी याच ठिकाणी पाण्याच्या प्रवाहाचा वेग ताशी तीन कि.मी इतका होता आणि आता त्याच ठिकाणी पाण्याची अवस्था डबक्यात साठलेल्या पाण्यासारखी झाली होती. गेल्या काही आठवड्यांत अजिबात पाऊस पडत नव्हता त्यामुळे नदीच्या पाण्यात भर अशी पडलीच नव्हती आणि त्यामुळे पाण्याला प्रवाह नव्हता. तेथेच मला कळून चुकले की, पोहताना पाण्याच्या प्रवाहाच्या वेगाची मदत अजिबात होणार नव्हती. त्यामुळे १४ दिवसांचे गणित चुकण्याचीच शक्यता अधिक होती व पुढचे तीन आठवडे खूपच सुंदर असणार होते, कारण एक तर थेम्स ही नदी मुळातच सुंदर नदी आहे. त्यातून तिच्या प्रवाहाच्या मार्गावर वाटेत खूप सुंदर, प्रसिद्ध स्थळे, ऐतिहासिक वास्तू, निसर्गरम्य प्रदेश वगैरे लागतात. त्याशिवाय तिच्या काठावरचे लोक तीन आठवड्यांसाठी माझे सगेसोयरे होणार होते. जनरल आमच्या टीमचे कॅप्टन होते. निक मार्शल माझ्याबरोबर पोहत होता. जेम्स मॅथ्यू कयाकमध्ये बसून आम्हाला सोबत करणार होता. आमच्याबरोबर असलेल्या आणखी एका लांब आणि अरुंद बोटीतून काही आप्त, मित्र थोडा-थोडा वेळ प्रवास करून आम्हाला प्रोत्साहित करत होते.

त्या बोटीत पहिल्या आठवड्यात खूपच गर्दी झाली होती आणि त्यामुळे काहीतरी गोंधळ होऊन बोटीतील संडास तुंबला. बोटीतले लोक तोंडे वेडीवाकडी करत होते, नाक दाबून धरत होते आणि एकंदरीतच बोट खूप घाण झाली होती. आरोग्याच्या दृष्टीनेही ते घातकच होते. शेवटी जनरलनी मनावर घेतले. बाह्या सरसावल्या आणि गुडघ्यावर बसून हात आत घालून तो तुंबलेला मार्ग मोकळा केला. एका जनरलने हात घालून तुंबलेला संडास साफ केला होता. माझ्या मनात विचार आला, 'असा दुसरा माणूस आयुष्यात मला बघायला मिळणार नाही.' त्या बोटीतल्या लोकांमध्ये खरे तर जनरल वयाने सर्वांत मोठे होते आणि पुढे होऊन अशा प्रकारचे काम करण्याची तर त्यांना काहीच गरज नव्हती. तरीपण आपणहून कोणी तयार होण्याची वाट न बघता त्यांनीच पुढाकार घेऊन हे काम करून टाकले होते. "जेव्हा मुले संडासचा वापर करतात, तेव्हा त्यांना भरपूर पाणी वापरण्याचे शिकवा. त्याचे महत्त्व समजावून द्या व माझ्यावर परत अशी वेळ येऊ देऊ नका." त्यांनी शांतपणे सर्वांना सांगितले. नंतर बोटीमध्ये सर्वच जण संडासाच्या वापराबद्दल जास्त सजग झाले, कारण जनरलनी जे केले होते, ते करण्याची वेळप्रसंगी कोणाचीही तयारी नव्हती. हेच त्यांच्या नेतृत्व करण्यामागचे गमक होते. ते स्वत: करू शकणार नाहीत, अशी कोणतीही गोष्ट दुसऱ्याला करायला त्यांनी कधी सांगितली नाही.

ऑक्सफर्डमधून जाताना मला जरा बरे वाटेनासे झाले. त्या दिवशी संध्याकाळी खूप उलट्या व्हायला लागल्या. अंग दुखायला लागले आणि अंगातले जणू त्राणच गेले. माझ्या तब्येतीचा अंदाज घेऊन जनरलनी मला कारमध्ये घातले आणि ते मला ऑक्सफर्डमधील जॉन रेडक्लिफ हॉस्पिटलमध्ये घेऊन गेले. डेव्हिड बेकरही बरोबर आला होता. आम्ही अपघात विभागात बसलो होतो. मला अजून उलट्या होतच होत्या आणि माझा चेहरापण पांढरा पडला होता. एका नर्सने येऊन माझी प्राथमिक तपासणी केली आणि दुसऱ्या क्षणी एका व्हिलचेअरवर बसवून मला वॉर्डमध्ये नेऊन झोपवले आणि औषधोपचार सुरू केले. त्या हॉस्पिटलने ज्या तातडीने पावले उचलली होती, त्याचे खरोखरच कौतुकच करायला पाहिजे. इंग्लंडच्या 'राष्ट्रीय आरोग्य सेवेचा' अभिमान वाटावा, अशीच ती गोष्ट होती. जे या आरोग्य सेवेबद्दल कुरकुर करतात, त्यांनी दुसऱ्या देशांमधल्या फुकट आरोग्य सेवेचा अनुभव घेतला नसावा, हे तर उघडच आहे. ती रात्र मी हॉस्पिटलमध्येच काढली. उत्तम औषधोपचार आणि रात्रीची शांत झोप यांमुळे दुसऱ्या दिवशी ताजातवाना होऊन मी परत थेम्समध्ये बोटीवर हजर झालो. परंतु मला खूप अशक्तपणा आला होता आणि त्या दिवशी पोहायला मी एवढा उत्सुक नव्हतो. "चल लुईस," जनरलनी हुकूम सोडला. "प्रत्येक दिवस हा पोहायचा दिवस आहे." जनरलना 'नाही' म्हणणे मला शक्य नव्हते. जरी माझे पाय लटपटत होते, तरी मी पाण्यात उडी घेतली आणि एक कि.मी

अंतर पोहून परत बोटीवर आलो. मी दमण्याची अगदी परिसीमा गाठली होती.

त्या तीन आठवड्यांच्या प्रवासात आम्हाला काही सुंदर अनुभव आले. काही सुंदर क्षण अनुभवायला मिळाले. मोहिमेच्या सुरुवाती-सुरुवातीला प्रसिद्ध इंग्लिश विनोदवीर रोरी ब्रेनर याने आम्हाला त्याच्या घरी चहासाठी बोलावले. 'कॉट्सवर्ल्ड' येथील त्याच्या घराच्या मागूनच थेम्स वाहते. त्याच्या घराभोवतीच्या बागेत बसून आम्ही चहा घेतला. नंतर रोरी माझ्याबरोबर थोडा वेळ पोहायलाही उतरला होता. जसे आम्ही पोहत होतो, तसे शेकडो लोक दोन्ही बाजूला काठावर आम्हाला प्रोत्साहित करण्यासाठी जमा झाले होते. ते जोरजोराने ओरडून आम्हाला प्रोत्साहित करत होते. त्यामुळे आम्ही जे काही करत होतो, त्याच्या उद्दिष्टांची लोकांना जाणीव आहे, ही भावनाच खूप सुखद होती. पाणी अगदी शांत होते, त्यामुळे पोहताना जास्त श्रम पडत होते. मी पोहण्याच्या शिस्तीसाठी दिवसाचे तीन भाग पाडले होते. सकाळी दोन तास पोहायचे, मग थोडी विश्रांती. नंतर दुपारच्या जरा आधी, परत दोन तास पोहायचे मग थोडी विश्रांती आणि शेवटी संध्याकाळी परत दोन तास पोहायचे. मला अजून असे वाटत होते की, शेवटच्या १०० कि.मी. मध्ये मला ओहोटीचा फायदा मिळेल आणि पोहण्याला वेग येईल. मला आता लंडनचे वेध लागले होते. परंतु आम्हाला ही मोहीम पूर्ण करू दिली जाणार नाही किंवा पूर्ण अंतर पोहू दिले जाणार नाही, अशी काहीशी चिंता वाटायला लागली होती. त्याला कारणेपण तशीच होती.

थेम्स नदीचा काही ठरावीक भाग हा 'पोर्ट ऑफ लंडन ऑथॉरिटी'च्या अधिकाराखाली येतो आणि त्याची सुरुवात लंडन शहराच्या पश्चिमेला असलेल्या टेडिंग्टनपासून होते. जेव्हा आम्ही या मोहिमेची आखणी केली, तेव्हाच त्या भागातून पोहण्याला लागणाऱ्या परवानगीच्या कायदेशीर बाबींची पूर्तता करण्याबाबत विचार केला होता आणि माझ्या सिडनीच्या अनुभवावरून मला वाटले होते की, येथेही कायद्याविषयी अज्ञान दाखवून पोहत राहिले, तर सहज काम होऊन जाईल, परंतु जनरलना ते पसंत नव्हते.

"जनरल," मी म्हणालो, "कधीकधी अशा वेळा येतात की, परवानग्यावगैरे घेत बसायचे नसते, परवानग्या न घेण्यातच शहाणपणा असतो."

"तुझी बरीचशी वर्षं दक्षिण गोलार्धात गेली आहेत, त्यामुळे तुला तसं वाटतं आहे," जनरल म्हणाले. "तुझ्या या पोहण्याच्या मोहिमेला मिळणाऱ्या प्रसिद्धीचा विचार कर. तुला परवानगी घ्यावीच लागेल."

"जनरल, माझं ऐका. आपण उगाचच त्यांना परवानगी विचारून डिवचण्यात अर्थ नाही," मी परत-परत सांगत होतो.

"नाही, लुईस, मला हे पटत नाही. ठीक आहे, हे प्रकरण मी हाताळतो," जनरल म्हणाले.

जनरलना आपल्याला हव्या तशा गोष्टी कशा करून घ्यायच्या, याचे चांगले ज्ञान होते. त्यांचे व्यक्तिमत्त्व रुबाबदार आणि छाप पाडणारे होते. त्यांच्या निरनिराळ्या ठिकाणी खूप ओळखीपण होत्या. त्यांनी बंदराच्या संबंधित अधिकाऱ्याला – ख्रिस्तोफर मेंडोसा – यांना फोन केला आणि त्यांना दगडी भिंतीवर डोके आपटून घेतल्यासारखे काहीतरी वाटले असावे; कारण त्यांच्या सर्व युक्तिवादावर, विनंत्यांवर एकच उत्तर मिळत होते – ठाम नकार – ''कोणत्याही परिस्थितीत लुईसला टेडिंग्टनच्यापुढे थेम्समध्ये पोहता येणार नाही. हे एक खूपच वर्दळ असलेले बंदर आहे आणि त्याला पोहू देणं हे त्यांच्यासाठीही धोक्याचं आहे आणि ये-जा करणाऱ्या बोटींनाही धोक्याचं आहे. लुईसला थेम्स नदीमधल्या अत्यंत धोकादायक अशा उत्तर प्रवाहांची माहितीही नाही आणि दुसरं म्हणजे एकदा आम्ही त्याला परवानगी दिली, तर इतरही परवानगी मागायला पुढे येतील.''

या सगळ्यावर जनरलांकडे उत्तर नव्हते. मी मेंडोसांना प्रत्यक्ष भेटायला गेलो. मी उत्तर-दक्षिण ध्रुवांवर पोहल्याचे त्यांना सांगितले. काहीही झाले, तरी मी संपूर्ण जबाबदारी घ्यायला तयार आहे वगैरेही सांगितले.

पण या सर्व बोलण्याचा त्यांच्यावर काही परिणाम झाला नाही. त्यांचा नकार ठाम होता. त्यांचा हा आडमुठेपणा बघून मलाही जरा राग आला.

''सर, कल्पना करा.'' मी मेंडोसांना समजावण्याच्या सुरात म्हणालो. ''कॅप्टन स्कॉटना जर अशा लालफितीशी सामना करावा लागला असता तर आज आपल्या देशाचं नाव ज्या गौरवानं घेतलं जातं, तसं घेतलं गेलं असतं का?''

''हे बघ लुईस, तू काही कॅप्टन स्कॉट नाहीस आणि कॅप्टन स्कॉट शेवटी अपयशी ठरला होता.''

तर अशी एकंदरीत ख्रिस्तोफर मेंडोसांची विचार करण्याची पद्धत होती आणि मी त्यांच्या ऑफिसमधून माझा निश्चय आणखीच पक्का करून बाहेर पडलो. मी आता टेडिंग्टन तर जाऊच दे, पण अगदी लंडनच्या मध्यवर्ती भागातून थेम्स नदीतून ती जिथे दक्षिण टोकाला समुद्राला जाऊन मिळते, तिथपर्यंत पोहत जाणारच होतो. तो मला अटक करण्याची धमकी देईल, पण मी त्याची पर्वा करणार नव्हतो. जनरलांचा कायदा मोडण्याकडे एवढा कल दिसला नाही. त्यांनी मला सुचवले की, मी टेडिंग्टन ते दक्षिण टोकापर्यंत पळत जावे. पण त्याला काहीच अर्थ नव्हता. ते सरळ-सरळ पराभव स्वीकारण्यासारखे होते.

पीएलएचे कायदे काहीही म्हणोत, मला कोणीतरी तुला थेम्स नदीत पोहायची परवानगी मिळणार नाही, वगैरे सांगणेच पसंत नव्हते. त्यांच्या किंवा त्यांच्या खात्याच्या मालकीची नदी आहे का? नदी ही एक निसर्गाची देणगी आहे आणि तिच्यावर सर्व देशवासीयांचा हक्क आहे आणि जनतेपैकी कोणाला जर नदीत

पोहायचे असेल, तर तो त्याचा हक्क आहे. तुमच्याकडे बोट असेल तर तुम्ही नदीचा वापर करू शकता, मात्र तुमच्याकडे बोट नसेल, तर तुम्हाला नदीचा वापर करता येणार नाही, हे सांगणेच चुकीचे होते.

आम्ही अजूनपण मेंडोंसांशी बोलणी सुरू ठेवली होती, पण आम्हाला कळत होते की, तो सरळ-सरळ वेळेचा अपव्यय होता. शेवटी आम्हाला करायचे होते, तेच आम्ही केले. एका ओहोटीच्या लाटांचा फायदा घेत मी एका दिवसात ७५ कि.मी.चे अंतर पोहून गेलो. आम्ही रात्रीच्या वेळी पोहलो. ते पोहणे अगदी स्वप्नवत होते. त्या दिवशी निक मार्शलचे पोहणे बघून माझा त्याच्याबद्दलचा आदर दुणावला. जेव्हा-केव्हा थांबावेसे वाटत असे, तेव्हा तो मला प्रोत्साहन द्यायचा, ''चल लुईस, अजून दोन कि.मी. जाऊ या किंवा लुईस ते सुंदर घर पाहिलंस? चल तिथपर्यंत पोहू या.'' आणि जेव्हा आम्ही त्या घरापर्यंत पोचायचो, तेव्हा तो म्हणायचा, ''चल लुईस, ते पुढचं नदीचं वळण बघ, तेवढं पार करू या.'' म्हणजे आणखी २०० मीटर अंतर. नंतर जसजसे आम्ही समुद्राच्या जवळ-जवळ जायला लागलो, तसतसा आम्हाला लाटांचा फायदा मिळायला लागला आणि पोहणे सोपे होत गेले. पण नवीन प्रश्न उभा राहिला, तो म्हणजे हजारोंच्या संख्येने पाण्यावर तरंगणाऱ्या जेलीफिशचा. मी त्यांचा आणि त्यांच्या विषारी दंशांचा सोगने फोर्ड येथे पोहताना चांगलाच अनुभव घेतला होता.

''लुईस, हा प्रश्न मी सोडवतो,'' असे म्हणून निक माझ्याबरोबर पुढे येऊन पोहायला लागला. पाण्यात पुढे जाण्यासाठी हात मारताना तो हाताने जेवढे जेलीफिश माझ्या मार्गातून दूर करता येतील, तेवढे करत होता. अशा प्रकारे पाच तास तो माझ्यापुढे पोहत होता. त्याला जेलीफिशने खूप दंश केले होते, पण त्याचा त्याने एकदाही उल्लेख केला नाही. निकसारखे सहकारी नशिबानेच मिळतात.

शेवटी आम्ही दक्षिण टोकाला पोचलो. एकवीस दिवस रोज पोहण्यामुळे मी खूप दमलो होतो. माझे सर्व शरीर दुखत होते आणि मानसिकदृष्ट्याही मी खूप थकलो होतो. तोपर्यंतच्या माझ्या मोहिमांमधली ही सर्वांत कठीण मोहीम होती; पण ती तितकीच महत्त्वाचीही होती. या मोहिमेमुळे हवामानबदलासंबंधी जनजागृती व्हायला खूपच मदत झाली होती.

शिखरावर

माझ्या वडिलांच्या मृत्यूच्या काही दिवसच आधी त्यांचे आणि आईचे माझ्या तेव्हा नुकत्याच पार पडलेल्या एका पोहण्याच्या मोहिमेबद्दल बोलणे झाले होते. "हा मुलगा या वेडापायी एक दिवशी पोहता-पोहता प्राण गमावेल," ते म्हणाले होते. आता-आतापर्यंत आईने ही गोष्ट माझ्यापासून लपवून ठेवली होती. आणि एका दृष्टीने ते योग्यच होते. सन २००७च्या जुलै महिन्याच्या सुरुवातीला माझ्या वडिलांना माझ्या बाबतीत असे काही होईल, ही भीती वाटत होती, हे तेव्हा मला न कळणे ही एक माझ्या दृष्टीने चांगलीच गोष्ट होती. आमच्या उत्तर ध्रुवाच्या मोहिमेवर आम्ही होतो. मी तिथे एक कि.मी. अंतर उणे १.७°से. तापमानाच्या पाण्यात पोहायचे ठरवले होते, दीड एक वर्षाआधी दक्षिण ध्रुवाजवळच्या पीटरमन बेटाजवळ ०°से. तापमानाच्या पाण्यात पोहलो होतो आणि त्या जोरावर मी माझ्या मनाची तयारी करायचा प्रयत्न करत होतो की, ०°से. तापमान आणि उणे १.७°से. तापमान यांत तसा काही फार मोठा फरक असणार नाही. मी खूप प्रयत्न करत होतो, पण मन काही ऐकायला तयार नव्हते.

प्रोफेसर टिम नोक्स, डेव्हिड बेकर आणि काळजीपूर्वक निवडलेल्या सहकाऱ्यांना बरोबर घेऊन मी लंडनहून हेलसिंकीला विमानाने येऊन दाखल झालो आणि नंतर या फिनलन्डच्या राजधानीच्या शहरातून प्रवास करून रशियाच्या वायव्येला असलेल्या 'मरमन्स्क' येथे पोचलो. त्या थंड पाण्यात माझे काही बरेवाईट होऊ नये, याची खबरदारी घेण्यासाठी प्रोफेसर बरोबर आले होते आणि डेव्हिडवर त्या अतिथंड पाण्यात उतरण्यासाठी माझी मानसिक तयारी करून घेण्याची जबाबदारी होती. डेव्हिडच्या मदतीशिवाय प्रोफेसरांचे काम अवघडच नव्हे, तर अशक्य होते आणि प्रोफेसरांच्या दबावाशिवाय मी डेव्हिडचे ऐकले नसते. माझे जगणे-मरणे त्याच्या हातात होते. आम्ही त्यावरून एकमेकांची बरीच थट्टामस्करीपण केली. पण एक

गोष्ट खरी होती की, त्यांच्यावरची जबाबदारी खूपच कठीण होती. मरमन्स्क ला जाणाऱ्या विमानात चढण्याआधी मी, प्रोफेसर आणि डेव्हिड या दोघांनाही एक ई-मेल पाठवला. हा ई-मेल पाठवण्याची वेळ मी फार विचारपूर्वक निवडली होती, कारण ई-मेल त्यांना मरमन्स्क येथे मिळणे शक्य नव्हते आणि उत्तर ध्रुवावर मिळणे तर अशक्यच होते. तो ई-मेल त्यांना परत आल्यावरच वाचायला मिळणार होता. जर तशीच गरज भासली असती तर. तो ई-मेल असा होता,

प्रिय प्रोफेसर आणि डेव्हिड,

उद्या आपण उत्तर ध्रुवाच्या मोहिमेसाठी निघणार आहोत. मी त्या विचारानेच खूप उत्तेजित झालो आहे. तुम्ही माझ्याबरोबर या मोहिमेवर आल्याबद्दल मी तुमच्या दोघांचे मनापासून आभार मानतो.

मी जर या मोहिमेवरून परत येऊ शकलो नाही आणि त्याबद्दल जर कोणी तुम्हाला दोष दिला किंवा जबाबदार धरले, तर मला दु:ख होईल. माझ्या स्वत:च्या मनाने ही पोहण्याची मोहीम मी आखली आहे.

तुम्ही तोपर्यंत माझ्यासाठी खूप काही केले आहे. तुमच्या मैत्रीमुळे, सहवासामुळे मला नेहमीच आनंद आणि उत्साह मिळाला आहे. आणि माझ्या विविध मोहिमांमध्ये खूप मदतपण झाली आहे. जर काही दुर्दैवी घटना घडली तर मला आणि माझ्या आईलापण कोणी तुमच्याकडे बोट दाखवलेले आवडणार नाही.

मी जर या मोहिमेवरून परत येऊ शकलो नाही, तर तुम्ही हा ई-मेल प्रसारमाध्यमांना दाखवा. परत एकदा तुमचे खूप-खूप आभार मानतो.

लुईस

माझ्या थेम्स नदी पोहण्याच्या मोहिमेनंतर, मी आणि क्लेर कोर आम्ही दोघे लंडनमध्ये अल्गोर यांच्या 'An Inconvenient Truth' 'ॲन इनकन्व्हियंट ट्रुथ' या फिल्मच्या पहिल्या खेळाला गेलो होतो. तोपर्यंत 'हवामान बदल' या विषयावर मी खूपच वाचन केले होते आणि या वाचनातून दक्षिण ध्रुवीय परिसर, स्पीट्सबर्गेनचा परिसर पाहिल्यावर माझी जी काही मते बनली होती, त्यांना पुष्टीच मिळत होती. या हवामानबदलाने लोकांच्या जीवनावर नक्कीच हळूहळू परिणाम व्हायला लागला आहे आणि अगदी नजिकच्या भविष्यातच तो परिणाम मोठ्या प्रमाणावर जाणवायला लागेल. अजूनपण जे लोक याविषयी शंका उपस्थित करत आहेत, किंवा याचे गांभीर्य ओळखत नाहीत ते लोक फक्त शंकेखोरच नाहीत, तरच पूर्णत: नकारात्मक विचारांचे लोक आहेत.

ज्यांचा हवामान बदलावर थोडा फार विश्वास बसला आहे, अशांशी अलगोर

सिनेमाच्या माध्यमातून बोलत होते आणि माझ्यासारख्या पूर्ण विश्वास असलेल्या माणसाला तर ती फिल्म बघून धक्काच बसला होता. या हवामान बदलामुळे आज ज्या काही गोष्टी आपल्याला प्रिय आहेत किंवा आज ज्या काही गोष्टी आपण गृहीत धरून चालतो, अशा प्रत्येक गोष्टीला धोका निर्माण झाला आहे. एका अर्थाने माणसानेच त्याच्या स्वत:च्या विनाशाची तयारी चालवली आहे. यात सुधारणा करणे, बदल करणे हे फक्त माणसाच्याच हातात आहे. तोच ते करू शकतो. 'An Inconvenient Truth' 'ॲन इनकन्व्हियंट ट्रुथ' या फिल्ममध्ये हवामान बदलाविषयीचे शास्त्र अगदी सर्वसामान्य माणसाला समजेल, अशा सोप्या भाषेत सांगितले आहे. मी स्वत: दक्षिण ध्रुवीय प्रदेशात जाऊन आलेलो होतो, त्यामुळे तेथील पिछेहाट झालेल्या हिमनद्यांची दृश्ये बघून तर मला धक्का बसला. पण त्या फिल्ममध्ये अजूनपण बरेच दाखवता आले असते, सांगता आले असते.

अलगोरनी दक्षिण-उत्तर ध्रुवीय प्रदेश आणि इतर काही बर्फाच्छादित पर्वतांची प्रेक्षकांना सफर घडवून आणायला पाहिजे होती आणि त्या सर्व ठिकाणी हवामान बदलामुळे काय-काय बदल घडत आहेत आणि आपण वेळीच जर आपल्या सवयी बदलल्या नाहीत, सावध झालो नाही, तर भविष्यात काय घडेल किंवा घडू शकेल इत्यादीवर भाष्य करायला पाहिजे होते. पण त्याऐवजी आधीच कधीतरी चित्रित केलेली दृश्ये त्यांनी वापरली होती. मी व्यक्तिगतरीत्या काय करू शकतो, याबद्दल मलाही कोणाकडून तरी मार्गदर्शन हवे होते. लोकसंख्येबद्दल बरेच बोलले जाते. माझा जेव्हा जन्म झाला म्हणजे १९६९ साली जगाची लोकसंख्या ३५० कोटी होती, आज ती ६८० कोटीच्या घरात आहे आणि २०५० साली ती ९०० कोटी असण्याचा अंदाज वर्तवला जातो आहे. या प्रश्नाला आपण कसे सामोरे जाणार आहोत? काही वर्षे एकच मूल होऊ देण्याचा कायदा करावा की मूलच न होऊ देण्याचा कायदा करावा? ते काहीही असो, पण ती फिल्म पाहिल्यावर मात्र याबद्दल काही तरी करायलाच पाहिजे, ही इच्छा आणखी तीव्र झाली.

"क्लॅरा, एकदा माझ्या मनात उत्तर ध्रुवीय समुद्रात एक कि.मी. अंतर पोहण्याची मोहीम काढावी, असे आले होते. पण त्यातील संभाव्य धोक्यांच्या भीतीने मी त्यावर परत विचार केला नाही. पण आता मात्र तो प्रयत्न जरूर करावा, असे मला वाटत आहे," मी म्हणालो. हवामान बदलासारख्या विषयाकडे लोकांचे लक्ष वेधण्यासाठी उत्तर ध्रुव हेच ठिकाण मला योग्य वाटत होते, कारण उत्तर ध्रुवावर उन्हाळ्यात समुद्रातील बर्फ वितळण्याचे प्रमाण चिंता वाटावी, एवढे वाढले आहे आणि असेच जर चालू राहिले, तर नजीकच्या भविष्यकाळात उन्हाळ्यात तेथे समुद्रात बर्फच दिसणार नाही, उरणार नाही. मी जर उत्तर ध्रुवावरच्या समुद्रात पोहलो, तर त्या भागाच्या पर्यावरणात काहीतरी भयंकर घडामोडी घडत आहेत,

याची लोकांना जाणीव होईल. उत्तर ध्रुवावर जुलैच्या महिन्यात पोहण्यासारखा मोकळा समुद्र मिळेल, यावर कोणाचा विश्वास बसेल का?

जेसन रॉबर्ट या ऑस्ट्रेलियन माणसाने स्पीट्सबर्गेन हेच आपले घर केले आहे. त्याने उत्तर ध्रुवाला एकंदर १७ वेळा भेट दिली आहे. गेल्या १० वर्षांत पोलार बेअरवर (ध्रुवीय अस्वल) केल्या गेलेल्या जवळ-जवळ प्रत्येक माहितीपटाचे एकतर चित्रीकरण तरी त्याने केले आहे किंवा त्यासाठी इतर पूर्वतयारी करण्यात तरी त्याने मदत केली आहे. तो बीबीसीच्या ब्रिस्टॉल येथील नॅचरल हिस्टरी विभागासाठी खूप कामही करतो. मी जेव्हा त्याचा शोध घेतला, तेव्हा तो ब्रिस्टॉल येथे यायच्या तयारीतच होता. ''आपण लंडनमध्येच भेटू या'' तो मला म्हणाला.

आम्ही रिजंट स्ट्रीटवरील एका सॅन्डविच शॉपमध्ये भेटलो आणि पहिल्याच भेटीत आमचे सूर जुळले. जेसनला या क्षेत्रातला खूप अनुभव होता. तो खूपच उत्साही होता आणि मुख्य म्हणजे त्याचे विचार अगदी स्पष्ट आणि रोखठोक होते. एक साधासुधा, पण कष्टाळू ऑस्ट्रेलियन अशी ऑस्ट्रेलियात त्याची ओळख होती.

उत्तर ध्रुवावर उन्हाळ्यात जाण्याचा एकच मार्ग होता आणि तो म्हणजे जहाजाने जाणे. स्पीट्सबर्गेन ते रशियन बेट 'फ्रॅन्झ जोसेफ'च्या दरम्यान असलेल्या 'मरमन्स्क'हून जहाजे वर्षातून दोन किंवा तीन वेळाच उत्तर ध्रुवाची सफर करतात. उत्तर ध्रुवाच्या फेऱ्या करणारे 'आय बी यामाल' हे जहाज जगातले सर्वोत्तम बर्फ फोडत जाणारे जहाज आहे. त्या बेटाजवळ ध्रुवीय अस्वले (पोलर बेअर) बऱ्याच प्रमाणात पाहायला मिळतात.

''जेसन, मला तुझ्याकडून एकच माहिती हवी आहे की, मी उत्तर ध्रुवावर एक कि.मी अंतर पोहू शकेन का?''

''लुईस, तुला एक सांगू, मी आतापर्यंत उत्तर ध्रुवावर १७ वेळा गेलो आहे. प्रत्येक ट्रिपमध्ये मला तिथले बर्फ कमी-कमी होताना आणि मोकळ्या समुद्राचे क्षेत्र वाढताना दिसले आहे. मला खातरी आहे की, तू जर जुलैमध्ये तिथे गेलास, तर तुला बर्फाचे अडथळे नसलेला आणि पोहण्यायोग्य असा समुद्र मिळेल आणि तू नक्की तिथे पोहू शकशील. पण एक लक्षात ठेव, तो उत्तर ध्रुवीय प्रदेश आहे. कोणत्याही प्रकारचा १०० टक्के भरवसा देता येणार नाही,'' जेसन म्हणाला.

''मी जर उत्तर ध्रुवावर पोहण्याचे ठरवले, तर तू मला मदत करशील का?'' मी विचारले.

''लुईस, तुझ्या मोहिमेत सहभागी व्हायला मला आनंदच होईल,'' जेसन म्हणाला.

जेसनच्या मते सर्वांत महत्त्वाची गोष्ट म्हणजे प्रत्यक्ष उत्तर ध्रुवावर जहाज पोचण्याची शक्यता कमीच होती. ''लुईस, मी तेथे १७ वेळा गेलो आहे, पण

आपण जसे-जसे उत्तर ध्रुवाच्या जवळ जायला लागतो तसतसे वर्षानुवर्षे साठलेल्या बर्फाचे मोठमोठे हिमखंड आपल्या मार्गात येतात. प्रवासाचा वेग मंदावत जातो आणि शेवटी पुढे जाणेच अशक्य होते. त्यामुळे भौगोलिकदृष्ट्या उत्तर ध्रुवावर आपण पोचतच नाही.''

''त्या बोटीतून उत्तर ध्रुवापर्यंतच्या प्रवासासाठी एका माणसाला साधारण काय खर्च येतो?''

''माणशी अंदाजे २५,००० डॉलर्स किंवा १५,००० पौंड.'' उत्तर ध्रुवावर जाणे एवढे स्वस्त नाही, तो खर्च ऐकल्यावर अगदी एका सेकंदासाठी असे मला वाटले. हे सगळे करायलाच हवे का? हे पैसे उभे करण्यासाठी प्रायोजक शोधण्यातच माझा वेळ आणि शक्ती वाया जाणार होती आणि ते पैसे उभे करून जे करायला माझे मन खरोखरच धजावत नव्हते, ते करण्याचा प्रयत्न मी करणार होतो. परंतु तो एक क्षण गेला आणि मी परत सावरलो. परत मनाने उचल खाल्ली. शेवटी ती अशी-तशी जागा नव्हती, तर तो उत्तर ध्रुवीय प्रदेश होता. हवामान बदलासारख्या एका ज्वलंत प्रश्नाविषयी काहीतरी करून दाखवण्यासाठी ती एक खासच जागा होती. हवामान बदलावरच्या विद्वानांच्या चर्चेमध्ये, त्यांच्या आवाजामध्ये माझा आवाज मिसळण्याची मला ती एक संधी होती. मी अंदाज केला की एकूण मला १,८०,००० पौंड इतक्या रकमेची सोय करायला लागणार होती आणि प्रायोजक मिळवण्यासाठी माझ्याकडे फक्त काही महिनेच होते. मी पहिला फोन लावला तो हेन्ड्रिक यांना. त्यांनी माझी थेम्स नदीची मोहीम प्रायोजित केली होती.

आजपर्यंत इतक्या मोहिमा पार पाडल्यानंतर, खरोखरच व्यावसायिक दृष्टीने विचार करायचा झाला, तर माझ्याकडे प्रायोजक शोधण्यासाठी, मोहिमांसाठी पैसे गोळा करण्यासाठी, त्या प्रकारचे काम करण्यासाठी एखादी टीम असायला हवी होती आणि माझा जास्तीत जास्त वेळ सराव करण्यात जायला हवा होता. पण अशा लोकांना पगार देण्यासाठी पैसा लागला असता. तोपण माझ्याकडे नव्हता. हेन्डिककडून मला माझ्या थेम्स मोहिमेसाठी काही आर्थिक मदत मिळू शकेल, असे वाटल्याने टिम टॉयन सीवेल यांनी माझी त्याच्याशी ओळख करून दिली होती. एका हॉटेलमध्ये जेवणाच्या दरम्यान झालेल्या पहिल्याच भेटीत त्यांना पैशासाठी विचारायचे माझे काही धैर्य झाले नाही. त्यामुळे मी त्यांना लिहायचे ठरवले आणि त्याप्रमाणे दुसऱ्या दिवशी ई-मेल पाठवला. त्याचे प्रश्नार्थक उत्तर आले. ''तुला किती पैशांची गरज आहे?'' आणि एवढ्यावरून तो मदत करायला तयार होता, एवढे कळले.

''मी ३,५०० पौंड मदतीची अपेक्षा करू का? त्यामुळे तू आमचा सर्वांत मोठा प्रायोजक होशील,'' तीन आठवड्यांच्या थेम्स नदी पोहण्याचा मोहिमेचा

विचार करता मी उत्तर दिले. मी मागितलेली रक्कम म्हणजे तशी काही मोठी नव्हती. ''मी तुला ताबडतोब त्या रकमेचा चेक पाठवून देतो,'' पलीकडून आवाज आला. रकमेचा आकडा ऐकून त्याच्यापण मनावरचे दडपण उतरले असावे, असे वाटले.

पाच जणांचा रोजचा खर्च, मार्गदर्शक बोट शिवाय आणखी एक बोट अशा दोन बोटींचे दिवसाचे भाडे अशाप्रमाणे २१ दिवसांचा खर्च हा सर्व विचार करता ३,५०० पौंड पुरणे शक्यच नव्हते. सुदैवाने, वर्तमानपत्रे, रेडिओ, टी.व्ही. या सगळ्यांनी खूप चांगली प्रसिद्धी दिली होती; तसेच आम्हाला पंतप्रधानांच्या निवासस्थानी १० डाउनिंग स्ट्रीट येण्याचे निमंत्रण– त्या सगळ्याचा परिणाम म्हणून हेन्ड्रीकच्या इन्व्हेस्टेक कंपनीला ३,५०० पौंड गुंतवणुकीवर भरघोस कमाई झाली होती. जेव्हा आमच्या थेम्स मोहिमेचा खर्च २५,००० पौंडाच्या घरात गेला, तेव्हा हेन्ड्रिकनेही मनाचा मोठेपणा दाखवून अंदाजात पडलेल्या तुटीच्या रकमेचा चेक दिला होता.

परंतु १,८०,००० पौंड ही काही साधीसुधी रक्कम नव्हती. तरीपण हेन्ड्रिकच्या इन्व्हेस्टेक कंपनीने ८०,००० पौंड देऊ केले. ती नक्कीच मोठी रक्कम होती, पण पुरेशी नव्हती. त्याने देऊ केलेल्या रकमेत आणखी वाढ करावी, म्हणून मी त्याची खूप विनवणी केली, आग्रह धरला आणि त्याने १,२०,००० पौंडापर्यंत रक्कम वाढवण्याची तयारी दाखवली, पण त्यापुढे नाही. मी ज्या दिवशी हा पोहण्याचा कार्यक्रम करणार होतो, नेमके त्याच दिवशी जर इस्त्रायलचे सैनिक गाझा पट्टीत शिरले किंवा अल् कायदाने एखादा बॉम्बस्फोट घडवून आणला, तर अर्थातच सर्व जगाचे लक्ष पहिल्यांदा तिकडे गेले असते आणि लुईस पगच्या उत्तर ध्रुवावरील पोहण्याची बातमी तर लांबच; मोहीमच विसरली गेली असती, याची जाणीव असूनही त्याने ही खरोखरच मोठी रक्कम देऊ केली होती.

मी मागे सर विली हरबर्ट यांच्याबद्दल वाचले होते. पण बहुतेक जणांना अजूनही त्यांच्याबद्दल काहीही माहिती नसेल. सर विली हरबर्ट यांनी सन १९६९ साली ३८०० मैलांचा प्रवास उत्तर ध्रुवीय समुद्रात आणि प्रदेशात करण्याचा विक्रम केला आणि ते ज्या दिवशी उत्तर ध्रुवावर पोचले, नेमक्या त्याच दिवशी नील आर्मस्ट्रॉंग यांनी चंद्रावर पाय ठेवला होता. त्यामुळे दुसऱ्या दिवशी सर्व प्रसारमाध्यमे नील आर्मस्ट्रॉंग यांच्याच बातम्यांनी व्यापून टाकली होती आणि सर विली हरबर्ट यांचे नाव कोठेच नव्हते. थेम्स नदी पोहून जाताना प्रत्येक दिवस महत्त्वाचा होता, कारण प्रत्येक दिवसाचे पोहणे म्हणजे ध्येयपूर्तीच्या दिशेने पुढे टाकलेले एक पाऊल होते. आधीच्या दिवसाच्या किंवा पुढील दिवसाच्यापेक्षा तो दिवस कोणत्याही प्रकारे कमी महत्त्वाचा नव्हता. त्या उलट उत्तर ध्रुवावरचे पोहणे हा एकाच

दिवसाचा, एकदाच पोहण्याचा आणि एकाच संधीचा सगळा खेळ असणार होता. त्याचे तरंग दक्षिणेकडे सर्वदूर पसरणार होते आणि त्याच्या मागचा उद्देश पाचही खंडांतील लोकांच्या अंतर्मनाला आवाहन करणार होता.

आणखी प्रायोजकांच्या शोधात असताना मला कळले की, दक्षिण ध्रुवावर चालत जाणारा पहिला साहसवीर रोल्ड आमंडसेन याच्या भावाच्या नातवाची स्वित्झर्लन्डमध्ये घड्याळे बनवणारी 'व्हेलमाँट' नावाची एक कंपनी आहे. त्याचे नाव होते जोर्गेन आमंडसेन. मी त्याच्याशी संपर्क साधला आणि माझ्या उत्तर ध्रुवाच्या मोहिमेची माहिती सांगितली, त्याला प्रत्यक्ष भेटायची इच्छा प्रदर्शित केली. त्याने मला 'जिनिव्हा' येथे भेटण्याची तयारी दाखवली. प्रत्यक्ष भेटीत मी त्याला माझ्या मोहिमेबद्दल आणखी खुलासेवार माहिती दिली. त्याने मी या मोहिमेत जर त्याच्या कंपनीचे घड्याळ वापरले, तर २०,००० पौंड देण्याची तयारी दाखवली. त्याने हेही सांगितले की, त्याची कंपनी माझ्याबरोबरच्या सर्वांसाठी या मोहिमेची आठवण म्हणून एक वेगळे घड्याळपण तयार करेल. शेवटी जोर्गेन आमच्याबरोबर उत्तर ध्रुवावर आला आणि मी जेव्हा पोहत होतो, तेव्हा बाजूच्या बर्फावर स्किईंग करत त्याने मला साथ दिली. रोल्ड आमंडसेनच्या भावाचा नातू आमच्या मोहिमेत सहभागी झाला, याचा मला खूप आनंद झाला.

खूप वर्षांपूर्वी (१४ डिसेंबर १९११) दक्षिण ध्रुवावर पहिल्यांदा पोचण्याचा मान मिळवण्याच्या शर्यतीत रोल्ड आमंडसेनने ब्रिटिश टीमला मागे टाकले होते. अर्थात मी त्याच्या भावाच्या नातवाच्या मागे पडण्याचा प्रश्नच नव्हता. जोर्गेन खरोखरच एक सुसंस्कृत आणि सज्जन माणूस होता. काही वर्षे आधी त्याने 'स्कि' वरून आणखी काही अंशांनी उत्तर ध्रुवाच्या जवळ जाण्याचा प्रयत्न केला होता. तो एक उत्तम 'स्कि'पटू होता आणि अशी व्यक्ती आमच्या टीममध्ये सहभागी झाल्याचा आम्हाला आनंदच होता. काही आठवडे असेच गेले. मोहिमेवर निघण्याची तारीख जवळजवळ येत होती. मी आमच्या मोहिमेचा खर्च परत-परत विचार करून, काटछाट करून कमी केला होता, तरीपण अजून २५,००० पौंड कमी पडत होतो. निघायला आता एकच आठवडा उरला होता. मी बेचैन झालो होतो, मला घाम फुटायला लागला होता. बरोबर येणाऱ्या सहकाऱ्यांमध्येही काही बदल करता येणार नव्हता. आमच्या टीममध्ये प्रोफेसर नोक्स, मेरेलिन नोक्स, जोर्गेन आमंडसेन, डेव्हिड बेकर, चित्रीकरण करणारा क्रीस लोट्झ आणि छायाचित्रकार जेसन रॉबर्ट्स एवढेच होते. माझ्या मते या सहांपैकी कोणाही एकाच्या गैरहजेरीत ही मोहीम यशस्वी करणे अशक्य होते. आम्ही निघायच्या काही दिवसच आधी एक फोन आला.

"लुईस, हाय.. मी पेन्टलॅन्ड कंपनीचा चेअरमन स्टीफन रुबीन बोलतो आहे.

स्पीडो ब्रॅन्ड आमच्या मालकीचा आहे. मी असं ऐकलं आहे की, तू उत्तर ध्रुवावर पोहण्याचा प्रयत्न करणार आहेस? कशी काय तयारी चालली आहे?''

''ठीक चालली आहे,'' संपूर्ण कहाणी सांगत न बसता मी एवढेच उत्तर दिले. ''तुम्ही प्रायोजकत्व घेऊन आम्हाला काही मदत करू शकाल का?''

''तुम्हाला किती रकमेची आवश्यकता आहे?'' स्टीफनने विचारले.

''आम्हाला २५,००० पौंड कमी पडत आहेत,'' मी सांगितले.

''हरकत नाही, काळजी करू नकोस. खरं तर कंपनीच्या कामासाठी फ्रान्सच्या दक्षिणेला जाण्यासाठी मी विमान पकडायला चाललो आहे, पण मी तुला शब्द देतो. त्या रकमेची मी व्यवस्था करतो. आपण दोघेही वकील आहोत. त्यामुळे लिखापढीची किंवा कोणत्याही कराराची गरज नाही. मी माझ्या अकाउन्टस विभागाला तुझ्या खात्यात सकाळी पैसे पाठवायला सांगतो. पण पोहताना आमच्या कंपनीच्या म्हणजे स्पीडो ब्रॅन्डच्या 'स्विमिंग ट्रंक्स' नक्की वापर. मला वाटतं, तू हे जे काही करतो आहेस, ते फार महत्त्वाचं आहे. तुम्हा सगळ्यांना माझ्या शुभेच्छा आणि हो, मोहिमेत काय-काय घडलं, ते नंतर मला सांगायला विसरू नकोस.''

आणि... प्रश्न सुटला होता. दुसऱ्या दिवशी माझ्या बँकेतील खात्यात २५,००० पौंड जमा झाले होते. स्पीडो कंपनीच्या मदतीने मोहीम शेवटी मार्गी लागली होती. एकदा पैसे जमा करण्याची चिंता मिटल्यावर मी इतर विचार करायला मोकळा झालो होतो. आता माझा मोहिमेवरचा विश्वास परत वाढला होता. मला आणखी एकपण समाधान होते की, माझ्या बरोबरचे सर्व सहकारी त्यांच्या-त्यांच्या क्षेत्रात अत्यंत नावाजलेले आणि ध्येयवादी असे होते. प्रोफेसर शरीर विज्ञानशास्त्रात निष्णात होते, बेकरला माझ्या मानसिकतेची चांगली कल्पना होती. क्रिस लोट्झ आमच्याबरोबर दक्षिण ध्रुवाच्या मोहिमेतपण होता आणि जेसन रॉबर्ट्स जरी प्रथमच आमच्याबरोबर आला होता, तरी त्याचा उत्साह बघण्यासारखा होता. मला खातरी होती की, माझ्याबरोबरचे माझे सर्व सहकारी सर्वोत्तम असेच होते.

या उत्तर ध्रुवाच्या मोहिमेवर निघण्याआधी काही महिने माझे आयुष्य पूर्णत: बदलून गेले होते. तेव्हा मी माझ्या एका प्रायोजकांच्या उत्पादनाच्या जाहिरातीच्या चित्रीकरणासाठी केपटाऊनला गेलो होतो. त्यावेळी क्लूफ स्ट्रीटवरच्या एका कॉफी शॉपमध्ये क्रिस लोट्झला भेटायला बोलावले होते. त्याच्याशी मला या उत्तर ध्रुवाच्या मोहिमेबद्दल बोलायचे होते आणि तो येऊ शकेल का, याचीपण चाचपणी करायची होती. ठरलेल्या वेळेच्या जरा आधीच मी हॉटेलमध्ये जाऊन पोचलो होतो. आमच्या दोघांची भेट व्हायच्याआधी तिथे मी बाल्कनीत उभा असताना खालच्या रस्त्यावरील एका स्त्रीकडे माझे लक्ष गेले. चेहरा ओळखीचा वाटत होता. मला जी

वाटत होती, तीच ती असेल, तर आज जवळ-जवळ २० वर्षांनी मी तिला पाहत होतो. भूतकाळात माझ्या संपर्कात आलेल्या अनेक स्त्रियांपैकी अशीच एक असणारी ती नव्हती. कॅम्पस बे हायस्कूलमध्ये असताना इतिहासाच्या तासाला तिच्या मागच्या बाकावर बसून तिच्या वेण्या ओढण्याच्या खोड्या मी काढल्या होत्या. तिला फिरायला येण्यासंबंधी विचारायची, तेव्हा मला खूप इच्छा होती, पण तिला विचारण्याचे धैर्य मला तेव्हा झाले नव्हते. आमची नजरानजर झाली. आम्ही एकमेकांना ओळखले आणि ती पायऱ्या चढून वर आली. तिला असे अचानक समोर बघून मला आश्चर्याचा धक्काच बसला होता. मनाच्या त्या गोंधळलेल्या अवस्थेत मला तिचे नावच आठवेना.

"माहरब?" मी विचारले.

"अँटोनीट," तिने उत्तर दिले.

"तू अजिबात बदललेली नाहीस."

"लुईस, माझे वडील तुझ्या पोहण्याच्या निरनिराळ्या मोहिमांबद्दल नेहमी मला सांगत असतात. सी पॉइन्टच्या पॅव्हेलियन पूलमध्ये ते आणि त्यांचे मित्र नेहमी तुझ्या मोहिमांबद्दल बोलत असतात."

"तू काय-काय केलंस गेल्या २० वर्षांत?" मी विचारले. क्लूफ स्ट्रीटवरच्या बाल्कनीत उभे राहून अँटोनीटने तिच्या जीवनाची कहाणी थोडक्यात सांगितली. ती फिल्म इंडस्ट्रीत मेकअप कलाकार म्हणून काम करत होती. तिचे लग्न झाले होते, तिला दोन मुलेपण होती आणि आता ती 'हाऊट बे' येथे राहत होती. ती भरभर बोलत होती. माझे तिच्या बोलण्याकडे लक्षच नव्हते. माझ्या डोळ्यांपुढे २० वर्षांपूर्वीची अँटोनीट होती. तेव्हा ती आमच्या शाळेतली सर्वांत सुंदर मुलगी होती आणि आता माझ्यासमोर त्याहूनही जास्त सुंदर स्त्रीच्या रूपात ती उभी होती. माझ्या मनात जुन्या आठवणी परत उफाळून आल्या. एके काळी मी तिच्यासाठी वेडा झालो होतो. पण तेव्हा मी तिला साधे फिरायला येण्यासाठी विचारायचे धैर्यपण दाखवू शकलो नव्हतो. आम्ही शाळेत एकाच वर्गात होतो, पण तिला फिरायला घेऊन जाणाऱ्यांच्या वर्गात मी मोडत नव्हतो. ती इतकी सुंदर होती की, सर्वच मुले तिच्यामागे होती. आमच्या वरच्या वर्गातली मुलेपण तिच्यावर मरत होती.

परंतु मध्ये २० वर्षे गेली होती आणि आमच्या आयुष्यांनी आपापली वळणे घेतली होती. अँटोनीट आता मोठी झाली होती. मीपण आता पूर्वीचा राहिलो नव्हतो. ती दोन मुलांचा सांभाळ करणारी आई होती, तर मी एक बऱ्यापैकी नाव मिळवलेला जलतरणपटू होतो आणि पर्यावरण जागृतीच्या कामातपण नाव मिळवलेला एक कार्यकर्ता होतो. या सगळ्यात गेल्या २० वर्षांत फक्त एकच गोष्ट बदलली नव्हती आणि ती म्हणजे मला तिच्याविषयी वाटणारी ओढ, प्रेम. लहानपणी

वाटणारी ती ओढ, ते आकर्षण मनात कोठेतरी, वर येण्यासाठी आजच्या दिवसाची वाट पाहत दबून राहिले होते.

त्या दिवशी अँटोनीट हेअर स्टाईलिंगच्या वर्गासाठी घाईघाईने निघालेली होती. माझ्यापेक्षा नक्कीच ती जास्त लटपटी, खटपटी होती. मी तिला सुचवले की आपण एकमेकांचे फोन नंबर घेऊन ठेवू या. तास, दीड तासात मी तिला एक एसएमएस पाठवला आणि हॉटेलमध्ये भेटण्याविषयी विचारले. काही दिवसांनंतर आम्ही कॅम्पस बेमध्ये एका हॉटेलात भेटलो. त्या भेटीत आम्ही शाळा सुटल्यानंतरच्या एकमेकांच्या आयुष्यातल्या कडू-गोड आठवणींवर बोललो. अँटोनीटचे तिच्या आईवर खूप प्रेम होते. तिच्या आईला संगीत खूप प्रिय होते, त्यामुळे तिने अँटोनीट व्हायोलिनिस्ट किंवा एखाद्या प्रसिद्ध ऑकेस्ट्रामध्ये पियानिस्ट व्हावी, अशी स्वप्ने बघितली. अँटोनीट वयाच्या सहाव्या वर्षापासून या दोन्ही वाद्यांचे धडे घ्यायला लागली आणि ती जेव्हा ११ वर्षांची झाली तेव्हा ती दोन्ही वाद्ये शिकवायला तिला वेगवेगळे शिक्षक येत असत. तेव्हा ती दिवसाला चार-चार तास या वाद्यांचा सराव करायची. अँटोनीट हुशार होती. तिला संगीताची आवड होती. तिच्या आईचे तिच्या सरावावर बारीक लक्ष असायचे. कधीकधी अँटोनीटचा उत्साह कमी झाला, तरी तिच्या आईचा उत्साह कायम असे. अँटोनीट १५ वर्षांची असताना तिची आई मरण पावली आणि एकदम सगळेच बदलले.

संगीत अँटोनीटच्या जीवनाचा भाग जरूर होते, पण आता पूर्वीइतके ते राहिले नव्हते. अधेमधे वडिलांना तिला संगीताच्या क्लासला घेऊन जाणे जमायचे नाही. तिच्या सरावात खंड पडला; तरी आता तिला बोलणारे, तिच्यावर लक्ष ठेवणारे कोणी नव्हते. आईच्या मृत्यूनंतर अँटोनीट त्या दुःखामुळे जरा सैरभैर झाली होती, तिच्या वागण्यात बंडखोरपणापण आला होता. तिचे अभ्यासावरचेही लक्ष उडाले होते, संगीतावरचेही लक्ष उडाले होते. ती संगीत या विषयात पदवी घेण्यासाठी केपटाऊन विद्यापीठात दाखल झाली होती; पण तिथे संगीत या विषयाचा फक्त अभ्यास होता आणि अँटोनीटला ती दोन वाद्ये चांगली वाजवण्यात रस होता. एका वर्षांनंतर तिने शिक्षण सोडले आणि एका ऑर्केस्ट्रात ती गायला आणि पियानो वाजवायला लागली. अँटोनीटला पियानो वाजवण्यापेक्षा गाण्याची इच्छा होती. पण तिला मनापासून आवड होती, ती नाटकात किंवा चित्रपटात काम करण्याची आणि अशा प्रकारे ती मेकअप आर्टिस्ट म्हणून काम करायला लागली. वयाच्या २२व्या वर्षी अँटोनीटचे लग्न झाले आणि तिला एक मुलगी झाली, टिजीन. हे लग्न तीन वर्षांतच मोडले. काही वर्षानंतर ती परत प्रेमात पडली आणि तिला मुलगा झाला फिन. परंतु आठ वर्षांनंतर ते लग्नपण मोडले.

तिच्या मनाची अवस्था मी समजू शकत होतो. दोन लग्ने अशा प्रकारे

मोडल्यामुळे ती मानसिकदृष्ट्या खूप हळवी झाली होती. पण आम्ही जेव्हा बोलत होतो, तेव्हा आमच्यामध्ये एक स्वाभाविक मोकळेपणा होता. आमच्या त्या दिवशीच्या कॅम्पस बे येथील भेटीनंतर काही दिवसांनी मला तिचा फोन आला आणि तिने मला तिच्याबरोबर पोहायला येण्याबद्दल विचारले. आम्ही क्लिफ्टन किनाऱ्यावर एका संध्याकाळी भेटलो. सूर्य क्षितिजाजवळ आला होता. त्या दिवशी समुद्रात मोठाल्या लाटा येत होत्या, पाणीही खूप थंड होते, तरीपण आम्ही बराच वेळ पोहलो. प्रथम अँटोनीटची पाण्यात यायची तयारी दिसली नाही. परंतु मी तिचा हात धरला आणि ती माझ्याबरोबर पाण्यात आली. त्या दिवशी मी तिचा हात पकडला, तोच आमचा एकमेकांना झालेला पहिला स्पर्श होता. पोहून झाल्यावर आम्ही बराच वेळ किनाऱ्यावर बोलत बसलो होतो. दोघांनी वाइन घेतली आणि सूर्य क्षितिजाआड समुद्रात बुडताना पाहिला. तीन दिवसांनंतर आम्ही कयाकिंग करायला गेलो. अँटोनीटसाठी हा नवीन अनुभव होता. तोपर्यंत ती कयाकमध्ये बसलीच नव्हती. पण ती नेहमीच नवीन अनुभव घ्यायला उत्सुक असायची. तो तिचा स्वभाव होता. नंतर परत काही दिवसांनी आम्ही संध्याकाळी टेबल माउन्टनवर पळायला गेलो, तिथे बसून टेबल माउन्टनच्या पायथ्याशी असलेल्या केपटाऊन शहरातले लुकलुकते दिवे आम्ही बघितले. जगातल्या सर्वांत सुंदर शहरातल्या आपण सर्वांत नशीबवान दोन व्यक्ती होतो, असे आम्हाला वाटले.

परत एकदा जुन्या आठवणी, भावना उफाळून आल्या. अँटोनीटबद्दल ओढ तर होतीच, ती माझ्या आयुष्यातली पोकळी भरून काढू शकेल का? पण मला या विचाराचीही भीती वाटली. अँटोनीटला दोन मुले होती, नोकरी होती; तर माझ्या आयुष्याने वकिली पेशातून ते थंड पाण्यात पोहण्याचे विक्रम करणारा जलतरणपटू ते पर्यावरण जागृती आणि रक्षणाच्या चळवळीतला एक कार्यकर्ता अशी वळणे घेतली होती. लंडन शहर हेच माझे कार्यक्षेत्र राहाणार होते. तिथेच मला बहुतेक वेळ राहावे लागणार होते; कारण राजकारणाच्या, औद्योगिक क्षेत्राच्या नाड्या हातात असणारे राजकारणी, उद्योगपती तिथे होते. त्यांच्याच औद्योगिक साम्राज्यांनी पर्यावरणाची ही स्थिती केली होती आणि म्हणून याच विकसित देशांनी पर्यावरण रक्षणाच्या चळवळीत पुढे राहाणे जरुरीचे होते. पर्यावरण रक्षणाची चळवळ, त्याचे संपूर्ण वेळ कार्य आणि अँटोनीट आणि तिच्या दोन मुलांची देखभाल आणि सांभाळ या गोष्टी मला नीट जमू शकतील की नाही; याबद्दल मी जरा साशंक होतो. मी या गोष्टींवर पुढचे काही महिने विचार केला, मनातले विचारांचे द्वंद्व चालूच राहिले. तरीपण एका गोष्टीत काहीच बदल झाला नाही; ती म्हणजे अँटोनीटबद्दल वाटणारी ओढ, प्रेम.

उत्तर ध्रुवावर जाण्याआधी कसून सराव करण्यासाठी मी माझा मित्र सीमॉन

ब्लॅकबर्न याच्याबरोबर नामिबियाच्या स्केलटन किनाऱ्याची निवड केली होती. त्यावेळी आमच्याबरोबर येण्यासाठी मी अँटोनीटचेपण मन वळवले. निळ्याशार समुद्रात पोहणे, नंतर कयाकिंग करणे, सुसाट वाऱ्यामुळे किनाऱ्यावर तयार झालेल्या वाळूच्या त्या लयबद्ध आकाराच्या टेकड्यांवरून पळणे आणि रात्री आकाशातल्या ताऱ्यांकडे बघत गप्पा मारत पडून राहणे. स्वप्नवत दिवस गेले. स्केलटन किनाऱ्यावर पाण्याचे तापमान ११°से. इतके होते. उत्तर ध्रुवावर पोहायला जाण्याच्या तयारीला योग्य असे अजिबात नव्हते. नामिबियाहून मी माझा मुक्काम हलवला नॉर्वेमधील निगार्ड ग्लॅशियरच्या जवळच्या एका लाकडाच्या घरात. तिथे दोन आठवडे मी ग्लॅशियरच्या तळ्यात पोहण्याचा कसून सराव केला. तिथे पाण्याचे तापमान होते २°से. इतके. अँटोनीटपण माझ्याबरोबर नॉर्वेला आली होती. आम्हाला एकमेकांच्या सहवासात आनंद वाटत होता, पण मी सराव करण्यावरच लक्ष केंद्रित केले होते. केपटाऊनमधल्या त्या कारखान्याच्या हौदात जोनाथन ड्युगासच्या सार्जन्ट मेजरच्या आवाजात केलेल्या सूचनांचे पालन करत, बर्फ टाकून पाण्याचे तापमान ८-६-४-२°से. असे कमी करत आणलेल्या पाण्यात सराव करणे आणि नामिबियाच्या समुद्रातील ११°से. तापमानाच्या पाण्यातून एकदम निगार्ड ग्लॅशियरच्या तळ्यात २°से. तापमानाच्या पाण्यात सराव सुरू करणे यांत खूप मोठा फरक होता.

मी जेव्हा निगार्ड ग्लॅशियर तळ्यात उतरलो, तेव्हाच मला अतिथंड पाण्यात पोहण्याची अजून खूप तयारी करायला पाहिजे, याची जाणीव झाली. मी जेमतेम पन्नास मीटर पोहून गेलो असेन नसेन, तोच मला वेदनांमुळे थांबावे लागले आणि पाण्याबाहेर पडावे लागले. अजून चारच आठवड्यांनी मी उणे १.७°से. तापमानाच्या पाण्यात एक कि.मी पोहून जाण्याचा प्रयत्न करणार होतो. ते तर या पोहण्यापेक्षाही नक्कीच कठीण असणार होते, कारण आजच्या वीसपट जास्त अंतर पोहायचे होते. तर पाण्याचे तापमान आणखी ४°से.ने कमी असणार होते. माझ्या मनाला आता माझ्या अपूर्ण तयारीचा घोर लागला होता. त्याखाली माझ्या आणि अँटोनीटच्या दरम्यान जुळलेल्या नवीन संबंधांच्या आठवणी दबल्या गेल्या.

तो नॉर्वेमधला जून महिना होता. आकाश निरभ्र आणि निळेशार होतेसे, दिवस मोठे होते. सुखद उबदार होते. एकूण सुंदर दिवसांचा तो काळ होता. अँटोनीटला नॉर्वे खूप आवडले आणि तिला नॉर्वे आवडेल, याची मला खातरी होती. एखादी लांब निळ्या रंगाची जीभ बाहेर यावी, असे ते निगार्ड ग्लॅशियर मागच्या पर्वतातून पुढे आले होते. ग्लॅशियरच्या दुसऱ्या टोकाला बर्फ वितळून खालच्या बाजूला निळ्याशार पाण्याचे तळे झाले होते. काही लहानमोठ्या आकारांचे बर्फाचे तुकडेपण ग्लॅशियरपासून निखळून पाण्याबरोबर तळ्यात पडत होते आणि तिथून ते तरंगत-

तरंगत आणखी खाली असलेल्या फोर्डमध्ये जात होते. काठावर बसून एखाद्या सुंदर उबदार दिवशी हे दृश्य बघत बसणे हा एक सर्वोच्च आनंदाचा भाग होता, पण तो आनंद मला निखळपणे घेता येत नव्हता. याचे कारण मला माझ्या सरावाची, तयारीची चिंता लागून राहिली होती.

मी सराव करण्याबाबत एकंदर विचार केला आणि दिवसाचा कार्यक्रम आखला. दिवसाची सुरुवात कयाकिंगपासून करायची. माझ्याकडे अंघोळीच्या टबच्या आकाराचे, लाल रंगाचे आणि 'क्वीन एलिझाबेथ २' जहाजाऐवढे वजनदार 'कयाक' होते. त्या कयाकमध्ये बसून मी तळ्यात सराव करायला लागलो. पर्यटकांना हिमनदीच्या उगमापर्यंत घेऊन जाणारी एक लहान बोट होती, तिच्याशी मी शर्यत लावायचो. लवकरच त्या लहान बोटीचा कॅप्टन आणि इतर पर्यटक मला प्रोत्साहित करायला लागले. माझे स्नायू चांगले टणक आणि प्रमाणबद्ध दिसायला लागले. माझा आत्मविश्वास हळूहळू वाढायला लागला. रोज दुपारी मी पोहण्याचा सराव केला. रोज पोहताना आधीच्या दिवसापेक्षा थोडे जास्त अंतर पोहून जायचे, हे तत्त्व मी ठेवले. हळूहळू ५० मीटर, १०० मीटर, १०० मीटरचे १५० मीटर अंतर झाले, पण पोहणे सहज-सोपे वाटत नव्हते. कितीही सरावानंतर माझ्या शरीराला इतके थंड पाणी फार काळ सहन करणे शक्य होणार नाही, असे शेवटी मला वाटायला लागले. नामिबियाच्या समुद्रातील ११°से. तापमानाच्या पाण्यातून एकदम निगार्ड ग्लॅशियरच्या २°से. तापमानाच्या पाण्यात उतरल्याचाा हा परिणाम असावा का? का वर्षानुवर्षे थंड, अतिथंड पाण्यात पोहल्यामुळे शरीरानेच त्याविरुद्ध केलेले बंड असावे? मला जोनाथन ड्युगासने त्या वेळी केलेल्या आरडाओरड्याची आठवण झाली. त्याची मला खूप आठवण व्हायला लागली. मला उणे १.७°से. तापमानाच्या पाण्यात एक कि.मी. पोहणे जमणारच नाही, असे माझ्या मनात आले.

अँटोनीटचा सहवासच काय तो मनाला धीर देणारा होता, सुखावणारा होता. मी त्या ठिकाणी मुख्यत: कशासाठी आलो होतो, याची तिला कल्पना होती. त्यामुळे माझी मन:स्थिती ओळखून तिनेच मला धीर देण्याची, समजावण्याची आणि वेळप्रसंगी कडक शिक्षकाची जबाबदारीपण डोक्यावर घेतली. मी पोहत असताना तळ्याला समांतर असलेल्या रस्त्यावरून कार चालवत माझ्या पोहण्यावर ती लक्ष ठेवायची आणि दमून मी ज्या ठिकाणी कुडकुडत आणि बधिर अवस्थेत बाहेर येत असे, तिथे मला ब्लँकेट गुंडाळून कारमध्ये घेण्यासाठी ती हजर असायची. आमच्या लाकडी घरात परतल्यावर मी गरम पाण्याच्या शॉवरखाली बसायचो तोपर्यंत ती खाण्याची व्यवस्था करायची. या रोजच्या अतिथंड पाण्यातल्या सरावाच्या दरम्यान एकदम माझ्या डोक्यात कल्पना आली की खरे तर एकदा कमी

थंड पाण्यात लांब अंतर पोहून जायची गरज आहे. आम्ही ५० कि.मी.चा प्रवास करून लस्टर फोर्ड या ठिकाणी आलो, तिथे पाण्याचे तापमान १२°से. इतके होते. या बेशिस्त अशा पोहण्याने मी स्वत:लाच फसवत होतो का? माझे मन मला खायला लागले. मनात कोठेतरी अपराधीपणाची भावना निर्माण झाली. मनाच्या त्या अवस्थेतच मी ॲटोनीटला विचारले, "मी निगार्ड ग्लॅशियरच्या तळ्यात एक कि.मी. पोहण्याचा जेव्हा प्रयत्न करेन, तेव्हा तूही माझ्याबरोबर तिथे येऊ शकशील का?" त्या वेळी रात्रीचे दहा वाजले होते. तो एक कि.मी. अंतर पोहण्याचा कार्यक्रम असल्यामुळे माझ्या बाजूला कयाकमध्ये अँटोनीट असावी, असे मला फार वाटत होते. तिला कयाकमध्ये बसण्याचा किंवा वल्हवण्याचा काही अनुभव नव्हता. पाण्यात कयाक उलटली, तर गंभीर अपघात होऊ शकतो, याची तिला जाणीव असूनही ती माझ्याबरोबर निगार्ड ग्लॅशियर लेक येथे कयाकमधून बरोबर यायला तयार झाली. ती एका कयाकमध्ये बसली आणि मी दुसऱ्या कयाकमध्ये बसलो, आणि आम्ही हिमनदीच्या पुढच्या भागापर्यंत आलो. तिथे मी पोहण्याचा सराव केला आणि नंतर परत आम्ही कयाक मधून दोन कि.मी. मागे वल्हवत कार उभी केली होती तिथपर्यंत आलो.

गरम पाण्याच्या शॉवरखाली काही वेळ घालवल्यानंतर मी प्रोफेसरांशी माझ्या चाललेल्या सरावाबद्दल बोललो. "माझा सराव अगदी उत्तम चालला आहे," मी चक्क खोटे बोललो. एकाच वर्षापूर्वी जनरल टिम टॉयन सीवेल यांच्याबरोबर याच निगार्ड ग्लॅशियरमधे मी १,२०० मीटर अंतर पोहून गेलो होतो आणि अशा पाण्यात २५ मिनिटे घालवलेली होती. अँटोनीटला माझ्या मनाची चाललेली घालमेल कळत होती. माझा उत्साह वाढवण्यासाठी तिने हिमनदीच्या पाण्यात उतरायचे ठरवले. शरीराचे तापमान वाढवण्यासाठी थोडे पळून आल्यावर ती कमरेपर्यंत खोल पाण्यात उतरली आणि इतक्या थंड पाण्याचा आधीचा असा काहीच अनुभव नसल्यामुळे तिला श्वासोच्छ्वास करायला त्रास व्हायला लागला. "मन अगदी शांत ठेवून नेहमीप्रमाणे श्वासोच्छ्वास करायचा प्रयत्न कर." मी तिला सांगितले. "माझ्या मागून शांतपणे आकडे मोजायला लाग एक - दोन - तीन - चार." मानसिकदृष्ट्या ती थोडी स्थिरावली आणि आकडे मोजायला लागली. तिने वीसपर्यंत आकडे मोजले आणि पुढे अशक्य झाल्यामुळे ती पाण्याबाहेर पडली. खूप थंड पाण्याच्या संपर्कात थोडा वेळ आल्यावर जसे खूप उत्साहित व्हायला होते, तसे तिला झाले होते. तिला तो अनुभव खूपच रोमांचकारी वाटला. मग ती रोज पाण्यात उतरायला लागली. आधी ४० सेकंद; मग हळूहळू एक मिनिट, नंतर एक मिनिट १० सेकंद इत्यादी. तिच्या या कृतीतून ती मला जणू सांगत होती, "लुईस मी आहे तुझ्याबरोबर. मला कल्पना आहे की, उत्तर ध्रुवावर तर परिस्थिती

याहीपेक्षा कठीण असणार आहे.'' तिच्या या कृतीमुळे माझाही उत्साह वाढला.

मार्टिन जेनकीन आणि डेव्हिड बेकर यांच्याबरोबर काम केल्यामुळे मला मनोव्यापार, मन, अंतर्मन, मनातील विचार इत्यादींचे महत्त्व कळले होते. स्वत:ला योग्य त्या मानसिकतेमध्ये आणण्यासाठी कराव्या लागणाऱ्या मनाच्या तयारीची, व्यायामांची मला माहिती झाली होती. मी आता मनाच्या तयारीकडेपण लक्ष द्यायला लागलो. प्रथमत: उत्तर ध्रुवावर पोहताना मी जे संगीत ऐकणार होतो ते संगीत लावून मी निगार्ड ग्लॅशियरमध्ये सराव करू लागलो. उत्तर ध्रुवावरील हवामान कसे बेभरवशी असेल आणि कसे अतिथंड असेल, याची कल्पना करून मनाला योग्य अशा आक्रमक मानसिकतेत आणण्याचा सराव करू लागलो. उणे१.७°से. तापमानाच्या पाण्याचा स्पर्श झाल्यावर पहिला झटका शरीराला सहन होऊ देण्याच्या दृष्टीने मनाची तयारी करू लागलो. कारण प्रथम तो पचवून मला पुढे पोहायला लागायचे होते. मी अशीही कल्पना केली की, बरोबरच्या मार्गदर्शक बोटीमध्ये प्रोफेसर आणि डेव्हिड उभे राहून मला पुढे-पुढे जाण्यासाठी प्रोत्साहित करत आहेत आणि मीपण जोरजोराने हात मारत आहे.

दुसरा आठवडा संपता-संपता त्या तळ्यातून निघणाऱ्या नदीमध्ये मी पोहण्याचा अगदी घाम काढणारा कार्यक्रम केला. मी प्रवाहाच्या विरुद्ध दिशेने पोहण्याचे ठरवले होते. पाण्याचा वेग बघता त्या जागीच राहण्यासाठी मला खूप झगडावे लागणार होते. जवळच्या काठावर उभे राहून अँटोनीट वेळ मोजत होती. एक मिनिट, दोन मिनिटे, मी एकंदर १४ मिनिटे तग धरू शकलो. दोन आठवड्यांतला हा सर्वांत कठीण सराव होता; पण उत्तर ध्रुवावरच्या पोहण्यासाठी मी जे काही करायला पाहिजे होते, त्याच्या पासंगालाही पुरणारा नव्हता.

या ट्रीपची आठवण हा माझ्यासाठी एक अमूल्य ठेवा आहे. मी आणि अँटोनीट यांनी एकमेकांच्या आयुष्यांविषयी खूप माहिती करून घेतली आणि आम्ही आणखीच एकमेकांच्याजवळ आलो. मी जेव्हा स्वत:च्याच सरावावर नाखूश असायचो तेव्हा माझ्यातला सैनिक एकदम जागा व्हायचा. माझ्या वागणुकीत बदल व्हायचा, पण अँटोनीटने मला खूप समजून घेतले. माझ्या वागणुकीची तुलना ती फिल्मसेटवरच्या चिडलेल्या आणि तणावाखाली असलेल्या डायरेक्टरशी करायची. मी कितीही तणावाखाली असलो, तरी शांत राहू शकायचो, याचे अँटोनीटला खूप कौतुक वाटायचे आणि मलाही तिचा परिस्थितीप्रमाणे वागण्याचा आणि तक्रार न करण्याचा स्वभाव भावला. ती एक अत्यंत खंबीर आणि स्वतंत्र व्यक्तिमत्त्वाची स्त्री होती. भाड्याने घेतलेल्या कारच्या चाव्या पहिल्याच दिवशी मी तिला दिल्या आणि जवळच्या गावातील सुपरमार्केटमध्ये जाऊन पंधरा दिवस पुरतील एवढ्या रोज लागणाऱ्या वस्तू आणायला सांगितले.

“पण मी रस्त्याच्या उजव्या बाजूने आतापर्यंत कधी कार चालवलेली नाही,” अँटोनीट म्हणाली.

“तुला ते जमेल,” मी म्हणालो, “जास्तीत जास्त काय होईल?”

“काहीच नाही,” ती उपरोधाने म्हणाली आणि कार घेऊन निघून गेली. मला शोभणारी ही खरी स्त्री होती.

‘मरमन्स्क’चे प्रथमदर्शन अगदीच निराशा करणारे होते, अगदी डोळ्याचीही आणि मनाचीही. अत्यंत ओसाड आणि दुर्गम असा हा भाग रशियाच्या आर्थिक सुधारणा आणि मुक्त राज्यव्यवस्थेपासून कित्येक योजने अजून दूर होता, वंचित राहिला होता. विमानतळावर एका ट्रॅक्टरने ओढत नेलेल्या ट्रेलरमधून आमचे सामान विमानापासून ते विमानतळाच्या इमारतीपर्यंत नेण्यात आले. विमानतळावरच्या हिरव्या रंगाच्या युनिफॉर्म घातलेल्या कस्टमच्या अधिकाऱ्यांनी आमचे पासपोर्ट, व्हिसा परत-परत तपासून पाहिले. जणूकाही आम्ही म्हणजे रशियाच्या सुरक्षिततेला असलेला सर्वांत मोठा धोका होतो. ‘मित्रांनो, आता पुरे करा. आता सोव्हिएत संघच अस्तित्वात राहिलेला नाही. तुम्ही कधी मिखाईल गॉर्बोचेव्हचे नाव ऐकले आहे का?’ मला ओरडून विचारावेसे वाटले. पण मला जाणीव होती की, या देशात विरोधाला स्थान नाही. आयबी यामाल जहाजामधून उत्तर ध्रुवावरच्या सफरीसाठी आलेले सर्व जण हेलसिंकीपासून विमानाने आलेले होते. आमच्याबरोबर आलेल्या एका ब्राझिलियन जोडप्याचे उत्तर ध्रुवाच्या सफरीचे साहस मरमन्स्कलाच संपुष्टात आले. ते आमच्या आधी दोन दिवस हेलसिंकीला येऊन दाखल झाले होते आणि त्यातील एक दिवस कारणी लावावा, म्हणून त्यांनी जवळच्याच सेंट पीटर्सबर्गला भेट दिली. मरमन्स्कला उतरल्यावर त्यांना सांगण्यात आले की, त्यांचा व्हिसा फक्त एका भेटीसाठी होता. त्यामुळे तो आता वैध नव्हता. सेंट पीटर्सबर्गची ट्रीप त्यांना अशी भोवली होती. आयत्या वेळेला परत आवेदन देऊन व्हिसा मिळणे शक्य नव्हते आणि योग्य त्या कागदपत्रांशिवाय ते रशियामधून दुसरीकडे जाऊही शकत नव्हते. आम्ही उत्तर ध्रुवाच्या सफरीसाठी निघालो आणि त्यांना हेलसिंकीला जाणारे पुढचे विमान पकडावे लागले. त्यांनी खूप विनवण्या केल्या, पण त्याचा काही उपयोग झाला नाही.

मरमन्स्क सोडताना मनात खूप संमिश्र भावना उफाळून आल्या. तो एक वेगळाच अनुभव होता. आज कित्येक वर्षे मी उत्तर ध्रुवावर जायचे स्वप्न बघत होतो आणि आता ती वेळ आल्यामुळे उत्तेजित झालो होतो. पण पुढे दिसणाऱ्या भविष्यामुळे साशंकपण होतो. या उणे१.७°से. तापमानाच्या पाण्यात एक कि.मी. पोहण्याच्या मोहिमेच्या भविष्याचा काळा ढग माझ्या मनाला व्यापून राहिला होता. त्यातून आशेच्या किरणाची एकही तिरीप येत नव्हती. आयबी यामाल जहाजावर

जवळ-जवळ १०० पर्यटक होते. बहुतेक अमेरिकन होते, पण काही स्वीस, जर्मन, ब्रिटिश आणि इतर देशांचेही होते. आयबी यामाल हे अणुउर्जेवर चालणारे जहाज आहे आणि त्या जहाजाची बर्फ फोडत जाण्याची क्षमता राक्षसीच आहे. दक्षिण ध्रुवावर आम्हाला नेणारे ते पोलार स्टार हे जहाज हे 'बर्फापासून सुरक्षित' असे बनवलेले होते, तर त्याउलट आयबी यामाल हे 'बर्फ फोडत, चिरत' जाणारेच जहाज होते. या जहाजापेक्षा बर्फ फोडत जाणारे दुसरे उत्तम जहाज जगात दुसरे नाही.

तेथील वातावरणाशी जुळवून घेण्याला मदत होण्याच्या दृष्टीने मी जहाजाच्या कॅप्टनला मध्ये विश्रांतीसाठी म्हणून थांबवण्याची विनंती केली. त्या वेळात माझा समुद्रात थोडे अंतर पोहण्याचाही बेत होता, पण कॅप्टनने थांबण्यास स्पष्ट नकार दिला. दोन वर्षांपूर्वी अतिघट्ट बर्फाच्या थरामुळे जहाज उत्तर ध्रुवावर पोचू शकले नव्हते आणि आता त्याला तेथपर्यंत पोचण्याच्या त्याच्या कामात कोणताही अडथळा नको होता. मला त्याच्याशी युक्तिवाद करण्यातही फार स्वारस्य वाटत नव्हते, कारण इतरांप्रमाणे मलासुद्धा त्या जहाजाने उत्तर ध्रुवावर पोचण्याची उत्सुकता होती.

जहाजावर १५ मीटर लांबीचा तरणतलाव होता आणि प्रवासाला निघताना मला तो दोन-तीन दिवसांत पोहण्यालायक होईल, असे सांगण्यात आले होते, तरीपण अजून तो कोरडाच होता. प्रवासाच्या तिसऱ्या दिवशीपण तो जेव्हा तयार नव्हता, तेव्हा मात्र माझ्या मनाने ठाव सोडला. मी घाबरूनच गेलो होतो. तो पूर्ण भरायला चार दिवस लागले. माझ्यावतीने जेसन रॉबर्ट्सने चौथ्या दिवशी जहाजाच्या कॅप्टनला विनंती केली आणि जहाज इंजिनाच्या देखाभालीसाठी थांबलेले असताना तेवढ्या वेळात मला समुद्रात पोहण्याची परवानगी देण्यासाठी त्याचे मन वळवले.

जेसन आणि चित्रीकरण करणाऱ्या क्रिस लोट्झनेपण पोहण्याच्या सरावाचा, संधीचा फायदा घेऊन आपापली उपकरणे, कॅमेरे तपासून पाहिले. इतक्या थंड वातावरणात सर्व उपकरणे, कॅमेरे व्यवस्थित काम करत होते; याची खातरी करून घेतली. या चित्रीकरणाचा उपयोग करून एक माहितीपट बनवायचा होता. तसेच आमच्या प्रायोजकांनापण तेथील काही विशिष्ट फोटो पाहिजे होते. त्यामुळे पोहण्यासाठी मी समुद्रात उतरण्याच्या अर्धा तास आधी त्यांनी त्यांची ही सगळी कामे पार पाडली. आम्ही जेथे थांबलो होतो, त्या भागात विशेष असे काहीच नव्हते. कोठेही बर्फांचे कडे नव्हते, डोंगर नव्हते. ही जागा सायबेरियातले एक तळे म्हणून खपून गेली असती. डेव्हिडने निळ्या रंगाचा 'नॉर्थ पोल' असे लिहिलेला झेंडा बर्फात रोवला आणि त्यापासून पुढे शंभर मीटर अंतरावर नॉर्वेचा राष्ट्रीय ध्वज रोवला. मी या दोन झेंड्यांच्या मधले अंतर पोहायचे ठरवले.

इंग्लंडच्या हॅम्पशायर फ्लॅग कंपनीने आम्हाला हे झेंडे तयार करून दिले होते. झेंड्यांच्या काठ्या बर्फात रोवता येण्यासाठी म्हणून एका बाजूला टोकदार केलेल्या होत्या, तरीपण ते झेंडे बर्फात लावणे खूपच कठीण गेले, कारण बर्फ खूप घट्ट होता. आमचा बराचसा वेळ याच कामात गेला. प्रोफेसरांनी पाण्याचे तापमान घेतले. ते होते उणे१.७°से.. अगदी आमच्या अपेक्षेप्रमाणेच माझ्या हृदयाचे ठोके जलद पडायला लागले.

"प्रोफेसर, आपण हा कार्यक्रम फक्त पाच मिनिटांचाच करायचा आहे," मी म्हणालो. त्यांनी माझ्या मनाची अवस्था ओळखली होती.

"ठीक आहे. हरकत नाही," ते म्हणाले. मी आधीच ठरवलेले संगीत लावले. मी परत मनाची तयारी केली. मनात उजळणी केली. 'पीटरमन बेटाजवळ ०°से. तापमानाच्या पाण्यात १८ मिनिटांत मी एक कि.मी. पोहून गेलो होतो.' घाबरायचे कारणच काय? उणे१.७°से. तापमानाच्या पाण्यात फक्त पाचच मिनिटे त्याहून काही अवघड नक्कीच असणार नाही. माझे पोहणे फक्त पाचच मिनिटाचे असल्यामुळे शरीराला 'हार्ट मॉनिटर' आणि थर्मामीटर न जोडण्याचे आम्ही ठरवले.

उत्तर ध्रुवीय प्रदेशात खूप आतपर्यंत जाईपर्यंत आपल्या लक्षात येत नाही, की तेथे पाण्याचा रंग अगदी गडद काळा आहे. मला क्षणभर वाटले की, मी प्रचंड मोठ्या काळ्या शाईच्या भांड्यातच उडी मारतो आहे. त्यामुळेच त्या समुद्राला 'काळा समुद्र' असे नाव पडले आहे. त्या काळ्या पाण्याकडे बघून अंगावर काटा आला. 'तू त्याचा विचार करू नकोस,' मी मनाला बजावले. बर्फावरून चार पावले भरभर चालत मी पाण्यात सूर मारला. पाण्यावर येताच एकच विचार मन व्यापून राहिला आणि तो म्हणजे ०°से. तापमानाचे पाणी आणि उणे१.७°से. तापमानाचे पाणी यांत काय फरक आहे? स्वर्ग आणि नरक, दिवस आणि रात्र, जीवन आणि मरण यांमध्ये जो फरक आहे; तोच फरक दोन तापमानाच्या पाण्यांमध्ये आहे. मी श्वास घेण्यासाठी धडपडत होतो, माझ्या गॉगलच्या काचेवर धुके साठले होते आणि शरीर जणू वेदनेने जळत होते. माझा सारासार विचार मला भावना काबूमध्ये ठेवायला सांगत होता; पण बघू न शकल्यामुळे आंधळ्यासारखी अवस्था होते, जेव्हा श्वास बंद पडायला लागतो आणि शरीरभर वेदना जाणवत असतात, तेव्हा भीतीच मनाचा पूर्ण ताबा घेते आणि तशीच माझी अवस्था झाली होती.

मी माझ्या डोळ्यांवरचा गॉगल काढून पाण्यात बुडवला आणि परत डोळ्यांवर लावला आणि पोहायला लागलो; परंतु तीस-एक सेकंदांतच त्यावर पुन्हा धुके जमले आणि तो गॉगल माझ्या तोंडावर गोठून चिकटल्यासारखा झाला. मी तो गॉगल चेहऱ्यावरून फाडून काढल्यासारखा काढला आणि बर्फाच्या काठाकडे पोहत गेलो. डेव्हिडला ओरडून सांगितले, "नवीन गॉगल टाक." त्याने माझ्या

बॅगेतून दुसरा गॉगल शोधून काढला आणि माझ्याकडे फेकला. मी तो डोळ्यांवर चढवला आणि पोहायला सुरुवात केली. एकतर आतापर्यंत कधीही अनुभवल्या नव्हत्या, अशा वेदना अनुभवत असतानाच आता माझ्या हाताची बोटे ताठरली होती. पोहताना हात मारताना त्या बोटातून पाणी निसटून जात होते. सर्वसाधारणपणे पोहताना हाताची बोटे लवचीक राहातात आणि जुळलेली राहतात. त्यामुळे वल्ह्यासारखे पाणी दूर करून ती पुढे जायला मदत करतात. पण तेव्हा माझी बोटे ताठरली होती आणि सुजलेली होती. पाच मिनिटांत मी ४०० मीटर अंतर पोहून गेलो होतो आणि मला पाण्याबाहेर पडणे अगदी गरजेचेच झाले होते.

मला ताबडतोब पाण्याबाहेर काढले गेले. मी डोळ्यावरचा गॉगल काढून टाकला आणि हातांकडे पाहिले. बोटांची अवस्था बघून मला धक्काच बसला. माझी बोटे सुजली होती आणि त्यांचा आकार दुप्पट-तिप्पट झाला होता. ती दिसायलाही इतकी भयानक दिसत होती की, तातडीने त्यांवर काहीतरी उपचार करणे गरजेचे होते. तसेच शरीराचे तापमानपण तातडीने वाढवणे जरुरीचे होते. माझ्याबरोबरचे सहकारी बर्फातून ते झेंडे काढण्याच्या कामात तसेच इकडे-तिकडे पडलेले सामान गोळा करण्यात गुंतले होते. वेळ जात होता आणि मी संकटात होतो, खरोखरच संकटात होतो. एसएएसमधील प्रशिक्षणाच्या दरम्यान गिरवलेला धडा आठवला, "आजूबाजूला जर धोकादायक परिस्थिती असेल, तर तिथेच थांबून राहू नका." ब्लँकेटसाठी न थांबता मी अनवाणी पायांनीच बर्फावरून धावत थांबलेल्या हेलिकॉप्टरच्या दिशेने गेलो. हेलिकॉप्टरच्या मागच्या शेपटीवरचा पंखा फिरत होता. त्यामुळे मी त्याच्या पुढच्या भागाकडे धावलो आणि आत बसलेल्या दोन पायलट्सना हाताचा अंगठा वर करून 'मला हेलिकॉप्टरमध्ये यायचे आहे' अशी खूण केली. त्या पायलट्सना बाहेरच्या थंड वातावरणाची चांगली कल्पना होती. त्यातून त्यांना माहीत होते की, मी पोहून आलो होतो व अनवाणी आणि उघडा त्यांच्यासमोर उभा होतो. त्यांनी लगबगीने मला आत घेतले. हेलिकॉप्टरमध्ये उष्ण हवा आत खेळवली जाण्यासाठी काही ठिकाणी उष्ण हवेचे झरोके होते. त्यातून उष्ण हवा आत येत होती. मी त्यातल्या एकापर्यंत, माझी बोटे माझ्या खाकेत दाबून धरल्या अवस्थेत, खुरडत गेलो. मी कुडकुडत होतो आणि गरम होण्याचा प्रयत्न करत होतो; पण शरीरातल्या वेदना असह्य व्हायला लागल्या होत्या. तोपर्यंत कधीच माझी इतकी वाईट अवस्था झाली नव्हती.

काही मिनिटांनी मी परत माझ्या बोटांकडे पाहिले. ती अजून चांगलीच सुजलेली होती. डेव्हिड आत आल्या-आल्या मी त्याला त्याच्या जॅकेटची बटणे काढायला सांगितली आणि त्याच्या खाकेत माझे हात खुपसले. मी शरीरातील

वेदनांमुळे अगदी रडकुंडीला आलो होतो. मी त्याच्या खांद्यावर मान टाकली आणि डोळे मिटून घेतले. आयबी यामलच्या डेकवर परतल्यावर तेथे माझ्यासाठी थांबलेल्या लोकांनी मी हेलिकॉप्टरमधून बाहेर येताच टाळ्या वाजवून माझे स्वागत केले. त्यांच्या स्वागताचा स्वीकार मी जेमतेम हात उचलून हलवायचा प्रयत्न करून केला. पाण्यातून बाहेर येताना बर्फावर गुडघा आपटल्यामुळे माझ्या गुडघ्याच्या जखमेतून रक्त येत होते. माझी खरोखरच केविलवाणी अवस्था झाली होती. गरम पाण्याच्या शॉवरमध्ये जिथून गरम पाणी येते, त्या तबकडीसमोर मी माझी सुजलेली बोटे धरली. वेदनेने डोक्यातून एक कळ गेली, पण मी हात काही हलवला नाही. मी शॉवरखाली उभा असताना ख्रिस लोट्झ त्याचे चित्रीकरण करत होता. माझी अवस्था जरी तेव्हा केविलवाणी झाली होती, तरी तशा अवस्थेत मला बघून क्रिसला बसलेल्या धक्क्याने त्याच्या चेहऱ्यावर उमटलेली प्रतिक्रिया त्याही अवस्थेत माझ्या लक्षात आल्याशिवाय राहिली नाही. क्रिस लोट्झ हा माणूस आपल्या भाव-भावना इतक्या सहजपणे दाखवणाऱ्यातला नव्हता. त्यामुळे माझी खातरी झाली की माझी अवस्था खरंच कठीण होती. शरीरात अंतर्बाह्य घुसलेली थंडी काढून टाकायला मला पन्नास-एक मिनिटे लागली, तरीपण माझ्या बोटांची अवस्था कठीणच होती. माझी बोटे सुजली होती आणि पसरट झाली होती, त्यामुळे मी मूठ वळू शकत नव्हतो.

या पाच मिनिटांच्या सरावाच्या पोहण्याआधी मी– लुईस गॉर्डन पग– थंड पाण्यात पोहणारा जगातील एक उत्कृष्ट जलतरणपटू होतो. थंड, अतिथंड पाण्यात पोहण्याचे कित्येक विक्रम माझ्या नावावर होते. माझ्या मानसिक धैर्यामुळे आणि थंड पाण्यात उतरण्याआधी शरीराचे कोअर तापमान वाढवण्याचे तंत्र अवगत असल्यामुळे मी हे विक्रम करू शकलो होतो. या माझ्या मनाने सूचना देऊन शरीराचे तापमान वाढवण्याच्या तंत्राला 'Anticipatory Thermo Genesis' ॲन्टिसिपेटरी थर्मेजेनसिस असे नावपण देण्यात आले होते आणि आता उत्तर ध्रुवीय समुद्रात पाचच मिनिटे पोहल्यानंतर त्या तंत्रावरच्या विश्वासाच्या ठिकऱ्या उडाल्या होत्या. आता फक्त एका साध्या आणि उत्तर न टाळता येणाऱ्या प्रश्नाचे उत्तर शोधायचे होत. पाचच मिनिटाच्या पोहण्याने माझी ही अवस्था झाली होती, तर २० मिनिटांच्या पोहण्याने काय होईल? या उणे१.७°से. तापमानाच्या पाण्यात पोहण्याचा हट्टात मी स्वत:ला शारीरिक आणि मानसिक सहनशीलतेच्या मर्यादेपलीकडे तर ढकलत नव्हतो ना? एडमंड हिलरी एकदा एव्हरेस्ट शिखर चढून गेल्यावर, एव्हरेस्ट शिखर चढणे कमी अवघड वाटायला लागले, रॉजर बॅनीस्टरने एक मैल अंतर चार मिनिटापेक्षा कमी वेळात धावल्यानंतर ते अंतर चार मिनिटांपेक्षा कमी

वेळात धावणे सोपे वाटायला लागले, पण उणे१.७°से. तापमानाच्या पाण्यात एक कि.मी. अंतर कोणी आधी पोहलेच नव्हते.

गरम पाण्याच्या अंघोळीनंतर मनात येणारे नकारात्मक विचार थोडे कमी झाले. माझे मन मला सांगत होते, ''तुला सर रानल्फ फिनेस आठवतात? त्यांना अपघाताने या थंड पाण्यात पडल्यामुळे डाव्या हाताच्या बोटांची टोके गमवावी लागली होती. त्यांनी त्या अपघाताचे वर्णन 'माझी तीन मिनिटांची चूक' असे केले होते आणि तुला असे वाटते की, तू २० मिनिटे पोहू शकशील? शिवाय सर फिनेस यांच्या अंगावर त्या वेळी गरम कपडेपण होते. तुला ॲडमिरल रॉबर्ट पेरी आठवतात? उत्तर ध्रुवावर चालत जाणारा पहिला साहसवीर. त्यांना पायाची आठ बोटे गमवावी लागली होती. तुझ्या मनाने हा उणे१.७°से. तापमानाच्या पाण्यात पोहण्याचा हट्ट धरला आहे, पण त्यावर शरीराची प्रतिक्रिया कशी होईल? इतक्या थंड पाण्यात पोहणे अवघडच नाही; अशक्य आहे.'' मनात उलटसुलट विचार येत होते.

मला नेहमीच वाटत आले होते, की माझ्या नशिबात माझ्या हातून दोन्ही ध्रुवीय प्रदेशांमध्येच काहीतरी कार्य होणार होते आणि आता तो क्षण आला होता; तर मी भीतीने, निराशेने घेरला गेला होतो. पाचशे मीटर एखादेवेळी जमू शकेल, पण त्याच्या दुप्पट नक्कीच नाही. पण मी तर एक कि.मी. पोहण्याची जाहिरात केली होती आणि जगातले मोठमोठे टेलीव्हिजन चॅनल या घटनेकडे कॅमेरे लावून बसले होते. मी जर माझ्या पोहण्याचे अंतर कमी केले असते, तर तो माझा पराभव ठरला असता. मी माझ्या बोटांकडे पाहिले, अजूनही सूज होतीच. दोन्ही हातांच्या बोटांमध्ये काहीही संवेदना उरली नव्हती. मला कमालीची उदासीनता आली. उत्तर ध्रुवीय समुद्रात उणे१.७°से. तापमानाच्या पाण्यात एक कि.मी. पोहणे अशक्य आहे हा शोध लागायला मला येथपर्यंत, इतक्या लांब यावे लागले होते. जलतरणपटूंच्या हाताची तुलना फुटबॉलपटूच्या पायाबरोबरच करता येईल. त्या हातामुळेच पाणी पकडता येते, पाणी कापता येते, पाणी मागे ओढता येते आणि संकटापासून संरक्षण पण करता येते. हाताची बोटे व्यवस्थित नसताना पोहण्यात कोणतेही यश मिळण्याची शक्यताच नव्हती.

आयबी यामलच्या उत्तरेकडचा प्रवास सुरू झाला होता. जहाजावरचे जीवन वाटते तितके निरस नव्हते. जहाजावर पर्यटकांच्या करमणुकीसाठी खूप काही सारखे चाललेले असायचे. जहाजावरचाच एक चित्रकार चित्रे काढण्याचे धडे देत होता. तो कॅनडाचा होता. तरुण आणि देखणा होता. चित्रकार होऊ पाहणारे त्याच्याभोवती गर्दी करायचे. मेरेलिन नोक्स ही वनस्पतीशास्त्रातील एक कलाकार होती. तिनेपण तिची कला दाखवण्याची संधी घेतली. आम्ही प्रोफेसरांची खूप थट्टा

मस्करी केली. ''टिम, तुम्हाला नाही वाटत मेरेलिन त्या तरुण, देखण्या कॅनडियन चित्रकाराबरोबर बराच वेळ घालवते आहे. ती बहुतेक त्याच्या चित्रकलेच्या प्रेमात पडली आहे,'' वगैरे वगैरे. आमची सफर संपता-संपता त्या चित्रकाराने त्याच्या चित्रांचे एक प्रदर्शन भरवले आणि चित्रे विकायला ठेवली. सगळ्यात सुंदर चित्र होते एका ध्रुवीय अस्वलाचे. टिमने मेरेलिनला बक्षीस देण्यासाठी म्हणून ते चित्र विकत घेतले. सर्वच चित्रे सुरेख होती. सगळी चित्रे केबिन्समधल्या पॅसेजमध्ये दोन्ही बाजूंना लावण्यात आली होती आणि ज्यांनी चित्रे खरेदी केली होती, त्यांनाही जहाज मरमन्स्कला पोहोचेपर्यंत त्यांची चित्रे तेथेच ठेवण्याची विनंती केली गेली होती. आमचे जहाज मरमन्स्कला पोचण्याच्या एकच दिवस आधी ते ध्रुवीय अस्वलाचे चित्र त्याच्या जागेवरून नाहीसे झाले. जहाजाच्या त्या सफरीच्या प्रमुख लॉरी डेक्स्टर यांनी ध्वनिक्षेपकावरून सर्वांना आवाहन केले, ''जर कोणी नजरचुकीने ते अस्वलाचे चित्र घेतले असेल, तर कृपया परत करावे.

अर्थातच ती नजरचूक नव्हती. कोणीतरी ते चित्र चोरलेच होते आणि ते चित्रही जहाजावरच होते, हे नक्की! विचार करण्यासारखी गोष्ट म्हणजे या जहाजावरच्या प्रत्येक पर्यटकाने या सफरीसाठी प्रत्येकी २५,००० डॉलर्स मोजून तिकीट काढले होते. असे असताना त्यातीलच कोणीतरी काही शे डॉलर्समध्येच किंमत असलेल्या चित्रांची चोरी का केली असती? कोणी कर्मचारी असे कृत्य करून आपली नोकरी गमवणार नाही. त्यातून कोणा कर्मचाऱ्याला ही चोरी पचणे तसे अवघडच होते, कारण चित्र लपवणे तशी सोपी गोष्ट नव्हती. आम्ही काही जणांनी हौशी 'हेरगिरी' सुरू केली. हळूहळू आम्ही काही संशयितांवर लक्ष केंद्रित केले आणि मग एकेक शक्यता पडताळता एका टेक्सासहून आलेल्या जोडप्यावर आमचे लक्ष केंद्रित केले. तो एक खूप मोठमोठ्याने हसणारा, बोलणारा अमेरिकेत स्थायिक झालेला स्कॉटिश गृहस्थ होता. त्याची बायको डॉक्टर होती, असे सांगायची. आमचा त्याच्यावरचा संशय बळावला होता. आम्ही जेव्हा तिला तिच्या कामाबद्दल, पेशाबद्दल विचारले; तेव्हा तिची उत्तरे थातूरमातूर असायची आणि तिच्या बोलण्यात सहजपणा जाणवायचा नाही. आम्ही नक्की केले की, चित्र त्यांनीच चोरले होते. परंतु टिम आणि मेरेलिनच्या दुर्दैवाने जहाजावरचे अधिकारी मरमन्स्कला जहाजावरून खाली उतरताना त्याच्या सामानाची झडती घेण्यास तयार नव्हते. त्यामुळे ज्या कोणी त्या ध्रुवीय अस्वलाचे चित्र चोरले होते, त्याच्याकडे ते चित्र अजूनही सुखरूप आहे. जहाजावर काही दिवस आम्ही ॲगाथा ख्रिस्तीच्या हेरगिरीच्या कादंबऱ्यातली पात्रे झालो होतो, पण चोरी कोणी केली, हे कोडे आम्ही उलगडू शकलो नाही. अर्थात आमचा अंदाज संपूर्ण चुकीचाही असण्याची शक्यता होतीच.

त्या पाच मिनिटांच्या सरावाच्या पोहण्यानंतर मनाच्या आत्यंतिक निराशावस्थेत

दुसऱ्या दिवशी मी डेव्हिड बेकरशी बोललो. माझ्या मनातली भीती मी त्याला बोलून दाखवली. मला काहीतरी भयंकर संकट माझ्यावर कोसळणार असल्याची भीती वाटत होती. त्यानेही सरावाच्या वेळी झालेला गोंधळ पाहिला आणि अनुभवला होता. शिवाय शारीरिकदृष्ट्यापण माझी काय वाताहत झाली होती, तेपण त्याने पाहिले होते. माझ्या नैराश्याचे त्याला आश्चर्य वाटले नाही, पण त्याने तो स्वत: या सर्व झालेल्या प्रकाराकडे कशा दृष्टीने बघतो, हे सांगितले. "लुईस, मी या गोष्टींवर खूप विचार केला आहे आणि करतोही आहे. तुला मनाच्या या अवस्थेतून बाहेर काढण्यासाठी काही गोष्टी कराव्या लागतील. प्रथमत: तू तुझ्या डोक्यातले हे नकारात्मक विचार अजिबात काढून टाक. तू जर अशा विचारांना थारा दिलास, तर तू पाण्यात उतरण्याच्या आधीच ही मोहीम हरलेला असशील. तू त्यांना तुझ्या डोक्यातून बाहेर काढ, नाहीतर ते विचार तुझ्या अंतर्मनात जाऊन त्याचाच एक भाग बनतील आणि नंतर तुझ्या व्यक्तिमत्वाचाच एक भाग बनतील. मी तुला तीन मुद्दे देतो, कल्पना सुचवतो. तू जर त्या स्वीकारल्यास, तर तुझी मोहीम यशस्वी झालीच म्हणून समज. आपल्या टीममधील सर्व सहकाऱ्यांचा तू उत्तर ध्रुवीय समुद्रात उणे१.७°से. तापमानाच्या पाण्यात एक कि.मी. अंतर पोहू शकशील, यावर पूर्ण विश्वास आहे. माझापण तुझ्या क्षमतेवर पूर्ण विश्वास आहे. परंतु या क्षणापासून ते पोहायला पाण्यात उतरेपर्यंत तुझ्या स्वत:च्या क्षमतेवर तू विश्वास ठेवला पाहिजेस. त्यासाठी तुला तुझे विचार बदलावे लागतील."

डेव्हिड माझ्याशी बोलत असताना परत-परत माझे लक्ष माझ्या सुजलेल्या बोटांकडे जात होते. मला माझे हातच जाणवत नव्हते. बोटांमधील संवेदनाच नाहीशी झाली होती. अशा प्रकारे काही मला अगोदर कधी झाले नव्हते. 'तुमचा सर्वांचा माझ्या क्षमतेवर खूप विश्वास वगैरे असेल, पण तुम्हा कोणाला पाण्यात उतरायचे नाही, त्या सरावाच्या पाचच मिनिटांच्या पोहण्यात माझी जी काही अवस्था झाली होती किंवा मला जे काही वाटले होते, तसे मला आधी कधी वाटले नव्हते. मला नाही वाटत मी हे धाडस करू शकेन, हे सगळे विचार माझ्या मनात येत होते, पण तोंडातून एक शब्दही मी काढला नाही. मला डेव्हिडला नाराज करायचे नव्हते. मी त्याच्या मतांचा नेहमीच आदर केला होता.

डेव्हिड मला सांगत होता, "लुईस, प्रथम आपण काय करणार आहोत, तर हे एक कि.मी.चं अंतर आपण १०० मीटरच्या १० टप्प्यांमध्ये विभागणार आहोत आणि प्रत्येक १०० मीटरचा टप्पा तुझ्यासाठी काहीतरी विशेष असेल, असं करणार आहोत. आपण बरोबर १० देशांचे राष्ट्रध्वज आणले आहेत आणि प्रत्येक १०० मीटरच्या टप्प्यावर एका राष्ट्राचा ध्वज लावणार आहोत. ज्या देशांतल्या लोकांनी तुला ही मोहीम आखण्यासाठी मदत केली, विक्रम करण्याची संधी

उपलब्ध करून दिली, त्यांचं प्रतिनिधित्व हे ध्वज करणार आहेत. आतापर्यंतच्या मोहिमांमध्ये ज्यांनी तुझ्या क्षमतेबद्दल संशय व्यक्त केला, अशा लोकांच्या आठवणीतून, त्यांच्या नकारात्मक उद्‌गारावरून ईर्ष्या घेऊन तू त्यांना प्रत्येक वेळेला खोटं पाडलंस आणि आता जसजसा तू एकेका ध्वजासमोरून पोहत जाशील, तसतसं तुझ्या डोळ्यांसमोर ज्यांनी तुझ्यावर, तुझ्या कर्तृत्वावर विश्वास दाखवला आणि ज्यांनी तुला मदतीचा हात दिला, त्या व्यक्ती येतील. आता तुला दाखवून द्यायचं आहे की त्या लोकांचा तुझ्यावरचा विश्वास फोल नव्हता. त्यांचा विश्वास सार्थ होता. लुईस, एका वेळेला तू फक्त १०० मीटरचाच विचार कर. त्यापेक्षा पुढचा विचार करू नकोस. फक्त पुढच्या ध्वजापर्यंत जायचं ध्येय ठेव. एक कि.मी. पोहण्याचं डोक्यातून काढूनच टाक. ते खूप लांब अंतर आहे. आपल्याकडे आता फक्त दोन दिवस उरले आहेत. तू एकदा सर्व राष्ट्रध्वज बघून घे आणि तुझ्या टीममधल्या व्यक्ती आठवून ठेव. – नॉर्वेजियन, स्वीडीश, रशियन, अमेरिकन, कॅनडियन, स्विस, दक्षिण आफ्रिकन, न्यूझीलॅन्डर, ऑस्ट्रेलियन आणि ब्रिटन – या सर्वांमुळेच तुला ही संधी मिळाली आहे.''

त्याने एकेका देशाचे नाव घ्यायचाच अवकाश, मला त्या देशांचे ध्वज आणि माणसेपण आठवत गेली. सर्व मिळून २९ जण होते. त्यांनी माझ्या या मोहिमेसाठी काही ना काही केले होते. त्यांच्यामुळे उत्तर ध्रुवीय समुद्रात पोहण्याचे स्वप्न मी बघू शकत होतो. डेव्हिडचे बरोबरच होते. इतक्या लोकांच्या माझ्यावरच्या विश्वासाला धक्का लावण्याचा मला अधिकार नव्हता.

''दुसरी गोष्ट लुईस आपण करणार आहोत, ती म्हणजे तुझ्या आयुष्याचा जीवनपट तू अगदी पहिल्यापासून उलगडणार आहेस. तू कोठून आलास, कोणत्या परिस्थितीतून आलास, यावर आत्मचिंतन करणार आहेस. तुझ्या वडिलांनी तुला मांडीवर बसवून काय-काय धडे दिले, इतिहासातल्या कोणत्या प्रसिद्ध व्यक्तींची काय-काय माहिती दिली, त्यापासून तुला कशी प्रेरणा मिळत गेली इत्यादी सर्व गोष्टी तुला आठवायच्या आहेत. तुझे आईवडील तुला लहानपणी दक्षिण आफ्रिकेतील कोणकोणती अभयारण्यं दाखवायला घेऊन गेले होते, तुला निसर्गाबद्दल कसं आकर्षण निर्माण झालं आणि त्यामुळे तू आज येथवर कसा पोचला आहेस; हे सगळं तुला आठवायचं आहे. तू आज जे काही करतो आहेस त्याला काहीतरी अर्थ आहे आणि तोच अर्थ शोधण्यासाठी तुला तुझं गतआयुष्य आठवायचं आहे. कालच्या एका घटनेनंतर तुझा आत्मविश्वास डळमळीत झाला, असं तुला वाटतं पण ते खरं नाही. जरा मागे वळून बघ तू काय-काय पराक्रम केले आहेस ते. जेव्हा तू सतरा वर्षांचा होतास; तेव्हा रॉबीन बेट, लेक मालावी, इंग्लिश खाडी, केप द्वीपकल्प, नॉर्थ केप, सोगने फोर्ड, स्पीट्सबर्गेन, दक्षिण ध्रुव, थेम्स ...आणि आता

या प्रवासातलं उत्तर ध्रुव हे फक्त पुढचे एक पाऊल आहे. मागेसुद्धा जेव्हा संकटं आली तेव्हा तू धीराने त्यांना तोंड दिले आहेसच की! तुझी ही हिंमत साथ देणार नाही, असं आताच तुला का वाटतं? तसं काही होणार नाही, काळजी करू नकोस.''

डेव्हिडने त्याचा आवाज जरा खालच्या पट्टीत नेला आणि म्हणाली, ''टीममधल्या सर्व सहकाऱ्यांचा तुझ्या क्षमतेवर पूर्ण विश्वास आहे. प्रत्येकाला असंच वाटतंय की, तू हे नक्की करू शकशील. लुईस, हा विक्रम करताना समजा तुझे काही बरेवाईट झालं, तर तो ठपका आमच्या कारकिर्दीवर असणार आहे.'' हे वाक्य म्हणताना डेव्हिड हसला, पण मला त्याचे हसू आले नाही. प्रोफेसर आणि डेव्हिड माझ्या वेगवेगळ्या मोहिमांसाठी त्यांची कीर्ती, त्यांचे नाव कसे पणाला लावायचे, याची मला चांगलीच जाणीव होती.

डेव्हिड पुढे म्हणाला, ''आणि लुईस तिसरी गोष्ट, तुझ्या आयुष्याच्या शेवटच्या टप्प्याचा तू विचार कर. मागे वळून तुला बघायला काय आवडेल? तुला तुझा वारसा कसा असावा असं वाटतं? आपण लोक पर्यावरणाशी कसे खेळतो आहोत, त्याचा कसा नाश करतो आहोत, याची जाणीव करून देण्यासाठी तुझं हे पोहणं, हा विक्रम प्रतिकात्मक ठरणार आहे. उद्या जेव्हा तू मागे वळून बघशील, तेव्हा तू अभिमानाने म्हणू शकशील, जेव्हा तो क्षण आला होता, तेव्हा मी उभा राहिलो होतो. तुझ्या या पोहण्यातून तू जगातल्या नेत्यांना सांगणार आहेस की, हवामान बदलाविषयीची जबाबदारी टाळू नका. तू नेत्यांच्या कॉलरला हात घालून आज मानवजातीला भेडसावणाऱ्या सर्वांत महत्त्वाच्या प्रश्नांसंबंधी जाणीव करून देणार आहेस. खरं तर उत्तर ध्रुवीय समुद्र गोठलेला असल्यामुळे कोणालाही जहाजानं उत्तर ध्रुवावर पोहोचणंच अशक्य व्हायला पाहिजे होतं आणि आता इतक्या मोठ्या प्रमाणावर तिथे पाणी असणं हाच हवामान बदलाचा मोठा पुरावा आहे. ती जागा फार झपाट्यानं बदलते आहे आणि त्याचा परिणाम सगळ्यांना भोगावा लागणार आहे.''

डेव्हिडने त्याचे बोलणे थांबवले. डेव्हिड न थांबता वीस मिनिटे बोलत होता, पण तेवढ्या वेळात सर्व बदलले होते. तो जे काही बोलला होता, त्याने मी अंतर्बाह्य हललो होतो. आणि तेच मला हवे होते. त्याचे बोलणे ऐकल्यावर मोहीम अर्धवट सोडण्याचा विचार मी मनातून काढून टाकला. मी ठरल्याप्रमाणे पोहणार होतो आणि अगदी एक कि.मी. अंतर पोहणार होतो. उत्तर ध्रुवाच्या दिशेने आयबी यमल वेगाने चालले होते. उत्तर ध्रुवावरच्या गोठलेल्या बर्फाच्या आच्छादनाचा भाग खूपच कमी झाला होता. समुद्रात कोठेही तरंगते बर्फ दिसत नव्हते, हवामान बदलाचेच हे लक्षण होते.

आम्ही कोणीच ते पाच मिनिटांचे पोहणे गांभीर्याने घेतले नव्हते. त्यामुळेच तो सगळा गोंधळ झाला होता. अर्थात यातूनही एक धडा मिळाला होता की, चुका कोठे-कोठे आणि काय-काय होऊ शकतात, याचा अंदाज आला होता आणि मुख्य म्हणजे आमच्या अवास्तव आत्मविश्वासाचा फुगा फुटला होता. आम्हाला चांगलाच धडा मिळाला होता आणि त्यातून आम्हाला शिकायचे होते. मी सर्व सहकाऱ्यांशी एकत्रितपणे बोललो. सगळ्यांनाच आता कामाला लागायचे होते. सर्व गोष्टी भराभर पार पाडायच्या होत्या. त्यापण एकाग्रतेने आणि नेमकेपणाने, "मित्रांनो," मी म्हणालो, "हे सर्व आपल्याला एखाद्या सैनिकी कारवाईप्रमाणे शिस्तबद्ध पद्धतीनं आणि कोणत्याही चुकीला वाव न देता करायचं आहे." बर्फावर जरुरीपेक्षा एक सेकंदही जास्त थांबायची वेळ येऊ न देणं हे सर्वांत महत्त्वाचं होतं. सर्व ध्वज वेगाने ठरलेल्या जागी लावून मी खाली बर्फावर आल्या-आल्या पोहायला सुरुवात करायला पाहिजे होती. मला बर्फावर रिकामा वेळ घालवायची वेळ येता कामा नये. कारण प्रत्येक सेकंद हायपोथेर्मियाच्या जवळ घेऊन जाणारा ठरणार होता. माझे ठरलेले पोहणे झाल्यावर फार वेळ न घालवता मला परत जहाजावर नेण्याची व्यवस्था व्हायला हवी होती. इतर उपकरणे, राष्ट्रध्वज इत्यादींमुळे मला जहाजावर जाण्यासाठी उशीर होता कामा नये.

दुसऱ्या दिवशी संध्याकाळी आयबी यामलचे "कॅप्टन स्टॅनिस्लाव्ह रुमायेनस्लेव्ह" यांनी ध्वनिक्षेपकावरून घोषणा केली होती, "सभ्य स्त्री-पुरुषहो, आपण आता भौगोलिक उत्तर ध्रुवाच्या अगदी जवळ आलो आहोत."

लोकांमध्ये अचानक खळबळ माजली, सर्व जण जहाजाच्या डेकवर जमा झाले. त्यांना मी पोहण्याचा कार्यक्रम कधी करणार होतो, हे जाणून घेण्याची उत्सुकता होतीच. त्याचबरोबर ते माझ्याबरोबर येऊ शकतील का याचीही चौकशी करायची होती. त्या सर्वांची इच्छा चांगली होती, पण मी जे काही करणार होतो, ती काही तिकीट काढून बघायची सर्कस नव्हती. त्या मागचे मुख्य कारण म्हणजे मला कोणताही अपघात व्हायला नको होता. बर्फावर चालताना असा अपघात हमखास होण्याची शक्यता होती. बर्फावरून पाय घसरून कोणी पाण्यात पडले असते. कोणाचे गुडघे फुटले असते, कोणाला आणखी काही झाले असते. मला असला कोणताही धोका पत्करायचा नव्हता. माझी जहाजावरच्या एका अमेरिकन पर्यटकाशी चांगली ओळख, अगदी मैत्री झाली होती. त्याला पण माझ्याबरोबर येण्याची उत्सुकता होती, पण नाईलाजाने मला त्याला नकार द्यावा लागला. काही जणांनी तर मला पैसे देऊ केले, पण मी ते नाकारले.

आयबी यामलचा वेग एकदम कमी झाला. कॅप्टनचा अगदी उत्तर ध्रुवावरच

जहाज नेण्याचा प्रयत्न चालला होता. जहाज काही इंच इकडे काही इंच तिकडे असे बर्फ फोडत वाट काढत चालले होते. शेवटी कॅप्टनच्या जीपीएसवर '९०°उत्तर' स्पष्टपणे दिसले. तो क्षण साजरा करण्यासाठी जहाजाचा भोंगा दोन-तीनदा वाजवण्यात आला. पर्यटकांनी आनंदाने आरोळ्या ठोकल्या, टाळ्या वाजवल्या. काही जण तो क्षण साजरा करण्यासाठी शॅम्पेन घेऊन डेकवर आले. सगळीकडे जल्लोषाचे वातावरण होते.

माझ्यासाठी आणि माझ्या टीमसाठी हाच तो क्षण होता. आम्ही प्रत्यक्ष उत्तर ध्रुवावर होतो आणि आजूबाजूला खूप मोकळे पाणी होते. मी मनाला बजावले, विक्रम झाला, तर तो आजच; नाहीतर कधीच नाही. ती १४ जुलैची संध्याकाळ होती. अचानक वेळ कमी पडेल की काय, असे वाटायला लागले. कारण पोहण्यासाठी मला माझी अशी खूप तयारी करायची होती. जहाजाचा एक कर्मचारी माझ्याकडे सहीसाठी एक फॉर्म घेऊन आला. 'हा विक्रम करण्याच्या प्रयत्नात समजा, माझे काही बरेवाईट झाले, तर त्यासाठी जहाजाची कंपनी किवा कोणी तिचा कर्मचारी जबाबदार असणार नाही,' अशा प्रकारचा तो एक करार होता. काही विचार न करता मी त्यावर सही केली. सगळी पूर्वतयारी करून प्रत्यक्ष पोहण्याची वेळ यायला मध्यरात्र झाली असती, पण तेथे २४ तास दिवस असल्यामुळे तो काही प्रश्न नव्हता. मला माझा हा विक्रम १५ जुलैला करायचा नव्हता किंवा व्हायला नको होता. कारण १५ जुलै ही वडिलांच्या पुण्यतिथीची तारीख आहे आणि या प्रयत्नांत माझे पण काही बरेवाईट झाले, तर माझ्या आईला तिचा नवरा आणि आता मुलगा एकाच दिवशी गमवावा लागला, असे होऊ नये, असे मला वाटत होते.

मी जेव्हा याचा उल्लेख डेव्हिडकडे केला, तेव्हा त्याने मला याच गोष्टीकडे वेगळ्या दृष्टीने बघायचा सल्ला दिला. "लुईस, तुला १६ जुलैला हा विक्रम करता यावा, म्हणून कॅप्टन काही येथे आणखी एक दिवस जहाज उभे करणार नाही. तू हा विक्रम वडिलांच्या स्मृतिप्रीत्यर्थ करतो आहेस असं समज. तू हा विक्रम तुझ्या वडिलांसाठी करणार आहेस. जसजसा तू नॉर्वे, स्वीडन, रशियन, अमेरिकन, कॅनडियन, स्विस, दक्षिण आफ्रिका, न्यूझीलन्ड, ऑस्ट्रेलिया या देशांच्या ध्वजांसमोरून जाशील आणि शेवटी ब्रिटनच्या ध्वजासमोर येशील तेव्हा तू अशी कल्पना कर की, तिथे तुझे वडीलच तुझी वाट पाहत उभे आहेत." डेव्हिडला माझे मन ताळ्यावर कसे आणायचे हे चांगले माहीत होते आणि नेहमीच त्याने ते केले होते.

त्या फसलेल्या सरावानंतर मला आता परत विश्वास वाटत होता की, मी नक्की चांगली कामगिरी करेन, पण टीममधल्या सगळ्यांनीच त्यांची कामगिरी उंचावण्याची गरज होती. चौदा जुलैचा दिवस मी प्रत्येकाशी त्याच्या-त्याच्या ठरवून

दिलेल्या कामांबद्दल आणि त्यांच्या तयारीबद्दल चर्चा करण्यात घालवला. मध्यरात्री आम्ही परत एकदा सगळ्याची उजळणी करायला एकत्र भेटलो. आयबी यामल जहाजाच्या पुलावर उभे राहून मी परत एकदा सगळी उजळणी केली.

मला मानसिकदृष्ट्या तयार करण्याची जबाबदारी डेव्हिडवर होती. माझ्या केबिनमध्ये परत एकदा तो मला सूचना देणार होता. मी डेव्हिडला म्हणालो, ''खाली बर्फावर गेल्यावर मी तुझ्याकडे माझे कपडे देईन. नंतर तू उलटे आकडे म्हणायला सुरुवात करशील. आपण येथे आरएएफमध्ये (रॉयल एअरफोर्स) पॅराशूटच्या साहाय्याने विमानातून उडी मारण्याच्या ज्या सूचना दिल्या जातात, त्यांचाच उपयोग करणार आहोत. पोहायला सुरुवात करायच्या एक मिनिट आधी लाल दिवा, नंतर हिरवा दिवा आणि 'गो, गो, गो' तू आणि टिम नंतर मार्गदर्शक बोटीत बसाल आणि पांढऱ्या फलकावर ज्यांनी-ज्यांनी मला मदत केली, त्यांची नावं तू मला दाखवशील. मला त्या सगळ्यांची नावं बघायची आहेत.''

नंतर मी प्रोफेसरांकडे वळलो. गेले काही दिवस प्रोफेसरांची मन:स्थिती काही ठीक नव्हती. या मोहिमेवर आमच्याबरोबर त्यांचे येणे शेवटच्या दिवसापर्यंत अनिश्चित होते. खरं तर ते येण्याच्या मन:स्थितीतच नव्हते. पाकिस्तानी क्रिकेट संघाचे प्रशिक्षक बॉब वुलमर हे त्यांचे चांगले मित्र होते. चार महिने आधी पाकिस्तानी क्रिकेट टीम वर्ल्डकपच्या सामन्यामध्ये आयर्लन्डकडून आश्चर्यकारकरीत्या पराभूत झाल्यावर दुसऱ्याच दिवशी जमैका येथील त्यांच्या हॉटेलच्या खोलीत संशयास्पद परिस्थितीत वुलमर मृतावस्थेत आढळले होते. प्रथम असे वाटले होते की हा खुनाचा प्रकार असावा. पण नंतर असे सांगितले गेले, की तो नैसर्गिक मृत्यू होता. परंतु या घटनेभोवतीचे संशयाचे ढग विरले नव्हते. प्रोफेसरांनी आणि बॉब यांनी मिळून क्रिकेटवर सुंदर पुस्तक लिहिले होते. बॉबच्या मृत्यूचा धक्का सहन करणे प्रोफेसरांना खूपच कठीण गेले. आमच्या उत्तर ध्रुवावरच्या मोहिमेत प्रोफेसरांनी त्यांच्या बायकोशिवाय मेरेलिनशिवाय यायचा विचारही केला नसता. ''टिम,'' मी म्हणालो,''माझी सुरक्षा ही तुमची जबाबदारी आहे. पोहण्याच्या दरम्यान तुम्हाला क्षणभर जरी वाटले, की माझ्या जिवाला धोका आहे, तर मला पाण्याबाहेर काढण्याची जबाबदारी तुमची आहे. माझ्या शरीराचे कोअर तापमान ३५°से.च्या खाली जायला लागले की, तुम्ही मला पाण्याच्या बाहेर काढायचं आहे आणि तो निर्णय फक्त तुम्हीच घेणार आहात. प्रोफेसर, मी हे अंतर नक्की पोहून जाईन, हा मला विश्वास वाटतो आहे कारण तुमचा माझ्या क्षमतेवर विश्वास आहे.''

टिमना वाटत होते की, मेरेलिननेपण मी हा विक्रम करत असताना तिथे हजर असावे. आधी ती सरावाच्या वेळी उपस्थित राहिली होती, पण मला तसे वाटत नव्हते. जर काही अपघात झाला, जर माझे काही बरेवाईट झाले तर...? ते

होण्याची शक्यता नाकारता येत नव्हती. तर मेरेलिनने ते बघू नये असे मला वाटत होते. प्रोफेसर थोडे निराश झाले, पण त्यांनी माझ्या निर्णयाचा मान ठेवला. आता जेव्हा मी त्याचा विचार करतो, तेव्हा मला माझ्या त्या निर्णयाचे वाईट वाटते. कारण मेरेलिन आमच्या टीमचाच एक भाग होती आणि तिनेही तेथे उपस्थित राहणे योग्य होते.

आमच्या मोहिमेचे मुख्य प्रायोजक 'इन्व्हेस्टी' चे प्रतिनिधी म्हणून टॉबी व्हॅन हीर्डेन आमच्याबरोबर होते. त्यांनी वेगवेगळ्या देशांचे ध्वज बर्फावर लावण्याची जबाबदारी घेतली. मी त्यांना सावध केले, "टोबी, गेल्या खेपेला बर्फात ध्वज रोवताना खूप त्रास झाला होता. आज संध्याकाळी मात्र काही गडबड होऊ देता कामा नये. काहीही झाले, तरी हे ध्वज बर्फात व्यवस्थित रोवले गेले पाहिजेत."

जेसन रॉबर्ट्स टोबीच्या जवळच उभा होता. "जेसन, तुला एक खास फोटो घेता आला पाहिजे. तो जगभरातल्या वृत्तपत्रांच्या पहिल्या पानावर आला पाहिजे. काही फोटो 'फिश आय' लेन्सनेपण घे, म्हणजे ते जरा वक्राकार येतील, आणि आपण उत्तर ध्रुवावर म्हणजे जगावर उभे आहोत, असा आभास निर्माण होईल. ठीक आहे ना जेसन?"

मग मी आमच्या मोहिमेचे चित्रीकरण करणाऱ्या क्रिस लोट्झशी बोललो. "क्रिस, तुझ्या कलेतली तुझी व्यावसायिकता मी पाहिली आहे. उत्तर ध्रुवीय अस्वलांचं चित्रीकरण करण्यासाठी तू जहाजाच्या डेकवर सलग बारा तास बसून होतास. तेव्हा तुला मी काही वेगळा सल्ला देण्याची गरज नाही. तू जेसनबरोबर दुसऱ्या मार्गदर्शक बोटीत असशील. माझ्या पोहण्याचं संपूर्ण चित्रीकरण तू करणार आहेस आणि शेवटी मी जसा पाण्याबाहेर येईन, त्या वेळी तू बाहेर बर्फावर असशील."

शेवटी मी जोर्गेन आमंडसेन यांच्याशी बोललो. "जोर्गेन, मी पोहत असताना तुम्ही बर्फावरून माझ्या बाजूने स्किइंग कराल आणि तुमच्या खांद्यावर भलं मोठं स्टॉपवॉच असेल. मी ते बघू शकेन अशा प्रकारे ते लटकवलेलं असेल आणि त्याचबरोबर माझा उत्साह वाढवण्यासाठी तुम्ही हातांनी खुणा करा, ओरडा काय वाटेल ते करा. या अशा प्रकारे मला प्रोत्साहित करण्याला तुम्ही कमी लेखू नका, ते माझ्यासाठी फार महत्त्वाचं आहे."

माझ्या मनात एक विचार परत-परत येत होता आणि मी तो परत-परत दाबून टाकत होतो. तरीपण त्यावर बोलणे, विचार करणे तेवढेच जरुरीचे होते. "मित्रांनो, एक गोष्ट आपण अजून बोललो नाही आणि ती म्हणजे समजा, मी पाण्यात बुडालो तर काय? तुम्हाला माहीत आहे, ते क्षणार्धात घडू शकते आणि पाण्याचा रंगही अगदी गडद काळा आहे."

क्षणभर सगळीकडे शांतता पसरली आणि जेसन म्हणाला, "मी पाण्यात उडी मारेन आणि तुला बाहेर काढेन." सगळ्यांनी त्याच्या म्हणण्याला माना हलवत दुजोरा दिला आणि दुसऱ्या कोणीतरी ही जबाबदारी घेतली, म्हणून एक सुस्कारापण सोडला. मला पण खूप मोकळे वाटले, कारण जेसनच यासाठी योग्य होता. त्याने आधी जीवरक्षकाचे काम केले होते. तो शरीराने दणकट आणि ताकदवान होता. कोणीही आपणहून पुढे आले नसते, तरीपण त्याने ही जबाबदारी आनंदाने स्वीकारली असती. आमची मीटिंग संपता-संपता मी विचारले, "कोणाला काही शंका आहेत का?"सर्व जण गप्प बसले.

शेवटी माझ्या स्वत:च्या तयारीसाठी मी केबिनमध्ये जाण्याआधी जेसनला जहाजावरील रशियन गार्डशी एक मीटिंग ठरवायला सांगितले. मी पाण्यात पोहत असताना ध्रुवीय अस्वलांनी माझ्यावर हल्ला करू नये, म्हणून काही खबरदारी घेणे आवश्यक होते. माझ्या पोहण्याच्या मोहिमेची मी त्यांना माहिती दिली आणि मी हे का करत होतो, तेपण सांगितले. मी पाण्यात पोहत असताना समजा ध्रुवीय अस्वल पाण्यात शिरले तर एक तर त्याला भिवविण्यासाठी एक-दोन गोळ्या हवेत उडवा, नाहीतर मला पाण्याबाहेर काढा; पण अस्वलांना कोणत्याही परिस्थितीत ठार मारू नका. असे झाले तर माझ्या या मोहिमेला काही अर्थच उरणार नाही. "आम्ही येथे ध्रुवीय अस्वलांच्या रक्षणासाठी, वाढीसाठी आलो आहोत", मी त्यांना सांगितले. मी त्यांच्याशी हस्तांदोलन केले आणि मला मदत करण्याबद्दल त्यांचे परत-परत आभार मानले. त्यांच्या रशियन डोळ्यांत माझ्याविषयीचा आदर, प्रेम मला दिसले.

माझ्या टीममधले सहकारी पोहण्याचा मार्ग ठरवण्यात, टप्पे आखण्यात गुंतले होते. प्रोफेसर, ते रशियन गार्ड कोठे आणि कसे उभे राहणार याची माहिती करून घेत होते. त्यांना वाटत होते की, दोन गार्ड्समधील अंतर खूपच होते आणि त्यामुळे नकळत किंवा त्यांची नजर चुकवून एखादे अस्वल सहजपणे पाण्यात शिरण्याची शक्यता होती. त्यामुळे प्रोफेसरांनी ठरवले की, ५०० मीटरचे दोनच टप्पे करण्यापेक्षा २५० मीटरचे चार टप्पे करावेत. खरे तर मला ही सूचना मान्य नव्हती, कारण परत-परत वळावे लागण्यामुळे एकतर पोहायची लय बिघडते आणि पोहणेपण जड जाते. परंतु सुरक्षितता सर्वांत प्रथम क्रमांकावर होती.

केबिनमध्ये परतल्यावर मी बाकावर झोपलो आणि संगीत ऐकण्यासाठी मी कानात ईअरफोन घातले. या प्रसंगाला साजेसे संगीत माझ्या न्यूझीलन्डच्या मित्राने, शॉन डिक्सन याने खास निवडले होते. शॉन डिक्सन हा एकच असा भाग्यवान माणूस होता की, ज्याला इटालियन ऑपेरा सिंगर ल्युसियानो पावरोट्टी याच्याकडे शिकण्याची संधी मिळाली होती. मी शॉनला त्याच्या संग्रहातून त्याला स्फूर्तिदायक

वाटतील अशा काही रचना, संगीत खास या प्रसंगासाठी निवडायला सांगितले होते. त्यांपैकी वर्दीचे, कोरस ऑफ द हिब्रू स्लेव्हज मी लावले आणि ऐकायला लागलो. ते गाणे नेहमीच मला माझ्या लहानपणात घेऊन जाते.

ते गाणे ऐकताना पंख लावून मी परत मागे गेलो होतो. माझी आई स्वयंपाक घरात काम करत होती, नाब्युको हे संगीत नाटक रेडिओवर लागलेले होते. आई त्या गायकाच्या आवाजात आवाज मिसळून गाणे गुणगुणत होती, त्या गाण्यातील भावनांशी एकरूप झाल्यामुळे तिच्या डोळ्यांतून अश्रू वाहत होते, परंतु तिने गाणे गुणगुणणे काही बंद केलेले नव्हते. त्या गाण्याच्या आठवणीने माझे मन उचंबळून आले आहे. मला आमचे जुने घर आठवले, आई आठवली. मी या मोहिमेत नक्कीच यशस्वी होणार होतो. मला थांबून चालणारच नव्हते. या विरोधाभासाने माझा मीच आश्चर्यचकित झालो. आतापर्यंत माझे वडील माझे हिरो होते आणि आहेत. आधारासाठी, प्रोत्साहनासाठी मी नेहमीच त्यांच्याकडे पाहिले आहे. पण आता या कसोटीच्या क्षणी मात्र मला आईची खूप आठवण येत होती. आईचे ते गुणगुणणे अजून माझ्या कानात भरून राहिले होते. आजचे पोहणे माझे नशीब, भविष्य ठरवणार होते. मी प्रत्येक ध्वजापुढून पोहून जाणार होतो. मी पाण्यात मारलेला प्रत्येक हात हा ज्यांनी-ज्यांनी मला मदत केली, त्यांच्यासाठी आभार प्रदर्शनाचा मुजरा असणार होता.

प्रोफेसर माझ्या छातीवर चिकटवण्यासाठी पट्ट्या आणि उपकरणे घेऊन आले. आज प्रथमच मी त्यांना इतके गंभीर झालेले पाहत होतो. वायर्स जोडलेला पट्टा त्यांनी माझ्या छातीवर चिकटवला. त्यांचे हात थरथरत होते. आम्ही समोरासमोर होतो. मी प्रोफेसरांना म्हटले, ‘‘प्रोफेसर, आपल्याला जरा धीटपणा दाखवायला हवा नाही का? आपणच जर गंभीर झालो, तर आपल्या टीमच्या इतर सहकाऱ्यांवरपण त्याचा परिणाम होईल आणि शेवटी सर्वांच्याच कामगिरीवर त्याचा परिणाम होईल. येथून बाहेर पडताना मुष्टियोद्धा ज्या आत्मविश्वासाने रिंगणात प्रवेश करतो, त्याच आत्मविश्वासाने आपण बाहेर पडणार आहोत. आपल्या कोणत्याही कृतीत भीतीचा लवलेश असणार नाही आणि प्रोफेसर तुम्हाला एक गुपित सांगतो, तुमच्यापेक्षा जास्त मी नर्व्हस झालो आहे,’’ असे म्हणून मी हसलो. प्रोफेसर पण गूढ हसले, वातावरण तेवढेच निवळले.

मी बर्फावर घालण्याचे कपडे घातले आणि केबिनच्या बाहेर पडलो. बोटीवर दुतर्फा मला शुभेच्छा द्यायला पर्यटक जमले होते. त्यांच्यामधून वाट काढत जाताना मला खरोखरच जगज्जेत्या मुष्टियोद्ध्यासारखेच वाटत होते, ते सर्व जण मला पुन:पुन्हा शुभेच्छा देत होते. मी बोटांनी ‘व्ही’चा आकार करून त्यांच्या शुभेच्छांचा स्वीकार करत गेलो. मला आता पूर्ण आत्मविश्वास वाटत होता. फक्त ४८ तासांत

माझ्या मन:स्थितीने १८०°अंशाचे वळण घेतले होते. डेव्हिड बेकरने त्याचे काम केले होते. मी जहाजाच्या होडीत जाऊन बसलो. जहाजावरचे सर्व प्रवासी हात हलवून, ओरडून मला प्रोत्साहित करत होते, 'गो फॉर इट लुईस.'

माझ्या डोक्यात परत विचार सुरू झाले, मी येथे का आलो आहे? आपल्या पर्यावरणाची, निसर्गाची कशा प्रकारे हानी होते आहे, त्याचे काय परिणाम मानवजातीला भोगावे लागणार आहेत इत्यादी विचारांनी माझा निश्चय आणखीच पक्का झाला. बर्फावरून चालत मी सर्व राष्ट्रध्वजांच्या समोरून गेलो. प्रत्येक ध्वजामध्ये मला त्या-त्या व्यक्तीचा चेहरा दिसला. नॉर्वे -जोर्गेन आमंडसेन आणि पेडर जेरव्हीक, स्वीडन – ओले नॉरडेल, ज्याने मला माझी वेबसाइट बनवायला मदत केली. रशिया – आयबी यामलचे कॅप्टन आणि कर्मचारी, गार्ड आणि अलेक्झांडर बेरीलीन, अमेरिका - जोनाथन ड्युगास, कॅनडा – लॉरी डेकस्टर, जो एक मार्गदर्शक बोट चालवणार होता, आणि टेस्सा ग्रॅहम, स्वित्झर्लन्ड – ऑलिव्ह म्युलेर जो जोर्गेनच्या व्हीलमोंट घड्याळ कंपनीत भागीदार आहे. दक्षिण आफ्रिका – कितीतरी मित्र, आप्त होते. माझी मैत्रीण अँटोनीट, प्रोफेसर, डेव्हिड, क्रीस, निक मार्शल, माझे प्रशिक्षक ब्रायन बटॉन, सिमॉन ब्लॅकबर्न, हेन्ड्रीक डू टॉट, न्यूझीलन्ड – शॉन डिक्सन, ऑस्ट्रेलिया – जेसन रॉबर्ट्स, ग्रेट ब्रिटन – आई, वडील, टिम टॉमन सीवेल आणि निक पीटरसन, एमील लुईस ब्राऊन, स्टीफन रुबीन, मार्टिन जेनकीन आणि बरेच जण.

मी पोहायला जिथून सुरुवात करणार होतो, त्या ठिकाणापासून लांब उभ्या असलेल्या रशियन गार्डशी मी जाऊन बोललो. तो करत असलेल्या कामाबद्दल त्याचे आभार मानले आणि हस्तांदोलनासाठी हात पुढे केला, पण त्याने मला कडकडून मिठी मारली. माझी आता पूर्ण तयारी झाली होती. मी आता पाहिजे तितका वेळ पाण्यात राहू शकणार होतो इत्यादी सूचना माझ्या मनाला मी परत-परत केल्या. मार्टिन जेनकीन नेहमीच माझ्याकडे मनाच्या सुप्त शक्तीबद्दल बोलला होता. मी बरोबर एक कि.मी. पोहणार होतो. एक मीटरसुद्धा आधी मी पाण्यातून बाहेर पडणार नव्हतो. माणूस जिंकण्याची आणि हरण्याची तयारी एकाच वेळी करू शकत नाही. माझ्या मनाची तयारी झाली होती. मी मानसिक धैर्याचा अशा प्रकारचा अनुभव तोपर्यंत कधीच घेतला नव्हता. मी जिथून सुरुवात करणार होतो, तेथे जवळच उभ्या असलेल्या गार्डचेही मी आभार मानले. नंतर जोर्गेन आमंडसेनशी हस्तांदोलन केले. ''जोर्गेन, खुणा करण्याचं, ओरडण्याचं विसरू नका,'' मी म्हणालो.

माझ्या कानात 'पफ डॅडी' माझ्याशी बोलत होता, ''कम विथ मी'', मी आता पूर्णपणे तयार होतो. मानसिकदृष्ट्याही पुरेसा आक्रमक झालो होतो. थर्मामीटर

योग्यरीतीने काम करत होता. मी प्रोफेसरांना सांगताना ऐकले, "ठीक आहे. मी त्याच्या शरीराचे तापमान घेतले आहे, सर्व काही ठीक आहे."

मी जोराने ओरडलो, "सर्व जण तयार." मी माझा गॉगल एकदा पाण्यावर फिरवला. आता पाण्यात उतरायला फक्त पाचच सेकंद बाकी होते.

डेव्हिड ओरडला, "ग्रीन ऑन.... गो, गो, गो."

मी बर्फाच्या काठावर गुडघाभर खोल थंड पाण्यात उभा होतो. डेव्हिडचे शब्द कानावर पडताच मी खालीखोल अज्ञातात उडी घेतली आणि पोहायला सुरुवात केली. जरी पाणी कमालीचे थंड होते, तरी दोन दिवसांपूर्वी सरावाच्या पोहण्याच्या वेळी शरीराला जो पहिला झटका बसला होता, तितका तीव्र झटका आज वाटला नव्हता. आज मी तयार होतो, परंतु गॉगल्सनी परत त्रास द्यायला सुरुवात केली. ते माझ्या चेहऱ्यावर गोठून चिकटून बसल्यासारखे झाले. थोडे पाणी आतपण गेले. पोहता-पोहता गॉगल्स नीट बसवण्याचा माझा प्रयत्न चालला होता, पण ते काही जमत नव्हते. मी स्वतःलाच बजावले, 'लुईस, गॉगल्सचा विचार करण्यात वेळ घालवलास, तर नॉर्वेजियन ध्वजाजवळपण पोचायच्या आधी येथेच मरशील.' गॉगल्स डोळ्यांवरच राहिले, पण माझ्या दृष्टीने ते असून नसल्यासारखेच होते. मी वर पाहिले. नॉर्वेजियन ध्वज दृष्टीला पडला. मी १०० मीटर अंतर कापलेही होते. जोर्गेनचा आवाज कानावर पडला, "लुईस, छान प्रगती होते आहे. पुढे जा." मनात भलतेसलते विचार येण्याचे थांबवण्यासाठी मी पाण्यात मारत असलेले हात मोजायला लागलो. मी स्वीडनच्या ध्वजावरून पुढे गेलो तेव्हा मला जाणवले की, माझा श्वासोच्छ्वास नेहमीपेक्षा खूपच जलदगतीने होत होता. माझ्या पोटात पाणीही खूप जात होते. माझ्या कातडीची आग होत होती आणि त्या थंड पाण्यात माझ्या शरीराला जणूकाही आग लागली होती, असे वाटत होते. 'शांत हो लुईस, तुला डोकं थंड ठेवावं लागेल,' मी स्वतःलाच बजावले. 'लयबद्ध श्वासोच्छ्वासावर लक्ष केंद्रित कर, तसं करण्याचा प्रयत्न कर. चल लुईस, स्वतःवरचा ताबा जाऊ देऊ नकोस. हात मार. श्वास घे. हात मार, श्वास घे.'

मी २५० मीटरच्या पहिल्या वळणावर पोचलो होतो. आता मी खूपच सावरलो होतो. "पोहत राहा. पोहत राहा," काठावरून जोर्गेन ओरडून सांगत होता. वळून परत पोहायला लागल्यावर मला जाणवले की, मी आता प्रवाहाच्या विरुद्ध दिशेने पोहत होतो. जेव्हा पाण्याचा प्रवाह आपल्या बाजूने असतो, तेव्हा तो लक्षात येत नाही, पण जेव्हा तो विरुद्ध असतो तेव्हा मात्र तो ताबडतोब जाणवतो. असे का होते? या दिशेने पोहताना माझी नजर डेव्हिड आणि प्रोफेसर यांकडे गेली. त्यांच्या हाताचे अंगठे वरच्या दिशेला होते. मी चांगली प्रगती करत होतो. त्या पांढऱ्या फलकावरच्या माझ्या शरीराच्या कोअर तापमानाकडे माझे लक्ष गेले, ते

३७°से.च्या आसपास होते. मला आणखी उत्साह आला. इतक्या थंड पाण्यातही ते कमी झाले नव्हते. मी अर्धा टप्पा गाठला होता, पण मी खूपच दमलो होतो.

माझी बोटे परत सुजून पसरट व्हायला लागली होती. पूर्ण क्षमतेने त्यांचे काम ती करू शकत नव्हती. मला जाणवले की, थंड पाण्यामुळे बधिरता माझ्या बोटातून आता माझ्या मनगटापर्यंत पोचली होती. अजून ५०० मीटर अंतर कापायचे होते. माझ्या मनातली ईर्ष्या जागृत झाली. मनातली ईर्ष्या, त्वेष, आक्रमकता कोणत्याही नकारात्मक विचारांना थारा देणार नव्हती. माझेच मन मला बजावत होते, 'लुईस, बरेच वेळा लोक त्यांच्या ध्येयाच्या अगदी जवळ पोचलेले असतात. तेव्हाच नेमके प्रयत्न करायचे ते सोडून देतात, आणि नंतर आयुष्यभर नशिबाला दोष देत बसतात. अशा अतृप्त इच्छा राहिलेल्यांच्या थडग्यांनी स्मशानं भरलेली आहेत. तू मात्र त्यांच्यापैकी एक होणार नाहीस. फक्त मन एकाग्र कर. अगदी एकाग्र कर.'

चार टप्प्यांपैकी तिसऱ्या टप्प्यातले २५० मीटर पोहणे चांगलेच कठीण गेले. मी मनाला ओरडून सांगत होतो, 'हा टप्पा पुरा करायचा आहे. लुईस, कोणत्याही परिस्थितीत ७५० मीटर अंतराचा टप्पा तुला गाठायचाच आहे. त्या सर्व लोकांचा, ज्यांनी तुझ्यावर विश्वास दाखवला आहे त्यांचा विचार कर.' एकदा ७५० मीटरचा टप्पा गाठल्यावर मी थांबायचा विचार मनात येऊच दिला नाही, कारण आता शेवट दृष्टिक्षेपात आला होता. माझ्या एका पायात गोळा आला आणि माझा वेग मंदावला. मीपण फार जोर द्यायचा प्रयत्न मुद्दाम केला नाही. मी माझ्या उजवीकडे प्रोफेसरांकडे आणि डेव्हिडकडे नजर टाकली. माझ्या शरीराचे कोअर तापमान ३६°से. इतके होते. त्यामुळे काळजीचा प्रश्न नव्हता. माझा गॉगल मला त्रास देतच होता. परत-परत त्यावर धुके जमत होते. मला आता फक्त अंतिम टप्पा पूर्ण करायचा होता. कोणत्याही परिस्थितीत अंतिम रेषा गाठायची होती. माझे हात कामातून गेले होते. पाण्याला थपडा मारल्यासारखे माझे हात पाण्यावर पडत होते, जणूकाही ते प्रथमच पोहायला शिकत होते. प्रोफेसर आणि डेव्हिड ओरडून माझा उत्साह वाढवत होते. ते मला सांगत होते, ''लुईस, तू फारच सुंदर पोहतो आहेस. जवळ-जवळ पोचलाच आहेस. अंतिम रेषा गाठलीच आहेस. पोहत राहा. अजून थोडं.'' ब्रिटिश ध्वज माझ्या नजरेच्या टप्प्यात आला. माझे वडील माझ्या डोळ्यांसमोर आले.

एक मोठा बर्फाचा तुकडा वाहत वाहत माझ्या मार्गात आला. त्याला वळसा घालण्यासाठी मी माझा वेग थोडा कमी केला. शेवटचे शंभर मीटर माझे हात मारणे मी चालूच ठेवले होते. माझ्या मनात काहीही विचार नव्हते. मन जणू बधिर झाले होते. मला काहीही समजत नव्हते. आजूबाजूचे भान उरले नव्हते. अंतिम रेषा अजून किती लांब होती, याचा अंदाज येत नव्हता. 'थांबू नकोस. जात राहा. पोहत राहा,'

मन सांगत होते.

नंतर एकदम मी भानावर आलो. प्रोफेसर ओरडून सांगत होते, "लुईस, तू जिंकलास. तू सीमारेषा पार केलीस."

मी वळून बाजूला बर्फाच्या काठाकडे गेलो. जोर्गेनने मला पकडले आणि वर ओढून घेतले. "जोर्गेन, हळू!" मी ओरडलो. कारण बर्फाच्या धारदार कडांनी कापले जाण्याची भीती होती. जॉर्गेन माझ्याशी हस्तांदोलन करण्याचा प्रयत्न करत होता, पण मला वाटत होते, प्रथम कोणीतरी माझ्या डोळ्यावरचा गॉगल काढावा. माझ्या बाजूला टोबी उभा होता आणि त्याच्या आधारानेच मला उभे राहता येत होते. माझे पाय बर्फाला चिकटल्यासारखे झाले होते. मला तिथून लवकरात लवकर हलणे जरुरीचे होते. प्रत्येक मोहिमेनंतर पाण्याबाहेर आल्यावर माझ्या मनात नेहमी एकच विचार असतो, तो म्हणजे – पाण्याबाहेर आल्यावर पहिल्या १५ मिनिटांतच तब्येतीला दगाफटका होण्याचा धोका असतो. एक तर १५ मिनिटांच्या आत गरम पाण्याच्या शॉवरखाली उभे राहणे, नाहीतर भोगाव्या लागणाऱ्या परिणामांना तोंड देणे.

डेव्हिड माझ्या पायात बूट घालायचा प्रयत्न करत होता, पण माझी पावले सुजली होती. त्यांनी मला बोटीत घातले आणि जहाजावर घेऊन गेले. डेव्हिडच्या मदतीने मी जहाजाची शिडी चढून गेलो. मी गरम पाण्याच्या शॉवरखाली जायला उत्सुक होतो. पण लोकांनी माझ्याभोवती अभिनंदन करायला गर्दी केली होती. माझ्या कानावर त्यांचे आवाज पडत होते, पण ते फार दूर अंतरावरून येत होते, असे वाटत होते. मलाही त्यांचे आभार मानावेसे वाटत होते, पण मी काही बोलण्याच्या अवस्थेतच नव्हतो. डेव्हिड माझ्या बाजूलाच उभा होता. माझ्या मोहिमेत मी यशस्वी झालो होतो, हेच सांगण्याचा डेव्हिड परत-परत प्रयत्न करत होता. मी जेव्हा गरम पाण्याच्या शॉवरखाली होतो, तेव्हा मला जेसनच्या कॅमेऱ्याचा आवाज ऐकू येत होता. मी जेव्हा बोलायचा प्रयत्न करत होतो तेव्हा माझे शब्द अस्पष्ट उमटत होते. माझे ओठ गोठल्यासारखे झाले होते.

गरम पाण्याच्या धारा शरीराला सुखावत होत्या, उत्तेजित करत होत्या. शरीर पूर्ववत होण्यासाठी मदत करत होत्या. थोड्या वेळाने माझे ओठ मोकळे झाले. तोंडातून इंग्रजी वाटावे, असे काही शब्द उमटायला लागले. डेव्हिडला मी विचारले, "आपण हे कसं काय करू शकलो?" दोनच दिवसांपूर्वी या मोहिमेच्या दरम्यान मी नक्की मरणार नाही, याची खातरी होती; पण हाता-पायाची बोटे एखादे वेळी गमवावी लागण्याची भीती नक्की वाटत होती. तरीपण आश्चर्यकारकरीत्या सरावाच्या वेळी पाचच मिनिटांत हाताची बोटे जेवढी सुजली होती, तेवढी काही आज सुजली नव्हती. त्यांची सुजून अगदी भजी झाली नव्हती. पुरेशी तयारी न

करता पाच मिनिटे पोहण्याने बोटे ज्या प्रमाणात सुजली होती, त्याच्या तुलनेत व्यवस्थित तयारी करून काळजी घेऊन १८ मिनिटे आणि ५० सेकंद पोहूनही बोटांना तशी काही फारशी इजा झालेली नव्हती.

दुसऱ्या होडीतून प्रोफेसर जहाजावर परतले आणि तडक माझ्या केबिनमध्ये आले. ''अभिनंदन लुईस, फारच छान कामगिरी केलीस,'' प्रोफेसर म्हणाले. नंतर जोर्गेन केबिनमध्ये आला. माझ्या केबिनमध्ये उत्सवी वातावरण होते. ही मोहीम यशस्वी केल्याच्या आनंदात आणि उत्सवी वातावरणामुळे मी किती गारठलो होतो, याचा मला विसर पडला, पण माझे शरीर विसरले नव्हते. शॉवरमध्ये गरम पाण्याच्या खाली मी तब्बल ५० मिनिटे होतो आणि तरीसुद्धा मला तिथून हलू नये, असे वाटत होते.

छातीला चिकटपट्टीच्या साहाय्याने लावलेल्या वायर्स, पट्टे काढण्याची जेव्हा वेळ आली, तेव्हा नक्की काय करायचे, ते मला माहीत होते. आधी मी त्यांना काही नुकसान पोचणार नाही, याची दक्षता घेत त्या पट्ट्या काळजीपूर्वक काढल्या असत्या, पण या वेळेला मात्र मी माझी टॉयलेट बॅग उघडली, आतली कातरी काढली आणि अंगाला चिकटवलेल्या पट्ट्या सरळ कापून काढल्या. या कृतीला तसा प्रतिकात्मक अर्थही होता, कारण आता यापुढे अशा प्रकारची धोकादायक मोहीम अजिबात आखायची नाही, असा मी निश्चय केला होता. या सर्वांमागे शेवटी जय नव्हता की काही सिद्ध करायचे नव्हते, होते ते फक्त जिवंत राहिल्याचे समाधान. सगळे व्यवस्थित आटोपल्यावर मी जहाजाच्या वरच्या भागातल्या पुलावर गेलो. तिथे सॅटेलाइट फोनची सुविधा होती. मी अँटोनीटला फोन केला आणि माझ्या मोहिमेच्या यशाची माहिती दिली. पलीकडून तिचा आवाज आला आणि त्या आवाजाबरोबरच एक मोठा सुटकेचा सुस्कारा सोडलेलाही ऐकू आला.

नंतरचे परिणाम

उत्तर ध्रुवावरून परतताना काहीतरी करून दाखवल्याच्या, काहीतरी मिळवल्याच्या समाधानाने मन अगदी काठोकाठ भरून आले होते. उत्तर ध्रुवीय समुद्रातील पोहण्याच्या परंपरांतर्गत चालत आलेला समज अनुभवाने परत एकदा दृढ केला होता. आयुष्यातल्या कित्येक गोष्टींचे यशापयश त्या-त्या वेळच्या परिस्थितीवर अवलंबून असते. वातावरणातील होणाऱ्या बदलांबाबत आता काहीतरी तातडीने करण्याची वेळ आली होती, याची जाणीव लोकांना प्रकर्षाने होऊ लागली होती आणि त्या पार्श्वभूमीवर ही मोहीम झाल्यामुळे या साहसी मोहिमेच्या यशावर आधीच शिक्कामोर्तब झाले होते. उत्तर ध्रुवावर प्रथम पोहण्याचा विक्रम करणाऱ्या व्यक्तीशी प्रत्येकालाच बोलायचे होते. माझ्या मोहिमेची यशस्वी सांगता झाल्या-झाल्या दोन तासांतच मी हातात माझा सॅटेलाइट फोन घेऊन 'आयबी यामाल' जहाजाच्या डेकवर उभा राहिलो. जगभरातून अनेक वृत्तवाहिन्यांचे प्रतिनिधी माझ्याशी संपर्क साधत होते. माझ्या फोनवर अगणित कॉल्स येत होते. माझ्या पोहण्याच्या या मोहिमेने हवामान बदलासारख्या प्रश्नाची जगभरच्या वृत्तवाहिन्यांनी गांभीर्याने दखल घेतली होती व या प्रश्नावर आधी वाटले नव्हते तेवढ्या अधिकारवाणीने भाष्य करण्याची संधी मलासुद्धा मिळाली होती.

प्रोफेसर माझ्याशी याबद्दल बोलले. ते म्हणाले, "आयुष्यात मी अशी दोन खेळाडूंची उदाहरणं पाहिली की, एका घटनेमुळे त्यांची संपूर्ण आयुष्यंच बदलून गेली. त्यांपैकी एक होता ज्योएल ट्रान्स्की, ज्याने १९९५च्या रग्बीच्या वर्ल्ड कप फायनलमध्ये दक्षिण आफ्रिकेच्या बाजूने खेळताना विजयी गोल करून न्यूझीलन्डचा पराभव केला. आणि दुसरं उत्तर ध्रुवाच्या मोहिमेनंतरचं तुझं उदाहरण आहे." ज्योएलने ज्या सामन्यात गोल केला होता तो सामना दक्षिण आफ्रिकेच्या दृष्टीने खूप महत्त्वाचा होता. दक्षिण आफ्रिकेतील वर्णद्वेषी राजवट संपुष्टात आली होती. आणि

नेल्सन मंडेलांनी विविध धर्माचे, रंगाचे खेळाडू असलेल्या या रग्बी टीमचे 'पालकत्व' स्वीकारल्यावर त्या रग्बीचा पहिलाच मोठा आंतरराष्ट्रीय सामना होता. त्या सामन्याच्या वेळी लोकांच्या भावना अगदी शिगेला पोचल्या होत्या. दक्षिण आफ्रिकेसारख्या सप्तरंगी देशाच्या इतिहासातलाच तो एक सुवर्णक्षण होता. त्याचप्रमाणे प्रोफेसरांचे मत होते की, उत्तर ध्रुवीय पोहण्याच्या मोहिमेनंतर माझेही आयुष्य बदलले होते, मलाही तसेच काहीसे वाटत होते.

उत्तर ध्रुवीय समुद्रातले वितळणारे बर्फ, त्यामुळे वर्षा-वर्षाला कमी होत जाणारे, आक्रसणारे, भूपृष्ठीय बर्फाचे क्षेत्र या सगळ्या खरोखरच चिंता वाटाव्यात अशा घटना आहेत. मला अगदी तीव्रतेने वाटत होते की, आता हवामान बदलावर आणि त्याच्या परिणामांवर आवाज उठवण्याची वेळ आली आहे. राजकीय नेते, उद्योगपती यांचे या प्रश्नाकडे लक्ष वेधण्याची वेळ आली आहे. लंडनला परतल्यावर एक महिन्याने एनबीसीच्या 'द टुनाइट शो' या जे लेनो यांच्या अत्यंत प्रतिष्ठेच्या आणि लोकप्रिय कार्यक्रमात भाग घेण्यासाठी मी हॉलिवूडला गेलो. तो एक वेगळाच अनुभव होता. त्या आधी ब्रिटन आणि दक्षिण आफ्रिकेच्या टेलीव्हिजनवर मुलाखतीचे बरेच कार्यक्रम मी केले होते, तेव्हा साधारणत: सेटवर पाच-सहा माणसे असायची. जे लेनोच्या कार्यक्रमाचा प्रकार वेगळा होता. गोदामासारख्या दिसणाऱ्या एका जागेत मला बोलावले होते. दहा-बारा माणसे सेटवर वावरत होती. सहज मैत्री जमावी, आपुलकी वाटावी, अशा प्रकारचे जे लेनोचे व्यक्तिमत्त्व होते. त्याने मला कार्यक्रमाची माहिती दिली. "कार्यक्रम साधारणत: असा असणार आहे. मुलाखतीचा कार्यक्रम एकूण आठ मिनिटांचा असणार आहे. त्यात मी तुला अतिथंड पाण्यात पोहण्याबद्दल, त्यामुळे तुझ्या शरीरावर झालेल्या परिणामांबद्दल, तुला हे का करावंसं वाटलं याबद्दल प्रश्न विचारेन आणि थोड्या हास्य-विनोदात या कार्यक्रमाची सांगता होईल." त्याने खरे तर प्रथम माझी मुलाखत जेनीफर लोपेझ या नटीच्या मुलाखतीबरोबर आदल्या दिवशी ठरवली होती. (या कार्यक्रमात नेहमी एका वेळी विविध क्षेत्रांतील दोन व्यक्तींची मुलाखत घेतली जाते.) पण 'पर्यावरणाचा नाश / हवामान बदल' हा गंभीर प्रश्न असल्यामुळे जेनीफर लोपेझ या नटीबरोबरची माझी मुलाखत ही जोडी ठीक वाटणार नाही, असे त्याला वाटले असावे. त्या दिवशी मुलाखतीसाठी माझा जोडीदार एक विनोदवीर होता. आमची मुलाखत छान झाली. त्याने मला नेमके प्रश्न विचारले, मीपण आकडेवारीनिशी समर्पक उत्तरे दिली. जे लेनोच्या कार्यक्रमानंतर मी अमेरिकेला गेलो. तिथे डीन सॉयर याच्या 'गुडमॉर्निंग अमेरिका' आणि जॉन स्टीवर्टच्या 'द डेली शो'मध्ये भाग घेतला.

तुम्ही वातावरण, हवामानबदलावर, निसर्गरक्षणाबद्दल टी.व्ही.वर मुलाखती

देता. प्रश्न विचारले जातात, उत्तरे दिली जातात, चार ठिकाणी छापून येते, चर्चा होते आणि तुम्ही अशा भ्रमात राहता की जगाला तुमचे म्हणणे पटले आहे, आणि जगपण त्याप्रमाणे वागायला लागले आहे; पण नंतर लगेचच अशी काही घटना घडते की, तुमच्या भ्रमाचा भोपळा फुटतो आणि तुम्ही वास्तवाला सामोरे जाता. लंडनला परतल्यावर थोड्याच दिवसांनी रस्त्यावरून जाताना सहज माझे लक्ष एका वृत्तपत्र विक्रेत्याच्या स्टॉलकडे गेले. एका प्रतिष्ठित वृत्तपत्राच्या पहिल्या पानावर रशियाच्या राष्ट्रध्वजाचे चित्र छापले होते आणि त्याबरोबर एक बातमी होती की, उत्तर ध्रुव समुद्रतळाशी रशियाने त्यांचा राष्ट्रध्वज फडकवला. ती बातमी वाचून एका क्षणात माझ्या तळपायाची आग मस्तकात गेली, पण दुसऱ्या क्षणी आत्यंतिक नैराश्यपण आले. त्या बातमीत म्हटले होते की, रशियाने उत्तर ध्रुवावर त्यांचे जहाज पाठवून पाणबुडीच्या साहाय्याने समुद्रतळाशी खोदकाम करून रशियाचा राष्ट्रध्वज रोवला होता.

तो २००७मधील ऑगस्ट महिना होता. खनिज तेलाच्या किमती भडकलेल्या होत्या आणि अशा कृतीतून रशिया उत्तर ध्रुवीय क्षेत्रातल्या प्रचंड तेल आणि वायू यांच्या साठ्यांवर त्यांचा हक्क प्रस्थापित करायला बघत होता. जगातील इतर भागातील तेल आणि वायू यांचे साठे संपण्याच्या मार्गावर असताना, आगामी काळात उत्तर ध्रुवीय प्रदेशच तेल आणि वायूसाठी सर्वात मोठे उत्खननाचे केंद्र कशावरून होणार नाही? हवामान बदलामुळे आणि हरितगृह परिणामांमुळे पृथ्वीवरचे सरासरी तापमान हळूहळू वाढते आहे. त्यामुळे आधीच ध्रुवीय प्रदेशातले बर्फ वितळून बर्फाच्छादित भाग हळूहळू कमी झाला आहे आणि देशांच्या नफ्यातोट्याच्या गणितांपुढे ध्रुवीय प्रदेशातला निसर्ग, तेथील सौंदर्य इत्यादी गोष्टी आपोआपच गौण ठरणार आहेत. सामुद्री कायद्याप्रमाणे प्रत्येक देशाला त्याच्या किनाऱ्यापासून त्याच्या 'खास आर्थिक क्षेत्रात' म्हणजे फक्त सामुद्री २०० मैलाच्या प्रदेशातच नैसर्गिक संपत्तीचा शोध, उत्खनन वगैरे करण्याचा अधिकार आहे. तसेच देशांना त्यांच्या भौगोलिक खंडाचा विचार केला, तर ३५० सामुद्री मैलांपर्यंतच्या नैसर्गिक साधनसंपत्तीवर हक्क सांगता येतो. रशियाने उत्तर ध्रुवीय प्रदेशावर हक्क सांगण्याचे कारण म्हणजे त्यांचा असा दावा आहे की, उत्तर ध्रुवाच्या जवळ-जवळ असलेली 'लोमोनो सॉव्ह पर्वत राजी' त्यांच्या 'खास आर्थिक क्षेत्रात' येते. शिवाय ती त्यांच्या भौगोलिक खंडाचापण भाग आहे, त्यामुळे उत्तर ध्रुवीय प्रदेशातील नैसर्गिक संपत्तीचा, तेलाचा आणि वायूसाठ्यांचा शोध घेण्यासाठी तेथे विहीरी खोदणे वगैरे गोष्टींवर त्यांचा कायदेशीर हक्क आहे. हे म्हणजे अगदी ख्रिस्तोफर कोलंबसच्या काळात जाण्यासारखेच आहे. म्हणजे एखाद्या प्रदेशावर तुम्ही झेंडा लावा आणि हक्क सांगा.

रशियाच्या या कृतीवर कॅनडाने तक्रार केली. अमेरिका, डेन्मार्क वगैरे देशांनी

थोडी कुरकुर केली, पण तेवढ्यावरच सगळे थंडावले. जगातल्या इतर देशांनी या रशियाच्या कृतीकडे फारसे लक्ष दिलेच नाही. कदाचित उत्तर ध्रुवीय प्रदेशात रशियाने नैसर्गिक संपत्तीवर हक्क सांगणे, तेलविहिरी खोदणे किंवा त्याची शक्यता असणे या खूप पुढच्या गोष्टी झाल्या. त्यासाठी आतापासून विचार करण्यात अर्थ नाही असाच बहुतेक देशांनी विचार केला असावा. पण माझ्यासाठी मात्र रशियाच्या या कृतीतून एकच अर्थ निघत होता, 'माणूस हा निसर्गाकडे, पृथ्वीकडे नैसर्गिक संपत्तीने भरलेली आणि कधीही रिकामी न होणारी एक विहीर आहे याच दृष्टीने बघतो.' शेजारील देशापेक्षा माझ्याकडे तेल आणि वायू कसा आणि किती जास्त असेल, हीच प्रत्येक देशाची काळजी आहे आणि अर्थातच पृथ्वीचे रक्षण, पर्यावरणाचे रक्षण इत्यादी करण्याची जबाबदारी मात्र दुसऱ्या देशाची आहे. उत्तर ध्रुवावर स्वत:च्या देशाचा ध्वज लावून उघड-उघड रशियाने एक प्रकारे आक्रमणच केले होते आणि खरे तर इतर देशांकडून या कृतीवर तीव्र प्रतिक्रियांची अपेक्षा होती, पण दुर्दैवाने तशा प्रतिक्रिया उमटल्या नाहीत. अजून ४०-५० वर्षांनी समजा, रशियाने उत्तर ध्रुवावर नैसर्गिक संपत्तीसाठी उत्खननाला सुरुवात केली, तेल आणि वायू यासाठी विहिरी खोदल्या, आणि त्या नंतर आणखी ५०वर्षांनी समजा त्या प्रदेशातील सर्व नैसर्गिक संपत्तीचे साठे संपुष्टात आले, तर मग पुढे काय? या आर्थिक महासत्ता त्यांचा मोहरा कोठे वळवतील? अर्थातच त्यांचे लक्ष दक्षिण ध्रुवाकडे जाईल. दक्षिण ध्रुवाच्या प्रदेशात आंतरराष्ट्रीय करारानुसार २०४१ सालापर्यंत कोणत्याही प्रकारचे उत्खनन करण्यास बंदी आहे. तरीपण २०४१ साली त्या करात 'योग्य तो' बदल होऊ शकतो. ज्या प्रमाणात आणि ज्या वेगाने जगाचे तेल आणि नैसर्गिक वायू यावरचे अवलंबित्व वाढते आहे, ते बघता २०४१ नंतर दक्षिण ध्रुवपण सर्वांचे लक्ष्य बनला, तर नवल नाही. मी त्या वर्तमानपत्रातल्या फोटोकडे परत-परत बघत होतो. मला रडावेसे वाटत होते, आपल्या मुलाबाळांच्या, नातवंडांच्या सुरक्षित भविष्यासाठी खरी गरज आहे, ती परत-परत वापरता येणाऱ्या एखाद्या नवीन उर्जेच्या स्रोताचा शोध घेण्याची, हे आम्हाला खरोखरच कधी कळणार आहे?

इंग्लंडला परतल्यावर काही खरोखरच अविस्मरणीय घटना घडल्या. काही सुवर्णक्षण अनुभवायला मिळाले. अचानक पश्चिम लंडनमधील हॅम्पटन कोर्ट पॅलेस येथे ठरवलेल्या एका शाही मेजवानीचे मला आणि जोर्गेन आमंडसेन यांना आमंत्रण आले होते. त्या कार्यक्रमाला जवळ-जवळ ३०० प्रतिष्ठित निमंत्रित उपस्थित राहणार होते. त्या समारंभासाठी उपस्थितांना काळ्या रंगाचा 'टाय' लावणे अनिवार्य होते. जेव्हा मी आणि जोर्गेन यांनी त्या समारंभातील बसण्याची व्यवस्था पाहिली.

तेव्हा आणखी एक आश्चर्याचा धक्का बसला. आम्ही दोघे जण प्रिन्स चार्ल्स यांच्या दोन्ही बाजूला बसणार होतो. त्यामुळे तर ती संध्याकाळ आणखीच अविस्मरणीय होणार होती. प्रिन्स चार्ल्सना पर्यावरण, निसर्ग रक्षण आणि संवर्धन यांसारख्या विषयांमध्ये खूप रस आहे आणि त्यासाठी त्यांनी खूप मोलाचे कार्यपण केले आहे. त्या समारंभात प्रिन्स चार्ल्स ॲमेझॉन नदीच्या खोऱ्यातील जंगलरक्षण आणि संवर्धन याबद्दल अत्यंत कळकळीने बोलत होते. मेजवानीनंतर वातावरण जरा हलके करण्यासाठी ब्राझिलियन मुलींचे नेत्रदीपक 'सांबा नृत्य' झाले. या नृत्यातपण प्रिन्स चार्ल्स यांनी विशेष रुची दाखवली. त्या समारंभाच्या दरम्यान प्रिन्स चार्ल्सनी माझ्या पोहण्याच्या विविध मोहिमांसंबंधी मला खूप प्रश्न विचारले. विशेषकरून उत्तर ध्रुवीय समुद्रात पोहण्यासंबंधी. त्यांनी आणखी एक विचारला, "अतिथंड पाण्यात पोहताना शरीराच्या कोणत्या भागाला सर्वांत जास्त थंडी जाणवते?" माझ्या डोक्यात विचारचक्र चालूच होते. माझे उत्तरपण तयार होते. माझे उत्तर हात किंवा गुप्तांग हेच असणार होते. आणि त्यातही मला जास्त थंडी, अगदी वेदना होण्याएवढी, गुप्तांगाला जाणवली होती. खरे तर प्रिन्स चार्ल्सना माझ्या उत्तरादाखल मी प्रत्यक्ष अनुभवलेली एक गोष्ट सांगायची होती. पण खूप विचार केल्यावर मी त्यांना ती न सांगणेच पसंत केले. तो अनुभव असा होता, कोणत्याही मोहिमेआधी यशापयशाच्या चिंतेने, मानसिक तणावामुळे, उत्सुकतेमुळे माझ्या शरीराचे तापमान वाढते. साहजिकच तहान लागल्यामुळे, घशाला कोरड पडल्यामुळे पाणी खूप प्यायले जाते आणि पाण्यात उतरण्याआधी लघवी करण्याची इच्छा होते. अतिथंड पाण्यात उतरताना आधी लघवी करून आल्यावर एका गोष्टीची काळजी घेणे अत्यंत जरुरीचे असते, ते म्हणजे फक्त मूत्राशयच रिकामे करून चालत नाही, तर मूत्रनलिकेतपण मूत्राचे थेंब राहणार नाहीत, याची खबरदारी घेणे आवश्यक असते. कारण एकदा माझ्याकडून ती चूक झाली होती आणि अतिथंड पाण्यात शिरल्यावर काही मिनिटांतच मूत्रनलिकेतील मूत्राचे थेंब गोठून त्याचे बर्फ झाले आणि बर्फ झाल्यामुळे ते प्रसरण पावले आणि मूत्रनलिकेत असह्य वेदना व्हायला लागल्या. मूत्रनलिकेचा दाह सुरू झाला. मोहिमेनंतर मी जेव्हा गरम पाण्याच्या शॉवरखाली उभा राहिलो आणि ते खडे वितळले, तेव्हा कोठे वेदना कमी झाल्या.

प्रिन्स चार्ल्सना मात्र मी उत्तर दिले, "सर, सगळ्यात जास्त थंडी हातांना जाणवते." मी उत्तर ध्रुवावरील मोहिमेवरून आल्यावर माझ्या हातांत जवळ-जवळ चार महिने संवेदनाच नव्हती.

उत्तर ध्रुवावर जे काही पाहिले होते, अनुभवले होते; त्यामुळे मी मनाशी ठरवून टाकले होते की, आता पर्यावरणाच्यासंबंधी जागृती आणि त्याच्या रक्षणासाठीच

काम करायचे. उत्तर ध्रुवाच्या पर्यावरणासंबंधी प्रश्नांचा आवाज उठवायचा. त्यासंबंधीचा प्रवक्ता व्हायचे. आता माझ्यापुढे प्रश्न होता, पुढे काय? आणखी काय करता येईल? माझ्या डोक्यात एक धाडसी कल्पना आली. मी ठरवले की, नॉर्वेचे सर्वात उत्तरेकडचे बेट 'स्वालबार्ड'पासून कयाकमधून आणखी उत्तरेकडे प्रवास करायचा. उत्तर ध्रुवाच्या जितके जवळ जाता येईल, तितके जवळ जायचे. काही वर्षांपूर्वीपर्यंत असा काही प्रयत्नसुद्धा करणे अशक्य होते. पण आता उन्हाळ्यात खूपच प्रमाणात बर्फ वितळत असल्यामुळे उत्तर ध्रुवाच्या बऱ्यापैकी जवळ जाता येणे शक्य आहे, असे मला वाटत होते. उत्तर ध्रुवावरील पोहण्याच्या मोहिमेनंतर जवळ-जवळ १४ महिन्यांनी, परत नवीन मोहिमेचा विचार मनात जोर धरायला लागला होता. इ.स. २००८च्या ऑगस्ट महिन्यात ही मोहीम हाती घ्यायचे नक्की झाले. मला तसे कयाकिंग येत होते, माहीत होते. पण उत्तर ध्रुवाच्या समुद्रात गोठवणाऱ्या थंडीत कयाकिंग करावयास लागणाऱ्या शारीरिक क्षमतेच्या माझ्या तयारीबद्दल मी जरा साशंकच होतो. सुदैवाने, त्याच सुमाराला जगातला नावाजलेला कयाकपटू रॉबर्ट हेगीड्स हा बेजिंग ऑलिम्पिकसाठी दक्षिण आफ्रिकेच्या संघाला प्रशिक्षण देत होता. मी त्याला माझा प्रशिक्षक होण्याची विनंती केली आणि अशा प्रकारे रॉबर्ट या उमद्या खेळाडूशी माझा परिचय झाला. रॉबर्ट जेव्हा हंगेरीतर्फे स्पर्धेत उतरला होता, तेव्हा त्याने बोटरेसमधील 'स्प्रिंट' या प्रकारात हंगेरीसाठी सात वेळा अजिंक्यपद मिळवून तितकीच पदके मिळवली होती. त्याच्या देशामध्ये तो एक अत्यंत यशस्वी आणि लोकप्रिय खेळाडू होता. आमची भेट झाली,तेव्हा तो ३५ वर्षांचा होता. त्याने आता स्पर्धांमधून निवृत्ती जाहीर केली होती. पण त्याचे शरीर मात्र त्याने अजून एखाद्या उमेदीतल्या खेळाडूसारखेच सांभाळले होते. त्याची उंची जवळ-जवळ सहा फूट चार इंच होती. आणि त्याहीपेक्षा जास्त म्हणजे सहा फूट नऊ इंच इतका त्याच्या पसरलेल्या हातांचा आवाका होता. त्याचा उत्साह, आशावाद तर हेवा वाटावा असा होता. शरीराची ताकद, क्षमता वाढवण्यासाठी आम्ही जोर मारायचो. त्याच्या उंचीच्या आणि वजनाच्या माणसाला खरं तर हे त्रासदायकच होते, तरीपण तो सहज न थांबता शंभर जोर मारायचा. त्याउलट जेमतेम पंचवीस जोर मारताना माझी दमछाक व्हायची. रॉबर्टची शरीरयष्टी चांगल्या-चांगल्या खेळाडूंना हेवा वाटावा, अशी होती. अत्यंत प्रमाणबद्ध आणि गोटीबंद शरीर होते त्याचे. त्याने तब्येतच अशी राखली होती की, तो कोणत्याही क्षणी स्पर्धेला तयार होता, असेच वाटावे. स्वत:विषयीच्या सार्थ आत्मविश्वासाबरोबरच तो अत्यंत नम्र आणि हळुवार स्वभावाचा होता. खरे तर इतक्या तरुण वयात यश मिळाल्यावर स्वकर्तृत्वाचा सार्थ अभिमान असणे स्वाभाविक होते, तरीही त्याच्या स्वभावात कमालीची नम्रता होती; हेच रॉबर्टचे वेगळेपण होते. जेव्हा त्याने माझ्या प्रशिक्षणाला सुरुवात केली,

तेव्हा मला त्याने दयामाया दाखवली नाही. माझे पॅडलिंग जास्तीत जास्त निर्दोष करण्याचा त्याचा निर्धार होता. त्यासाठी एखाद्या तांत्रिक बाबतीत मी कमी पडत असेन, तर ती गोष्ट माझ्याकडून तो हजार वेळा करून घ्यायचा आणि त्याचा हा खेळाबाबतीत तंत्रशुद्ध असण्यावरचा भर मला जास्त आवडला होता.

काही महिने त्याच्याकडून प्रशिक्षण घेतल्यावर, मला रॉबर्ट फक्त प्रशिक्षक म्हणून नको होता, तर त्याने माझ्याबरोबर कयाकिंग करण्यासाठी उत्तर ध्रुवावर यावे, माझ्या मोहिमेत सहभागी व्हावे, असे मला वाटायला लागले. मी जेव्हा त्याच्याकडे हा विषय काढला, तेव्हा त्याने तात्काळ सहमती दर्शवली, यात आश्चर्य वाटण्यासारखे काही नव्हते. त्याच्या सोबतीला त्याची तंत्रशुद्धता अगदी हेवा वाटावी अशी होती. आम्ही दोन माणसांनी चालवाव्या लागणाऱ्या 'सर्फ स्कि'मध्ये बसून जेव्हा सराव करायचो, तेव्हा तो पुढे बसायचा आणि मी मागे बसायचो. माझ्याकडे त्याची पाठ असायची, तरीपण मी वल्हवण्यात, पॅडलिंगमध्ये कोठे चुकतो आहे, ते त्याला बराबेर समजायचे. "तुझा डावा हात संपूर्णपणे पुढे येत नाही. अजून थोडा सरळ कर," इत्यादी सूचना सतत चालू असायच्या आणि त्याचा अंदाज नेहमीच खरा असायचा. थोड्याच दिवसांत त्याने मला दक्षिण आफ्रिकेच्या बेजिंग ऑलिम्पिकसाठी सराव करणाऱ्या संघात सहभागी करून घेतले आणि विशेष प्रशिक्षणसाठी हंगेरीला जाणाऱ्या त्या दक्षिण आफ्रिकेच्या संघाबरोबर हंगेरीला जाण्यासाठी माझीही वर्णी लागली. तो एक खूपच कठीण अनुभव होता, कारण ऑलिम्पिक खेळाचा सराव म्हणजे एक तर अगदी कसून व्हायचा आणि तेव्हा तिथे खूप कडक उन्हाळापण होता. माझी स्वत:ची कामगिरी आणखी उंचावण्यासाठी माझ्यावर त्याचा खूप दबाव असायचा, पण कधीकधी इतके उकडायचे, गरम व्हायचे की मी ठरावीक मर्यादेपुढे जाऊच शकायचो नाही. मी परतल्यावर एका आठवड्याने तिकडे एक दुर्दैवी घटना घडली. रॉबर्टबरोबर प्रशिक्षणात भाग घेणारा ३६ वर्षांचा आणि दोन ऑलिम्पिकमधे सहभाग असणारा जॉर्जी कोलोनिक सरावानंतर धक्क्यावरच कोसळला. तीव्र हृदयविकाराच्या झटक्याने त्याचा मृत्यू ओढवला होता. तो आणि रॉबर्ट खूप वर्षांचे चांगले मित्र होते. जॉर्जीच्या मृत्यूचा धक्का रॉबर्टसाठी असह्य होता. त्या घटनेनंतर दोषारोपांना सुरुवात झाली. प्रशिक्षण घेणाऱ्या लोकांनी आरोप केले की, ॲम्ब्युलन्स वेळेवर आली नाही, त्यांच्याकडे उपकरणे पण नव्हती (हृदयाचे ठोके नियंत्रित करणारे यंत्र).

त्याउलट ॲम्ब्युलन्सच्या लोकांनी आरोप केले की, ते जेव्हा घटनास्थळी आले, तेव्हा त्यांनी जॉर्जीच्या शरीरावर घट्ट बॅन्डेजेस बांधलेली पाहिली. ती वेळीच सैल करून त्याच्या स्नायूंवरचा ताण कमी करता आला असता आणि दुसरे म्हणजे हृदविकाराच्या झटक्यात तसाही त्याचा काही उपयोग झाला नसता. शेवटी दोन्ही

बाजूंनी विचार केला की, दोषारोप करून गेलेली व्यक्ती काही परत येणार नव्हती; उलट त्यामुळे जॉर्जीच्या कुटुंबीयांना, मित्रांना होणाऱ्या मन:स्तापात भरच पडली असती.

एकूणच तो काळ रॉबर्टच्या जीवनातला कठीण काळ होता. त्याचे लग्नही मोडण्याच्या बेतात होते. अनेक चिंतांनी तो घेरला गेला होता. तरीपण एक गोष्ट कौतुकास्पद होती की, या त्याच्या वैयक्तिक गोष्टींचा परिणाम त्याने त्याच्या कामावर होऊ दिला नव्हता. माझी शिकवणी चालूच होती. प्रशिक्षणाच्या बाबतीत तो पूर्वीइतकाच काटेकोर आणि कडक होता आणि मला उत्तम कयाकपटू करण्याचा त्याने चंगच बांधला होता. मी आणि रॉबर्ट दोन आठवड्यांसाठी स्पीट्सबर्गेनला गेलो. उद्देश हा, की तेथील वातावरणाचा प्रत्यक्ष अनुभव घ्यावा आणि मोहिमेच्या वेळेला ज्या हवामानाशी किंवा परिस्थितीशी समाना करावा लागण्याची शक्यता होती, त्या हवामानात, परिस्थितीत सराव करावा. रॉबर्ट उत्तर ध्रुवाच्या प्रेमात पडला. अतिदुर्गम आणि भव्य निसर्गाच्या दर्शनाने रॉबर्टच्या चेहऱ्यावरचे भाव बघून मी जेव्हा प्रथम तेथे गेलो, तेव्हाच्या माझ्या प्रतिक्रियेची मला आठवण झाली. माझीपण अगदी अशीच अवस्था झाली होती. स्पीट्सबर्गेन बेटावरच्या लाँगईयरबायन गावाच्या बाहेर समुद्रकिनाऱ्यावरच जेसन रॉबर्टने आमच्यासाठी एक छोटे घर भाड्याने घेतले. रोज संध्याकाळी रॉबर्ट जवळच असलेल्या एका कुत्रे पाळणाऱ्याकडे जायचा. त्याच्याकडे बरेच मोठे केसाळ 'हस्की' जातीचे कुत्रे होते. थंडीत बर्फावरून घसरत जाणाऱ्या गाड्या ओढण्यासाठी त्या कुत्रांचा उपयोग केला जायचा. पण उन्हाळ्यात त्यांना बांधून ठेवलेले असायचे. रॉबर्ट त्यांच्याशी खेळण्यात तास-दीड तास घालवायचा. प्रत्येक कुत्र्याला जवळ घेऊन तो थोपटायचा. मला वाटते, या त्याच्या कुत्र्याबरोबरच्या वागणुकीमधून त्याचा खरा स्वभाव प्रतीत होत होता.

आम्ही स्पीट्सबर्गेनमध्ये असताना वेळीअवेळी सोसाट्याचे वारे सुटायचे, छोटी-छोटी वादळे व्हायची. एकंदरीत आम्ही अंदाज केला की, उत्तर ध्रुवाकडे कयाकमधून प्रवास सुरू केल्यावर अशी परिस्थिती जर उद्भवली, तर आमची मोहीम आमच्यासाठी फक्त त्रासाचीच नाही तर अत्यंत धोकादायकपण ठरणार होती. एके दिवशी रॉबर्टने सोसाट्याचे वारे वाहत असताना 'सर्फ स्कि'वरून बाहेर पडण्याचे ठरवले. मी रॉबर्टला धोक्याची जाणीव करून देण्यासाठी बोललो, "रॉबर्ट, तू अशा वादळी वाऱ्यात बाहेर पडतो आहेस, पण समज मध्येच कोठे तू अडकलास किंवा वाऱ्याने अक्षरश: उडून समुद्राच्या दिशेने गेलास, तर काय होईल, याची कल्पना आहे का तुला?"

"लुईस, आपली सर्फ स्कि अशा वाईट हवामानात कितपत टिकाव धरू शकते हे मला एकदा बघायचं आहे." रॉबर्ट म्हणाला.

"रॉबर्ट, तुला माहीत आहे का पाण्याचं तापमान तीन अंश से. इतके आहे?"

"म्हणूनच तर मी त्यात न पडण्याची पूर्ण खबरदारी घेणार आहे," रॉबर्टने हसत-हसत उत्तर दिले.

त्याच्याशी जास्त बोलण्यात किंवा वाद घालण्यात अर्थ नव्हता. कारण रॉबर्टने एखादी गोष्ट करायची ठरवल्यानंतर, परिणामांची पर्वा न करता तो ती गोष्ट करतच असे. नेहमीच्या हवामानात आणि वातावरणात रॉबर्ट एका तासात पॅडलिंग करत तेरा कि.मी. अंतर सहज कापायचा. पण या अशा टोकाच्या हवामानात त्या दिवशी एका तासात तो जेमतेम दोन कि.मी अंतरच कापू शकला. त्याच्या कयाकवर पांढऱ्या शुभ्र अतिथंड पाण्याचा मारा सतत चालू होता. मला त्याची फार काळजी वाटायला लागली. मी जेसनने सोडून दिलेला टेम्पो चालू केला आणि समुद्र किनाऱ्याला समांतर असलेल्या रस्त्यावरून त्याच्या जास्तीत जास्त जवळ राहण्याचा प्रयत्न करत त्याच्यावर लक्ष ठेवत जात राहिलो. जवळ-जवळ एक तास ही शिक्षा भोगल्यावर तो मागे वळला आणि वाऱ्याची मदत आणि प्रवाहाची मदत असल्यामुळे अक्षरश: उडत-उडतच सुरुवातीच्या ठिकाणी येऊन पोचला. जोर इतका प्रचंड होता की, समुद्रकिनाऱ्याला लागून असलेल्या खडकाळ भागावरून त्या सर्फ स्कि उचलून आमच्या राहण्याच्या ठिकाणापर्यंत आणणे फारच कठीण गेले. रॉबर्ट कमालीचा दमलेला होता आणि गारठलेला होता. आत येताक्षणीच तो सोफ्यावर कोसळला.

"लुईस, येथे येण्याआधी मला वाऱ्याच्या ताकदीचा खरा अंदाज आलाच नव्हता." मी अर्थात त्याच्याशी सहमत होतो, पण हेही तितकेच खरे होते की, प्रत्येक वेळी मी फक्त संभाव्य धोक्याचा किंवा संकटांचाच विचार केला असता, तर जे काही करू शकलो, ते करण्याची हिंमतच मी दाखवू शकलो नसतो. या मोहिमेचे नाव आम्ही 'आर्क्टिक कयाक' असे ठेवले होते. पण या 'आर्क्टिक कयाक' मोहिमेचे मात्र मला दोन कारणांनी टेन्शन आले होते. एक म्हणजे ही नेहमीची पोहण्याची मोहीम नव्हती आणि ज्या समुद्रात आम्ही प्रथमच कयाकने लांब प्रवास करणार होतो, तो समुद्रही नेहमीचाच सर्वसाधारण नव्हता. या मोहिमेसाठी पैसे उभे करणे, प्रायोजक शोधणे हे माझे नेहमीचेच काम होते. या खेपेला तर पैसे उभे करणे जास्तच अवघड होते, कारण जगभर मंदीची लाट आली होती. स्पीट्सबर्गेनमधल्या आमच्या त्या सराव शिबिरात आजूबाजूचे एकंदरीत प्रतिकूल वातावरण बघता माझ्या मनात परत-परत विचार येत होता, 'मी चावता न येण्याइतका मोठा घास तर घेत नाही ना?' सुदैवाने आमच्याबरोबर स्पीट्सबर्गेनला मार्टिन जेनकीनही आला होता. त्याची जगातला एक अत्युत्तम प्रशिक्षक अशी ख्याती आहे आणि दुसरे म्हणजे तो चांगल्यापैकी मनोव्यापारतज्ज्ञपण आहे. माझ्या या द्विधा मन:स्थितीची जेव्हा त्याला कल्पना आली, तेव्हा त्याने स्पष्ट शब्दांत त्याचा निर्णय सांगितला,

"लुईस, तुला एकदा ठाम निर्णय घ्यावाच लागेल. तू पुढच्या महिन्यात कयाकमधून उत्तर ध्रुवाची मोहीम करणार आहेस. जर तर अजिबात चालणार नाही. तू मोहीम नक्की करणार आहेस, हे एकदा तुझ्या मनाला बजावून सांग, म्हणजे बाकीच्या गोष्टी आपोआप होतील."

मी आणि रॉबर्ट जेव्हा समुद्रात सराव करत होतो, तेव्हा एका आलिशान प्रवासी बोटीने त्या बेटाजवळ नांगर टाकला. ती बोट आलिशान तर नक्कीच होती, पण त्याहीपेक्षा त्या बोटीवरचे प्रवासी खास अशा 'व्हीआयपी' दर्जाचे होते. त्या बोटीवर अमेरिकेचे माजी राष्ट्राध्यक्ष जिमी कार्टर, अमेरिकेचा माजी सेक्रेटरी ऑफ स्टेट मॅन्डेलीन अलब्राईट, गुगलचे संस्थापक लॅरी पेज, प्रसिद्ध उद्योगपती आणि दानशूर टेड टर्नर आणि इतर बरीच प्रसिद्ध आणि नावाजलेली माणसे होती. त्या बोटीवरच्या होणाऱ्या हवामान बदलासंबंधीच्या एका उच्चस्तरीय बैठकीच्या निमित्ताने ते उत्तर ध्रुवाच्या दौऱ्यावर आले होते. त्यांना बातमी लागली होती की, मी सध्या त्याच भागात होतो आणि त्यावरून त्या बैठकीच्या नियामक मंडळाने माझ्याशी संपर्क साधून विचारणा केली होती की, मी त्या सर्व प्रतिष्ठितांसमोर हवामान बदलासंबंधी आणि उत्तर ध्रुवीय मोहिमांचे दरम्यान ज्या काही गोष्टी पाहिल्या होत्या, त्यावर भाषण देऊ शकेन का? त्यांच्या मंडळाच्या पदाधिकारी महिलेने मला सांगितले की, मला बोलण्यासाठी जास्तीत जास्त १५-२० मिनिटे देण्यात येतील. मला तयारी करायला एक आठवड्याचा अवधी होता. मी अगदी कसून तयारीही केली आणि मी भाषणाला तयार होतो, पण आदल्याच दिवशी मला त्यांचा फोन आला आणि सांगण्यात आले की माझ्या भाषणासाठी त्यांच्याकडे द्यायला वेळ नव्हता. पण त्या सर्व प्रतिष्ठितांच्या सन्मानार्थ बोटीवर जी मेजवानी आयोजित केली होती, तिला मात्र मी अवश्य यावे.

परंतु सुरुवातीच्या भाषणात बोटीच्या कॅप्टनने माझ्या नावाचा उल्लेख केला. तो म्हणाला, "या खोलीत अगदी मागे एक खास व्यक्ती बसलेली आहे. त्या व्यक्तीचे नाव आहे– 'लुईस पग.' उत्तर ध्रुवीय समुद्रात प्रथम पोहण्याचा विक्रम त्याच्या नावावर आहे. त्याने उत्तर ध्रुवीय प्रदेशातल्या प्रचंड प्रमाणात वितळणाऱ्या बर्फासंबंधी आणि कमी-कमी होत जाणाऱ्या बर्फाच्या क्षेत्रासंबंधी जगाचं लक्ष वेधण्याचं आणि जनजागृतीचं खूप महत्त्वाचं काम केलं आहे. लुईस तू तुझी ओळख करून देशील का?"

मला अशी संधी देण्यात बोटीचा कप्तान खरे तर चूक करत होता, कारण आधीच माझ्या भाषणासाठी इतकी तयारी केल्यावर मला आयत्या वेळी वेळ देण्याचे नाकारल्यामुळे मी वैतागलो होतो. त्या खोलीत मी इकडेतिकडे नजर टाकली, तेव्हा मला कार्टर दिसले. मॅन्डेलिन अलब्राईट दिसल्या. अमेरिकन

सिनेटचेही इतर सदस्य प्रेक्षकांत हजर होते. अशी आलेली उत्तम संधी गमावून चालणार नव्हते. मी चालत खोलीच्या पुढच्या भागात प्रेक्षकांसमोर आलो. माझ्या आधी स्पीट्सबर्गेनच्या गर्व्हनरांचे भाषण झाले होते, त्यांच्याकडून मी माईक हातात घेतला. त्या मंडळाची ती पदाधिकारी महिला सोडली, तर इतरांसाठी ही गोष्ट अगदी स्वाभाविक अशीच होती. माझे नाव उच्चारले गेले होते, माझी ओळख करून दिली गेली होती आणि मी भाषणासाठी पुढे आलो होतो. एवढ्या सगळ्या उपस्थितांमधून त्या खोलीत एका कडेला उभ्या असलेल्या त्या पदाधिकारी महिलेकडे माझे लक्ष गेले. तिच्या चेहऱ्यावरचा संताप मला स्पष्ट दिसत होता, पण ती काही करू शकत नव्हती.

मी बरोबर १० मिनिटे बोललो. माझ्या भाषणात मी काढलेल्या उत्तर ध्रुवावरच्या मोहिमांसंबंधी बोललो. तेथे झालेल्या बदलासंबंधीच्या माझ्या निरीक्षणांवर बोललो आणि मोठ्या पाश्चिमात्य देशांनी यासंबंधी आता गांभीर्याने विचार आणि कृती करण्याची वेळ आली आहे, असे सांगितले. भाषण संपवून मी माझ्या जागेकडे परतत असताना टेड टर्नर यांनी मला थांबवले आणि 'मी रात्री वेळ देऊ शकेन का?' असे विचारले आणि मला भोजनाचे निमंत्रण दिले. त्या रात्री आम्ही एकत्र भोजन घेतले आणि उत्तर ध्रुवीय प्रदेशासंबंधी, तेथील पर्यावरणासंबंधी काय करता येईल, यावर चर्चा केली.

स्पीट्सबर्गेनमध्ये दोन आठवडे सराव केल्यावर परत पूर्वीप्रमाणे मी लंडनमध्ये टॉवर ब्रीज ते ग्रीनवीच व्हिलेज आणि परत असा कयाकिंगचा सराव सुरू केला तेव्हा लंडनमध्ये माझा मित्र डीमेन फॉरेस्ट याच्याबरोबर मी एका अत्यंत छोट्या आणि घाणेरड्या घरात भाड्याने राहत होतो. ती जागा खरोखरीच इतकी भयानक होती की मी सरावासाठी थेम्स नदीवर जायचो, तेव्हा मला अगदी मोकळे वाटायचे. त्या जागेत राहण्याची मुख्य कारणे म्हणजे जागेचे अत्यल्प भाडे आणि तिचे मध्यवर्ती स्थान. पण काही काळ गेल्यावर ही दोन कारणेपण समाधानकारक वाटेनाशी झाली. आमच्या खोल्या वेगवेगळ्या होत्या, पण मधले पार्टिशन इतके तकलादू होते की, रात्री डिमेनच्या सततच्या घोरण्यामुळे आम्ही एकाच खोलीत झोपत असल्यासारखे मला वाटायचे. त्यामुळे कधी एकदा सकाळ होते आणि थेम्समध्ये कयाक लोटून मी ग्रीनवीचच्या मार्गाला लागतो, असे मला होऊन जायचे. मला ते आरमारी परंपरा असलेले खेडेपण आवडायला लागले होते. तेथे सुंदर वस्तुसंग्रहालय आहे. ख्रिस्तोफर रेनचे सुंदर जुने रॉयल आरमारी कॉलेज आहे. नंतर ज्यांचा या हवामान बदलावर किंवा तापमानाच्या वाढण्यावर विश्वास नव्हता, अशा अनेकांचे टीका करणारे ई-मेल मला आले. त्यांचा असा आरोप होता की,

अल्गोर आणि माझ्यासारख्या व्यक्ती या गोष्टीचे अवडंबर माजवून पैसे काढण्याचा उद्योग करत होत्या. मला अशा व्यक्तींना एकच सांगायचे होते की, मला माझ्या टॉवर ब्रीजच्या घरी येऊन भेटा.

आमच्या कयाकिंगच्या मोहिमेत रॉबर्ट आणि मी यांनी जितके जास्तीत जास्त' उत्तरेकडे जाता येईल, तितके जायची योजना आखली होती, पण ती आम्ही प्रत्यक्षात आणू शकलो नाही. याला मुख्य कारण म्हणजे आम्हाला अपेक्षित असलेल्या मोकळ्या प्रवाही पाण्याचा अभाव. आम्हाला आमच्या मार्गात येणाऱ्या तरंगत्या पसरट हिमखंडांचा सामना करावा लागला. त्यामुळे काही ठिकाणी आमचा मार्गच बंद व्हायचा किंवा त्यातून वाट काढताना आमचा वेग मंदावायचा. ते काहीही असले, तरी आम्ही बऱ्यापैकी प्रगती करू शकलो आणि एकूण ती मोहीम समाधानकारक झाली. बोटीवरील त्या भाषणाच्या वेळी टॉम हॉल नावाच्या एका व्यक्तीशी माझी ओळख झाली. तो 'ॲपेकस पार्टनर्स' या फर्ममध्ये भागीदार होता. त्याने या मोहिमेसाठी आम्हाला खूपच साहाय्य केले होते आणि तो आमच्या मार्गदर्शक बोटीवर प्रमुख जबाबदारी सांभाळत होता. त्या मोहिमेचा झालेला आणखी एक फायदा म्हणजे रॉबर्टसारख्या उमद्या माणसाशी आणि खेळाडूशी झालेली ओळख आणि मैत्री. मी स्वभावत:च उत्साही आणि चुळबुळ्या असा आहे. दुसऱ्या दिवशी काही काम करायचे आहे, ठरल्यावर साधारणपणे सर्वांत आधी मीच तेथे हजर असतो. रॉबर्टची तऱ्हाच वेगळी होती. कितीही कडाक्याची थंडी असली परिस्थिती कितीही प्रतिकूल असली, तरी ठीक सहा वाजता तो माझ्या खोलीत यायचा आणि प्रसन्न चेहऱ्याने हसून मला म्हणायचा, "लुईस, चल सरावाची वेळ झाली." ही त्याची गोष्ट खरोखरच प्रेरणा घेण्यासारखी होती. कारण खेळाडू म्हणून एवढे यश मिळवूनपण त्याचा अजून सराव करण्यावर विश्वास होता आणि तो तसाच ठेवण्याचा त्याचा निर्धार होता. त्याचा उत्साह, खिलाडू वृत्ती खरोखरच प्रेरणादायी होती. मला वाटते, उत्तर ध्रुवीय प्रदेशाच्या सौंदर्याने रॉबर्टच्या त्या वृत्तीत वाढच झाली होती. मी त्याचे शब्द कधीही विसरणार नाही. तो एकदा मला म्हणाला होता, "लुईस येथील सौंदर्याच्या तुलनेत ऑलिम्पिक, सुवर्णपदकं, अजिंक्यपदकं म्हणजे खरोखरच काहीच नाहीत, अक्षरश: काहीच नाहीत."

जागतिक तापमानवाढीचा परिणामच आमच्या मोहिमेच्या मर्यादित यशाला कारणीभूत ठरलेली मुख्य गोष्ट, हाही एक विरोधाभासच म्हणावा लागेल. आमचा असा समज होता की, उन्हाळा असल्यामुळे पृष्ठभागावरचे जास्तीत जास्त बर्फ वितळल्यामुळे आम्हाला जास्तीत जास्त उत्तर ध्रुवाकडे जाण्यासाठी मोकळा आणि प्रवाही पाणी असलेला असा समुद्र मिळेल आणि आम्ही पॅडलिंग करून वेगाने जाऊ शकू. पण तसे झाले नाही कारण एक महत्त्वाची गोष्ट आम्ही विचारात घेतली

नव्हती. ती म्हणजे आमच्या आणखी उत्तरेला असलेल्या अलास्का प्रदेशात आणि न्यू सायबेरियन बेटांच्या प्रदेशात खूप प्रमाणात बर्फ वितळल्यामुळे ते पाणी दक्षिणेकडे– म्हणजे आमच्या दिशेने वाहत येताना त्याबरोबर मोठ्या प्रमाणात बर्फ, हिमखंड येत होते आणि ते आमच्या मार्गात अडथळे निर्माण करत होते.

डॉक्टर या नात्याने ज्युलिया थॉमस आमच्याबरोबर आली होती आणि जेव्हा ती आमच्या दुखणाऱ्या पाठींवर उपचार करत नसायची, तेव्हा मार्गदर्शक बोटीच्या डेकवर टॉम हॉलबरोबर उभी राहून रॉबर्टला आणि मला ओरडून सूचना द्यायचे काम करायची.

"रॉबर्ट, पाच मीटर उजवीकडे जा."

"लुईस, डावीकडून बर्फ येत आहे, उजवीकडे वळ."

जेव्हा बर्फाचा अडथळा नसायचा, तेव्हा लाकडांचे ओंडके आडवे यायचे. कधी काळी अलास्कामधे किंवा कॅनडामध्ये असलेली ही झाडे पुराच्या पाण्याच्या तडाख्यात सापडून समुद्रात भरकटलेली असायची.

ज्युलियाने लहान-लहान लोखंडी सळ्या आणि स्पंज वापरून आमच्या 'सर्फ स्कि'च्या सुरक्षेसाठी छोट्या संरक्षक जाळ्या तयार केल्या होत्या, त्यामुळे बोटीचेपण चांगल्या प्रकारे संरक्षण झाले.

'सर्फ स्कि' ने प्रवास करताना वातावरण बदलाचे पुरावे अगदी उघडपणे जागोजागी दिसत होते. चौदा महिन्यांपूर्वी जेव्हा मी तिथे एका मोहिमेच्या निमित्ताने आलो होतो, तेव्हा स्पीट्सबर्गेनच्या उत्तरेकडे वर्षानुवर्षे साठत असलेल्या बर्फाचा तीन मीटर जाडीचा थर मी पाहिला होता; पण आज मी बघत होतो, तर आता बहुतेक ठिकाणी जेमतेम एक मीटर जाडीचा थरच शिल्लक होता. हे बघून मला धक्काच बसला.

परिस्थिती एकूणच चिंताजनक होती. पण लोकांना अजून या प्रश्नाच्या गांभीर्याची म्हणावी तशी जाणीव झालेली नव्हती. त्या उद्विग्नतेत मी माझा सॅटेलाइट फोन उचलला आणि लंडनमधील पंतप्रधानांच्या कार्यालयाला फोन लावला.

"कृपया, मी पंतप्रधानांशी बोलू शकतो का?" मी विचारले.

त्यांच्या कार्यालयाने मला पंतप्रधानांच्या प्रेस-सेक्रेटरीशी फोन लावून दिला. त्यांच्या प्रेस-सेक्रेटरीने सांगितले की, आता त्यांच्याशी बोलता येणार नाही, कारण पंतप्रधान बेलफास्टच्या दौऱ्यावर होते.

"ठीक आहे. हा माझा सॅटेलाइट फोननंबर आहे. पंतप्रधान दौऱ्यावरून परत आल्यावर लगेच तुम्ही त्यांना कृपया फोन करायला सांगाल का? कारण तसं महत्त्वाचं आहे," मी सांगितले.

दुसऱ्या दिवशी माझा सॅटेलाइट फोन वाजला. १० डाऊनिंग स्ट्रीटवरून कोणी महिला फोनवर होती.

"तुम्ही कृपया पंतप्रधानांचा फोन घ्याल का?" त्या महिलेचा आवाज.

"नक्कीच!" मी म्हणालो. नंतर दुसऱ्या एक्स्टेन्शवर कॉल जोडून दिल्याचा आवाज आला आणि

"गुडमॉर्निंग लुईस," तिकडून पंतप्रधान गॉर्डन ब्राऊन बोलत होते.

"गुडमॉर्निंग पंतप्रधान," मी म्हणालो.

"लुईस आम्ही तुझ्या मोहिमेबद्दल संध्याकाळी टेलीव्हिजनवरील बातम्यांमधून ऐकतो आणि बघतो. आम्हा सगळ्यांना इकडे इंग्लंडमध्ये तुझा अभिमान वाटतो. तू आपल्या ब्रिटिशांच्या साहसी, संशोधन मोहिमा काढण्याच्या परंपरेचा एक प्रतिनिधी आहेस. मला त्याहीपेक्षा आनंद या गोष्टीचा वाटतो की, तू पर्यावरणाबद्दल आणि हवामानाबद्दल लोकांमध्ये चांगल्या प्रकारे जागृती निर्माण करण्याचं काम करतो आहेस. आज हा एक फार महत्त्वाचा प्रश्न आहे. या ट्रिपमध्ये तू काय पाहिलंस लुईस?"

पंतप्रधानांचे शेवटचे वाक्य म्हणजे माझ्यासाठी बोलायची एक उत्तम संधी होती. ती मी तशीच वाया जाऊ देणार नव्हतो.

"सर, उत्तर ध्रुव्रीय प्रदेशात मी गेले सहा उन्हाळे नेमानं आलो आहे आणि येथील पर्यावरणाचा टप्प्याटप्प्याने ऱ्हासच होताना पाहिलं आहे. सर, मी आताच उत्तर ध्रुवीय समुद्रात कयाकमधून १३५ कि.मी.प्रवास केला आणि मी तुम्हाला खातरीने सांगतो की, गेल्या उन्हाळ्याच्या तुलनेत या उन्हाळ्यात प्रचंड प्रमाणात बर्फ वितळलं आहे. गेल्या उन्हाळ्यात येथे जागोजागी तीन मीटर उंचीचे बर्फाचे थर बघायला मिळत होते. त्या तुलनेत या उन्हाळ्यात त्या थरांची उंची आता जेमतेम एक मीटर इतकीच आहे."

फोनच्या दुसऱ्या टोकाला फक्त भीषण शांतता ऐकू येत होती. "खरंच लुईस, याचे काय परिणाम होऊ शकतात?"

"पहिलं म्हणजे माझं निरीक्षण आणि कोलोरॅडो येथील एनएसआयडीसी संस्थेचं निरीक्षण तंतोतत जुळतं. उत्तर ध्रुवीय प्रदेशातल्या समुद्रातल्या बर्फाचा थर कधी नव्हे इतका पातळ झाला आहे आणि त्या प्रदेशातील बर्फाची घनतापण खूपच प्रमाणात कमी झाली आहे. या वर्षी वायव्य मार्ग आणि ईशान्य मार्ग प्रथमच एकाच वेळी खुले झाले. माझी चिंता ही आहे की हवामान बदलाच्या वेगाचा खरा अंदाज अजून आपल्याला आलाच नाही. तो बदल आपल्या अंदाजापेक्षा फार वेगाने होतो आहे. मला वाटतं, विविध देशांची सरकारं पर्यावरणासंबंधी त्यांची धोरणं प्रत्यक्ष किंवा व्यवहार्य निरीक्षणांवर ठरवण्याऐवजी अजूनही आशावादी आणि अव्यवहार्य

अनुमानांवरच ठरवत आहेत.

"सर, तुमच्या इतर सर्व– म्हणजे परदेश व्यापार, कर्ज, नफातोटा इत्यादींसारख्या देशाच्या प्रगतीसाठी आखलेल्या धोरणांना उद्या जर उत्तर ध्रुवावरचं सर्व बर्फ वितळलं, तर काहीही अर्थच उरणार नाही; कारण त्या सर्व धोरणांचा पायाच हादरलेला असेल. वातावरण बदलाचा आणि पर्यावरण ऱ्हासाचा फटका सर्वांनाच बसेल. त्यातूनपण जगातील गरीब जनतेला आणि विकसनशील देशांना तो अधिकच बसेल. त्याचे फार गंभीर परिणाम मानवजातीला भोगावे लागतील. पर्यावरण रक्षणाच्या आणि हवामान बदलाच्या लढ्यात इंग्लंड सर्व देशांचं नेतृत्व करू शकतो आणि मला वाटतं हवामान बदलासंबंधित बाबींवर लक्ष ठेवण्यासाठी तुम्ही नवीन खातेपण तयार केले आहे आणि या कामासाठी एका मंत्र्याचीपण नेमणूक केली आहेत. आणि सर, आपल्या संसदेत आता जे हवामान बदलाविषयीचं विधेयक चर्चेला येणार आहे, तेपण अजून जरा कठोर आणि कडक करण्याची गरज आहे असे मला वाटते. बहुतेक शास्त्रज्ञांचे मत आहे की, २०५० सालापर्यंत हवेत सोडल्या जाणाऱ्या कार्बनडायऑक्साइडच्या प्रमाणात ६० टक्के घट करण्याची सूचना सध्याचा हवामान बदलाचा वेग लक्षात घेता पुरेशी नाही आणि ते प्रमाण ८० टक्के हवं, असंच सर्वांचं मत आहे."

एखादे वेळी ते आधीपासूनही ठरले असेल, पण एका महिन्याच्या आत एड मिली ब्रँड यांची 'ऊर्जा आणि हवामानाबदल' या खात्याच्या 'सेक्रेटरी ऑफ स्टेट' पदी नेमणूक झाली. संसदेमध्ये हवामानाबदलावर जे विधेयक सादर केले गेले, त्यात २०५० सालापर्यंत हवेत सोडण्यात येणाऱ्या कार्बन डायऑक्साइडच्या प्रमाणात प्रथम जी ६० टक्के घट सुचवण्यात आली होती, ती बदलून ८० टक्के करण्यात आली होती. अर्थात वेस्ट मिनिस्टरमधल्या या 'भविष्याचा वेध घेणाऱ्या अत्यंत पुरोगामी' विधेयकाच्या मसुद्यात बदल सुचवणारा मी एकटाच नव्हतो. तरीपण माझा असा विश्वास आहे की, माझे त्या दिवशीचे पंतप्रधानांबरोबरचे बोलणे आणि उत्तर ध्रुवीय प्रदेशातली माझी ती मोहीम यांचा त्यात खारीचा वाटा तरी नक्कीच आहे.

विश्वास

शाळा कॉलेजच्या विद्यार्थ्यांसमोर बोलणे, जनसमुदायासमोर बोलणे, बहुराष्ट्रीय कंपन्यांच्या उच्च पदस्थांसमोर बोलणे, तेपण अगदी नेमके आणि ती मुद्देसूद बोलणे ही एक कला आहे. आता हळूहळू ती कला मला साध्य झाली आहे आणि आता माझ्या उपजीविकेचे ते एक प्रमुख साधन बनली आहे. त्यातपण एक समाधानाची गोष्ट आहे की, औद्योगिक जगातल्या, बहुराष्ट्रीय कंपन्यांनाही आता हवामान बदल, उत्तर-दक्षिण ध्रुवावरच्या निसर्गाचा नाजूक समतोल राखण्याची गरज इत्यादी गोष्टींचे गांभीर्य जाणवायला लागले आहे. आता बहुतेकांना हे पटले आहे की लंडन, न्यूयॉर्क, जोहान्सबर्ग कोठेही आपण काम करत असलो तरी आपले आणि आपल्या मुलाबाळांचे भवितव्य हे पृथ्वीच्या त्या दोन टोकांना असणाऱ्या प्रदेशांवरच्या घडामोडींवर अवलंबून आहे. आता हळूहळू मला भाषणे देणे मनापासून आवडायला लागले आहे. अमेरिकेतील एका प्रतिष्ठित परिसंवादात मी नुकतेच नेतृत्वगुणांवर जे भाषण दिले, ते भाषण सर्वांनी नावाजले. इंटरनेटवर सर्वोत्तम सात प्रेरणादायी व्हिडिओंमध्ये त्याचा सर्वानुमते समावेश केला गेला.

दक्षिण आफ्रिकेतील काही शाळांमध्ये, इ.स. २००८मध्ये मला व्याख्यानदौरा करण्याची संधी मिळाली. ही कल्पनाच मोठी उत्साहवर्धक आणि उत्तेजित करणारी होती, कारण त्यामुळे परत मला तरुण पिढीत मिसळण्याची आणि त्यांच्याशी संवाद साधण्याची संधी मिळाली होती. त्याचबरोबर मला देशातल्या अत्यंत गरीब वस्त्यांमध्ये जाऊन भाषणे देण्याची संधीही मिळणार होती. दक्षिण आफ्रिकेतील केपटाऊनच्या 'केपफ्लॅटस'सारख्या गुन्हेगार टोळ्यांची वस्ती असलेल्या भागात, 'सोवेटो'मध्ये आणि अशा कित्येक वस्त्यांमध्ये जेथे बेकारी आणि गुन्हेगारीचे प्रमाण जास्त आहे, अशा भागातही भाषणे देण्याची संधी मिळाली. त्या परिस्थितीत शिकवणारे ते शिक्षक आणि उत्साहाने मुसमुसलेली, डोळ्यांत कुतूहल आणि

स्वप्ने घेऊ समोर बसलेली मुले हा सगळाच अनुभव म्हणजे परत एकदा आयुष्यावरचा, जीवनावरचा विश्वास दृढ करून गेला. त्याचबरोबर इंग्लंडमधील प्रतिष्ठित खाजगी शाळा, एटॉन कॉलेज, दक्षिण आफ्रिकेतील प्रतिष्ठित खाजगी शाळांमध्येही मी भाषणे दिली. त्या प्रतिष्ठित शाळांमधील, चांगल्या घरातील मुलांनी पृथ्वीचे दोन ध्रुव, त्यांवरील कमी होत जाणारे बर्फाचे आवरण, त्याचा आपल्यावर होणारा संभाव्य परिणाम इत्यादी गोष्टींबद्दल तितकेसे औत्सुक्य, काळजी दाखवली नाही. त्या मागचे कारण मला विचारू नका, कारण मलापण ते सांगता येणार नाही. कदाचित प्रतिष्ठित शाळांमधल्या मुलांना असे वाटत असेल की हा दुसऱ्या कोणाचा तरी प्रश्न आहे आणि तो आपोआप कोणीतरी सोडवेल. त्या उलट गरीब वस्त्यांमधील शाळांतील मुलांना बाहेरून कोणीतरी येऊन इतकी अद्‌भुत माहिती आपल्याला देत आहे याचेच फार विशेष वाटत असेल.

तरुण पिढीशी बोलणे आणि त्यांच्या प्रतिक्रिया अनुभवणे हा माझ्यासाठीपण शिक्षणाचाच एक भाग होता. त्यांच्याशी पर्यावरणासंबंधी बोलताना माझीच मला चांगली ओळख झाली, असे मला वाटते. इतक्या विविध प्रकारचे प्रश्न ते विचारतात.

*** तुझे लग्न झाले आहे?**

मी त्यांना माझ्या आणि अँटोनीटबद्दल सांगतो. आम्ही लहानपणापासून कसे एकमेकांना ओळखत होतो, केपटाऊनमधल्या एकाच शाळेत कसे शिकलो, नंतर २० वर्षांनी आमची परत कशी भेट झाली आणि आमचे विचार एकमेकांशी जुळतात हे कसे आम्हाला समजले वगैरे वगैरे. आम्ही हॉउट बे येथील ‘सेंट पीटर फिशरमन्स चर्च’मध्ये १० ऑक्टोबर २००९ साली विवाह केला. तो माझ्या आयुष्यातला सर्वांत आनंदाचा दिवस होता. आमच्या लग्नासाठी मी जी स्तोत्रे निवडली होती, त्यातले एक ‘स्तोत्र’ होते, सी एफ अलेक्झांडर यांनी लिहिलेले ‘सर्व गोष्टी स्वच्छ आणि सुंदर.’

All things bright & Beautiful सर्व गोष्टी स्वच्छ आणि सुंदर
All creatures great & small सर्व प्राणिमात्र मोठे आणि लहान
All things wise & wonderful सर्व गोष्टी शहाणपणाच्या आणि कुतूहलाच्या
The Lord God made them all हे सर्वश्रेष्ठ परमेश्वरा तूच त्यांचा निर्माता आहेस.

कधीकधी मुले मला ते गाऊन दाखवायची विनंती करतात. पण माझे उत्तर ठरलेले असते. मी मूळ वेल्श वंशाचा आहे, गाणे माझ्या रक्तात आहे; पण गाऊन दाखवायची ही वेळ नाही.

* **यश मिळवण्याची गुरुकिल्ली कोणती?**

मी त्यांना सांगतो, आत्मविश्वास. तो जर तुमच्याकडे असेल, तर सगळ्या गोष्टी सोप्या आहेत. आत्मविश्वास विविध प्रकारांनी येतो. एकतर तो तुमच्याकडे असतोच कारण काही लोक जन्माला येतानाच तो घेऊन येतात किंवा आईवडील आणि शिक्षक मुलांमध्ये आत्मविश्वास निर्माण करण्याचे काम करतात. गॅलिक (ही भाषा आयर्लन्डमध्ये बोलली जाते) भाषेत एक म्हण आहे, 'तरुणांना प्रोत्साहन द्या, कौतुक करा आणि त्यांच्यात आत्मविश्वास निर्माण होईल.' माझा त्यावर विश्वास आहे. सर रॉजर बॅनिस्टर या अजरामर खेळाडूचे उदाहरण प्रसिद्ध आहे. बॅनिस्टर हा चार मिनिटांपेक्षा कमी वेळात एक मैल अंतर धावून जाण्याचा विक्रम करणारा पहिला धावपटू होता. त्याला एकदा प्रश्न विचारण्यात आला होता, "तुला हा विक्रम करण्याची प्रेरणा कशी आणि कोणाकडून मिळाली?" त्याने सांगितले, "त्याचा प्रशिक्षक फ्रान्झ स्टॅम्फ याने त्याच्या डोक्यात ही कल्पना भरवली होती आणि असा विक्रम तोच करू शकेल, अशी त्याला खातरी होती." तुम्ही जेव्हा एखाद्याकडून उत्तम कामगिरीची अपेक्षा करता, तेव्हाच तुम्ही त्याच्याकडून उत्तम कामगिरी करून घेऊ शकता.

* **तुम्ही आतापर्यंत पाहिलेली सर्वांत सुंदर गोष्ट कोणती?**

तशा तर अनेक सांगता येतील. नॉर्वेमधील नॉर्थ केप भागातील रेनडिअरचे कळप पाळणाऱ्या सामी जमातीच्या लोकांचे तेथील निसर्गाशी तद्रूप होऊन राहणे, दक्षिण ध्रुवांवर हजारोच्या संख्येने राहाणारे पेंग्विन पक्षी, लहानपणी वडिलांबरोबर पाहिलेल्या कित्येक अभयारण्यांतले वन्यप्राणी जीवन वगैरे. पण मला सर्वांत आवडले होते ते काही दिवसांपूर्वी मी फिरून पाहिलेले झुलुलॅन्डमधील 'उमफोलोझी गेम रिझर्व' अभयारण्य. माझ्याबरोबर ८० वर्षांचे माझे एक सहकारी होते 'बाबा गुमेदी'. आम्ही रात्रीचा मुक्काम नदीकाठी एका सपाट खडकावर केला होता, आकाश अगदी निरभ्र होते, गडद निळे होते. तारे लुकलुकत होते. नदीमध्ये प्रचंड संख्येने मगरी आणि हिप्पो होते. सकाळी उठल्यावर प्रथम हत्तींचा कळप हलत-डुलत पाणी पिण्यासाठी आला. या नदीत डायनासॉरच्या काळापासून मगरी, सुसरी असाव्यात. मी आणि बाबा बघत होतो, गप्पा मारत होतो. आमच्या बोलण्यात मानवाच्या उत्क्रांतीपासूनचे विषय होते. आश्चर्य वाटण्यासारखी गोष्ट होती की जगाच्या या कोपऱ्यातून, आफ्रिकेतून, मानव उत्क्रांत झाला आणि जगभर गेला, पण हा भाग कसा जशाचा तसा राहिला. माणूस आणि निसर्ग यांमधले नातेसंबंध हे विनाशकारीच असले पाहिजेत, असे नाही.

*** तुमच्या मोहिमांच्या दरम्यान तुम्ही पाहिलेली सर्वांत वाईट गोष्ट कोणती?**

मी मुलांना दक्षिण ध्रुवाजवळच्या 'डिसेप्शन बेटा' जवळच्या समुद्रात अक्षरश: हजारोंच्या संख्येने फेकल्या गेलेल्या देवमाशांच्या हाडांसंबंधी सांगतो. दक्षिण ध्रुवीय प्रदेश हा या ग्रहावरचा निसर्गसौंदर्याने नटलेला सर्वांत सुंदर भूभाग आहे आणि अशा ठिकाणी हजारोंच्या संख्येने देवमाशांची हाडे फेकून दिलेली असावीत ही दु:खद गोष्टच नाही का? तेथील समुद्रात पोहताना हात-पाय मारताना जेव्हा ही हाडे माझ्या हाता-पायांना लागली आणि समुद्रतळाशी हजारोंच्या संख्येने असलेली हाडे मी प्रथम पाहिली, तेव्हा तो धक्का खरोखरच मोठा होता. ते दृश्य अजूनही माझा पिच्छा पुरवते, अजूनपण स्वप्नात मला ते दृश्य दिसते. माणसांनी देवमाशांची शिकार करून देवमासा अगदी नामशेष करण्यापर्यंत आणला होता. देवमाशांची शिकार करताना माणसाने हा विचार केला नाही की, या पृथ्वीवरचे एक 'आश्चर्य' आपण नामशेष करतो आहोत, कायमचे संपवत आहोत. दक्षिण ध्रुवावरच्या अतिथंडीमुळे ती हाडे जशीच्या तशी अगदी काल-परवा शिकार केल्यासारखी राहिली आहेत. पण एका दृष्टीने ती हाडे माणसाला त्याच्या चुकांचीच कायम आठवण देत राहतील.

मनाला छळणारे आणखी एक दृश्य म्हणजे जेथे मी कोणत्याही मोहिमेआधी नेहमी सराव करतो त्या 'हॉउट बे' जवळ उभा केलेला एका 'चित्त्याचा पुतळा'. तो चित्ता समुद्राकडे नजर लावून उभा आहे. हा पुतळा १९३३ साली शेवटचा चित्ता 'हॉउट बे' मध्ये मारला गेला, त्याची आठवण म्हणून उभा केला गेला आहे. दोनशे वर्षांपूर्वी 'हॉउट बे' (आफ्रिकन भाषेत वुड बे) येथे घनदाट जंगल होते. आता जंगल पूर्णपणे नष्ट झाले आहे आणि चित्तेपण नामशेष झाले आहेत.

*** तुम्हाला कोणत्या गोष्टीची जास्त चिंता वाटते?**

मी मुलांना सांगतो, लोकसंख्येचा विस्फोट ही सर्वांत चिंताजनक गोष्ट आहे. मला अगदी प्रामाणिकपणे वाटते की, आपण फक्त आपला स्वार्थ न बघता पर्यावरणाचे रक्षण केले पाहिजे. इ.स.२००९ साली सर्वांचे स्फूर्तिस्थान असलेले आर्च बिशप डीस्मँड टूटू आणि दोन शास्त्रज्ञ यांच्याबरोबर मीपण 'Pan African Climate and Povery' संस्थेच्या कमिटीवर सदस्य होतो. त्या संस्थेत असताना सुनावणीच्या दरम्यान अनेक सामान्य आफ्रिकन लोकांकडून हवामान बदलामुळे त्यांच्या हालअपेष्टांत कशी भर पडली आहे, त्यांचे जगणे कसे मुश्कील झाले आहे, याच्या अनेक कहाण्या ऐकायला मिळाल्या. एका चहाच्या मळ्यात काम करणाऱ्याने सांगितले, गेल्या काही वर्षांपासून सर्वसाधारण पीक आलेलेच नाही. कधी ओला दुष्काळ, तर कधी कोरडा दुष्काळ यांचेच चक्र चालू आहे. पिण्याच्या

पाण्यासाठी तर ४०-४० कि.मी. वणवण करावी लागते. पूर्वी कधीही इतकी वाईट परिस्थिती नव्हती. काही बायकांनी सांगितले की, दर वर्षीच्या दुष्काळामुळे नाहीतर पूर परिस्थितीमुळे शेती पूर्ण कोलमडून पडली आहे आणि घरखर्चासाठी, मुलांची देखभाल करण्यासाठी नाइलाजाने त्यांना वेश्या व्यवसाय करणे भाग पडते आहे. आयर्लन्डच्या माजी अध्यक्षा आणि युनोच्या मानव अधिकार आयोगाच्या उच्चायुक्त, मेरी रॉबिन्स या सुनावणीच्या दरम्यान ऑक्सफार्म इंटरनॅशनलच्या सन्मान्य अध्यक्षा या नात्याने उपस्थित होत्या.

अत्यंत गरीब आफ्रिकन लोकांच्या कैफियती ऐकल्यावर त्या म्हणाल्या, "मला वाटते, त्या पोलेर (बेअर्सची) चिंता करणे जरा कमी करून आपण या गरीब माणसांची चिंता करायला पाहिजे." मी त्यांच्या विधानाशी सहमत नव्हतो, कारण या दोन्ही गोष्टी खरोखर वेगळ्या करता येण्यासारख्याच नाहीत. आपल्या अस्तित्वासाठी आपण संपूर्णपणे निसर्गावर अवलंबून आहोत. पृथ्वीवरील हवामानात, सर्वसाधारण तापमानात झालेली वाढ जशी ध्रुवीय प्रदेशातील बर्फ वितळण्याला कारणीभूत आहे, तशीच ती आफ्रिकेतील दुष्काळालापण कारणीभूत आहे. एका ठिकाणी त्यामुळे लोकांच्या हालअपेष्टांत भर पडते, तर दुसऱ्या ठिकाणी ध्रुवीय अस्वलांचे अस्तित्व धोक्यात येते. मला खरोखरच भीती वाटते की कदाचित माझ्या आयुष्यांतच ध्रुवीय अस्वले नामशेष झाल्याची बातमी वाचायला लागेल. हा फक्त ध्रुवीय अस्वलांच्या रक्षणाचा प्रश्न नाही; तर त्यांच्या जगण्याला, वाढण्याला किंवा अन्य जिवांच्या अस्तित्वाला जी एक संपूर्ण निसर्गव्यवस्था लागते, तिच्याच रक्षणाचा हा प्रश्न आहे.

डिस्मंड टूटू हे एक फार लोभसवाणे व्यक्तिमत्त्व आहे. जीवनावरचे त्यांचे प्रेम, आनंदी वृत्ती, त्यांचे गडगडाटी स्फूर्तिदायक हसणे हे सर्वच घेण्यासारखे आहे. त्यामुळेच त्यांचा मानसिक उत्साह नेहमी कायम असतो. एका पॅन आफ्रिकन सुनावणीच्या वेळी त्यांनी विचारले, "हा हवामानात होणारा बदल आपण कसा थांबवू शकतो?" आणि त्यांनीच पुढे उत्तर दिले, "प्रेमाने." सर्वांत शेवटी हा प्रेम असण्याचा प्रश्न आहे. लोकांवर प्रेम करणे, लोकांचा आदर करणे, तसेच निसर्गावर प्रेम करणे आणि निसर्गनियमांचा आदर करणे. माझी यापेक्षा जास्त सहमती कशाला असू शकते? तुम्हाला जर तुमच्या देशबांधवांबद्दल, मानवजातीबद्दल मनापासून काही वाटत असेल; तर तुम्ही गरजेपेक्षा प्रचंड मोठी घरे बांधण्याचा विचारच करणार नाही. अवाढव्य कार घेताना विचार कराल, कारण या सर्व गोष्टी जास्त ऊर्जा वापरणाऱ्या, जास्त नैसर्गिक साधनसंपत्ती वापरणाऱ्या आहेत. त्यामुळे निसर्गाचा समतोल ढळायला हातभारच लागणार आहे. मुख्यत्वे जगाच्या ज्या भागात अत्यंत गरिबी आहे, तेथे याचा परिणाम अधिक जाणवेल.

‘हवामान बदल’ हा विषय वैज्ञानिक चौकटीत बसवून लोक त्यावर युक्तिवाद करतात; पण माझ्या मते, हा युक्तिवाद करण्याचा विषयच नाही. गेले सहा उन्हाळे मी उत्तर ध्रुवावर घालवले आहेत. दर वर्षी मी आधीच्या वर्षापेक्षा बर्फाचे प्रमाण कमी कमी झाल्याचे माझ्या डोळ्यांनी पाहिले आहे. आता आपण इतिहासाच्या त्या निर्णायक क्षणावर उभे आहोत. माझे असे मत आहे की आता जर आपण योग्य निर्णय घेतले नाहीत, योग्य तो मार्ग स्वीकारला नाही, तर आपल्या मुलांना आणि त्यांच्या मुलांना काही भवितव्य नाही. माझ्या एका मित्राने त्याच्या १२ वर्षांच्या मुलीबरोबरच्या एका संभाषणाची गोष्ट मला सांगितली. मुलीबरोबर गप्पा मारत असताना तो सहज म्हणाला, “हवामान बदल हा विषय जेवढा माध्यमांकडून, उदाहरणार्थ वर्तमानपत्रे, टेलीव्हिजनवरून चर्चिला जातो तेवढा काही तो गंभीर नाही.” त्यावर त्याची मुलगी म्हणाली, “बाबा, तुम्ही फक्त नजीकच्या भविष्याचा किंवा जास्तीत जास्त तुमच्या आयुष्यापुरता याचा विचार करता आहात. एखादे वेळी एवढ्यात त्याचे दुष्परिणाम दिसणार नाहीत, भोगावे लागणार नाहीत, पण आमच्या आयुष्याचं काय?” हे उद्‌गार होते एका बारा वर्षांच्या मुलीचे. माझ्या मित्राने मान्य केले की मुलीच्या त्या वाक्याने त्याचे डोळे उघडले. अनेक शाळांतील विद्यार्थ्यांशी केलेल्या विचारांच्या देवाणघेवाणीवरून, अनुभवावरून मी नक्की म्हणू शकतो की या तरुण पिढीला हवामान बदल, पर्यावरणाचे महत्त्व इत्यादी गोष्टींची चांगल्या प्रकारे जाणीव झाली आहे. त्याचे गांभीर्य त्यांना समजले आहे आणि पर्यावरणाशी जुळवून घेण्याकडे त्यांचा कल आहे. पण आपण, आपली पिढी याचे गांभीर्य समजून घेऊन असे काही करणार आहे का की, ज्यामुळे आपल्या मुलांना आणखी मोठ्या प्रश्नांना तोंड द्यावे लागणार नाही, हा खरा प्रश्न आहे.

अजूनपर्यंत हवामान बदलाच्या प्रश्नावर विकसित राष्ट्रांनी म्हणावा तसा पुढाकार घेतलेला नाही. विकसित राष्ट्रे काही मर्यादेपर्यंत जायला तयार आहेत, पण त्यापुढे नाही. त्यांना चीन आणि भारत यांसारख्या विकसनशील राष्ट्रांनी पुढाकार घ्यावा, असे वाटते. पण यात मुळातच जी विषमता आहे, त्याचा विचार करावा लागेल. वास्तविक पाहाता पाश्चिमात्य देशांची किंवा विकसित देशांची आजची श्रीमंती, संपत्ती ही औद्योगिकरणातून आलेली आहे. त्यातून उपभोगतावाद वाढीस लागून हे दुष्टचक्र सुरू झाले आहे. त्यामुळे खरे तर विकसित देश पर्यावरणाच्या हानीला जास्त जबाबदार आहेत, पण त्यांना हवेत सोडल्या जाणाऱ्या कार्बन डायऑक्साइडच्या प्रमाणावर विकसनशील राष्ट्रांनी मोठ्या प्रमाणात नियंत्रण आणावे, असे वाटते. विकसनशील राष्ट्रांमध्ये आधीच प्रचंड लोकसंख्येचा प्रश्न आहे. तसेच त्यांचे सरासरी उत्पन्नपण अगदी कमी आहे. अशा परिस्थितीत विकासाच्या कामांना खीळ बसू नये किंवा त्यांचा वेग मंदावू नये, म्हणून साहजिकच या प्रस्तावाला

त्यांचा विरोध आहे. विकसनशील राष्ट्रांना वाटते की, मुळात हा प्रश्न विकसित राष्ट्रांनी निर्माण केला आहे, त्यामुळे त्यांनीच याची जबाबदारी घ्यावी. त्यामुळे चीन आणि भारत यांची शिष्टमंडळे चर्चेच्या टेबलवर येतात; पण त्यांच्यात कोणत्याही निश्चयाचा, निर्णयाचा अभाव जाणवतो. त्याउलट अमेरिका, ब्रिटन आणि इतर विकसित राष्ट्रांना हा प्रश्न त्यांच्यामुळे निर्माण झाला आहे, हेच मुळात मान्य नाही. त्यामुळे रोम जळत आहे आणि नीरोंचे फीडल वाजवणेपण चालू आहे.

पण त्यामुळे प्रश्न न सुटता उलट जास्त गंभीर बनत चालला आहे. बहुतेक, राजकारण्यांच्या डोक्यात त्यांच्या मुलांचा किंवा त्यांच्या मुलांचा विचारच नसतो, तर त्यांच्या डोक्यात फक्त आपण परत निवडून कसे येऊ, एवढाच विचार असतो. आज जगाला नेल्सन मंडेला किंवा अब्राहन लिंकन यांसारख्या वलयांकित नेत्यांची खरेच फार गरज आहे. आताचे अमेरिकेचे अध्यक्ष बराक ओबामा निवडून आले, तेव्हा त्यांच्याकडून यासंबंधी खूप अपेक्षा केल्या गेल्या होत्या, पण अजून तरी निराशाच पदरी पडली आहे. एखादे वेळी आपण चुकीच्या ठिकाणीच शोध घेत असू. विल्यम शेक्सपिअरने त्याच्या ज्युलिअस सिझर नाटकात म्हटले आहे,

"ब्रुटस, माझ्या मित्रा चूक आपल्या ग्रहांची नाही,
तरी ती आपलीच आहे, कारण आपण दुबळे आहोत."

आपल्याला जो बदल करायचा आहे, तो घडून यावा, असे वाटत असेल, तर त्या बदलाचा आपणच एक भाग झाले पाहिजे. चीनचे पंतप्रधान वेन जीबाओ यांनी फार चांगले उदाहरण दिले होते, अर्थात ते वेगळ्या संदर्भात होते, पण हवामान बदलाच्या प्रश्नावरपण ते तितकेच लागू पडते. ते म्हणाले होते की, "तुम्ही जर एक प्रश्न घेतलात आणि त्याला १३० कोटी लोकसंख्येने (चीनची तेव्हाची लोकसंख्या) गुणले, तर तो खूप मोठा प्रश्न बनतो, पण त्याच प्रश्नाला तुम्ही १३० कोटी लोकसंख्येने भागलेत, तर तो प्रश्न चुटकीसरशी सोडवता येऊ शकतो."

त्यामुळे पर्यावरणाच्या होणाऱ्या ऱ्हासाची आपण सर्वांनी वैयक्तिक जबाबदारी घेतली, तर तो एवढा मोठा प्रश्न राहणार नाही.

* आपल्या पिढीचे भविष्य आशादायक आहे का?

आतापर्यंत मानवाच्या इतिहासात कसोटीचे अनेक प्रसंग आले. मानवजातीपुढचा आजचा प्रश्न काही वेगळाच आहे आणि त्यासाठी निर्धाराची गरज आहे. स्वत:वर विश्वास ठेवण्याची गरज आहे. जेव्हा मला मुले प्रश्न विचारतात की, आपल्या पिढीला काही भवितव्य आहे का, तेव्हा मला ब्रिटिश वस्तुसंग्रहालयातल्या त्या

दालनाची आठवण येते. त्या दालनात भिंतीमध्ये इजिप्तमध्ये उत्खननाच्या वेळी सापडलेली शिलाचित्रे बसवलेली आहेत. ती शिलाचित्रे इ.स.पू. ६०० वर्षांची असावीत, असा अंदाज आहे. काय आहे, त्या शिलाचित्रांमध्ये तर एका चित्रात फरोहा (तत्कालीन राजे) सिंह पकडत आहेत, दुसऱ्यात त्या सिंहाला बंदिस्त प्रांगणात सोडले गेले आहे, तिसऱ्यात रथांमध्ये उभे असलेले सैनिक त्यांच्या हातातील धनुष्यबाणांनी त्यांची शिकार करत आहेत आणि हे सगळे खेळ म्हणून चालले आहे, करमणूक म्हणून चालले आहे. ती चित्रे इतकी स्पष्ट आणि ठळक आहेत की; त्यात सिंहाच्या तोंडावरचे राग, भय इत्यादी भावना स्पष्ट दिसतात. एकेकाळी माणूस खेळ म्हणून, करमणूक म्हणून अशी कृत्ये करत होता. त्या काळापासून आजपर्यंत आपण खूपच प्रगती केली आहे. जरी अधूनमधून आपण विसरत असलो, तरी आपण सुसंस्कृत झालो आहोत. त्यामुळे आपण मनावर घेतले तर आपल्या मुलांचे भवितव्य आशादायकच नाही. तर उज्ज्वल असेल.

नेल्सन मंडेलांच्या जीवनावरून शिकण्यासारख्या, धडे घेण्यासारख्या खूप गोष्टी आहेत. त्यापैकी पर्सी युटार या कोणताही विधिनिषेध नसलेल्या फिर्यादीची गोष्ट लक्षात ठेवण्यासारखी आहे. १९६४ साली एका खटल्यामध्ये नेल्सन मंडेला आणि आफ्रिकन नॅशनल काँग्रेसच्या सदस्यांना जास्तीत जास्त शिक्षा मिळण्यासाठी तोच कारणीभूत होता. युटारने कायद्याच्या पुस्तकात असलेल्या आणि नसलेल्या सर्व कलमांचा, साधनांचा मुक्त वापर करून नेल्सन मंडेला आणि त्यांच्या सहकाऱ्यांना मृत्युदंडाचीच शिक्षा कशी योग्य आहे, हे कोर्टाच्या गळी उतरवण्याचा प्रयत्न केला होता. पण बचाव पक्षाचे वकील मोठ्या कौशल्याने ती शिक्षा टाळण्यात यशस्वी झाले.

एकतीस वर्षांनंतर मंडेलांनी, तेव्हा ८२ वर्षांच्या युटारला, त्यांच्या अध्यक्षपदाच्या शपथग्रहण सोहळ्याला आमंत्रित केले. एवढेच नाही, तर त्यांच्या सहकारी निवासस्थानी जेवायलाही बोलावले. जेवणानंतर मंडेलांनी त्यांच्याशी हस्तांदोलन केले. या हस्तांदोलनाचा वापर युटार यांनी त्यांच्या उर्वरित आठ वर्षांच्या आयुष्यात आपणही वर्णद्वेषी राजवटीविरुद्ध कसे होतो, हे पटवण्यासाठी पुरावा म्हणून केला. युटार नेहमी सांगायचे की, फक्त माझे नेमून दिलेले काम करत होतो. मंडेलांच्या बाजूने खटला चालवलेल्या काही वकिलांना मंडेलांनी युटारबरोबर नंतर एवढे सामोपचाराने का वागावे, याचे आश्चर्य वाटायचे. मंडेलांच्या बाजूने खटला चालवलेल्या बचाव पक्षाचे मुख्य वकील ज्योल जोफ हे त्यांचे चांगले मित्रही होते. त्यांनी मंडेलांना एकदा स्पष्टच विचारले, "तुम्ही युटारशी इतके चांगले कसे वागू शकता?" त्यावर मंडेलांनी उत्तर दिले, "मला दक्षिण आफ्रिकेतील सर्व जातिधर्माच्या, रंगाच्या लोकांना एकत्र आणायचे आहे, एकत्र ठेवायचे आहे. मला कोणाचाही द्वेष

करण्याची चैन परवडण्यासारखी नाही."

अगदी त्याचप्रमाणे आपल्या पृथ्वीच्या हवामान बदलाच्या, पर्यावरण रक्षणाच्या युद्धात आपल्याला निराश होऊन, हात-पाय गाळून बसण्याची, टीकाकारांचा उपहास करण्याची चैन परवडण्यासारखी नाही. परिस्थिती खरोखरच खूपच गंभीर आहे. आपण सर्वांनी त्या प्रश्नाला भिडण्याची गरज आहे आणि तेही आता फार वेळ न घालवता. मी स्वत:ला आशावादी आणि वास्तववादी समजत आलो आहे आणि अशाच स्वभावाचे सहकारी नेहमी माझ्या मोहिमांसाठी मी निवडले. आपल्या पृथ्वीला वाचवण्याच्या लढाईत आपल्याला आशावादी लोकच बरोबर घ्यायचे आहेत. लॉर्ड ऑफ द रिंग्ज (दोन शिखरे) यामध्ये एक दृश्य आहे, ते दृश्य पर्यावरणाच्या रक्षणाबाबतीतच्या माझ्या भावना बरोबर व्यक्त करते. सॅम फ्रोडोशी बोलते.

"फ्रोडो, हे त्या पुराणकथांसारखे आहे. अत्यंत काळ्याकुट्ट आणि संकटांनी भरलेल्या पण खूप काही सांगणाऱ्या, त्यांचा शेवट न कळेल तर बरं असं वाटायला लावणाऱ्या, कारण तो सुखान्त असणारच नव्हता. इतकं सगळं वाईट घडून गेल्यावरपण माणसं परत-परत उभी कशी राहू शकतात? त्या गोष्टींमधल्या माणसांना परत फिरण्याची संधी मिळाल्यावरपण ती त्यांनी घेतली नाही, ते पुढेच जात राहिले.
कारण कशाला तरी ते घट्ट पकडून राहिले होते
"आपण कशाला घट्ट पकडून आहोत सॅम?"
"या जगात, ज्यासाठी झगडावं, ठामपणे उभं राहावं असं काही चांगलं, मंगल, आशादायी शिल्लक आहे. फ्रोडो, ज्यासाठी मी जीव टाकावा, असं काही अजूनही आहे.

काही लोकांचा असा समज झाला होता, की उत्तर-दक्षिण ध्रुवीय प्रदेशात उणे१.७°से. तापमानाच्या पाण्यात एक कि.मी. अंतर पोहण्याची माझी कृती अत्यंत अविचारीपणाची होती. ते म्हणाले, निषेध नोंदवण्याचा हा अत्यंत बेजबाबदार मार्ग होता. पण मी कधीच तसा विचार केला नव्हता. आज मागे वळून पाहताना उलट माझ्या त्या कृत्याने मला खूप समाधान दिले, असेच मला वाटते आहे. ते कृत्य अत्यंत धोकादायक नक्की होते. तयारी करण्यात एखादी जरी लहानशी चूक झाली असती किंवा काही कमतरता राहिली असती, तर मी उत्तर ध्रुवीय समुद्रात ४.२ कि.मी. खोल पाण्यात बुडालो असतो आणि माझे हाडपण बघायला मिळाले नसते. पण मी ती जोखीम पत्करली, कारण माझ्या त्या सूचक पोहण्याने मला जगाचे लक्ष एकाच गोष्टीकडे वेधायचे होते, ती गोष्ट म्हणजे पर्यावरणाचे रक्षण. तो माझ्या

आयुष्यातला परमोच्च क्षण होता. शिवाय पोहण्याच्या छंदामुळे मला सर्वांत प्रिय आणि जवळच्या असलेल्या दोन गोष्टी मी एकदमच साधू शकत होतो. एक म्हणजे जगातील सर्वांत सुंदर भूभाग बघणे, अनुभवणे आणि दुसरी म्हणजे त्या सुंदर भूभागाच्या रक्षणासाठी, निसर्गाच्या रक्षणासाठी जनजागृती करणे.

उत्तर ध्रुवावरच्या त्या मोहिमेनंतर मात्र मी कानाला खडा लावला की, आता अशी धोकादायक, खडतर मोहीम परत आखायची नाही. पण जसा काळ जातो तशी भीतीची धार बोथट होत जाते आणि मन परत उचल खाते. आता मी मे २०१० सालच्या मोहिमेची तयारी करायला लागलो आहे. ही मोहीम असणार आहे माउंट एव्हरेस्टच्या पायथ्याशी असलेल्या 'कुंभु' हिमनदीमधील तळ्यात उणे २°से. तापमानाच्या पाण्यात एक कि.मी. पोहण्याची. सर एडमंड हिलरी यांनी १९५३मध्ये एव्हरेस्ट शिखर सर केल्यानंतर आतापर्यंतच्या काळात कुंभु हिमनदीची फार मोठ्या प्रमाणात पिछेहाट झाली आहे. त्या प्रदेशातील आणखीही लहानमोठ्या हिमनद्या मोठ्या प्रमाणात वितळून मागे सरकल्या आहेत आणि नजीकच्या भविष्यकाळात नष्ट होण्याच्या मार्गावर आहेत. चीन, भारत, पाकिस्तान, बांगलादेश पाण्यासाठी हिमालयावर मोठ्या प्रमाणात अवलंबून आहेत. त्या देशातील नद्या या पाण्यामुळे बारमाही वाहात आहेत, या देशांसाठी त्याचे परिणाम फार मोठे प्रलयकारी ठरणार आहेत. एव्हरेस्ट शिखराच्या पायथ्याशी असलेल्या तळ्यात एक कि.मी. अंतर पोहून मला तेथील लोकांचे या संभाव्य संकटाकडे लक्ष वेधायचे आहे. त्याच्या होणाऱ्या परिणामांची जाणीव करून द्यायची आहे आणि याचा परिणाम त्या भागापुरताच आणि पाण्यापुरताच मर्यादित असणार नाही; तर जगातील शांततेच्या दृष्टीनेही तो महत्त्वाचा असणार आहे.

मी अतिथंड पाण्यात अखेरचा पोहलो, त्याला आता दोन-अडीच वर्षे उलटली आहेत आणि अजून मी समुद्रसपाटीपासून खूप उंचीवर पोहलेलो नाही. मी आणि अँटोनीट, आम्ही जानेवारी २०१०मध्ये अर्जेन्टिनामधील मेंडोझा या गावी एका आठवड्याच्या सरावासाठी जाऊन पोचलो. (मेंडोझा हे शहर अँन्डीज पर्वताच्या पायथ्याशी आहे आणि तिथे मोठ्या प्रमाणावर वाइनचे उत्पादन होते.) आमचा प्लॅन होता की, 'ॲकोन्काग्वा' या ७,००० मीटर उंचीच्या पर्वतावर ३,३०० मीटरपर्यंत चढून जायचे आणि तिथे असलेल्या तळ्यात पोहण्याचा सराव करायचा. 'ॲकोन्काग्वा' हा दक्षिण गोलार्धातला सर्वांत उंच पर्वत आहे आणि मला सांगितले होते की, त्या उंचीला तिथे एक तळे आहे, आम्ही आमचे सामान वाहून नेण्यासाठी एक खेचर भाड्याने घेतले होते, तरीपण त्या पर्वताची चढण खूपच दमछाक करणारी आणि कठीण होती. जिथे तळे आहे असे आम्हाला सांगण्यात आले होते, तिथे जाऊन पोहोचल्यावर आम्हाला कळले की, आता तिथे तळेच अस्तित्वात नाही. तिथे फक्त

एकेकाळच्या तळ्याचे अस्तित्व सांगणारा एक वाळलेला खड्डा उरला होता. पण जरा आणखी वरच्या बाजूला एक नदीचा उगम मात्र होता. शेवटी दोन दिवस खपून तिथेच नदीच्या पात्रात दगड टाकून बंधारा केला आणि पाणी अडवून छोटा तरणतलाव केला आणि उरलेले दोन-तीन दिवस शरीराला परत थंड पाण्याची सवय करण्यासाठी त्यामध्ये डुंबलो.

'ॲकोन्काग्वा' पर्वत उतरून आल्यावर आम्ही दक्षिणेकडे २५० कि.मी.चा प्रवास करून ॲन्डीज पर्वतावरच्या ३,३०० मीटर उंचीवरच्या 'लॅग्वा डेल डायमेंटे' नावाच्या तळ्याजवळ आलो. 'लॅग्वा डेल डायमेंटे' याचा शब्दश: अर्थ 'हिऱ्याचे तळे' असा होतो. हे नाव पडल्यामागची कथाही सुरस आहे. या तळ्याच्या मागे 'मीपो' नावाचा, आता मृतावस्थेत असलेला, एक ज्वालामुखी आहे. जेव्हा सूर्य उगवतो, तेव्हा या तळ्यात पडणारे ज्वालामुखीचे प्रतिबिंब हिऱ्यासारखे दिसते, असे म्हणतात. त्यावरून तळ्याला हे नाव पडले आहे. ॲन्डीज पर्वताचा तो प्रदेश आणि तेथील परिस्थिती कठीण होती, हे फारच सौम्य विधान झाले. या दोन्ही गोष्टी कठीणच नव्हत्या, तर अत्यंत बेभरवशी होत्या. दिवसा तळ्याजवळील तापमान ३५°से. एवढे वर जायचे. त्याच्यामुळे बाहेर पडणे कठीण व्हायचे; तर रात्री ते उणे १०°से.पर्यंत उतरायचे, त्यामुळे कॅम्पवर राहाणेपण कठीण होते. हे कमी होते म्हणून की काय, त्या सर्द हवेत नेहमीच वादळी परिस्थिती असायची. त्या वादळी वाऱ्याबरोबर येणाऱ्या वाळूच्या कणांचा मारा झेलणे सहनशक्तीपलीकडले होते.

पहिल्या दिवशी सकाळपासून संध्याकाळपर्यंत धापा टाकत कसाबसा तो चढ पार केला, दुसऱ्या दिवशी सवयीने असेल, पण कमी त्रास झाला. सुदैवाने 'लॅग्वा डेल डायमेंटे' तळे पाण्याने तुडुंब भरलेले होते. पाण्याचे तापमान ५°से. होते आणि थंड पाण्यात पोहण्याचा सराव सुरू करायला ते अगदी योग्य असे ठिकाण होते.

अर्थात ही तयारी हळूहळूच करावी लागणार होती, कारण पहिल्या दिवशी मी जेमतेम दोनच मिनिटे पाण्यात राहू शकलो. दुसऱ्या दिवशी सकाळी मी चार मिनिटे पाण्यात पोहलो, तर दुपारी १४ मिनिटे 'ब्रेस्ट स्ट्रोक' मारत पोहण्याचा सराव केला. सर्वांत माझे मलाच आश्चर्य वाटणारी गोष्ट म्हणजे माझे शरीर परिस्थितीशी फार वेगाने जुळवून घेत होते. ज्या उंचीवर पन्नास-एक मीटर पळताना प्राण कंठाशी येतात त्या उंचीवर न थकता मी पोहू शकत होतो. तिसऱ्या दिवशी 'मीपो' ज्वालामुखी मी ४,२०० मीटर उंचीपर्यंत चढून गेलो. त्या सात-एक तासांच्या चालण्याने मात्र मी कमालीचा थकून गेलो होतो. डोंगर उतारावरून तळ्यापर्यंत येणेही कठीण वाटत होते, पण लगेच काही तासांच्या विश्रांतीनंतर मी तळ्यात २०० मीटर पोहूनपण आलो आणि तेव्हा मला दमल्यासारखे वाटले नाही. चौथ्या

दिवशी तितक्याच ओढीने मी पाण्यात उतरलो आणि एक कि.मी. पोहलो, तरीपण मला तितकासा थकवा जाणवला नाही. मला शरीराकडून मिळणाऱ्या या प्रतिक्रियेची गंमत वाटत होती. मी स्वत:शीच विचार करायला लागलो.

मी यावर खूप विचार केला आणि त्यातून एकच निष्कर्ष काढला, किंवा मला तरी असे वाटते की, अतिउंचीवरच्या वातावरणाचा परिणाम जेव्हा आपण सरळ किंवा उभ्या अवस्थेत असतो, तेव्हा तो जास्त होतो, जास्त जाणवतो. आणि जेव्हा आपण पोहत असतो, तसे आडव्या किंवा समांतर अवस्थेत असतो, तेव्हा तुलनेत कमी होतो. अर्थात हा प्रश्न प्रोफेसरांसाठी आहे आणि तेच मला त्याचे शास्त्रीय उत्तर देतील. मला एक गोष्ट विसरून चालणार नाही की, एव्हरेस्ट पर्वतावरचे तळे याहीपेक्षा जास्त उंचीवर असणार आहे आणि उत्तर ध्रुवावरच्या पोहण्यातून एक धडा मी शिकलो आहे की कधीही, अगदी कधीही, अज्ञात गोष्टींना कमी लेखून किंवा गृहित धरून चालणार नाही.

◆